ஒரு நடிகர் உருவாகிறார்

காான்ஸ்தன்தீன் ஸ்தனிஸ்லாவ்ஸ்கி

தமிழில்:

ஜார்ஜினா குமார்

கண்ணதாசன் பதிப்பகம்

23, கண்ணதாசன் சாலை
தியாகராய நகர், சென்னை 600 017,
போன் 2433 2682 / 2433 8712
கிளைகள் : கோவை | மதுரை | பாண்டி

முதற் பதிப்பு	:	ஆகஸ்ட், 2011
இரண்டாம் பதிப்பு	:	மே, 2018
மூன்றாம் பதிப்பு	:	பிப்ரவரி, 2022

E-mail: sales@kannadasan.co.in
Our Website: www.kannadasan.co.in

பதிப்பாசிரியர்: காந்தி கண்ணதாசன்

எச்சரிக்கை

காப்பிரைட் சட்டத்தின் கீழ் பதிவு பெற்றுள்ள இந்நூலில் இருந்து எப்பகுதியையும் முன் அனுமதியின்றி பிரசுரிக்கக்கூடாது. தவறினால் சிவில், கிரிமினல் சட்டங்களின்படி நடவடிக்கை எடுக்கப்படும்.

– காந்தி கண்ணதாசன் பி.ஏ., பி.எல்.,

Originally Published in English as **An Actor Prepares** by **Constantin Stanislavski**.

Translation Copyright @2010 - Kannadhasan Pathippagham. All Rights Reserved.

No Part of this book may be reproduced or transmitted in any form or by any means electronic or mechanical including photocopying or recording or by any information storage and retrieval system without permission in writting from Gandhi Kannadhasan, B.A., B.L., Chennai.

Any violations of these conditions, legal action will be initiated in civil and criminal proceedings under the Copyright Act 1957.

Price Rs: 450/-

ORU NADIGAR URUVAKIRAR - Tamil

- ❖ Written By : Constantin Stanislavski
- ❖ Translated By : Georgina Kumar
- ❖ Third Edition : February, 2022
- ❖ Publishing Editor : **Gandhi Kannadhasan**
- ❖ Published By : **Kannadhasan Pathippagham**
  23, Kannadhasan Salai,
  Thiyagaraya Nagar, Chennai - 600 017.
  Ph: 044-24332682 / 8712 / 98848 22125

ISBN: 978-81-8402-602-3

Our Branches :

- No: 1212, Range Gowder Street, **Coimbatore** - 641001
  ☎ : 0422 - 4980023 / 98848 22139
- No.1, Annai Complex, III Street, Vasantha Nagar, **Madurai** - 625 003.
  ☎ : 0452 - 4243793 / 98848 22126
- No. 37, Bharathy Street, **Puducherry** - 605 001.
  ☎ : 0413 - 4201202 / 98848 22128

Printed at : Kannadhasan Pathippagham

பொருளடக்கம்

1. முதல் சோதனை 5
2. நடிப்பு என்பது ஒரு கலையாகும் போது... 22
3. ஆக்ஷன் 55
4. கற்பனை 88
5. கவனத்தை ஒருமுனைப்படுத்துதல் 115
6. தசைகளைத் தளர்த்தி வைத்தல் 150
7. சிறிய கூறுகளும், குறிக்கோள்களும். 173
8. நம்பிக்கையும், உண்மை பற்றிய ஒரு உணர்வும் 198
9. உணர்ச்சிகளின் நினைவு 253
10. தோழமைத் தொடர்பு 299
11. சமயத்துக்கு ஏற்றவாறு மாற்றிக் கொள்ளல் 347
12. உள்ளார்ந்த தூண்டுதல் சக்திகள் 381
13. உடையாத கோடு 394
14. உள்ளார்ந்த உருவாக்கும் நிலை 408
15. முதன்மைக் குறிக்கோள் 426
16. ஆழ்மனதின் வாயிற்படியில் 442

1

முதல் சோதனை

இன்று, இயக்குனர் டார்ட்ஸாவுடனான எங்களது முதல் வகுப்பு - அதற்காகக் காத்திருந்த நாங்கள் மிகவும் உற்சாகத்துடனும் துடிதுடிப்புடனும் இருந்தோம். ஆனால், அவர் எங்கள் வகுப்புக்குள் நுழைந்த போது நாங்கள் சற்றும் எதிர்பாராதவாறு ஒரு குண்டைத் தூக்கிப் போட்டார்: அதாவது அவர் எங்களைப் பற்றி மேலும் நன்றாகத் தெரிந்து கொள்வதற்காக, சில நாடகங்களிலிருந்து சிறு பகுதிகளை அவர் முன்னால் நாங்கள் நடித்துக் காட்ட வேண்டும் என்பது தான் அவர் விருப்பம். எந்த நாடகங்கள் என்று நாங்களே தேர்வு செய்து கொள்ளலாம் என்றும் அவர் சொன்னார். அவரது நோக்கம் என்னவென்றால் - எங்களை மேடையில் காண வேண்டும் - அதுவும், முழுதாக பின்புலத் திரைச் சீலைகளுடன் வடிவமைக்கப்பட்ட மேடையில், முழு ஒப்பனை மற்றும் உடையலங்காரத்துடன், வண்ண விளக்குகளின் பின்னால் நாங்கள் செயல்படுவதைக் காண வேண்டும். அப்போதுதான் எங்கள் நடிப்புத் திறனைத் தன்னால் சரியாக எடைபோட முடியும் என்று அவர் சொன்னார்.

இந்தச் சோதனையில் உள்ளாவதற்கு முதலில் வெகுசிலரே முன்வந்தனர் - க்ரிஷா கோவோர்கோவ் சற்றே பருமனான உடல் கொண்ட இவன், முன்னதாக ஏதோ ஒரு சிறு நாடகக் கம்பெனியில் பணி புரிந்திருந்தான். அடுத்தாக, சோன்யா வெலியமினோவா என்றழைக்கப்பட்ட பொன்னிறக் கூந்தலும், நல்ல உயரமும் கொண்ட அழகி ஒருத்தி, மற்றொருவன், வெகு துடிப்பானவன், உரத்த குரலில் சளசளவென்று பேசும் வான்யா வியுன்ட்சோவ் என்பது இவன் பெயர்.

மெல்ல மெல்ல இந்தச் சோதனை நாடகப் பயிற்சிக்கு நாங்கள் அனைவரும் பழகிக் கொண்டோம். ஒளிவீசும் மேடை விளக்குகள் எங்களைத் தூண்டத் தொடங்கின. நாடகப் பயிற்சி, ஆர்வமுட்டுவதாகவும், பயனுள்ளதாகவும், ஏன், தேவையான ஒன்றாகவும் தோன்றலாயிற்று.

நாடகங்களைத் தேர்வு செய்வதில், நானும், என் நண்பர்களான பால் ஷுஸ்டோவும், லியோ புஷ்கின்னும் முதலில் வெகு தன்னடக்கத்துடன் செயல்பட்டோம். எளிமையாக நகைச்சுவை நடிப்புப் பற்றி - பாடலும், காமெடியும் கலந்தவை - எண்ணமிட்டோம். ஆனால், எங்களைச் சுற்றிலும் மாபெரும் பெயர்கள் ஒலித்தன கோகோல், ஜஸ்ட்ரோவ்ஸ்கி, செக்கோவ் மற்றும் பிறர். இதனால், எங்களையும் அறியாமல், எங்களது சொந்த இலட்சியங்களையும் தாண்டிச் சென்று கவிதையும், காவிய நயமும் சொட்டும் ஒரு இலக்கிய ரசம் மிக்க நாடகத்தை எடுத்துச் செய்வது என்று முடிவெடுத்தோம்.

மோஸார்ட்டின் வடிவம் என்னைக் கவர்ந்து இழுத்தது. லியோவுக்கோ ஸாலியெரி பிடித்திருந்தது. பால், டான் கார்லோஸ்ஸைச் சிந்திக்கலானான். பின்னர், நாங்கள் ஷேக்ஸ்பியர் பற்றிப் பேசலானோம். அதில் எனது விருப்பம் ஒதெல்லோவாக இருந்தது. பால், இயாகோவின் பாத்திரத்தை ஏற்று நடிக்க ஒப்புக் கொள்ளவும், எல்லாம் முடிவாயிற்று. நாங்கள் நாடக சபையை விட்டு வெளியே வரும் பொழுது, முதல் ஒத்திகை மறுநாள் நடைபெறும் என்று சொல்லப்பட்டது.

நான் வீடு வந்து சேர்ந்தபோது இரவு வெகு நேரமாகி விட்டிருந்தது. வந்ததும், என்னிடம் இருந்த ‘‘ஒதெல்லோ’’ புத்தகத்தை எடுத்து, சோபாவில் வசதியாக உட்கார்ந்து கொண்டு வாசிக்க ஆரம்பித்தேன். இரண்டு பக்கங்கள் கூட வாசித்திருக்க மாட்டேன், அதற்குள் கதையை நடிக்க வேண்டும் என்ற ஆசை என்னைப் பற்றிக் கொண்டது. என்னையும் மீறிய ஒரு ஆவலால் தள்ளப்பட்டு, என் கைகள், கால்கள், முகம், முகத்தில் உள்ள தசைகள் மற்றும் எனக்குள் இருந்த ஏதோ ஒன்று எல்லாமே அசையத் தொடங்கின. புத்தகத்தை விட்டு விட்டேன். தந்தத்தால்

ஆன காகிதம் வெட்டும் கத்தி ஒன்று சட்டென்று என் கண்ணில் பட்டது. அதை எடுத்து ஒரு குறுவாளைப் போல என் பெல்ட்டில் செருகிக் கொண்டேன். எனது டவல், தலைப்பாகையாக மாறிற்று. எனது போர்வை மற்றும் கம்பளியைக் கொண்டு தொளதொளவென்று ஒரு சட்டையையும், அங்கியையும் செய்து கொண்டேன். என் குடை, உடை வாளாகியது - ஆனால் அதற்கு உறை தான் அகப்படவில்லை. இவ்வளவும் செய்து கொண்டிருந்த போது எனது அறையை அடுத்திருந்த சாப்பாட்டு அறையில் ஒரு பெரிய தாம்பாளம் இருந்தது என் நினைவுக்கு வந்தது. அந்தக் "கேடயம்" என் கைக்கு வந்ததும், நான் நிஜமாகவே ஒரு வீரனைப் போல உணர்ந்தேன். இருந்த போதிலும், எனது பொதுவான உணர்வு நவீனமாகவும், நாகரீகமானதாகவும் இருந்தது. ஆனால் நான் உருவகுத்த ஒதெல்லோவோ ஆப்ரிக்காவைச் சேர்ந்தவன். எனவே, அவனது குணாம்சம் சற்றே காட்டுமிராண்டித் தனமாக, ஒருவேளை ஒரு புலியைப் போல இருந்திருக்கலாம். எனவே, ஒரு காட்டு விலங்கின் பாவனையை நினைவுக்குக் கொண்டுவந்து நிலை நிறுத்த வேண்டி, நான் முற்றிலும் புதுவகையான உடலசைவுகளைப் பயிலத் தொடங்கினேன்.

இந்த அசைவுகளில் பெரும்பாலானவை வெகு வெற்றிகரமாக அமைந்தன என்றே நான் கருதினேன். நேரம் போவது தெரியாமல் சுமார் ஐந்து மணிநேரம் நான் இந்த வேலையில் ஈடுபட்டிருந்தேன். எனது உள்ளார்ந்த உத்வேகம் உண்மையானது என்பதையே இது காட்டியது என்று எனக்குத் தோன்றியது.

2

மறு நாள் காலை வழக்கத்தைவிடவும் தாமதமாகவே விழித்தெழுந்து அவசர அவசரமாக உடைகளை அணிந்து கொண்டு நாடகசபைக்கு ஓடிச் சென்றேன். ஒத்திகை அறைக்குள் நான் போனபோது அவர்கள் எல்லோரும் ஏற்கெனவே வந்து எனக்காகக் காத்துக் கொண்டிருந்ததைக் கண்டேன். இதனால் பெரிதும் அவமானம் கொண்டவனாக, மன்னிப்புக் கேட்பதற்குப் பதிலாக, "நான் கொஞ்சம் லேட்டாக வந்திருக்கிறேன் போல" என்றேன் வெகு அசட்டையாக. அங்கிருந்த உதவி இயக்குனர் என்மீது ஒரு

குற்றம் சாட்டும் பார்வையை நாட்டினார். ஒரு நீண்ட தருணத்திற்குப் பின்,

"இங்கே நாங்கள் எரிச்சலுடன், பொறுமையின்றி, கோபமாக உட்கார்ந்து காத்துக் கொண்டிருக்கிறோம் உனக்கு அது "கொஞ்சம் லேட்" போலத் தோன்றுகிறது. செய்யப்பட வேண்டிய வேலையின் பால் முழு உற்சாகத்துடன் நாங்கள் எல்லோரும் இங்கு வந்தோம். இப்போது உன்னால், அந்த "மூட்" கெட்டுவிட்டது. உருவாக்குவதற்கான ஆசையை எழுப்புவது கடினம், ஆனால் அந்த ஆசையைக் கொல்வது மிகமிக எளிது. எனது சொந்த வேலையில் நான் தடங்கல் ஏற்படுத்தினால், அது என் சொந்த விஷயம். ஆனால், ஒரு மொத்தக் குழுவின் வேலையை நிறுத்தி வைக்க எனக்கு என்ன உரிமை இருக்கிறது? நடிகன், ஒரு போர்வீரனுக்குக் குறைந்தவன் அல்ல. இரும்பை ஒத்த ஒழுக்கக்கட்டுப்பாட்டை அவனும் கடைப்பிடித்தாக வேண்டும்."

எனது இந்த முதல் குற்றத்துக்கான தண்டனையாக வெறும் திட்டோடு தான் நிறுத்திக் கொள்ளப் போவதாக ரக்மனோவ் கூறினார். மாணவர்களுக்காக வைக்கப்பட்டுள்ள நடத்தைப் பதிவேட்டில் தான் இது பற்றி எதுவும் எழுதப் போவதில்லை எனவும், ஆனால், மற்றவர் அனைவரிடமும் தாமதமாக வந்ததற்காக நான் உடனே மன்னிப்புக் கேட்க வேண்டும் என்றும், இனிமேல் ஒத்திகைகளுக்கு கால் மணிநேரம் முன்னதாக வருவதை வழக்கமாக்கிக் கொள்ள வேண்டும் என்றும் அவர் கூறினார். நான் அவ்வாறே மன்னிப்புக் கேட்ட பின்பும் கூட ரக்மனோவ் ஒத்திகையைத் தொடங்க விரும்பவில்லை. ஏனெனில், ஒரு கலைஞனின் வாழ்வில் முதல் ஒத்திகை என்பது ஒரு முக்கியமான நிகழ்வு என்றும், அதைப் பற்றிய மிகச் சிறந்த நினைவுப் பதிவை அவன் கொண்டிருக்க வேண்டும் என்றும் அவர் கூறினார். இன்றைய ஒத்திகை எனது கவனக் குறைவால் கெடுக்கப் பட்டு விட்டது. நாளைய ஒத்திகை நினைவில் வைத்துக் கொள்ளத் தக்கதாக இருக்கும் என்று நம்பலாம்.

★ ★ ★

இன்று மாலை நான் விரைவில் தூங்கச் செல்ல வேண்டும் என்று தீர்மானித்துக் கொண்டேன். ஏனெனில், எனது பாத்திரம் பற்றிப் பயிற்சி ஏதும் செய்வதற்கு நான் பயந்தேன். ஆனால் எனது கண்களில் ஒரு சாக்லேட் துண்டு பட்டுவிட்டது. அத்துடன் சிறிது வெண்ணெய் சேர்த்துச் சூடு பண்ணி இளக்கிப் பழுப்புநிறக் கூழ் ஒன்றைத் தயாரித்தேன். அதை என் முகத்தில் பூசிக் கொண்டு, என்னை ஒரு மூர் (Moor-கறுப்பின நபர்) போலத் தோன்றச் செய்வது எளிதாக இருந்தது. எனது கண்ணாடி முன்னால் உட்கார்ந்து, என் கறுப்பு முகத்தில் பற்கள் பளீரிடுவதைக் கண்டு வெகுநேரம் ரசித்தேன். அவற்றைத் திறம்பட வெளிக்காட்டக் கற்றுக் கொண்டதுடன், எனது விழிகளின் வெண்படலம் தெரியுமாறு உறுத்து விழித்து அவற்றை அசைப்பது எப்படி என்றும் கற்றுக் கொண்டேன். முகத்தை ஒப்பனை செய்து கொண்டது. வீணாகாமல் முழுமையாகப் பயன்பட வேண்டுமென்று, நான் எனது உடையை அணிந்து கொண்டேன். உடையை அணிந்து கொண்டதும், நடிக்க விரும்பினேன். ஆனால் இன்று புதிதாக எதையும் கண்டுபிடிக்கவில்லை - சும்மா நேற்றுச் செய்ததையே திரும்பச் செய்தேன். ஆனால் இன்று என்னவோ அது வலுவிழந்து போய்விட்டது போல எனக்குத் தோன்றியது. எனினும், ஒதெல்லோ எவ்வாறு காட்சியளிக்க வேண்டும் என்று நான் எண்ணியதில் ஏதோ ஒரு முன்னேற்றம் இருந்தது என்றே நான் நினைத்தேன்.

3

இன்று எங்களது முதல் ஒத்திகை. அது தொடங்குவதற்கு வெகு நேரம் முன்னதாகவே நான் அங்கு சென்று சேர்ந்து விட்டேன். எங்களது காட்சிகளை நாங்களே திட்டமிட்டுக் கொள்ளலாம் என்றும் அவற்றுக்குத் தேவையான பொருள்களுக்கு ஏற்பாடு செய்து கொள்ளலாம் என்றும் உதவி இயக்குனர் சொன்னார். இயாகோ பாத்திரத்தின் உள்ளார்ந்த குணாம்சங்கள் மீது மட்டுமே அவனுக்கு ஈடுபாடு இருந்ததால், பால் நான் கூறிய எல்லாவற்றுக்கும் ஒப்புக் கொண்டான் - நல்லகாலம்! எனக்கோ, வெளிப்பட்ட விஷயங்களே மிகமிக முக்கியமானவையாக இருந்தன. காட்சிக்கான பொருள்கள் எனக்கு எனது சொந்த

அறையை நினைவுபடுத்த வேண்டும். அந்த “செட்டிங்” இல்லாமல் போனால் என்னால் எனது உத்வேகத்தை **மறுபடி** பெறமுடியாது. இருந்தும், என்னதான் முயன்றாலும், என்னால் எனது சொந்த அறையில் இருப்பதாக எண்ணிக் கொள்ள முடியவில்லை. இது எனது நடிப்பாற்றலுக்கு இடையூறாகவே இருந்தது. பாலுக்கு அவனது பாத்திரத்தின் வசனம் முழுவதும் ஏற்கெனவே மனப்பாடமாகியிருந்தது. ஆனால் நானோ எனது வரிகளை புத்தகத்திலிருந்து வாசிக்க வேண்டியிருந்தது அல்லது ஏதோ குத்து மதிப்பாக வசனத்தைப் பேச வேண்டியிருந்தது. வார்த்தைகள் எனக்கு உதவி செய்யவில்லை என்று கண்டு நான் வியப்படைந்தேன். உண்மையில் அவை எனக்குத் தொந்தரவாக இருந்தன. வசனமே இல்லாமல் இருந்தால், அல்லது அதைப் பாதியாகக் குறைத்தால் நன்றாக இருந்திருக்கும் என்று நான் கருதினேன். வார்த்தைகள் மட்டுமல்ல, கவிஞரின் எண்ணங்களும் கூட எனக்கு அன்னியமாகத் தோன்றின. எனது சொந்த அறையில் நான் அனுபவித்துணர்ந்த அந்தச் சுதந்திரத்தை, அந்த நாடகத்தில் வரையறை செய்து தரப் பட்டிருந்ததான செய்கைகள் கூட என்னிடமிருந்து பறிக்கப்பட்டது போல நான் உணர்ந்தேன்.

இதனைவிடவும் மோசமாக, எனது சொந்தக் குரலையே என்னால் அடையாளம் கண்டு கொள்ள முடியவில்லை. மேலும், நான் என் வீட்டில் திட்டமிட்டு வைத்திருந்த ‘செட்டிங்’ மற்றும் செய்கைகள், பாலின் நடிப்புடன் ஒருங்கிணையவே இல்லை. அதாவது, விளக்கமாகச் சொல்ல வேண்டுமானால், ஒதெல்லோவுக்கும் இயாகோவுக்கும் இடையிலான ஒரு சாதாரணமான அமைதியான காட்சியில், என்னை நானே ஒதெல்லோவாக பாவனை செய்து கொள்ள எனக்குத் தேவையான பற்களைப் பளீரிடச் செய்தல் மற்றும் விழிகளை உருட்டுதல் ஆகியவற்றை என்னால் எப்படி உள்ளே கொண்டுவர முடியும்? இருந்த போதிலும், நான் தயார் செய்திருந்த செட்டிங்கிலிருந்தும், ஒதெல்லோவை ஒரு காட்டுமிராண்டியாகச் சித்தரித்து வைத்திருந்தை எப்படி நடித்துக் காட்டுவது என்ற எனது கருத்துகளிலிருந்தும், என்னால் வெளியே வர முடியவில்லை. ஒருவேளை அதற்குப் பதிலாக இட்டு நிரப்புவதற்கு எனக்கு வேறு

ஒன்றும் தெரியவில்லை என்பது கூட இதற்கான காரணமாக இருக்கலாம். அந்தப் பாத்திரத்துக்கான வசனத்தை நான் தனியாக படித்திருந்தேன். பின், அதற்கான செய்கைகளைத் தனியாகச் செய்து பார்த்திருந்தேன் - இரண்டையும் ஒன்றுடன் ஒன்று இணைக்கவேயில்லை. வசனம், நடிப்புக்கு இடையூறாக இருந்தது; நடிப்பு, வசனத்துக்குத் தடங்கலாக இருந்தது.

★ ★ ★

இன்று வீட்டில் நான் பயிற்சி செய்த போதும், செய்ததையே திரும்பச் செய்தேன் - புதிதாக ஒன்றும் கண்டுபிடிக்காமல். அதே காட்சிகளையும், நடிப்பு முறைகளையும் நான் ஏன் திரும்பத் திரும்பச் செய்கிறேன்? எனது நேற்றைய நடிப்பு ஏன் மிகச் சரியாக இன்றையது போலவும், நாளையது போலவும் ஒரே மாதிரியாக உள்ளது? எனது கற்பனை காய்ந்து வறண்டு போய் விட்டதா? இல்லை எனக்கென ஆதாரவளங்கள் ஏதுமே இல்லையா? தொடக்கத்தில் எனது வேலை வெகு விரைவாகச் சென்றாலும் திடுமென்று ஓரிடத்தில் நின்று போனது ஏன்? இவற்றைப் பற்றியெல்லாம் நான் சிந்தித்துக் கொண்டிருந்தபோது, அடுத்த அறையில் சிலர் தேநீர் குடிக்க வந்து சேர்ந்தனர். அவர்களின் கவனத்தைக் கவராமலிருக்கும் பொருட்டு என் அறையின் மற்றொரு பகுதிக்கு நான் நகர்ந்தேன். என் குரல் அவர்களது காதுகளுக்கு எட்டாமல், என் வசனத்தை எவ்வளவு மெதுவாகப் பேச முடியுமோ அவ்வளவு மெதுவாகப் பேசிப் பயிற்சி செய்யலானேன்.

ஆனால், இந்தச் சின்னஞ்சிறு மாற்றங்களின் காரணமாக எனது மனநிலை - மூட் - மாறியதைக் கண்டு நானே வியப்படைந்தேன். இப்போது நான் ஒரு இரகசியத்தைக் கண்டு கொண்டேன் - ஒரே இடத்தில் வெகு நேரம் இருக்கலாகாது, பழக்கமானதையே திரும்பத் திரும்பச் செய்யக் கூடாது என்பது தான் அந்த இரகசியம்.

4

இன்றைய ஒத்திகையின்போது, தொடக்கத்திலிருந்தே நான் முன்னதான தயாரிப்பு ஏதுமின்றி புதிதாகச் செயல்படலானேன்.

இங்குமங்கும் நடப்பதற்குப் பதிலாக, ஒரு நாற்காலியில் அமர்ந்து, சைகைகள், அசைவுகள், முகச் சுளிப்புகள், கண்களை உருட்டுதல் இவை ஏதுமின்றி நடிக்கலானேன், என்னவாயிற்று? உடனடியாக நான் குழப்பமடைந்தேன், வசனத்தை மறந்து போனேன் - எனவே இதையும் நான் நிறுத்தி விட்டேன். என் பழைய நடிப்பு முறைக்குத் திரும்பவும் போவதைத் தவிர வேறு வழியேதும் எனக்குப் புலப்படவில்லை. எனவே - நான் எனது முறைகளைக் கட்டுப்படுத்தவில்லை மாறாக அவை தான் என்னைக் கட்டுப்படுத்தின.

5

இன்றைய ஒத்திகையில் புதியதாக எதுவும் நிகழவில்லை. எனினும், நாங்கள் பணிபுரியும் இடமும், எங்களது நாடகமும் எனக்கு மேலும் நன்றாகப் பழக்கமாகி வருகின்றன. தொடக்கத்தில் மூராகிய ஒதெல்லோவை நான் சித்தரித்த விதம் பாலின் இயாகோவுடன் ஒத்துப் போகவேயில்லை. இன்று, எங்கள் இருவரது நடிப்பையும் நன்றாகப் பொருத்துவதில் நான் உண்மையில் வெற்றி கண்டு விட்டது போலவே தோன்றியது. எது எப்படியானாலும், வேறுபாடுகள் குறைவாக இருந்தது போல நான் உணர்ந்தேன்.

6

இன்று எங்களது ஒத்திகை பெரிய மேடையில் இருந்தது. அதன் சுற்றுச்சூழலின் பாதிப்பு பயனுள்ளதாக இருக்கும் என்று நான் நம்பியிருந்தேன் - ஆனால் நடந்தது என்ன? மேடையின் விளக்குகளின் ஒளி வெள்ளத்திற்கும், பக்கவாட்டில் பரபரப்பான ஏற்பாடுகளுக்கும், பல்வேறு விதமான காட்சிகள் கொண்ட திரைச் சீலைகளுக்கும் பதிலாக மங்கிய ஒளியுடன் கூடிய, காலியான ஒரு இடத்தில் நான் நின்று கொண்டிருப்பதைக் கண்டேன். அந்த மாபெரும் மேடை வெறிச்சோடித் திறந்து பரந்து கிடந்தது. முன் பகுதியில் மட்டும் சில சாதாரணப் பிரம்பு நாற்காலிகள் கிடந்தன - அவை தான் எங்களது நாடகம் நடக்கவுள்ள ''செட்''டின் எல்லையை வரையறுத்தன. வலதுபுறம் ஒரு வரிசை விளக்குகள்

இருந்தன. நான் மேடையில் ஏறினேன். எனக்கு முன்னால், மேடையையும், பார்வையாளரின் இருக்கைகளையும் பிரித்துக் காட்டும் அந்த பிரம்மாண்டமான வளைவுதான் மிக உயரமாகத் தென்பட்டது. அதற்கப்பால், இருளடர்ந்த, முடிவற்ற பகுதி மிக மங்கலாகப் புலப்பட்டது. மேடைக்குப் பின்னாலிருந்து நான் கண்ட முதல் காட்சி இதுதான்.

‘‘தொடங்கு!’’ என்று யாரோ குரல் கொடுத்தார்கள். பிரம்பு நாற்காலிகளால் வரையறை செய்யப்பட்டிருந்த அந்த இடத்திற்குள் - அதுதான் ஒதெல்லோவின் அறை - நான் நடந்து சென்று எனக்குரித்தான இடத்தில் அமர வேண்டும். அந்த நாற்காலிகளில் ஒன்றில் நான் உட்கார்ந்தேன் - ஆனால் அது தவறான நாற்காலி, எங்களது ‘செட்டின்’ அமைப்பை என்னால் உணர்ந்து கொள்ளக் கூட முடியவில்லை. எனது சுற்றுப்புறத்துடன் இணைந்து கொள்ள முடியாதது மட்டுமன்றி என்னைச் சுற்றிலும் என்ன நடக்கிறது என்பதையே என்னால் கவனிக்க முடியவில்லை. எனக்குப் பக்கத்தில் நின்று கொண்டிருந்த பாலின் மீது பார்வையைப் பதிப்பது கூட எனக்குக் கஷ்டமாக இருந்தது. என் பார்வை அவனையும் தாண்டி அப்பால் சென்று அரங்கினுள் சென்றது; அல்லது, மேடைக்குப் பின்னால் பணியாளர்கள் பொருள்களைத் தூக்கிச் சென்றும், ஆணியடித்துக் கொண்டும், பேசிக் கொண்டும் இருந்த பின் பகுதிக்குச் சென்றது.

இங்கு வியப்பூட்டும் ஒரு விஷயம் என்னவென்றால் இவ்வளவுக்கும் இடையிலும் நான் தொடர்ந்து எந்திரத்தனமாக நடித்துக் கொண்டும், வசனம் பேசிக் கொண்டும் இருந்தது தான். முன்னதாக வீட்டில் நான் நெடுங்காலம் பயிற்சி செய்யாமல் போயிருந்தால், எனது நடிப்புத்திறனைப் பழகிப் கொள்ளாமல் இருந்திருந்தால், முதல் சில வரிகளிலேயே நான் நடிப்பதை நிறுத்தி விட்டிருப்பேன்.

7

இன்று மேடையில் எங்களது இரண்டாவது ஒத்திகை நடைபெற்றது. நான் முன்னதாகச் சென்று விட்டேன். எனவே,

மேடையிலேயே என்னைத் தயார் செய்து கொள்ளத் தீர்மானித்தேன். மேடையோ, நேற்றைய தினத்தை விடவும் முற்றிலும் வேறுபட்டுத் தோன்றியது. காட்சிக்கான பொருள்களும், சீன்களும் அவற்றுக்குரிய இடங்களில் வைக்கப் பட்டுக் கொண்டிருந்தன வேலை மும்முரமாக நடந்து கொண்டிருந்தது. வீட்டிலே, என் பாத்திரத்துக்கான மனநிலையை வரவழைத்துக்கொள்வதற்கும் எனக்குப் பழக்கமான அமைதியை இந்தக் கலவரத்துக்கு இடையே கண்டுபிடிக்க முயல்வது என்பது ஒரு பயனற்ற செயலாகத் தான் இருந்திருக்கும். முதலாவதாக, இந்தப் புதிய சூழ்நிலைக்கு என்னைப் பழக்கப்படுத்திக் கொள்வது அவசியமாக இருந்தது. எனவே மேடையின் முன் பகுதிக்குச் சென்று, விளக்குகளுக்கு அப்பால் இருந்த பயங்கரமான பள்ளத்துக்குள் வெறித்து நோக்கினேன் - அதற்கு என்னைப் பழக்கப்படுத்திக் கொள்ளவும் அதன் ஈர்ப்புவிசையிலிருந்து என்னை விடுவித்துக் கொள்ளவும் முயன்றேன். ஆனால், எவ்வளவு அதிகமாக அந்தப் பகுதியைக் கவனிக்கக் கூடாது என்று முயன்றேனோ அவ்வளவு அதிகமாக நான் அதைப் பற்றியே சிந்திக்கலானேன். இவ்வாறு நான் நின்று கொண்டிருந்த போது என்னை கடந்து சென்ற பணியாள் ஒருவன் ஆணிகள் அடங்கிய பொட்டலம் ஒன்றைக் கீழே போட்டுவிட்டான். ஆணிகள் சிதறின. நானும் குனிந்து அவற்றைப் பொறுக்கியெடுக்க அவனுக்கு உதவலானேன். இதைச் செய்து கொண்டிருந்தபோது அந்தப் பிரம்மாண்டமான மேடை எனக்கு நன்கு பழக்கமானது போன்ற ஒரு இனிமையான உணர்வு எனக்குள் ஏற்பட்டது. ஆனால் ஆணிகள் முழுவதும் விரைவில் பொறுக்கி எடுக்கப்பட்டுவிட்டன - மீண்டும் அந்த இடத்தின் பிரம்மாண்டம் என்னை அழுத்தத் தொடங்கியது.

உடனே நான் மேடைக்குக் கீழே இசைக்குழு அமரும் தாழ்வான பகுதிக்குள் விரைந்தேன். மற்றக் காட்சிகளின் ஒத்திகைகள் துவங்கின. ஆனால் என்னால் அவை எதையும் காண முடியவில்லை. எனது நேரம் வருவதற்காகக் காத்திருந்தேன் - ஒருவிதமான பதற்றம் எனக்குள் நிறைந்திருந்தது. இந்தக் காத்திருக்கும் காலத்தால் ஒரு நன்மை உண்டு. இது உங்களைப்

பதற்ற உணர்வின் உச்சக் கட்டடத்துக்கே உந்தித் தள்ளி விடும். இறுதியில் எதை எண்ணி நீங்கள் பயந்து கொண்டிருந்தீர்களோ அதை விரைவாக முடித்து விட்டால் போதும் என்று நீங்கள் ஏங்க ஆரம்பித்து விடுவீர்கள்.

கடைசியில் எங்கள் முறை வந்தபோது நான் மேடை மீது ஏறினேன். பிற நாடகங்களின் பல்வேறு காட்சிகளிலிருந்து எடுக்கப்பட்ட சிலபல பொருட்களால் ஏதோ ஒருவாறு உத்தேசமாக எங்கள் காட்சியமைப்பு வடிவமைக்கப் பட்டிருந்தது. சில தலைகீழாக வைக்கப் பட்டிருந்தன. எல்லா மரச் சாமான்களும் கண்டபடி ஒன்றுக்கொன்று பொருந்தாமல் இருந்தன. எனினும், இப்போது மேடையில் ஒளியூட்டப் பட்டு இருந்ததால் பொதுவாக அந்த இடம் இனிமையானதாக இருந்தது ஒதெல்லோவுக்காகத் தயார் செய்யப்பட்டு இருந்த அந்த அறையில் நான் வசதியாகவே உணர்ந்தேன். என் கற்பனையைச் சவ்வு போல இழுத்து அந்த இடத்தை எனது அறையைப் போலக் கருத என்னால் முடிந்தது, ஓரளவு ஒத்த தன்மையைக் கண்டு கொள்ள முடிந்தது. ஆனால், திரைச்சீலை மேலேறிய மறுநிமிடமே, அரங்கு என் கண்ணில் பட்டது - அதன் சக்தி என்னை ஆட்கொண்டதை நான் உணர்ந்தேன். அதே சமயம் எனக்குள்ளே ஏதோ ஒரு புதிய உணர்வும் பொங்கி எழுந்தது. காட்சி அமைப்பு ஒரு நடிகனைக் கட்டிப் போட்டு விடுகிறது. மேடைக்குப் பின்னால் உள்ள பகுதிகளை அது விலக்கி வைத்து விடுகிறது. அவனது தலைக்கு மேலேயும் இருண்டு, பரந்துள்ள பகுதிகள் உள்ளன. இருபக்கங்களிலும் மேடையை வரையறுக்கும் பக்கவாட்டு இடங்கள் உள்ளன. இவ்வாறு, அரைகுறையாகத் தனிமைப் படுத்தப் படுவது இனிமையானது தான் ஆனால் இதில் ஒரு தீமையும் உள்ளது. இதனால் ஒரு நடிகனின் கவனம் முன்புறமாகப் பொதுமக்கள் பால் தள்ளப் படுகிறது. மற்றொரு புதிய விஷயம் என்னவென்றால், என் பயத்தின் காரணமாக, பார்வையாளர்களின் ஆர்வத்தை நான் கவரவேண்டும் என்ற ஒரு கட்டாய உணர்வு ஏற்பட்டது. இந்தக் கட்டாய உணர்வினால், நடிப்பில் முழுமையாக நான் ஈடுபடுவது தடைசெய்யப் பட்டது. எனக்குள் ஒரு அவசர உணர்வு, ஏற்பட்டது - பேச்சிலும், செயலிலும்.

காட்சியின் நிகழ்வுகளில் எனக்கு மிகவும் விருப்பமான இடங்கள், ரயில் பயணத்தின் போது பக்கவாட்டில் ஓடி மறையும் தந்திக் கம்பங்களைப் போல விரைந்தோடி மறைந்தன. சற்றே தயங்கி நிறுத்தினாலும் கூட தவிர்க்க முடியாத ஒரு அபாயம் ஏற்பட்டு விடக் கூடும் என்பது போல ஒரு அவசரகதி.

8

இன்று முழு ஆடையணிகளுடனான ஒத்திகை. அதனால் எனது ஆடைகள் மற்றும் ஒப்பனை இவற்றுக்கு ஏற்பாடு செய்ய வேண்டியிருந்ததால் வழக்கத்தை விடவும் வெகு முன்னதாகவே நான் நாடகசபைக்குச் சென்று சேர்ந்தேன். எனக்கென ஒரு மிக நல்ல ஒப்பனை அறை தரப் பட்டிருந்தது. மேலும், மெர்ச்சன்ட் ஆஃப் வெனிஸ் என்ற நாடகத்தில் மொராக்கோவின் இளவரசனால் அணியப்பட்ட ஒரு அதியற்புதமான அங்கியும் தரப் பட்டிருந்தது. அது உண்மையிலேயே அருங்காட்சியகத்தில் வைக்கப்பட வேண்டிய ஒரு அங்கியாகும். ஒப்பனை மேசையின் முன் நான் உட்கார்ந்தேன். அதன் மீது பல்வேறு டோப்பாக்கள், துண்டு துண்டு கூந்தல், க்ரீஸ் வண்ணம் கொண்ட ஜாடிகள், மேக்கப் பவுடர் மற்றும் ப்ரஷ்கள் வைக்கப்பட்டிருந்தன. நான் ஒரு ப்ரஷ்ஷால் கரும்பழுப்பு வண்ணத்தை எடுத்துப் பூசிக் கொள்ளலானேன் -ஆனால் அது காய்ந்தபின் என் விரலால் அதை எடுத்து என் முகத்தில் பூசிக் கொண்டபோதும் அது சரியாகப் படியவில்லை. வெளிர் நீல நிறம் மட்டுமே சற்றே ஒட்டிக் கொண்டது. ஆனால் ஒதெல்லோவுக்கான ஒப்பனைக்கு அந்த வண்ணம் பயன்படாது. என் முகத்தில் கொஞ்சம் அரக்கைப் பூசி, சிறிது முடியை எடுத்து ஒட்ட வைக்க முயன்றேன். அரக்கு என் முகத்தை உறுத்தலாயிற்று. முடியோ, முள்ளம்பன்றியின் முட்கள் போலக் குத்திட்டு நின்றது. டோப்பாக்களை ஒவ்வொன்றாகத் தலையில் வைத்துப் பார்த்தேன். ஒப்பனையற்ற முகத்தோடு அணியப் பட்டதால் அவை அப்பட்டமாகத் தனித்துத் தெரிந்தன. அடுத்து, என் முகத்தில் பூசிய கொஞ்சம் ஒப்பனையையும் கழுவ முயற்சி செய்தேன். ஆனால் அதை எப்படிப் போக்குவது என்று எனக்குத் தெரியவில்லை.

காண்ஸ்தன்தீன் ஸ்தனிஸ்லாவ்ஸ்கி 17

இந்தத் தருணத்தில் எனது அறையினுள் உயரமான, ஒல்லியான, கண்ணாடியணிந்த ஒரு நபர் நுழைந்தார். அவர் ஒரு நீண்ட தொளதொளவென்ற ஆடையை அணிந்திருந்தார். என் முன் வந்து, என் முகத்தில் ஒப்பனை செய்யத் தொடங்கினார். முதலில் நான் ஏற்கெனவே பூசியிருந்ததை வாசலைன் கொண்டு சுத்தம் செய்தார். பின் புதிதாக வண்ணங்களைப் பூசலானார். வண்ணங்கள் இறுகிப் போயிருந்ததைக் கண்டு ஒரு பிரஷ்ஷை ஏதோ எண்ணெயில் முக்கினார். என் முகத்திலும் எண்ணெய் பூசினார். அதன் மீது இப்போது பிரஷ்ஷினால் வண்ணங்களைச் சமமாகப் பூச முடிந்தது. பின் என் முழு முகத்தையும் கருநிற வண்ணத்தால் மூடினார். இது ஒரு மூரின் தோலின் நிறுத்துக்குச் சரியானதாக இருந்தது. சாக்கலேட் கலவை கொடுத்த கரும் பழுப்பு வண்ணமாக இது இல்லாதது எனக்கு ஒரு குறையாகத் தோன்றியது. ஏனெனில் அந்நிறம் எனது கண்களையும் பற்களையும் பளிச்சிடச் செய்தது.

எனது ஒப்பனை முடிந்து, அங்கியும் அணிவிக்கப்பட்ட பின் நான் கண்ணாடியில் பார்த்துக் கொண்டேன். எனது தோற்றமும், அதை உருவாக்கிய எனது ஒப்பனைக்காரரின் கலைத் திறனும் என்னை மகிழ்ச்சியில் ஆழ்த்தின. என் கரங்களின் கூர்மையான முழங்கை மடிப்பும், உடலின் பிற அங்கங்களும் நீண்டு தொங்கிய அங்கி பின் உள்ளே மறைந்து போனபின். நான் பயிற்சி செய்திருந்த உடலசைவுகள் அந்த ஆடையுடன் நன்கு ஒத்துப் போயின. பாலும் வேறு சிலரும் எனது ஒப்பனை அறையினுள் வந்து என் தோற்றத்தைப் பாராட்டினர். அவர்களது தாராளமான பாராட்டுகளுடன் எனது பழைய தன்னம்பிக்கையோடு மீண்டும் மேடைக்குச் சென்றபோது, மரச்சாமான்கள் மாற்றி வைக்கப்பட்டிருந்தது எனக்குக் கலக்கத்தை ஊட்டியது. ஒரு இடத்தில் ஒரு நாற்காலி சுவரிலிருந்து மிகவும் அசாதாரணமாக முன்னால் தள்ளப்பட்டு, அறையில் நடுவிலேயே வந்து விட்டிருந்தது. மேசையும் மிகவும் முன்னால் இருந்தது. இதனால், வெகு தெளிவாகத் தென்படும் ஒரு இடத்தில் நான் ஒரு காட்சிப் பொருளாக வைக்கப்பட்டிருப்பது போல எனக்குத் தோன்றியது இதனால் பெரிதும் பதற்றமடைந்த நான் மேலும் கீழும் நடக்கலானேன். இதனால் எனது குறுவாள் அங்கியின்

மடிப்புகளில் மாட்டிக் கொண்டது. உடைவாளோ மரச்சாமான்களின் மீதோ அல்லது பின்புலக் காட்சிச் சிலைகளின் மீதோ இடித்துக் கொண்டது. ஆனால் இவையெல்லாம் வசனங்களைப் பேசுவதையோ, மேடைமீது இங்குமங்கும் இடைவிடாது நடந்து செயல்படுவதையோ தடுத்து நிறுத்தவில்லை. எது எப்படியானாலும், என்னால் காட்சியின் முடிவு வரை நடித்து முடித்து விட முடியும் என்றே தோன்றியது. எனினும், எனது பாத்திரப் படைப்பின் கடைசிக் கட்டத்தை எட்டியபோது "இப்போது நான் மாட்டிக் கொள்வேன்!" என்ற எண்ணம் என் மனதில் பளீரிட்டது. உடனடியாக என்னைப் பயம் கவ்விக் கொள்ள, நான் பேசுவதை நிறுத்தி விட்டேன். எனது வசனத்தைத் திரும்பவும் பேசத் தொடங்குவதற்கு எது வழிகாட்டியது என்று எனக்குத் தெரியவில்லை - ஆனால், மற்றும் ஒருமுறை அது என்னைக் காப்பாற்றி விட்டது.. என் மனதில் ஒரே ஒரு எண்ணம் மட்டுமே இருந்தது. வெகு விரைவில் நடித்து முடித்து விட்டு, ஒப்பனையைக் கலைத்து விட்டு, அரங்கத்தை விட்டு வெளியேறி விட வேண்டும் என்பது தான் அது.

இதோ இப்போது நான் வீட்டில் தனியாக இருக்கிறேன். இங்கு நான் மிகவும் மகிழ்ச்சியுற்று இருக்கிறேன். அதிர்ஷ்டவசமாக லியோ என்னைப் பார்க்க வந்தான். நான் முன்னதாக பார்வையாளர்களின் பகுதியில் உட்கார்ந்திருந்ததை அவன் பார்த்திருந்தான். தனது நடிப்பைப் பற்றி என் கருத்து என்ன என்று அறிய அவன் விரும்பினான். ஆனால் அதுபற்றி என்னால் ஒன்றும் சொல்ல முடியவில்லை. ஏனெனில், அவனது நடிப்பை நான் பார்த்திருந்த போதிலும், எனது முறைக்காகக் காத்திருந்ததால் ஏற்பட்ட சொந்தப் பதட்டத்தால் அப்போது நான் எதையுமே கவனிக்கவில்லை.

நாடகத்தைப் பற்றியும் ஒதெல்லோவின் பாத்திரத்தைப் பற்றியும் நன்கு அறிந்தவன் போல அவன் பேசினான். டெஸ்டிமோனாவின் அழகான உருவத்துக்குள் அத்தகைய தீய குணம் ஒளிந்திருக்கக் கூடுமோ என்ற எண்ணத்தால் அந்த மூரின் உள்ளத்தில் பொங்கிய துயரம், அதிர்ச்சி மற்றும் வியப்பு ஆகிய

உணர்ச்சிகளுக்கான தனது விளக்கம் பற்றி அவன் மிகவும் ஆர்வம் கொண்டவனாக இருந்தான்.

அவன் சென்ற பின்பு, அந்தப் பாத்திரத்தின் சில வசனங்களை அவனது கருத்தின்படி பேசிப் பார்க்க நான் முயன்றேன். ஆனால், மூரின் பால் ஏற்பட்ட பச்சாதாப உணர்வினால், கிட்டத்தட்ட அழுதே விட்டேன்.

9

இன்று தான் எங்களது நடிப்பாற்றலைக் காட்டும் நாள். என்ன நடக்கப் போகிறது என்பதை என்னால் முன்கூட்டியே பார்க்க முடிந்தது என்று நான் நினைத்தேன். எனது ஒப்பனை அறையை வந்து எட்டும் வரையில் எனக்கு ஒரு முழுமையான அலட்சிய உணர்வே நிரம்பியிருந்தது ஆனால் உள்ளே நுழைந்தவுடன், எனது இதயம் படபடவென்று அடித்துக் கொள்ளத் துவங்கியது. வயிற்றைப் பிரட்டி வாந்தி வருவது போன்ற உணர்வும் எனக்கு ஏற்பட்டது.

மேடை மீது என்னை முதலில் கலங்கவைத்தது அங்கு ஆட்சி செய்து கொண்டிருந்த அசாதாரணமான தீவிரத்தன்மை, அமைதி மற்றும் ஒழுங்கு ஆகியவைதான். மேடையின் பக்கவாட்டிலிருந்து நடுவில் சென்று நின்ற போது அங்கு ஒளிவீசிய ஒட்டு மொத்த விளக்குகளும் என் கண்களைக் குருடாக்கின. அந்த ஒளி வெள்ளம் வெகு அதிகமாக இருந்ததால் எனக்கும் அரங்கின் இருக்கைப் பகுதிக்குமிடையே அது ஒரு ஒளித்திரை போலத் தொங்கியது. இதனால் பொது மக்களிடமிருந்து நான் பாதுகாக்கப்பட்டது போல உணர்ந்தேன் - சற்றே ஆசுவாசமாக மூச்சுவிடத் தொடங்கினேன். ஆனால் வெகு விரைவில் என் கண்கள் அந்த வெளிச்சத்துக்குப் பழக்கப்பட்டுப் போனதுமே என்னால் அந்த இருட்டுக்குள்ளும் பார்க்க முடிந்தது. இதனால் பார்வையாளர் பற்றிய எனது பயமும், அவர்கள் பாலிருந்த கவர்ச்சியும் இன்னும் அதிகமாகத் தோன்றலாயின. நான் என்னையே தலைகீழாகப் புரட்டிக் கொள்ளத் தயாராக இருந்தேன். எனக்குள் இருந்த எல்லாவற்றையும் அவர்களுக்குத் தர விரும்பினேன். இருந்த

போதும், எனக்குள் முன்னர் எப்போதும் இல்லாத வகையில் வெறுமையாக உணர்ந்தேன். எனக்குள் இருந்த உணர்ச்சிகளைக் காட்டிலும் அதிகமான உணர்ச்சிகளைப் பிழிந்து எடுப்பதற்கான முயற்சி, செய்ய இயலாததைச் செய்யப் போதிய வலிமை இன்மை, இவை என்னைப் பயத்தில் உறையச் செய்து என் முகத்தையும் கைகளையும் கற்பாறைகள் போல இறுகச் செய்து விட்டன. எனது சக்திகள் எல்லாமே செயற்கையான, பயனற்ற முயற்சிகளில் செலவிடப்பட்டன. என் தொண்டை வரண்டு விட்டது. என் குரல் கீச்சிட்டு உச்சத்தில் ஒலித்தது. என்கை, கால்களின் அசைவுகள் கட்டுக்கடங்காமல் போயின. ஒவ்வொரு சொல் மற்றும் அசைவு பற்றி நான் வெட்கினேன். என் முகம் சிவந்தது, கரங்கள் முஷ்டிகளாக இறுகின, நாற்காலியின் முதுகின் மீது என்னையே நான் அழுத்தி இறுக்கிக் கொண்டேன். நான் தோற்றுக் கொண்டிருந்தேன். எனது இந்த உதவியற்ற நிலையின் நடுவில் திடுமென்று என்னைக் கோபம் ஆட்கொண்டது. சில நிமிடங்கள், என்னைச் சுற்றிலும் இருந்த எல்லாவற்றிலிருந்தும் நான் வெட்டுண்டு விடுபட்டேன். மிகப் பிரபலமான வசனமாகிய, "இரத்தம், இயாகோ, இரத்தம்" என்பது என்னுள்ளிருந்து வெடித்துச் சிதறியது. அந்தச் சொற்களில் நம்பிக்கை கொண்டிருந்த ஒருவனின் ஆன்மாவின் கொடிய வலியையும் வேதனையையும் நான் உணர்ந்தேன். ஒதெல்லோ பற்றி லியோ கூறியது என் நினைவில் எழுந்து என் உணர்ச்சிகளைத் தூண்டியது. மேலும், அந்தச் சமயத்தில், பார்வையாளர்கள் ஒரு கணம் சற்றே முன்னோக்கிச் சாய்ந்தது போலவும் அவர்களிடமிருந்து ஒரு முணுமுணுப்பு எழுந்தது போலவும் தோன்றியது.

இந்தப் பாராட்டை உணர்ந்த தருணமே எனக்குள் ஒரு விதமான சக்தி கொதித்துக் கிளம்பியது. அந்தக் காட்சியை நான் எவ்வாறு முடித்தேன் என்பது எனக்கு நினைவில்லை. ஏனெனில் ஒளிவீசும் விளக்குகள், இருண்ட குழி எல்லாமே என் உணர்விலிருந்து மறைந்து விட்டன. அனைத்து அச்சங்களிலிருந்தும் நான் விடுதலை பெற்று விட்டேன். என்னில் ஏற்பட்ட மாற்றம் கண்டு, பால் முதலில் வியப்படைந்தது எனக்கு நினைவில் உள்ளது. அதன்பின் அவனும் அதனால் பீடிக்கப்பட்டுக் கட்டின்றி

நடிக்கலானான். திரை கீழே வந்தது, வெளியே அரங்கத்தில் கரவொலி எழுந்தது. எனக்குள் என்மீதேயான நம்பிக்கை நிறைந்தது.

பூவுலகிற்கு வருகை தந்துள்ள ஒரு விண்மீனின் பாவனையில், வலிய உருவாக்கிக் கொண்ட அலட்சியத்துடன், இடைவேளையின் போது வெளியே பார்வையாளர்கள் மத்தியில் நான் போனேன். இசைக்குழுவின் இடையில், இயக்குநர் மற்றும் அவரது உதவியாளரின் கண்களில் படுமாறு ஒரு இருக்கையில் நான் உட்கார்ந்து கொண்டேன். ஒருக்கால் அவர்கள் என்னை அழைத்து ஏதேனும் இனிமையான கருத்துக்களைக் கூறலாம் என்று நான் எதிர்பார்த்தேன். மீண்டும் விளக்குகள் ஒளி பெற்றன, திரை மேலேறியது. உடனடியாக, மாணவர்களில் ஒருத்தியான மரியா மாலோலெட்கோவா படிகளில் இறங்கி ஓடிவந்தாள், தரையில் விழுந்து மீன்போலத் துடிதுடித்து "ஓ, உதவி! உதவி!" என்று கதறினாள். அது என் இதயத்தையே சில்லிடச் செய்வதாக இருந்தது. அதன் பின் எழுந்து ஒருசில வசனங்களைப் பேசினாள். வெகுவேகமாக அவள் பேசியதால், எதையும் புரிந்து கொள்ள முடியவில்லை. பின் ஒரு வார்த்தையின் நடுவில், தனது வசனத்தை மறந்து விட்டவள் போலப் பேசுவதை நிறுத்திவிட்டு தன் முகத்தைக் கைகளால் மறைத்தவாறு மேடையின் பக்கவாட்டில் ஓடி மறைந்தாள். சற்று நேரம் சென்றபின் திரை கீழே இறங்கியது. ஆனால் என் காதுகளில் அவளது ஓலம் இன்னமும் ரீங்கரித்தது. ஒரு பிரவேசம், ஒரு சொல் - அந்த உணர்வு வெளிப்படுகிறது. இயக்குனர் மின்சக்தியால் தாக்குண்டவர் போல இருந்ததாக எனக்குத் தோன்றியது. ஆனால், நானும் அதையே தானே செய்திருந்தேன்? "இரத்தம், இயாகோ, இரத்தம்," என்ற ஒரு சொற்றொடரில் ஒட்டுமொத்தப் பார்வையாளர்களும் என்பிடியில் இருந்தார்களே!

2

நடிப்பு என்பது ஒரு கலையாகும் போது...

1

இன்று எங்கள் நடிப்புப்பற்றிய இயக்குனரது விமர்சனங்களைக் கேட்பதற்காக நாங்கள் அழைக்கப்பட்டிருந்தோம்.

"எல்லாவற்றுக்கும் மேலாக, கலையில் சிறந்த அம்சம் எதுவென்று தேடிக் கண்டுபிடித்து அதைப் புரிந்து கொள்ள முயலுங்கள். இதற்காக, சோதனையில் நன்றாக இருந்த அம்சங்களைப் பற்றிப் பேசுவதன் மூலம் இந்த விமர்சனத்தைத் தொடங்கலாம். இதில் கவனிக்கத் தகுதியான தருணங்கள் இரண்டு மட்டுமே; முதலாவது, மரியா படியில் இறங்கி ஓடிவந்து விழுந்து, "ஓ உதவுங்கள், உதவுங்கள்," என்று கூவியது. இரண்டாவது, மேலும் ஒரு நீண்ட நெடிய தருணம் - கோஸ்ட்யா நாஸ்வனோவ், "இரத்தம், இயாகோ, இரத்தம்!" என்று வசனம் பேசியது இந்த இரு சம்பவங்களிலும், நடித்துக் கொண்டிருந்த நீங்களும், பார்த்துக் கொண்டிருந்த நாங்களும் மேடையில் நிகழ்ந்து கொண்டிருந்த விஷயத்தில் நம்மையே முற்றிலும் மறந்து போனோம். இத்தகைய வெற்றித் தருணங்கள், ஒரு கதாபாத்திரத்தை வாழ்ந்து காட்டும் கலைக்கு உரித்தானவை என்று நாம் உணர்ந்து கொள்ளலாம்."

"இந்தக் கலைதான் என்ன?" என்றேன் நான்.

"நீயே அதை உணர்ந்து அனுபவித்தாய். நீ என்ன உணர்ந்தாய் என்று நீயே சொல்லாமே."

"எனக்குத் தெரியவுமில்லை, நினைவிலுமில்லை," என்றேன் நான், டார்ட்ஸோவின் புகழ்ச்சியால் வெட்கம் கொண்டவனாக.

"என்னது! உனது உள்ளார்ந்த உணர்ச்சிப் பெருக்கு உனக்கு நினைவில் இல்லையா? உனது கைகளும், உனது கண்களும், ஏன் உனது மொத்த உடலுமே தம்மை முன்னால் உந்திக் தள்ளிக் கொண்டு எதையோ பற்றிக் கொள்ள முயற்சி செய்தது உனக்கு நினைவில் இல்லையா? உனது உதடுகளைக் கடித்தவாறு கண்ணீரை அடக்கிக் கொள்ளத் தடுமாறியது உனக்கு நினைவில் இல்லையா?"

"என்ன நடந்தது என்று நீங்கள் கூறுவதால், எனது செயல்கள் எனக்குக் கொஞ்சம் நினைவுக்கு வருகின்றன," என்று நான் ஒப்புக் கொண்டேன்.

"ஆனால், நான் சொல்லா விட்டிருந்தால் உன் உணர்ச்சிகளை நீ எவ்வாறு வெளிப்படுத்தினாய் என்பதை உன்னால் புரிந்து கொண்டிருக்க முடியாதா?"

"இல்லை, என்னால் முடியவில்லை என்பதை நான் ஒப்புக் கொள்கிறேன்."

"நீ உனது உள்மனதால், உள்ளுணர்வால் நடித்துக் கொண்டிருந்தாயா?" என்றார் அவர் முடிவாக.

"இருக்கலாம். எனக்குத் தெரியவில்லை. ஆனால் அது நல்லதா, கெட்டதா?"

"உனது உள்ளுணர்வு உன்னைச் சரியான பாதையில் கொண்டு போகுமேயானால் மிக நல்லது; ஆனால் அது ஒரு தவறு செய்யுமேயானால் மிகக் கெட்டது," என்று டார்ட்ஸோவ் விளக்கினார். "நடிப்புத் திறனை வெளிக்காட்டும் இறுதி நடிப்பில் அது உன்னைத் தவறாக வழி நடத்தவில்லை. நீ அந்த ஒருசில வெற்றித் தருணங்களில் எங்களுக்குக் கொடுத்தது வெகு அற்புதமாக இருந்தது."

"இது நிஜமாகவே உண்மையா?" நான் கேட்டேன்.

''ஆம். ஏனெனில் இங்கு நிகழக் கூடியதில் மிகச் சிறப்பானது, நடிகன் தன் நாடகத்தில் முற்றிலும் தன்னையே மறந்து போவது என்பது தான். அப்போது, தனது சொந்த விருப்பத்திற்கும் அப்பால் சென்று அவன் அந்தப் பாத்திரமாகவே வாழ்கிறான். இதனால் தான் எப்படி உணர்கிறோம் என்பதைக் கவனிக்காமல், தான் செய்வது என்ன என்பது பற்றிச் சிந்திக்காமல், அவன் செயல்படுகிறான். அப்போது எல்லாமே தானாகவே, உள்மனதாலும், உள்ளுணர்வாலும் நடைபெறுகிறது. 'மகத்தான நடிகர் உணர்ச்சியால் நிறைந்து இருக்க வேண்டும். குறிப்பாக, தான் வெளிக்காட்டும் உணர்வை அவர் உணர வேண்டும். ஒரு உணர்ச்சியை, தான் தனது கதாபாத்திரத்தைக் கற்றுக் கொள்ளும் போது ஒரு முறை அல்லது இருமுறை மட்டும் அல்லது ஒவ்வொரு முறை அதை நடிக்கும் போதும் - அது முதல் முறையாக இருந்தாலும், ஆயிரமாவது முறையாக இருந்தாலும் - கூடுதலாகவோ, குறைவாகவோ உணர்ந்தாக வேண்டும்,'' என்று சால்வினி கூறியுள்ளார். துரதிருஷ்டவசமாக, இது நமது கட்டுப்பாட்டுக்குள் இருப்பதில்லை. நமது மனம், வெளி மனதுக்கு எட்டாதது. நம்மால் அந்த வட்டத்துக்குள் புக முடியாது. ஏதேனும் ஒரு காரணத்தால் நாம் அதனுள் புகுந்து சென்றாலும், உடனே ஆழ்மனம் உணர்வுநிலைக்கு வந்து அங்கு மடிந்து விடுகிறது.

''இதன் விளைவு ஒரு இக்கட்டான நிலையாகும். உத்வேகத்தின் அடிப்படையில் தான் நாம் உருவாக்க வேண்டும். நமது உள்மனதால் மட்டுமே நமது உருவாக்கும் உத்வேகத்தைத் தர முடியும். இருந்தபோதிலும், இந்த உள் மனது அல்லது ஆழ் மனதை நமது வெளிமனதின் வழியாக மட்டுமே நம்மால் பயன்படுத்த முடியும் என்பது தெளிவு - ஆனால் இதனால் உள்மனது மடிந்து விடுகிறது.

''நல்லகாலமாக இதற்கு ஒரு வழி இருக்கிறது. ஒரு நேரடியான அணுகுமுறைக்குப் பதிலாக, ஒரு சுற்றிவளைத்துச் செல்லும் அணுகுமுறையின் மூலமாக இதற்கான தீர்வை நாம் காண்கிறோம். மனிதனின் ஆத்மாவில், வெளிஉணர்வு நிலை மற்றும் சித்தம் இவற்றுக்குட்பட்ட சில அம்சங்கள் உள்ளன. இவற்றை நம்மால்

அணுக முடியும். தன்னிச்சையாகச் செயல் புரியும் சில உளவியல் செயல்முறைகளின் மீது இவற்றால் தாக்கத்தை ஏற்படுத்த முடியும்.

''கண்டிப்பாக, இதற்கு மிகவும் சிக்கலான உருவாக்கும் பணி தேவைப்படுகிறது. இது ஒரு பகுதி நமக்குத் தெரிந்துள்ள உணர் நிலையின் கட்டுப்பாட்டின் கீழேயும், மற்றொரு மிக முக்கியமான பகுதி தன்னிச்சையான, ஆழ்மனத்தின் வாயிலாகவும் செய்யப்படுகிறது.''

''உங்கள் ஆழ்மனதை உருவாக்கும் பணி செய்யுமாறு தூண்டுவதற்கு ஒரு தனிப்பட்ட செயல்நுட்பம் உள்ளது. முழுக்க முழுக்க ஆழ்மனதின் பாற்பட்டதாக உள்ள அனைத்தையும் இயற்கையிடமே விட்டு விட்டு, நமது எல்லைக்குள் உள்ளவற்றை மட்டுமே நாம் கவனிக்க வேண்டும். நமது வேலைக்குள் ஆழ்மனம், உள்ளுணர்வு நுழையும்போது அதற்கு இடையூறு செய்யாமல் இருப்பது எப்படி என்று நாம் அறிந்திருக்க வேண்டும்.''

''ஒருவரால் எப்போதுமே உள்ளுணர்வாலும், உத்வேகத்துடனும் உருவாக்குவது முடியாத செயல். அத்தகைய ஒரு அதிமேதாவி உலகில் எங்குமே கிடையாது. எனவேதான் நமது கலை, உணர்வுநிலையாலும், சரியான முறையிலும் உருவாக்க முதலில் கற்றுத் தருகிறது. ஏனெனில், உத்வேகமாகிய ஆழ்மனம் தானாகவே மலர்ந்து விகசிக்கச் செய்வதற்கான வழியை வடிவமைப்பதற்கு இதுவே மிகச் சிறந்ததாகும். உங்கள் கதா பாத்திரத்தைப் பொறுத்த மட்டில் எவ்வளவு அதிகமாக உணர்வுநிலையிலான உருவாக்கும் தருணங்களைக் கொண்டிருக்கிறீர்களோ அவ்வளவு அதிகமாக உள்ளுணர்வால் உந்தப் படுவதற்கான வாய்ப்புகளை நீங்கள் பெறுவீர்கள்.

''நன்றாக விளையாடலாம் அல்லது மோசமாக விளையாடலாம். முக்கியமான விஷயம் என்னவென்றால் நீ உண்மையாக விடையாட வேண்டும்,'' என்று ஷெப்கின் தனது மாணவனாகிய ஷூம்ஸ்கிக்கு எழுதினார்.''

''இந்த உள் செய்முறைகளையெல்லாம் எடுத்துக் கொண்டு, நீங்கள் பிரதிநிதிப் படுத்தும் நபரின் ஆன்மிக மற்றும் பௌதிக

வாழ்வில் அவற்றைப் பொருத்தி அமைத்தால் அதைத் தான் அந்தப் பாத்திரமாகவே வாழ்தல் என்று நாம் அழைக்கிறோம். உருவாக்கும் பணியில் இது மிக மிக உயர்வான முக்கியத்துவம் கொண்டதாகும். உள் உத்வேகத்துக்கான பாதைகளைத் திறந்து விடுவது மட்டுமற்றி, கதா பாத்திரமாகவே வாழ்வது என்பது ஒரு கலைஞன் தனது முழுமுதல் நோக்கங்களில் ஒன்றைச் செயல்படுத்தவும் உதவுகிறது. அவனது பணி, தனது கதா பாத்திரத்தின் வெளிப்புற வாழ்வைச் சித்தரிப்பது மட்டும் அல்ல. தனது சொந்த மனிதப் பண்புகளை அந்த நபரின் வாழ்வில் பொருத்தி அதற்குத் தனது ஆன்மாவையே உருக்கி ஊற்ற வேண்டும். நமது கலையின் அடிப்படை நோக்கம் என்னவென்றால் ஒரு மனித உயிரின் வாழ்வை உருவாக்குவதும் அதைக் கலையின் வாயிலாகச் சித்தரிப்பதும் தான்."

"அதனால் தான் ஒரு கதாபாத்திரத்தின் உட்புறத்தைப் பற்றி நாம் சிந்திக்கத் தொடங்குகிறோம். அதை வாழ்ந்து காட்டுவதன் மூலம் அதன் ஆன்மிக வாழ்வை உருவாக்குவது எப்படி என்றும் எண்ணமிடுகிறோம். அந்தக் கதாபாத்திரத்து ஏற்புடைய உணர்ச்சிகளை உண்மையாகவே அனுபவித்து உணர்வதன் வாயிலாக நாம் அதை வாழ்கிறோம். ஒவ்வொரு முறையும் அதை உருவாக்குகிற செயல்பாட்டைத் திரும்பச் செய்கிறோம்."

"ஆழ் மனம் ஏன் உணர்வுநிலையை இவ்வளவு தூரம் சார்ந்து உள்ளது?" என்றேன் நான்.

"இது முற்றிலும் இயல்பானது என்று எனக்குத் தோன்றுகிறது," என்று வந்தது பதில். "இயற்கையில் உள்ள அனிச்சையான சக்திகளாகிய நீராவி, மின்சக்தி, காற்று, நீர் ஆகியவற்றின் பயன்பாடு ஒரு பொறியியல் வல்லுனரின் அறிவைச் சார்ந்து உள்ளது. நமது ஆழ்மனதின் சக்தியால் தனக்கே உரிய பொறியியல் வல்லுனரான நமது உணர்நிலையின் செயல்நுட்பம் இல்லாமல் செயல்பட முடியாது. ஒரு நடிகர் தனது அக மற்றும் வெளி வாழ்க்கை, மேடையில் உள்ளபோது, இயல்பாகவும், சாதாரணமாகவும் ஓடிக் கொண்டுள்ளதாக உணரும்போது மட்டுமே அவரது ஆழ்மனம் மென்மையாகத் திறந்து கொள்கிறது. அப்போது அவரைச் சுற்றியுள்ள சூழ்நிலைகளிலிருந்து நம்மால்

பகுத்துணர முடியாத ஆழமான உணர்ச்சிகள் வெளிப்படுகின்றன.''

ஏதோ ஒரு உள்ளார்ந்த உள்ளுணர்வு நமக்கு உத்தரவிடும் போது, ஒரு குறுகிய காலத்திற்கோ அல்லது நீண்ட காலத்திற்கோ அவை நம்மை வயப்படுத்திக் கொள்கின்றன. இந்த உத்தரவிட்டுச் செயல்படுத்தும் சக்தியை நம்மால் புரிந்து கொள்ள முடியாததால், படித்தறிய முடியாததால், நடிகர்களாகிய நாம் அதை 'இயற்கை' என்று அழைக்கிறோம்.

''ஆனால் சாதாரண உயிரின வாழ்வின் விதிமுறைகளை நீங்கள் உடைத்துவிட்டால், சரியாகச் செயல்படுவதை நிறுத்தினால், அப்போது இந்த மிக மிக உணர்வுமிக்க ஆழ்மனம் பயந்துபோய்ப் பின்வாங்கி விடுகிறது. இந்நிலையைத் தவிர்க்க வேண்டுமானால், உங்களது கதாபாத்திரத்தை முதலில் உணர்வு நிலையில் திட்டமிடுங்கள். பின்னர் அதை உண்மையாக நடித்துப் பழகுங்கள். இந்த இடத்தில், தருணத்தில் நிதர்சனம் என்பது, ஏன், இயல்பு நிலை என்பது கூட, ஒரு கதாபாத்திரத்தின் உள்ளார்ந்த தயாரிப்பின் போது மிக அத்தியாவசியமாகிறது - ஏனெனில், அது உங்கள் ஆழ்மனதை வேலை செய்ய வைக்கிறது; அதிலிருந்து உருவாக்கும் உத்வேகத்தை வெடித்தெழச் செய்கிறது.''

''நீங்கள் சொல்வதிலிருந்து நான் புரிந்து கொள்வது இதுதான்: நமது கலையைப் பயில வேண்டுமானால், ஒரு பாத்திரத்தை உயிருடன் வாழ்ந்து காட்டுவதற்கான உளவியல் செயல் நுட்பத்தை முதலில் உள்வாங்கிக் கொள்ள வேண்டும். நடிப்பதில் நமது பிரதான நோக்கம் ஒரு மனித ஆன்மாவின் வாழ்வை மறு உருவாக்குவதாகும். இந்த நோக்கத்தை நிறைவேற்றுவதற்கு இம்முறை நமக்கு உதவியாக இருக்கும்,'' என்றான் பால் ஷுஸ்ரோவ்.''

''நீ சொல்வது சரிதான், ஆனால் அது முழுமையானது அல்ல. நமது நோக்கம், ஒரு மனித ஆன்மாவின் வாழ்வை உருவாக்குவது மட்டும் அல்ல. மாறாக, அதை ''ஒரு அழகான கலை நுட்பமான வடிவமைப்பில் வெளிப்படுத்துவதும் ஆகும்.'' ஒரு நடிகன் முதலாவதாகத் தனது கதாபாத்திரத்தைத் தனக்குள்ளாகவே

வாழவேண்டிய கட்டாயத்தில் இருக்கிறான் அதன் பின்பு, அதற்கு வெளிப்படையான உருவத்தைத் தர வேண்டும். இங்கு நீங்கள் ஒரு விஷயத்தைக் குறிப்பாகக் கவனிக்க வேண்டும் என்று நான் கேட்டுக் கொள்கிறேன். அதாவது, உடலானது, ஆன்மாவின் மீது சார்ந்துள்ளது, மற்றும் நமது நடிப்புக் கலையின் கொள்கைக்கு இது மிகவும் முக்கியமான ஒரு கருத்து என்பது இங்கு கவனிக்கப் பட வேண்டும். மிகவும் மென்மையானதும், பெருமளவில் ஆழ்மனதின் மீதானதுமான ஒரு வாழ்க்கையை வெளிப்படுத்த வேண்டுமானால், மிகவும் அசாதாரணமான வகையில் நுண்ணுணர்வு கொண்டதும், மிகச்சிறப்பானவாறு தயார் நிலையில் உள்ளதுமான குரல் மற்றும் உடலசைவு கொண்ட கருவியின் (உடல், குரல்வளை) மீது முழுமையான கட்டுப்பாட்டைக் கொண்டிருப்பது மிகமிக இன்றியமையாத ஒன்றாகும். இந்தக் கருவியானது, மிகவும் நுண்ணிய, தொட்டுணர முடியாத உணர்வுகளை அதிகமான நுட்ப உணர்வுடனும், நேரடியாக உணரத்தக்க வகையிலும், உடனுக்குடனும், மிகச் சரியாகவும் மறு உருவாக்குவதற்குத் தயார் நிலையில் இருக்க வேண்டும். இதனால் தான் நமது வகையைச் சார்ந்த ஒரு நடிகர் பிறரை விடவும் மிகக் கடினமாக உழைக்கும் பொறுப்பைக் கொண்டிருக்கிறார். இந்த உழைப்பானது அவரது உள்பகுதியான மனம், ஆழ்மனம் ஆகியவற்றைப் பற்றி மட்டுமல்லாது, வெளிப் பகுதியான உடல் அங்கங்களையும் பற்றியதாகவும் இருக்க வேண்டியுள்ளது. முதலாவது பகுதி, அவரது கதாபாத்திரத்தின் வாழ்வை உருவாக்குகிறது; இரண்டாவது பகுதி, அவரது உணர்ச்சிகளின் உருவாக்கும் பணியின் விளைவுகளை மிகச் சரியாக மறு உருவாக்கம் செய்கிறது.''

''ஒரு கதாபாத்திரத்தை வெளிப்படுத்துவது கூட ஆழ்மனதால் பெரிதும் பாதிக்கப்படுகிறது. உண்மையாகச் சொல்வதானால் செயற்கையான, நாடகரீதியிலான எந்தச் செய்நுட்பமும், இயற்கை வெளிக் கொண்டு வரும் அற்புதங்களுடன் ஒப்பிட்டுக் கூடப் பார்க்க முடியாதவாறு உள்ளது.''

''இன்று, நாம் மிக அத்தியாவசியம் என்று கருதும் விஷயங்களைப் பற்றிய பொதுவான கருத்துகளை நான்

உங்களுக்குக் கோடிட்டுக் காட்டியுள்ளேன். நமது வகையைச் சேர்ந்த நடிப்புக் கலையால் மட்டுமே வாழ்வின் தொடமுடியாத வண்ணரகங்களையும் அவற்றின் அடி ஆழங்களையும் கலை நயத்துடன் மறு உருவாக்க முடியும் என்று திடமான நம்பிக்கையை நமது அனுபவம் ஏற்படுத்தியுள்ளது ஏனெனில் இவ்வகையிலான நடிப்புக் கலையானது மனிதர்களின் உயிர் வாழ்தலின் அனுபவங்களிலே ஊறித் திளைத்து உருவெடுத்து வந்துள்ளது. இத்தகையதொரு கலையினால் தான் காண்பவரை முற்றிலுமாகக் கவர்ந்து மூழ்கவைத்து, மேடையில் நிகழும் சம்பவங்களைப் புரிந்து கொள்வது மட்டுமின்றி அவற்றைத் தனக்குள்ளே அனுபவித்து உணரவும் செய்ய முடியும். இதன் வாயிலாக இது அவரது உள்ளார்ந்ததாகிய வாழ்வைச் செழுமையுறச் செய்கிறது. மேலும் காலத்தால் அழியாத வலுவான சுவடுகளை அவருக்குள்ளே பதிக்கிறது.''

''தவிரவும்... இது ஒரு மிகமிக முக்கியமான ஒரு விஷயம்... நமது கலையின் அடித்தளமாக அமைந்துள்ள இயற்கையின் வழிகளால் ஆகிய பின்புலமானது எதிர்காலத்தில் தவறான பாதையில் செல்லவிடாது உங்களைப் பாதுகாக்கும். பின்னாட்களில் என்ன விதமான இயக்குனர்களுக்குக் கீழே, என்ன விதமான நாடக சங்கங்களிலே நீங்கள் புணிபுரியப் போகிறீர்களோ, யாரறிவார்? இயற்கையை அடிப்படையாகக் கொண்ட உருவாக்கும் பணியை உங்களால் எல்லா இடங்களிலும், எல்லோருடனும் காண முடியாது. பெரும்பாலான நாடகக் கம்பெனிகளிலே, நடிகர்களும் தயாரிப்பாளர்களும் சிறிதும் நாணமின்றி, கூச்சமின்றி, இயற்கைக்கு மாறாகச் செயல்படுவதை உங்களால் எப்போதும் காண முடியும். ஆனால் உண்மையான நடிப்புக் கலையின் எல்லைகளைப் பற்றியும், இயற்கையின் நிதர்சனமான விதிகளைப் பற்றியும் உங்களுக்குச் சந்தேகமின்றித் தெரிந்திருந்தால், நீங்கள் வழி தவறிப் போக மாட்டீர்கள். மாறாக உங்களது தவறுகளைப் புரிந்து கொண்டு அவற்றைத் திருத்திக் கொள்ள உங்களால் இயலும். அதனால் தான் நமது கலையின் அடித் தளங்களைப் படித்தறிவது என்பது ஒவ்வொரு மாணவனின் முதல் பணியாக உள்ளது.''

"ஆம், ஆம்," என்று நான் உரக்கக் கூவினேன். "அந்தச் சரியான பாதையில் என்னால் ஒரு சிறு அடியேனும் எடுத்து வைக்க முடிந்துள்ளது என்பதில் எனக்கு மிக்க மகிழ்ச்சி."

"இவ்வளவு அவசரப்படாதே," என்றார் டார்ட்ஸாவ் "இல்லாவிட்டால் மிகவும் கசப்பான ஏமாற்றுத்துக்கு நீ உள்ளாக நேரிடும். நீ எங்களுக்கு மேடையில் காட்டியதை, உனது கதாபாத்திரத்தை வாழ்ந்து காட்டுவதுடன் குழப்பிக் கொள்ளாதே."

"ஏன், நான் என்ன காட்டினேன்?"

"ஒதெல்லோவின் அந்தப் பெரிய, நீண்ட காட்சியில், உனது கதாபாத்திரத்தை நீ வாழ்ந்து காட்டுவதில் வெற்றி பெற்றுள்ளது என்பது வெகு சில நிமிடங்கள் மட்டுமே என்று நான் உன்னிடம் சொல்லியிருக்கிறேன். நமது வகையிலான நடிப்புக் கலையின் அஸ்திவாரங்களை உனக்கும் பிற மாணவர்களும் புரிய வைக்க ஒரு எடுத்துக்காட்டாக நான் இவற்றைப் பயன்படுத்தினேன். எனினும், ஒதெல்லோவுக்கும் இயாகோவுக்கும் இடையிலாக அந்தக் காட்சி முழுவதையும் பற்றி நாம் பேசுவதானால், அதை நமது வகையிலான கலை என்று நிச்சயமாக நம்மால் அழைக்க முடியாது."

"அவ்வாறென்றால், அது தான் என்ன?"

"அது தான் வலிந்து நடிக்கப்படும் நடிப்பு என்று நாம் அழைக்கிற ஒன்று," என்று இயக்குனர் தெளிவுபடுத்தினார்.

"அப்படியென்றால் என்ன?" என்றேன் நான் குழப்பமுற்றவனாய்.

"நீ நடித்ததைப் போல ஒருவர் நடிக்கும் போது, ஒரு சில தனிப்பட்ட தருணங்களில் நீ திடீரென்று எதிர்பாராத விதமாக மேலோங்கிச் செயல்பட்டு நடிப்புக் கலையின் உச்சங்களைத் தொட்டு உனது பார்வையாளரை மகிழ்ச்சிக்கடலில் தள்ளிவிடுகிறாய். அத்தகைய தருணங்களில் உனது உத்வேகத்தின் படி, தற்செயலாகத் தோன்றுகிற வகையில் உருவாக்கி நடிக்கிறாய். ஆனால், அந்த ஒரு சிறிய, குறுகிய காட்சியில் நடித்தது போலவே,

அதே உத்வேகத்துடன், ஒதெல்லோவின் ஐந்து பெரிய பகுதிகளையும் முழுமையாக நடிப்பதற்கான ஆன்மீக அல்லது உடல்ரீதியான வலிமையோ திறமையோ உன்னிடம் உள்ளது என்று உன்னால் உணர முடிகிறதா?'' என்றார் இயக்குனர்.

''எனக்குத் தெரியவில்லை,'' என்று நான் உண்மையை ஒப்புக் கொண்டேன்.

''அத்தகையதொரு முயற்சி, செயல், மிகவும் அசாதாரணமான குணாதிசயம் கொண்ட ஒரு ஒப்புயர்வற்ற மேதைக்கும், ஏன், தீரனாகிய ஹெர்குலிஸுக்கும் கூடக் கைவராத ஒரு மகத்தான செயல் என்று எனக்கு சந்தேகமின்றித் தெரியும்,'' என்றார் டார்ட்சாவ். ''நமது நோக்கத்தை எட்டுவதற்கு உங்களுக்கு இயற்கையின் உதவியோடு கூட, மிகவும் நன்றாகப் பயிற்சி செய்யப்பட்ட ஒரு உளவியல் ரீதியான செயல்நுட்பமும், பிரம்மாண்டமான நடிப்புத் திறனும், அசாதாரணமான உடல் மற்றும் நரம்பு ரீதியான வளமும் தேவைப்படுகிறது. இந்த செயல்நுட்பத்தைப் பயன்படுத்துவதை ஒப்புக் கொள்ளாத குணச்சித்திர நடிகர்களும் உள்ளனர். மேற்சொன்ன தகுதிகள் அவர்களிடம் இல்லாதது போலவே உங்களிடமும் இல்லை என்றே எடுத்துக் கொள்ளலாம். அவர்களும், உங்களைப் போலவே, உணர்ச்சிப் பெருக்கான உத்வேகத்தை, 'மூட்' என்று சொல்லப்படுவதை முழுவதும் நம்பினார்கள். இந்த 'மூட்' வரவில்லை என்றால், அது இருக்க வேண்டிய காலியிடத்தை இட்டு நிரப்புவதற்கு அவர்களிடமோ, உங்களிடமோ, எதுவுமே இருப்பதில்லை. எனவே, உங்களது கதாபாத்திரத்தை நடிப்பதில், இடையிடையே நீண்டு வளரும் ஏமாற்றங்கள் நிறைந்த காலத் துணுக்குகளை நீங்கள் அனுபவிக்கிறீர்கள். இதில் கலையின் சக்தியின்மையுடன், அரைகுறை அறிவுடனான கற்றுக் குட்டித்தனமான நடிப்பும் நிறைந்து காணப்படுகிறது. இத்தகைய சமயங்களில், உங்களது நடிப்பு உயிரற்று, செயற்கையாகத் தோன்றுகிறது. இதன் விளைவாக, மிக உச்சகட்டமான நல்ல நடிப்பாற்றல் வெளியாகும் தருணங்களுக்கு இடையிடையில் ''ஓவர் ஆக்டிங்'' உண்டாகும் தருணங்களும் தோன்றி விடுகின்றன.

2

இன்று எங்கள் நடிப்புப் பற்றி டார்ட்சாவ் மேலும் சில விஷயங்களை எங்களுக்குச் சொன்னார். அவர் வகுப்புக்குள் நுழைந்த போது பாலைப் பார்த்து,

''நீ கூட சில சுவாரஸ்யமான தருணங்களை எங்களுக்குக் கொடுத்தாய். ஆனால் அவை ''பிரதிநிதித்துவப்படுத்தும் நடிப்பின்'' மிகச் சரியான உதாரணங்களாக இருந்தன,'' என்றார்.

''அந்த மற்றொரு விதமான நடிப்பை நீ வெற்றிகரமாகச் செய்து காட்டியதால், இயாகோவின் பாத்திரத்தை நீ எப்படி உருவாக்கினாய் என்று உன்னால் நினைவுபடுத்திக் கூற முடியுமா?'' என்று இயக்குனர் பாலிடம் கேட்டார்.

''அந்தக் கதாபாத்திரத்தின் உட்கருவை நேரடியாகக் கவனித்து அதை நெடுநேரம் ஆழமாக படித்தறிந்தேன்,'' என்றான் பால். ''வீட்டில் பயிற்சி செய்த போது, அந்தப் பாத்திரத்தை நான் உண்மையிலேயே வாழ்ந்தது போல எனக்குத் தோன்றியது ஒத்திகையின் போது சில குறிப்பிட்ட இடங்களில் அந்தக் கதாபாத்திரத்தின் உணர்வுகளை நானும் உணர்ந்ததுபோல எனக்குப்பட்டது. எனவே, ''பிரதிநிதித்துவப்படுத்தும் கலை'' என்பதற்கும் அதற்கும் என்ன தொடர்பு இருந்தது என்று எனக்குத் தெரியவில்லை.''

''அதிலும் கூட, நடிகர் தான் ஏற்றுக் கொண்டுள்ள கதாபாத்திரத்தை வாழ்கிறார். நமது நடிப்பு முறையுடன் அந்த முறையும் இவ்வாறு ஒரு அளவுக்கு ஒத்துப் போவதால் தான் அதையும் ஒரு உண்மையான நடிப்புக்கலையாக நம்மால் கருதமுடிகிறது,'' என்றார் டார்ட்சாவ். மேலும், தொடர்ந்து, ''எனினும், அந்த நடிகனின் நோக்கம் வேறு. தன் பாத்திரத்தை வெளிப்படையான ஒரு வடிவமாக உருவமைப்பதற்கான ஒரு தயாரிப்பு முறையாக அவன் அதை வாழ்ந்து பார்க்கிறான். அவனது திருப்திக்கேற்ப அது உருவமைக்கப்பட்டு விட்டால் அதன் பின்னர் எந்திரத்தனமாகப் பயிற்சி தரப்பட்ட தசைகளின் உதவியோடு அவன் அதை மறு உருவாக்கம் செய்கிறான். எனவே, அந்த மற்றொரு நடிப்புக்கலைச் செய்முறைத் தத்துவத்தில், உனது

"கதாபாத்திரத்தை வாழ்வது" என்பது, நம்முடைய முறையில் இருப்பதைப் போல உருவாக்குதலின் பிரதான தருணமாக இருப்பதில்லை. மாறாக, தொடர்ந்து பின்னால் வரப்போகும் கலைப் பணிக்கு முன்னதான தயாரிப்புக் கட்டங்களில் ஒன்றாக அது அமைகிறது."

"ஆனால், ஒதெல்லோ நடிக்கப்பட்ட போது பால் தனது சொந்த உணர்ச்சிகளைப் பயன்படுத்தத் தான் செய்தான்!" என்று நான் வாதிட்டேன்.

குழுவில் எவரோ ஒருவர் என்னுடைய கருத்தை ஒப்புக் கொண்டார். எனது நடிப்பைப் போலவே, பாலுடைய நடிப்பிலும் உண்மையாகவே கதாபாத்திரத்தை வாழ்ந்த சில தருணங்கள் இருந்தன என்றும் நிறையத் தவறான நடிப்பினூடே அவை கலந்து சிதறிக் கிடந்தன என்றும் அவர் கூறினார்.

டார்ட்சாவ் இதை வன்மையாக மறுத்தார். "இல்லை." நமது நடிப்புக் கலையில் நீங்கள் நடித்துக் கொண்டுள்ள ஒவ்வொரு தருணமும், ஒவ்வொரு முறையும், நீங்கள் அதை வாழ்ந்தாக வேண்டும். ஒவ்வொரு முறையும் அது மறு உருவாக்கம் செய்யப் படும்போதும் அது புத்தம்புதியதாக வாழப்பட வேண்டும், புத்தம் புதியதாக மறுபிறவி எடுத்தாக வேண்டும். கோஸ்ட்யாவின் நடிப்பில் தெரிந்த ஒரு சில வெற்றிகரமான தருணங்களை இது விவரிக்கின்றது. ஆனால் பாலின் நடிப்பில், அந்த புதியதாக உருவாக்கப்படுதலையோ, அவன் தனது கதாபாத்திரத்தை உணர்ந்ததையோ என்னால் கண்டுகொள்ள முடியவில்லை. அதற்கு நேர் எதிராக, பல இடங்களில், நிரந்தரமாகப் பதிவு செய்யப்பட்டுள்ள ஒரு வடிவமைப்பு மற்றும் நடிப்புச் செய்முறையின் மிகச்சரியான, கலைநுட்ப எழில் கொண்ட திருத்தமான நடிப்புத்திறனைக் கண்டு நான் வியப்படைந்தேன். மேலும் இந்த நடிப்புத் திறன் ஒருவிதமான உள்ளார்ந்த உணர்வற்ற தன்மையுடன் உருவாக்கப்பட்டது போலத் தோன்றியது. இருந்தபோதிலும், அந்தத் தருணங்களில், அந்த நடிப்பின் அசல் அந்தச் சமயத்தில் - அது முதன் முதலாக உருவாக்கப்பட்ட சமயத்தில் - நல்ல சிறப்பானதாகவும், உண்மையானதாகவும்

இருந்திருக்கத்தான் வேண்டும் என்று எனக்குத் தோன்றியது. இது, அதன் நகல், காப்பி, மறுபதிப்பு. ஒரு பாத்திரத்தை உயிரோட்டத்துடன் வாழ்தலின் செய்முறையின் எதிரொலியான இதுதான் சில குறிப்பிட்ட தருணங்களில் அவனது நடிப்பை, பிரதிநிதித்துவப் படுத்தும் நடிப்புக் கலையின் ஒரு நிஜமான உதாரணமாக ஆக்கியது என்பேன்.'

"வெறுமனே பிரதிநிதித்துவப் படுத்தும் நடிப்புக் கலையை நான் எவ்வாறு, எங்கிருந்து பிடித்துக் கொண்டேன்?" பாலினால் இதைப் புரிந்து கொள்ள முடியவில்லை.

"நீ உனது இயாகோ பாத்திரத்தை எவ்வாறு தயார் செய்தாய் என்பது பற்றி எங்களுக்குச் சொல் - அதிலிருந்து நாம் அதைக் கண்டுபிடிக்கலாம்," என்றார் இயக்குனர்.

"எனது உணர்ச்சிகள் வெளியில் பிரதிபலிக்கப்பட்டுத் தெரிவதை உறுதிப் படுத்திக் கொள்ள வேண்டி, நான் ஒரு முகம் பார்க்கும் கண்ணாடியைப் பயன்படுத்தினேன்," என்றான் அவன்.

"அது ஆபத்தானது," என்றார் டார்ட்சாவ். "ஒரு கண்ணாடியைப் பயன்படுத்துவதில் நாம் மிகக் கவனமாக இருக்க வேண்டும். ஒரு நடிகன், தனது ஆன்மாவின் உள்ளே கவனித்துப் பார்ப்பதை விடவும், வெளிப் புறத்தைப் பார்ப்பதற்கு அது அவனுக்குக் கற்றுத் தருகிறது. அவனது சொந்த உருவிலும், அவன் ஏற்றுக் கொண்டுள்ள பாத்திரத்திலும், இதுவே உண்மையாகும்."

"இருந்தாலும், எனது புறத்தோற்றம் என் உணர்வுகளை எவ்வாறு பிரதிபலித்தது என்று கண்டுகொள்ள அது எனக்கு உதவியது," என்று பால் வலியுறுத்திக் கூறினான்.

"உனது சொந்த உணர்வுகளா, அல்லது உனது கதாபாத்திரத்துக்காக நீ உருவாக்கிய உணர்வுகளா?"

"எனது சொந்த உணர்வுகள்தான், ஆனால் அவற்றை இயாகோவுக்கும் ஏற்றது என்றே சொல்லலாம்," என்று பால் விளக்கினான்.

"இதன் விளைவாக, நீ கண்ணாடியைப் பயன்படுத்திப் பயிற்சி செய்தபோது, உனக்கு சுவாரஸ்யமாக இருந்தது உனது

புறத்தோற்றம் - பொதுவான உடல் அமைப்பு, உனது அங்க அசைவுகள் ஆகியன - அல்ல; மாறாக, உனக்குள் ஏற்பட்ட உணர்வுகளை நீ எவ்வாறு வெளிப்படுத்தினாய் என்பதுதான், இல்லையா?" என்று டார்ட்சாவ் தோண்டித் துருவிக் கேட்டார்.

"மிகச் சரியாக அப்படித்தான்." என்று ஆர்வத்துடன் கூவினான் பால்.

"இதுவும் நடக்கக் கூடியதுதான்," என்றார் இயக்குனர்.

"நான் உணர்ந்ததை என் முகம் மிகச் சரியாகப் பிரதிபலித்ததைக் கண்டபோது நான் மிகவும் மகிழ்ச்சியடைந்ததும் எனக்கு நன்றாக நினைவிருக்கிறது," என்று தொடர்ந்து தனது தயார்ப்படுத்துதலை நினைவு கூர்ந்தான் பால்.

"உனது உணர்வுகளை வெளிப்படுத்துவதை ஒரு நிரந்தரமான வடிவமைப்பாக நீ நிலைநிறுத்தினாய் என்று சொல்கிறாயா?" என்று டார்ட்சாவ் கேட்டார்.

"அடிக்கடி செய்து பார்த்ததன் வாயிலாக அவை தானாகவே நிரந்தரமாக நிலை பெற்று விட்டன."

"அப்புறம் கடைசியில், உனது பாத்திரத்தின் சில வெற்றிகரமான பகுதிகளைப் புரிந்து கொண்டு வெளிப்படுத்துவதற்காக சில குறிப்பிட்ட திட்டவட்டமான புறத்தோற்றத்தை நீ உருவாக்கிக் கொண்டாய். அவற்றின் புறவெளிப்பாடுகளை, செயல்நுட்பத்தின் வாயிலாக உன்னால் சாதிக்க முடிந்தது, இல்லையா?" என்று ஆர்வத்துடன் வினவினார் டார்ட்சாவ்.

"அது உண்மை என்பது போலத்தான் தெரிகிறது," என்று பால் ஒப்புக் கொண்டான்.

"இப்போது இதை எனக்குச் சொல்: இந்த நிலை நிறுவப்பட்ட வடிவம் ஒவ்வொரு முறையும் ஒரு உள்ளார்ந்த செயல்பாட்டின் வழியாக உனக்கு வந்ததா? இல்லை, ஒரு முறை உருவான பின் நீ அதை எந்திரத்தனமாக, உணர்ச்சிகளின் பங்கேற்பு ஏதுமின்றி மறுபடி மறுபடி திரும்பச் செய்தாயா?"

"அதை ஒவ்வொரு முறையும் நான் வாழ்ந்ததாகத் தான் எனக்குத் தோன்றுகிறது," என்று பால் அறிவித்தான்.

"இல்லை, பார்ப்பவர்களுக்கு அதுபோலத் தோன்றவில்லை," என்றார் டார்ட்சாவ். "நாம் இப்போது விவாதித்துக் கொண்டுள்ள நடிப்புக்கலைத் தத்துவத்தைப் பின்பற்றும் நடிகர்கள், நீ செய்ததைச் செய்கிறார்கள். முதலில் அவர்கள் கதாபாத்திரத்தை உணர்கிறார்கள். ஒருமுறை அவ்வாறு உணர்ந்துவிட்ட பின், அதைப் புதிதுபுதிதாகத் தொடர்ந்து உணர்வதில்லை. அதை வெறுமனே நினைவில் வைத்துக் கொண்டு தாங்கள் முதலில் பயிற்சி செய்த வெளிப்புற அசைவுகள், குரலின் ஏற்ற இறக்கங்கள் மற்றும் முகபாவங்கள் இவற்றை உணர்ச்சியின்றி மறுபடி திரும்பச் செய்கின்றார்கள். பல சமயங்களில், நடிப்பின் செயல்நுட்பத்தில் அவர்கள் வெகு திறமைசாலிகளாக இருப்பதால் ஒரு கதாபாத்திரத்தைப் பிரதிபலிப்பதைச் சுலபமாகச் செய்து முடித்து விடுகிறார்கள் - வெறும் செயல் நுட்பத்தை மட்டுமே பயன்படுத்தி, உணர்ச்சியின் சக்தியை செலவழிக்காமலே அவர்கள் இதைச் செய்கிறார்கள். உண்மையில், தாங்கள் பின்பற்ற வேண்டிய செய்முறையை ஒரு தடவை முடிவு செய்துவிட்டபின், உணர்ச்சிக்கு உள்ளாவது புத்திசாலித்தனமல்ல என்று அவர்கள் பெரும்பாலும் கருதுகிறார்கள். முதலில் தாங்கள் சரியாகச் செய்தபோது எப்படிச் செய்தார்களோ அதை வெறுமனே மறுபடி நினைவுக்குக் கொண்டு வந்தால் மட்டுமே போதும் என்றும், அவ்வாறு செய்தால் சரியான நடிப்பைத் தருவது உறுதியாகும் என்றும் அவர்கள் கருதுகிறார்கள். நீ இயாகோவின் பாத்திரத்தை நடித்த பொழுது அதிலிருந்து நாம் தெரிந்தெடுத்த சில பகுதிகளுக்கு இது ஓரளவு பொருந்தும். நீ உனது வேலையைச் செய்த போது என்ன நிகழ்ந்தது என்பதை நினைவுபடுத்திப் பார்க்க முயற்சி செய்."

தனது கதாபாத்திரத்தின் பிற பகுதிகள் பற்றிய தனது பணியிலும், தனது கண்ணாடியில் தான் கண்ட இயாகோவின் தோற்றத்திலும் தனக்குத் திருப்தி ஏற்படவில்லை என்று பால் சொன்னான். எனவே, இறுதியில் கொடூரம் மற்றும் தந்திர குணம் இவற்றைச் சுட்டிக்காட்டும் ஒரு நல்ல எடுத்துக்காட்டு என்று தனக்குத் தோன்றிய தான் அறிந்திருந்த நபர் ஒருவரின் தோற்றத்தைத் தான் இறுதியில் காப்பியடிக்க முயன்றதாக அவன் சொன்னான்.

"ஆக, உனக்குத் தெரிந்த அந்த நபரை நீ பயன்படுத்திக் கொள்ளலாம் என்று நினைத்தாயா?" என்று இயக்குனர் கேட்டார்.

"ஆம்," என்று பால் ஒப்புக் கொண்டார்.

"சரி, நல்லது அப்படியானால் உனது சொந்தத் தன்மைகளை என்ன செய்வதாக உத்தேசித்திருந்தாய்?"

"உண்மையைச் சொல்வதனால், எனக்குத் தெரிந்திருந்த அந்த நபரின் நடையுடைபாவனைகளை நான் சும்மா அப்படியே பயன்படுத்தலாம் என்று நினைத்தேன்," என்று பால் வெளிப்படையாக ஒப்புக் கொண்டான்.

"அது ஒரு பெரும் தவறு," என்று டார்ட்சாவ் கூறினார். அப்போது, நீ சும்மா காப்பியடிக்கத்தான் செய்தாய். அதற்கும், புதிதாக உருவாக்கும் தன்மைக்கும் எந்தத் தொடர்பும் இல்லை."

"நான் என்ன செய்ய வேண்டும்?" என்று பால் கேட்டான்.

"முதலில் நீ அந்த மாதிரியை உள்வாங்கிக் கொள்ள வேண்டும். இது சிக்கலான விஷயம். உனது கதாபாத்திரத்தை அது வாழ்ந்திருந்த காலம், நாடு, வாழ்க்கை நிலை, பின்னணி, இலக்கியம், உளவியல், வாழ்க்கை முறை, சமூக அந்தஸ்து, மற்றும் புறத்தோற்றம் இவற்றின் கண்ணோட்டத்திலிருந்து அதை அலசி ஆராய வேண்டும். மேலும், அந்தப் பாத்திரத்தின் குணாதிசயங்களை - அதாவது, பழக்க வழக்கம், பாவனை, உடல் அசைவுகள், குரல், பேச்சு, குரலில் ஏற்ற இறக்கங்கள் இவற்றையும் அலசி ஆராய வேண்டும். இவ்வாறு உனக்குத் தரப்பட்டுள்ள பொருளின் மீது பணி புரிவதால், அதில் உனது சொந்த உணர்வுகளைப் புகுத்துவதற்கு உனக்கு உதவி புரியும். இந்த விஷயங்கள் எல்லாம் இல்லாமல் போனால், உன்னிடம் கலை என்பதே இருக்காது.

"இந்த விஷயங்களிலிருந்து கதாபாத்திரத்தின் ஒரு உயிருள்ள உருவம் வெளியாகும் போதும், பிரதிநிதித்துவப்படுத்தும் நடிப்புக் கலைத் தத்துவத்தைப் பின்பற்றும் ஒரு நடிகன், அதைத் தன்மீதாக மாற்றிக் கொள்கிறான். இந்தப் பணி, இக்கருத்தைப் பின்பற்றும் ஒரு மிகச்சிறந்த நடிகரான புகழ்பெற்ற ஃபிரெஞ்சு நடிகர்

கோக்வெலின் என்பவரால் தெளிவாக வர்ணிக்கப்பட்டுள்ளது. ''கதாபாத்திரத்தின் மாதிரியை நடிகன் தனது கற்பனையில் உருவாக்குகிறான். அதன்பின், ஒரு ஓவியக் கலைஞனைப் போல, அதன் ஒவ்வொரு அம்சத்தையும் எடுத்து, திரைச்சீலை மீதல்ல, தன்மீதே பொருத்திக் கொள்கிறான்...'' கதாபாத்திரத்தின் உடையை எடுத்துத் தன்மீது அணிந்து கொள்கிறான்; அவனது நடையைக் கவனித்து அதைப் போலவே நடக்கிறான்; அவனது உடலமைப்பைக் கண்டு அதைத் தானும் ஏற்றுக் கொள்கிறான்; தனது முகத்தைக் கூட அவனுடையதைப் போல மாற்றிக் கொள்கிறான். அவன் பயன்படுத்திய அதே குரலில் பேசுகிறான். தான் கருத்தில் வடிவமைத்துள்ள அந்த நபரைத் தன் கதாபாத்திரத்தைப் போலவே அசையவும், நடக்கவும், சைகை செய்யவும், கவனித்துக் கேட்கவும், ஏன், சிந்திக்கவும் வைத்தாக வேண்டும். வேறு விதமாகச் சொல்வதானால், தனது ஆன்மாவையே அந்தக் கதாபாத்திரத்திடம் கொடுத்து விட வேண்டும். இப்போது ஓவியம் தயாராகி விட்டது, அதைச் சட்டத்தில் பொருத்த மட்டுமே வேண்டும். அதாவது, அதை மேடையில் ஏற்றிவிட வேண்டும். அப்போது, பொதுமக்கள் அதைப் பார்த்து, ''இதுதான் அந்தக் கதாபாத்திரம்,'' என்று சொல்வார்கள். அல்லது, ''நடிகன் தன் வேலையைச் சரியாகச் செய்யவில்லை,'' என்று சொல்வார்கள்.

''ஆனால் இதெல்லாம் மிகமிகக் கடினமானதாகவும், சிக்கலானதாகவும் உள்ளதே,'' என்றேன் நான் மிகுந்த சங்கடத்துடன்.

''ஆம், கோக்வெலின் அதை ஒப்புக் கொள்கிறார். ''நடிகன் வாழ்வதில்லை, விளையாடுகிறான். தனது நடிப்பினால் வெளிப்படுத்தப்படும் கதாபாத்திரத்தின் பால் அவன் எந்த விதமான பற்றோ, பாசமோ இல்லாமல் இருக்கிறான். ஆனால், அவனது கலை மிகச் சரியானதாக, உயர்வானதாக, இருக்க வேண்டும்,'' என்று அவர் சொல்கிறார். கண்டிப்பாக, பிரதிநிதித்துவப்படுத்தலின் கலையானது அது ஒரு கலையாக இருக்க வேண்டுமானால் அது மிகச் சரியாக இருக்க வேண்டும் என்பது ஒரு கட்டாயமான விஷயம்.

''இதற்கான வெகு துணிச்சலான பதில் - பிரதிநிதித்துவப்படுத்தும் கலையின் தத்துவம் கூறுவது - இதுதான்: ''கலை என்பது நிஜவாழ்க்கை அல்ல, அது அதன் பிரதிபிம்பம் கூட அல்ல. கலை என்பதே தானே உருவாக்கும் ஒரு நபராகும். அது தன்னைத் தானே உருவாக்கிக் கொள்கிறது, அதன் சாராம்சத்தில் அது மிக்க எழிலானதாகவும், காலம், வெளி இவற்றின் கட்டுப்பாடுகளுக்கு அப்பாற்பட்டதாகவும் உள்ளது. ''ஆனால், நிச்சயமாக, நமது உருவாக்கும் இயல்பாகிய தனித்தன்மை வாய்ந்த மிகவும் இலட்சிய ரீதியான, எவராலும் எட்ட முடியாத ஒரு இடத்தில் உள்ள கலைஞனை, கலைத் தன்மையை, இவ்வாறு அகம்பாவத்துடன் எதிர்த்து ஒதுக்கும் ஒரு கருத்தை நம்மால் கண்டிப்பாக ஏற்றுக் கொள்ள முடியாது.

''கோக்வெலினின் கருத்தைப் பின்பற்றும் நடிகர்கள் இவ்வாறு தமது கருத்தை நியாயப் படுத்துகிறார்கள்: நாடக அரங்கம் என்பது நிஜவாழ்வின் கனவு பிம்பத்தை உருவாக்கப் போதுமான வளங்கள் அற்ற ஒரு வறிய மரபு சார்ந்த அமைப்பாகும். எனவே நாடக அரங்கு அந்த மரபொழுங்கைத் தவிர்க்கலாகாது. இத்தகையதொரு கலை, ஆழமானதல்ல, மாறாக அழகானது மட்டுமே. உண்மையாகவே சக்தி வாய்ந்ததாக அல்லாமல் உடனடியாக விளைவுகளை உருவாக்குவதாக அது உள்ளது. அதன் உட்சாரத்தை விடவும், வெளி அமைப்பு மேலும் சுவாரஸ்யமானதாக உள்ளது. உங்களது ஆன்மாவைத் தாக்குவதைக் காட்டிலும், உங்கள் பார்வை மற்றும் கேட்கும் புலன்களைத் தூண்டுவதாக அது உள்ளது. எனவே இதன் விளைவாக, உங்கள் உணர்ச்சிகளை அசைப்பதற்கு மாறாக, உங்களுக்குக் களிப்பைத் தருவதாக அது உள்ளது.

''இக்கலையின் மூலம் மாபெரும் தாக்கங்களை உங்களால் ஏற்படுத்த முடியும். ஆனால் அது உங்களது ஆன்மாவைக் கனியச் செய்வதாக இருக்காது. அதனால் உங்கள் ஆன்மாவுக்குள் ஊடுருவிச் செல்லவும் முடியாது. அதன் விளைவு கூர்மையாக இருக்கும் ஆனால் நெடுநாள் நீடித்திருக்காது. இதனால், உங்களது நம்பிக்கையை விடவும், உங்களது வியப்புதான் தூண்டி எழுப்பப்படுகிறது. வியத்தகு நாடகத்தனமான அழகினாலோ

அல்லது சித்தரிக்கப்படக் கூடிய தீவிரமான பரிதாப உணர்வினாலோ சாதிக்கப்படவல்லது எதுவோ அதுமட்டுமே இந்தக் கலையின் எல்லைக்குள் உள்ளது. ஆனால் மெல்லிய மற்றும் ஆழமான மனித உணர்வுகளை இந்தச் செயல்நுட்பத்தால் பரிமளிக்கச் செய்ய இயலாது. உங்கள் முன், இரத்தமும் தசையுமாய் அந்தச் சமயத்திலே தோன்றுகிற இயல்பான உணர்ச்சிகள் இதற்குத் தேவைப்படுகின்றன. இயற்கையே நேரடியாக ஒத்துழைக்க வேண்டியது இதற்கு அவசியமாகிறது. இருந்தாலும், கதாபாத்திரத்தை "பிரதிநிதித்துவப்படுத்தல்" நமது செயல்முறையை ஓரளவு பின்பற்றுவதால், அதுவும் ஒரு உருவாக்கும் கலை என்று ஏற்றுக் கொள்ளப்பட வேண்டியதாகும்.

3

இன்றைய பாடத்தின் போது, தான் மேடையில் செய்வது பற்றித் தான் எப்போதுமே மிக ஆழமாக உணர்வதாக க்ரிஷா கோவோர்கோவ் கூறினான்.

இதற்கு டார்ட்சாவ் பின்வருமாறு பதிலளித்தார்:

"ஒவ்வொரு மனிதரும் தன் வாழ்வின் ஒவ்வொரு நிமிடத்திலும் ஏதேனும் ஒரு உணர்வை உணர்ந்தாக வேண்டும். இறந்து போனவர்கள் மட்டுமே உணர்வுகள் ஏதுமின்றி உள்ளனர். மேடையில் இருக்கும் போது நீ என்ன உணர்கிறாய் என்று அறிந்திருப்பது மிகவும் முக்கியம். ஏனென்றால் மிகவும் அதிக அனுபவசாலிகளான நடிகர்கள் கூட, வீட்டில் பயிற்சி செய்து, தமது கதாபாத்திரத்துக்கு முக்கியமற்ற, அவசியமற்ற அம்சங்களை மேடைக்குக் கொண்டு சென்று விடுகின்றனர். இது அடிக்கடி நிகழ்கிற ஒன்றாகும். இது உங்கள் அனைவருக்கும் நிகழ்ந்துள்ளது நமது மாணவர்களில் சிலர் தமது குரல் வளத்தை, திறமையான உச்சரிப்புகளை, நடிக்கும் செயல் நுட்பங்களை வெளிக்காட்டிக் கொண்டனர்; வேறு சிலரோ தமது துடிப்பான செயல்திறனால், நடனத்தில் தாவுதல் மற்றும் மிகுந்த தவிப்புடனான "ஓவர்-ஆக்டிங்"கினால் பார்வையாளர்களைச் சிரிக்க வைத்தனர்; சிலர், தமது அங்க அசைவுகளாலும், நின்ற உட்கார்ந்த நிலைகளாலும் உடலழகைப் பெருமிதத்துடன் வெளிக்காட்டிக்

கொண்டனர். சுருக்கமாகச் சொல்வதானால் அவர்கள் மேடைக்குக் கொண்டுவந்தவை அவர்களால் சித்தரிக்கப்பட்ட கதாபாத்திரங்களுக்குத் தேவையற்றவை ஆகும்.

"உன்னைப் பொறுத்தவரையில், கோவோர்கோவ், உனது பாத்திரத்தை அதன் உட்சாரம்சத்திலிருந்து நீ அணுகவில்லை. நீ அதை வாழ்ந்து காட்டவுமில்லை, பிரதிநிதித்துவப்படுத்தவுமில்லை. மாறாக, முற்றிலும் வேறுபட்ட ஒன்றை நீ செய்தாய்."

"என்ன அது?" என்று க்ரிஷா அவசரமாகக் கேட்டான்.

"எந்திரத்தனமான நடிப்பு. நிச்சயமாக, அந்த வகையிலே அது மோசமானதல்ல. ஏனெனில் உன் நடிப்பில் கதாபாத்திரத்தை மரபுசார்ந்த முறையில் சித்தரிக்குமாறு வெகு விஸ்தாரமாகப் பயிற்சி செய்யப் பட்ட முறைகள் இருந்தன."

இங்கு, க்ரிஷா எழுப்பிய நீண்ட விவாதத்திற்குள் நான் செல்லவில்லை. அதை விட்டுவிட்டு உண்மையான நடிப்பை எந்திரத்தனமான நடிப்பிலிருந்து பிரித்துக் காட்டும் எல்லைக் கோடுகள் பற்றி டார்ட்சாவ் தந்த விளக்கத்துக்கு நேரடியாகச் சென்று விடுகிறேன்.

"வாழ்ந்து பார்க்காமல் உண்மையான நடிப்பு என்று ஒன்று இருக்கவே முடியாது. உணர்வு என்பது தானாகவே வரும் இடத்தில் தான் அது தொடங்குகிறது."

"எந்திரத்தனமான நடிப்பு என்பது?" என்று க்ரிஷா கேட்டான்.

"புதிதாக உருவாக்கும் கலை முடிவுறும் இடத்தில் அது தொடங்குகிறது. எந்திரத்தனமான நடிப்பில், ஒரு உயிருள்ள செயல்முறைக்கு இடமே இல்லை. அப்படியே அது தோன்றினாலும், தற்செயலாக ஒரு ஒரு விபத்துப் போலத் தான் அது தோன்றுகிறது."

"எந்திரத்தனமான நடிப்பின் துவக்கங்கள் மற்றும் முறைகள் இவற்றை நீங்கள் உணர்ந்து கொள்ளத் தொடங்கும்போது இதை மேலும் நன்றாகப் புரிந்து கொள்வீர்கள். இதை நாம் "ரப்பர் ஸ்டாம்ப்" என்று குறிப்பிடுகிறோம். உணர்ச்சிகளை மறுஉருவாக்கம் செய்வதற்கு அவற்றை உங்களது சொந்த

அனுபவத்திலிருந்து அடையாளம் காண உங்களால் முடிந்திருக்க வேண்டும். ஆனால் எந்திரத்தனமான நடிகர்கள் உணர்ச்சிகளை அனுபவிக்காததால் அவற்றின் புறத்தோற்றங்களை அவர்களால் மறுஉருவாக்கம் செய்ய முடிவதில்லை.

''தனது முகம், மிமிக்ரி, குரல் மற்றும் கைஜாடைகளால் ஒரு எந்திரத்தனமான நடிகர் பொதுமக்களுக்குத் தருவதெல்லாம் இல்லாத ஒரு உணர்வின் செத்துப்போன முகமூடியைத் தவிர வேறொன்றுமில்லை. இதற்கென, வெகு அதிக எண்ணிக்கையிலான அழகான விளைவுகள் வடிவமைக்கப்பட்டுள்ளன. இவை, வெளிப்படையான வழிமுறைகளால், பல்வேறு விதமான உணர்ச்சிகளைச் சித்தரிப்பதுபோலப் பாவனை செய்து காட்டுகின்றன.''

''இவ்வாறு நிலைநிறுத்தப்பட்டுள்ள சில பழகிப்போன சித்தரிப்புகள் பாரம்பரியமாக நிலைபெற்று, தலைமுறை தலைமுறையாகத் தொடர்ந்து வழங்கப்பட்டு வருகின்றன. எடுத்துக்காட்டாக, உங்கள் அன்பைத் தெரிவிக்க, உங்கள் கையை இதயத்தின் மீது வைத்துக் காட்டுவது, மரணத்தைக் குறிக்க, வாயை அகலத் திறப்பது போன்றவற்றைக் குறிப்பிடலாம். பிற, திறன்வாய்ந்த சக நடிகர்களிடமிருந்து ஆயத்த நிலையில் உள்ளவையாக எடுத்துக் கொள்ளப்படுகின்றன. (சோகமான சம்பவங்களின் போது வீரா கோமிஸார் ஜெவ்ஸ்காயா தனது நெற்றியைப் புறங்கையால் தடவிக் கொள்வது போன்றவை) மேலும் சில, நடிகர்களாலேயே கடைப்பிடிக்கப்படுகின்றன.

''ஒரு கதாபாத்திரத்தின் வசனத்தைப் பேசுவதில் சில குறிப்பிட்ட வழிமுறைகள் உள்ளன - இவை பேசும் முறையின் உச்சரிப்பு மற்றும் சொல்முறை ஆகியன. (எடுத்துக்காட்டாக, நடிப்பின் முக்கியமான தருணங்களில் குரலை வெகுவாக உச்ச ஸ்தாயியிலோ அல்லது தாழ்வான ஸ்தாயியிலோ பயன்படுத்துதல் அல்லது சில தனிப்பட்ட குரல் வேறுபாட்டு அலங்காரங்களுடன் பேசுதல்) உடல் அசைவுகளிலும் சில செயல்முறைகள் உள்ளன (எந்திரத்தனமான நடிகர்கள் சும்மா நடப்பதில்லை, அவர்கள் மேடைமீது ''முன்னேறிச்'' செல்லுகின்றனர். அதேபோல சைகைகளுக்கும், செயல்களுக்கும் ஒரு செயற்கையான

அசைவுமுறை உள்ளது. எல்லா விதமான மனித உணர்ச்சிகளையும் வேட்கைகளையும் வெளிக் காட்டுவதற்கான வழிமுறைகள் உள்ளன. (பொறாமை கொள்வதைக் காட்ட பற்களை இளித்துக்காட்டி கண்களை உருட்டுதல், அழுவதற்குப் பதிலாக கண்களையும் முகத்தையும் கைகளால் மூடிக் கொள்ளல், மனப் போராட்டத்தில், உளைச்சலில் இருக்கும் போது தலைமுடியைப் பிய்த்துக் கொள்ளல் என) எல்லாவிதமான மனிதர்களையும் போல சமுதாயத்தின் பல்வேறு வர்க்கங்களைச் சேர்ந்தவர்கள், நடித்துக் காட்டுவதற்கான முறைகள் உள்ளன. (கிராமத்து மனிதர்கள் தரையில் துப்புவார்கள், தமது மேல்சட்டையில் மூக்கைத் துடைத்துக் கொள்வார்கள், இராணுவத்தினர் பாதங்களை ''க்ளிக்கிட்டு'' இணைத்து நிற்பார்கள், அரச குடும்பத்தைச் சேர்ந்தவர்கள் தமது கண்ணாடிகளைக் கையில் வைத்துக் கொண்டு விளையாடுவார்கள்) மேலும் சில சைகைகள் காலகட்டங்களைச் சுட்டிக்காட்டுகின்றன (காவிய நடன அசைவுகள் சித்திர இடைக் காலத்தையும், காலடிகளைக் கிட்டக் கிட்ட வைத்து நடப்பது பதினெட்டாம் நூற்றாண்டையும் குறிக்கின்றன.) இந்த ஆயத்த நிலையில் உள்ள எந்திரத்தனமான முறைகள் இடைவிடாத பயிற்சியின் வாயிலாகச் சுலபமாகக் கைவரப் பெற்று, ஒரு நடிகரின் இயல்பான நடவடிக்கைகளாகவே மாறி விடுகின்றன.

"காலமும், இடைவிடாத பழக்கமும் உருக்குலைந்த பொருளற்ற விஷயங்களைக் கூட மிகவும் நெருக்கமானவையாகவும் அன்புக்குரியவையாகவும் ஆக்கி விடுகின்றன. உதாரணமாக, ஓபராவின் நகைச்சுவைச் சின்னமான தோள்களைக் குலுக்குவது காலம் காலமாகப் போற்றப்படுகிற ஒரு சைகை; மூதாட்டிகள் இளமையாகத் தோற்றமளிக்க முயற்சி செய்தல், நாடகத்தின் கதாநாயகன் உள்ளே நுழையும் போது அல்லது வெளியே செல்லும் போது கதவுகள் தாமாகத் திறந்து மூடிக் கொள்ளல், இன்னபிற. பாலே நடன நிகழ்ச்சி, ஓபராவின் இசை நிகழ்ச்சி மற்றும் போலியான காவியத்தனம் கொண்ட சோக நாடகங்கள் இவை எல்லாவற்றிலும் இம்மரபுகள் நிறைந்து தென்படுகின்றன. என்றென்றும் மாறாத இந்த முறைகளைப் பயன்படுத்தி

கதாநாயகர்களின் மிகமிகச் சிக்கலானதும், உயர்வானதுமான அனுபவங்களை மறுஉருவாக்கம் செய்ய இவர்கள் முனைகிறார்கள். எடுத்துக்காட்டாக, பெரும் துயரத்தின் போது, தன் நெஞ்சுக்கூட்டிலிருந்து இதயத்தைப் பிய்த்தெறிவது பழிவாங்குதலுக்காகத் தனது முஷ்டியை இறுக்கிப் பிடித்து ஆட்டுவது அல்லது பிரார்த்தனையில் கரங்களை வானோக்கி உயர்த்துவது போன்றவை.

''எந்திரத்தனமான நடிகரைப் பொறுத்த மட்டில், நாடகத்தனமான பேச்சும் செயற்கையான அசைவுகளும் - காவியப் பாடல் தருணங்களில் மிதமிஞ்சிய இனிமை, காப்பியக் கவிதைகளை வாசிக்கும் போது மந்தமான ஒரே ஸ்தாயியிலான குரல், வெறுப்பைக் காட்ட ''உஸ்'' ஸென்ற ஒலி, துயரத்தைச் சுட்டிக்காட்டக் குரலில் கண்ணீரின் சாயல் - இவற்றின் நோக்கம், குரல் பேச்சில் தெளிவு மற்றும் அசைவுகள் இவற்றை வளப்படுத்திக் காட்டவும் நடிகர்களை மேலும் அழகுபடுத்தவும், அவர்களது நடிப்பாற்றலின் திறமைக்கு மேலும் கூடுதல் சக்தியளிப்பதும் தான். துரதிருஷ்ட வசமாக உலகில் நல்ல ரசனையைக் காட்டிலும் மோசமான ரசனையே அதிகமாக உள்ளது. உயர்குடித்தன்மைக்குப் பதிலாக ஒருவிதமான பகட்டுத்தனமும், தர்க்கமான எழிலுக்குப் பதிலாக மேலோட்டமான அழகும், உணர்ச்சிகளை வெளிப்படுத்தலுக்குப் பதிலாக செயற்கையான நாடகத் தனமும் இங்கு உருவாக்கப்பட்டு விட்டன.

''இங்கு மிகமிக மோசமான உண்மை என்னவென்றால் முன்னதாகவே உயிரோட்டமுள்ள உணர்வுகளால் வலிமை செய்யப்படாமல் உள்ள ஒரு கதாபாத்திரத்தில் உள்ள ஒவ்வொரு காலியிடத்தையும் சலித்துப் போன பொருளற்ற போலிகள் நிரப்பி விடும். மேலும் இவை உண்மையான உணர்ச்சிகளை முந்திக் கொண்டு ஓடிவந்து பாதையை மறித்து விடுகின்றன. இதனால் தான் இத்தகைய நடைமுறைகளிலிருந்து ஒரு நடிகர் தன்னைத் தானே தெரிவுணர்வுடன் தற்காத்துக் கொள்ள வேண்டும். உண்மையான புதிதாக உருவாக்கும் திறன் படைத்த நல்ல ஆற்றல்

மிக்க நடிகர்களைப் பொறுத்த வரையிலும் கூட இது ஒரு உண்மை நிலையாகும்.''

"மேடை மரபுகளைத் தேர்ந்தெடுப்பதில் ஒரு நடிகர் எவ்வளவு தான் திறமைசாலியாக இருந்தபோதிலும், அவை அடிப்படையில் எந்திரத்தனமாக இருப்பதால், அவற்றைப் பயன்படுத்திப் பார்வையாளர்களைக் கவர அவரால் முடியாது. அவர்களது ஆர்வத்தைத் தட்டி எழுப்புவதற்குத் தன்வசம் ஒருசில கூடுதல் வழிமுறைகளை அவர் கொண்டிருக்க வேண்டும். ஆகவே, நாடகத்தனமான உணர்ச்சிகளில் அவர் தஞ்சம் புகுந்து கொள்கிறார். உடல்ரீதியான உணர்வுகளின் வெளிப்புற விளிம்பின் செயற்கையான போலி நகல்களே இவை ஆகும்.

"உங்கள் முஷ்டிகளை இறுக்கி, உடலில் தசைகளைக் கடினப்படுத்தியோ அல்லது வேகமாக சுவாசித்து மேல் மூச்சு, கீழ் மூச்சு வாங்குவதனாலோ ஒரு மகத்தான உடல் ரீதியான தீவிரத்தன்மையை உங்களால் எட்ட முடியும். பொதுமக்கள் இந்நிலையை, அதிக உணர்ச்சிவேட்கையால் தூண்டப்பட்ட ஒரு சக்திவாய்ந்த குணாதிசயத்தின் வெளிப்பாடு என்று பெரும்பாலும் கருதிவிடுகின்றனர்.

"மிகவும் துடிப்பான நரம்புகளைக் கொண்ட நடிகர்களால் தமது நரம்புகளை வலிமையாக முறுக்கேற்றிக் கொள்வதன் வாயிலாக நாடகத்தன்மை கொண்ட உணர்ச்சிகளைத் தம்முள் எழுப்பிக் கொள்ள முடியும். இது நாடகத்தன்மை கொண்ட ஹிஸ்டீரியாவை, ஒரு ஆரோக்கியமற்ற ஆனந்தத்தின் உச்சக்கட்டத்தையும் உருவாக்குகிறது. செயற்கையான, உடல்ரீதியிலான உணர்ச்சிப் பெருக்கைப் போலவே இதிலும் உள்ளார்ந்த பொருள் இல்லாமல் இருப்பது தான் வழக்கம்.

4

இன்றைய பாடத்தின் போது எங்களது நடிப்பு பற்றிய விவாதத்தை இயக்குனர் தொடர்ந்தார். இதில் மிகவும் மோசமாக மாட்டிக் கொண்டது, பாவம், வான்யா வ்யுன்சோவ் தான்.' அவனது நடிப்பை, எந்திரத்தனமான ஒன்று என்று கூட டார்ட்சாவ் எடுத்துக் கொள்ளத் தயாராக இல்லை.

"அப்படியென்றால், பின் அது என்ன வகை?" என்றேன் நான்.

"மிகவும் அருவருக்கத்தக்க ஓவர்-ஆக்டிங் மிகைப்படுத்தப் பட்ட நடிப்பு," என்றார் இயக்குனர்.

"நான் மட்டுமாவது அதுபோல எதுவும் செய்யாமல் இருந்தேனா?" என்று சற்றே தயக்கத்துடன் நான் கேட்பேன்.

"கண்டிப்பாக நீயும் அதைச் செய்தாய்." என்று டார்ட்சாவ் சுள்ளென்று பதிலடி கொடுத்தார்.

"எப்போது? நீங்கள் தானே நான் மிக நன்றாகச் செய்தேன் என்று சொன்னீர்கள்..." என்று நான் கூவினேன்.

"உனது நடிப்பில், புதிதாக உருவாக்கும் உண்மையான தருணங்களுடன், இடையிடையே..." அவரை முடிக்க விடாமல், "எந்திரத்தனமான நடிப்பும் இருந்ததா?" என்று நான் முந்திக் கொண்டு கேட்டேன்.

"எந்திரத்தனமான நடிப்பு என்பது நீண்டகாலப் பயிற்சியினால் மட்டுமே வளர்த்துக் கொள்ளப்படும் ஒன்று - க்ரிஷாவின் விஷயத்தில் அது உண்மை. ஆனால் அதைச் செய்வதற்கு உனக்கு நேரம் இருக்கவே இல்லை. அதனால் தான் ஒரு காட்டு மிராண்டியைப் பிரதிபலிக்கும் மிகமிக மிகைப்படுத்தப்பட்ட போலியை நீ கொடுத்தாய். அதில் மிகவும் கத்துக்குட்டித் தனமான "ரப்பர் ஸ்டாம்ப்" செயல்முறைகள் தான் தென்பட்டன. செயல்நுட்பம் என்பது மருந்துக்கு கூட இருக்கவில்லை. எந்திரத்தனமான நடிப்புக்குக் கூடச் செயல்நுட்பம் அவசியம் தேவை.

"ஆனால், நான் மேடையேறுவது இதுவே முதல் முறை. அப்படியென்றால் "ரப்பர் ஸ்டாம்புகளை" நான் எங்கிருந்து பெற்றேன்?" என்றேன் நான்.

"கலையில் என் வாழ்க்கை என்ற என் நூலை வாசி. நாடகத்தையோ, நடிப்பையோ, ஏன், ஒரு ஒத்திகையைக் கூட ஒருபோதும் கண்டிராத இருசிறுமிகளின் கதை ஒன்று அதில் உள்ளது எனினும், ஒரு சோகக் கதையை அவர்கள் மிக

காண்ஸ்தன்தீன் ஸ்தனிஸ்லாவ்ஸ்கி 47

மோசமானதும், அற்பமானதுமான சலிப்பூட்டும் நடிப்பினால் சித்தரித்தார்கள். நல்ல காலமாக, உன்னிடமும் அது நிறைய உள்ளது.''

''ஏன் நல்லகாலமாக?'' என்று நான் கேட்டேன்.

''ஏனெனில் ஆழமாக வேரூன்றியுள்ள எந்திரத்தனமான நடிப்பை விடவும் அவை போராடிக் களையப்படுவதற்கு மிகவும் சுலபமானவை,'' என்று இயக்குனர் விளக்கினார்.

''உங்களைப் போன்று புதிதாக நடிக்க வருபவர்கள், திறமை இருந்தால், குறுகிய காலத்திலேயே ஒரு கதாபாத்திரத்தைத் திறம்பட நடித்து விட முடியும். தற்செயலாக, விபத்துப்போல இது நிகழலாம். ஆனால், நிலைத்து நிற்கக் கூடிய ஒரு வடிவத்தில் உங்களால் அதை மறு உருவாக்கம் செய்ய முடியாது. எனவேதான் நீங்கள் மிகைப்படுத்தப்பட்ட நடிப்பை நாடுகிறீர்கள். முதலில் இது அவ்வளவு அபாயகரமானதல்ல. ஆனால் பெரும் ஆபத்தின் விதைகள் அதில் உள்ளன என்பதை நீங்கள் ஒருபோதும் மறந்து விடக்கூடாது. தொடக்கத்திலிருந்தே நீங்கள் அதை எதிர்த்துப் போராட வேண்டும். ஏனெனில் ஒரு நடிகனாகச் செயல்பட விடாமல் உங்களை முடக்கிப் போட்டு, உங்களது இயற்கையான திறமைகளை விலகிப் போகச் செய்யும் பழக்கங்களை வளர்த்துக் கொள்வதை நீங்கள் தவிர்க்க வேண்டும்.

''உன்னையே உதாரணமாக எடுத்துக் கொள். நீ ஒரு புத்திசாலி. இருந்தும், உனது நடிப்பின் போது, ஒரு சில தருணங்களைத் தவிர, ஏன் மடத்தனமாகச் செயல்பட்டாய்? மூர் இன மக்கள், அவர்களது காலகட்டத்தில் கலாசாரம் மிக்கவர்கள் என்று பெயர் பெற்றவர்கள். அவர்கள் காட்டு விலங்குகளைப் போல ஒரு கூண்டில் மேலும் கீழும் நடந்திருப்பார்கள் என்று உன்னால் நிஜமாகவே நம்ப முடிகிறதா? நீ சித்தரித்த அந்தக் காட்டுமிராண்டி தனது நண்பனுடனான அமைதியான உரையாடலின் போதும் அவனைக் கண்டு உறுமினான், பல்லைக் காட்டினான், கண்களை உருட்டினான். அந்தக் கதாபாத்திரத்தை நீ எவ்வாறு அப்படி அணுகினாய்?''

அதன்பின், வீட்டில் எனது கதாபாத்திரம் பற்றி நான் செய்த வேலையைப் பற்றி எனது நாட்குறிப்பில் எழுதி வைத்திருந்த எல்லாவற்றையும் நான் அங்கு விளக்கமாக எடுத்துக் கூறினேன். என் விளக்கத்தை எளிதாக்க, என் அறையில் இருந்தது போல சில நாற்காலிகளையும் அங்கங்கு வைத்தேன். இவ்வாறு நான் செய்து காட்டிய போது டார்ட்சாவ் பல சமயங்களில் வாய்விட்டுச் சிரித்தார்.

நான் விளக்கம் கூறி எனது பயிற்சியைச் செய்து காட்டி முடித்தவுடன், "இதோ, மிக மோசமான நடிப்பு எவ்வாறு தொடங்குகிறது என்று இது உங்களுக்குக் காட்டுகிறது," என்றார் அவர்." உனது நடிப்புக் காட்சிக்கு நீ தயார் செய்த போது, பார்வையாளர்களை வசப்படுத்தும் நோக்கத்துடன் நீ உனது கதாபாத்திரத்தை அணுகினாய். எதன் வாயிலாக? நீ சித்தரித்த நபரின் உணர்ச்சிகளுடன் பொருந்திய உண்மையான, இயற்கையான உணர்வுகளால் அதைச் செய்ய முற்பட்டாயா? அவை எதுவும் உன்னிடம் இருக்கவில்லை. ஒரு முழுமையான உயிருள்ள வடிவம் கூட உன்னிடம் இல்லை. இருந்திருந்தால், புறத் தோற்றத்திலாவது நீ அதைக் காப்பியடித்திருப்பாய். எனவே உன்னால் என்ன செய்ய முடிந்தது? உன் மனதில் பட்ட முதல் குணாம்சத்தை நீ பற்றிக் கொண்டாய். உன் மனம் நிறைய அத்தகைய விஷயங்கள் நிறைந்து உள்ளன. வாழ்வின் எந்தச் சந்தர்ப்பத்திலும் நீ அவற்றைப் பயன்படுத்திக் கொள்ளலாம். ஒவ்வொரு பதிவும் ஏதேனும் ஒரு வடிவத்தில் நமது நினைவில் தங்கி விடுகிறது. இதைத் தேவைப்படும் போது பயன்படுத்தப்படலாம். வேகவேகமாகவும் பொதுப்படையாகவும் செய்யப்படும் வர்ணனைகளில் நாம் பிரதிபலிப்பது உண்மையை ஒத்துள்ளதா என்று கவனிக்காமல் நாம் அலட்சியம் செய்து விடுகிறோம். ஒரு பொதுவான குணாம்சம் அல்லது கற்பனையான உருவாக்கத்துடன் நாம் திருப்தியுற்று விடுகிறோம். உருவங்களை உயிருக்குக் கொண்டு வருவதற்கு தினசரி நாம் செய்யும் பயிற்சியானது ஒரே மாதிரியான வடிவங்களையோ அல்லது புறத் தோற்றத்தில் வர்ணனை செய்யும் அடையாளங்களையோ நமக்கு உருவாக்கித் தந்துள்ளது. இவை நெடுங்காலமாகப்

பயன்படுத்தப்பட்டு வருவதால், எல்லோராலும் புரிந்து கொள்ளத் தக்கவையாகி விட்டுள்ளன.

''உனக்கு நிகழ்ந்தது இதுதான். ஒரு கறுப்பின மனிதனின் பொதுப் படையான வெளிப்புறத் தோற்றத்தால் நீ கவரப்பட்டாய். எனவே அவசர அவசரமாக, ஷேக்ஸ்பியர் என்ன எழுதினார் என்பதைப் பற்றிக் கூடத் சிந்திக்காமல், நீ ஒதெல்லோவை அதன்படி உருவாக்கிவிட்டாய். உனக்குச் சரியானது என்று தோன்றிய ஒரு புறத்தோற்றமாகிய பாத்திரப் படைப்பை நீ நாடினாய் - அது பளிச்சென்று தெரிவதாகவும், உருவாக்குவதற்குச் சுலபமானதாகவும் இருந்தது. ஒரு நடிகனிடம் வாழ்க்கையிலிருந்து எடுக்கப்பட்ட உயிருள்ள விஷயங்கள் நிறைய இல்லாத போது இதுதான் எப்போதும் நிகழ்வதாகும். நம்மில் யாரிடமேனும், ''எந்த ஒரு முன் தயாரிப்புமின்றி உடனடியாக எங்களுக்கு ஒரு பொதுவான காட்டுமிராண்டியை நடித்துக் காட்டு'' என்று நீங்கள் கூறினால், நம்மில் பெரும்பாலோரும் நீ செய்ததையே செய்வார்கள் என்று பந்தயம் கட்ட நான் தயார். ஏனெனில், சுற்றிலும் ஓடித் திரிதல், உறுமுதல், பல்லைக்காட்டுதல், கண்களை உருட்டி விழித்தல் ஆகிய அனைத்துமே, உங்கள் கற்பனையில் காலங்காலமாய் ஒரு காட்டுமிரண்டி பற்றிய தவறானதொரு கருத்துடன் பின்னிப்பிணைந்துள்ளது. உணர்ச்சிகளை இவ்வாறு பொதுவாக வெளிப்படுத்தும் இந்த முறைகள் எல்லாமே நம் ஒவ்வொருவரிலும் இருக்கத்தான் செய்கின்றன. ஏன், எதற்கு என்று கேள்வி எழுப்பாமல், ஒரு நபர் அவற்றை உணர்ந்து அனுபவித்த சுற்றுச்சூழலைப் பற்றிக் கவலைப்படாமல் எந்தவிதத் தொடர்பும் இல்லாமல் அவை பயன்படுத்தப்பட்டு வருகின்றன.

எந்திரத்தனமான நடிப்பு உண்மையான உணர்ச்சிகளுக்குப் பதிலாக முன்னதாகத் தயார் செய்யப்பட்ட மாதிரிகளைப் பயன்படுத்துகிறது. ஆனால், மிகைப்படுத்தப்பட்ட நடிப்பானது, மனித உலகில் முதன்முதலாகத் தோன்றிய பொதுப்படையான மரபுகளை எடுத்துக் கொண்டு அவற்றை மேடைக்கெனத் தயார் செய்யாமலும், நன்றாகச் செம்மைப்படுத்தாமலும் பயன்படுத்துகிறது. உனக்கு ஏற்பட்டது, ஒரு தொடக்கால மாணவன் என்ற வகையில்,

புரிந்து கொள்ளப் படக் கூடியதும், மன்னிக்கப் படக் கூடியதும் ஆகும். ஆனால் இதைப் பற்றி எதிர்காலத்தில் கவனமாக இரு. ஏனெனில் கத்துக்குட்டித் தனமான ஓவர்-ஆக்டிங் என்பது மிக மோசமான வகையிலான எந்திரத்தனமான நடிப்பாக வளர்ந்துவிடும்.

முதலாவதாக, உன் வேலையின் பால் ஏற்படக்கூடிய எல்லாவிதமான தவறான அணுகுமுறைகளையும் தவிர்த்து விட முயற்சி செய். அதைச் செய்வதற்கென, நமது நடிப்புக் கலைத் தத்துவத்தின் அடிப்படையைக் கற்றுக் கொள்: அதுதான் உனது கதாபாத்திரம் உயிருடன் வாழ்வதற்கான மூல அடிப்படை ஆகும். இரண்டாவதாக, நீ இப்போது செய்து காட்டி, நான் விமர்சித்துள்ள அர்த்தமற்ற வகையிலான வேலையை மறுபடியும் செய்யாதே. மூன்றாவதாக, உனக்கு ஈடுபாடு இல்லாத, உன்னால் உள்ளூர ஆத்மார்த்தமாக அனுபவித்து உணரப்படாத எதையும் வெளியில் சித்தரிக்குமாறு உன்னையே ஒருபோதும் அனுமதித்துக் கொள்ளாதே.

ஒரு கலைநயமிக்க உண்மையானது வெளிக் கொண்டு வருவதற்குக் கடினமானது, ஆனால் அது எப்போதுமே மங்கி மறையாதது. ஒரு கலைஞனையும் அவனது பார்வையாளர்களையும் ஒரே சமயத்தில் கட்டிப் பிணைத்துத் தழுவும் வகையில் எல்லாச் சமயங்களிலும் அது மேலும் மேலும் இனிமையானதாக ஆகி, உள்ளே ஊடுருவி ஆழமாகப் பாய்கிறது. சத்தியத்தின் மீது கட்டி எழுப்பப்பட்டுள்ள ஒரு கதாபாத்திரம் வளரும், ஆனால், புளித்துப் போன மாதிரிகளின் மீது எழுப்பப் படும் ஒன்று வாடிச் சுருங்கிவிடும்.

‘‘நீங்கள் கண்டுபிடித்த மரபுகள் விரைவில் பழையதாகி விட்டன. முதலில் செய்தது போல அவற்றால் உங்களைத் தொடர்ந்து ஊக்கம் கொள்ள, உற்சாகப்படச் செய்ய முடியவில்லை. ஏனெனில் முதலில் நீங்கள் அவற்றை உருவாக்கும் உத்வேகம் என்று தவறாகக் கணித்து வீட்டீர்கள்.’’

‘‘அத்துடன் கூட இதையெல்லாம் சேர்த்துக் கொள்ளுங்கள்: நமது நாடகத்துறையின் செயல்பாடுகள், நடிகர்களின் நடிப்பின்

மீதான பிரபலத்துவம், பொதுமக்களிடையே நாம் வெற்றி பெற்றாக வேண்டிய கட்டாயமான சார்புநிலை, இந்த நிலைமைகளால் உருவாகும் ஆசை - எதையாவது செய்து மக்கள் மீது ஒரு தாக்கத்தை, பதிவை ஏற்படுத்தியாக வேண்டும் என்ற விழைவு. மிகவும் நன்றாக நிலைபெற்றுள்ள ஒரு கதாபாத்திரத்தைச் சித்தரித்துக் கொண்டுள்ளபோதும், இந்தத் தொழில் ரீதியான தூண்டுதல்கள் ஒரு நடிகனைப் பற்றிக் கொள்கின்றன. இவை அவரது நடிப்புத்திறனின் தரத்தை மேம்படுத்துவதில்லை. மாறாக அவற்றின் தாக்கம் மிகையாக வெளிப்படுத்திக் கொள்வதிலும், ஆயத்த முன் மாதிரிகளைச் சார்ந்துள்ள நடிப்பு வகையை மேலும் வலிமைப்படுத்துவதிலுமே சென்று முடிகிறது.

"க்ரிஷாவைப் பொறுத்தமட்டில், தனது ரப்பர் ஸ்டாம்புகளை அவன் உண்மையிலேயே உழைத்துத் தயார் செய்துள்ளான். விளைவாக அவை ஏறத்தாழ நன்றாக அமைந்துவிட்டன. ஆனால், நீ அவற்றைச் சரியாக தயார் செய்யாததால் உனது ரப்பர் ஸ்டாம்புகள் மோசமாக இருந்தன. அதனால்தான் அவனது பணியை ஓரளவு சுமாரான எந்திரத்தனமான நடிப்பு என்றும், உனது நடிப்பின் வெற்றி பெறாத பகுதிகளை கத்துக்குட்டித்தனமான ஓவர்-ஆக்டிங் மிகைப் படுத்தப்பட்ட நடிப்பு என்றும் அழைத்தேன்."

"இதன் விளைவாக, எனது நடிப்பு, நமது தொழிலில் மிகச் சிறந்ததும், மிக மோசமானதுமான வகைகளின் கலவையாக இருந்ததா?"

"இல்லை, மிக மோசமானது அல்ல," என்றார் டார்ட்சாவ். "மற்றவர்கள் செய்தது அதை விடவும் மோசமானதாக இருந்தது. உனது கத்துக்குட்டித்தனம் குணப்படுத்தி விடக் கூடியதாகும். ஆனால் பிறரது தவறுகளில், மாற்றுவதற்கோ அல்லது அந்த நடிகரிலிருந்து விலக்கி எடுத்து விடுவதற்கோ மிகமிகக் கடினமான ஒரு உணர்வு நிலையில் உள்ள கொள்கைப் பிடிப்பைக் காட்டுகின்றன."

"அது என்ன?"

"கலையைச் சுரண்டுவது என்பதாகும்."

''அது எதைக் கொண்டுள்ளதாக உள்ளது?'' என்று மாணவர்களில் ஒருவர் கேட்டார்.

''அதை சோன்யா வெலியாமினோவா செய்ததில் காணலாம்.''

''நானா?'' என்று கூவிய அந்தப் பெண் வியப்பினால் துள்ளிக் குதித்தாள். ''நான் என்ன செய்தேன்?''

''மேடையில் அவை நன்றாகத் தோன்றும் என்பதால் நீ உனது சின்னஞ்சிறு கைகளையும், சின்னஞ்சிறு கால்களையும், உனது மொத்த உடலையுமே எங்களுக்குக் காட்டினாய்,'' என்றார் இயக்குனர்.

''ஐயோ, என்ன கொடுமை! இதை நான் தெரிந்து கொள்ளவேயில்லை!''

''பழக்கங்கள் ஒருவருக்குள் ஊறிப் போயிருக்கும் போது இதுதான் நடக்கும்.''

''நீங்கள் ஏன் என்னைப் புகழ்ந்து பேசினீர்கள்?''

''ஏனெனில் உனது கைகளும் கால்களும் அழகாக இருந்தன.''

''அப்படியென்றால் அதை மோசமானது என்று ஏன் சொல்கிறீர்கள்?''

''அதில் மோசமான பகுதி என்னவென்றால், நீ உனது நடிப்பின் மூலம் பார்வையாளர்களுக்குக் கிளுகிளுப்பூட்டுமாறு விளையாடினாய். காதரீனின் கதாபாத்திரத்தை நடிக்கவில்லை. சோன்யா வெலியாமினோவா என்ற பெயருள்ள ஒரு நடிப்புக்கலை மாணவி, தனது சின்னஞ்சிறு பாதங்களை மேடையிலிருந்து காட்டவோ, தனது ரசிகர்களுடன் கேளிக்கை செய்யவோ வேண்டி ஷேக்ஸ்பியர் "Taming of the Shrew" என்ற தனது நாடகத்தை எழுதவில்லை என்பதை நீ தெரிந்து கொள். ஷேக்ஸ்பியரின் நோக்கம் முற்றிலும் வேறான ஒன்றாக இருந்தது. அந்த நோக்கம் உனக்கு அன்னியமான ஒன்றாக இருந்தது, அதனால் அது என்னவென்று எங்களுக்கும் தெரியாமல் போனது. துரதிருஷ்டவசமாக, நமது கலை பலசமயங்களில் சுயநலமான நோக்கங்களுக்காகத் தவறாகப் பயன்படுத்தப்படுகிறது. நீ உன்

அழகைக் காட்ட அதைச் செய்கிறாய் மற்றும் சிலர் புகழையோ, வெற்றியையோ அடைவதற்காகவோ அல்லது ஒரு தொழிலை உருவாக்கிக் கொள்ளவோ அதைச் செய்கிறார்கள். நமது தொழிலில் இவை சாதாரணமாகக் காணப்படும் கூற்றுகள். நீங்களும் அதில் இறங்குவதைத் தடுப்பதில் நான் தீவிர ஈடுபாடு கொண்டுள்ளேன்.

"நான் உங்களுக்குச் சொல்லப் போகும் விஷயங்களைக் கெட்டியாக மனதில் பதித்துக் கொள்ளுங்கள்: நாடகத்துறை, நடிப்புத்துறை என்பது அதன் பிரபலத்துவம் மற்றும் கண்ணுக்கு விருந்தளிக்கும் மகோன்னதம் இவற்றின் காரணமாக, தமது அழகைப் பயன்படுத்திப் பணம் சம்பாதிக்க விரும்புபவர்கள் அல்லது ஒரு தொழிலை அமைத்துக் கொள்ள விரும்புபவர்கள் என்று பலரையும் அது தன்பால் கவர்ந்து இழுக்கிறது. அவர்களும், பொதுமக்களின் அறியாமை, அவர்களது வக்கரித்துப் போன ரசனை, பாரபட்சமான பாராட்டுகள், குழுக்களுக்கிடையிலான சதிகள், போலியான வெற்றி, மற்றும் பல உத்திகளைத் தமக்குச் சாதகமாகப் பயன்படுத்திக் கொள்ள முனைகிறார்கள். இவற்றுக்கும் புதிதாக உருவாக்கும் நடிப்புக் கலைக்கும் தொடர்பு ஏதும் இருப்பதில்லை. இந்தச் சுரண்டல் பேர்வழிகள் கலையின் மிகமிகக் கொடிய எதிரிகளாக இருக்கிறார்கள். அவர்கள் பால் வெகு கண்டிப்பான வழிமுறைகளைக் கையாள வேண்டும். அவர்களைத் திருத்த முடியாவிட்டால், மேடைகளிலிருந்து அவர்கள் விலக்கப்பட வேண்டும். எனவே, "என்று கூறிய அவர், சோன்யாவின் பக்கம் திரும்பி,'' நீ உன் முடிவை எடுத்தாக வேண்டும். இங்கு கலைக்குச் சேவை செய்ய, அதற்காகத் தியாகங்கள் புரிய நீ வந்தாயா அல்லது உன் சொந்த நலனுக்காக அதைப் பயன்படுத்திக் கொள்ள வந்தாயா!'' என்று கேட்டார்.

"எது எவ்வாறாயினும்,'' டார்ட்சாவ் தொடர்ந்து எங்களிடம் பேசலானார், "கலையை வகைப்படுத்திப் பிரிப்பது என்பது கருத்தளவில் மட்டுமே செய்யப்படக் கூடிய ஒன்றாகும். நடைமுறையில் அனைத்துத் தத்துவமுறைகளும் ஒன்றாகக் கலக்கப் பட்டு விடுகின்றன. பல சமயங்களில் மகத்தான நடிகர்கள் மனித பலவீனத்தின் காரணத்தால் எந்திரத்தனமான நடிப்பின்

அளவுக்குத் தாழ்ந்து போவதையும், எந்திரத்தனமான நடிகர்கள் சில தருணங்களில் உண்மையான நடிப்புக் கலையின் உச்சங்களை எட்டுவதையும் நாம் காண்பது நிஜம்.

''ஒரு பாத்திரத்தை நிஜமாக வாழ்வதும், அதைப் பிரதிநிதிப் படுத்துதலும், எந்திரத்தனமான நடிப்பும், சுரண்டல் நடிப்பும் அடுத்தடுத்து அருகருகே இருப்பதை நாம் காண்கிறோம். இதனால் தான் நடிப்புக் கலையின் எல்லைகளைப் புரிந்து கொள்ளுவது நடிகர்களுக்கு மிகவும் அவசியமான ஒரு விஷயமாக இருக்கிறது.''

டார்ட்சாவின் இந்த விளக்கத்தைக் கவனமாகக் கேட்டபின், நாங்கள் நடித்துக் காட்டியது எங்களுக்கு நன்மையைக் காட்டிலும் தீமையையே உண்டாக்கியுள்ளது என்பது எனக்குத் தெள்ளத் தெளிவாகத் தெரிந்தது.

இதை நான் அவரிடம் சொன்னபோது அவர், ''இல்லை, நீங்கள் மேடையில் எதையெல்லாம் ஒரு போதும் செய்யக் கூடாது என்பதையே அது உங்களுக்குக் காட்டியுள்ளது,'' என்றார்.

விவாதத்தின் முடிவில், எங்களது குரல் மற்றும் உடல் இவற்றை வளப்படுத்துவதற்கான ஒழுங்கான செயல்பாடுகளில் நாங்கள் நாளை இறங்கப் போகிறோம் என்றும், அதோடு கூட அவருடனும் தொடர்ந்து பணியாற்றுவோம் என்றும் எங்களிடம் அவர் அறிவித்தார். அந்தச் செயல்பாடுகளாவன - பாடல் பயிற்சி, ஜிம்நாஸ்டிக், நடனம், கத்திச் சண்டை இவற்றுக்கான வகுப்புகள் ஆகும். இந்த வகுப்புகள் தினந்தோறும் நடைபெறும் - ஏனெனில், மனித உடலின் தசைகளை வளர்ப்பதற்கு நீண்டகாலம் தொடர்ந்து செய்யப்பட வேண்டிய ஒழுங்கான, முழுமையான பயிற்சிகள் அவசியமாகும்.

★ ★ ★

3

ஆக்ஷன்

அடேயப்பா, என்ன ஒரு தினம்! இன்றுதான் இயக்குனருடனான எங்களது முதல் பாடம்.

பள்ளி என்பது ஒரு சிறிய ஆனால் மிக முழுமையாக அமைக்கப்பட்டிருந்த ஒரு நாடக மன்றமாக இருந்தது. நாங்கள் அங்கு கூடினோம். அவர் உள்ளே வந்து எங்கள் அனைவரையும் கவனமாக ஏறஇறங்கப் பார்த்தார். பின், ''மரியா, தயவு செய்து மேடையின் மீது போ,'' என்றார்.

பாவம் அந்தப் பெண், பயத்தால் வெலவெலத்துப் போனாள். வெகு வேகமாக ஓடிச் சென்று அவள் ஒளிந்து கொண்டதைப் பார்க்கையில் நடுநடுங்கிக் கொண்டிருந்த ஒரு சின்னஞ்சிறு நாய்க்குட்டிதான் என் நினைவுக்கு வந்தது. கடைசியில் நாங்கள் ஒன்றாகச் சேர்ந்து அவளைப் பிடித்து இயக்குனரிடம் இழுத்துச் சென்றோம். அவரோ ஒரு சிறுபிள்ளையைப் போலக் கட்டற்றுச் சிரித்துக் கொண்டிருந்தார். அவள் முகத்தைக் கைகளால் மூடிக் கொண்டு தான் எப்போதும் வழக்கமாகப் பாடும் பல்லவிகளைப் பாடிக் கொண்டிருந்தாள்: ''ஐயோ, என்னால் முடியாது! ஐயையோ, எனக்குப் பயமாக இருக்கிறது!''

''அமைதியாக இரு,'' என்றார் அவர், அவளது கண்களை நேருக்கு நேர் பார்த்தவாறு. ''நாம் நமது சிறு நாடகத்தை நடிக்கலாம். இதுதான் கதை... ''அந்த இளம் பெண்ணின் கலவரத்தைக் கொஞ்சமும் சட்டை செய்யாதவராய் அவர் தொடர்ந்து பேசலானார். ''திரைச்சீலை மேலே போகிறது. நீ மேடையில் உட்கார்ந்து கொண்டிருக்கிறாய். நீ தனியாக இருக்கிறாய். நீ உட்கார்ந்து கொண்டிருக்கிறாய், தொடர்ந்து

உட்கார்ந்து கொண்டிருக்கிறாய். கடைசியில் திரை மீண்டும் கீழே இறங்குகிறது. அதுதான் மொத்த நாடகமும் இதைவிடவும் எளிமையான ஒரு நாடகத்தைக் கற்பனை செய்துகூடப் பார்க்க முடியாது, இல்லையா?''

மரியா பதில் ஏதும் கூறவில்லை. எனவே அவர் அவளைக் கையைப் பிடித்து அழைத்துச் சென்று, ஒரு வார்த்தைகூடப் பேசாமல் மேடையில் விட்டார். நாங்கள் அனைவரும் உரக்கச் சிரித்துக் கொண்டிருந்தோம்.

இயக்குனர் எங்கள் பக்கம் திரும்பி, ''நண்பர்களே, நீங்கள் ஒரு வகுப்பறையில் இருக்கிறீர்கள். மரியா தனது கலை வாழ்வில் ஒரு மிக மிக முக்கியமான தருணத்தை அனுபவித்துக் கொண்டிருக்கிறாள். எப்போது சிரிப்பது, எதைப் பார்த்துச் சிரிப்பது என்று கற்றுக் கொள்ள நீங்கள் முயற்சி செய்யுங்கள்,'' என்றார்.

அவளை மேடையின் நடுவில் கொண்டு சென்று நிறுத்தினார். நாங்கள் அமைதியாக அமர்ந்து திரை மேலே செல்வதற்காகக் காத்துக் கொண்டிருந்தோம். அது மிக மெதுவாக மேலே சென்றது. அவள் சற்றே முன்னால், மேடைக்கு நடுவில் உட்கார்ந்திருந்தாள். அவள் முகம், இன்னமும் கைகளால் மூடப்பட்டிருந்தது. அந்தத் தீவிரமான சூழலும், நெடிய அமைதியும் தொட்டுணரக் கூடிய அளவு கனமாகக் கவிந்திருந்தன. தான் ஏதேனும் செய்தாக வேண்டும் என்பதை அவள் புரிந்து கொண்டாள்.

முதலில் தன் முகத்தை மறைத்திருந்த ஒரு கையை அகற்றினாள், பின் மற்றதையும் அகற்றினாள் அதே சமயம் தன் தலையை வெகுவாகக் குனிந்து கொண்டாள். எங்களால் அவளது கழுத்தின் பின் பகுதியைத் தவிர வேறு எதையும் பார்க்க முடியவில்லை. மற்றொரு தற்காலிக நிறுத்தம். அது மிகவும் வேதனையூட்டுவது போல இருந்த போதிலும், இயக்குனர், தீர்மானமான மௌனத்துடன் காத்திருந்தார். அதிகரித்துக் கொண்டே போகும் இறுக்கத்தை உணர்ந்து கொண்டவளாக, மரியா பார்வையாளர் பக்கம் தன் பார்வையைத் திரும்பினாள், ஆனால் உடனடியாக முகத்தை மறுபடியும் வேறுபக்கமாகத் திருப்பிக் கொண்டாள். எங்கே பார்ப்பது என்றோ, என்ன செய்வது என்றோ தெரியாமல்,

அவள் மாறத் தொடங்கினாள். முதலில் ஒரு பக்கம் திரும்பி உட்கார்ந்தாள், பின்னர் மறுபக்கம் திரும்பினாள். சிரமப்பட்டு உட்கார்ந்திருந்தாள். நேராக நிமிர்ந்து பின்னோக்கிச் சரிந்து உட்கார்ந்தாள், பின்னர் முன்புறமாகக் குனிந்தாள். தனது மிகக் குட்டையான ஸ்கர்டை கீழே இழுத்து விட்டுக் கொண்டாள்; தரையை வெறித்து நோக்கினாள்.

நீண்ட நேரம், இயக்குனரும் விட்டுக் கொடுக்காமல் இருந்தார். ஆனால் இறுதியில், திரையைக் கீழே இறக்குமாறு சைகை செய்தார். நான் அவர் அருகில் வேகமாகச் சென்றேன் - ஏனெனில் அந்தப் பயிற்சியை அவர் என் மீதும் முயற்சி செய்ய வேண்டுமென்று நான் விரும்பினேன்.

நான் மேடை நடுவில் நிறுத்தப்பட்டேன். இது ஒன்றும் ஒரு உண்மையான நடிப்பு அல்ல. எனினும், ஒன்றுக்கொன்று முரண்படான தூண்டுதல்கள் எனக்குள் நிரம்பியிருந்தன. மேடையின் மீது இருந்ததால், நான் ஒரு காட்சிப் பொருளாக இருந்தேன். இருந்தாலும் எனக்குள் இருந்த ஒரு உணர்வு தனிமையை வேண்டியது. எனக்குள் ஒரு பகுதி பார்வையாளர்களை மனமகிழ ஏதேனும் செய்ய வேண்டும் என்று விரும்பியது. ஏனெனில் அவர்கள் சலிப்படையக் கூடாது என்று நான் நினைத்தேன். என்னில் மற்றொரு பகுதி அவர்களை அலட்சியம் செய்யுமாறு தூண்டியது. என் கால்கள், கரங்கள், தலை, மற்றும் உடலின் மேல் பகுதி ஆகியன நான் செலுத்தியவாறு செயல்புரிந்தபோதிலும், தமக்காகத் தோன்றிய ஏதோ ஒரு அசைவைக் கூடுதலாக சேர்த்துக் கொண்டன. உங்கள் கரத்தையோ காலையோ சாதாரணமாக அசைத்த போதிலும், திடீரென்று எல்லாம் கண்டபடி முறுக்கிக் கொண்டு, ஒரு புகைப் படத்துக்குப் போஸ் கொடுப்பதைப் போலத் தோன்றிவிடுகிறது.

இது மிகவும் வினோதமானதாக இருந்தது! இதுவரையில் ஒரே ஒரு முறை மட்டுமே நான் மேடையேறியுள்ளேன். இருந்த போதிலும், என்னால் மேடையில் சாதாரணமாக உட்கார்வதைக் காட்டிலும், செயற்கையாக உட்கார்வது நிச்சயமாக மேலும் சுலபமாக இருந்தது. நான் என்ன செய்ய வேண்டும் என்று என்னால் சிந்திக்க முடியவில்லை. பின்னர் பிறர் என்னிடம்

கூறியது இதுதான்: அதாவது நான் முட்டாள்தனமாகவும், கோமாளித்தனமாகவும், கூச்சப்பட்டது போலவும், குற்ற உணர்வு கொண்டவனாகவும், மன்னிப்புக் கோருபவனாகவும் மாறி மாறித் தெரிந்தேனாம். இயக்குனர் சும்மா காத்துக் கொண்டிருந்தார். பின் அதே பயிற்சியைப் பிறர் மேலும் அவர் முயன்றார்.

"இப்போது, நாம் மேலும் முன்னேறிப் போகலாம். பின்னால் மறுபடி இந்தப் பயிற்சிகளுக்கு வரலாம் - வந்து மேடையில் எப்படி உட்கார்வது என்று கற்றுக் கொள்ளலாம்," என்று அவர் இறுதியில் கூறினார்.

"நாங்கள் செய்து கொண்டிருந்தது அதைத் தானே?" என்று நாங்கள் கேட்டோம்.

"ஓ, இல்லவே இல்லை, நீங்கள் சும்மா உட்கார்ந்து கொண்டிருக்கவே இல்லை!" என்றார் அவர்.

"நாங்கள் என்ன செய்திருக்க வேண்டும்?"

வார்த்தைகளால் எங்களது கேள்விக்குப் பதிலளிப்பதற்குப் பதிலாக, அவர் விரைவாக எழுந்து, மேடையை நோக்கி வெகு தீவிரமாக முனைப்புடன் நடந்து சென்று ஒரு கனமான இருக்கையில் ஓய்வெடுக்கப் போவது போல, தனது வீட்டில் இருப்பதைப் போல அமர்ந்தார். அவர் எதுவுமே செய்யவில்லை, செய்ய முயலவுமில்லை. இருந்தும் அவரது சாதாரணமான உட்கார்ந்த நிலை கருத்தைக் கவர்வதாக இருந்தது. நாங்கள் அவரைக் கவனித்துப் பார்த்தோம். அவருக்குள் என்ன நிகழ்ந்து கொண்டிருந்தது என்று அறிய விரும்பினோம். அவர் புன்னகைத்தார். நாங்களும் அவ்வாறே செய்தோம். அவர் சிந்தனையில் ஆழ்ந்திருப்பது போலத் தோற்றமளித்தார், அவரது மனதில் என்ன எண்ணங்கள் ஓடிக் கொண்டிருந்தன என்று அறிய நாங்கள் ஆர்வமாக இருந்தோம். அவர் எதையோ பார்த்தார் - அவரது கவனத்தைக் கவர்ந்தது என்னவாக இருக்கக் கூடும் என்று நாங்களும் பார்த்தாக வேண்டும் என்பது போல நாங்கள் உணர்ந்தோம்.

சாதாரண அன்றாட வாழ்வில், அவர் இருக்கையில் சென்று அமர்ந்த விதம் பற்றியோ, அதில் தொடர்ந்து உட்கார்ந்திருந்தது

பற்றியோ எவரும் சிறப்பான ஈடுபாடு எதையும் காட்டியிருக்க மாட்டார்கள். ஆனால், ஏதோ ஒரு காரணத்தால், அவர் மேடையில் இருந்தபோது, நாம் அவரைக் கவனித்துப் பார்க்கிறோம். ஒருவேளை, அவர் சும்மா உட்கார்ந்திருப்பதைப் பார்ப்பதிலேயே ஒருவித நிஜமான இன்பத்தை உணர்கிறோம் போலும்.

மற்றவர்கள் மேடைமீது இருந்தபோது இது நிகழவில்லை. நாங்கள் அவர்களைப் பார்க்கவும் விரும்பவில்லை, அவர்களுக்குள் மனதில் என்ன நிகழ்ந்து கொண்டிருந்தது என்று தெரிந்து கொள்ளவும் விரும்பவில்லை. அவர்களது செயலற்ற நிலையும், பார்ப்பவரை மகிழ்விக்க வேண்டும் என்ற அவர்களது விழைவும் வெகு நகைப்பூட்டுவதாக இருந்தன. எனினும், இயக்குனர் எங்களைக் கொஞ்சம் கூடக் கவனிக்காமல் இருந்தபோதும் நாங்கள் அவர்பால் வலிமையாக ஈர்க்கப்பட்டோம்.

இதன் இரகசியம் என்ன? அவரே எங்களுக்குச் சொன்னார்.

மேடையில் நிகழ்வது எதுவாக இருந்தாலும், அதற்கு ஒரு நோக்கம் இருந்தாக வேண்டும். உங்களது இருக்கையில் அமர்ந்திருப்பதற்குக் கூட ஒரு நோக்கம் இருக்க வேண்டும் - அதுவும், சும்மா பார்வையாளரின் கண்களில் படுமாறு இருக்க வேண்டிய பொதுப்படையான நோக்கம் மட்டும் அல்லாது ஒரு தனிச்சிறப்பான, குறிப்பிட்ட நோக்கம் இருக்கவேண்டும். ஒருவர் அங்கு உட்கார்ந்திருப்பதற்கான தனது உரிமையைச் சம்பாதித்தாக வேண்டும். அது சுலபம் அல்ல.

"இப்போது அந்தப் பரிசோதனையைத் திரும்பச் செய்யலாம்," என்றார் அவர், மேடையை விட்டு இறங்காமலே. "மரியா, இங்கே என்னருகில் மேலே வா. நான் உன்னுடன் நடிக்கப் போகிறேன்."

"நீங்களா!" என்று கூவிய மரியா, மேடை மீது ஓடிச் சென்று ஏறினாள்.

மீண்டும் அவள் மேடையின் நடுவில் நாற்காலியில் அமரச் செய்யப்பட்டாள். மறுபடியும் கலக்கத்துடன் அவள் காத்திருக்கத் தொடங்கினாள், இங்குமங்கும் அசையவும், தனது ஆடையை இழுக்கவும் முற்பட்டாள்.

இயக்குனர் அவளருகில் நின்று கொண்டு, தனது குறிப்புப் புத்தகத்தில் எதையோ வெகு கவனமாகத் தேடுவது போலத் தென்பட்டார்.

இதற்கிடையில் படிப்படியாக, மரியா மேலும் அமைதியானாள்; மேலும் ஒருமுனைப்படுத்தப் பட்டவளாய், ஆகி இறுதியில் அசைவற்றுப் போனாள். அவளது விழிகள் அவர் மீது நிலைத்திருந்தன. அவரைத் தொந்தரவு செய்வதற்கு அஞ்சுபவள் போலவும், மேலும் ஏதோ உத்தரவுகளுக்காகச் சும்மா காத்துக் கொண்டிருப்பது போலவும் அவள் தென்பட்டாள். அவள் உட்கார்ந்திருந்த நிலை இயற்கையாக, உயிருள்ளது போலத் தோன்றியது. அவள் மிகவும் அழகாக இருப்பது போலக் கூடத் தோன்றியது. மேடை அவளது தோற்றத்தில் இருந்த சிறப்பான அம்சங்களை வெளிக் கொணர்ந்தது இவ்வாறே சற்று நேரம் சென்றது. பின் திரை கீழே விழுந்தது.

அவர்கள் இருவரும், அரங்கில் தமது பழைய இருக்கைகளுக்குத் திரும்புகையில், "நீ எவ்வாறு உணர்ந்தாய்?" என்று இயக்குனர் அவளைக் கேட்டார்.

"நானா? ஏன்? நாம் நடித்தோமா?"

"நிச்சயமாக!"

"ஓ, ஆனால் நான் நினைத்தது... நீங்கள் உங்கள் புத்தகத்தில் தேடிக் கொண்டிருந்த இடத்தைக் கண்டுபிடிக்கும் வரை... என்ன செய்ய வேண்டும் என்று எனக்குச் சொல்லும் வரை நான் சும்மா உட்கார்ந்து காத்துக் கொண்டிருந்தேன். ஏன், நான் எந்தவிதமான நடிப்பையும் செய்யவில்லையே!"

"அதுதான் இங்கு அதில் சிறப்பான பகுதி," என்றார் அவர். "நீ உட்கார்ந்து காத்துக் கொண்டிருந்தாய், எதையும் நடிக்கவேயில்லை."

பின்னர் அவர் எங்கள் பக்கம் திரும்பி, "இதில் மிகவும் சுவாரஸ்யமானது என்று உங்கள் கருத்தில் பதிந்தது எது?" என்று கேட்டார். "சோன்யாவைப் போல மேடையில் உட்கார்ந்து உங்களது சிறிய பாதங்களைக் காட்டுவதா, அல்லது க்ரிஷாவைப்

போல உங்கள் முழு உடலையும் காட்டுவதா, அல்லது ஒரு குறிப்பிட்ட நோக்கத்துக்காக - ஏதேனும் நடப்பதற்காகக் காத்துக் கொண்டிருப்பது போன்ற வெகு சாதாரணமான நோக்கமானாலும் சரி - உட்கார்ந்திருப்பதா? தனக்குள்ளாகவே, ஒரு ஆழமான ஈடுபாட்டை அது கொண்டிருக்காமல் இருக்கலாம், ஆனால் அதுதான் வாழ்க்கை. ஆனால் உங்களையே காட்சிப் பொருளாக வெளிக்காட்டிக் கொள்வது என்பது உயிர்வாழும் கலையின் வட்டத்துக்கு வெளியே உங்களைக் கொண்டு சென்று விடுகிறது.

"மேடையின் மீது நீங்கள் எப்போதுமே எதையாவது செய்து கொண்டிருக்க வேண்டும் - செயல், அசைவு - இதுதான் நடிகனால் பின்பற்றப்படும் கலையின் அடிப்படை ஆகும்."

"ஆனால், என்று க்ரிஷா இடைமறித்தான்." செயல் அவசியம் என்றும், ஒருவரது பாதத்தையோ உடலையோ காட்டிக் கொள்வது - நான் செய்தது போல - செயல் அல்ல என்றும் நீங்கள் இப்போது சென்னீர்கள். ஆனால் ஒரு விரலைக் கூட அசைக்காமல் நாற்காலியில் உட்கார்ந்து இருப்பது - நீங்கள் செய்தது போல - ஏன் செயலாக இருக்கிறது? எனக்கு அது முற்றிலும் செயலற்று இருப்பது போலத் தான் தோன்றுகிறது."

இங்கு நான் துணிவுடன் இடைமறித்தேன்: "அது செயலா, செயலற்ற தன்மையா என்றெல்லாம் எனக்குத் தெரியாது. ஆனால், அவரது செயலற்ற நிலை, உனது செயலை விடவும் மிகமிக அதிக சுவாரஸ்யமாக இருந்தது என்று நாம் எல்லோரும் ஒப்புக் கொண்டுள்ளோம்."

"இதோ பார்," என்று இயக்குனர் க்ரிஷாவைப் பார்த்து அமைதியாகச் சொன்னார். "மேடையில் உட்கார்ந்து கொண்டுள்ள ஒரு நபரின் வெளித்தோற்றத்தில் அசைவற்று இருக்கும் நிலை அவர் சும்மா இருக்கிறார் என்று பொருள் படுத்துவதல்ல. நீ ஒரு அசைவும் இல்லாமல் உட்கார்ந்திருக்கலாம், அதே நேரத்தில் அசைவுகளால் நிரம்பியிருக்கலாம். அதுமட்டுமல்ல விஷயம். பல சமயங்களில், உடல்ரீதியிலான அசைவற்ற நிலை, உள்ளே இருக்கும் தீவிரத் தன்மையின் நேரடி விளைவாக

இருப்பதுண்டு. கலைரீதியாக, இந்த உள்ளார்ந்த செயல்பாடுகள்தான் மிகவும் முக்கியமானவை ஆகும். கலையின் சாராம்சம் அதன் புற உருவங்களில் இருப்பது அல்ல, அதன் ஆன்மிக உட்பொருளில் உள்ளதாகும். எனவே நான் சற்றுமுன் உங்களுக்குத் தந்த விதியை மாற்றி இவ்வாறு எடுத்துச் சொல்கிறேன்:

"மேடையில் உள்ள போது செயல்படுவது அவசியம், வெளிப்புறமாகவோ அல்லது உட்புறமாகவோ,"

2

இயக்குனர் இன்று வகுப்பறைக்குள் நுழைந்தபோது, "இன்று நாம் ஒரு புதிய நாடகத்தைத் தரலாம்," என்று மரியாவிடம் சொன்னார்.

"இதுதான் அதன் சுருக்கம்: உன் அம்மாவுக்கு வேலை போய்விட்டது; வருமானமில்லை. நாடகப்பள்ளிக்கான உனது கட்டணத்தைக் கட்டுவதற்கு அவளிடம் விற்பதற்கும் எதுவுமில்லை. இதன் விளைவாக நீ நாளை பள்ளியை விட்டு விலக நேரிடும். ஆனால் ஒரு தோழி உனக்கு உதவ முன்வருகிறாள். உனக்குக் கடன் தருவதற்கு அவளிடம் பணம் இல்லை. ஆனால் விலையுயர்ந்த கற்கள் பதிக்கப்பட்ட ஒரு பதக்கத்தை அவள் உனக்குத் தருகிறாள். அவளது தாராளமான இந்தச் செய்கை உன்னை உணர்ச்சி வசப்பட வைக்கிறது. இத்தகையதொரு தியாகத்தை நீ ஏற்றுக் கொள்ளலாமா? உன்னால் முடிவு செய்ய இயலவில்லை. நீ மறுக்க முயல்கிறாய். உன் தோழி அந்தப் பதக்கத்தை உன் வீட்டுத் திரைச்சீலை மீது குத்தி வைத்து விட்டு வெளியேறுகிறாள். நீ அவளைப் பின் தொடர்ந்து வெளியே செல்கிறாய். அங்கு அவள் உன்னை வற்புறுத்தலும், நீ மறுத்தலும், பின் கண்ணீரும், நன்றியுமாக ஒரு நீண்ட காட்சி நடைபெற்றுமுடிகிறது. இறுதியில் நீ அதை ஏற்றுக் கொள்ள உன் தோழி சென்று விடுகிறாள். நீ மறுபடியும் வீட்டிற்குள் நுழைந்து பதக்கத்தை எடுக்க முற்படுகிறாய். ஆனால் அது எங்கே? இதற்குள் யாராவது வீட்டிற்குள் புகுந்து அதை எடுத்துச் சென்றிருக்க முடியுமா? பலரும் வந்து போகும் ஒரு இடத்தில் இது சாத்தியமே.

இதன் பின் ஒரு கவனமான, நரம்புகளைத் தெறிக்க வைக்கும் காட்சி தொடர்கிறது.

"நீ மேடைக்குப் போ. நான் அந்தப் பதக்கத்தை இந்தத் திரைச்சீலையின் மடிப்பில் குத்தி வைக்கிறேன். நீ அதைக் கண்டுபிடிக்க வேண்டும்."

சற்று நேரத்தில் தான் தயார் என்று அவர் அறிவித்தார்.

மரியா, யாரோ தன்னைத் துரத்தி வருவது போல மேடையின் மீது ஓடி ஏறினாள். மேடையின் முன்புற விளக்குகளின் அருகே ஓடிவந்து, பின் மறுபடி பின்னால் போனாள் - தன் தலையை இருகரங்களாலும் பிடித்தவாறு பயத்தால் நடுநடுங்கினாள். பின்னர் மறுபடி முன்னால் வந்து பின்னால் சென்றாள் - இம்முறை எதிர்த்திசையில் சென்றாள். மீண்டும் வேகமாக முன்னால் ஓடிவந்து திரையின் மடிப்புகளைப் பற்றி உலுக்கினாள். பின் தன் தலையை அதில் புதைத்துக் கொண்டாள். இந்தச் செயலால், பதக்கத்தைத் தேடுவதாகக் காட்ட முற்பட்டாள். அது கிடைக்காததால், சட்டென்று திரும்பி, தன் தலையைப் பற்றியபடியோ அல்லது மார்பில் அடித்துக் கொண்டவாறோ அவள் மேடையை விட்டு இறங்கி ஓடினாள். இதன் வாயிலாக, அந்த நிலைமையின் பொதுப்படையான சோகத்தை அவள் வெளிப்படுத்துவதாகத் தோன்றியது.

கீழே, இசைக்குழுவினர் அமரும் இடத்தில் இருந்த எங்களுக்கு சிரிக்காமல் இருப்பது மிகவும் சிரமமான செயலாக இருந்தது.

விரைவில், வெற்றிப் பெருமிதத்துடன் மரியா நாங்கள் இருந்த இடத்துக்கு வந்தாள். அவளது கண்கள் பளிச்சிட்டன. கன்னங்கள் சிவந்திருந்தன.

"நீ எவ்வாறு உணர்கிறாய்?" என்று இயக்குனர் கேட்டார்.

"ஓ, அற்புதம்! எவ்வளவு அற்புதம் என்று என்னால் எடுத்துக் கூறவும் முடியவில்லை. நான் மிக மகிழ்ச்சியாக இருக்கிறேன்;" என்று கூவிய அவள் தனது இருக்கையைச் சுற்றிச் சுற்றிக் குதித்துக் கும்மாளமிட்டாள். "எனது பிரவேச நடிப்பைச் செய்தது போல

நான் உணர்கிறேன் - மேடைமீது இருப்பது எனக்கு மிகவும் பழகிப் போனது போல நிஜமாகவே உள்ளது.''

''அதுமிகவும் நன்று,'' என்றார் இயக்குனர், ஊக்கம் தரும் வகையில், ''ஆனால் அந்தப் பதக்கம் எங்கே? அதை என்னிடம் தா!''

''ஓ, ஆமாம். நான் அதை மறந்து விட்டேன்.''

''இது சற்றே வினோதமாக உள்ளது. நீ அதைக் கஷ்டப்பட்டுத் தேடினாய், ஆனால் மறந்து விட்டாய்!''

நாங்கள் திரும்பிப் பார்ப்பதற்குள் மரியா மறுபடி மேடைக்குச் சென்றுவிட்டாள். அங்கு திரையின் மடிப்புகளிடையே மீண்டும் தேடலானாள்.

''ஒரு விஷயம் மறந்து விடாதே,'' என்றார் இயக்குனர், எச்சரிக்கும் குரலில். ''பதக்கம் கிடைத்து விட்டால் நீ காப்பாற்றப் படுவாய். தொடர்ந்து நீ இந்த வகுப்புகளுக்கு வரலாம். ஆனால் அது கிடைக்காவிட்டால், நீ பள்ளியை விட்டு விலக நேரிடும்.''

உடனே அவளது முகம் தீவிரமடைந்தது. அவளது கண்கள் திரையின் மீது பதிந்தன. மேலேயிருந்து கீழ் வரை திரையின் துணியை ஒவ்வொரு மடிப்பாகப் பிரித்து ஒழுங்காகத் தேடலானாள். இம்முறை அவளது தேடல் மேலும் நிதானமாக இருந்தது. ஆனால், இம்முறை அவள் உண்மையிலேயே உணர்ச்சி வசப்பட்டிருந்தது போல - அதை வெளிக்காட்டிக் கொள்ள எந்தவித முயற்சியும் செய்யாத போதும் - இருந்தது. தனது நேரத்தில் ஒரு கணத்தைக் கூட வீணடிக்காதவாறு அவள் தேடினாள் என்பது எங்களுக்கு நிச்சயமாகத் தெரிந்தது.

''ஓ, அது எங்கே? ஐயோ, நான் அதைத் தொலைத்து விட்டேன்.''

இம்முறை வார்த்தைகள் தாழ்வான குரலில் முனகலாக வெளிவந்தன.

''அது இங்கே இல்லை...'' என்று கலக்கத்துடனும், குழப்பத்துடனும் கதறினாள் - ஒவ்வொரு மடிப்பிலும் நன்றாகத் தேடிவிட்ட பின்.

அவளது முகம் கவலையாலும், சோகத்தாலும் நிறைந்து காணப்பட்டது. எண்ணங்கள் எங்கோ தொலைதூரத்தில் இருந்தது போல அவள் அசைவற்று நின்றாள். பதக்கம் காணாமல் போனது அவளை எவ்வளவுதூரம் பாதித்துவிட்டது என்பதை மிகவும் சுலபமாக எங்களால் உணர முடிந்தது.

நாங்கள் மூச்சுவிடவும் மறந்தவர்களாய் அவளைப் பார்த்தோம்.

கடைசியில், இயக்குனர் பேசினார்.

''இரண்டாவது முறை தேடியபின், நீ இப்போது எப்படி உணர்கிறாய்?'' என்று அவர் கேட்டார்.

''எப்படி உணர்கிறேனா? எனக்குத் தெரியவில்லை.'' அவளது போக்கு மிகவும் மெத்தனமாகத் தென்பட்டது. விடையைச் சொல்ல முயற்சிப்பவள் போலத் தனது தோள்களைக் குலுக்கினாள். அவளையுமறியாமல் அவளது பார்வை மேடையின் தரைமீது பதிந்திருந்தது. சற்று நேரத்துக்குப் பின், ''நான் நன்றாகத் தேடினேன்,'' என்றாள்.

''அது நிஜம் தான். இம்முறை நீ நிஜமாகவே நன்றாகத் தேடினாய்,'' என்றார் அவர். ''ஆனால் முதல் முறை நீ என்ன செய்தாய்?''

''முதல் முறை நான் மிகவும் உணர்ச்சிவயப்பட்டிருந்தேன், நான் மிகவும் கஷ்டப்பட்டேன்.''

''எந்த உணர்வு நன்றாக இருந்தது? முதல்முறை நீ இங்குமங்கும் ஓடி, திரையைக் கிழித்துத் தேடியபோதா, அல்லது இரண்டாம் முறை, அதற்குள் அமைதியாகத் தேடிய போதா?''

''ஏன், நிச்சயமாக முதல் முறை தான் - நான் அந்தப் பதக்கத்தைத் தேடிய போது.''

''இல்லை, முதல் முறை நீ பதக்கத்தைத் தேடிக் கொண்டிருந்தாய் என்று எங்களை நம்பவைக்க முயலாதே, என்றார் அவர்.'' நீ அதைப் பற்றிச் சிந்திக்கக் கூட இல்லை. கஷ்டப் படவேண்டும் என்பதற்காக நீ சும்மா கஷ்டப் பட விரும்பினாய்.

''ஆனால் இரண்டாவது முறை நீ நிஜமாகவே தேடினாய். நாங்கள் எல்லோரும் அதைப் பார்த்தோம்; நாங்கள் புரிந்து

கொண்டோம், நாங்கள் நம்பினோம். ஏனென்றால் உனது குழப்பமும் கவலையும் உண்மையாகவே அங்கு இருந்தன."

"உனது முதல் தேடல் மோசமானது. இரண்டாவது, நன்றாக இருந்தது."

இந்தத் தீர்ப்பு அவளைத் திடுக்கிடச் செய்தது. "ஓ," என்றாள் அவள், "முதல் முறை நான் கிட்டத்தட்ட செத்தே போனேன்."

"அது ஒரு பொருட்டல்ல," என்றார் அவர். "அது உண்மையான தேடலுக்கு இடையூறு விளைவித்தது. மேடைமீது, ஓடவேண்டும் என்பதற்காக ஓடாதே; அல்லது, கஷ்டப்பட வேண்டும் என்பதற்காகக் கஷ்டப்படாதே. செயல்பட வேண்டும் என்பதற்காக, "பொதுப்படையாகச்" செயல்படாதே. எப்போதுமே ஒரு நோக்கத்துடன் செயல்படு."

"மேலும், உண்மையாகவே," என்றேன் நான்.

"ஆம்," என்று அவர் ஆமோதித்தார். "இப்போது மேடைமீது ஏறி அதைச் செய்யுங்கள்."

நாங்களும் சென்றோம் - ஆனால் வெகு நீண்ட நேரம் என்ன செய்வதென்று எங்களுக்குத் தெரியவில்லை. ஒரு பதிவை உண்டாக்க வேண்டும் என்று நினைத்தோம், ஆனால் பார்வையாளர்களின் கவனத்தைக் கவரும் வகையில் செய்யக் கூடிய எதையும் என்னால் எண்ணிப் பார்க்க முடியவில்லை. நான் ஒதெல்லோவாக இருக்கத் தொடங்கினேன், ஆனால் விரைவில் அதை நிறுத்திவிட்டேன். லியோ முதலில் ஒரு பெருந்தனக்காரராகவும், ஒரு இராணுவ அதிகாரியாகவும், பின் குடியானவனாகவும் நடிக்க முயற்சித்தான். மரியா, சோகத்தைக் குறிப்பதற்குத் தன் தலையையும், தன் இதயத்தையும் பற்றிக் கொண்டு சுற்றிச் சுற்றி ஓடினாள். பால், ஹாம்லெட் போன்றதொரு பாணியில் ஒரு நாற்காலியில் உட்கார்ந்து சோகத்தையோ, ஏமாற்றத்தையோ சித்தரிக்கலானான். சோன்யா இங்கு மங்கும் கவர்ச்சியாக நடந்தாள், க்ரிஷா அவளுக்கு அருகில் மேடையின் மிகவும் பழசாகிப் போன பாணியில் தன் காதலை அறிவித்தான். நிக்கோலஸ் உம்னோவைக்கும் டாஷா டிம்கோவாவும் வழக்கம் போல ஒரு மூலையில் ஒளிந்து

கொண்டிருந்தனர். நான் பார்க்க நேரிட்டபோது இப்சென்னின் ப்ராண்ட் என்ற நாடகத்திலிருந்து ஒரு காட்சியைக் சித்தரித்துக் கொண்டிருந்தனர். அவர்களது வெறித்த பார்வைகளையும், மரக்கட்டை போன்ற உடலசைவுகளையும் கண்டு நான் உள்ளூரச் சலிப்படைந்து முனகினேன்.

''நீங்கள் செய்ததை இப்போது நாம் கவனிக்கலாம்...'' என்றார் இயக்குனர். ''நீதான் முதல்,'' என்றார் என்னைச் சுட்டிக் காட்டியபடி, ''மேலும் அதே சமயத்தில், நீயும், நீயும்,'' என்றார் மரியாவையும், பாலையும் காட்டிக் காட்டியபடி. ''இந்த நாற்காலிகளில் உட்காருங்கள். அங்கேதான் என்னால் உங்களை நன்றாகப் பார்க்க முடியும். இப்போது செய்யத் தொடங்குங்கள்: நீ பொறாமைப் பட வேண்டும்; நீ கஷ்டப்பட வேண்டும், நீ துயரத்தைக் காட்ட வேண்டும். வெறுமனே இந்த உணர்ச்சிகளை அவற்றுக்காக மட்டுமே வெளிக் கொண்டு வாருங்கள்.''

நாங்களும் உட்கார்ந்தோம். உடனடியாக, எங்களது நிலைமையின் முட்டாள்தனத்தை உணர்ந்தோம். ஒரு காட்டுமிராண்டியைப் போல உடலை வளைத்து முறுக்கிக் கொண்டு இங்குமங்கும் நடந்து கொண்டிருந்த வரையில், நான் செய்ததில் ஏதோ பொருள் இருந்ததாகக் கற்பனை செய்து கொள்வது சாத்தியமாக இருந்தது. ஆனால் ஒரு நாற்காலியில் என்னை இருத்திக் கொண்ட போது, வெளிப்புற அசைவுகள் ஏதுமில்லாத போது, எனது நடிப்பின் அர்த்தமின்மை வெகு தெளிவாகத் தெரிந்தது.

''நல்லது, இப்போது நீங்கள் என்ன நினைக்கிறீர்கள்?'' என்று இயக்குனர் கேட்டார். ''ஒருவரால் ஒரு நாற்காலியில் உட்கார்ந்தவாறு, காரணம் ஏதுமின்றிப் பொறாமை கொள்ள முடியுமா? அல்லது உணர்ச்சி வயப்பட முடியுமா? அல்லது துயரம் கொள்ள முடியுமா? நிச்சயமாக, அது முடியவே முடியாத ஒன்று. இதை உங்கள் நினைவில் என்றென்றைக்கும் நிறுத்திக் கொள்ளுங்கள்: *(மேடையின் மீது எந்தச் சூழ்நிலையிலும், ஒரு உணர்ச்சியை அதற்காக மட்டுமே எழுப்பக்கூடிய ஒரு செயல் என்பது நிச்சயமாக, இருக்கவே முடியாது.)* இது விதியை அலட்சியம் செய்வதால் மிகவும் அருவருக்கத்தக்க செயற்கைத்தனம் மட்டுமே

விளையும். ஏதேனும் ஒரு செயலின் துணுக்கைத் தேர்ந்தெடுக்கும் போது உணர்ச்சி மற்றும் ஆன்மாவைப் பற்றிய உட்பொருளை அப்படியே விட்டுவிடுங்கள்.

அந்த உணர்ச்சிக்காக மட்டுமே ஒருபோதும் பொறாமை கொள்ளவோ, காதல் செய்யவோ, கஷ்டப்படவோ முயற்சி செய்யாதீர்கள். அந்த விதமான உணர்ச்சிகள் எல்லாமே அதற்குமுன் நிகழ்ந்து முடிந்த ஏதோ ஒரு விஷயத்தின் விளைவுகள் ஆகும். முன்னர் நடந்து போன ஒன்றைப் பற்றி நீங்கள் மிகவும் தீவிரமாகச் சிந்திக்க வேண்டும். அதன் விளைவு என்பது தானாகவே வெளிவரும். உணர்ச்சிகளையோ அவற்றின் மாதிரிகளையோ, அல்லது அவற்றுடன் இணைக்கப்பட்டுள்ள பாரம்பரிய சைகைகளையோ பயன்படுத்துவது என்பது நமது கலைத் தொழிலில் அடிக்கடி நிகழும் குறைபாடுகளாகும். ஆனால் இந்தவிதமான உண்மையற்ற செயற்கை விஷயங்களிலிருந்து நீங்கள் விலகியிருக்க வேண்டும். உணர்ச்சிகளையோ, அவற்றின் ஆயத்த மாதிரிகளையோ நீங்கள் காப்பியடிக்கவே கூடாது. அவற்றை நீங்கள் வாழ வேண்டும். அவற்றை நடித்துக் காட்டுவது என்பது அவற்றின் உள்ளே வாழ்வதிலிருந்து வெளியே வரவேண்டும்.

மேடை இவ்வளவு காலியாக இல்லாமல், அதில் ஒரு சில பொருள்கள் - மரச்சாமான்கள், கணப்பு, சாம்பல் கிண்ணங்கள் ஆகியன - இருந்தால் எங்களால் மேலும் சிறப்பாக நடிக்க முடியும் என்று வான்யா சொன்னான்.

இயக்குனரும், "மிக்க நன்று," என்று அதை ஏற்றுக் கொண்டார். இத்துடன் அன்றைய பாடத்தை முடித்தார்.

3

இன்றைய எங்களது பணி மறுபடியும் பள்ளியின் மேடையில் திட்டமிடப் பட்டிருந்தது ஆனால் நாங்கள் அங்கு சென்று சேர்ந்தபோது அரங்கின் வாயில் மூடப் பட்டிருந்ததைக் கண்டோம். ஆனால் அருகில் இருந்த மற்றொரு கதவு திறந்திருந்தது. அது நேரடியாக மேடையைச் சென்று அடைந்தது. நாங்கள் உள்ளே நுழைந்தபோது ஒரு சிறிய முன் கூடத்தில்

நாங்கள் இருந்ததைக் கண்டு பெரிதும் வியப்படைந்தோம். அதற்கடுத்தபடி, ஒரு சின்னஞ்சிறு உட்காரும் அறை இருந்தது. அதில் இரு கதவுகள் இருந்தன - ஒன்று ஒரு உணவு அருந்தும் அறைக்குச் சென்று அங்கிருந்து ஒரு படுக்கை அறைக்குச் சென்றது. மற்றது ஒரு நீண்ட தாழ்வாரத்திற்கு இட்டுச் சென்றது. அதன் ஒருபுறம் பிரகாசமாக ஒளியூட்டப்பட்டிருந்த ஒரு நடனக் கூடம் இருந்தது. இந்த முழு இல்லமும் சேமிப்புக் கிடங்கிலிருந்து எடுக்கப்பட்ட திரைச்சீலைகளால் பிரித்தமைக்கப் பட்டிருந்தது. பிரதான திரைச்சீலை கீழே இறக்கப்பட்டு, மரச்சாமான்களால் தடுக்கப்பட்டிருந்தது.

நாங்கள் மேடையில் இருந்தது போல அல்லாமல், வீட்டில் இருந்தது போல உணர்ந்தோம். முதலில் அறைகளைச் சோதனை செய்தோம். பின் குழுக்களாக அமர்ந்து பேசத் தொடங்கினோம். பாடம் தொடங்கிவிட்டது என்று எங்களில் யாருக்கும் தோன்றவேயில்லை. கடைசியில் இங்கு வேலை செய்வதற்காக நாம் கூடியுள்ளோம் என்று இயக்குனர் நினைவுபடுத்தினார்.

''நாம் என்ன செய்யலாம்?'' என்று யாரோ கேட்டார்கள்.

''நேற்று செய்ததையே தான்,'' என்று பதில் வந்தது.

ஆனால் நாங்கள் தொடர்ந்து சும்மா நின்று கொண்டிருந்தோம்.

''என்ன விஷயம்?'' என்றார் அவர்.

பால் தான் பதில் சொன்னான். ''எனக்கு நிஜமாகவே தெரியவில்லை. திடீரென்று காரணம் ஏதுமின்றி, நடிப்பது என்றால்...'' மேலே பேச முடியாமல் அவன் நிறுத்தினான்.

''காரணமில்லாமல் நடிப்பது வசதியாக இல்லையென்றால், சரி, ஒரு காரணத்தைக் கண்டுபிடி!'' என்றார் டார்ட்சாவ். ''நான் உங்கள் மீது எந்தக் கட்டுப்பாட்டையும் விதிக்கவில்லை. ஆனால் சும்மா மரக்கட்டைகள் போல் நின்று கொண்டிருக்காதீர்கள்.''

''ஆனால், அவ்வாறு செய்வது நடிப்பதற்காகவே நடிப்பதாகாதா?'' என்று யாரோ கேட்கத் துணிந்தனர்.

''இல்லை,'' என்று திடமாக மறுத்தார் இயக்குனர். ''இப்போதிலிருந்து நடிப்பது என்பது ஏதேனும் ஒரு

நோக்கத்துக்காக மட்டுமே. நேற்று நீங்கள் கேட்ட சுற்றுச்சூழல் இதோ இங்கு உள்ளது. வெகு சாதாரணமான செயல்பாடுகளை விளைவிக்க வல்ல சில உள்ளார்ந்த நோக்கங்களை உங்களால் சிபாரிசு செய்ய முடியாதா? எடுத்துக்காட்டாக, வான்யா, அந்தக் கதவை மூடு என்று நான் உன்னைக் கேட்டுக் கொண்டால், நீ அதைச் செய்ய மாட்டாயா?''

''கதவை மூட வேண்டுமா? நிச்சயமாக,'' வான்யா என்று கதவை அறைந்து மூடிவிட்டு, நாங்கள் அவனைக் கவனிப்பதற்கு முன் திரும்பிவிட்டான்.

''கதவை மூடுவது என்றால் அது அல்ல,'' என்றார் இயக்குனர். 'மூடுவது' என்ற சொல்லின் வாயிலாக, அது மூடப்பட வேண்டும், மூடியே இருக்க வேண்டும், குளிர்காற்று உள்ளே வராதபடியோ, அல்லது அடுத்த அறையில் இருப்பவர்கள் நாம் பேசுவதைக் கேட்கமுடியாதபடியோ செய்ய வேண்டும் என்று விருப்பத்தை நான் குறிக்கிறேன். நீயோ உன் மனதில் எந்த விதமான காரணமும் இன்றிக் கதவை அறைந்து மூடினாய். அவ்வாறு மூடியதால் அது மறுபடியும் திரும்பத் திறந்து கொள்ளலாம் உண்மையில் அவ்வாறே ஆகி விட்டது.''

''அது நிற்கமாட்டேன் என்கிறது, சத்தியமாக! அது நிற்கவில்லை...'' என்றான் வான்யா.

''அதை மூடி நிற்க வைப்பது கஷ்டம் என்றால், எனது வேண்டுகோளைச் செய்வதற்குக் கூடுதல் நேரமும் அக்கறையும் தேவைப்படும்,'' என்றார் இயக்குனர்.

இம்முறை வான்யா கதவைச் சரியாக மூடினான்.

''எனக்கு செய்வதற்கு ஏதேனும் சொல்லுங்கள்,'' என்று நான் கெஞ்சினேன்.

''எதையாவது யோசிப்பது உனக்கு இயலாததா? அங்கே ஒரு கணப்பும், விறகும் உள்ளது. போய் ஒரு நெருப்பை மூட்டு.''

நானும் அவ்வாறே செய்தேன். கணப்பில் விறகை வைத்தேன். ஆனால் தீக்குச்சி எதுவும் கிடைக்கவில்லை. அது என் சட்டைப்பையிலும் இல்லை, கணப்பின் மேல் பலகையிலும்

இல்லை. எனவே நான் திரும்பி வந்து டார்ட்சாவிடம் என் பிரச்சினை பற்றிச் சொன்னேன்.

''உனக்குத் தீக்குச்சிதான் எதற்காக?'' என்று அவர் கேட்டார்.

''தீயை மூட்ட,''

''கணப்பு, காகித அட்டையால் ஆனது இந்த அரங்கத்தைக் கொளுத்தி விடவா நினைத்தாய்?''

''நாம் சும்மா பாவனை செய்யத்தான் போனேன்,''என்று நான் விளக்கினேன்.

அவர் தன் வெறுங்கையை நீட்டினார்.

''நெருப்பை மூட்டுவதாகப் பாவனை செய்வதற்கு பாவனைத் தீக்குச்சிகளே போதும். இங்கு தீக்குச்சியை உரசிக் கொளுத்துவதா முக்கியம்!''

''ஹாம்லெட்டை நடிக்கும் காலத்தை நீங்கள் எட்டும்போது அவனது சிக்கலான உளவியலுக்குள் புகுந்து புறப்பட்டு வெளிவந்து அவன் மன்னனைக் கொலை செய்யும் கட்டத்தை நெருங்கிவிட்ட போது, உன் கையில் ஒரு நிஜக்கத்தி இருப்பது அவசியமாகுமா? அது உன்னிடம் இல்லையென்றால், அந்தக் காட்சிக்கான நடிப்பை உன்னால் செய்து முடிக்க முடியாமல் போகுமா? ஒரு கத்தியின்றி உங்களால் மன்னனைக் கொல்ல முடியும், தீக்குச்சியின்றி தீமூட்ட முடியும். இங்கு கொளுத்தப்பட்டு எரிய வேண்டியது உங்கள் கற்பனை மட்டுமே.''

நான் தீயை மூட்டுவதாகத் தொடர்ந்து பாவனை செய்யலானேன். அந்தச் செயலை நீடிப்பதற்காக, கற்பனையிலான தீக்குச்சிகள் பலமுறை அணைந்து போவதாக ஏற்பாடு செய்தேன். என் கரங்களால் பொத்திப் பாதுகாக்க முயன்ற போதும், அவை அணைந்து போயின. மேலும் தீயைப் பார்ப்பதற்கும், அனலை உணர்வதற்கும் நான் முயன்றேன் ஆனால் அம்முயற்சியில் தோற்றுப் போனேன். விரைவில் சலிப்படைந்தவனாக, வேறு ஏதேனும் செய்ய எண்ண வேண்டிய கட்டாயத்துக்கு உள்ளானேன். அறையிலிருந்த சாமான்களை நகர்த்தினேன், பின் அவற்றை எண்ணினேன், ஆனால் இச்செயல்களுக்குப் பின்னால்

நோக்கம் எதுவும் இல்லாமற் போனதால், அவை எல்லாமே எந்திரத்தனமாக இருந்தன.

''இதில் வியப்படைவதற்கு ஒன்றும் இல்லை,'' என்று இயக்குனர் விளக்கமளித்தார். ''ஒரு செயலுக்கு உள்ளார்ந்த அஸ்திவாரம் இல்லையென்றால் அதனால் உனது கவனத்தை தொடர்ந்து தக்கவைத்துக் கொள்ள முடியாது. ஒரு சில நாற்காலிகளை இங்குமங்கும் நகர்த்த வெகுநேரம் ஆகாது. ஆனால், ஒரு குறிப்பிட்ட நோக்கத்துக்காக, வெவ்வேறு வகைப்பட்ட இருக்கைகளை ஒழுங்குபடுத்த வேண்டுமானால், விருந்தினர்கள் உணவு அருந்தும் போது, பதவி, வயது, தனிப்பட்ட சமூக நிலை இவற்றுக்கு ஏற்ப உட்காரவைக்கப் பட வேண்டும் என்றால், அதற்கு நீ நெடு நேரம் செலவிட வேண்டியிருக்கும்.''

ஆனால் எனது கற்பனா வளம் வற்றிவிட்டது. மற்றவர்களும் நின்று விட்டதைக் கண்டவுடன், அவர் எங்களை உட்காரும் அறையில் ஒன்று சேர்த்தார்.

''உங்களைக் கண்டு நீங்களே வெட்கப்படவில்லையா? இங்கு ஒரு டஜன் குழந்தையைக் கொண்டு வந்து, இதுதான் உங்களது புதிய இல்லம் என்று சொல்லியிருந்தால், அவர்களது கற்பனை சுடர்விட்டுப் பிரகாசிப்பதைக் கண்டிருப்பீர்கள். அவர்களது விளையாட்டு உண்மையான விளையாட்டாக இருந்திருக்கும். உங்களால் அவர்களைப் போல இருக்க முடியாதா?''

''அதைச் சொல்வது எளிது,'' என்று பால் குற்றம் கூறினான். ''நாங்கள் குழந்தைகள் அல்லவே! அவர்கள் இயல்பாகவே விளையாட விரும்புகிறார்கள். எங்களைப் பொறுத்தமட்டில் அது வலிந்து செய்யப்பட வேண்டியுள்ளது.''

''கண்டிப்பாக!,'' என்றார் இயக்குனர். ''உங்களுக்குள்ளாகவே ஒரு சுடரை உங்களால் ஏற்றிக்கொள்ள முடியாது என்றால் அதற்கு மேல் நான் சொல்வதற்கு ஒன்றுமில்லை. உண்மையாகவே கலைஞனாக உள்ள ஒவ்வொருவரும் நிஜமாகவே தன்னைச் சுற்றிலும் உள்ளதைக் காட்டிலும் மேலும் ஆழமான, மேலும் சுவாரஸ்யமான மற்றொரு வாழ்வைத் தனக்குள்ளே உருவாக்கிக் கொள்ள விரும்புவது நிச்சயம்.''

க்ரிஷா குறுக்கிட்டு, "திரை மேலே எழும்பி, பார்வையாளர்களும் அங்கே நம்முன் இருந்தால் அந்த ஆசை கண்டிப்பாக வரும்."

"இல்லை," என்று தீர்மானமாகக் கூறினார் இயக்குனர். "நீங்கள் நிஜமாகவே கலைஞர்களாக இருந்தால், உபபொருள்கள் இல்லாமலேயே அந்த ஆசையை நீங்கள் உணர்வீர்கள். இப்போது, உண்மையை வெளிப்படையாகச் சொல்லுங்கள். உங்களை நடிக்க விடாமல் தடுத்தது என்ன, நிஜமாகவே?"

என்னால் ஒரு தீயை மூட்டவும், மேசை நாற்காலிகளை நகர்த்தி வைக்கவும், கதவுகளைத் திறந்து மூடவும் முடிந்தது என்றும், ஆனால் இந்தச் செயல்கள் எனது கவனத்தைப் பிடித்து நிறுத்தி வைக்கும் அளவு நீண்டதாக இல்லை என்றும் நான் விளக்கினேன். நான் தீயை மூட்டுகிறேன், அல்லது கதவைச் சாத்துகிறேன் அத்துடன் அது முடிந்து விடுகிறது. ஒரு செயல் மற்றொரு செயலுக்கு இட்டுச் சென்றால், அது மூன்றாவதை உருவாக்கினால், இதனால் இயல்பான வேகமும், இறுக்கமும் உண்டாகக் கூடும்.

"சுருக்கமாகச் சொல்வதானால், உனக்குத் தேவையானது குறுகிய, வெளிப்படையான, பாதியளவு எந்திரத்தனமான செயல்கள் அல்ல என்றும், மாறாக, பரந்துபட்ட, மேலும் ஆழமான, அதிகச் சிக்கலான செயல்கள் என்றும் நீ கருதுகிறாய்?" என்று ஒரு கேள்வியுடன் நிறுத்தினார் இயக்குனர்.

"இல்லை," என்று நான் பதிலளித்தேன். "ஆனால் எளிமையானதாக இருந்தாலும், சுவாரஸ்யமான ஏதேனும் ஒரு செயலை எங்களுக்குத் தாருங்கள்."

அவர் மேலும் குழப்பமடைந்தவராய்," எல்லாமே என்னைச் சார்ந்துதான் உள்ளது என்றா நீ சொல்ல வருகிறாய்? இதற்கான விளக்கத்தை அந்தச் செயலைச் செய்வதற்காக உங்களுக்குள் உள்ள நோக்கங்களிலேயும், எந்தச் சூழ்நிலைகளிலே நீங்கள் அதனைச் செய்கிறீர்கள் என்பதிலேயும் தேட வேண்டும். உதாரணத்துக்கு அந்தக் கதவைச் சாத்துவது அல்லது திறப்பதை எடுத்துக் கொள்ளுங்கள். அதைவிடவும் எளிமையான, குறைந்த சுவாரஸ்யமான, அதிக எந்திரத்தனமான ஒரு செயல் இருக்கவே முடியாது எனலாம்.

''ஆனால், மரியாவின் வீடு உள்ள இந்த அடுக்குமாடி இருப்பிடங்கள் ஒன்றில் வசித்த நபர் ஒருவர் கடும் மனோவியாதிக்கு உள்ளாகி விட்டார் என்று வைத்துக் கொள்வோம். வன்முறையில் ஈடுபடத் தொடங்கிவிட்ட அவரைப் பிடித்துச் சென்று மனநல விடுதி ஒன்றில் அடைத்து விட்டார்கள். அவர் அங்கிருந்து தப்பித்து இங்கு வந்து அந்தக் கதவின் பின்னால் இருக்கிறார் என்று வைத்துக் கொள்வோம். அப்போது நீ என்ன செய்வாய்?''

இயக்குனர் வர்ணித்தது போல, அந்த வடிவத்தில் கேள்வியானது கேட்கப்பட்ட பின், எங்களது முழு உள்நோக்கமும் முற்றிலும் மாறி விட்டது. எங்களது செயலை எவ்விதமாக நீட்டிப்பது என்றோ, அதன் புறத்தோற்றத்தைப் பற்றியோ நாங்கள் அதற்கு மேல் நினைத்துக் கூடப் பார்க்கவில்லை. எங்கள் முன் வைக்கப்பட்ட பிரச்சினையின் கண்ணோட்டத்தில் இந்தச் செயல் அல்லது அந்தச் செயலின் மதிப்பு அல்லது குறிக்கோளைக் கணக்கிடுவதிலேயே எங்கள் மனங்கள் மையம் கொண்டிருந்தன. கதவு எவ்வளவு தூரத்தில் உள்ளது என்று எங்கள் கண்கள் கணக்கிடத் தொடங்கின. அதைச் சென்று அடைவதற்கான பாதுகாப்பான வழிகளையும் தேடலாயின. ஒருக்கால் அந்தப் பைத்தியக்காரன் கதவை உடைத்துக் கொண்டு வெளியே வந்துவிட்டால் அவனிடமிருந்து தப்பித்துச் செல்வதற்கான பாதைகளையும் சுற்றுப்புறத்தில் தேடிப்பார்த்தன எங்களது தற்பாதுகாப்பு உணர்வு, ஏதோ ஆபத்தைக் கண்டு கொண்டு அதை எவ்வாறு சமாளிப்பது என்றும் கணக்கிடலானது.

வேண்டுமென்றோ அல்லது தற்செயலாகவோ, கதவு மூடப்பட்டபின் அதன்மீது சாய்ந்து நின்று கொண்டிருந்தவன், இப்போது திடீரென்று துள்ளி அங்கிருந்து விலகினான். அவன் ஓடவும் நாங்கள் எல்லோரும் அவன் பின்னே ஓடலானோம். பெண்கள் கீச்சிட்டு அலறியவாறு மற்றொரு அறையினுள் ஓடிச் சென்று மறைந்தனர். இறுதியில் நான் ஒரு மேசைக்கு அடியில் இருந்தேன், கையில் வெண்கலத்தாலான ஒரு கனமான சாம்பல் தட்டுடன்.

வேலை அத்துடன் முடிந்து விடவில்லை. இப்போது கதவு மூடியிருந்தது ஆனால் பூட்டப்படவில்லை. அதற்கு சாவியும்

இருக்கவில்லை. எனவே, நாங்கள் செய்யக் கூடிய மிகப் பாதுகாப்பான செயல் கதவுக்குக் குறுக்கே சோபாக்கள், மேசைகள், நாற்காலிகள் இவற்றை வைத்துத் தடுத்து விட்டுப் பின் மருத்துவமனையைத் தொலைபேசியில் அழைத்து அந்த மனநோயாளியை மீண்டும் எடுத்துச் செல்வதற்கான ஏற்பாடுகளைச் செய்வதுதான்.

இவ்வாறு புதிதாக உருவாக்கிச் செய்ததன் வெற்றி என்னை மிகவும் உற்சாகமடையச் செய்தது. இயக்குனரிடம் சென்று தீயைப் பற்ற வைப்பதில் எனக்கு மற்றொரு வாய்ப்புத் தருமாறு வேண்டினேன்.

அவர் கொஞ்சமும் தயக்கமின்றி மரியா இப்போதுதான் ஒரு பெரும் சொத்துக்கு வாரிசாகி உள்ளாள் என்று கூறினார்! இந்த வீட்டை வாங்கி, அதில் புதுமனை புகுவிழா ஒன்றை நடத்துவதன் மூலம் தனது அதிர்ஷ்டத்தைக் கொண்டாட முடிவு செய்துள்ளாள் என்றும், அதற்குத் தனது சகமாணவர்கள் அனைவரையும் அழைத்து இருக்கிறாள் என்றும் கூறினார். மாணவர்களில் ஒருவனுக்கு கச்சலோவ், மாஸ்க்வின் மற்றும் லியோனிடோவ் இவர்களை நன்றாகத் தெரியும் என்றும், அவர்களையும் விருந்துக்கு அழைத்து வருவதாக அவன் கூறியுள்ளதாகவும் அவர் சொன்னார். ஆனால் வீடு மிகவும் குளிராக இருந்தது. வெளியில் மிகக் குளிராக இருந்தபோதும், கட்டிடத்தின் பொது மின் கணப்பு இன்னமும் வேலை செய்யத் தொடங்கவில்லை. சாதாரண விறகுக் கணப்புக்குக் கொஞ்சம் விறகு கிடைக்குமா?

அண்டை வீட்டாரிடமிருந்து கொஞ்சம் விறகைக் கடன் வாங்கிக் கொள்ளலாம். ஒரு சிறிய தீ மூட்டப்பட்டது, ஆனால் அதிலிருந்து புகை அதிகமாக வெளிவரத் தொடங்கியதால் அதை அணைத்துவிட வேண்டியதாயிற்று இதற்கிடையில் நேரம் கடந்து கொண்டிருந்தது. மற்றொரு தீ மூட்டப்பட்டது. ஆனால் விறகு பச்சையாக இருந்ததால், எரிய மறுத்தது. இன்னும் ஒரு நிமிடத்தில், விருந்தினர்கள் வந்து சேர்ந்து விடுவர்.

''இப்போது நான் சொன்னவை உண்மையாக இருந்தால் நீ என்ன செய்வாய் என்று பார்க்கலாம்!'' என்றார் அவர்.

இதெல்லாம் நடைபெற்று முடிந்தவுடன், இயக்குனர் பின்வருமாறு கூறினார்: ''இன்று நீங்கள் ஒரு நோக்கத்துடன் செயல் புரிந்தீர்கள் என்று என்னால் சொல்ல முடியும். நாடக அரங்கில் செய்யப்படுகிற செயல்கள் எல்லாவற்றுக்கும் ஒரு உள்ளார்ந்த காரணம், நியாயப்படுத்துதல் இருக்க வேண்டும் என்றும் அவை பகுத்தறிவுக்கு உட்பட்டவையாகவும், தெளிவானதாகவும், நிஜமானதாகவும் இருக்க வேண்டும் என்றும் நீங்கள் கற்றுக் கொண்டீர்கள். இரண்டாவதாக அப்படியானால் (if) என்ற சொல் நிதர்சன உலகிலிருந்து நம்மை மேலே தூக்கி எடுத்து கற்பனையின் வட்டத்துக்குள் கொண்டு செல்லும் ஒரு நெம்பு கோலாகச் செயல்படுகிறது.

4

இன்று இயக்குனர் "if" (அப்படியானால்) என்ற சொல்லின் பல்வேறு செயல்பாடுகளை ஒவ்வொன்றாகச் சொல்லலானார்.

''இந்தச் சொல்லுக்கு ஒரு விநோதமான தன்மை உள்ளது. அது ஒரு விதமான சக்தி, அதை நீங்களும் உணர்ந்து கொண்டீர்கள். அது உங்களுக்குள் ஒரு உடனடியான உள்ளேயிருந்து ஏற்படும் தூண்டுதலை உருவாக்கியது.

''அது எவ்வளவு சுலபமாகவும், எளிதாகவும் வந்தது என்பதைக் கவனியுங்கள். நமது பயிற்சியின் தொடக்கப் புள்ளியாக இருந்த அந்தக் கதவு, பாதுகாப்பின் ஒரு கருவியாக ஆகிவிட்டது. உங்களது அடிப்படை நோக்கம், உங்களின் ஒன்றுபட்ட கவனம், தற்காப்புக்கான ஆசையாக இருந்தது.

''ஆபத்து இருக்கக் கூடும் என்ற எண்ணமே கிளர்ச்சியூட்டும் ஒன்றாகும். எந்தச் சமயத்திலும் மாவைப் பொங்கச் செய்யும் ஈஸ்ட்டைப் போன்றது அது. அசையாப் பொருட்களாகிய கதவும், தீக்கணப்பும் வேறு எதனுடனோ தொடர்பு கொண்டுள்ள போது மட்டுமே நம்மை உற்சாகம் கொள்ள வைக்கின்றன, நமக்கு கூடுதல் முக்கியத்துவம் கொண்டவையாக ஆகின்றன.''

''மேலும் இந்த உள்ளிருந்து வரும் தூண்டுதலானது எந்தவிதமோ கட்டாயமோ வற்புறுத்தலோ இன்றி, ஏமாற்றும்

வேலையின்றிக் கொண்டுவரப்பட்டது என்பதையும் கருத்தில் கொள்ளுங்கள். கதவுக்குப் பின்னால் ஒரு பைத்தியக்காரன் இருந்தான் என்று நான் உங்களிடம் சொல்லவில்லை. அதற்கு நேர் மாறாக "if" என்ற சொல்லைப் பயன்படுத்துவதன் வாயிலாக, உண்மையாக இருக்கக் கூடும் என்ற ஒரு வாதத்தைத் தான் நான் உங்கள் முன் வைக்கிறேன் என்பதை நான் நன்றாக உணர்ந்திருந்தேன். நான் செய்ய விரும்பியதெல்லாம் இதுதான்: பைத்தியக்காரன் இருக்கக் கூடும் என்ற கூற்று உண்மையாக இருக்கும் பட்சத்தில் நீங்கள் என்ன செய்திருப்பீர்கள் என்று உங்களைச் சொல்ல வைப்பதுதான். அதன்பின் அந்தச் சூழ்நிலையில் இருக்கக் கூடிய ஒவ்வொருவரும் என்ன உணர்ந்திருப்பார்களோ அதையே நீங்களும் உணருமாறு செய்வதும் என் விருப்பமாக இருந்தது. நீங்களும் உங்கள் பங்கிற்கு உங்களையே வற்புறுத்திக் கொண்டு செயல்படவில்லை, அந்தக் கூற்றை உண்மை என்று ஏற்றுக் கொள்ளவும் இல்லை. அதை வெறும் சாத்தியப்பாடு என்று மட்டுமே நீங்கள் எடுத்துக் கொண்டீர்கள்.

"இவ்வாறு உள்ளதை உள்ளவாறு சொல்வதற்குப் பதிலாக, அந்தக் கதவுக்குப் பின்னால் நிஜமாகவே, உண்மையாகவே ஒரு பைத்தியக்காரன் இருக்கிறான் என்று நான் உங்களிடம் சத்தியம் செய்து சொல்லியிருந்தால் என்னவாகியிருக்கும்?"

"அத்தகையதொரு வெளிப்படையான பொய்யை நான் நம்பியிருக்க மாட்டேன்," என்பது என் பதிலாக இருந்தது.

"(if) அப்படியானால் என்ற இந்தச் சொல்லின் தனிச் சிறப்பான குணத்தினால், நீங்கள் எதையும் நம்பவேண்டும் என்றோ நம்ப வேண்டாம் என்றோ எவரும் உங்களைக் கட்டாயப்படுத்துவதில்லை. எல்லாமே தெளிவாக, நேர்மையாக, வெளிப்படையாக உள்ளது. உங்களிடம் ஒரு கேள்வி தரப்படுகிறது, அதற்கு உண்மையாகவும் நிச்சயமாகவும் நீங்கள் பதிலளிக்க வேண்டும் என்று எதிர்பார்க்கப்படுகிறது," என்று இயக்குனர் விளக்கினார். மேலும் தொடர்ந்து,

"இதன் விளைவாக, அப்படியானால் (if) என்ற சொல்லின் பாதிப்பின் இரகசியம் முதலாவதாக, அது பயத்தையோ,

பலவந்தத்தையோ பயன்படுத்துவதில்லை, கலைஞனை எதையும் செய்ய வைப்பதில்லை, என்ற உண்மையில் தான் இருக்கிறது. இதற்கு மாறாக, தனது நேர்மையின் மூலம் அது அவனுக்கு ஆறுதல் அளித்து, அவ்வாறு இருக்கக் கூடும் என்ற நிலைமையில் நம்பிக்கை வைக்க அவனுக்குத் துணிவூட்டுகிறது. இதனால்தான் உங்களது பயிற்சியில் அந்தத் தூண்டுதல் வெகு இயல்பாக உண்டாக்கப்பட்டது.

''இது என்னை மற்றொரு குணத்திற்குக் கொண்டு வருகிறது. அது ஒரு உள்ளார்ந்த உண்மையான செயலை எழுப்புகிறது. மேலும் இதை இயற்கையான வழிமுறைகளின் மூலம் செய்கிறது. நீங்கள் நடிகர்களாக இருப்பதால் அந்தக் கேள்விக்கு ஒரு சாதாரண பதிலைத் தரவில்லை. செயல்படுவதற்கான சவாலை நீங்கள் எதிர்கொள்ள வேண்டும் என்று நீங்கள் நினைத்தீர்கள்.

''அப்படியானால் (if) என்ற சொல்லின் இந்த முக்கியக் குணாம்சம், நமது நடிப்புக்கலைத் தத்துவத்தின் அடிப்படைக் கோட்பாடுகள் ஒன்றுக்கு மிக அருகில் இதைக் கொண்டு - புதிதாக உருவாக்குதல் மற்றும் கலையில் செயல்பாடு என்பது தான் அது.''

5

''நான் உங்களிடம் சொல்லியவற்றை உடனடியாகப் பயிற்சி செய்ய வேண்டும் என்று உங்களில் சிலர் வெகு ஆர்வமாக இருக்கிறீர்கள்,'' என்று இயக்குனர் இன்று சொன்னார். ''அது மிகவும் சரியானதே, நானும் உங்களது விருப்பத்தை ஒப்புக்கொள்வதில் மகிழ்ச்சி அடைகிறேன். இப்போது, அப்படியானால் (if) என்ற சொல்லின் பயன்பாட்டை ஒரு கதாபாத்திரத்துக்குப் பொருத்திப் பார்க்கலாம்.

''கள்ளமற்ற குடியானவன் ஒருவன், ரயில் தடத்தின் திருகு ஒன்றைக் கழற்றி எடுத்துத் தனது மீன் பிடிக்கும் தூண்டிலுக்குக் கனமாகப் பயன்படுத்தியது பற்றிய கதை ஒன்று - செக்கோவ் எழுதியது உண்டு. அதை நாடகமாக நீங்கள் நடிக்க முற்பட்டால் என்னவாகும்? அவனது செயலுக்காக அவன் குற்றம் சாட்டப்பட்டுக் கடுமையாகத் தண்டிக்கப்பட்டான். இந்தக் கற்பனை நிகழ்வு சிலரின் மனதில் தான் ஆழமாகப் பதியும்.

பெரும்பாலோருக்கு இது ஒரு "வேடிக்கைக் கதை" யாகத் தான் நின்று விடும். இந்த நகைச்சுவைக்குப் பின்னால் மறைந்துள்ள சட்டரீதியான, சமூகரீதியான நிலைமைகளின் சோகத்தை அவர்கள் கொஞ்சம் கூடக் கண்டு கொள்ள மாட்டார்கள். ஆனால் இந்த நாடகத்தின் கதாபாத்திரங்களில் ஒன்றை ஏற்று நடிக்கவுள்ள நடிகர் இக்காட்சியில் சிரிக்க முடியாது. அவன் இக்கதையின் கருத்தைத் தனக்காகவே சுயமாகச் சிந்தித்து முழுவதுமாக உணர வேண்டும். அதை விடவும் முக்கியமாக, கதாசிரியர் இக்கதையை எழுதக் காரணமாக எது இருந்ததோ அதையும் முழுவதுமாக அவன் வாழ்ந்தாக வேண்டும். இதை நீங்கள் எப்படிச் செய்வீர்கள்?" இவ்வாறு கேட்ட இயக்குனர் சற்றே தயங்கி நிறுத்தினார்.

சற்று நேரம் மாணவர்கள் அமைதியாக, சிந்தனையில் மூழ்கியவர்களாக இருந்தனர்.

"சந்தேகம் எழும் வேளைகளில், உங்கள் எண்ணங்கள் உணர்வுகள் மற்றும் கற்பனை அமைதியாக இருக்கும் போது, 'அப்படியானால்' (if) என்பதை நினைவுபடுத்திக் கொள்ளுங்கள். கதாசிரியரும் தனது கதையை அவ்வாறு தான் தொடங்கினார்.

"ஒரு எளிய விவசாயி, மீன் பிடிக்கச் செல்லும் போது, ரயில் தடத்திலிருந்து ஒரு திருகைக் கழற்றிக் கொண்டால் என்னவாகும்?" என்று அவர் தன்னைத் தானே கேட்டுக் கொண்டார். இப்போது அதே பிரச்சினையை உங்கள் முன் வைத்து, "இந்த வழக்கு நியாயத் தீர்ப்புக்காக என் முன்பாக வந்தால் நான் என்ன செய்வேன்?"

"நான் அந்தக் குற்றவாளிக்குத் தண்டனை கொடுப்பேன்," என்றேன் நான் சற்றும் தயக்கமின்றி.

"எதற்காக? தனது தூண்டிலுக்கு கனம் சேர்த்ததற்காகவா?"

"திருகைத் திருடியதற்காக,"

"நிச்சயமாக, திருடுவது தவறு," என்று டார்ட்சாவ் ஒப்புக் கொண்டார். "ஆனால் ஒருவன் தெரியாமல் செய்த தவறுக்காக அவனைக் கடுமையாகத் தண்டிக்கலாமா?"

"ஒரு முழு ரயிலும் விபத்துக்குள்ளாகி, நூற்றுக் கணக்கானோர் இறப்பதற்கு அவன் காரணமாக இருக்கக்கூடும் என்பதை அவன் உணர்ந்து கொள்ளுமாறு செய்ய வேண்டும்,'' என்று நான் வெடுக்கென்று பதில் கொடுத்தேன்.

"ஒரு சின்னஞ்சிறு திருகின் காரணமாகவா? அவன் அதை நம்புமாறு செய்ய உன்னால் ஒருபோதும் முடியாது,'' என்று இயக்குனர் விவாதித்தார்.

"மனிதன் சும்மா நடிக்கிறான். தனது செயலின் தன்மையை அவன் உணர்ந்திருக்கிறான்,'' என்றேன் நான்.

"விவசாயியாக நடிக்கும் நடிகனுக்குத் திறமையிருந்தால் தான் எந்தக் குற்றத்தையும் பற்றி உணர்ந்திருக்கவில்லை என்று தனது நடிப்பினால் உனக்கு நிரூபித்து விடுவான்,'' என்றார் இயக்குனர்.

விவாதம் தொடர்ந்தபோது குற்றம்சாட்டப்பட்டவரின் செயலை நியாயப்படுத்த எல்லாவிதமான வாதங்களையும் அவர் பயன்படுத்தினார். இறுதியில், என் வாதத்தில் சற்றே பலவீனமாகுமாறு செய்வதில் வெற்றியும் பெற்றார். அதைக் கண்டு கொண்டவுடன்,

"அந்த நீதிபதி ஒருக்கால் அனுபவித்த அதே உள்ளார்ந்த தூண்டுதலை நீயும் உணர்ந்தாய். நீ அந்தப் பாத்திரத்தை ஏற்று நடித்தால், ஒரே மாதிரியான உணர்வுகள் உன்னை அந்தப் பாத்திரத்துக்கு அருகில் நெருங்கி வரச் செய்யும்.''

"நடிகனுக்கும் அவன் ஏற்று நடிக்கும் கதாபாத்திரத்துக்கும் இடையில் இந்த உறவை ஏற்படுத்துவதற்கு நாடகத்தை மேலும் விவரமாக வர்ணிக்கும் விவரங்களைச் சேர்த்துக் கொள்ளுங்கள். இதனால் அதற்குக் கூர்மையும், நம்மை ஈர்த்துக் கொள்ளும் செயல்பாடும் கிடைக்கும். 'அப்படியானால்' என்ற சொல்லின் மீதாக இவ்வாறு நடந்திருக்கலாம் என்று யூகித்துக் கூறப்படும் சந்தர்ப்ப சூழ்நிலைகள் உங்களது சொந்த உணர்வுகளுக்கு நெருக்கமாக உள்ள ஆதாரங்களிலிருந்து எடுத்துக் கொள்ளப்படுகின்றன. இதனால், நடிகனின் அக வாழ்வின் மீது ஒரு பலமான தாக்கத்தை அவை ஏற்படுத்துகின்றன. உங்கள் வாழ்க்கைக்கும் உங்கள் பாத்திரத்திற்கும் இடையிலான இந்தத் தொடர்பை நீங்கள்

ஏற்படுத்தி விட்டால், அந்த உள்ளிருந்து வரும் உந்துதல் அல்லது தூண்டுதலை நீங்கள் கண்டு கொள்வீர்கள். வாழ்வில் உங்களது சொந்த அனுபவத்தை அடிப்படையாகக் கொண்ட நிறைய சாத்தியப்பாடுகளை இத்துடன் சேர்த்துக் கொண்டால், மேடையில் நீங்கள் செய்ய வேண்டியதன் பல்வேறு சூழ்நிலைகளை உங்களால் உண்மையிலேயே நம்ப முடியும், கற்பனை செய்து கொள்ள முடியும்.

"ஒரு முழுக் கதாபாத்திரத்தையும் இவ்வாறு வடிவமைத்துக் கொள்ளுங்கள், ஒரு முற்றிலும் புதிய வாழ்வை நீங்கள் உருவாக்குவீர்கள்.

"இதனால் எழுப்பப்படும் உணர்ச்சிகள் இந்த கற்பனை நபர் நாடகத்தால் வடிவமைக்கப்படும் சூழ்நிலைகளில் அவர் இருத்தப்பட்டால் அவரால் செய்யப்படும் செயல்களின் வாயிலாக வெளிப்படுத்தப்படும்."

"அவை முழு உணர்வுடன் ஆனவையா அல்லது தெரியாமல் செய்யப்படுபவையா?" என்று நான் கேட்டேன்.

"அது எப்படிப்பட்டது என்று நீயே பரிசோதித்துப் பார். அதன் செயல்முறையில் ஒவ்வொரு சிறிய துணுக்கையும் ஆழமாகப் பார் - இவற்றுள் எது உணர்வுநிலையில் உள்ளது, எது இல்லை என்று அதன் ஆதாரத் தொடக்கத்திலிருந்து பார். அந்த மர்மத்தை உன்னால் ஒருபோதும் புரிந்து கொள்ள முடியாது - ஏனெனில் அவற்றில் சில முக்கிய தருணங்களை உன்னால் வைத்துக் கொள்ளக் கூட முடியாது. இவை, முழுமையாகவோ, பகுதிகளாகவோ, தாமாகவே உருவாகி, பெருமளவில் கவனிக்கப் படாமலேயே கடந்து சென்றுவிடும் - எல்லாமே ஆழ்மனதின் ஆளுகையில் நடைபெறும்."

"உனக்கு இதில் நம்பிக்கை வரவேண்டுமானால், ஒரு மிகச் சிறப்பான நடிப்பிற்குப் பின் அந்த நடிகர் மேடையில் இருந்தபோது என்ன செய்தார், எவ்வாறு உணர்ந்தார் என்பதைப் பற்றி அவரிடம் கேள். அவரால் பதிலளிக்க முடியாது. ஏனெனில் தான் வாழ்ந்து முடித்தது என்ன என்பது பற்றி அவர் அறிந்திருக்க மாட்டார், அதன் மிக முக்கியமான தருணங்கள் பலவும் அவருக்கு நினைவில்

இருக்காது. அவரிடமிருந்து நீ தெரிந்து கொள்ளக் கூடியதெல்லாம், மேடையில் அவர் சௌகரியமாக உணர்ந்தார் என்பதும், மற்ற நடிகர்களுடன் சுலபமான ஒரு தொடர்பைக் கொண்டிருந்தார் என்பதும் தான்.

"அவரது நடிப்பைப் பற்றி நீ வர்ணித்தால் அதைக் கேட்டு அவர் அசந்து போவார். தான் முற்றிலும் உணர்நிலையில் இல்லாத தனது நடிப்பைப் பற்றிய விஷயங்களை படிப்படியாகத் தான் அவர் உணர்ந்து கொள்வார்.

"இதிலிருந்து 'அப்படியானால்' (if) என்பது கூட புதிதாக உருவாக்கும் ஆழ்மனதுக்கு ஒரு தூண்டுதலாக உள்ளது என்று முடிவு செய்து கொள்ளலாம். தவிரவும், நமது கலையின் மற்றொரு அடிப்படைக் கோட்பாட்டைச் செயல்படுத்த இது நமக்கு உதவுகிறது: "உணர்நிலையில் உள்ள செயல்நுட்பத்தின் வாயிலாக, உணர்நிலையைத் தாண்டிச் சென்று புதிதாக உருவாக்குதல்."

"இதுவரையில், நமது வகையிலான நடிப்பின் இரண்டு 'அப்படியானால்' (if) என்பதன் பிரதானக் கோட்பாடுகளுடன் தொடர்புள்ள வகையில் பயன்களைப் பற்றி நான் விளக்கியுள்ளேன். இந்தச் சொல்லானது, மூன்றாவதாக உள்ள ஒரு கோட்பாட்டுடன் மேலும் வலிமையாக இணைந்துள்ளது. நாடகக் கலை பற்றி நமது மாபெரும் கவிஞரான புஷ்கின் தனது முடிவுசெய்யப்படாத ஒரு கட்டுரையில் குறிப்பிட்டுள்ளார்:

அவர் கூறிய பல விஷயங்களுக்கிடையே இதுவும் உள்ளது.

"ஒரு நாடகக் கலைஞனிடமிருந்து நாம் வேண்டுவது இதுதான் - உண்மையான உணர்ச்சிகள்: கொடுக்கப் பட்டுள்ள குறிப்பிட்ட சூழ்நிலைகளில் உண்மை என்று தோன்றக் கூடிய உணர்ச்சிகள் மட்டுமே."

எனது பங்காக, ஒரு நடிகரிடமிருந்து இதைத்தான் நாம் கேட்கிறோம் என்பதைத் தான் இங்கே நானும் சொல்கிறேன்.

"இந்தக் கூற்று பற்றி ஆழமாகச் சிந்தியுங்கள். இதைச் செயல்படுத்துவதற்கு 'அப்படியானால்' (if) என்பது நமக்கு எவ்வாறு உதவுகிறது என்பது பற்றிய ஒரு தெளிவான எடுத்துக்காட்டை நான் உங்களுக்குப் பின்னர் தருகிறேன்."

"உண்மையான உணர்ச்சிகள்: கொடுக்கப்பட்டுள்ள குறிப்பிட்ட சூழ்நிலைகளில் உண்மை என்று தோன்றக்கூடிய உணர்ச்சிகள்," என்று நான் திரும்பக் கூறினேன் - என் குரலில் பலவித ஏற்ற இறக்கங்களுடன்.

"நிறுத்து!" என்றார் இயக்குனர்." அதன் அடிப்படைச் சாராம்சமான பொருளை வெளிக் கொண்டுவராமல், நீ அதை ஒரு சலிப்பூட்டும் ஒரு சாதாரணச் சொற்றொடராக ஆக்குகிறாய். ஒரு சிந்தனையை முழுமையாகப் புரிந்து கொள்ள முடியாதபோது அதன் அங்கங்களாக அதைப் பிரித்து ஒவ்வொன்றாக ஆராய்ந்து பார்."

"கொடுக்கப்பட்டுள்ள குறிப்பிட்ட சூழ்நிலைகள்" என்ற சொற்றொடரின் சரியான பொருள்தான் என்ன?" என்று பால் கேட்டான்.

"அதாவது, நாடகத்தின் கதை, அதன் விவரங்கள், சம்பவங்கள், காலம், நேரம், செயல்நிகழும் இடம், அங்குள்ள வாழ்க்கை நிலைமைகள், அவை பற்றி நடிகர்களும் ஏற்படுத்திக் கொள்ளும் தனிப்பட்ட புரிதல், அதன் தயாரிப்பு, காட்சி அமைப்புகள், உடைகள், மேடையில் காட்சி அமைப்பிற்குப் பயன்படுத்தப்படும் பொருள்கள், விளக்குகள் மற்றும் பின்னணி ஒலிகள் - ஒரு நடிகன் தன் கதாபாத்திரத்தை உருவாக்கும் போது கணக்கில் எடுத்துக் கொள்ள வேண்டிய அனைத்துச் சுற்றுச் சூழல் விஷயங்களையும் இது குறிக்கின்றது.

"அப்படியானால் (if) என்பது தொடக்கப் புள்ளி, இங்கு கொடுக்கப்பட்டுள்ள குறிப்பிட்ட சூழ்நிலைகள் அதன் முன்னோக்கிச் செல்லும் வளர்ச்சி. ஒன்றில்லாமல் மற்றொன்று இருக்க முடியாது. இல்லாமல் போனால் இங்கு தேவைப்படும் தூண்டுதல் குணம் இருக்காது. எனினும், இவற்றின் பணி முறைகள் சற்றே வேறுபடுகின்றன: 'அப்படியானால்' என்ற சொல் உறங்கிக் கிடக்கும் கற்பனா சக்தியைத் தட்டி எழுப்புகிறது. குறிப்பிட்ட சூழ்நிலைகள் என்பனவோ, அப்படியானால் என்பதற்கான அடித்தளங்களையே கட்டி எழுப்புகின்றன. இவை இரண்டும், ஒன்றாக இணைந்தும், தனித் தனியாகவும் ஒரு உள்ளார்ந்த தூண்டுதலை உருவாக்க உதவுகின்றன."

"உண்மையான உணர்ச்சிகள் என்பது எதைக் குறிக்கிறது?" என்று வான்யா ஆர்வத்துடன் கேட்டான்.

"அது சொல்லுவதைத் தான் குறிக்கிறது - உயிருள்ள மனித உணர்ச்சிகள், நடிகர் தானே உணர்ந்து அனுபவித்துள்ள உணர்ச்சிகள்."

"அப்படி என்றால், "உண்மை என்று தோன்றக் கூடிய உணர்ச்சிகள்" என்பன யாவை?" என்று வான்யா தொடர்ந்து கேட்டான்.

"உண்மை என்று தோன்றக் கூடியவை எனும் போது நாம் குறிப்பிடுவது அந்த நிஜமான உணர்ச்சிகளை அல்ல மாறாக கிட்டத்தட்ட அவற்றை ஒத்த ஏதோ ஒன்றைப் பற்றிப் பேசுகிறோம். இவை, மறைமுகமாக மறு உருவாக்கம் செய்யப்பட்டவை, உண்மையான உள் உணர்ச்சிகளால் தூண்டப்பட்டவை."

"நடைமுறைப் பயிற்சியில் நீங்கள் செய்ய வேண்டியது கிட்டத்தட்ட இதுதான்: முதலில், நாடகத்தால் கொடுக்கப்படுகிற "குறிப்பிட்ட சூழ்நிலைகளை," உங்களது சொந்த முறையில் கற்பனை செய்து கொள்ள வேண்டும். அதே போல தயாரிப்பு மற்றும் உங்களுக்கே உரிய கலைநயமான கருத்தாக்கத்தையும் எண்ணமிட்டுக் கொள்ள வேண்டும். இந்த விஷயங்கள் எல்லாம் நீங்கள் எடுத்து நடிக்கவிருக்கும் பாத்திரத்தின் வாழ்க்கையையும் அவனைச் சுற்றியுள்ள சூழ்நிலைகளையும் பற்றிய ஒரு பொதுப்படையான வடிவத்தை உங்களுக்குக் கோடிட்டுக் காட்டும். அவனுடையதைப் போன்ற வாழ்க்கை ஒன்றின் பொதுப்படையான சாத்தியப் பாடுகளை நீங்கள் நிஜமாகவே நம்ப வேண்டியது மிகமிக அவசியமாகும். அவ்வாறு நம்பத் தொடங்கியபின் அதற்குமிகவும் பழக்கமாகிப் போனவராக ஆகி அதற்கு மிகவும் நெருங்கியவராக, அன்னியோன்யமாக உணர வேண்டும். இதில் நீங்கள் வெற்றி பெற்று விட்டால், "உண்மையான உணர்ச்சிகளும்," "நிஜம் போலத் தோன்றக் கூடிய உணர்ச்சிகளும்," உங்களுக்குள் தானாகவே வளர்வதை நீங்கள் காண்பீர்கள்.

''எனினும், இந்த நடிப்புக் கலையின் மூன்றாவது கோட்பாட்டை நீங்கள் பயன்படுத்தும் பொழுது உங்கள் உணர்ச்சிகளைப் பற்றிக் கவலைப் படாதீர்கள். ஏனெனில் அவை பெருமளவில் ஆழ்மனதிலிருந்து உதிப்பவை, எனவே உங்களது நேரடியான கட்டுப்பாட்டுக்குக் கீழே வருவன அல்ல. உங்களது கவனம் முழுவதையும் ''கொடுக்கப்பட்டுள்ள குறிப்பிட்ட சூழ்நிலைகளின்'' மீது செலுத்துங்கள் அவை எப்பொழுதுமே உங்களால் தொட்டுணரக் கூடிய தூரத்தில் சுலபமாகக் கிடைப்பவையாக உள்ளன.''

பாடத்தின் இறுதியில், முன்னதாக ''அப்படியானால்'' (if) என்பது பற்றி நான் சொல்லிய விஷயங்களுக்கு இன்னும் தெளிவூட்டும் சில விஷயங்களை இப்போது என்னால் தரமுடியும். அதன் சக்தியானது அதன் சொந்தக் கூர்மையை மட்டும் சார்ந்திராமல் குறிப்பிட்ட சூழ்நிலைகளின் விவரங்களின் கூர்மையையும் சார்ந்து உள்ளன.''

''ஆனால், ''க்ரிஷா இடை மறித்தான்,'' எல்லாமே மற்றவர்களால் தயாரிக்கப்பட்டு விட்டால் பின் நடிகனுக்குச் செய்வதற்கு என்ன மீதமுள்ளது? வெறும் சில்லறைச் சமாச்சாரங்கள் மட்டுமா?''

''சில்லறைச் சமாச்சாரங்களா? நீ என்ன சொல்கிறாய்?'' என்று இயக்குனர் கோமாகக் கேட்டார். ''மற்றொருவரின் கற்பனைக் கதையின் நம்பிக்கை கொண்டு அதை உயிருடன் உலாச் செய்ய விடுவது சில்லறைச் சமாச்சாரமா? தானாகவே ஒரு கருத்தைக் கண்டுபிடிப்பதை விடவும், மற்றொருவரால் சொல்லப்பட்ட ஒரு கருத்தை எடுத்து அதை விவரித்துச் சொல்வது என்பது அதிகச் சிரமமானது என்று உனக்குத் தெரியாதா? ஒரு மோசமான நாடகம் கூட, ஒரு மகத்தான நடிகரால் மறுஉருவாக்கம் செய்யப்பட்டதால் உலகப்புகழ் பெற்ற உதாரணங்கள் நமக்குத் தெரியும். ஷெக்ஸ்பியர் கூட, மற்றவர்களின் கதைகளை மறுஉருவாக்கம் செய்தார் என்பதும் நாம் அறிவோம். ஒரு நாடக ஆசிரியரின் பணி மீது நாம் அவ்வாறு தான் செயல்படுகிறோம்.

சொற்களின் பின்னே மறைந்துள்ளவற்றை நாம் உயிருக்குக் கொண்டு வருகிறோம். நமது எண்ணங்களை ஆசிரியரின்

வரிகளுக்குள்ளே போடுகிறோம்; நாடகத்தின் மற்ற கதாபாத்திரங்களுடனே நமக்கே உரித்தான உறவுகளை உருவாக்கிக் கொள்கிறோம்; ஆசிரியர் மற்றும் இயக்குனரிடமிருந்து பெறுகின்ற விவரங்களை நமக்குள்ளே ஊற்றி வடிகட்டி எடுக்கிறோம்; அவற்றின் மீது மேலும் செயல்பட்டு, நமது சொந்தக் கற்பனையைக் கலந்து வளப்படுத்துகிறோம். அந்த விவரங்கள் நமக்குள் ஒரு அங்கமாகி விடுகின்றன; உடலளவிலும், உயிரின் அளவிலும் அவை நம்முடன் இணைந்து விடுகின்றன. நமது உணர்ச்சிகள் உண்மையானவை; மேலும் இறுதி விளைவாக ஒரு நிஜமான உருவாக்கும் செயல்பாட்டைக் கொண்டுள்ளோம் - இவை எல்லாமே நாடகத்தின் கருத்துச்செறிவுடன் வெகு நெருக்கமாகப் பின்னிப் பிணைந்து உள்ளன:

"இந்த மகத்தான அற்புதப் பணி வெறும் சில்லறை சமாச்சாரம் என்றா நீ சொல்கிறாய்!"

"இல்லை, இல்லவே இல்லை! இது கலை இது புதிதாக உருவாக்கும் பணி."

இந்தச் சொற்களுடன் அவர் பாடத்தை முடித்துக் கொண்டார்.

6

இன்று நாங்கள் வரிசையாகச் சில பயிற்சிகளைச் செய்தோம். அவற்றில், செயல்படுவதிலான பிரச்சினைகளை உருவாக்கிக் கொண்டோம் - உதாரணமாக, ஒரு கடிதம் எழுதுதல், அறையை ஒழுங்கு படுத்துதல், காணாமல் போன ஒரு பொருளைத் தேடுதல். இச்சாதாரணச் செயல்களை சுவாரஸ்யமான பல்வேறு சாத்தியப் பாடுகளான சூழ்நிலைகளில் வடிவமைத்தோம். இதன் நோக்கம், நாங்களாகவே உருவாக்கிய சூழ்நிலைகளின் உள்ளே அந்தச் செயல்களைச் செய்வதாகும்.

இத்தகைய பயிற்சிகளுக்கு இயக்குனர் அதிக முக்கியத்துவம் கொடுத்தார். எனவே, அவற்றின் பால் நெடுநேரம், மிகுந்த உற்சாகத்துடன் வேலை செய்தோம்.

எங்கள் ஒவ்வொருவருடனும் ஒரு பயிற்சியைத் தனித்தனியாகச் செய்த பின் அவர் பின்வருமாறு கூறினார்:

"சரியான பாதையின் துவக்கம் இதுதான். இதை உங்கள் சொந்த அனுபவத்தின் மூலமாக நீங்கள் கண்டுபிடித்துள்ளீர்கள். இப்போதைக்கு ஒரு பாத்திரம் அல்லது நாடகத்தைப் பொறுத்த மட்டில் வேறு எந்தவிதமான அணுகுமுறையும் இருக்கக்கூடாது. இந்தச் சரியான தொடக்கத்தின் முக்கியத்துவத்தைப் புரிந்து கொள்வதற்கு, பரிசோதனை நடிப்பில் நீங்கள் செய்ததை இப்போது செய்ததுடன் ஒப்பிட்டுப் பாருங்கள். மரியாவும் கோஸ்ட்யாவும் நடித்துக் காட்டியதில் அங்கங்கு தற்செயலாகத் தோன்றிய ஏதோ ஒரு சில நல்ல நடிப்பைத் தவிர, நீங்கள் அனைவருமே உங்கள் வேலையை ஆரம்பத்தில் தொடங்குவதற்குப் பதிலாக முடிவில் தொடங்கினீர்கள். உங்களுக்குள்ளும் உங்கள் பார்வையாளர்களுக்குள்ளும் மிகவும் அளப்பரியதும், அபரிமிதமானதுமான உணர்ச்சிகளைத் தொடக்கத்திலேயே எழுப்ப நீங்கள் பிடிவாதத்துடன் இருந்தீர்கள். அவர்களுக்கு சில பளீரிடும் காட்சிகளைத் தரவும், அதே சமயத்தில் உங்களது அக மற்றும் புறத் திறன்களை வெளிக்காட்டவும் முயன்றீர்கள். இந்தத் தவறான அணுகுமுறை இயல்பாகவே வன்முறைக்குக் கொண்டு சென்றது. இத்தகைய தவறுகளைத் தவிர்க்க வேண்டுமானால் ஒரு விஷயத்தை எப்போதும் மறக்காமல் நினைவில் வைத்துக் கொள்ளுங்கள் - ஒவ்வொரு கதாபாத்திரத்தைப் பற்றிக் கற்றுக் கொள்ளத் தொடங்கும் போதும் அதனுடன் தொடர்புள்ள எல்லா விவரங்களையும் சேகரித்துக் கொள்ளுங்கள். அவற்றோடு கூட உங்கள் கற்பனைத் திறனையும் சேர்த்துக் கொள்ளுங்கள். இது நிஜவாழ்வை ஒத்துள்ளது என்ற திருப்தி ஏற்படும் வரையில், நீங்கள் எடுத்துக் கொண்டுள்ள வேலையின் மீது உங்களுக்குச் சுலபமாக நம்பிக்கை ஏற்படும் வரையில் இதைச் செய்யுங்கள். ஆரம்ப காலத்தில், உங்கள் உணர்ச்சிகளைப் பற்றி எண்ணாதீர்கள், உள்ளார்ந்த சூழல் சரியாகத் தயாரிக்கப்பட்டவுடன், தாமாகவே உணர்ச்சிகள் மேற்பரப்புக்கு வரும்."

4

கற்பனை

1

இன்று எங்கள் பாடத்துக்காகத் தனது இல்லத்துக்கு வருமாறு இயக்குனர் எங்களை அழைத்திருந்தார். அவரது வாசிக்கும் அறையில் எங்களை வசதியாக அமரச் செய்துவிட்டு அவர் தொடங்கினார்:

‘‘ஒரு நாடகத்தின் மீதான நமது பணி, ‘‘அப்படியானால்’’ (if) என்ற சொல்லை ஒரு நெம்புகோல் போலப் பயன்படுத்தி நமது அன்றாட வாழ்விலிருந்து மேலே எழுப்பி கற்பனையின் பரிமாணத்துக்குள் கொண்டு செல்வதுடன் தொடங்குகிறது என்று இப்போது உங்களுக்குத் தெரியும். நாடகமும், அதில் உள்ள கதாபாத்திரங்களும் ஆசிரியரின் கற்பனைக் கண்டுபிடிப்புகள் ஆகும். அவை அவரால் சிந்தித்து உருவாக்கப்பட்ட வரிசையான ‘‘அப்படியானால்’’ களும், கொடுக்கப்பட்ட குறிப்பிட்ட சூழ்நிலைகளும் ஆகும். மேடையின் மீது, நிதர்சனம் என்ற ஒன்று கிடையவே கிடையாது. கலை என்பது கற்பனையின் உற்பத்தியாகும். ஒரு நாடகாசிரியரின் பணியும் அவ்வாறே இருக்க வேண்டும். ஒரு நடிகரின் நோக்கமானது தனது செயல்நுட்பத்தைப் பயன்படுத்தி நாடகத்தை ஒரு நடிக்கப்பட்ட நிஜமாக ஆக்குவதாக இருக்க வேண்டும். இந்தச் செய்முறையில் மிகப் பெரிய பங்கை வகிப்பது கற்பனைதான்.’’

நாடகமேடையின் செட்களில் கற்பனை செய்யப்படக்கூடிய அனைத்துவகை வடிவங்களின் சித்திர வரைபாடுகளால் நிறைந்திருந்த தனது வாசிக்கும் அறையின் சுவர்களை அவர் சுட்டிக் காட்டினார்.

''இவையெல்லாம் எனக்கு மிகவும் பிடித்த ஒரு ஓவியனின் படைப்புகள். இப்போது அவர் இல்லை, இறந்து விட்டார். அவர் ஒரு வினோதமான மனிதர் இன்னமும் எழுதப்படாத நாடகங்களுக்கும் செட்களை வடிவமைப்பதை அவர் பெரிதும் விரும்பினார். நாடகாசிரியர் செக்கோவ் தனது மரணத்துக்குச் சற்று முன் எழுதத் திட்டமிட்டிருந்த ஒரு நாடகத்தின் கடைசிக் காட்சிக்கான வரைவு இது - வடதுருவப் பகுதியின் பனிப் பிரதேசத்தில் காணாமல் போய்விட்ட ஒரு ஆராய்ச்சிப் பயணக்குழு பற்றிய நாடகம் இதுவாகும்.

''இந்தச் சித்திரம் தனது வாழ்நாள் முழுவதும் மாஸ்கோவின் சுற்றுப்புறத்தில் உள்ள புறநகர்ப்பகுதிகளுக்கு வெளியே கூடச் செல்லாதிருந்த ஒரு நபரால் வரையப்பட்டது என்றால் யார் நம்புவார்கள்?'' என்றார் இயக்குனர். ''இங்கே குளிர்காலத்தில் தான் கண்ட காட்சிகளையும், கதைகளில் உள்ள வர்ணனைகளையும், அறிவியல் பத்திரிகைகளில் உள்ள புகைப் படங்களையும் கொண்டு இந்த தூந்திரப்பிரதேசக் காட்சியை அவர் உருவாக்கினார். அந்த எல்லா விவரங்களிலிருந்தும் அவரது கற்பனை ஒரு ஓவியத்தைத் தீட்டியது.''

அதன் பின் அவர் எங்களது கவனத்தை மற்றொரு சுவரின் பக்கம் திருப்பினார். அதில் பல்வேறு காலங்களைக் குறிக்கும் இயற்கைக் காட்சிகள் இருந்தன. ஒவ்வொரு சித்திரத்திலும் ஒரு ஊசியிலை மரக் காட்டிற்கு அருகில் இருந்த வீடுகள் - அழகானவை, வரிசையாக அமைந்தவை - தென்பட்டன. பருவகாலம், ஒரே நாளின் பல பொழுதுகள் மற்றும் வானிலை இவற்றில் மட்டுமே மாற்றங்கள் தெரிந்தன. சுவரில் இருந்த மற்றொரு பகுதியில், அதே இடம், வீடுகள் எதுவுமின்றி ஒரு திறந்த வெளி, ஒரு ஏரி மற்றும் பலவிதமான மரங்கள் இவற்றுடன் காணப்பட்டது. இயற்கையையும் அதனுடன் கூட மனித வாழ்க்கையையும் மாற்றியமைப்பதை ஓவியர் நன்கு ரசித்திருக்க வேண்டும் என்பது தெளிவாகத் தெரிந்தது. தனது ஓவியங்கள் அனைத்திலும் அவர் வீடுகளையும்; கிராமங்களையும் கட்டி எழுப்பினார், இடித்துத் தள்ளினார்; சுற்றுப்புறத்தின் அடையாளங்களை மாற்றினார், மலைகளை இடம் பெயர்த்தார்.

''கிரகங்களுக்கு இடையிலான வாழ்க்கையைப் பற்றிய, இல்லாத ஒரு நாடகத்துக்கான சில வரைபடங்கள் இங்கே உள்ளன,'' என்று கூறி பிற வரைபடங்களையும், வண்ணச் சித்திரங்களையும் இயக்குனர் காட்டினார். ''இத்தகைய படத்தைத் தீட்டுவதற்கு, அந்த ஓவியருக்கு சாதாரணக் கற்பனை மட்டுமல்லாமல் இல்லாத ஒன்றை எண்ணிப் பார்க்கும் திறனும் இருந்திருக்க வேண்டும்.''

''இவை இரண்டுக்கும் இடையில் உள்ள வேறுபாடு என்ன?'' என்று மாணவர்களில் ஒருவன் கேட்டான்.

''கற்பனை என்பது, உண்மையில் இருக்கக்கூடிய அல்லது நடக்கக் கூடிய விஷயங்களை உருவாக்குகிறது. ஆனால் மற்றதோ, இல்லாதவற்றைக் கண்டுபிடிக்கிறது. இல்லாதவை எனும் போது எப்போதுமே இல்லாதவை, இனி இருக்கவே போகாதவை எனலாம். ஆனாலும் யாருக்குத் தெரியும், அவை ஒருக்கால் ஏற்பட்டாலும் ஏற்படலாம். அதீதமான கற்பனை பறக்கும் கம்பளத்தை உருவாக்கிய பொழுது ஒருநாள் நாம் வானில் பறந்து செல்லக் கூடும் என்று யார் நினைத்திருக்கக் கூடும்? ஒரு ஓவியனுக்குக் கற்பனையும், அதீதக் கற்பனையும் இன்றியமையாதவையாகும்.''

''ஒரு நடிகனுக்கு?'' என்று கேட்டான் பால்.

''நீ என்ன நினைக்கிறாய்? ஒரு நாடகத்தைப் பற்றி நடிகர்களுக்குத் தெரிந்திருக்க வேண்டிய அனைத்தையும் நாடகாசிரியர் தருகிறாரா? ஒரு நூறு பக்கங்களில் நாடகத்தில் உள்ள பாத்திரங்களின் வாழ்க்கை பற்றிய முழுவிவரங்களையும் கொடுத்து விட முடியுமா? எடுத்துக்காட்டாக, நாடகம் தொடங்குவதற்கு முன்னால் என்ன நடந்தது என்பது பற்றிப் போதுமான விவரங்களை நாடகாசிரியர் தருகிறாரா? நாடகம் நடந்து முடிந்த பின்னரோ அல்லது, காட்சிகளுக்குப் பின்னாலோ என்ன நிகழக்கூடும் என்று அவர் உங்களுக்குத் தெரியப் படுத்துகிறாரா? நாடகாசிரியர், வர்ணிப்பதைப் பொறுத்தளவில் கஞ்சன். அவரது எழுத்தில், நீங்கள் காண்பதெல்லாம், ''பீட்டரும் மற்றவனும்'' அல்லது ''பீட்டர் வெளியேறுகிறார்'' என்பது போன்ற

சொற்றொடர்கள் மட்டுமே. ஆனால், ஒருவர் வெறும் காற்றிலிருந்து தோன்ற முடியாது, அல்லது காற்றினுள் புகுந்து மறைந்து விடவும் முடியாது. எந்த ஒரு செயலும் "பொதுப்படையாக"ச் செய்யப்படுவதில் நமக்கு ஒருபோதும் நம்பிக்கையில்லை. "அவன் எழுகிறான்," "அவன் கலவரத்துடன் மேலும் கீழும் நடக்கிறான்," "அவன் சிரிக்கிறான்," "அவன் செத்து விடுகிறான்." பாத்திரங்கள் கூட, மிகக் குறைவான அளவிலேயே வர்ணிக்கப் படுகின்றன - "சுமாரான அழகுள்ள தோற்றம் கொண்ட ஒரு இளைஞன், நிறையப் புகை பிடிப்பவன்," அவனது முழு வெளித்தோற்ற உருவம், நடையுடை பாவனைகள், ஆகியவற்றை உருவாக்க இது போதவே போதாது!

"அதன் பின், வசனங்களைப் பற்றி என்ன சொல்லலாம்? அவற்றைச் சும்மா மனப்பாடம் செய்வது மட்டும் போதுமானதா?

"அங்குத் தரப்பட்டுள்ளவை, பாத்திரங்களின் குணச்சித்திரம், அவர்களது எண்ணங்களின் சாயல்கள், உணர்வுகள், செயல்கள் இவற்றை உங்களுக்குச் சித்திரம் போலத் தீட்டித் தருகின்றனவா?"

"இல்லை. இவை எல்லாமே ஒரு நடிகனால் முழுமையாகவும் ஆழமாகவும் ஆக்கப் பட வேண்டும். இந்தப் புதிதாக உருவாக்கும் செய்முறையில், கற்பனா சக்தி தான் நடிகனை முன்னால் எடுத்துச் செல்கிறது."

இந்தக் கட்டத்தில் புகழ்பெற்ற வெளிநாட்டு சோக நடிகர் ஒருவர் எதிர்பாராத விதமாக அங்கு வந்து சேர்ந்தார். தனது வெற்றிகளைப் பற்றி அவர் எங்களிடம் நிறையப் பேசினார். அவர் விடைபெற்றுச் சென்றபின், இயக்குனர் ஒரு புன்னகையுடன்:

"நிச்சயமாக அவர் கற்பனையாகப் பேசுகிறார். ஆனால் அவரைப் போல எளிதில் உணர்ச்சிவசப் படக்கூடிய ஒருவர், தனது கதைகளைத் தானே நிஜமாக நம்பிவிடுகிறார். உண்மைகளை மேலும் அலங்கரித்து விவரமாகச் சொல்லுவதற்கு நடிகர்களாகிய நாம் நன்கு பழகி விட்டுள்ளோம். இந்தக் கற்பனையைக் கலந்து சொல்லும் பழக்கம் நமது அன்றாட வாழ்வுக்குள்ளும் புகுந்து கொள்கிறது. அங்கு, நாடக அரங்கில் கற்பனை செய்து

புனையப்படும் விவரங்கள் எந்த அளவு அவசியமானவையோ, இங்கு, நிஜவாழ்வில் அவை தேவையற்ற ஒன்றாக உள்ளன.

"ஒரு அற்புதமான திறன் கொண்ட மேதையைப் பற்றிப் பேசும் போது அவர் பொய் சொல்கிறார் என்று நீங்கள் சொல்ல மாட்டீர்கள்; நமது கண்களை விடவும் வேறுபட்டுள்ள கண்களால் அவர் நிதர்சனத்தைப் பார்க்கிறார். அவரது கற்பனை வளம், அவரை ரோஜா நிற, ஊதா வண்ண, சாம்பல் வண்ண அல்லது கருப்பு நிறக் கண்ணாடியை அணிந்து கொள்ளுமாறு செய்தால், அதற்காக அவரைக் குற்றம் சொல்வது நியாயமாகுமா?"

நானே நிறைய நேரம் பொய் சொல்ல வேண்டியுள்ளது என்று நான் ஒப்புக் கொண்டாக வேண்டும். ஒரு கலைஞனாக இயக்குனராக, என்னை அதிகம் கவராத ஒரு கதாபாத்திரத்தையோ, நாடகத்தையோ நான் கையாள வேண்டியுள்ள சமயங்களில் இது அவசியமாகிறது. அப்போது எனது உருவாக்கும் திறன்கள் செயலற்றுப் போய் விடுகின்றன. அவ்வாறு ஆகும் போது எனக்கு ஏதேனும் ஒரு தூண்டுதல் தேவைப்படுகிறது. எனவே, எனது அந்தக் குறிப்பிட்ட பணி பற்றி நான் எவ்வளவு உற்சாகத்துடனும், மகிழ்ச்சியுடனும் இருக்கிறேன் என்று எல்லோரிடமும் சொல்லத் தொடங்குவேன். அதில் சுவாரஸ்யமான விஷயம் ஏதேனும் உள்ளதா என்று தேடிப்பார்த்துக் கண்டுபிடித்து அதைப் பற்றிப் பெருமையடித்துக் கொள்ள வேண்டியிருக்கும். இவ்வாறு செய்வதால் எனது கற்பனை தூண்டிவிடப்படுகிறது. நான் மட்டும் தனியாக இருந்திருந்தால், இந்த முயற்சியில் நான் இறங்க மாட்டேன். ஆனால், பிறருடன் பணி செய்யும் பொழுது நமது பொய்களைக் கணிசமாக தாங்கிப்பிடிக்க வேண்டியுள்ளது. பல சமயங்களில் இந்தப் பொய்களையே ஒரு கதாபாத்திரத்திற்கோ அல்லது தயாரிப்புக்கோ பயன்படுத்திக் கொள்வதும் நடக்கலாம்."

"ஒரு நடிகனின் பணியில் கற்பனை இத்தகையதொரு முக்கியமான பங்கை வகிக்கிறது என்றால், அவனிடம் அது இல்லை என்றால் அவனால் என்ன செய்ய முடியும்?" என்று பால் சற்றே கூச்சத்துடன் கேட்டான்.

"அவன் அதை வளர்த்துக் கொள்ள வேண்டும்," என்று இயக்குனர் பதிலளித்தார், "இல்லாவிட்டால் நாடகத் துறையை விட்டு வெளியேறிவிட வேண்டும். அவ்வாறு செய்யாமற் போனால், அவனது குறைபாட்டை இட்டு நிரப்பத் தமது சொந்தக் கற்பனையைப் பயன்படுத்தும் இயக்குனர்களின் கையில் அவன் சிக்கிக் கொண்டு ஒரு பகடைக்காய் போலப் பயன்படுத்தப்படுவான். மாறாக, தனக்கே உரிய கற்பனையை அவன் வளர்த்துக் கொள்வது மேலான விஷயமல்லவா?"

"அது மிகவும் கடினமானது என்று நான் நினைக்கிறேன்," என்றேன் நான்.

"உன்னிடம் என்ன விதமான கற்பனை இருக்கிறது என்பதைப் பொறுத்து எல்லாம் உள்ளது," என்றார் இயக்குனர். "தானாகவே செயல்படக் கூடிய தன்மையைக் கொண்ட கற்பனாசக்தியானது எந்தவித சிறப்பு முயற்சியும் இல்லாமலே வளர்த்துக் கொள்ளப்படலாம். நீ விழித்திருந்தாலும் உறங்கிக் கொண்டிருந்தாலும் அது நிதானமாகவும், அலுப்பில்லாமலும் தொடர்ந்து வேலை செய்தவண்ணம் இருக்கும். தானாகச் செயல்படாமல், ஆனால் சுலபமாகத் தூண்டிவிடப்பட்டு, ஏதேனும் வேலை தரப்பட்டால் தொடர்ந்து பணி செய்யக் கூடிய கற்பனாசக்தி மற்றொரு வகை. ஆனால், கருத்துகள் அல்லது பணி கொடுக்கப்பட்டாலும் கூட பதில் அளிக்காமல் மந்தமாக உள்ள கற்பனா சக்தி ஒரு கடினமான பிரச்சினையை நம்முன் வைக்கிறது. இங்கு, நடிகர் தனக்கு தரப்படும் பரிந்துரைகளை ஒரு வெளிப்புறமான, பாரம்பரிய முறையில் எடுத்துக் கொள்கிறார். இத்தகையதொரு சக்தியற்ற கற்பனையைக் கொண்டிருப்பவருக்கு வளர்ச்சி என்பது கடினமாக உள்ளது. மேலும், அந்த நடிகர் பெரும் முயற்சி எடுத்துக் கொண்டால் தவிர, வெற்றிக்கான நம்பிக்கை கொஞ்சம் கூட இருக்க முடியாது.

எனது கற்பனை தன்முனைப்பானதா?

அதனால் கருத்துகளை ஏற்றுக் கொள்ள முடியுமா? அது தானாக வளருமா?

இந்தக் கேள்விகள் எனது மன அமைதியைக் குலைக்கின்றன. மாலை மங்கி இரவான பின், எனது அறைக்குள் என்னைப் பூட்டிக் கொண்டு, எனது சோபாவில், தலையணைகளும் திண்டுகளும் சூழ, வசதியாகப் படுத்துக் கொண்டு கண்களை மூடி மனதுக்குள் கற்பனையாக உருவாக்கத் தொடங்கினேன். ஆனால் எனது மூடிய இமைகளுக்குப் பின்னால் இங்குமங்கும் அலைந்து திரிந்து கொண்டிருந்த வண்ண வண்ணப் புள்ளிகள் எனது கவனத்தைக் கலைத்தன.

நான் எழுந்து விளக்கை அணைத்தேன் - விளக்கினால் தான் இந்த உணர்வுகள் தோன்றின என்று நினைத்தேன்.

எதைப் பற்றி நான் சிந்திக்க வேண்டும்? எனது கற்பனை, ஒரு பரந்த ஊசியிலை மரக்காட்டைக் காட்டியது - அதிலிருந்த மரங்கள் மென்மையான தென்றல் காற்றில் லேசாக அசைந்து கொண்டிருந்தன. புத்துணர்வு தரும் காற்றை நுகர்வது போல உணர்ந்தேன்.

இந்த அமைதியான சூழலில், கடிகாரத்தின் 'டிக்டிக்' ஒலி எங்கிருந்து வந்தது?

நான் தூங்கிப் போய் விட்டேன்!

ஓ, ஏதேனும் ஒரு காரணம் இல்லாமல் நான் விஷயங்களைக் கற்பனை செய்யக் கூடாதே, என்று நான் உணர்ந்து கொண்டேன்.

ஆகவே, நான் ஒரு விமானத்தில் ஏறி மேலே சென்றேன். மரங்களுக்கு மேலே, வயல்கள், ஆறுகள், நகரங்கள், இவற்றுக்கு மேலே உயர உயரப் பறந்தேன்... டிக்... டிக்... டிக்... என்றது கடிகாரம். யாரது இங்கே குறட்டை விடுவது? நிச்சயமாக அது நானாக இருக்க முடியாது... நான் தூங்கிவிட்டேனா... வெகு நேரம் தூங்கி விட்டேனா... கடிகாரம் எட்டுமணி என்று ஒலித்தது.

2

வீட்டில் எனது கற்பனாசக்தியைப் பயிற்சி செய்யும் முயற்சி தோற்றதால் நான் பெரிதும் சங்கடமடைந்தேன். ஒரு நாள் வகுப்பின் போது இதைப் பற்றி இயக்குனரிடம் சொன்னேன்.

''வரிசையாகத் தவறுகள் செய்ததால் நீ வெற்றியடையவில்லை,'' என்று அவர் விளக்கினார். ''முதலாவதாக உனது கற்பனா சக்தியை மெல்ல மெல்ல உசுப்பி எழுப்புவதற்குப் பதில் அதை வற்புறுத்தித் தள்ளினாய். பின், சுவாரஸ்யமான விஷயம் ஏதுமின்றி சிந்திக்க முயன்றாய். உன் மூன்றாவது தவறு உன் எண்ணங்கள் மெத்தனமாக இருந்தது. கற்பனையில் ஊக்கமான செயல்பாடுகள் மிகமிக முக்கியமாகும். முதலில் உள்ளார்ந்த செயல்பாடு வருகிறது அதன் பின்னரே வெளிப்புறமான செயல்பாடு வருகிறது.''

காடுகளுக்கு மேல் வெகு வேகமாகப் பறந்து கொண்டிருந்ததால் நான் ஊக்கமாகச் செயல்பட்டுக் கொண்டிருந்தேன் என்று அவருக்கு எடுத்துரைத்தேன்.

''ஒரு துரித ரயில் வண்டியில் சுகமாகச் சாய்ந்து உட்கார்ந்து கொண்டிருக்கும் போது ஊக்கமாகச் செயல்பட்டுக் கொண்டிருக்கிறாயா?'' என்று இயக்குனர் கேட்டார்.'' ரயில் ஓட்டுனர் வேலை செய்து கொண்டிருக்கிறார், பயணியோ சும்மா இருக்கிறார். ஆனால், ஏதேனும் ஒரு முக்கியமான பணியில் நீ ஈடுபட்டிருந்தால் உரையாடல், விவாதம், அறிக்கை எழுதுதல் போன்றவை அப்போது செயலைப் பற்றிப் பேசலாம். உனது விமானப் பயணத்தில் விமான ஓட்டி வேலை செய்து கொண்டிருந்தார் - நீ ஒன்றும் செய்யவில்லை. நீ விமானத்தை ஓட்டிக் கொண்டிருந்தாலோ, அல்லது இயற்கைக் காட்சிகளைப் படமெடுத்துக் கொண்டிருந்தாலோ நீ செயல்பட்டுக் கொண்டிருந்ததாகச் சொல்லலாம்.

''எனது அக்கா மகளுக்கு விருப்பமான ஒரு விளையாட்டைப் பற்றி வர்ணிப்பதன் வாயிலாக இதை என்னால் விளக்க முடியும் என்று நினைக்கிறேன்.

''நீங்கள் என்ன செய்கிறீர்கள்?'' என்று சிறுமி கேட்கிறாள்.

''நான் தேநீர் குடித்துக் கொண்டிருக்கிறேன்,'' என்று நான் பதில் தருகிறேன்.

"ஆனால்," என்கிறாள் அவள், "அது விளக்கெண்ணையாக இருந்தால் அதை நீங்கள் எப்படிக் குடிப்பீர்கள்?"

இப்போது, விளக்கெண்ணை எப்படி இருக்கும் என்று நினைவுபடுத்திக் கொண்டு, நான் உணரும் அருவருப்புணர்வை அவளுக்குக் காட்ட வேண்டியுள்ளது. அதில் நான் வெற்றிபெறும் போது சிறுமியின் கலகலவென்ற சிரிப்பு அறையை நிறைத்து எதிரொலிக்கிறது.

விளையாட்டுத் தொடர்கிறது...

"நீங்கள் எங்கே உட்கார்ந்திருக்கிறீர்கள்?"

"ஒரு நாற்காலியில்..." எனது பதில்.

"ஆனால் ஒரு சூடான அடுப்பின் மீது நீங்கள் உட்கார்ந்திருந்தால் என்ன செய்வீர்கள்?"

ஒரு சூடான அடுப்பின் மீது இருப்பதாகக் கற்பனை செய்து, எரிந்து போவதைத் தடுத்து என்னைக் காப்பாற்றிக் கொள்வது எப்படி நான் யோசிக்க வேண்டும். இதைச் செய்து காட்டுவதில் நான் வெற்றிபெற்றால், சிறுமி எனக்காகப் பரிதாபப்பட்டு, "இந்த விளையாட்டை இதற்கு மேல் விளையாட வேண்டாம்," என்கிறாள். நான் தொடர்ந்து நடித்தால் அவள் பெரிதாக அழுது விடுகிறாள். செயலைத் தூண்டுவதற்கு இது போன்ற விளையாட்டு எதையேனும் நீங்கள் ஏன் உருவாக்கக் கூடாது?"

"இது மிகவும் எளிமையானது என்றும், கற்பனையை வளர்ப்பதற்கு மேலும் நுட்பமான வழிகள் என்ன என்றும் நான் கேட்டேன்."

"அவசரப்படாதே," என்றார் இயக்குனர். நேரம் நிறைய இருக்கிறது. இப்போது நம்மைச் சுற்றியுள்ள விஷயங்களுடன் தொடர்புள்ள பயிற்சிகள் மட்டுமே நமக்குத் தேவை.

"இதோ நமது வகுப்பை எடுத்துக் கொள். இது ஒரு நிஜமான விஷயம். இங்கு சுற்றுப்புறம், ஆசிரியர் மற்றும் மாணவர்கள் இப்போதிருப்பது போலவே இருக்கிறார்கள் என்று வைத்துக் கொள்வோம். இப்போது எனது மந்திரசக்தியான,

''அப்படியானால்'' (if) என்பதால் நான் கற்பனை உலகத்துக்குச் சென்று விடுகிறேன் என்று வைத்துக் கொள்வோம். ஒரே ஒரு விஷயத்தை மட்டுமே நான் மாற்றுகிறேன்: அதுதான் நாளின் நேரம். இது மதியம் மூன்று மணி அல்லது மாறாக இரவு மூன்று மணி என்று கூறுகிறேன்.

''உங்களது கற்பனையைப் பயன்படுத்தி ஒரு வகுப்பு எதனால் அவ்வளவு நேரம் நீடிக்க வேண்டும் என்பதை நியாயப்படுத்துங்கள். அந்த ஒரு சாதாரண மாற்றத்தால் பலப்பல பின் விளைவுகள் தொடரும். வீட்டில் உங்கள் குடும்பத்தினர் உங்களைப் பற்றிக் கவலை கொள்வார்கள். அவர்களுக்கு விஷயத்தைத் தெரிவிக்கத் தொலைபேசி கிடையாது. மற்றொரு மாணவன் தான் சென்றிருக்க வேண்டிய விருந்துக்குப் போக மாட்டான். மூன்றாவது நபரோ, நகருக்கு வெளியில் வசிக்கிறேன். எனவே, ரயில்கள் நின்று விட்டதால் எவ்வாறு வீடு திரும்புவது என்று அவனுக்குப் புரியவில்லை.''

''இதனால் புற மாற்றங்களுடன் அக மாற்றங்களும் ஏற்படும் - இதனால் உங்களது செயல்களுக்கு ஒரு சாயல் கிடைக்கும்.''

''இல்லையென்றால், மற்றொரு கோணத்தில் பார்க்கலாம்.''

''பொழுது மதியம் மூன்று மணியாகத் தான் இருக்கிறது ஆனால் பருவகாலம் மாறி விட்டுள்ளது. பனிக்காலம் அல்லாமல் வசந்தகாலமாக உள்ளது. நிழலில் கூட வெப்பமாக உள்ளது, சுற்றுப்புறம் புத்துணர்வூட்டுவதாக அற்புதமாக உள்ளது.''

''நீங்கள் புன்னகைக்கத் தொடங்கிவிட்டதை என்னால் பார்க்க முடிகிறது. பயம் முடிந்தபின் வெளியே உலாவச் செல்லலாம். நீங்கள் என்ன செய்யப் போகிறீர்கள் என்று தீர்மானியுங்கள். உங்கள் தீர்மானத்தைப் போதுமான காரணங்களால் நியாயப்படுத்துங்கள். இதோ, மறுபடியும் ஒரு பயிற்சிக்கான அடிப்படை விஷயங்கள் உங்களுக்குக் கிடைத்து விடுகின்றன.

''உங்களைச் சுற்றியுள்ள பௌதிக விஷயங்களை மாற்றியமைக்க உங்களுக்குள் உள்ள சக்திகளை எவ்வாறு பயன்படுத்தலாம் என்பதற்கான எண்ணற்ற எடுத்துக்காட்டுகளில்

இதுவும் ஒன்று. இவற்றைத் தூக்கியெறிய முயற்சிக்காதீர்கள். மாறாக உங்களது கற்பனை வாழ்வில் இவற்றைச் சேர்த்துக் கொள்ளுங்கள்."

"மேலும் ஆத்மார்த்தமான சில பயிற்சிகளுக்கு இவ்வாறு மாற்றியமைக்கும் திறன் உண்மையாகத் தேவை. ஒரு ஆசிரியர் அல்லது இயக்குனரின் கற்பனைக் கேற்றவாறு சுற்றுப்புறங்களை உருவாக்க, சாதாரண நாற்காலிகளைக் கூட நம்மால் பயன்படுத்த முடியும் வீடுகள், நகர நாற்சந்திகள், கப்பல்கள், காடுகள். இந்த நாற்காலிதான் அந்தக் குறிப்பிட்ட பொருள் என்று நம்மால் நம்ப முடியாவிட்டால் கூடப் பரவாயில்லை; ஏனெனில் அத்தகைய நம்பிக்கை இல்லாமலேயே அது எழுப்பும் உணர்வை நம்மால் பெறமுடியும்."

3

இன்றைய நாளின் முதல் வகுப்பில், "இதுவரையில், கற்பனா சக்தியை வளர்ப்பதற்கான நமது பயிற்சிகள் - அதிகமாகவோ குறைவாகவோ, மரச்சாமான்கள் போன்ற பெருள்களையும் வாழ்வின் நிஜமான நிலைகளாகிய பருவகாலங்கள் போன்றவற்றையும் மட்டும் தொடர்பு கொண்டிருந்தன. இப்போது, நமது பணியை வேறு ஒரு வித்தியாசமான பரிமாணத்துக்கு மாற்றிவைக்கப் போகிறேன். இதில் நேரம், இடம், செயல் இவற்றின் புற உபகரணங்களை நாம் துறந்து விடப் போகிறோம். இங்கு செய்யப்பட வேண்டிய முழுப் பணியையும் நீங்கள் உங்கள் மனதால் மட்டுமே செய்யப் போகிறீர்கள்," என்று கூறிய இயக்குனர், என் பக்கமாகத் திரும்பி, "நீ எங்கு இருக்க விரும்புகிறாய், என்ன நேரத்தில்?" என்றார்.

"எனது அறையில், இரவு நேரத்தில்," என்றேன் நான்.

"நல்லது," என்றார் அவர்." நான் அந்தச் சுற்றுப்புறத்துக்கு என்னைக் கொண்டு செல்ல வேண்டுமானால், முதலில் நான் அந்த வீட்டிற்குச் செல்வது முற்றிலும் அத்தியாவசியமான ஒன்றாக இருக்கும், வாசல் படிகளில் ஏறி, மணியை அடித்து உள்ளே நுழைந்து - என் அறைக்குள் இருப்பதற்கு இட்டுச் செல்லும் வரிசையான செயல்கள்."

"பிடித்துக் கொள்ள ஒரு கதவின் கைப்பிடியை நீ பார்க்கிறாயா? அதைத் திருப்புவதை உணர்கிறாயா? கதவு திறந்து கொள்கிறதா? இப்போது உனக்கு முன்னால் என்ன இருக்கிறது?"

"எனக்கு நேர் எதிரே ஒரு அலமாரி உள்ளது."

"இடது பக்கம் என்ன பார்க்கிறாய்?"

"எனது சோபா, மற்றும் ஒரு மேசை."

"மேலும் கீழும் நடப்பதற்கு முயற்சி செய், அறையில் வசித்தவாறு எதைப் பற்றி நீ நினைக்கிறாய்?"

"நான் ஒரு கடிதத்தைக் கண்டெடுத்துள்ளேன், அதற்கு பதில் எழுதப்படவில்லை என்பது என் நினைவுக்கு வருகிறது அதனால் நான் வெட்கப்படுகிறேன்."

"நீ உனது அறையில் இருக்கிறாய் என்பது தெளிவாகத் தெரிகிறது," என்று இயக்குனர் அறிவித்தார். "இப்போது என்ன செய்யப் போகிறாய்?"

"இப்போது மணி என்ன என்பதைப் பொறுத்ததாகும் அது," என்றேன் நான்.

"அது ஒரு நல்ல அறிவான பதில்," என்றார் அவர் பாராட்டும் குரலில். "இப்போது இரவு பதினொரு மணி என்று நாம் ஒப்புக் கொள்ளலாம்."

"மிகச் சிறந்த நேரம்," என்றேன் நான். "அப்போது தான் வீட்டில் இருக்கும் எல்லோரும் தூங்கிக் கொண்டிருப்பார்கள்."

"வீடு இவ்வளவு அமைதியாக இருக்க வேண்டும் என்று நீ ஏன் விரும்புகிறாய்?" என்று அவர் கேட்டார்.

"நான் ஒரு சோக நடிகர் என்று என்னை நானே நம்புமாறு செய்ய,"

"இத்தகைய ஒரு மட்டமான நோக்கத்துக்காக உன் நேரத்தைச் செலவிட விரும்புவது நல்லதல்ல - எவ்வாறு உன்னை நீயே நம்பவைத்துக் கொள்ளப் போகிறாய்?"

"நானே தனியாக ஏதேனும் ஒரு சோகமான பாத்திரத்தை நடித்துப் பார்த்துக் கொள்வேன்.''

"என்ன பாத்திரம்? ஒதெல்லோ?''

"ஐயையோ இல்லை,'' என்று நான் கூவினேன். என் சொந்த அறையில் என்னால் ஒதெல்லோவாக நடிக்க முடியாது. அங்குள்ள ஒவ்வொரு மூலையும் அத்துடன் தொடர்பு கொண்டுள்ளது. நான் முன்பு என்ன செய்தேனோ அதை மறுபடி செய்யுமாறு ஆகிவிடும்.''

"அப்படியானால் நீ எதை நடிக்கப் போகிறாய்?'' என்று இயக்குனர் கேட்டார். நான் எதைப் பற்றியும் தீர்மானிக்காததால் பதிலேதும் கூறவில்லை. எனவே, அவர் "இப்போது நீ என்ன செய்து கொண்டிருக்கிறாய்?'' என்றார்.

"நான் அறையைச் சுற்றிப்பார்த்துக் கொண்டிருக்கிறேன். ஒருக்கால் ஏதேனும் ஒரு பொருள் ஒரு புதிய கருத்தை முன் வைக்கக் கூடும்.''

"நல்லது, எதையாவது பற்றி நீ நினைத்திருக்கிறாயா?'' என்று தூண்டுவது போலக் கேட்டார்.

நான் உரக்கச் சிந்திக்கத் தொடங்கினேன். "எனது அலமாரியின் பின்பகுதியில் ஒரு இருட்டான மூலை உள்ளது. அங்குள்ள ஒரு கொக்கி, ஒருவர் தூக்கு மாட்டிக் கொள்ள மிக வசதியானது. நான் தூக்கு மாட்டிக் கொள்ள விரும்பினால் (if - அப்படியானால்) நான் அதை எப்படிச் செய்வது?''

"மேலே சொல்...'' என்று தூண்டினார் இயக்குனர்.

"முதலாவதாக நான் ஒரு கயிறு அல்லது பெல்ட் அல்லது பட்டி ஒன்றைத் தேடி எடுக்க வேண்டும்...''

"இப்போது என்ன செய்கிறாய்?''

"எனது இழுப்பறைகள், அலமாரிகள் எல்லா இடங்களிலும் ஒரு தகுந்த பட்டையைத் தேடிக் கொண்டிருக்கிறேன்.''

"எதாவது தென்பட்டதா?''

''ஆம், ஒரு பட்டையைக் கண்டுபிடித்துவிட்டேன். ஆனால் துரதிருஷ்டவசமாக, கொக்கி, தரைக்கு மிக அருகாக உள்ளது. என் கால்கள் தரையைத் தொடும்.''

''அது வசதியல்லதான்,'' என்று இயக்குனர் ஒப்புக் கொண்டார். ''வேறு ஒரு கொக்கியைத் தேடு.''

''என்னைத் தாங்கக் கூடிய விதமாக வேறு கொக்கி எதுவும் இல்லை.''

''அப்படியென்றால், நீ உயிருடன் இருப்பது மேல் இதைவிடவும் சுவாரஸ்யமான, குறைவாகக் கிளர்ச்சியூட்டவல்ல வேறு ஏதாவது செய்வது சிறப்பாக இருக்கும்.''

''எனது கற்பனை வற்றி வரண்டு விட்டது,'' என்றேன் நான்.

''அதில் ஆச்சர்யப்படுவதற்கு ஒன்றுமில்லை,'' என்றார் அவர். ''உனது திட்டம் பகுத்தறிவுக்கு ஏற்புடையதல்ல. தற்கொலை செய்து கொள்வதற்கான ஒரு சரியான முடிவுக்கு வருவது என்பது மிகவும் சிரமமான ஒரு விஷயம். ஏனெனில் உனது செயல்பாட்டில் ஒரு மாற்றத்தை ஏற்படுத்த நீ சிந்தித்துக் கொண்டிருந்தாய். எனவே, ஒரு முட்டாள்தனமான முடிவை எட்டுவதற்காக சந்தேகத்துக்குரிய கோணத்திலிருந்து செயல்படுமாறு கேட்டுக் கொள்ளப் படுவதால் உனது கற்பனை முரண்டு பிடித்தது நியாயமானதே.

''எனினும், உனது கற்பனையைப் புதுவிதமாகப் பயன்படுத்துவதற்கான ஒரு செய்து காண்பித்தல் பயிற்சியாக இது இருந்தது. அதுவும், உனக்கு மிகவும் பழக்கமான இடத்தில் அதைச் செய்வதும் புதுமையானதே. ஆனால் பழக்கமில்லாத ஒரு வாழ்க்கையைக் கற்பனை செய்து பார்க்க வேண்டுமென்றால் நீ என்ன செய்யப் போகிறாய்?''

உலகைச் சுற்றி ஒரு பயணம் செல்கிறாய் என்று வைத்துக் கொள்வோம். ''எப்படியாவது'' என்றோ, ''பொதுப்படையாக'' என்றோ, ''ஏறத்தாழ'' என்றோ நீ அதைத் திட்டமிடக் கூடாது. ஏனெனில் கலையைப் பொறுத்தமட்டில் அந்தக் கருத்துகள் எல்லாமே ஏற்றவையல்ல. அத்தகையதொரு பிரம்மாண்டமான செயலில் இறங்குவதானால் சரியான விவரங்களைக் கருத்தில்

கொண்டு நீ தயார் செய்ய வேண்டும். பகுத்தறிவு மற்றும் தெளிவு இவற்றுடன் எப்போதுமே நெருங்கிய தொடர்பைக் கொண்டிருக்கையில் எட்டாமல் நழுவிச் செல்லும் கதைகளை, திடமான உண்மை நிலைகளுடன் நிலையாகப் பொருத்துவதற்கு அது உதவியாக இருக்கும்.

"இதுவரையில் நாம் செய்துள்ள பயிற்சிகளைப் பலவகையாக இணைத்துப் பயன்படுத்துவது எப்படி என்று நான் உங்களுக்கு விளக்க விரும்புகிறேன். "நான் ஒரு சாதாரண பார்வையாளனாக இருந்து எனது கற்பனை எனக்கு என்னென்ன சித்திரங்களைத் தீட்டத்தரப் போகிறது என்று கவனிப்பேன். அந்தக் கற்பனை வாழ்வில் நான் எந்தவிதமான பங்கும் ஏற்கப் போவதில்லை," என்று உங்களுக்கு நீங்களே சொல்லிக் கொள்ளுங்கள்.

"அல்லது இந்தக் கற்பனை வாழ்வின் செயல்பாடுகளில் இணைந்து கொள்ளத் தீர்மானித்தால், உங்களுடன் அதில் இருக்கப் போகும் பிறரை மனதில் உருவகப்படுத்திக் கொள்வீர்கள், பின் அவர்களுடன் நீங்கள் இருப்பதாகக் காண்பீர்கள், பின் மறுபடியும் ஒரு செயலற்ற பார்வையாளராக ஆகி விடுவீர்கள்.

"கடைசியில், ஒரு பார்வையாளராக இருப்பதில் சலிப்புற்று செயலில் இறங்க விரும்புவீர்கள். பின்னர், ஊக்கத்துடன் பங்கு பெறுபவராக, இந்தக் கற்பனை வாழ்வில் உங்களை பார்க்காமல், உங்களைச் சுற்றியுள்ள விஷயங்களை மட்டுமே பார்ப்பீர்கள். இந்த விஷயத்தில், உள்ளார்ந்த முறையில் செயல்படுவீர்கள். ஏனெனில், உண்மையிலேயே அதன் ஒரு அங்கமாக நீங்கள் இருக்கிறீர்கள்."

4

நாடகாசிரியரும், இயக்குனரும், நாடகத்தின் தயாரிப்பில் ஈடுபட்டுள்ள பிறரும், எங்களுக்குத் தெரிந்திருக்க வேண்டிய விஷயங்களைச் சொல்லாமல் விட்டுவிட்டால் நாங்கள் செய்ய வேண்டியது என்ன என்று சொல்வதன் மூலம் இன்று இயக்குனர் தனது வகுப்பைத் தொடங்கினார்.

முதலாவதாக, நடக்கக்கூடியன என்று ஏற்றுக் கொள்ளத்தக்க சூழ்நிலைகள் - தொடர்ச்சியாகவும், இடைவெளியில்லாமலும் அமைந்தவை - உருவாக்கிக் கொள்ளப்பட வேண்டும். இவற்றின் மத்தியில் தான் எங்களது பயிற்சிகள் நடைபெற வேண்டும். இரண்டாவதாக, மேற்சொன்ன சூழ்நிலைகளுடன் பின்னிப் பிணைக்கப்பட்டதான, சில திடமான உள்ளுணர்வாலான கற்பனைக் காட்சிகளை நாங்கள் கொண்டிருக்க வேண்டும். இந்தக் கற்பனைக் காட்சிகளின் வாயிலாக, சூழ்நிலைகள் எங்கள் மனதில் தெளிவாகச் சித்தரிக்கப்பட்டிருக்க, (if) வேண்டும். *நாங்கள் மேடையில் இருக்கும் ஒவ்வொரு நிமிடமும், நாடகத்தின் செயல்பாடுகள் உருவாகி வளர்கிற ஒவ்வொரு நிமிடமும், எங்களைச் சுற்றியுள்ள புறச்சூழ்நிலைகள் (காட்சிக்கான பின்புலத்தின் பொருள்கள் - செட்) பற்றியோ, அல்லது எங்களது பாத்திரங்களைக் கற்பனை செய்து கொள்வதற்கு நாங்களே மனதில் உருவாக்கிக் கொண்டுள்ள உள்ளார்ந்த நிலைகள் பற்றியோ ஒரு முழுமையான தெரிவுணர்வுடன் நாங்கள் இருந்தாக வேண்டும்.*

அந்த நிமிடங்களிலிருந்து, ஓடிக் கொண்டிருக்கும் ஒரு சினிமாப் படம் போன்றதொரு காட்சித் தொடர் இடைவெளியற்றதும், தொடர்ச்சியானதுமான ஒன்று உருவாகும். புதிதாக உருவாக்கும் தன்மையுடன் நாங்கள் நடித்துக் கொண்டிருக்கும் வரையில், இந்த படச்சுருள் பிரிந்து பிரிந்து எங்கள் உட்பார்வையின் திரையில் நீண்டு நகர்ந்து விரிந்து கொண்டே போகும். இதனால், நாங்கள் இருப்பதாகக் கற்பனை செய்து கொண்டுள்ள சூழ்நிலைகள் வெகு தெளிவாகப் பிரகாசிக்கும். மேலும், சூழ்நிலைகளுக்கேற்ப நாங்கள் கற்பனைசெய்துள்ள உள்காட்சிகள் அவற்றுக்குத் தேவையான மனநிலையை உருவாக்கிச் சரியான உணர்ச்சிகளைத் தட்டியெழுப்பி, நாடகத்தின் புறஎல்லைகளுக்குள்ளே எங்களை வலுவாகப் பிடித்து நிறுத்தும்.

''அந்த உட்காட்சிகளைப் பொறுத்தமட்டில், அவற்றை நாம் நமக்குள்ளே உணர்கிறோம் என்று சொல்வது சரியாகுமா?'' என்று இயக்குனர் கேட்டார்.'' உண்மையில் இல்லாத விஷயங்களையும், மனதுக்குள் காட்சியாக அமைத்துக் கொள்வதன் மூலமாக நிஜம்

போலப் பார்க்கும் திறன் நம்மிடம் உள்ளது. இந்தச் சர விளக்கை எடுத்துக் கொள்ளுங்கள். அது எனக்கு வெளியே தான் உள்ளது. நான் அதைப் பார்க்கிறேன், எனது கண்பார்வை அதை நோக்கி என்னைவிட்டு வெளியே செல்கிறது. பின் என் கண்களை மூடி, எனது உள் விழித்திரையில் அதை மீண்டும் பார்க்கிறேன்.

"ஒலிகளைப் பொறுத்தமட்டில்கூட இதேதான் நடக்கிறது. உள்செவியில் கற்பனை ஒலிகளை நம்மால் கேட்கமுடிகிறது. இருந்தாலும், ஒலியை எழுப்பும் ஆதாரங்கள் நமக்கு வெளியே இருப்பதாகத் தான் உணர்கிறோம். பெரும்பாலான விஷயங்களில் இது இவ்வாறு தான் நிகழ்கிறது.

"உன் வாழ்க்கையைப் பற்றி உனக்கு நினைவுள்ள வரையில் இருக்கும் காட்சிகளைக் கொண்டு ஒரு தெளிவான விளக்கத்தைத் தருவதன் மூலம் இந்த உண்மையை நீ பரிசோதித்துப் பார்க்கலாம். இது சிரமமானதாகத் தோன்றலாம், ஆனால் செய்து பார்த்தால் அவ்வளவு சிக்கலானதல்ல என்று நீங்கள் காண்பீர்கள்."

"ஏன் அப்படி?" என்று பல குரல்கள் எழுந்தன.

"ஏனெனில், நமது உணர்ச்சிகளும், உணர்வு ரீதியான அனுபவங்களும் மாறக் கூடியவையாகவும், திடமாகப் பற்றிக் கொள்ள முடியாதவையாகவும் இருந்தாலும், அவற்றின் பின்புலமான கண்ணால் பார்த்ததும் காதால் கேட்டதும் கண்டிப்பாகத் திடமானவை. மேலும் விழி வழியான நினைவுகளில், காட்சிகள் வெகு சுலபமாகவும், திடமாகவும் பதிக்கப்படுகின்றன. இவற்றை விருப்பம் போல மறுபடி நினைவுகூருவதும் எளிது, செய்யப்படக்கூடியது."

"அப்படியென்றால், ஒரு முழுக் காட்சியையும் உருவாக்குவது எப்படி என்பது தான் இங்குள்ள ஒரே கேள்வி, இல்லையா?" என்றேன் நான்.

"அந்தக் கேள்வியை, நாம் அடுத்த முறை விவாதிப்போம்," என்று சொல்லி விட்டு இருக்கையிலிருந்து எழுந்தார் இயக்குனர். பாடம் அத்துடன் முடிவுற்றது.

5

இன்று வகுப்புக்குள் நுழைந்தபோது, "நாம் ஒரு கற்பனையான சினிமாப் படத்தை உருவாக்கலாம்," என்றார் இயக்குனர்.

"நான் ஒரு சாத்வீகமான, செயலற்ற கருவை எடுத்துக் கொள்ளப் போகிறேன் - ஏனெனில் அதில் தான் அதிகம் உழைக்க வேண்டிய அவசியம் இருக்கும். இந்தச் சமயத்தில், செயல் அல்லது நடிப்பைப் பற்றி நான் அதிகம் ஆர்வம் கொள்ளவில்லை. மாறாக அதை அணுகும் முறையைப் பற்றி ஆர்வம் கொண்டுள்ளேன். அதனால் தான், பால், நீ ஒரு மரத்தினுடைய வாழ்க்கையை வாழ வேண்டும் என்று சிபாரிசு செய்கிறேன்." என்றார்.

"நல்லது," என்றான் பால்," நான் ஒரு பழம்பெரும் ஓக் மரம்! எனினும், நானே இதைச் சொல்லிவிட்ட போது என்னால் அதை நிஜமாகவே நம்ப முடியவில்லை."

"அப்படியென்றால், நீயே உனக்குப் பின்வருமாறு கூறிக் கொள்ளேன்?" என்று அறிவுரை கூறினார் இயக்குனர். "நான், நானேதான். ஆனால் நான் ஒரு ஓக் மரமாக இருந்தால், ஒரு சில தனிப்பட்ட சூழ்நிலையில் இருந்தால், நான் என்ன செய்வேன்?" என்று சொல்லிக் கொண்டு, நீ எங்கே இருக்கிறாய் என்பதை தீர்மானித்துக் கொள் - ஒரு காடு, ஒரு புல்வெளி, ஒரு மலையின் மீது - உனக்கு எது மிக விருப்பமாக உள்ளதோ அதைத் தேர்ந்தெடுத்துக் கொள்."

பால் தனது புருவங்களைச் சுருக்கிக் கொண்டு யோசித்தான். கடைசியில், ஆல்ப்ஸ் மலையின் அருகில், சற்றே மேற்புறத்தில் உள்ள புல்வெளி ஒன்றில் தான் நின்று கொண்டிருப்பதாக முடிவு செய்தான். இடது புறம், இன்னும் சற்று மேலே, ஒரு மாளிகையும் அங்கு இருந்தது.

"உனக்கருகில் எதைப் பார்க்கிறாய்?" என்றார் இயக்குனர்.

"என் உடலின் மீது அடர்த்தியான இலைகள் உள்ளன. அவை காற்றில் சலசலக்கின்றன."

"நிச்சயமாக அவை சலசலக்கின்றன," என்று இயக்குனர் ஒப்புக் கொண்டார். "அந்த உயரத்தில் காற்று பலமாக வீசக் கூடும்."

"எனது கிளைகளில், சில பறவைக் கூடுகள் உள்ளன," என்று பால் தொடர்ந்து கூறினான்.

பின் இயக்குனர், ஒரு ஓக் மரமாக இருப்பதில் அவனது கற்பனை வாழ்வின் ஒவ்வொரு சிறிய விவரத்தையும் தெளிவாக வர்ணிக்குமாறு ஊக்குவித்தார்.

லியோவின் முறை வந்தபோது, அவன் மிகச் சாதாரணமானதும், சுவாரஸ்யமற்றதுமான ஒரு தேர்வை எடுத்துக் கொண்டான் - ஒரு பூங்காவில், தான் ஒரு குடிலாக இருந்ததாகச் சொன்னான்.

"நீ என்ன பார்க்கிறாய்?" என்றார் இயக்குனர்.

"பூங்கா," என்று பதில் வந்தது.

"உன்னால் பூங்கா முழுவதையும் ஒரே சமயத்தில் பார்க்க முடியாது. ஏதேனும் ஒரு குறிப்பிட்ட இடத்தை நீ தேர்ந்தெடுக்க வேண்டும். உனக்கு நேர் முன்னே என்ன இருக்கிறது?"

"ஒரு வேலி."

"என்ன விதமான வேலி?"

லியோ அமைதியாக இருந்தான். எனவே இயக்குனர் மேலும் கேட்டார்.

"வேலி எதனால் செய்யப்பட்டுள்ளது?"

"என்ன பொருளாலா? இரும்பு."

"அதை வர்ணி. அதில் என்ன டிசைன் உள்ளது?" நீண்ட நேரம், லியோ மேசைமீது விரலால் படங்கள் வரைந்து கொண்டிருந்தான். தான் சொன்னதைப் பற்றி அவன் சரியாகச் சிந்தித்திருக்கவில்லை என்பது தெளிவாகத் தெரிந்தது.

"எனக்குப் புரியவில்லை. நீ அதை மேலும் தெளிவாக வர்ணிக்க வேண்டும்," என்றார் இயக்குனர்.

லியோ தனது கற்பனையைத் தட்டி எழுப்புவதற்கு முயற்சி எதுவும் செய்யவில்லை என்பது தெரிந்தது. இத்தகைய செயலற்ற சிந்தனையால் என்ன பயன் என்று நான் குழம்பியதால், அதை நேரடியாக அவரிடமே கேட்டுவிட்டேன்.

"ஒரு மாணவனின் கற்பனைத் திறனைச் செயல்படுத்துவதற்கான எனது முறையில், ஒருசில விஷயங்கள் கவனிக்கப்பட வேண்டும்," என்று அவர் விளக்கினார். "அவனது கற்பனை செயலற்று இருந்தால், சில எளிய கேள்விகளை நான் கேட்கிறேன். அவை நேரடியாகத் தன்னிடம் கேட்கப் படுவதால், அவன் கண்டிப்பாக அவற்றுக்குப் பதில் கொடுத்தே ஆக வேண்டும். போதுமான அளவு யோசிக்காமல் அவன் பதில் கொடுத்தால், நான் அவனது பதிலை ஏற்றுக் கொள்வதில்லை. பின், ஒரு திருப்திகரமான பதிலைத் தருவதற்காக, ஒன்று அவன் தனது கற்பனையைத் தூண்டிவிட வேண்டும் அல்லது சிந்திப்பதன் மூலம், அறிவுரீதியாக அந்த விஷயத்தை அவன் எதிர் கொண்டாக வேண்டும். இவ்வாறு, தெரிவுணர்வுடன், அறிவுரீதியாகச் செயல்படுவதால், கற்பனையான விவரங்கள் தயார் செய்யப்படுகின்றன. மாணவன், தனது நினைவுப் பதிவுகளில் இருந்தோ, புதிய கற்பனையிலோ எதையும் பார்க்கிறான்: இதனால் ஒரு சில காட்சிகள் அவன் முன்னே எழுகின்றன. ஒரு குறுகிய காலத்திற்கு அவன் ஒரு கனவில் வாழ்கின்றான். அதன் பின், மற்றொரு கேள்வி, பின் அதே செய்முறை மறுபடி செய்யப்படுகிறது. இவ்வாறே அடுத்தடுத்த கேள்விகளால் அவரது கற்பனை விரிவடைந்து, அந்தக் குறுகியகாலம் முழுப்படமாக நீடிக்கப்படுகிறது. ஒருவேளை, தொடக்கத்தில் இது அவ்வளவு சுவாரஸ்யமானதாக இல்லாமலிருக்கலாம். இங்கு மதிப்புள்ள ஒரு விஷயம் என்னவென்றால், இந்தக் கற்பனைக் காட்சியானது மாணவனின் சொந்த உள்ளார்ந்த காட்சித் தோற்றங்களாலே பின்னிப் பிணைக்கப்பட்டதாக உள்ளது என்பது தான். இச் செய்முறை ஒரு தடவை செயல்படுத்தப்பட்டு விட்டால், அதை அவன் பலமுறை தானாகவே மறுபடி மறுபடி செய்து கொள்வது சாத்தியமாகிறது. அதை எவ்வளவு அடிக்கடி அவன் நினைவுக்குக் கொண்டு வருகிறானோ அவ்வளவு அதிகமாக அது அவன் மனதில் பதிந்து விடுகிறது. அதனால் அந்த அளவு ஆழமாக அவன் அதில் ஈடுபட்டு வாழத் தொடங்கி விடுவான்."

"எனினும், சில சமயங்களில், எளிய கேள்விகளுக்குக் கூடப் பதிலளிக்காத சில மந்தமான கற்பனைகளை நாம் சமாளித்தாக வேண்டும். அப்போது, எனக்கு ஒரு வழி மட்டுமே உள்ளது - கேள்வியைக் கேட்பது மட்டுமன்றி, பதிலையும் நானே

தரவேண்டியிருக்கும். மாணவனால் அந்த பதிலைப் பயன்படுத்திக் கொள்ள முடிந்தால் அவன் அங்கிருந்து கிளம்பித் தானாகச் செல்லத் தொடங்கி விடுகிறான். எப்படியேனும், தனது சொந்த உட்காட்சியைப் பயன்படுத்துமாறு அவன் தூண்டப்படுகிறான். இறுதியில், ஒரு கற்பனையான ஒன்று உருவாக்கப்படுகிறது - அந்தக் கற்பனையானது ஒரு பகுதி மட்டுமேயாவது மாணவனால் தானாகச் செய்யப்பட்டதாகிறது. இது முற்றிலும் திருப்திகரமானதாக இல்லாமல் போனாலும், ஏதோ ஒன்று சாதிக்கப்பட்டுள்ளது என்றே நாம் எடுத்துக் கொள்ளலாம்.''

''இந்த முயற்சி செய்யப்படுவதற்கு முன்னால், அந்த மாணவனின் மனச்சாட்சியில் வடிவம் எதுவுமே இல்லாமல் இருந்திருக்கலாம், அல்லது அவன் தெளிவற்றுக் குழப்பத்தில் ஆழ்ந்திருக்கலாம். இந்த முயற்சி செய்யப்பட்ட பின், நிச்சயமான ஒரு காட்சியைத், தெளிவாகவும், பிரகாசமாகவும், தனது மனக்கண் முன்னால் அவனால் காண முடியும். இதற்கான நிலம் பண்படுத்தப்பட்டுவிட்டது, இப்போது இதில் ஆசிரியரோ, இயக்குனரோ விதைகளை விதைக்க முடியும். இந்தத் திரைச்சீலையில் இப்போது ஓவியம் தீட்டப்பட வேண்டும். மேலும், தனது கற்பனையைக் கையில் எடுத்துக் கொண்டு, தன் மனம் முன் வைக்கும் பிரச்சினைகளை அதில் இட்டுச் செயல்படுத்தும் முறையை மாணவன் இப்போது கற்றுக் கொண்டு விடுகிறான். தனது கற்பனையின் செயலற்ற மெத்தனப் போக்குடன் தீவிரமாகப் போரிட்டுச் செயல்படும் பழக்கத்தை அவன் உருவாக்கிக் கொள்வான். அது ஒரு நீண்ட நெடிய பயணமாகும்.''

6

இன்றைய தினமும், எங்கள் கற்பனையை வளர்த்துக் கொள்வதற்கான அதே பயிற்சிகளை நாங்கள் தொடர்ந்து செய்தோம்.

''நமது கடந்த பாடத்தில், ''இயக்குனர் பாலைப் பார்த்துப் பேசினார்,'' நீ யார் என்றும், எங்கே இருந்தாய் என்றும் உன் அகக்கண்ணால் என்ன பார்த்தாய் என்றும் நீ என்னிடம்

சொன்னாய். இப்போது, உன்னையே ஒரு பழம்பெரும் ஓக் மரமாகக் கற்பனை செய்து கொண்டுள்ளபோது உனது உட்செவிகளால் என்ன கேட்கிறாய் என்பதை எனக்கு விவரி.''

முதலில் பாலினால் எதையும் கேட்க முடியவில்லை.

''உன்னைச் சுற்றியுள்ள புல்வெளியில் உனக்கு எதுவும் கேட்கவில்லையா?''

அதன்பின், பாலின் காதுகளுக்கு ஆடுகள், மாடுகள் இவற்றின் குரலும், அவை புல்லை மென்று தின்னும் ஓசையும், கழுத்து மணிகளின் கிண்கிணி ஒலியும், வயல்களில் வேலை செய்து விட்டு ஓய்வெடுத்துக் கொண்டிருக்கும் பெண்களின் சளசளவென்ற அரட்டை ஒலியும் கேட்கலாயிற்று.

''இப்போது உன் கற்பனையில் எப்போது இவையெல்லாம் நிகழ்கின்றன என்று சொல்,'' என்றார் இயக்குனர் ஆர்வத்துடன்.

பால், நிலப்பிரபுத்துவ காலத்தைத் தேர்ந்தெடுத்தான்.

''சரி, இப்போது, ஒரு புராதமான ஓக் மரமாக இருந்தவாறு அந்தக் காலகட்டத்துக்கே உரித்தான தன்மையுடைய ஒலிகள் எதையும் கேட்கிறாயா?''

பால், சற்று நேரம் யோசித்து விட்டு, ஒரு பாணன், பாட்டுப் பாடிக் கொண்டே செல்வதைக் கேட்க முடிகிறது என்றும், அருகில் உள்ள மாளிகையில் நடைபெறும் திருவிழாவுக்காக அவன் சென்று கொண்டிருந்தான் என்றும் கூறினான்.

''நீ ஏன் அந்தப் புல்வெளியில் தன்னந்தனியாக நின்று கொண்டிருக்கிறாய்?'' என்று இயக்குனர் கேட்டார்.

இக்கேள்விக்குப் பதிலாக, பால், பின்வரும் விளக்கத்தை அளித்தான். அந்தப் பழைய ஓக் மரம் இப்போது தன்னந்தனியாக நின்று கொண்டிருந்த குன்றின்மீது, முன்னர் ஒரு காலத்தில் அடர்ந்த காடு ஒன்று இருந்தது. மாளிகையில் வசித்து வந்த பிரபுவுக்கு எதிரிகளின் தாக்குதல் மிரட்டல் தொடர்ந்து இருந்து வந்தது. அதனால், அருகிலிருந்த காட்டில் எதிரிகள் மறைந்து நின்ற மரங்களை அவர் வெட்டி விட்டார். இந்தப் பெரிய ஓக் மரத்தின் கீழேயிருந்த ஊற்று ஒன்றிலிருந்து சிறிய ஓடை ஒன்று புறப்பட்டுப்

பெருகியது அந்த ஓடையின் நீர், பிரபுவின் கால்நடைகளுக்குக் குடிநீராக உதவியதால் அந்த ஓடைக்கு நிழல் தந்து காப்பதற்காக ஓக் மரம் வெட்டாமல் விடப்பட்டது.

இந்த விளக்கத்துக்கு பின், இயக்குனர் பின்வருமாறு பேசினார்: ''பொதுவாக,'' ''எதற்காக?'' என்ற இந்தக் கேள்வி மிக மிக முக்கியமானது. உங்களது சிந்தனைகளின் நோக்கத்தைத் தெளிவுபடுத்திக் கொள்ளுமாறு அது உங்களை வலுக்கட்டாயமாகத் தள்ளுகிறது. மேலும், அதன் எதிர்கால விளைவைச் சுட்டிக்காட்டி, செயலில் ஈடுபடுமாறு உங்களைத் தூண்டுகிறது. ஒரு மரத்துக்குச் செயலூக்கமான குறிக்கோள் எதுவும் இருக்க முடியாதுதான். எனினும் அதற்கென உள்ள தனிப்பட்ட முக்கியத்துவம் இருக்கலாம், ஏதேனும் ஒரு நோக்கத்துக்காக அது பயன்படலாம்.''

இங்கு பால் இடைமறித்து, ''அந்தப் பகுதியிலேயே மிகமிக உயரமான ஓக் மரம் உள்ளது. எனவே, எதிரியின் தாக்குதல் பற்றி முன்னதாக அறிந்து கொள்ள அதன் மீது ஏறிச் சுற்றுப் புறத்தைக் கண்காணிக்கவும் அது உதவியாக இருக்கக் கூடும்,'' என்று கூறினான்.

''இப்போது உனது கற்பனை போதுமான அளவு குறிப்பிட்ட, கொடுக்கப்பட்டுள்ள சூழ்நிலைகளை மெல்ல மெல்ல சேமித்துக் கொண்டுள்ளது. எனவே, இந்தப் பணியின் துவக்க கட்டத்துடன் இப்போதைய நிலையை ஒப்பிட்டுப் பார்க்கலாம். முதன் முதலில், ஒரு புல்வெளியில் நின்று கொண்டுள்ள ஒரு ஓக் மரமாகத் தான் உன்னை நீ கண்டாய். உனது மனக்கண்ணில் வெகு பொதுப் படையான காட்சிகள் மட்டுமே நிரம்பியிருந்தன. மோசமாகக் கழுவப்பட்ட ஒரு போட்டோ நெகடிவ்வைப் போல அது மங்கலாக இருந்தது. இப்போது உனது வேர்களுக்கு அடியில் உள்ள மண்ணை உன்னால் உணர முடிகிறது. ஆனால், மேடைக்குத் தேவைப்படும் செயல்பாடு உனக்குக் கிடைக்கவில்லை. ஆகவே, இங்கு மற்றும் ஒரு செயலை நீ செய்தாக வேண்டும். உன்னை உணர்ச்சிவசப்பட வைத்து செயலில் இறங்கச் செய்யும் ஒரு புதிய சூழ்நிலையை நீ கண்டுபிடிக்க வேண்டும்.''

பால் சிரமப்பட்டு முயற்சி செய்தபோதும், அவனால் எதையும் சிந்திக்க முடியவில்லை.

"அப்படியானால், விஷயத்தை மறைமுகமாகச் சரிசெய்ய நாம் முயற்சிக்கலாம்," என்றார் இயக்குனர். முதலாவதாக, உனது நிஜவாழ்வில் உன்னை மிகவும் உணர்ச்சிவசப்படச் செய்வது எது? உனது உணர்ச்சிகளை - உனது பயமோ அல்லது உனது மகிழ்ச்சியோ - வேறு எதைக்காட்டிலும் அதிகமாக எழுப்பும் ஒரு விஷயம் எது? உனது கற்பனை வாழ்வின் கருப் பொருளிலிருந்து முற்றிலும் வேறுபட்டதாக நான் உன்னை இந்தக் கேள்வியைக் கேட்கிறேன். உனது இயல்பின் இயற்கையான குணங்கள் - விருப்பு - வெறுப்புகள் பற்றி உனக்குத் தெரிந்துள்ள போது அவற்றைக் கற்பனைச் சூழ்நிலைக்கு ஏற்ப அமைத்துக் கொள்வது அவ்வளவு கடினம் அல்ல. எனவே, ஒரு குணம், தன்மை, ஈடுபாடு, ஏதேனும் ஒன்றை - உனக்கே உனக்கென உரித்தானதைக் குறிப்பிடு."

"எந்தவிதமான சண்டையைப் பற்றியும் நான் மிகவும் உணர்ச்சி வசப் படுகிறேன்," என்றான் பால், சற்றுநேரம் சிந்தித்து விட்டு.

"அப்படியானால், எதிரியின் தாக்குதல்தான் இங்கு நமக்குத் தேவை. நீ நின்று கொண்டிருக்கும் குன்றின் மீது அண்டை நாட்டுச் சிற்றரசனின் படைகள் வேகவேகமாக ஏறி வந்து கொண்டிருக்கின்றன. எந்தக் கணத்திலும் போர் மூளக் கூடும். எதிரிகளின் வில்களிலிருந்து அம்பு மழை உன் மீது பொழியக் கூடும். அவற்றில் சில அம்புகளின் முனைகளில் தீப்பந்தங்கள் எரிந்து கொண்டிருக்கக் கூடும் - நிதானம், நிதானம் தேவை இப்போது இது நிஜமாக உனக்கு நிகழ்ந்தால், நீ என்ன செய்வாய் என்று யோசி. அதிகத் தாமதமாவதற்கு முன், நிலைமை கையை மீறிப் போவதற்கு முன், யோசி."

ஆனால் பாலினால் எதுவும் செய்ய முடியவில்லை - உள்ளுக்குள் வெறும் போராட்டம் நிகழ்ந்த போதும் அவனுக்கு எதையும் செய்யத் தோன்றவில்லை. கடையில், அவன் குமுறினான்: "தரையில் வேரூன்றி நின்றுள்ள, அசைய முடியாத ஒரு மரத்தால் தன்னைக் காப்பாற்றிக் கொள்ள என்ன தான் செய்ய முடியும்?"

"எனக்கு நீ இவ்வாறு உணர்ச்சி வசப்பட்டதே போதுமே," என்றார் இயக்குனர் வெகுவாகத் திருப்தியுற்றவராக." இந்தக் குறிப்பிட்ட பிரச்சினை தீர்க்க முடியாதது. எனவே, கதையின் கருப் பொருளில் செயல்பாடு எதுவும் கிடையாது என்றால், உன்னைக் குற்றம் சொல்ல முடியாது."

"அப்படியானால், நீங்கள் ஏன் அதை அவனுக்குத் தந்தீர்கள்?" என்ற கேள்வி, மாணவர்களிடமிருந்து எழுந்தது.

"ஒரு செயலற்ற கருப் பொருளினாலும் கூட உள்ளார்ந்த தூண்டுதலையும், செயல்படவேண்டுமென்ற சவாலையும் உருவாக்க முடியும் என்று உங்களுக்கு உறுதிப் படுத்துவதற்காகத் தான் இதைச் செய்தேன். கற்பனையை வளர்ப்பதற்கான நமது பயிற்சிகள் எல்லாமே புறத்தோற்றமான விஷயங்கள், அகத்தோற்றமான காட்சிகள் இவற்றை உங்களது பாத்திரப் படைப்புக்கேற்பத் தயாரிப்பதற்கு உங்களுக்குக் கற்றுத்தர வேண்டும். அதற்கு ஒரு நல்ல எடுத்துக்காட்டாக இப்பயிற்சி அமைந்துள்ளது."

7

இன்றைய வகுப்பின் தொடக்கத்தில், ஒரு நடிகர் தான் ஏற்கெனவே தயாரித்துப் பயன்படுத்தியவற்றையும் மறுபடி புதிதாக்குவதற்கும், புத்துணர்வூட்டுவதற்கும் கற்பனை எவ்வளவு மதிப்பு மிக்கது என்பது பற்றிச் சில விஷயங்களை இயக்குனர் எங்களுக்குக் கூறினார்.

கதவுக்குப் பின்னால் பைத்தியக்காரன் இருந்த பயிற்சியானது, அவன் கருத்துக்குள் நுழைந்தவுடன் மொத்த அணுகுமுறையுமே எப்படி மாறிவிட்டது என்பதைச் சுட்டிக்காட்டி, எந்த ஒரு பயிற்சியிலும் புதிய கருத்து ஒன்றைப் புகுத்துவது எப்படி என்று எங்களுக்கு அவர் காட்டினார்.

"புதிய சூழலுக்கு ஏற்ப உங்களை மாற்றிக் கொள்ளுங்கள். அவை என்ன சொல்கின்றன என்று கவனித்துக் கேளுங்கள், பின் - செயல்படுங்கள்!"

நாங்கள் உற்சாகத்துடனும், உண்மையான உணர்ச்சிவேகத்துடனும் நடித்தோம். அதற்கான பாராட்டையும் பெற்றோம்.

பாடத்தின் இறுதிப்பகுதியில் நாங்கள் செய்து முடித்த பணி பற்றி சுருக்கமாக கருத்துத் தொகுப்புச் செய்தோம்.

''ஒரு நடிகனின் கற்பனையின் புதிய உருவாக்கம் ஒவ்வொன்றும் முழுமையான விவரங்களுடன் வடிவமைக்கப்பட்டு, உண்மைகளின் அடிப்படையில் திடமாகக் கட்டப்படவேண்டும். எழும்பக் கூடிய எல்லாக் கேள்விகளுக்கும் - எப்போது, எங்கே, ஏன், எவ்வாறு என - அவை பதிலளிக்க வேண்டும். இந்தக் கேள்விகள், ஒரு கற்பனை வாழ்வை மேலும் மேலும் நிச்சயமான சித்திரமாக வடிவமைப்பதற்குத் தனது புதியதாக உருவாக்கும் திறன்களை விரட்டி வேலை வாங்கும் போது அவன் பயன்படுத்துவதாக இருக்க வேண்டும். சில சமயங்கள் இந்த வெளிப்படையான உணர் நிலையில் உள்ள முயற்சிகள் அவனுக்குத் தேவைப்படாமல் போகலாம். அவனது கற்பனை உள்ளுணர்வால் மட்டுமே வேலை செய்யக் கூடும். ஆனால் முழுக்க முழுக்க உள்ளுணர்வை மட்டுமே நம்ப முடியாது என்று நீங்களே பார்த்தீர்கள். நன்றாக வடிவமைக்கப்பட்டதும், முழுமையான அடித்தளத்துடன் உள்ளதுமான ஒரு கதைக்கரு இல்லாமல் ''பொதுப்படையாகக்'' கற்பனை செய்வது என்பது ஒரு பயனற்ற செயலாகும்.

''இதற்கு மாறாக, உணர்நிலையில் உள்ள, பகுத்தறிவுக்கேற்ற ஒரு அணுகுமுறையானது கற்பனையாக இருந்தாலும் சோகையான உண்மையற்ற ஒரு வாழ்க்கையைத் தான் பெரும்பாலும் சித்தரிக்கிறது. நமது நடிப்புக் கலைமுறையில், ஒரு நடிகனின் முழு இயல்பும் செயலூக்கத்துடன் அதில் ஈடுபட வேண்டும் என்றும், அவன் தன் உடல், மனம், ஆவி அனைத்தையும் தனது பாத்திரத்துக்கு அர்ப்பணித்துவிட வேண்டும் என்றும் தீவிரமாக வேண்டுகிறது. உடல் ரீதியாகவும், அறிவு ரீதியாகவும் நடிப்பதற்கான சவாலை அவன் உணர வேண்டும். ஏனெனில் கற்பனை என்ற ஒன்றுக்கு திடப் பொருளோ திடவடிவமோ கிடையாது. ஆனால், நமது பெருவுடலையும் இயல்பையும் பாதித்து அவற்றைச் செயல்படச் செய்ய அதனால் இயலும். நமது

உணர்ச்சி - செயல்நுட்பத்துக்கு இந்தத் திறன் மிகமிக முக்கியமானதாகும்."

"எனவே, நீங்கள் மேடைமீது செய்யும் ஒவ்வொரு அசைவும், பேசுகிற ஒவ்வொரு சொல்லும், உங்கள் கற்பனை வாழ்வின் சரியான வடிவமைப்பின் விளைவு ஆகும்."

"நீங்கள் யாராக இருக்கிறீர்கள், எங்கிருந்து வருகிறீர்கள், உங்களுக்கு வேண்டியது என்ன, அது ஏன் உங்களுக்குத் தேவை, நீங்கள் எங்கே சென்று கொண்டிருக்கிறீர்கள், அங்கு சென்றதும் என்ன செய்யப் போகிறீர்கள் என்பதையெல்லாம் முழுமையாகப் புரிந்து கொள்ளாமல் எந்திரத்தனமாக உங்கள் வசனத்தைப் பேசினாலோ, எதையாவது செய்தாலோ, நீங்கள் கற்பனைவளமின்றி நடித்துக் கொண்டிருப்பீர்கள். அந்தச் சமயம் - அது நீண்டதாகவோ, குறுகியதாகவோ இருக்கலாம் - நிறுத்தமற்றதாக, பொய்த்தோற்றமாக இருக்கும். நீங்கள் வெறும் சாவி கொடுத்த பொம்மை போல, எந்திர மனிதனைப் போலத் தான் செயல்படுவீர்கள்.

"இப்போது ஒரு மிகச் சாதாரண கேள்வியைக் கேட்கிறேன் என்று வைத்துக் கொள்வோம்: "இன்று வெளியே குளிராக இருக்கிறதா?" பதில் தருவதற்கு முன், உங்கள் கற்பனையில் வெளியே தெருவுக்கு போய், நீங்கள் அங்கு நடந்து சென்ற போது, அல்லது வண்டியில் சென்றபோது, எப்படி இருக்கிறது என்று நினைவுபடுத்திப் பார்க்க வேண்டும் - பின்னரே, "ஆம்" என்றோ, "இல்லை" என்றோ, "நான் கவனிக்கவில்லை" என்றோ கூற வேண்டும். தெருவில் சென்றவர்கள் கனமான ஆடைகளை அணிந்திருந்தார்களா, தமது கழுத்தின் காலர்களை மேலே தூக்கி விட்டுக் கொண்டிருந்தார்களா, காலடியில் பனிக்கட்டிகள் நச்சென்று நசுங்கினவா, என்றெல்லாம் நினைவுபடுத்திப் பார்த்தும், அத்துடன் உங்களது குளிர்பற்றிய உணர்வையும் ஒப்பிட்டுப் பார்த்து அதன் பின்பே பதில்தர வேண்டும்.

"உங்களது எல்லாப் பயிற்சிகளிலும் இந்த விதியைக் கண்டிப்பாகப் பின்பற்றினால், உங்களது கற்பனைவளம் வளர்ந்து மேலும் மேலும் வலிமை பெறுவதை நீங்கள் காண்பீர்கள்."

5

கவனத்தை ஒருமுனைப்படுத்துதல்

1

நாங்கள் இன்று பயிற்சிகளில் ஈடுபட்டிருந்த போது, திடீரென்று ஒரு சுவரின் பக்கத்தில் இருந்த நாற்காலிகளில் சில உருண்டு விழுந்தன. முதலில் நாங்கள் குழப்பமடைந்தாலும், விரைவில், யாரோ திரையை உயர்த்திக் கொண்டிருந்தார்கள் என்று உணர்ந்து கொண்டோம். மரியாவின் "வரவேற்பறையில்" இருந்தவரையில் அறையின் அடுத்தடுத்த பக்கங்களில் என்ன இருந்தது என்றோ எது சரியான பக்கம் எது தவறான பக்கம் என்றோ நாங்கள் கவலைப் படவில்லை. நாங்கள் எங்கே நின்றிருந்தோமோ அதுவே சரியான இடம்! ஆனால் அந்த நான்காவது சுவர் வாய்பிளந்து கும்மென்று இருண்டிருந்த பார்வையாளர் பகுதியைக் காட்டியதும், நாங்கள் 'சரியாக' நிற்க வேண்டும் என்று உணரலானோம். நம்மைப் பார்த்துக் கொண்டிருக்கும் மக்களைப் பற்றி நினைக்கத் தொடங்குகிறோம். அறையில் நம்முடன் இருப்பவர்களைப் பற்றி எண்ணாமல் மக்கள் நம்மைப் பார்க்க வேண்டும், நாம் பேசுவதைக் கேட்க வேண்டும் என்று விரும்புகிறோம். வரவேற்பு அறையில் எங்களுடன் கூட இருந்தவரையில் இயக்குனரும் அவரது உதவியாளரும் அவ்விடத்தின் இயல்பான அங்கமாகத் தென்பட்டனர். ஆனால் இப்போது இசைக்குழுவினரின் பகுதிக்கு அவர்கள் சென்றவுடன், வேறு விதமாகத் தோன்றலாயினர். இந்த மாற்றத்தால் நாங்கள் அனைவருமே பாதிக்கப்பட்டோம்.

என்னைப் பொறுத்தவரையில் அந்த இருண்டபள்ளத்தின், கருங்குகையின் தாக்கத்திலிருந்து வெளியே வந்தால் ஒழிய, எங்கள் வேலையில் ஒரு அங்குலம் கூட முன்னே நகர மாட்டோம் என்றே எண்ணினேன். எனினும் ஒரு புதிய, புத்துணர்வூட்டும் பயிற்சியைச் செய்தால் நாங்கள் சிறப்பாகப் பணிபுரியக்கூடும் என்று பால் வெகு திடமாக நம்பினான். இதற்கு இயக்குனர் கூறிய பதில் இதுதான்:

''நல்லது, அதை நாம் முயன்று பார்க்கலாம். உங்கள் கவனத்தைப் பார்வையாளர் பக்கத்திலிருந்து திசைதிருப்பவல்ல ஒரு கரு இதோ - சோகமான ஒரு கதை.''

''இது இங்கே இந்த வீட்டில் நடக்கிறது. மரியா கோஸ்ட்யாவைத் திருமணம் செய்து கொண்டிருக்கிறாள். கோஸ்ட்யா ஒரு பொது நிறுவனத்தின் பொருளாளராக இருக்கிறான். அவர்களுக்குப் புதிதாகப் பிறந்த ஒரு குழந்தை இருக்கிறது. அந்த அழகான குழந்தையை அதன் அம்மா, சாப்பாட்டு அறைக்கு அப்பால் உள்ள அறையில் குளிப்பாட்டிக் கொண்டிருக்கிறாள். இந்த அறையில் கணவன் அலுவலகக் காகிதங்களைப் பார்த்துக் கொண்டும், பணத்தை எண்ணிக் கொண்டும் இருக்கிறான். அது அவனுடைய பணம் அல்ல. வங்கியிலிருந்து கொண்டுவரப்பட்டுள்ள, நிறுவனத்துக்குச் சொந்தமான பணம் ஆகும். நோட்டுகள் கட்டுக்கட்டாக மேசைமீது இறைந்து கிடக்கின்றன. கோட்ஸ்யாவுக்கு முன்னால், வான்யா, மரியாவின் தம்பி, நின்று கொண்டிருக்கிறான். அவன் சற்றே மூளை வளர்ச்சி குன்றியவன். கோட்ஸ்யா நோட்டுக் கட்டை ஒவ்வொன்றாகப் பிரித்து, அதைக் கட்டியுள்ள மேல் காகிதத்தை அறையில் உள்ள கணப்பினுள் போடுவதையும், அங்கு அவை கொழுந்து விட்டு எரிவதையும் அவன் பார்த்துக் கொண்டிருக்கிறான்.

''பணம் எல்லாம் எண்ணி முடிக்கப்பட்டு விடுகிறது. தன் கணவனின் வேலை முடிந்து விட்டது என்றும் உணர்ந்து கொண்ட மரியா, குழந்தை குளிக்கும் அழகைக் கண்டு ரசிக்க அவனைக் கூப்பிடுகிறாள். அவனும் போகிறான். இதற்கிடையில் மூளை

வளர்ச்சியில்லாத வான்யா, தனது மைத்துனர் செய்ததைப் போல செய்யக் கருதி, சில காகிதங்களைக் கணப்பினுள் போடுகிறான். அவை எரிவதைக் கண்டு மகிழ்ந்து, பணக் கட்டுகளையும் போட்டுவிடுகிறான். இந்தச் சமயத்தில் அறைக்குத் திரும்ப வரும் கோட்ஸ்யா, கடைசிக் கட்டு எரிந்து கொண்டிருப்பதைக் காண்கிறான். அதிர்ச்சியுற்றவனாய், கணப்பின் அருகே சென்று, வான்யாவை அடித்துத் தள்ளி விட்டு, எரிந்து கொண்டிருக்கும் பணக்கட்டை வெளியே எடுக்கிறான். வான்யா ஒரு முனகலுடன் கீழே சாய்கிறான்.

''சத்தம் கேட்டு பயந்து போன மனைவி அறையினுள் ஓடி வந்து தன் தம்பியைத் தூக்க முயல்கிறாள். ஆனால் அவளால் அது முடியவில்லை. தனது கையில் இரத்தத்தைக் கண்டதும் பயந்து போய்க் கொஞ்சம் தண்ணீர் கொண்டு வருமாறு கணவனிடம் கேட்கிறாள். அவனோ கிலி பிடித்தவனாய் அவள் சொல்வதைக் காதில் வாங்கவில்லை. எனவே தானே அதைக் கொண்டுவர எண்ணி அடுத்த அறைக்கு ஓடுகிறாள். அடுத்த நிமிடம் அங்கிருந்து இதயத்தை உலுக்கும் ஓலம் ஒன்று கேட்கிறது. அருமைக் குழந்தை, குளிக்கும் தொட்டியில் மூழ்கி இறந்து விட்டிருக்கிறது.''

''பார்வையாளரிடமிருந்து உங்கள் கவனத்தை இழுத்துப்பிடித்து வைப்பதற்கு இந்த அளவு சோகம் போதுமா?'' இந்த பயிற்சியின் மகத்தான சோக ரசமும் எதிர்பாராத திருப்பங்களும் எங்களை உலுக்கி விட்டன. இருந்தாலும், எங்களால் இதுபற்றி எதுவும் சிறப்பாகச் சாதிக்க முடியவில்லை.

''பார்வையாளர் எனும் காந்தத்தின் சக்தியானது, இங்கே மேடையில் நிகழும் சோக சம்பவங்களை விடவும் வலிமை வாய்ந்தது என்று தெளிவாகத் தெரிகிறது,'' என்று இயக்குனர் கூறினார். ''விஷயம் இவ்வாறு இருப்பதால், இப்போது திரையைக் கீழே இறக்கி விட்டு மறுபடி இந்தப் பயிற்சியைச் செய்யலாம்,'' என்று அவர் சொல்லவும், அவரும் அவரது உதவியாளரும், பார்வையாளர் பகுதியிலிருந்து எங்கள் ''வரவேற்பு'' அறைக்கு வந்தனர். திரையும் கீழே இறக்கப்பட்டு, மேடை மறுபடியும் இதமாகவும், வசதியாகவும் ஆனது.

நாங்கள் நடிக்கத் தொடங்கினோம். பயிற்சியின் தொடக்கத்தில் இருந்த அமைதியான பகுதிகளை நாங்கள் நன்றாகச் செய்தோம். ஆனால் உணர்ச்சிகரமான நிகழ்வுகளுக்கு வந்த போது நான் போதுமான அளவு உணர்ச்சியைக் காட்டவில்லை என்றே எனக்குத் தோன்றியது. நான் எனக்குள் உணர்ந்த உணர்ச்சிகளைக் காட்டிலும் மிக அதிகமான அளவு உணர்ச்சிகளைக் காட்ட நான் விரும்பினேன்.

எனது நடிப்பைப் பற்றிய என் மதிப்பீடு, இயக்குனர் பேசிய போது உறுதிப் படுத்தப்பட்டது. ''முதலில் நீ சரியாக நடித்தாய்,'' என்றார் அவர், ''ஆனால் இறுதியில் நடிப்பது போலப் பாவனை செய்து கொண்டிருந்தாய். உனக்குள்ளிருந்து உணர்ச்சிகளைப் பிழிந்து எடுத்துக் கொண்டிருந்தாய். எனவே எல்லாப் பழிகளையும் கருங்குழியின் மீது சுமத்த முடியாது. மேடையில் நீ சரியாகச் செயல்படுவதைத் தடுப்பது அது ஒன்றுமட்டும் இல்லை. ஏனெனில் திரை கீழே இறங்கியிருந்த போதும் விளைவு என்னவோ ஒரே மாதிரியாகத் தான் இருந்தது.''

எங்களை எவரேனும் கவனித்துக் கொண்டிருந்தால் அது எங்களுக்குத் தொந்தரவாக இருக்கிறது என்ற சாக்குப் போக்கினால், அந்தப் பயிற்சியை மறுபடியும் நடித்துக் காட்டுமாறு நாங்கள் தனியே விடப்பட்டோம். உண்மையில் அவர்கள் பின்புறத்திரையில் இருந்த ஒரு ஓட்டையின் வழியாக எங்களைக் கவனித்துக் கொண்டிருந்தனர். இம்முறை நாங்கள் மோசமாக நடித்தது மட்டுமின்றி, வெகு தன்னம்பிக்கையுடனும் தோன்றியதாக எங்களுக்குச் சொல்லப்பட்டது. ''உங்கள் பிரதானக் குறைபாடு, உங்கள் கவனத்தை ஒரு முனைப் படுத்துவதற்கான சக்தி உங்களிடம் இல்லாதது தான் என்று தோன்றுகிறது. அந்த சக்தியானது புதிதாக உருவாக்கும் பணிக்காக இன்னமும் தயார் செய்யப்படாமல் உள்ளது.''

2

இன்றைய பாடம், பள்ளியின் நாடக அரங்கில் நடந்தது. ஆனால் திரை உயர்த்தப்பட்டும், அதன் அருகில் இருந்த

நாற்காலிகள் அகற்றப்பட்டும் இருந்தன. எங்களது சின்னஞ்சிறு வரவேற்பறை இப்போது முழுஅரங்கமும் காணுமாறு திறந்திருந்தது. அதனால் முன்னர் இருந்த அந்தரங்கமான சூழ்நிலை மாறி, ஒரு சாதாரண நாடக செட் போலத் தோற்றமளித்தது. சுவரில் மின்கம்பிகள் தொங்கவிடப்பட்டிருந்தன. ஒளியூட்டுவதற்கென அவற்றில் பல்புகளும் இணைக்கப்பட்டிருந்தன. நாங்கள், மேடையின் முன்னணி விளக்குகளின் முன்பாக வரிசையாக உட்கார்ந்திருந்தோம். அமைதி நிலவியது.

"இங்குள்ள பெண்களில் யாருடைய காலணியின் குதிகால் பகுதி காணாமல் போயுள்ளது?" என்றார் இயக்குனர், திடீரென்று.

மாணவர்கள் ஒருவர் மற்றவரது காலணிகளைத் தீவிரமாகப் பரிசோதிக்கலாயினர். அப்போது இயக்குனர் குறுக்கிட்டு,

"இந்த அரங்கில் இப்போது என்ன நடந்துள்ளது?" என்றார். எங்களுக்கு ஒன்றும் புரியவில்லை.

"என்னிடம் கையெழுத்து வாங்குவதற்காக, எனது உதவியாளர் ஒருசில காகிதங்களை என்னிடம் கொண்டு வந்து கொடுத்ததை நீங்கள் கவனிக்கவில்லையா?" எங்களில் யாரும் அவரைக் கவனிக்கவில்லை. "திரைகூட மேலேதான் இருந்தது! இதற்கான இரகசியம் வெகு எளிமையானது. பார்வையாளரிடமிருந்து உங்கள் கவனம் விலக வேண்டுமானால், மேடைமீது ஏதேனும் ஒரு விஷயத்தில் நீங்கள் ஈடுபாடு கொள்ள வேண்டும்."

இது என்னை மிகவும் பாதித்தது - ஏனென்றால், மேடை விளக்குகளுக்குப் பின்னால் இருந்த ஒரு விஷயத்தில் நான் கவனத்தை ஒருமுனைப் படுத்திய அந்தக் கணத்தில், அவற்றுக்கு முன்னால் என்ன நடந்து கொண்டிருந்தது என்பது பற்றிச் சிந்திப்பதை நிறுத்தி விட்டேன்.

ஒதெல்லோவின் காட்சிகளுக்காக நான் ஒத்திகை செய்து கொண்டிருந்த போது, கீழே விழுந்து விட்ட ஆணிகளை எடுப்பதற்கு ஒரு நபருக்கு உதவியது எனக்கு நினைவுக்கு வந்தது. ஆணிகளைப் பொறுக்கியெடுப்பதான அந்தச் சாதாரண

வேலையில் நான் ஆழ்ந்து போனேன். மேலும் அந்த நபரிடம் உரையாடிக் கொண்டிருந்தேன். இதனால், மேடையில் முகப்பு விளக்குகளுக்கு அப்பால் இருந்த கருங்குழியைச் சுத்தமாக மறந்து விட்டேன்.

"ஒரு நடிகனுக்கு கவனத்தை மையப்படுத்தும் ஒரு புள்ளி தேவை என்று நீங்கள் உணர்ந்திருப்பீர்கள். இந்தப் புள்ளி, கண்டிப்பாக அரங்கத்தில், பார்வையாளர் மத்தியில் இருக்கக் கூடாது. அந்தப் புள்ளியாக உள்ள பொருள் எவ்வளவு கவர்ச்சிகரமானதாக இருக்கிறதோ, அந்த அளவு அது கவனத்தை ஒருமுனைப்படுத்தும். நிஜ வாழ்வில் நமது கவனத்தை ஒரு முனைப்படுத்துகிற பொருள்கள் நிறைய உண்டு. ஆனால் மேடையில் உள்ள நிலைமைகள் வித்தியாசமானவை. அவை ஒரு நடிகன் இயல்பாக இருப்பதற்கு இடையூறு செய்யக் கூடியவை. எனவே கவனத்தை நிலைப்படுத்துவதற்கான முயற்சி அத்தியாவசியமாகிறது. மேடையில் உள்ள பொருள்களைப் பார்ப்பதற்கும், அவற்றை உண்மையில் காண்பதற்கும் புதிதாகக் கற்றுக் கொள்ள வேண்டியுள்ளது. இந்த விஷயத்தைப் பற்றி உங்களுக்கு மேலும் உரை நிகழ்த்தாமல், சில எடுத்துக்காட்டுகளை நான் தருகிறேன்.

"இப்போது நீங்கள் பார்க்கப் போகிற சில விளக்குகள் அன்றாட வாழ்வில் உங்களுக்குப் பழக்கமான சில பொருள்களின் குறிப்பிட்ட அம்சங்களை உங்களுக்கு விவரித்துக் காட்டப்போகின்றன. அப்பொருள்கள், மேடையிலும் தேவையாக உள்ளன," என்று கூறி முடித்தார் இயக்குனர்.

அரங்கத்திலும், மேடையிலும் முழுவதுமாக இருள் கவிந்திருந்தது. ஓரிரு வினாடிகளில் நாங்கள் உட்கார்ந்திருந்த இடத்துக்கு அருகில் இருந்த ஒரு மேசைமீது ஒரு விளக்குத் தோன்றியது. சுற்றிலும் இருளடர்ந்து இருந்ததால் இந்த விளக்கின் ஒளி மிகவும் பிரகாசமாகவும் கவனிக்கத் தக்கதாகவும் இருந்தது.

"இருளில் ஒளிவிட்டுக் கொண்டுள்ள இந்தச் சிறிய விளக்கு, நமக்கு மிகவும் அருகில் உள்ள பொருள்களுக்கான ஒரு

எடுத்துக்காட்டு ஆகும். நமது முழுக்கவனத்தையும், தூரத்தில் உள்ள பொருள்களின் மீது சிதறடிக்காமல் காத்துக் கொண்டு ஒன்றாகச் சேர்த்து வைப்பதற்கான மகத்தான ஒருமுனைப்படுத்தும் சமயங்களில் இதை நாம் பயன்படுத்துகிறோம்.''

விளக்குகள் எல்லாம் மீண்டும் எரியத் தொடங்கியதும், அவர் தொடர்ந்து பேசலானார்.

''சுற்றிலும் இருளடர்ந்து உள்ளபோது ஒரு விளக்கின் ஒளியில் மனதை ஒருமுனைப்படுத்துவது ஓரளவு சுலபம். இதே பயிற்சியை மீண்டும் வெளிச்சத்தில் செய்யலாம்.''

ஒரு நாற்காலியின் பின்புறத்தை ஆராயுமாறு அவர் ஒரு மாணவனிடம் கூறினார். மேசைமீது இருந்த போலி எனாமல் வேலைப்பாட்டை நான் கவனிக்க வேண்டியிருந்தது மற்றும் ஒரு மாணவன் அங்கிருந்த அலங்காரப் பொருள் ஒன்றையும், நான்காமவர் ஒரு பென்சிலையும், ஐந்தாமவர் ஒரு துண்டுக் கயிறையும், ஆறாமவர் ஒரு தீக்குச்சியையும் கவனிக்கும்படி கூறப்பட்டனர்.

பால் தனக்குத் தரப்பட்டிருந்த கயிற்றைப் பிரிக்கலானான். நான் அவனைத் தடுத்து நிறுத்தினேன். பயிற்சியின் நோக்கம் செயல்படுவதல்ல, கவனத்தை ஒருமுனைப்படுத்துவது ஆகும் என்றும், நமக்குத் தரப்பட்ட பொருளை ஆராய்ந்து அவற்றைப் பற்றி சிந்திக்க மட்டுமே நாம் செய்ய வேண்டும் என்று நான் அவனிடம் கூறினேன். பால் எனது கருத்துக்கு மறுப்புத் தெரிவிக்கவே நாங்கள் இருவரும் எங்களது கருத்து வேறுபாட்டை இயக்குனரிடம் எடுத்துச் சென்றோம்.

''ஒரு பொருளைத் தீவிரமாகக் கவனித்துப் பார்ப்பதால் அதை வைத்துக் கொண்டு ஏதேனும் செய்ய வேண்டும் என்ற ஆசை எழுவது இயல்பே. அதைக் கொண்டு எதையேனும் செய்வதால், அது பற்றிய உங்களது கவனிப்பு மேலும் தீவிரமடைகிறது. இந்த பரஸ்பர செயல்பாடு, நீங்கள் கவனம் செலுத்தும் பொருளுடன் மேலும் அதிக வலிமையான தொடர்பைக் கொள்ள உதவுகிறது.''

மேசைமீது இருந்த எனாமல் டிசைனைக் கவனிக்க மறுபடி தொடங்கிய போது, ஏதேனும் ஒரு கூரான உபகரணத்தைக் கொண்டு அதைப் பெயர்த்தெடுக்க வேண்டும் என்ற ஆசை எழுந்தது. இதற்காக, டிசைனை மேலும் நன்றாக ஊன்றிப் பார்ப்பது அவசியமாயிற்று. இதற்கிடையில், பால் தனது கயிற்றில் இருந்த முடிச்சுகளை அவிழ்ப்பதில் ஆர்வத்துடன் ஒன்றிப் போயிருந்தான். மற்றவர் எல்லோரும் தத்தமது பொருள்களைக் கவனிப்பதிலோ, அவற்றைக் கொண்டு ஏதேனும் செய்வதிலோ ஈடுபட்டிருந்தனர்.

இறுதியில் இயக்குனர், ''வெளிச்சத்திலும், இருட்டிலும், உங்களுக்கு மிக அருகில் உள்ள பொருள் மீது உங்களால் கவனம் செலுத்த முடிகிறது என்று என்னால் பார்க்க முடிகிறது,'' என்றார்.

அதன்பின், முதலில் இருளிலும், பின் வெளிச்சத்திலும், சற்று தூரத்தில் இருந்த பொருள்கள் மற்றும் வெகு தூரத்தில் இருந்த பொருள்கள் இவற்றைக் கொண்டு பயிற்சிகள் செய்து காட்டினார். அவற்றைச் சுற்றிலும் ஒரு கற்பனைக் கதை ஒன்றை உருவாக்கி, எங்களால் எவ்வளவு நேரம் முடியுமோ அவ்வளவு நேரம் அதை எங்கள் கவனத்தின் மையத்தில் நிலைக்கச் செய்ய வேண்டும். எல்லாப் பிரதான விளக்குகளும் அணைக்கப்பட்டிருந்த போது எங்களால் இதைச் செய்ய முடிந்தது.

விளக்குகள் மீண்டும் ஏற்றப்பட்டபோது, அவர் பின்வருமாறு கூறினார்.

''இப்போது உங்களைச் சுற்றிலும் கவனமாகப் பார்த்து சற்று தூரத்தில் அல்லது அதிக தூரத்தில் உள்ள ஏதேனும் ஒரு பொருளைத் தேர்ந்தெடுங்கள். பின் அதன் மீது கவனத்தை ஒருமுனைப்படுத்துங்கள்.''

எங்களைச் சுற்றிலும் பல பொருள்கள் இருந்தன. முதலில் என் கண்கள் ஒன்றிலிருந்து மற்றொன்றுக்குத் தாவிக் கொண்டே இருந்தன. இறுதியில் கணப்புக்கு மேலே இருந்த மேடைமீது இருந்து ஒருசிறிய சிலையை நான் தேர்ந்தெடுத்தேன். ஆனால் என்னால் வெகுநேரம் அதன்மீது கண்களைப் பதித்து வைக்க

முடியவில்லை. அறையில் இருந்த மற்ற பொருள்களின் மீது அவை அலைபாய்ந்த வண்ணமிருந்தன.

"சற்று தூரத்தில் அல்லது அதிக தூரத்தில் உள்ள புள்ளிகளின் மீது கவனத்தை மையம் கொள்ளச் செய்வதற்கு முன், மேடையில் உள்ள பொருள்களை கவனித்துப் பார்ப்பது எப்படி என்று நீங்கள் கற்றுக் கொள்ள வேண்டும்," என்றார் இயக்குனர். "அதை மக்களின் முன்பு செய்வது கடினம்."

"அன்றாட வாழ்வில் நீங்கள் நடக்கிறீர்கள், உட்காருகிறீர்கள், பேசுகிறீர்கள், பார்க்கிறீர்கள். ஆனால், மேடையில் இந்தத் திறன்களை நீங்கள் இழந்து விடுகிறீர்கள். மக்களின் அருகாமையை உணர்கிறீர்கள் - "அவர்கள் ஏன் என்னைப் பார்த்துக் கொண்டிருக்கிறார்கள்?" என்று உங்களையே கேட்டுக் கொள்கிறீர்கள். எனவே, மேற்சொன்ன செயல்களையெல்லாம் பொதுவிடத்தில், மக்கள் முன்பாகச் செய்வது எப்படி என்று தொடக்கத்திலிருந்து உங்களுக்குக் கற்றுத்தர வேண்டியுள்ளது.

"இதை நினைவில் வைத்துக் கொள்ளுங்கள்: அன்றாட வாழ்வில் நமக்கு மிகவும் பழக்கமாக உள்ள எல்லாச் செயல்களும் - மிகச் சாதாரணமானவையும் கூட - ஆயிரம் பேர் கொண்ட அரங்கத்திலே, மேடை விளக்குகளுக்கு முன்னால் வந்து நிற்கும் போது மிகவும் கடினமானதாக, வலிந்து செய்யப்படுவன போல ஆகிவிடுகின்றன. அதனால் தான், நம்மைத் திருத்திக் கொள்வதும், எவ்வாறு நடப்பது, அசைவது, உட்கார்வது, அல்லது படுத்துக் கொள்வது என்று மறுபடி கற்றுக் கொள்வதும் அவசியமாகிறது. எனவே, மேடையின்மீது கவனித்துப் பார்ப்பதற்கும், செவி கொடுத்துக் கேட்பதற்கும் நமக்கே மறுகல்வி அளித்துக் கொள்வது முக்கியமானதாகிறது.

3

திறந்திருந்த மேடையில் இன்று நாங்கள் அமர்ந்து கொண்டபிறகு, "ஏதேனும் ஒரு பொருளைத் தேர்ந்தெடுங்கள்," என்று இயக்குனர் கூறினார். "அதோ அங்குள்ள பூத் தையல் வேலைப்பாடு செய்யப்பட்டுள்ள துணியை எடுத்துக் கொள்வோம்

என்று வைத்துக் கொள்ளலாம் - ஏனெனில் அது மிகவும் கண்ணைக் கவரும் வடிவங்களைக் கொண்டுள்ளது.''

நாங்கள் அவ்வாறே அதைக் கவனமாகப் பார்க்கலானோம், ஆனால் அவர் இடைமறித்தார்:

"இது பார்ப்பதல்ல, முளைப்பது!"

எங்களது பார்வையைத் தளர்த்திக் கொள்ள முயன்றோம் ஆனால், நாங்கள் பார்த்துக் கொண்டிருந்ததை நிஜமாகவே நாங்கள் ஊன்றிப் பார்த்தோம் என்று அவர் நம்பவில்லை.

"மேலும் அதிகக் கவனத்துடன்," என்று அவர் உத்தரவிட்டார்.

நாங்கள் அனைவரும் முன்பக்கமாகக் குனிந்தோம்.

"இன்னும் எந்திரத்தனமாகத் தான் பார்த்துக் கொண்டிருக்கிறீர்கள் - கவனமே இல்லாமல்,'' என்றார் அவர்.

நாங்கள் புருவங்களை நெரித்துக் கொண்டு பார்த்தோம். மிகக் கவனமாகப் பார்த்துக் கொண்டிருந்தது போல எனக்குத் தோன்றியது.

"கவனமாகப் பார்ப்பதும், கவனமாகப் பார்ப்பது போலத் தோற்றமளிப்பதும் முற்றிலும் வேறுபட்ட இரு விஷயங்கள்,'' என்றார் அவர். "நீங்களே அதைப் பரிசோதித்துப் பார்த்துக் கண்டு கொள்ளுங்கள் - எது உண்மை என்றும் எது காப்பியடிப்பது என்றும்!"

இப்படியும் அப்படியும் நிறைய அசைந்து பின் இறுதியில் நாங்கள் அமைதியாக அடங்கிப் போய் உட்கார்ந்தோம். எங்கள் கண்களைப் பெரிதும் வருந்திக் கொள்ளாமல், அந்தப் பூத்தையல் வேலைப் பாடமைந்த துணியைப் பார்க்கலானோம்.

திடீரென்று அவர் பெரிதாக உரக்கச் சிரித்தார். என்னை நோக்கி, "என்னால் மட்டும் நீ இப்போது இருக்கும் நிலையில் உன்னை அப்படியே புகைப்படம் எடுக்க முடிந்தால்! எந்த ஒரு மனித உயிரும் தன்னை இத்தகையதொரு முட்டாள்தனமான கோணத்தில் வளைத்து வைத்துக் கொள்ள முடியும் என்று நீயே

நம்ப மாட்டாய். ஏன், உன் கண்கள் வெளியே விழுந்து விடுவதைப் போல பிதுங்கிக் கொண்டு உள்ளன. ஒரு பொருளைச் சும்மா பார்ப்பதற்கு நீ இவ்வளவு முயற்சி செய்தாக வேண்டுமா என்ன? குறை, குறை! இன்னும் குறைவாக முயற்சி செய். தளர்வாக இரு... இன்னும் தளர்வாக இரு! அந்தப் பொருள் உன்னைச் கவர்ந்து இழுக்கிறதா என்ன, நீ அதை நோக்கி இவ்வாறு குனிய வேண்டுமா? உன் உடலைப் பின்னால் தள்ளு! இன்னும் நிறையப் பின்னால் தள்ளு!''

கடைசியில் எனது உடலின் இறுக்கத்தைச் சற்றே குறைப்பதில் அவர் வெற்றி கண்டார். அந்தக் குறைந்த அளவு தளர்ச்சியும் கூட எனக்குப் பெரிய ஆறுதலாக இருந்தது. ஒரு திறந்துள்ள மேடையில் இறுகிப்போன தசைகளால் உடல் ஊனமாகிப் போய் நின்று பார்த்திருந்தால் தவிர, இந்த ஆறுதலைப் பற்றி ஒருவராலும் புரிந்து கொள்ள முடியாது.

''சளசளவென்று பேசிக் கொண்டுள்ள நாவினாலோ அல்லது எந்திரத்தனமாக அசைந்து கொண்டுள்ள கைகால்களாலோ, புரிந்து கொள்ளும் ஒரு கண்பார்வைக்குப் பதிலாகச் செயல்பட முடியாது. ஒரு பொருளைப் பார்த்து, உணர்ந்து கொள்ளும் ஒரு நடிகனின் கண், பார்வையாளரின் கவனத்தையும் கவரும் - அதன் வாயிலாக, பார்வையாளன் எதைப் பார்க்க வேண்டும் என்றும் சுட்டிக்காட்டும். இதற்கு நேர்மாறாக, எதையும் பார்க்காமல் காலியாக உள்ள ஒரு கண், பார்வையாளரின் கவனத்தையும் மேடையிலிருந்து விலகி அலையச் செய்து விடும்.''

இங்கு, மின் விளக்குகளால் ஆன தனது செய்து காட்டுதலுக்கு அவர் திரும்பச் சென்றார்: ''வாழ்வில் நாம் அனைவரும் பயன்படுத்தும் சில பொருள்களை நான் உங்களுக்குக் காட்டியுள்ளேன். அவற்றை மேடையில் ஒரு நடிகன் எவ்வாறு பார்த்து உணரவேண்டுமோ, அவ்வாறு பார்த்துள்ளீர்கள். இப்போது அவை எவ்வாறு பார்க்கப்படக் கூடாது என்று நான் காட்டுகிறேன். இருந்தும், ஏறத்தாழ எப்போதுமே அவை அவ்வாறு தான் பார்க்கப் படுகின்றன. ஒரு நடிகன் மேடையில் உள்ள போது அவனது கவனத்தை எப்போதுமே கவர்ந்து தம் வசம் வைத்துக் கொள்ளும் பொருள்களை உங்களுக்குக் காட்டுகிறேன்.''

மறுபடியும் எல்லா விளக்குகளும் அணைக்கப்பட்டன. இருளில் சுற்றிலும் சின்னஞ்சிறு பல்புகள் பளிச்சிடுவதைக் கண்டோம். அவை, மேடையில் இங்குமங்கும் ஓடிச் சென்று, பின் பார்வையாளர்கள் மத்தியிலும் சென்று ஒளிவிட்டன. சட்டென்று அவை மறைந்துவிட்டன, பின் இசைக்குழு இருக்கும் இடத்தில் இருந்த இருக்கைகளில் ஒன்றின் மீது ஒரு பிரகாசமான ஒளி தோன்றியது.

"அது என்ன?" என்று ஒரு குரல் இருளில் ஒலித்தது.

அது தான் "கடுமையான நாடக விமர்சகர்," என்றார் இயக்குனர். "நாடகத்தின் முதல் நாளன்று அவருக்கு நிறைய கவனிப்புக் கிடைக்கும்."

பின் சிறிய விளக்குகள் மறுபடியும் ஒளிரத் தொடங்கின, மறுபடி நின்று போயின. ஒரு பிரகாசமான விளக்கு இப்போது மேடை நிர்வாகியின் இருக்கையின் மீது தோன்றியது.

இந்த ஒளி மங்கியதும் மறைந்ததும், மேடையின் மீது ஒரு மங்கலான, பிரகாசமற்ற சிறிய பல்பு எரிந்தது. "அதுதான்," என்றார் அவர் கிண்டலாக, "ஒரு நடிகனால் அலட்சியம் செய்யப்படுகிற ஒரு பாவப்பட்ட சக நடிகை."

இதன் பின் சிறிய விளக்குகள் அங்கங்கு விட்டு விட்டு ஒளி வீசின; பெரிய விளக்குகளும் எரிந்து அணைந்தன, சில சமயங்களில் ஒரே நேரத்திலும், சில சமயங்களில் தனித் தனியாகவும் - விளக்குகளின் களியாட்டம். ஒதெல்லோவின் காட்சிகளை நாங்கள் நடித்துக் காட்டிய காலத்தை அது எனக்கு நினைவூட்டியது - எனது கவனம் அரங்கம் முழுவதும் சிதறிக் கிடந்ததும், ஏதோ ஒரு சில சமயங்களில் மட்டும், அதுவும் தற்செயலாகத் தான் என்னால் அருகிலிருந்த பொருள் மீது கவனம் செலுத்த முடிந்ததும் மனதில் நிழலாடியது.

"ஒரு நடிகன் தனது கவனத்தைச் செலுத்த வேண்டிய பொருளை மேடைமீதும், நாடகத்தினுள்ளும், தனது பாத்திரத்திலும், மேடையின் செட் அமைப்பிலும் இருந்தெடுக்க

வேண்டும் என்பது இப்போது தெளிவாகிறதா? நீங்கள் தீர்வு காணவேண்டிய சிரமமான பிரச்சினை இதுதான்.''

4

இன்று, உதவி இயக்குனரான ரக்மனோவ் எங்கள் வகுப்புக்கு வந்து, இயக்குனர், தனக்குப் பதிலாக அவரைப் பயிற்சியை நடத்துமாறு சொன்னதாகக் கூறினார்.

''உங்களது கவனத்தை ஒன்று திரட்டிக் கொள்ளுங்கள்,'' என்றார் அவர், தெளிவான, தன்னம்பிக்கை நிறைந்த குரலில்.'' உங்களது பயிற்சி பின்வருமாறு இருக்கும். நீங்கள் ஒவ்வொருவரும் கவனித்துப் பார்ப்பதற்கான பொருளை நான் தேர்ந்தெடுப்பேன். நீங்கள் அதன் வடிவம், உருவம், நிறங்கள், பிற விவரங்கள், அம்சங்கள் ஆகியவற்றைக் கவனிக்க வேண்டும். நான் முப்பது எண்ணுவதற்குள் இது செய்யப்பட வேண்டும். அதன்பின் விளக்குகள் அணைக்கப்பட்டுவிடும். எனவே உங்களால் அந்தப் பொருளைப் பார்க்க முடியாது. அதை வர்ணிக்குமாறு நான் உங்களைக் கேட்பேன். இருளிலேயே, உங்கள் நினைவில் பதிந்துள்ளதை நீங்கள் எனக்குச் சொல்ல வேண்டும். பின் விளக்குகளை எரிய விட்டு உங்கள் வர்ணனையையும், நிஜமான பொருளையும் ஒப்பிட்டுப் பார்ப்பேன். கவனமாகக் கேளுங்கள் - நான் துவங்குகிறேன். மரியா கண்ணாடி.''

''ஐயையோ, கடவுளே! இதுதானா அது?''

''தேவையற்ற கேள்விகள் வேண்டாம். அறையில் ஒரு கண்ணாடி, ஒரே ஒரு கண்ணாடி தான் உள்ளது. ஒரு நடிகர் விஷயங்களை நன்கு ஊகித்து அறிபவராக இருக்க வேண்டும்.''

''லியோ - படம், க்ரிஷா - சர விளக்கு, சோன்யா - வரைபடப் புத்தகம்.''

''தோல் அட்டை கொண்டதா?'' என்றாள் அவள் தேனொழுகும் குரலில்.

''அதை நான் ஏற்கெனவே கட்டிக்காட்டியுள்ளேன். மறுபடி மறுபடி நான் சொல்ல மாட்டேன். ஒரு நடிகர் விஷயங்களை

விரைவில் 'கப்'பென்று பிடித்துக் கொள்ள வேண்டும். கோஸ்ட்யா - தரை விரிப்பு.''

"இங்கே பல தரை விரிப்புகள் உள்ளன,'' என்றேன் நான்.

"சந்தேகம் ஏற்பட்டால், நீயே எது என்று முடிவு செய்து கொள். நீ செய்வது தவறாக இருக்கலாம். ஆனால், தயங்காதே. ஒரு நடிகனுக்குச் சட்டென்று தீர்மானிக்கும் குணம் இருக்க வேண்டும். கேள்வி கேட்பதற்காக, செயலை நிறுத்தாதே. வான்யா - பூக்குவளை, நிக்கோலஸ் - ஜன்னல், டாஷா - தலையணை. வாஸிலி பியானோ. ஒன்று, இரண்டு, மூன்று, நான்கு, ஐந்து...'' என்று முப்பது வரையில் நிதானமாக எண்ணினார்.

"விளக்குகளை அணைத்து விடலாம்'' என்றார். முதலில் என்னை அழைத்தார்.

"நீங்கள் ஒரு தரை விரிப்பைப் பார்க்குமாறு என்னிடம் சொன்னீர்கள். எதைப் பார்ப்பது என்று என்னால் உடனடியாகத் தீர்மானிக்க முடியவில்லை, இதனால் எனக்குச் சற்று காலம் விரயமானது-''

"சுருக்கமாகச் சொல், விஷயத்தை மட்டும் சொல்.''

"தரை விரிப்பு, பாரசிகக் கம்பளம். அதன் பொதுவான நிறம் சிவப்புக்கலந்து பழுப்பு. அதன் ஓரங்களில் ஒரு அகலமான பட்டை உள்ளது...'' என்று நான் அதை விவரித்தேன் பின் உதவி இயக்குனர், "லைட்ஸ்,'' என்றார்.

"நீ எல்லாம் தப்புத் தப்பாக நினைவில் வைத்திருக்கிறாய். சரியான பதிவைச் செய்யவில்லை. உன் ஞாபகம் சிதறி விட்டது. லியோ!''

"என்னால் ஓவியம் எதைப் பற்றியது என்று பார்க்க முடியவில்லை, ஏனெனில் அது வெகு தொலைவில் இருந்தது எனக்குக் கிட்டப் பார்வை. நான் பார்த்ததெல்லாம், சிவப்புப் பின்னணியில் மஞ்சள் நிறம் மட்டுமே.''

"லைட்ஸ். ஓவியத்தில் சிவப்பும் இல்லை, மஞ்சளும் இல்லை. க்ரிஷா.''

"சரவிளக்கு தங்கமுலாம் பூசப்பட்டது. அது ஒரு மலிவான பொருள். அதில் கண்ணாடி தொங்கல்கள் உள்ளன."

"விளக்குகளை ஏற்றுங்கள். அந்தச் சரவிளக்கு, அருங்காட்சியகத்தில் வைக்கத் தகுந்தது. புராதன அரசர்கள் காலத்துப் பொருள். நீ விளக்குப் பொறியில் தூங்கிக் கொண்டிருந்தாய்."

"விளக்குகளை அணைக்கவும். கோஸ்ட்யா, உனது தரை விரிப்பை மறுபடி வர்ணி."

"என்னை மன்னியுங்கள், அதை நான் மறுபடியும் செய்ய வேண்டியிருக்கும் என எனக்குத் தெரியாது."

"ஒன்றுமே செய்யாமல் ஒரு வினாடி கூட இங்கே உட்காராதே. உங்களது நினைவுப் பதிவு பற்றிய மிகச் சரியான கணிப்பு எனக்குக் கிடைக்கும் வரையில் உங்களை இருமுறை அல்லது பலமுறை சோதிப்பேன் என்று நான் உங்களை எச்சரிக்கிறேன். லியோ!"

லியோ திடுக்கிட்டவனாய் கூவி," நான் கவனிக்கவில்லை" என்றான்.

இறுதியில் எங்கள் பொருள்களை நன்கு கவனித்து மிகச் சிறிய விவரத்தைக் கூடவிட்டு விடாமல் வர்ணிக்குமாறு கட்டாயப் படுத்தப்பட்டோம். என்னைப் பொறுத்தவரையில் ஐந்துமுறை அழைக்கப்பட்ட பின்னர்தான், என் பொருளைப் பற்றி வெற்றிகரமாக நினைவு கூர்ந்தேன். இந்த உயர் அழுத்தமான பணி அரைமணி நேரம் நீடித்தது. எங்களது கண்கள் களைத்துப் போயின, எங்கள் கவனம் வலிந்து போய் இறுக்கமாக இருந்தது. இத்தகைய தீவிரத்துடன் தொடர்ந்து பணி புரிவது முற்றிலும் இயலாத செயலாக இருந்திருக்கும். எனவே, பாடம் அரை மணிநேரம் கொண்ட இரு பகுதிகளாகப் பிரிக்கப்பட்டது. முதல் பகுதியில், நடனம் ஆடுவதற்கான பாடத்தைக் கற்றோம். பின், திரும்பச் சென்று முதலில் செய்த பயிற்சியையே செய்தோம். இம்முறை, பொருளைக் கவனிப்பதற்கான நேரம், முப்பது வினாடிகளிலிருந்து இருபதாகக் குறைக்கப் பட்டது. இறுதியில்,

அந்த நேரம் இரண்டு வினாடிகளாகக் குறைக்கப்பட்டு விடும் என்று உதவி இயக்குனர் சொன்னார்.

5

இன்று இயக்குனர் மின் விளக்குகளுடனான தனது செய்து காட்டலைத் தொடர்ந்தார்.

''இதுவரையில், விளக்குகளின் ஒளிப் புள்ளிகளின் வடிவிலான பொருள்களைப் பற்றி நாம் படித்தறிந்து வந்தோம்,'' என்றார் அவர்.'' இப்போது, கவனத்தின் ஒரு வட்டம் பற்றி நான் உங்களுக்குக் காட்டப் போகிறேன். இது பெரியதாகவோ, சிறியதாகவோ இருக்கலாம். அதனுள், தனித்தனியான பொருள்கள் இருக்கும். கண், இவற்றில் ஒன்றிலிருந்து மற்றொன்றுக்குச் செல்லலாம், ஆனால் குறிப்பிடப்பட்டுள்ள கவனத்தின் வட்டத்திற்கு வெளியே பார்வை போகக் கூடாது.''

முதலில் முழுமையான இருள் இருந்தது. சற்று நேரத்துக்குப் பின், நான் இருந்த இடத்துக்கு அருகில் இருந்த மேசைமீது ஒரு விளக்கு ஏற்றப்பட்டது. விளக்கின் ஒளி, வட்டமான கதிர்களாக என் தலையிலும் கரங்களிலும் விழுந்தது. மேசையின் நடுவில் இருந்த சிறிய பொருள்கள் மீது அதன் ஒளி பிரகாசமாக விழுந்தது. இவை பல்வேறு நிறங்களில் ஒளிர்ந்தன. மேடையின் பிற பகுதிகளும், அரங்கமும் இருளால் விழுங்கப்பட்டன.

''மேசையின் மீது ஒளிவிழுந்துள்ள பகுதி,'' என்று இயக்குனர் கூறினார், ''கவனத்தின் சிறிய வட்டம் ஒன்றைக் குறிக்கின்றது. நீங்களோ, அல்லது தலை மற்றும் கரங்கள் - ஒளி விழும் பகுதி - இந்த வட்டத்தின் மையமாகும்.''

என் மீது இதன் விளைவு மந்திரம் போல் இருந்தது. எந்த வித வற்புறுத்தலோ, என்னிடமிருந்து உத்தரவுகளோ இல்லாமலேயே மேசைமீது இருந்த சிறுசிறு பொருள்கள் என் கவனத்தைக் கவர்ந்தன. இருளின் நடுவில், ஒளியின் வட்டத்தில், முற்றிலும் தனியாக இருப்பது போன்ற ஒரு உணர்வு நமக்கு எழுகிறது. எனது

சொந்த அறையை விடவும் இந்த ஒளி வட்டத்தினுள் நான் மிகவும் வசதியாக உணர்ந்தேன்.

இந்த வட்டத்தைப் போன்ற ஒரு சிறிய இடத்தில் பல்வேறு பொருட்களை அவற்றின் மிகவும் சிக்கலான விவரங்களையும் கூடப் பரிசோதித்து அறிவதற்காக உங்களது ஒருமுகப்படுத்தப்பட்ட கவனத்தைப் பயன்படுத்த உங்களால் முடியும். மேலும், உணர்வுகள் மற்றும் எண்ணங்களின் பல்வேறு விதங்களையும் கணிப்பது போன்ற அதிகச் சிக்கலான செயல்களையும் உங்களால் செய்ய முடியும். எனது மனநிலையை இயக்குனர் உணர்ந்து கொண்டது போலத் தோன்றியது. ஏனெனில் அவர் மேடையின் விளிம்புக்கு வந்து, ''உனது மனநிலையைப் பற்றி உடனே கவனி; இதுதான் பொதுஇடத்தில் தனிமை என்று நாம் குறிப்பிடுவதாகும். நாங்கள் எல்லோரும் இங்கே இருப்பதால், நீ ஒரு பொது இடத்தில் இருக்கிறாய். ஆனால் கவனத்தின் ஒரு சிறிய வட்டத்தால் எங்களிடமிருந்து பிரிக்கப் பட்டிருப்பதால் நீ தனிமையில் இருக்கிறாய். ஒரு நாடகத்தில் பங்கு பெறும் போது, ஆயிரக்கணக்கான பார்வையாளர்களின் முன்னிலையிலும் கூட இந்த வட்டத்துக்குள் உன்னையே அடைத்துக் கொள்ளலாம் - ஒரு நத்தை தன் கூட்டுக்குள் ஒடுங்கிக் கொள்வது போல,'' என்று கூறினார்.

சற்று நேரம் மௌனமாக இருந்தபின், எங்களுக்கு ஒரு நடுத்தர வட்டத்தைக் காட்டுவதாக அவர் கூறினார். இப்போது, விளக்கு சற்றே பெரிய ஒரு இடத்தை ஒளியூட்டியது - அதனுள் பல மரச்சாமான்கள், ஒரு மேசை, சில மாணவர்கள் அமர்ந்துள்ள நாற்காலிகள், பியானோவின் ஒரு மூலை, மற்றும் கணப்பும் அதன் முன்னால் ஒரு பெரிய, கைப்பிடிகள் கொண்ட இருக்கையும் இருந்தன. அந்த நடுத்தர அளவு ஒளி வட்டத்தின் நடுவில் நான் நின்று கொண்டிருக்கக் கண்டேன். நிச்சயமாக அங்கிருந்த எல்லாப் பொருள்களையும் எங்களால் உடனடியாகக் கவனிக்க முடியவில்லை, ஆனால், அந்தப் பகுதியை சிறிது சிறிதாக, ஒவ்வொரு பொருளாகப் பரிசோதிக்க வேண்டியிருந்தது - அந்த

வட்டத்துக்குள் இருந்த ஒவ்வொரு பொருளும் ஒரு தனிப்பட்ட புள்ளியாக அமைந்திருந்தது.

இதில் மிகப் பெரிய பிரச்சினை என்னவென்றால், வெளிச்சத்தின் பெரிய வட்டத்தால் ஒளியானது சிதறி, வட்டத்துக்கு வெளியேயும் இருந்த பொருட்களின் மீது மங்கலாக விழுந்தது. இதனால் இருளின் சுவர், துளைக்க முடியாதவாறு திடமானதாக இல்லை.

"இப்போது பெரிய வட்டம் உங்களிடம் உள்ளது," என்று அவர் தொடர்ந்தார். அந்த வாழும் அறை முழுவதும் வெளிச்சத்தால் நிரம்பியிருந்தது. பிற அறைகள் இருட்டாக இருந்தன, ஆனால் விரைவில் அவற்றிலும் விளக்குகள் ஏற்றப்பட்டன. "இதுதான் மிகமிகப் பெரிய வட்டம்," என்று இயக்குனர் சுட்டிக்காட்டினார். "அதன் பரிமாணம் உங்களது கண்பார்வையின் நீளத்தைப் பொறுத்து உள்ளது. இங்கே, இந்த அறையில் வட்டத்தை எவ்வளவு விரிவாக்க முடியுமோ அவ்வளவு விரிவாக நான் ஆக்கியுள்ளேன். ஆனால் நாம் கடற்கரையிலோ அல்லது சமவெளியிலோ நின்று கொண்டிருந்தால், வட்டமானது தொடுவானத்தை மட்டுமே எல்லையாகக் கொண்டிருக்கும். மேடைமீது அத்தகைய தூரம் காட்டும் காட்சிகள் பின்னணியில் உள்ள வண்ணம் தீட்டிய திரைகளால் சித்தரிக்கப்படுகின்றன.

"இப்போது நீங்கள் செய்த பயிற்சியை மறுபடி செய்ய முயற்சிக்கலாம். ஆனால் இம்முறை, எல்லா விளக்குகளும் எரிந்து கொண்டிருக்கும்."

நாங்கள் அனைவரும், மேடைமீது, பெரிய மேசையைச் சுற்றி அமர்ந்து கொண்டோம். அதன்மீது பெரிய விளக்கு இருந்தது. சில நிமிடங்களுக்கு முன்பு எங்கே இருந்தேனோ, அங்கேயே தான் நான் இருந்தேன். முதல் முறையாக, பொது இடத்தில் தனியாக இருந்தது போன்ற உணர்வைப் பெற்றேன். கவனத்தின் வட்டத்தை வடிவமைக்க ஒரு மனஅளவிலான வெளிக்கோடு மட்டுமே வைத்துக் கொண்டு, முழுவெளிச்சத்தில், இந்தத் தனிமை உணர்வை நாங்கள் புதுப்பித்துக் கொள்ள வேண்டி இருந்தது.

எங்களது முயற்சியில் தோல்வியுற்ற போது, இயக்குனர் அது ஏன் என்று விளக்கினார்.

''இருளால் சூழப்பட்டுள்ள ஒரு ஒளி வட்டம் உள்ள போது,'' என்றார் அவர், ''அதற்குள் இருக்கும் எல்லாப் பொருள்களும் உங்கள் கவனத்தைக் கவர்கின்றன. ஏனெனில் அதற்கு வெளியே உள்ள எல்லாமே கண்ணுக்குத் தெரிவதில்லை - எனவே அதில் கவர்ச்சி ஏதும் இல்லை. இத்தகைய ஒரு வட்டத்தின் வெளிக்கோடுகள் மிகவும் துல்லியமாக உள்ளன. அதைச் சுற்றியுள்ள நிழல் மிகவும் கனமானதாக உள்ளது. எனவே அந்த எல்லையை விட்டு வெளியே செல்வதற்கு உங்களுக்கு விருப்பம் இல்லை.

''விளக்குகள் எல்லாம் ஒளிவிடும் போது, முற்றிலும் வேறுபட்ட ஒரு பிரச்சினையைச் சந்திக்கிறீர்கள். உங்கள் வட்டத்துக்கு ஒரு தெளிவான எல்லை இல்லாததால், மனதளவில் ஒன்றை வடிவமைப்பது அவசியமாகிறது. அதைத் தாண்டிப் பார்வை செல்ல அனுமதிக்கவும் கூடாது என்பதும் இங்கு அவசியமாகிறது. இப்போது, ஒளிக்குப் பதிலாக உங்கள் கவனம் அமைய வேண்டும். அது உங்களைக் குறிப்பிட்ட எல்லைக்குள் பிடித்து நிறுத்த வேண்டும். வட்டத்துக்கு வெளியே உள்ள பொருட்கள் எல்லாமே இப்போது பார்க்கும்படி உள்ளதால் அவற்றுக்கு உங்கள் கண்களை இழுக்கும் சக்தி இருக்கிறது. இருந்தாலும் உங்கள் கவனம் சிதறலாகாது. எனவே, விளக்குகள் எரியும் போதும், எரியாத போதும், சுற்றப்புறச் சுழ்நிலைகள் நேர்மாறாக இருப்பதால், வட்டத்தை நிலை நிறுத்திக் கொள்வதற்கான வழிமுறை மாற வேண்டும்.''

பின்னர், அறையில் உள்ள சில பொருள்களால் கொடுக்கப்பட்ட பகுதியை அவர் வரையறை செய்தார்.

எடுத்துக்காட்டாக, வட்டமேசை ஒரு வட்டத்தை வரையறை செய்தது - அது மிகச் சிறிய வட்டமாக இருந்தது. மேடையின் மற்றொரு பகுதியில் ஒரு தரை விரிப்பு, அதன் மீது இருந்த மேசையைக் காட்டிலும் சற்றே பெரியது, ஒரு நடுத்தர அளவிலான

வட்டத்தைச் செய்தது. அறையில் இருந்த மிகப் பெரிய தரை விரிப்பு ஒரு பெரிய வட்டத்தைக் குறிப்பிட்டது.

"இப்போது, மிகமிகப் பெரிய வட்டமான முழு வீட்டையும் எடுத்துக்கொள்வோம்," என்றார் இயக்குனர்.

இங்கு, இது வரையில் கவனத்தை ஒருமுனைப்படுத்த எனக்கு உதவிக் கொண்டிருந்த எல்லாமே தோற்றுப் போயின. நான் சக்தியற்றது போல உணர்ந்தேன்.

எங்களை உற்சாகப்படுத்தவென அவர் சொன்னார்.

"நான் இப்போது எடுத்துக் கூறியுள்ள முறையைப் பயன்படுத்துவதற்கு காலமும், பொறுமையும் உங்களுக்குக் கற்றுத் தரும். அதை மறந்து விடாதீர்கள். இதற்கிடையில் உங்கள் கவனத்தை ஒரே திசையில் செலுத்துவதற்கு உதவும் மற்றொரு செயல்நுட்பக் கருவியை நான் உங்களுக்குக் காட்டுகிறேன். வட்டம் பெரிதாக ஆகும்போது, உங்கள் கவனத்தின் அளவும் விரிவடைய வேண்டும். எனினும் ஒரு கற்பனை எல்லைக் கோட்டுக்குள், உங்களது கவனத்திற்குள் எவ்வளவு பொருள்களை உங்களால் உள்ளடக்க முடியுமோ அந்த எல்லை வரையிலும் தான் இது விரிவடைய முடியும். உங்களது எல்லைக் கோடு சலனமடையத் தொடங்கிய உடனே, ஒரு சிறிய வட்டத்திற்குள் நீங்கள் வேகமாகப் பின்வாங்கி விட வேண்டும். இந்த வட்டமானது உங்கள் கண்பார்வையின் கவனிப்புக்கு உட்பட்டதாக இருக்க வேண்டும்.

இந்த இடத்தில் நீங்கள் எப்போதுமே பிரச்சினைக்குள்ளாவீர்கள். உங்கள் கவனம் நழுவி விடும், வெட்ட வெளியில் சிதறி விடும். அதை மறுபடியும் சேர்த்தெடுத்து எவ்வளவு விரைவில் முடியுமோ அவ்வளவு விரைவில் ஒரே ஒரு புள்ளி அல்லது பொருளின் மீது மறுபடி செலுத்த வேண்டும். - உதாரணத்துக்கு, இந்த விளக்கு. சுற்றிலும் இருள் இருந்தபோது இருந்ததைப் போன்ற அதே பிரகாசத்துடன் அது தோன்றாமல் போகலாம். ஆனால் உங்கள் கவனத்தைக் கவரும் சக்தியை அது இன்னமும் கொண்டிருக்கும்.

''அந்தப் புள்ளியை நிலை நிறுத்தியபின், விளக்கை நடுவில் வைத்து அதைச் சுற்றிலும் ஒரு சிறிய வட்டம் போடுங்கள். பின் அதை ஒரு நடுத்தர அளவு வட்டத்துக்குப் பெரிதாக்குங்கள். இதனுள் பல சிறிய வட்டங்கள் அமைந்திருக்கும். இவை ஒவ்வொன்றும் மையப் புள்ளி ஒன்றைக் கொண்டிருக்க மாட்டா. அத்தகைய புள்ளிகளை ஏற்படுத்திக் கொள்ள வேண்டுமானால், ஒரு புதிய பொருளைத் தேர்ந்தெடுத்து அதைச் சுற்றிலும் ஒரு சிறிய வட்டத்தை அமையுங்கள். இதே முறையை நடுத்தர வட்டத்துக்கும் பின்பற்றுங்கள்.''

ஆனால் ஒவ்வொரு முறை எங்களது கவனத்தின் பகுதி விரிவடைந்த போதும் ஒரு குறிப்பிட்ட புள்ளிக்கப்பால் நாங்கள் அதன் மீதான கட்டுப்பாட்டை இழந்துவிட்டோம். ஒவ்வொரு பரிசோதனை தோல்வியுற்ற போதும், இயக்குனர் புதிய முயற்சிகளை மேற்கொண்டார்.

சற்று நேரத்துக்குப் பின், அதே கருத்தின் மற்றொரு கட்டத்திற்கு அவர் சென்றார்.

''இதுவரையில்,'' என்றார் அவர், ''எப்போதும் நீங்கள் வட்டத்தின் நடுவில் இருந்துள்ளீர்கள் என்பதைக் கவனித்தீர்களா? ஆனால், சில சமயங்களில் நீங்கள் வெளியில் இருப்பதையும் காண்பீர்கள். எடுத்துக்காட்டாக...''

எல்லாம் இருட்டாயிற்று. பின் அடுத்த அறையில், மேலே இருந் ஒரு விளக்கு எரியவைக்கப்பட்டது. அதன் ஒளி ஒரு வெள்ளை நிற மேசை விரிப்பு மற்றும் பாத்திரங்களின் மீது விழுந்தது.

''இப்போது உங்கள் கவனத்தின் சிறு வட்டத்தின் எல்லைக்கு வெளியே நீங்கள் இருக்கிறீர்கள். உங்கள் பாத்திரம் இங்கு செயலற்ற ஒன்று, கவனிக்கும் ஒன்று. வெளிச்சத்தின் வட்டம் விரிவடையும் போது, சாப்பாட்டு அறையில் ஒளியூட்டப்பட்டுள்ள பகுதி வளரும் போது, உங்கள் வட்டமும் மேலும் மேலும் பெரிதாகும். அதே விகிதத்தில் உங்களது கவனிப்பின் கீழ் உள்ள பகுதியும் பெரிதாகும். உங்களுக்கு

வெளியே உள்ள இந்த வட்டங்களுக்கும், கவனப்புள்ளிகளைத் தேர்ந்தெடுக்கும் அதே முறையைப் பயன்படுத்தலாம்."

6

இன்று, சிறிய வட்டத்திலிருந்து பிரிந்து போகாமல் இருக்க வேண்டும் என்ற விருப்பத்தை நான் தெரிவித்த போது, இயக்குனர் பின்வருமாறு பதிலளித்தார்:

"நீ எங்கு சென்றாலும் அதை உன்னுடன் எடுத்துச் செல்லலாம் - மேடையின் மீது அல்லது வெளியே. இப்போது மேடைக்குச் சென்று இங்கும் அங்கும் நடந்து பார். உனது இருக்கையை மாற்றிக் கொள். வீட்டிலிருப்பது போல நடந்து கொள்,"

நானும் எழுந்து, கணப்பை நோக்கிச் சில அடிகள் எடுத்து வைத்தேன். என்னைச் சுற்றிலும் எங்கும் இருள் சூழ்ந்தது. பின் எங்கிருந்தோ ஒரு ஒளி வட்டம் தோன்றியது. அது நான் போகுமிடம் எல்லாம் உடன் வந்தது. இங்குமங்கும் நடந்து சென்று கொண்டிருந்தாலும், அந்தச் சிறிய வட்டத்தின் நடுவில் நான் சுகமாகவும், வசதியாகவும் உணர்ந்தேன். அறையில் மேலும் கீழும் நான் நடந்தேன். ஒளி வட்டம் என்னைத் தொடர்ந்து வந்தது. ஜன்னல் அருகில் போனேன், அதுவும் வந்தது; பியானோவில் உட்கார்ந்தேன், ஒளி வட்டம் என்னோடுதான் இருந்தது. இதனால், நம்மோடு கூடத் தொடர்ந்து வருகிற சிறிய வட்டமானது நான் இதுவரையில் கற்றுக் கொண்டுள்ள எல்லா விஷயங்களிலும் மிகவும் முக்கியமானதும், நடைமுறைக்கேற்றதும் என்று எனக்கு உறுதியானது.

இதன் பயனை விளக்குவதற்கு இயக்குனர் எங்களுக்கு ஒரு இந்து சமயக் கதையைக் கூறினார். இது, தனக்கென ஒரு மந்திரியைத் தேர்ந்தெடுக்க விரும்பிய ஒரு அரசனைப் பற்றியது. அவர் அறிவித்ததாவது: ஒரு கிண்ணம் நிறையப் பாலைக் கையில் எடுத்துக் கொண்டு, நகரின் சுற்றுப்புற மதில் சுவரின் மீது ஒரு சொட்டுக் கூடச் சிந்தாமல் நடக்கவல்ல ஒரு மனிதனைத் தான் அவர் மந்திரிப் பதவிக்கு எடுத்துக் கொள்ளப் போகிறார் என்பதாகும். மந்திரிப் பதவிக்கான தேர்வுக்கு வந்திருந்தவர்கள்

இந்தப் பரீட்சைக்கு உட்பட்டார்கள். ஆனால், பிறர் அவர்களைப் பார்த்துக் கூச்சலிட்டும், பயமுறுத்தியும், வேறு பல வழிகளில் கவனத்தைக் கலைக்குமாறும் செய்த போது பாலைச் சிந்தி விட்டனர். ''இவர்கள் மந்திரிகள் அல்ல,'' என்று அரசன் அறிவித்தார்.

பின்னர் ஒருவன் வந்தான் - எந்த அளவுக் கூச்சலும், அச்சுறுத்தலும், கவனத்தைத் திசை திருப்புதலும் அவனை பாதிக்கவில்லை - கிண்ணத்தின் விளிம்பிலிருந்து அவன் தன் கண்களை அகற்றவில்லை.

படைகளின் தளபதி, ''வெடிகளை வெடியுங்கள்!'' என்றார். வெடிகள் வெடித்தன, ஆனால் அவனுக்கு ஒன்றும் ஆகவில்லை.

''இவன்தான் உண்மையான மந்திரி'' என்றார் அரசர்.

''கூச்சல் உனக்குக் கேட்கவில்லையா?'' என்று மற்றவர்கள் அவனைக் கேட்டனர்.

''இல்லை.''

''உன்னை அச்சுறுத்துவதற்கான முயற்சிகளை நீ பார்க்கவில்லையா?''

''இல்லை.''

''வெடிச்சத்தம் உனக்குக் கேட்கவில்லையா?''

''இல்லை, நான் பாலைக் கவனித்துக் கொண்டிருந்தேன்'' என்று வந்தது பதில்.

அசையும் வட்டத்துக்கான மற்றொரு எடுத்துக்காட்டாக, இம்முறை ஒளியை விடவும் திடமான ஒன்று, எங்கள் ஒவ்வொருவருக்கும் ஒரு மரத்தாலான வளையம் தரப்பட்டது. இவற்றுள் சில சிறியவை, சில பெரியவை. உங்களது வளையத்தைத் தூக்கிக் கொண்டு நடக்கும் போது, உங்களுடன் கூட எடுத்துச் செல்ல வேண்டிய அசைகிற கவனத்தின் மையம் பற்றிய ஒரு தெளிவான கருத்து உங்களுக்குக் கிடைக்கிறது. இதனால், ஒரு சில பொருள்களைக் கொண்டு வட்டம் ஒன்றை உருவாக்கிக்

கொள்ளலாம் என்ற கருத்தை என்னால் சுலபமாக ஏற்றுக் கொள்ள முடிந்தது. எனது இடது முழங்கையின் நுனியிலிருந்து வலது முழங்கையின் நுனி வரையிலும், நான் நடந்து செல்லும் போது முன்னுக்கு வரும் எனது கால்களையும் உள்ளிட்டதாக எனது கவனத்தின் வட்டம் அமையும். இந்த வட்டத்தை என்னால் சுலபமாகக் கொண்டு செல்ல முடியும்; என்னையே அதற்குள் பொதிந்து கொள்ள முடியும்; அதனுள்ளே, பொதுவிடத்திலும் எனக்கேயுரிய தனிமையைக் கண்டு கொள்ள முடியும். வீடு திரும்பும் வழியிலும், தெருவின் இரைச்சலான குழப்பத்திலும், சூரிய ஒளியிலும், என்னைச் சுற்றிலும் ஒரு கோடு வரைந்து கொண்டு அதற்குள் இருப்பது எனக்குச் சுலபமாக இருந்தது. சொல்லப்போனால், நாடக அரங்கின் மங்கலான ஒளியிலும், ஒரு மரத்தாலான வளையத்துடனும், வட்டத்துக்குள் இருப்பதை விடவும் இது எனக்கு அதிகச் சுலபமாக இருந்தது.

7

"புறக் கவனத்தைப் பற்றித்தான் நாம் இதுவரையில் பயின்று வந்துள்ளோம்," என்றார் இயக்குனர்; இன்று, இது "நமக்கு வெளியே இருக்கும் திடப் பொருள்களை நோக்கித் திருப்பப்படுவதாகும்."

தொடர்ந்து, 'உள்ளார்ந்த' அல்லது 'அகக்கவனம்' என்றால் என்ன என்பதைப் பற்றி அவர் விளக்கலானார். அவை, கற்பனைச் சூழ்நிலையில் நாம் கண்டு, கேட்டு, தொட்டுணர்ந்து, மனதால் உணரும் விஷயங்களாகும். முன்னதாக, கற்பனையைப் பற்றி அவர் சொல்லியவற்றை எங்களுக்கு நினைவூட்டினார். மேலும், ஒரு குறிப்பிட்ட உருவத்தின் ஆதாரம் உள்ளார்ந்தது என்றும், அது நமக்கு வெளியேயுள்ள ஒரு புள்ளிக்குக் கொண்டு செல்லப்படுகிறது என்றும் அவர் கூறினார். நமது உட் பார்வையால் உருவங்களைக் காண்பது எந்த அளவு உண்மையோ, அதே அளவு நமது பிற புலன்களான கேட்டல், நுகர்தல், தொடுதல் மற்றும் ருசித்தல் ஆகியவற்றுக்கும் அது உண்மைதான் என்றார்.

''நமது 'அகக்கவனத்தின்' பொருள்கள், நமது ஐம்புலன்களின் முழுவீச்சிலும் சிதறிக் கிடக்கின்றன,'' என்றார் அவர்.

''மேடையில் உள்ள ஒரு நடிகன், தனக்குள்ளேயோ அல்லது வெளியேயோ வாழ்கிறான். அவன் ஒரு உண்மையான வாழ்வையோ அல்லது கற்பனையான வாழ்வையோ வாழ்கிறான். இந்தக் கருத்துச் சார்ந்த வாழ்வு நமது கவனத்தின் உட்புறமான ஒருமுனைப்படுத்தலுக்குத் தேவையான முடிவற்ற ஆதாரமாகத் திகழ்கிறது. இதைப் பயன்படுத்துவதன் சிரமம், இது மிகவும் நுண்ணியதும், எளிதில் சிதைந்து விடக் கூடியதுமாக இருப்பதுதான். மேடையில் நம்மைச் சுற்றிலும் உள்ள திடப்பொருள்களைக் கவனிப்பதற்கு நல்ல பயிற்சி பெற்ற கவனம் தேவை. ஆனால் கற்பனைப் பொருள்களுக்கு மேலும் அதிக ஒழுங்குமுறைக் கட்டுப்பாட்டுடன் கூடிய தீவிரமான ஒருமுனைப்படுத்தல் தேவை.

''புறக் கவனத்தைப் பற்றி, முந்தைய பாடங்களில் நான் கூறியது அகக்கவனத்துக்கும் அதே அளவு பொருந்தும்.''

''ஒரு நடிகனுக்கு அகக் கவனம் குறிப்பாக முக்கியத்துவம் கொண்டது. ஏனெனில் அவனது வாழ்வில் பெரும் பகுதி கற்பனையான சூழ்நிலைகளில் அமைந்துள்ளது.''

''நாடக அரங்கின் வேலைக்கு வெளியிலும் இந்தப் பயிற்சியானது உங்களது அன்றாட வாழ்விலும் கொண்டு செல்லப்பட வேண்டும். இதைச் செய்வதற்காக, நாம் கற்பனையின் வளர்ச்சிக்காகச் செய்த பயிற்சிகளையே நீங்கள் பயன்படுத்திக் கொள்ளலாம். ஏனெனில், கவனத்தை ஒரு முனைப்படுத்துதலுக்கும் அவை மிகவும் பயனுள்ளவை ஆகும்.''

''இரவு படுக்கச் சென்றதும், விளக்கை அணைத்துவிட்டு அன்றைய நாளின் நிகழ்ச்சிகளை மறுபடியும் நினைவுக்குத் கொண்டுவரப் பழகிக் கொள்ளுங்கள். இதைச் செய்யும் போது எவ்வளவு அதிகமான விவரங்களை உள்ளே கொண்டுவர முடியுமோ அவ்வளவு தூரம் அதைச் செய்யுங்கள். ஒரு உணவை நினைவுபடுத்திக் கொண்டால், உணவைப் பற்றி மட்டும்

நினைக்காதீர்கள் - அவை பரிமாறப்பட்ட பாத்திரங்கள் மற்றும் அவற்றின் பொதுவான தோற்றம் ஆகியவற்றையும் நினைவு கூருங்கள். உணவின் போது உங்களது உரையாடலால் எழுப்பப்பட்ட எண்ணங்கள், உணர்வுகள் ஆகிய அனைத்தையும் நினைவுக்குக் கொண்டு வாருங்கள். மற்ற சமயங்களில் உங்களது முந்தைய நினைவுகளைப் புதுப்பித்துக் கொள்ளுங்கள்.

"நீங்கள் சென்றிருந்த வீடுகள், அறைகள், பல்வேறு இடங்கள் ஆகியவற்றை விவரமாக மறுபடியும் பார்ப்பதற்கு முயலுங்கள். அங்கு நீங்கள் செய்த செயல்களுடன் தொடர்புள்ள ஒவ்வொரு பொருளையும் உருவகப்படுத்திப் பாருங்கள். மேலும், உங்கள் நண்பர்கள், தெரிந்துள்ள பிற அன்னியர்கள் இவர்களையும் எவ்வளவு தெள்ளத் தெளிவாக முடியுமோ அவ்வளவு தெளிவாக நினைவுக்குக் கொண்டு வர முயலுங்கள். அக மற்றும் புறக் கவனங்களை வலிமையாகவும், கூர்மையாகவும், திடமாகவும் வளர்த்துக் கொள்வதற்கு இது ஒன்று தான் வழி. இதைச் சாதிப்பதற்கு நீண்ட கால, ஒழுங்குமுறையாகத் திட்டமிடப்பட்டுள்ள பணி தேவை."

"தெரிவுணர்வுடன் கூடிய அன்றாடப் பணி என்றால் அதற்கு உங்களுக்கு வலிமையான மனோதிடமும், விடாப்பிடியான மனஉறுதியும், சகிப்புத் தன்மையும் வேண்டும்."

8

இன்று எங்களது பாடத்தில் இயக்குனர் பின்வருமாறு துவங்கினார்:

"புற மற்றும் அகக் கவனம் பற்றிய பரிசோதனைகளில் நாம் ஈடுபட்டுவந்துள்ளோம். அதற்காகப் பொருட்களை எந்திரத்தனமாகவும், புகைப்படம் எடுப்பது போலவும், முறையாகப் பயன்படுத்தியுள்ளோம்."

"அறிவு ரீதியான துவக்கத்தைக் கொண்டு தன்னிச்சையாகச் செயற்படும் கவனத்தைப் பற்றி நாம் கற்றுக் கொண்டுள்ளோம். இதுவும் நடிகர்களுக்குத் தேவையானது தான், ஆனால் அவ்வளவு

அதிகமாக அல்ல. சிதறிப் போன கவனத்தை ஒன்று திரட்டுவதற்கு இது சிறப்பாகப் பயன்படும். ஒரு பொருளைச் சும்மா பார்ப்பதாலேயே கவனமானது நிலை நிறுத்தப்படுகிறது. ஆனால் இதனால் உங்களை வெகு நேரம் ஈர்த்துவைக்க முடியாது. நீங்கள் நடித்துக் கொண்டிருக்கும் போது உங்களது பொருளைக் கெட்டியாகப் பற்றிக் கொள்ள வேறொரு விதமான கவனம் - ஒரு உணர்ச்சிமயமான எதிர்ச் செயலை உருவாக்கக்கூடிய ஒன்று - தேவைப்படுகிறது. நீங்கள் கவனம் செலுத்துகிற பொருளில் உங்களது ஆர்வத்தைத் தூண்டக்கூடிய ஏதோ ஒன்று இருந்தாக வேண்டும். இதன் மூலமாக உங்களது உருவாக்கும் திறனை அது முடுக்கி விட வேண்டும்.

"ஒவ்வொரு பொருளுக்கும் கற்பனையான ஒரு வாழ்க்கையைத் தரத் தேவையில்லை. ஆனால் அது உங்களை எப்படிப் பாதிக்கிறது என்பது பற்றி நீங்கள் தெரிவுணர்வுடன் இருக்க வேண்டும்."

அறிவு ரீதியான கவனத்துக்கும், உணர்வு ரீதியான கவனத்திற்கும் இடையிலான வேறுபாட்டின் எடுத்துக்காட்டாக, அவர் பின்வருமாறு கூறினார்:

'இந்தப் புராதனச் சர விளக்கைப் பாருங்கள். இது பேரரசரின் காலத்தைச் சேர்ந்தது. இதில் எத்தனை கிளைகள் உள்ளன? அதன் வடிவமும், டிசைனும் என்ன?'

"இந்தச் சர விளக்கை ஆய்வதில் உங்களது புற, அறிவு ரீதியான கவனத்தை நீங்கள் பயன்படுத்தி வந்திருக்கிறீர்கள். இப்போது என்னிடம் சொல்லுங்கள்: இதை உங்களுக்குப் பிடித்திருக்கிறதா? பிடித்திருந்தால், எந்த அம்சம் உங்களைச் சிறப்பாகக் கவர்கிறது? இதை எதற்காகப் பயன்படுத்தலாம்? உங்களுக்குள் நீங்கள் இவ்வாறு சொல்லிக் கொள்ளலாம்: ஒரு தளபதி நெப்போலியனை வரவேற்ற போது இது அவரது இல்லத்தில் இருந்திருக்கலாம். பாரிஸில் பிரெஞ்சு நாடக சபையின் விதிமுறைகளைப் பற்றிய பிரசித்தி வாய்ந்த முக்கியமான சட்டத்தில் கையெழுத்திடும் போது இது பிரெஞ்சுப் பேரரசரின் சொந்த அறையில் கூடத் தொங்கியிருக்கலாம்.

"இந்த விஷயத்தில் உங்களது பொருள் மாறவில்லை. ஆனால், கற்பனை செய்யப்பட்ட சூழ்நிலைகளால் பொருளை மாற்ற முடியும், அதன் பால் எழுகின்ற உங்கள் உணர்ச்சிகளையும் உச்சகட்டத்திற்குக் கொண்டு செல்ல முடியும்."

9

ஒரே சமயத்தில், நமது பாத்திரம், செயல்நுட்ப முறைகள், பார்வையாளர்கள், நமது வசனம், எப்போது என்ன பேச வேண்டும் என்ற குறியீடுகள், மற்றும் பல்வேறு கவனப் புள்ளிகள் இவை பற்றி சிந்திப்பது என்பது சிரமமானது மட்டுமல்ல, முற்றிலும் இயலாத ஒன்று என்று தனக்குத் தோன்றுவதாக இன்று வாஸ்ஸிலி சொன்னான்.

"இத்தகைய ஒரு பணியை எதிர் கொள்ளச் சக்தியற்று இருப்பதாக நீ உணர்கிறாய்," என்றார் இயக்குனர். "எனினும், சர்க்கஸில் வேலை செய்யும் ஒரு சாதாரண வித்தை காட்டுபவன் கூட இதை விடவும் சிக்கலான விஷயங்களைக் கையாளத் தயங்க மாட்டான். மேலும், அவ்வாறு செய்வதில் அவன் தனது உயிரையே பணயம் வைக்கிறான்."

"அவனால் இதை எவ்வாறு செய்ய முடிகிறது என்றால், கவனம் என்பது பல அடுக்குகளாகக் கட்டப்பட்டுள்ள ஒன்று. அவை ஒன்றுடன் மற்றொன்று குறுக்கிடுவதில்லை. அதிர்ஷ்டவசமாக, பழக்கமானது உங்கள் கவனத்தில் பெருமளவை தானாக இயங்கச் செய்து விடுகிறது. இதில் மிகவும் கஷ்டமான சமயம், கற்றுக் கொள்வதன் தொடக்க கட்டங்களாகும்."

"ஒரு நடிகன் தனது வேலையில் உள்ளுணர்வான உந்துதலை மட்டும் நம்பி இருக்கிறான் என்று இதுவரையில் நினைத்திருந்தால், நிச்சயமாக நீங்கள் உங்கள் மனதை மாற்றிக் கொள்ள வேண்டும். பயிற்சியற்ற திறமை என்பது முடிக்கப்படாத பச்சையான கச்சாப் பொருள் ஆகும்."

இதன் பின், நான்காவது சுவரைப் பற்றிய விவாதம் ஒன்று க்ரிஷாவுடன் நடைபெற்றது. இதில், பார்வையாளர்களைப்

பார்க்காமல், அதன் மீது உள்ளதாக ஒரு பொருளை எவ்வாறு காட்சி செய்து கொள்வது என்பதுதான் கேள்வியாக இருந்தது. இதற்கு இயக்குனர் அளித்த பதில் இதுதான்:

"மேடையில் இல்லாத இந்த நான்காவது சுவரை நீ பார்த்துக் கொண்டிருக்கிறாய் என்று வைத்துக் கொள்வோம். அது மிக அருகில் உள்ளது. உன் கண்கள் எவ்வாறு அதில் நிலைக்க வேண்டும்? உனது மூக்கின் நுனியைப் பார்ப்பது போன்ற, கிட்டத்தட்ட அதே கோணத்தில் அது இருக்கும். இந்த நான்காவது சுவரில் உள்ள ஒரு கற்பனையான பொருளின் மீது உன் கவனத்தைப் பதிப்பதற்கான ஒரே வழி அதுதான்."

"எனினும், பெரும்பாலான நடிகர்கள் என்ன செய்கிறார்கள்? இந்தக் கற்பனைச் சுவரைப் பார்ப்பதாகப் பாவனை செய்து கொண்டு, இசைக்குழுவில் உள்ள யாராவது ஒருவர் மீது தன் பார்வையைப் பதிக்கிறார்கள். அருகில் உள்ள ஒரு பொருளைப் பார்ப்பதை விடவும் முற்றிலும் வேறுபட்ட ஒரு கோணத்தில் அவர்களது பார்வை செய்கிறது. இத்தகைய ஒரு உடல் ரீதியான தவறால், அந்த நடிகரோ, அவருடன் நடித்துக் கொண்டுள்ள சகநடிகரோ அல்லது பார்வையாளரோ ஏதேனும் உண்மையான திருப்தியைப் பெற முடியும் என்று நீ நினைக்கிறாயா? இத்தகைய ஒரு இயல்புக்கு மாறான, பொருந்தாத செயலைச் செய்துவிட்டு தனது சொந்த அறிவையோ, அல்லது நம்மையோ அவரால் வெற்றிகரமாக ஏமாற்ற முடியுமா?"

"உனது பாத்திரப்படைப்பில், கடலுக்கு அப்பால் உள்ள தொடுவானத்தையும் அங்கே இன்னமும் தெரிந்து கொண்டிருக்கும் கப்பலின் பாய்மரத்தையும் பார்க்க வேண்டியுள்ளது என்று வைத்துக் கொள்வோம். உங்களது கண்கள் அதைக் காண்பதற்கு எவ்வாறு நிலை கொள்ளும் என்று நினைவுள்ளதா? அவை ஏறத்தாழ நேர் இணை கோடுகளில் பார்த்துக் கொண்டிருக்கும். மேடையில் நின்று கொண்டுள்ள போது, கண்களை அந்த நிலைக்குக் கொண்டுவர வேண்டுமானால், மனதளவில் அரங்கத்தில் அந்தக் கோடியில் உள்ள சுவரை நீங்கள் நீக்க வேண்டும். பின், அதற்கும் வெகு தொலைவுக்கு அப்பால், உங்கள்

கவனத்தை நிலை நிறுத்த வேண்டிய ஒரு கற்பனைப் புள்ளியைக் கண்டு கொள்ள வேண்டும். இங்கும், ஒரு நடிகர் பெரும்பாலும் இசைக்குழுவில் உள்ள எவரையோ பார்ப்பது போலத்தான் தன் கண்களை நிலைக்கச் செய்வது வழக்கம்.''

''தேவையான செயல் நுட்பத்தின் உதவியுடன் ஒரு பொருளை அதற்குரிய சரியான இடத்தில் இருத்துவது எப்படி என்று கற்றுக் கொள்ளும் போது பார்வைக்கும் தூரத்துக்கும் இடையே உள்ள தொடர்பைப் புரிந்து கொள்ளும் போது, அரங்கத்தில் பார்வையாளர் பகுதியை நோக்கி உங்கள் பார்வையைச் செலுத்துவது பாதுகாப்பான செயலாக இருக்கும். அப்போது உங்களால் பார்வையை அவர்களைத் தாண்டி அப்பால் செலுத்தவோ, இப்புறமாக நிறுத்திக் கொள்ளவோ செய்யலாம். இப்போதைக்கு உங்கள் முகத்தை இடது அல்லது வலது புறமோ, மேலே அல்லது பக்கவாட்டில் திருப்பிக் கொள்ளுங்கள். உங்கள் கண்கள் பார்வையாளருக்குத் தெரியாமல் போய்விடும் என்று பயப்படாதீர்கள். மேலும், அவ்வாறு செய்ய வேண்டும் என்ற இயல்பான தேவையை நீங்கள் உணரும் போது, உங்கள் கண்கள் தாமாகவே, மேடையின் முகப்பு விளக்குகளுக்கு அப்பால் உள்ள ஒரு பொருளை நோக்கித் திரும்பும் என்று கண்டு கொள்வீர்கள். இது நிகழும்போது அது இயல்பாக, உள்ளுணர்வின் உந்துலதலால், மிகச் சரியாக நிகழும். இந்த உள்ளுணர்வாலான தேவையை நீங்கள் உணரவில்லையென்றால், இல்லாத அந்த நான்காவது சுவரைப் பார்ப்பதையோ, தொலை தூரத்திலேயோ பார்ப்பதைத் தவிர்த்து விடுங்கள். அதைச் சரியாகச் செய்வதற்கான செயல் நுட்பத்தை நன்றாகக் கற்றுத் தேர்ந்து அதில் முழுத்திறமை பெறும்வரையில் அதைச் செய்யாதீர்கள்.

10

இன்று எங்கள் பாடத்தில் இயக்குனர் கூறியது இது:

ஒரு நடிகன், மேடையில் மட்டுமல்லாது, நிஜ வாழ்விலும் நன்கு கவனிப்பவனாக இருக்க வேண்டும். தனது கவனத்தைக் கவர்வது எதுவாயினும் அதன் மீது தனது முழுக் கவனத்தையும்

ஒருமுனைப்படுத்த வேண்டும். வேறு எதையோ நினைத்துக் கொண்டு கடந்து செல்பவரைப் போல் அல்லாமல், ஒரு பொருளைத் தீவிரமாகத் துளைத்து விடுவது போன்ற கண்களால் பார்க்க வேண்டும். இல்லாவிட்டால், அவனது முழு உருவாக்கும் முறையும் சமமின்றித் தாறுமாறாக ஆகிவிடும். நிஜவாழ்க்கைக்கும் அதற்கும் எந்த விதமான தொடர்பும் இருக்காது.

''கூர்ந்து கவனித்துப் பார்க்கும் சக்தியை இயற்கையிலேயே வரமாகப் பெற்றுள்ள மனிதர்கள் உள்ளனர். தம்மைச் சுற்றிலும், தமக்குள்ளேயும், பிறருக்குள்ளேயும் என்ன நடந்து கொண்டிருக்கிறது என்பது பற்றிய ஒரு கூர்மையான பதிவை, எந்தவித முயற்சியும் இன்றி அவர்கள் உருவாக்கி விடுகிறார்கள். மேலும் இந்தப் பதிவுகளிலிருந்து என்னவெல்லாம் மிகவும் முக்கியமானவையோ, ஒரே வகையிலானவையோ, அல்லது சுவாரஸ்மானவையோ, அவற்றைத் திறம்படப் பிரித்து எடுப்பது எவ்வாறு என்றும் அவர்கள் அறிந்துள்ளனர். இத்தகைய நபர்கள் பேசும்போது, ஒரு கவனமற்ற நபர் எவ்வளவு விஷயங்களைக் கண்டு கொள்ளாமல் விட்டு விடுகிறார் என்பதைக் கண்டு நாம் வியந்து போகிறோம்.

''பிற சாதாரண மக்கள், தமக்கே உரிய வெகு எளிமையான ஈடுபாடுகளைக் கூடப் பாதுகாத்துக் கொள்ளப் போதுமான அளவிலான கவனிக்கும் சக்தியைக் கூட வளர்த்துக் கொள்ள முடியாதவர்களாக இருக்கின்றனர். இவ்வாறு இருக்கும் போது வாழ்க்கையையே படித்தறிவதற்காக அதைச் செய்வதற்கு அவர்களால் எப்படி முடியும்?''

''சராசரி மனிதர்களுக்கு முக பாவங்கள், கண் பார்வைகள், குரலின் ஏற்ற இறக்கங்கள் இவற்றைக் கவனித்து அவற்றின் மூலம் தாங்கள் உரையாடிக் கொண்டிருக்கும் நபர்களது மனநிலையைப் புரிந்து கொள்வது பற்றி ஒன்றும் தெரியாது. வாழ்க்கையின் சிக்கலான உண்மைகளை அவர்களால் நன்றாகப் புரிந்து கொள்ளவும் முடியாது, தாங்கள் கேட்பனவற்றைப் புரிந்து கொள்ளுமாறு காது கொடுத்துக் கவனிக்கவும் முடியாது. அவர்களால் இதைச் செய்ய முடிந்தால் வாழ்க்கையானது

அவர்களைப் பொறுத்தமட்டில் மேலானதாகவும், சுலபமானதாகவும் அமையும். அவர்களது உருவாக்கும் திறனும் மேலும் அதிகச் செழுமையானதாகவும், நுண்ணியதாகவும், ஆழமானதாகவும் அமையும். ஆனால், ஒரு நபரிடம் இல்லாத விஷயங்களை ஒருவராலும் அவருக்குள்ளே போட முடியாது. அவரிடம் இருக்கிற சக்தியைத் தான் அவரால் வளர்த்து மேம்படுத்த முடியும், அதற்கு அவர் முயற்சி செய்யலாம். கவனம் செலுத்துவதைப் பொறுத்த அளவில், இந்த வளர்ச்சிக்கு மிகவும் அதிகமாக பணி, நேரம் மற்றும் வெற்றி பெற வேண்டும் என்ற விருப்பம் ஆகியவையோடு, திட்டமிட்ட முறையான பயிற்சியும் தேவைப்படுகிறது.''

''கவனம் செலுத்த முடியாத நபர்கள், வாழ்க்கையும் இயற்கையும் அவர்களுக்குச் சுட்டிக்காட்ட முயற்சி செய்யும் விஷயங்களைக் கவனிக்குமாறு செய்ய நாம் எப்படி அவர்களுக்குக் கற்றுத்தர முடியும்? முதலாவதாக, அழகாக உள்ளவற்றைக் காணவும், கவனித்துக் கேட்கவும் அவர்களுக்குக் கற்றுத் தர வேண்டும். இத்தகைய பழக்கங்கள், அவர்கள் மனங்களை உயர்த்தி, நினைவுத் தடங்களில் ஆழமான தடங்களை விட்டுச் செல்லுமாறு உணர்ச்சிகளை எழுப்பும். இயற்கையை விடவும் அழகானது வாழ்வில் எதுவுமே கிடையாது. இதைத் தொடர்ந்து, இடைவிடாமல் கவனிக்க வேண்டும். தொடக்கமாக, ஒரு சிறிய மலர், அல்லது அதன் இதழ், சிலந்தியின் வலை, அல்லது சன்னலின் கண்ணாடியில் பனி வரைந்துள்ள கோலம், இவற்றை எடுத்துக் கொள்ளுங்கள். இவற்றில் இன்பத்தைத் தருவதைக் கவனித்து அதை வார்த்தைகளால் வெளிப்படுத்த முயற்சி செய்யுங்கள். அத்தகைய முயற்சியானது அந்தப் பொருளை மேலும் நன்றாகக் கூர்ந்து கவனிக்குமாறு உங்களை உந்துகிறது. மேலும், இயற்கையின் இருட்டான பக்கத்தை ஒதுக்கி விடாதீர்கள். சதுப்பு நிலங்களிலும், கடலின் பாசி வழுக்கலிலும், பூச்சிகளின் தொல்லையிலும், அவற்றைத் தேடுங்கள். இந்த அவலங்களுக்குப் பின்னாலும் அழகு மறைந்துள்ளது என்பதை நினைவில் கொள்ளுங்கள். உண்மையிலேயே அழகாக இருக்கும் ஒன்று அவலட்சணத்தைக் கண்டு அஞ்ச வேண்டியதில்லை. இன்னும் சொல்லப் போனால்

அவலட்சணமானது அழகை வரையறை செய்து மேலும் உயர்த்திக் காட்டுகிறது.''

"அழகையும் அதோடு கூடவே அதற்கு நேர் எதிரானவற்றையும் தேடிக் கண்டுபிடித்து அவற்றை வரையறை செய்து அவற்றைத் தெரிந்து கொள்ளவும், காண்பதற்கும் கற்றுக் கொள்ளுங்கள். அத்தகைய முழுமையான கண்ணோட்டம் இல்லாவிட்டால், அழகு பற்றிய உங்கள் கருத்தாக்கம், அரைகுறையாகவும், திகட்டும் அசட்டுத் தித்திப்புடனும், போலியாக அழகுபடுத்தப் பட்டதாகவும், ஆராயாத அக உணர்வுகளைக் கொண்டதாகவும் நின்றுவிடும்.

"அடுத்ததாக, மனித இனம் கலை, இலக்கியம், இசை இவற்றில் என்ன உருவாக்கியுள்ளது என்று பாருங்கள்.''

"நமது பணிக்கான உருவாக்கும் ஆதாரத்தைத் தேடிப் பெறுகிற ஒவ்வொரு செயல்முறைக்கும் அடியில் உணர்ச்சி உள்ளது. எனினும், உணர்ச்சிகளானவை, நாம் அறிவு பூர்வமாகச் செய்ய வேண்டிய மிக அதிக அளவிலான பணிக்குப் பதிலாக, மாற்றாக, அமைந்து விட முடியாது. வாழ்க்கையிலிருந்து நீங்கள் எடுத்துக் கொள்ளும் விஷயங்களுக்கு மேல் உங்கள் மனம் தானாகச் சேர்த்துக் கொள்கிற துண்டுத் துணுக்குகள் அவற்றைக் கெடுத்து விடலாம் என்று அஞ்சுகிறீர்களா? அந்த அச்சம் உங்களுக்கு ஒருபோதும் வேண்டாம். இந்தத் தனிப்பட்ட சேர்க்கைகள் உங்களது நம்பிக்கைக்கு உகந்தவையாகவும், உண்மையானதாகவும் இருந்தால் அவை அவற்றுக்கு மிக அதிக அளவில் எழிலூட்டுபவையாகவும், மேம்படுத்துபவையாகவும் அமையும்.

"ஒரு குழந்தையின் தள்ளுவண்டியைத் தெருவில் தள்ளிக் கொண்டு சென்ற ஒரு மூதாட்டியை நான் ஒருமுறை பார்த்தேன் - அதைப் பற்றி இப்போது உங்களுக்குச் சொல்ல விரும்புகிறேன். அவள் தள்ளிச் சென்ற வண்டியில் பறவைக் கூண்டும், அதற்குள் ஒரு கனேரி பறவையும் இருந்தது. ஒருவேளை தனது சாமான்களைச் சுலபமாக எடுத்துச் செல்ல அவள் அந்த வண்டியைப் பயன்படுத்தி இருக்கலாம். ஆனால் அக்காட்சியை வேறுவிதமாகப் பார்க்க நான் கருதினேன். எனவே, அந்தப்

பரிதாபத்துக்குரிய மூதாட்டி, தன் பிள்ளைகள், பேரப் பிள்ளைகள் எல்லோரையும் இழந்து விட்டாள் என்றும், அவள் வாழ்வில் இன்று மிஞ்சியிருந்த ஒரே உயிர் இந்தக் கனேரி தான் என்றும் தீர்மானித்தேன். எனவே, வெகு காலத்துக்கு முன்பு தன் பேரனைத் தள்ளு வண்டியில் கொண்டு சென்றதைப் போல இன்று இந்தப் பறவையைக் கொண்டு செல்கிறாள். நிஜமான உண்மையைக் காட்டிலும் இதெல்லாம் நாடகத்துக்கு மிகவும் ஏற்றதாகவும், சுவாரஸ்யமானதாகவும் உள்ளது. எனது நினைவுகளின் சேமிப்பினுள் நான் ஏன் இந்தப் பதிவையும் போட்டு வைக்கக் கூடாது? மிகச் சரியான உண்மைகளை மட்டுமே சேகரிக்கின்ற ஒரு மக்கள்தொகைக் கணக்கெடுப்பவர் நானில்லை; எனது உணர்ச்சிகளைத் தூண்டக்கூடிய விஷயங்களைத் தேடிக் கொண்டுள்ள ஒரு கலைஞன் நான்.

''உங்களைச் சுற்றியுள்ள வாழ்க்கையைக் கவனித்து அதிலிருந்து உங்கள் வேலைக்கான விவரங்களைச் சேகரிக்க நீங்கள் கற்றுக் கொண்டவுடன், உங்களது பிரதான புதிதாக உருவாக்கும் பணியின் அடிப்படையாக அமைந்துள்ள உயிருள்ள உணர்ச்சி ஆதாரங்களை - இவை மிக மிக அவசியமானவை, முக்கியமானவை - ஆராய்ந்து படித்தறிய நீங்கள் திரும்ப வேண்டும். இவைதான் பிற சக மனிதர்களுடன் ஏற்படும் நேரடியான, தனிப்பட்ட உறவுகள் மற்றும் தொடர்புகளிலிருந்து நீங்கள் பெறக்கூடிய பதிவுகள் ஆகும். இது சேகரிப்பதற்கு மிகக் கடினமானது. ஏனெனில் இதில் பெருமளவு, தொட்டுணர முடியாதது, வரையறுக்க முடியாதது, உள்ளுணர்வினால் மட்டுமே உணரக் கூடியது. நிச்சயமாகச் சொல்வதானால், கண்களால் காணமுடியாத பல ஆன்மிக அனுபவங்களும் நமது முகபாவங்களிலும், கண்கள், குரல், பேச்சு, கையசைவுகள் இவற்றிலும் பிரதிபலிக்கப்படுகின்றன. இருந்தாலும், மற்றொருவரின் உள்ளார்ந்த உயிருருவை உணர்வது என்பது எளிதான காரியமல்ல. ஏனெனில் மக்கள் பெரும்பாலும் தமது ஆன்மாக்களின் கதவுகளைத் திறந்து தாங்கள் உண்மையில் எவ்வாறு இருக்கிறோம் என்று பிறர் பார்க்க அனுமதிப்பதில்லை.

"நீங்கள் தொடர்ந்து கவனித்து வரும் ஒரு நபரின் செயல்கள், எண்ணங்கள், மற்றும் முன்னதாகச் சிந்திக்காமல் செயல்படும் வேகம் இவற்றின் மூலம் அவரது அக உலகம் தெளிவாகும்போது அவரது செயல்களைக் கூர்மையாகக் கவனியுங்கள்; அவருக்கு உள்ள சூழ்நிலைகளையும் நன்கு ஆராயுங்கள். இவர் ஏன் இதை அல்லது அதைச் செய்தார்? அவர் தன் மனதில் என்ன நினைத்தார்?

"பல சமயங்களிலும் நாம் கவனித்து வரும் நபரின் அக வாழ்வைப் பற்றிய தெளிவான, நிச்சயமான விவரங்கள் நமக்குக் கிடைக்காமல் போய்விடுகின்றன. இதனால் அவற்றை நமது உள்ளுணர்வின் வாயிலாகத் தான் தெரிந்து கொள்ள முடியும். இங்கே, மிகவும் மென்மையான கவனத்துடன், நமது உள்ளுணர்விலிருந்து எழுகின்ற சக்திகளை நாம் கையாள்கிறோம். சாதாரணமான கவனம் இத்தகைய பணிக்கு - அதாவது மற்றொரு நபரின் ஆன்மாவைத் துளைத்து உள்ளே பார்க்கும் செயல்முறைக்குப் போதுமான அளவில் வெகுதூரம் செல்வதாக இருக்க முடியாது."

"நமது செயல் நுட்பத்தால் இவ்வளவு விஷயங்களைச் சாதிக்கலாம் என்று நான் உங்களுக்கு உறுதியளிப்பதாக இருந்தால், நான் உங்களை ஏமாற்றுகிறேன் என்று தான் பொருள். நீங்கள் உங்கள் பயிற்சியில் முன்னேறும் போது உங்களது ஆழ்மனதைத் தூண்டுவதற்கான பல வழிகளைக் கற்றுக் கொள்வீர்கள். அவற்றை உங்களது புதிதாக உருவாக்கும் செயல்முறையில் இணைத்துக் கொள்வீர்கள். ஆனால் பிற மனித உயிர்களின் அக வாழ்வைப் படித்தறியும் இந்த ஆய்வை ஒரு அறிவியல் சார்ந்த செயல்நுட்பமாகக் குறைத்து மதிப்பிட முடியாது என்பதை நாம் ஒப்புக் கொண்டே ஆக வேண்டும்."

6

தசைகளைத் தளர்த்தி வைத்தல்

1

இயக்குனர் வகுப்பறைக்குள் வந்தபோது அவர் மரியா, வான்யா, மற்றும் என்னை அழைத்து, பணம் கணப்பில் போட்டு எரிக்கப்படும் காட்சியை நடித்துக் காட்டச் சொன்னார்.

நாங்களும் மேடை மீது சென்று நடிக்கத் தொடங்கினோம்.

ஆரம்பத்தில் எல்லாமே நன்றாக நடந்தது ஆனால் சோகமான இடத்தை எட்டியபோது எனக்குள் ஏதோ தடுமாறுவதுபோல உணர்ந்தேன். எனவே, எனது உடலைத்திடப்படுத்திக் கொள்ள வேண்டி, எனது கைக்குக் கீழே இருந்த ஏதோ ஒரு பொருளை என் பலம் கொண்ட மட்டும் அழுத்திப் பற்றிக் கொண்டேன். சட்டென்று ஏதோ உடைந்தது: என் கையில் ஏதோ கூராகக் குத்தியது போன்ற வலி, வெதுவெதுப்பான திரவம் என் கரத்தை நனைத்தது.

எப்போது நான் மயங்கிச் சரிந்தேன் என்று எனக்குத் தெரியாது. ஏதோ குழப்பமான ஓசைகள் கேட்டது நினைவிருக்கிறது அதன் பின் மிகவும் பலவீனமாக உணர்ந்தேன். தலை சுற்றுவது போல இருந்தது பின் உணர்விழந்து போனேன்.

எனது விபத்தின் காரணமாக, இயக்குனர் தனது திட்டத்தை மாற்றிக் கொண்டு, எங்கள் உடலுக்கான பயிற்சியை முன்னதாகத் தொடங்கி விட எண்ணினார். (நான் ஒரு இரத்தக் குழாயை சிராய்த்துக் கொண்டு, நிறைய இரத்தத்தை இழந்து விட்டதால், சில

தினங்கள் படுக்கையில் ஓய்வெடுக்க வேண்டியதாயிற்று.) அவரது பேச்சின் சுருக்கம், பாலினால் எனக்குச் சொல்லப்பட்டது.

டார்ட்சாவ் இவ்வாறு கூறினார்: ‘‘தற்சமயம் மிகவும் கண்டிப்பாக வடிவமைக்கப்பட்டு ஒழுங்காக வளரும் நமது திட்டத்தை இப்போது இடைமறித்து மாற்றங்கள் செய்ய வேண்டியுள்ளது. ‘‘நமது தசைகளை விடுவித்தல்’’ என்ற இப்பகுதி வழக்கப்படி பின்னால் வருவது. ஆனால் அதை இப்போது முன்னதாக விளக்கிச் சொல்ல வேண்டியுள்ளது. இதைப் பற்றி நான் உங்களுக்குச் சொல்ல வேண்டிய கட்டம், நமது பயிற்சியின் புறப்பகுதிக்கு வரும்போது ஆகும். ஆனால், இன்று கோஸ்ட்யாவின் நிலையால், இந்த விஷயத்தை நாம் இப்போது விவாதிக்க வேண்டியுள்ளது.

நமது பணியின் ஆரம்பத்திலேயே, தசைப் பிடிப்புகள் மற்றும் உடல்சார்ந்த இறுகுதல் இவற்றால் விளையக் கூடிய தீங்கு பற்றி உங்களுக்கு எதுவும் தெரிந்திருப்பது சாத்தியமல்ல. இம்மாதிரியான நிலை ஏற்படும் போது, சாதாரணமாக நல்ல குரல் வளத்தைக் கொண்டுள்ள ஒரு நபரின் தொண்டையில் இறுக்கம் ஏற்படுவதால், அவரது குரல் கரகரத்து ஒலிக்கலாம்; அல்லது அவர் தனது குரலையே இழக்க நேரிடலாம். இத்தகைய தசை இழுப்பு கால்களில் ஏற்படும் போது ஒரு நடிகர் பக்கவாதம் வந்தவர் போல நடக்கலாவார். கைகளில் ஏற்பட்டாலோ, அவை மரத்துப்போய் கட்டைபோல; இதுபோன்ற தசைப்பிடிப்புகள் முதுகுத்தண்டு, கழுத்து மற்றும் தோள்களிலும் ஏற்படலாம். ஒவ்வொரு சமயத்திலும் அவை நடிகரை முடமாக்கி, அவர் நடிப்பதைத் தடுத்து விடுகின்றன. இதில் மிகமிக மோசமான நிலை அவை அவரது முகத்தில் தாக்கும் போது ஏற்படுவதாகும். அப்போது அவரது முகத்தின் அவயங்கள் முறுக்கிக் கொண்டு இறுகிப் போய் அவரது முகபாவத்தைக் கற்பாறை போல ஆக்கி விடுகின்றன. கண்கள் வெளியே பிதுங்கித் தோன்றுகின்றன. இறுகிய தசைகள் முகத்தைக் கொடூரமாகக் காட்டுகின்றன. இதனால் அவருக்குள் ஓடிக் கொண்டுள்ள உணர்ச்சிகளுக்கு நேர் எதிரான முகபாவம் வெளிக்காட்டப்படுகிறது. வயிற்றையும் மார்பையும் பிரிக்கும் உதரவிதானம் இந்த இழுப்பால் பாதிக்கப்படும்போது. சுவாச

உறுப்புகளும் கூடவே பாதிப்புக்குள்ளாகி இதனால் சுவாசம் தடைப்பட்டு மூச்சு வாங்கித் தோற்றமளிக்க நேரிடுகிறது. உடலின் பிற பாகங்களையும் இந்த தசைப்பிடிப்புப் பாதித்து, நடிகரின் உணர்ச்சிகள், அவர் அவற்றை வெளிக்காட்டும் விதம், மற்றும் அவரது பொதுவான மனநிலைக்குப் பெரும் கேடு உண்டாகக் காரணமாகிறது.

"உடல் ரீதியான இறுக்கம் நமது செயல்களைத் தாக்கி நிறுத்தி விடுகிறது என்று உங்களுக்கு உறுதி செய்ய, நாம் ஒரு பரிசோதனையைச் செய்யலாம். அங்கே ஒரு பெரிய கிராண்ட் பியானோ உள்ளது அதைத் தூக்க முயலுங்கள்."

மாணவர்களும் தனித்தனியாகப் பெரும் முயற்சி செய்து அதைத் தூக்க முயன்றனர். ஆனால் அந்தக் கனமான வாத்தியத்தின் ஒரு மூலையை மட்டுமே அவர்களால் தூக்க முடிந்தது.

"பியானோவைத் தூக்கிப் பிடித்துக் கொண்டிருக்கும் போதே முப்பத்தி ஏழை, ஒன்பதால் பெருக்கு," என்று இயக்குனர் ஒரு மாணவனிடம் சொன்னார். "உன்னால் அதைச் செய்ய முடியவில்லையா? சரி, உனது நினைவாற்றலைப் பயன்படுத்தி, தெருவின் முனையிலிருந்து நமது நாடக அரங்கு வரையில் உள்ள கடைகளை வரிசையாக நினைவு படுத்திப் பார்... அதையும் செய்ய முடியவில்லையா? அப்படியானால் "ஃபாஸ்ட்" நாடகத்திலிருந்து காவட்டினா பாடலை எனக்குப் பாடிக் காட்டு. முடியவில்லையா? நல்லது, ஈரல் குருமாவின் ருசியை, அல்லது பட்டுத்துணியின் வழுவழுப்பை, அல்லது ஏதோ ஒரு பொருள் எரிகின்ற மணத்தை நினைவுபடுத்திப் பார்க்க முயற்சி செய்."

அவரது உத்தரவுகளை நிறைவேற்றுவதற்காக, அந்த மாணவன் தான் கஷ்டப்பட்டு உயர்த்திப் பிடித்துக் கொண்டிருந்த பியானோவின் மூலையைக் கீழே வைத்து விட்டு, சற்று நேரம் ஓய்வு எடுத்த பின், அவர் கேட்ட கேள்விகளை நினைவுப்படுத்திக் கொண்டு அவை தனது மூளையில் பதிவானதும், அவற்றுக்குப் பதிலளிக்கத் தொடங்கினான். ஒவ்வொன்றாக பதில் தந்தபின், தனது உடலிலான முயற்சியை மறுபடி தொடங்கி, பெரும் சிரமப்பட்டுப் பியானோவின் ஒரு மூலையைத் தூக்கினான்.

''ஆக, பார்த்தாயா?,'' என்றார் டார்ட்சாவ். ''என் கேள்விகளுக்குப் பதிலளிக்க வேண்டி, நீ சுமையை இறக்கி வைத்துவிட்டு உனது தசைகளைத் தளர்த்திக் கொள்ள வேண்டியதாயிற்று. அதன் பின்னர் தான் உன்னால் உனது ஐம்புலன்களின் செயல்பாடுகளைக் கவனிக்க முடிந்தது.''

''எனவே தசைகளின் இறுக்கம், அகத்தில் உண்டாகும் உணர்ச்சி அனுபவத்துக்கு இடையூறு விளைவிக்கிறது என்பது நிரூபணமாகிறதா இல்லையா? இந்த உடல் ரீதியிலான இறுக்கம் உங்களுக்கு இருக்கும் வரையில், உணர்வுகளின் மென்மையான வேறுபாடுகளையோ, உங்கள் பாத்திரத்தின் ஆன்மிக வாழ்வு பற்றியோ உங்களால் சிந்திக்கக் கூட முடியாது. இதனால், எதையும் உருவாக்க முயற்சி செய்வதற்கு முன் உங்கள் தசைகளை நல்ல நிலையில் வைத்துக் கொள்வது மிகவும் அவசியம். இதனால் அவை உங்கள் நடிப்பைத் தடைசெய்யாமல் பார்த்துக் கொள்ள முடியும்.''

''இதை உறுதிப் படுத்துவது கோஸ்ட்யாவின் விபத்து. இந்த ஆபத்து அவனுக்கும், உங்களுக்கும் ஒரு நல்ல பாடமாக அமையும் என்று நம்பலாம். மேடையில் எதைச் செய்யக் கூடாது என்பதை அது உங்களுக்கு அறிவுறுத்தும்.''

''ஆனால் இந்த இறுக்கத்தைப் போக்கிக் கொள்வது சாத்தியமா?'' என்று ஒருவன் கேட்டான்.

கலையின் என் வாழ்வு என்ற நூலில் வர்ணிக்கப்பட்டுள்ள நடிகரைப் பற்றி இயக்குனர் விளக்கலானார். அவர் தசைப் பிடிப்பினால் அடிக்கடி மிகவும் பாதிக்கப்படுவது வழக்கம். விடாமல் பயிற்சி செய்து பழக்கப்படுத்திக் கொண்டதால், மேடையில் கால் வைத்த உடனேயே அவரது தசைகள் தளர்ந்து விடத் தொடங்கிவிடும். தனது கதாபாத்திரத்தை வடிவமைக்கும் சிக்கலான சமயங்களிலும் கூட இதே தான் நிகழும் - அவரது தசைகள் தாமாகவே எல்லா இறுக்கத்தையும் உதறித் தள்ளி விட முயலும்.

''வலிமையான பொதுப்படையான தசைப்பிடிப்பு மட்டுமே ஒரு நடிகர் சரிவரச் செயல்படுவதில் குறுக்கீடு செய்யும்

என்பதில்லை. ஒரு குறிப்பிட்ட புள்ளியில் ஏற்படும் மிக லேசான அழுத்தம் கூட உருவாக்கும் திறனைத் தடுத்து நிறுத்தி விடக் கூடும். இதோ ஒரு எடுத்துக்காட்டு: ஒரு குறிப்பிட்ட நடிகை, மிகவும் அற்புதமான இனிய நடிப்புத்திறன் படைத்தவர். ஆனால் அந்தத் திறனை அவரால் எப்போதேனும் தற்செயலாகத் தான் பயன்படுத்த முடிந்தது. பொதுவாக, சாதாரண சமயங்களில், அவரது உணர்ச்சிகளுக்குப் பதிலாக கடும் உழைப்பு மட்டுமே பலனளித்தது. தனது தசைகளைத் தளர்த்திக் கொள்ள அவர் சில பயிற்சிகளை மேற்கொண்டார். ஆனால் இதில் ஓரளவு வெற்றிதான் பெற்றார். உணர்ச்சிகரமாக நடிக்கும் போது தற்செயலாக அவரது வலது புருவம் சிறிதளவு சுருங்கும் - மிகச் சிறிதளவு தான். எனவே நடிப்பின் இந்தக் கஷ்டமான பகுதிகளுக்கு வரும் போது தனது முகத்தின் இறுக்கங்களை அறவே போக்கிவிட முயற்சி செய்ய வேண்டும் என்றும் முகத்தை முற்றிலும் சுதந்திரமாக வைத்துக் கொள்ள வேண்டும் என்றும் நான் அவருக்குப் பரிந்துரை செய்தேன். இதைச் செய்த போது அவரது உடலின் பிற எல்லாத் தசைகளும் தாமாகவே தளர்ந்து விட்டன. அவர் முற்றிலும் மாற்றத்தை உணர்ந்தார். அவரது உடல் லேசானது, முகம் நன்கு அசைந்து உள்ளார்ந்த உணர்ச்சிகளை வெகு தெளிவாகப் பளிச்சென்று வெளிக்காட்டியது. அவரது உணர்ச்சிகள் வெகு சுதந்திரமாக மேற் பரப்புக்கு வரலாயின.

"கொஞ்சம் யோசித்துப் பாருங்கள் - ஒரே ஒரு தசையின் அழுத்தம், ஒரு குறிப்பிட்ட புள்ளியில் - அவளது முழு உடலையும் கலக்கி விட்டது - உடல் ரீதியாகவும், ஆன்மா ரீதியாகவும்!"

2

இன்று என்னைப் பார்க்க நிக்கோலஸ் வந்திருந்தான். தேவையற்ற இறுக்கங்களிலிருந்து உடலை முழுவதுமாக விடுவிப்பது என்பது இயலாத செயல் என்று இயக்குனர் சொன்னதாக அவன் என்னிடம் கூறினான். இயலாதது மட்டுமன்றி, அது தேவையற்ற ஒன்றும் கூட. எனினும், டார்ட்சாவின் அதே கூற்றிலிருந்து, பால் சொன்னது வேறாக

இருந்தது. அதாவது, நமது தசைகளைத் தளர்த்துவது என்பது, மேடையில் இருக்கும் போதும், அன்றாட வாழ்விலும், நாம் கட்டாயமாகச் செய்ய வேண்டிய ஒன்று என்று அவன் முடிவு செய்திருந்தான்.

இந்த முரண்பாடுகளைச் சரி செய்வது எப்படி?

பால், நிக்கோலஸ் வந்து போனபின் வந்ததால், அவனது விளக்கத்தை இங்கு தருகிறேன்.

"ஒரு மனிதனாக இருப்பதால், நடிகனும் கூடத் தவிர்க்க முடியாதவாறு தசைகளின் இறுக்கத்துக்கு" ஆளாவது சகஜம். தனது முதுகில் உள்ள இறுக்கத்தை அவன் தவிர்த்தால், அது அவனது தோளுக்குச் சென்றுவிடும். அதை அவன் அங்கிருந்து விரட்டினால், அது அவனது உதரவிதானத்தில் வந்து உட்கார்ந்து கொள்ளும். எப்போதுமே உடலின் ஏதாவது ஓர் இடத்தில் இறுக்கம் இருக்கத்தான் செய்யும்.

"நமது தலைமுறையினர் எப்போதுமே கவலை நிறைந்த பயத்துடன் இருப்பதால் இந்தத் தசை இறுக்கத்திலிருந்து அவர்கள் தப்ப முடியாது. அதை முழுவதுமாக அழித்து விடுவது என்பது இயலாத செயல். ஆனால் எப்போதும் இடைவிடாமல் நாம் அதனுடன் போராடிக் கொண்டிருக்க வேண்டும். நமது முறையானது ஒருவிதமான கட்டுப்பாட்டை - ஒரு கவனிப்பவராக இருந்து கொண்டு - வளர்த்துக் கொள்வதில் அடங்கியுள்ளது. இந்தக் கவனிப்பாளர், எல்லாச் சமயங்களிலும், எல்லாச் சூழ்நிலைகளிலும், கூடுதல் அளவிலான தசைச் சுருங்குதல் இல்லாமல் பார்த்துக் கொள்ள வேண்டும். இந்த விதமான, தன்னைத் தானே கவனித்துக் கொள்ளலும், தேவையற்ற இறுக்கத்தை நீக்கவிடுதலுமான செய்முறை அது ஒரு ஆழ் மனதிலான, எந்திரத்தனமான, தன்னிச்சையான பழக்கமாக ஆகும் வரையில் வளர்த்துக் கொள்ளப் படவேண்டும். அதுவும் போதும் என்றும் சொல்லி விட முடியாது. இது ஒரு சாதாரணமான பழக்கமாக ஆகவேண்டும்; இயற்கையான தேவையாக ஆக வேண்டும். மேலும் உங்களது பாத்திரத்தின் அமைதியான

பகுதிகளில் மட்டுமல்லாது, சிறப்பாக, வெகு அதிகமான உணர்ச்சியூட்டப்பட்ட, மன மற்றும் உடல் ரீதியில் கொந்தளிப்பான பகுதிகளிலும் கூட இது அவ்வாறு இருந்தாக வேண்டும்."

"நீ என்ன சொல்ல வருகிறாய்?" என்றேன் நான், "உணர்ச்சியூட்டப்பட்ட சமயங்களில் கூட ஒருவர் இறுக்கமாக இருக்கக் கூடாதா?"

"நாம் இறுக்கமாக இருக்கக் கூடாது என்பது மட்டுமல்ல, அச்சமயங்களில் தளர்வாக இருப்பதற்கும் மிக அதிகமாக முயற்சி செய்ய வேண்டும்," என்று பால் விளக்கினான்.

உணர்ச்சியூட்டப்பட்ட சமயங்களில் நடிகர்கள் தம்மை மிகவும் வலிந்து வருத்திக் கொள்வது வழக்கம் என்று இயக்குனர் கூறியதாக பால் சொன்னான். எனவே, மிகவும் அதிகமான இறுக்கம் உள்ள சமயங்களில், தசைகளை முற்றிலும் இலகுவாக, சுதந்திரமாக வைத்துக் கொள்வது குறிப்பாகத் தேவையாக உள்ளது. உண்மையில், ஒரு கதாபாத்திரத்தின் உச்சகட்டத் தருணங்களிலே, தளர்வாக இருப்பதற்கான இயல்பானது இறுக்கமாக இயல்பைக் காட்டிலும் அதிக சாதாரணமான ஒன்றாக பழக்கப்படுத்திக் கொள்ளப்பட வேண்டும்.

"அது நிஜமாகவே சாத்தியமானதா?" என்று நான் கேட்டேன்.

"இயக்குனர் அவ்வாறு தான் உறுதியாகச் சொல்கிறார்," என்றான் பால். "மேலும், உணர்ச்சியூட்டப்பட்ட ஒரு கட்டத்தில் எல்லா இறுக்கங்களையும் தவிர்த்து விடுவதும் நிறுத்தி விடுவதும் சாத்தியமல்ல என்றாலும், எப்போதுமே தளர்வாக இருக்க ஒருவர் கற்றுக் கொள்ளலாம் என்றும் அவர் கூறினார். இறுக்கம் வாட்டும், என்கிறார் அவர். உன்னால் அதைத் தவிர்க்க முடியாவிட்டால். ஆனால் உடனடியாக உனது கட்டுப்பாடு தலையிட்டு அதைப் போக்கிவிடச் செய்."

இந்தக் கட்டுப்பாடு ஒரு எந்திரத்தனமான பழக்கமாக ஆகும் வரையில், அதைப் பற்றி நிறையச் சிந்திக்க வேண்டியது

அவசியமாகும். இந்தச் சிந்தனை, புதிதாக உருவாக்கும் நமது பணியிலிருந்து நமது கவனத்தைக் கலைத்து விடும். ஆனால், பின்னாட்களில் தசைகளை இப்படித் தளர்வாக்கிக் கொள்ளல் ஒரு சாதாரணச் செய்முறையாக ஆகிவிட வேண்டும். இந்தப் பழக்கம், தினசரி, இடைவிடாமல், ஒழுங்காக வளர்த்துக் கொள்ளப்பட வேண்டும்; பள்ளியிலும் வீட்டிலுமான நமது பயிற்சிகளின் போது இது செய்யப்பட வேண்டும். நாம் படுக்கைக்கு உறங்கச் செல்லும் போது, அல்லது எழும் போது, உணவுண்ணும் போது, நடக்கும் போது, வேலை செய்யும் போது, ஓய்வெடுக்கும் போது, மகிழ்ச்சியான நேரங்களிலும், துக்கமான நேரங்களிலும் இப்பழக்கம் தொடர்ந்து வளர்க்கப்பட வேண்டும். நமது தசைகளின் ''கட்டுப்படுத்துபவர்'' நமது உடல் அமைப்பின் ஒரு அங்கமாக, விட்டுவிலகாத இயல்பாக ஆக்கப்பட வேண்டும். அப்போதுதான் நாம் உருவாக்கும் பணியைச் செய்து கொண்டிருக்கும் போது அது குறுக்கீடு செய்வதை நிறுத்திக் கொள்ளும். தசைகளைத் தளர்த்திக் கொள்வதற்காக என்று தனிப்பட்ட முறையில் ஒதுக்கப்பட்டுள்ள குறிப்பிட்ட மணி நேரத்தில் மட்டுமே அதைச் செய்வதானால், நம்மால் சரியான பலனைப் பெற முடியாது. ஏனெனில் இவ்வாறு செய்யப்படும் பயிற்சிகள் ஒரு நிலையான பழக்கத்தை உருவாக்குபவையாக இல்லாததால் அவற்றால், தன்னிச்சையான, எந்திரத்தனமான பழக்கங்களாக ஆக முடியாது.

பால் என்னிடம் விவரித்த செயல்முறையைச் செய்வது முடியுமா என்று நான் சந்தேகம் தெரிவித்த போது, அவனோ, இயக்குனரின் சொந்த அனுபவங்களை ஒரு உதாரணமாகக் கூறினான். அவரது இளமைப் பருவத்தில் நடிப்புக் கலையைக் கற்றுக் கொள்ளத் தொடங்கிய போது, அவருக்கும் தசைகளில் இறுக்கம் உருவானதாம். அது கிட்டத்தட்ட தசைப்பிடிப்புப் போல ஆகி விட்டதாம். இருந்தும், எந்திரத்தனமான கட்டுப்பாட்டை வளர்த்துக் கொண்டபின், உணர்ச்சி மிகுதியால், தீவிரமான உந்துதல் ஏற்படும் போது தனது தசைகள் இறுகுவதற்குப் பதிலாக, தளர்வாக இளகி இருப்பதான உணர்வே அவருக்கு அதிகம் ஏற்படுகிறதாம்.

3

இன்று, உதவி இயக்குனரான ரக்மனோவ்வும் என்னைக் காண வந்திருந்தார். அவர் நல்ல நட்பு பாராட்டும் இனிமையான மனிதர். டார்ட்சாவ் எனக்கு வாழ்த்துகள் தெரிவித்தாகவும், சில பயிற்சிகளைக் கற்றுத் தருமாறு தன்னை அனுப்பியதாகவும் அவர் சொன்னார்.

''கோஸ்ட்யா, படுக்கையில் இருக்கும் போது எதுவும் செய்ய முடியாது. எனவே தனது நேரத்தைக் கழிப்பதற்குச் சில ஏற்ற பயிற்சிகளை அவன் செய்து பார்க்கட்டும்,'' என்று அவர் கூறியிருந்தார்.

அந்தப் பயிற்சியில் நான் ஒரு சமமான, கடினமான பரப்பில் - தரையைப் போன்றது - மல்லாந்து படுத்துக் கொண்டு, என் உடலெங்கும் தேவையில்லாமலே இறுக்கமாக உள்ள தசைக்குழுக்களைக் கண்டறிய வேண்டும்.

''எனது தோள்கள், கழுத்து, தோள் பட்டை, இடுப்பைச் சுற்றி ஆகிய இடங்களில் நான் ஒரு இறுகுதலை உணர்கிறேன்-''

இவ்வாறு கண்டறியப்பட்ட இடங்கள் உடனடியாகத் தளர்த்தப்பட வேண்டும். பின் மற்றவை தேடிக் கண்டுபிடிக்கப்பட வேண்டும். இந்த எளிய பயிற்சியை ரக்மனோவின் முன் நான் செய்து பார்க்க முயன்றேன். ஆனால் கெட்டியான தரைக்குப் பதிலாக நான் ஒரு மென்மையான மெத்தையில் படுத்திருந்தேன். இறுக்கமான தசைகளைத் தளர்த்திக் கொண்ட பின், எனது உடலின் கனத்தைத் தாங்கிக் கொள்ளத் தேவைப்பட்ட தசைகளை விலக்கி விட்ட பின், பின்வரும் இடங்களைக் குறிப்பிட்டேன்:

''இரண்டு தோட்பட்டைகளும், முதுகுத் தண்டின் கீழ்ப்பகுதியும்.''

ஆனால் இதற்கு ரக்மனோவ் மறுப்புத் தெரிவித்தார். ''சிறு குழந்தைகளும், விலங்குகளும் செய்வது போல நீ செய்ய வேண்டும்,'' என்றார் அவர்.

அதாவது, ஒரு சிறு கைக்குழந்தை அல்லது பூனையை மணல் மீது ஓய்வெடுக்கவோ உறங்கவோ படுக்க வைத்தால், பின்னர் கவனமாகத் தூக்கினால், அதன் முழு உடலின் பதிவும் அந்த மென்மையான பரப்பின் மீது பதிந்திருப்பதைக் காணலாம். ஆனால் நமது வயதுடைய ஒருவரை அதே பரிசோதனைக்கு உட்படுத்தினால், மணலில் மீது தென்படுவதெல்லாம் அவரது தோள்பட்டை மற்றும் இடுப்பு இவற்றின் பதிவு மட்டுமே. ஏனெனில் அவரது உடலின் மீதமுள்ள பகுதிகளில் உள்ள நீங்காத இறுக்கத்தின் காரணத்தால் அவை மணற்பரப்பைத் தொடுவதேயில்லை.

ஒரு மென்மையான பரப்பில் முழுமையான பதிவை ஏற்படுத்த வேண்டுமானால், நாம் படுக்கும்போது நமது உடலில் உள்ள தசையிறுக்கம் ஒவ்வொன்றையும் நாம் நீக்கிவிட வேண்டும். இதனால் உடலுக்கு ஓய்வெடுப்பது மேலும் சுலபமாகும். இவ்வாறு படுத்துக் கொள்வதன் மூலம், இரவெல்லாம் இறுக்கத்துடன் படுத்துக் கிடப்பதை விடவும் மேலான புத்துணர்வை அரைமணி அல்லது ஒருமணி நேர ஓய்விலேயே உங்களால் பெற்றுவிட முடியும். பாலைவனத்தில் ஒட்டகங்களை ஓட்டிச் செல்பவர்கள் இந்த முறையைப் பின்பற்றுவதில் வியப்பேதும் இல்லை அவர்களால் பாலைவனத்தில் நீண்டநேரம் தங்க முடியாது. எனவே ஓய்வுக்கென அவர்கள் கொடுக்கும் நேரம் மிகக் குறைவானது. நீண்டநேர ஓய்வினால் கிடைக்கக் கூடிய அதே பலன், உடலிலிருந்து தசைகளின் இறுக்கத்தை முழுமையாகப் போக்கி விடுகிறதால் கிடைத்து விடுகிறது.

உதவி இயக்குனர் தனது பகல் பொழுதுப் பணி மற்றும் மாலைப் பொழுதின் வேலைகளுக்கு இடையில் கிடைக்கும் குறுகிய கால ஓய்வு இடைவேளைகளில் இந்த முறையைத் தான் எப்போதும் பயன்படுத்துகிறார். இவ்வாறு பத்து நிமிடம் ஓய்வு எடுத்த பின் அவர் முற்றிலும் புத்துணர்வுடன் உணர்கிறார். இந்த நேர இடைவெளி இல்லாவிட்டால் தன் பொறுப்பில் உள்ள எல்லாப் பணிகளையும் அவரால் நிச்சயமாகச் செய்ய முடியாது.

ரக்மனோவ் சென்றவுடன், எங்களது பூனையைத் தேடிப் பிடித்து என் சோபாவில் இருந்த மென்மையான தலையணை ஒன்றில் அதைப் படுக்க வைத்தேன். அதில் அதன் உடலின் முழுப் பதிவும் தோன்றியது. எவ்வாறு ஓய்வு எடுப்பது என்று அதனிடமிருந்து கற்றுக் கொள்ளத் தீர்மானித்தேன்.

"ஒரு நடிகன், ஒரு கைக்குழந்தையைப் போல எல்லாவற்றையும் ஆரம்பத்திலிருந்து கற்றுக் கொள்ள வேண்டும் - பார்க்க, நடக்க, பேச இன்னபிற. சாதாரண வாழ்வில் இவற்றைச் செய்வது எப்படி என்று நம் அனைவருக்கும் தெரியும். ஆனால் துரதிருஷ்டவசமாக நம்மில் பெரும்பாலோர் அவற்றை மோசமாகவே செய்கிறோம். இதற்கான ஒரு காரணம், இவற்றில் உள்ள குறைபாடுகள் மேடை விளக்குகளின் மிகப் பிரகாசமான ஒளியில் மேலும் அதிகமாகத் தெரிய வருவது தான். மற்றொன்று ஒரு நடிகரின் மீது மேடையானது ஒரு மோசமான பாதிப்பை உண்டு பண்ணுகிறது," என்று இயக்குனர் கூறினார்.

டார்ட்சாவின் மேற்கண்ட கூற்று ஒருவர் படுப்பதற்குக் கூட ஏற்றவைதான் என்று தோன்றுகிறது. அதனால் தான் நான் இப்போதெல்லாம் சோபாவில் பூனையுடன் படுத்துக் கொள்கிறேன். இது எப்படித் தூங்குகிறது என்பதைக் கவனித்து அதே போலச் செய்ய முயற்சிக்கிறேன். ஆனால், ஒரு தசைகூட இறுக்கமாக இல்லாமல், உடலின் எல்லாப் பாகங்களும் கீழே படுமாறு படுப்பது என்பது அவ்வளவு சுலபமான விஷயம் அல்ல. இறுக்கமாக உள்ள தசை இது அல்லது அது என்று கண்டுகொள்வது சிரமம் என்று நான் சொல்லவில்லை. அவற்றைத் தளர்வாகச் செய்து கொள்வதும் கடினமில்லை. ஆனால், ஒரு இறுக்கமான தசையைத் தளர்த்திக் கொண்ட உடனேயே மற்றொன்று தோன்றுகிறது; பின் மற்றொன்று என இது தொடர்கிறது. எவ்வளவு அதிகமாக அவற்றைக் கவனிக்கிறோமோ, அவ்வளவு அதிகமான எண்ணிக்கையில் அவை தென்படுகின்றன. கொஞ்ச நேரம், எனது முதுகு மற்றும் கழுத்துப் பகுதிகளில் இருந்த இறுக்கத்தை நான் ஒழித்து விட்டேன். இதனால் பெரிய அளவில் புத்துணர்ச்சி ஒன்றும் ஏற்பட்டுவிட்டது என்று என்னால் சொல்ல முடியாது.

ஆனால், இதைப் பற்றி உணர்ந்து கொள்ளாமலேயே எவ்வளவு தேவையற்ற, தீங்கு விளைவிக்கும் இறுக்கத்துக்கு நாம் ஆளாகிக் கொண்டிருக்கிறோம் என்பது எனக்கு இதனால் தெளிவாயிற்று. அவர் குறிப்பிட்ட அந்த நடிகையின் சுருங்கும் புருவம் எவ்வளவு ஆபத்தானது என்று நினைக்கும் போது உடல்ரீதியிலான இறுக்கத்தைப் பற்றி நாம் பயப்படத் தொடங்குகிறோம்.

இதில் எனது பிரதான பிரச்சினையானது, பல்வேறு தசைரீதியான உணர்வுகளால் நான் குழம்பிப் போகிறேன் என்பது தான். இதனால், இறுக்கம் ஏற்பட்டுள்ள புள்ளிகள் பத்துமடங்கு அதிகரிக்கின்றன; மேலும் ஒவ்வொரு புள்ளியின் இறுக்கத்தின் தீவிரமும் கூடுதலாகிறது. கடைசியில், என் கைகளும், தலையும் எங்கே உள்ளன என்பது கூட எனக்குத் தெரியாமல் போகிறது.

இன்றையப் பயிற்சியால் நான் எவ்வளவு களைத்துப் போயிருக்கிறேன்!

நான் செய்தது போன்று படுத்துக் கிடப்பதால் உங்களுக்கு ஓய்வு எதுவும் கிடைக்கப் போவதில்லை.

4

இன்று லியோ என்னைப் பார்க்க வந்து, பள்ளியில் நடைபெற்ற பயிற்சி பற்றிக் கூறினான். இயக்குனரின் உத்தரவுப்படி ரக்மனோவ் மாணவர்களை அசையாமல் படுக்கச் செய்தார் - பின் பல்வேறு நிலைகளிலும் தோற்றங்களிலும் அவர்கள் பயிற்சி செய்ய வேண்டியதாயிற்று - கிடைமட்டமாக, நெட்டுக்குத்தாக, நேராக உட்கார்ந்தவாறு, பாதி உட்கார்ந்து, நின்று கொண்டு, பாதி நின்று கொண்டு, மண்டியிட்டு, பதுங்கி அமர்ந்து, தனியாக, குழுக்களாக, நாற்காலியில், மேசையில் அல்லது வேறு மரச்சாமான்களுடன் என்று அவர்கள் பயிற்சி செய்தனர். ஒவ்வொரு நிலையிலும் இறுக்கமாகத் தோன்றிய தசைகளைக் கண்டறிந்து அவற்றைக் குறிப்பிட வேண்டும். ஒவ்வொரு நிலையிலும் ஏதேனும் சில தசைகள் நிச்சயமாக இறுக்கமாகத்தான் இருக்கும்.

ஆனால் அந்த நிலையில் நேரடியாக ஈடுபடும் தசைகள் மட்டும் இறுகுவதற்கு அனுமதிக்கப்பட வேண்டும் - அவற்றின் அருகில் உள்ள பிற அல்ல. மேலும், இறுக்கத்தில் பல்வேறு வகைகள் உள்ளன என்பதை நாம் மனதில் கொள்ள வேண்டும். ஒரு குறிப்பிட்ட நிலையில் உடலை இருத்திக் கொள்ளத் தேவையான தசை இறுக்கப்படலாம் ஆனால் அந்நிலைக்கு எவ்வளவு தேவையோ அவ்வளவு மட்டுமே அது இறுக்கப்பட வேண்டும்.

இந்தப் பயிற்சிகள் எல்லாவற்றுக்குமே, ''கட்டுப்படுத்துபவர்'' வெகு தீவிரமாகக் கண்காணிப்பது அவசியமாயிற்று. முதலாவதாக, நன்கு பயிற்றுவிக்கப்பட்ட கவனிக்கும் சக்தி தேவை. மேலும், பல்வேறு உடல் ரீதியான உணர்வுகளைப் பிரித்தறியும் சக்தியும், வேகமாக மாறிக் கொள்ளும் தன்மையும் தேவை. ஒரு சிக்கலான நிலையில் எந்தத் தசை இறுக வேண்டும், எந்தத் தசை இறுகக் கூடாது என்று தெரிந்திருப்பதும் கூட அவ்வளவு எளிதான விஷயம் அல்ல.

லியோ போனதும், நான் பூனையை நோக்கி என் கவனத்தைத் திருப்பினேன். எந்த ஒரு நிலையை அதற்கு ஏற்படுத்தித் தந்தாலும் - தலைகீழாக, பக்கவாட்டில் அல்லது பின்புறமாக - அதன் உடல் கம்பிச்சுருள் போலச் செயல்பட்டு வளைந்து வெகு சுலபமாக, தரப்பட்டுள்ள நிலையில் தன்னை இருத்திக் கொள்கிறது. அச்சமயத்தில் தான் பயன்படுத்தும் தசைகளை விட்டுவிடவும் செய்கிறது. என்னே ஒரு அற்புதமான மாறியமைந்து கொள்ளும் குணம்!

பூனையுடன் நான் இந்த பயிற்சியில் ஈடுபட்டிருந்த போது க்ரிஷா வந்து சேர்ந்தான். இயக்குனருடன் எப்போதுமே விவாதம் செய்து கொண்டிருக்கும் க்ரிஷாவாக அவன் தென்படவில்லை - வகுப்புகளைப் பற்றிய அவனது வர்ணனை வெகு சுவாரஸ்யமாக இருந்தது. தசைகளைத் தளர்வாக வைத்துக் கொள்வது பற்றியும், ஒரு நிலையில் அசையாமல் நிற்பதற்குத் தேவையான இறுக்கம் பற்றியும், டார்ட்சாவ் தனது சொந்த வாழ்க்கையிலிருந்து ஒரு கதையைக் கூறினார்: ரோம் நகரில், சமநிலையைப் பரிசோதித்துப் பார்ப்பதற்கான ஒரு கண்காட்சியைக் காணும் வாய்ப்பு அவருக்குக்

கிடைத்தது. ஒரு அமெரிக்கப் பெண்மணி, புராதனச் சிற்பங்களைச் சரி செய்து சீரமைக்கும் பணியில் ஆர்வம் கொண்டிருந்தாள். உடைந்துபோன துண்டுகளை எடுத்துச் சேர்த்து பழைய அமைப்பில் மறுபடி உருவமைக்க அவள் முயன்றாள். இதற்காக, மனித உடலில், எடையைப் பற்றி அவள் ஆராய்ச்சி செய்தாள். எந்த ஒரு குறிப்பிட்ட நிலையிலும், புவி ஈர்ப்பு விசையின் மையம் எங்கு உள்ளது என்று தனது உடலைக் கொண்டே அவள் பரிசோதனைகளை நடத்தினாள். இவற்றின் வாயிலாக தன் உடலுக்குள்ளேயே இந்த மையங்களை வேகமாகக் கண்டறிந்து கொள்வதற்கான திறனை அவள் பெற்றாள். டார்ட்சாவ் குறிப்பிட்ட சந்தர்ப்பத்தில், அவள் தள்ளப்பட்டாள், தூக்கியெறிப்பட்டாள், தடுக்கி விடப்பட்டாள், நிற்கமுடியாது என்று தோன்றிய நிலைகளில் நிறுத்தப்பட்டாள். ஆனால் ஒவ்வொரு முறையும் தன்னால் சமநிலையில் நிற்க முடியும் என்று நிரூபித்தாள். மேலும், இந்தப் பெண்மணி, தனது இருவிரல்களைப் பயன்படுத்தி ஒரு நல்ல உடல் பருமனான மனிதரைக் கீழே தள்ளி விட்டாள். உடலில் உள்ள எடை மையங்களை ஆய்வதன் மூலமே அவள் இதையும் செய்தாள். தனது எதிராளியின் சமநிலையை அச்சுறுத்தும் இடங்களைக் கண்டறிந்து அவரை அந்த நிலைக்குத் தள்ளுவதன் மூலம் அதிக முயற்சி ஏதுமின்றி அவரைக் கீழே தள்ளி விட அவளால் முடிந்தது.

அவளது கலையின் இரகசியங்களை டார்ட்சாவ் கற்றுக் கொள்ளவில்லை. ஆனால், அவளைக் கவனித்ததன் மூலம், புவிஈர்ப்பு விசையின் மையங்களின் முக்கியத்துவம் பற்றிப் புரிந்து கொண்டார். மனித உடலானது எந்த அளவுக்கு அசைவு, நளினம் மற்றும் தன்னைத் தானே மாற்றிக் கொள்ளும் திறன்களில் பயிற்றுவிக்கப்படலாம் என்றும், இந்தப் பணியில், தசைகள், உடலானது சமநிலையில் இருப்பதற்கு என்ன தேவையோ அதையே செய்கின்றன என்றும் கண்டு கொண்டார்.

5

இன்று பள்ளியில் பயிற்சிகளின் முன்னேற்றத்தைப் பற்றி விவரிக்க லியோ என் வீட்டிற்கு வந்தான். திட்டத்தில் நிறைய

விஷயங்கள் கூடுதலாகச் சேர்க்கப்பட்டிருந்தது தெரிந்தது. மாணவர்கள் நின்ற அல்லது படுத்துக் கொண்ட எந்த ஒரு நிலையும் தன்னைத்தானே கவனித்துக் கொள்வதற்கான கட்டுப்பாடு பற்றியதாக மட்டும் அல்லாது, "தரப்பட்டுள்ள குறிப்பிட்ட சூழ்நிலை"ப்படி உள்ள ஒரு கற்பனையான கருத்தின் அடிப்படையிலும் இருக்க வேண்டும் என்று இயக்குனர் வற்புறுத்தினார். இதைச் செய்யும் போது அது வெறும் நிலையாக இல்லாமல் செயல்பாடாக மாறி விடுகிறது. என் கையைத் தலைக்கு மேலே உயர்த்தியவாறு நான் இவ்வாறு எனக்குள்ளே சொல்லிக் கொள்கிறேன் என்று வைத்துக் கொள்வோம்.

"நான் இவ்வாறு நின்று கொண்டிருந்தால், எனது தலைக்குமேலே உயரத்தில் உள்ள கிளை ஒன்றில் ஒரு பீச் பழம் தொங்கிக் கொண்டிருந்தால், அதைப் பறிக்க நான் என்ன செய்ய வேண்டும்?"

இந்தக் கற்பனைக் கதையை நீங்கள் நம்பினால் மட்டுமே போதும் - ஒரு உயிரற்ற நிற்கும் நிலை, செயலூக்கமான குறிக்கோளுடன் கூடிய ஒரு உயிருள்ள செயலாக மாறிவிடுகிறது. குறிக்கோள்: பழத்தைப் பறிப்பது. இந்தச் செயலின் உண்மைத்தன்மையை நீங்கள் உணர்ந்தால் உங்களது கருத்தாக்கமும், ஆழ்மனமும் உதவிக்கு வரும். அப்போது, தேவையற்ற இறுக்கம் அகன்று விடும். தேவையான தசைகள் செயல்படத் தொடங்கும்: இவையெல்லாம் உணர்நிலையிலான செயல்நுட்பம் எதுவுமில்லாமே நிகழும்.

அடிப்படைக் காரணம் இல்லாமல் மேடைமீது எந்த விதமான நிலையிலும் ஒரு நடிகர் இருக்கக் கூடாது. உண்மையான உருவாக்கும் கலையில், ஏன், எந்தவிதமான தீவிரமான கலையிலும், நாடகத்தனமான பாரம்பரியத்திற்கு இடமே இல்லை - ஏதேனும் ஒரு சம்பிரதாயமான நிலையைக் காட்ட வேண்டுமானால் அதற்கு ஒரு அடிப்படையைத் தர வேண்டும். அப்போது தான் அது ஒரு உள்ளார்ந்த குறிக்கோளைக் கொண்டதாக அமையும்.

இன்று செய்யப்பட்ட சில பயிற்சிகளைப் பற்றி லியோ கூறினான், பின் அவற்றைச் செய்து காட்டவும் முற்பட்டான். எனது கட்டிலின் மீது அவனது பருத்த உடல் கிடந்ததைக் காண வேடிக்கையாக இருந்தது. அவனது உடலில் பாதி, அதன் விளிம்புக்கு வெளியே தொங்கிக் கொண்டிருந்தது. முகம் தரைக்கு அருகில் இருந்தது; ஒரு கை அவனுக்கு முன்னால் நீட்டப்பட்டிருந்தது. அவன் சௌகரியமாக இல்லை என்பதும், எந்தத் தசைகளை அசைக்க வேண்டும், எவற்றைத் தளர்த்த வேண்டும் என்று அவனுக்குத் தெரியவில்லை போல இருந்தது.

சட்டென்று அவன், ''அதோ ஒரு பெரிய ஈ! நான் அதை அடிக்கிறேன் பார்,'' என்று கூவினான்.

அப்போது, கையையும் உடலையும் நீட்டி கற்பனைப் பூச்சியை நசுக்க முற்பட்டான். உடனடியாக, அவனது உடலின் பாகங்கள் அனைத்தும், தசைகள் எல்லாமும், தமக்குரிய சரியான நிலைகளை எடுத்துக் கொண்டு, எப்படி வேலை செய்ய வேண்டுமோ அப்படி வேலை செய்தன. அவனது உடலின் நிலைக்கு ஒரு காரணம் இருந்தது, அது நம்பும்படியாக இருந்தது.

எங்களது பிரபலமான செயல்நுட்பத்தைக் காட்டிலும் இயற்கையானது ஒரு உயிரினத்தை நன்றாகவே நடத்திச் செல்கிறது!

இன்று இயக்குனர் பயன்படுத்திய பயிற்சிகள், மேடையில் இருக்கும் போது ஒவ்வொரு நிலையிலும், உடலின் ஒவ்வொரு அமைப்பிலும் மூன்று தருணங்கள் உள்ளன என்ற உண்மையை மாணவர்களுக்கு உணர்த்துவதை நோக்கமாகக் கொண்டிருந்தது:

முதலாவது: ஒவ்வொரு புதிய நிலையை உடல் எடுத்துக் கொள்ளும் போதும், அதைப் பொதுமக்களின் பார்வையில் செய்கிறோம் என்ற உணர்ச்சி வேகம் ஏற்படும் போதும், ஏற்படுகிற தேவையற்ற இறுக்கம் இதுவாகும்.

இரண்டாவது: ''கட்டுப்படுத்துபவரின்'' வழிகாட்டுதல்படி, அந்தத் தேவையற்ற இறுக்கத்தை எந்திரத்தனமாகத் தளர்த்திக் கொள்ளல் இதுவாகும்.

மூன்றாவது: நடிகருக்கு, அவரது நிலை (உடலின்) நம்பத் தகுந்ததாக இல்லை என்றால், அதை கற்பனையாலாவது நியாயப்படுத்துதல் இதுவாகும்.

லியோ சென்றுவிட்ட பிறகு, இந்தப் பயிற்சிகளை முயன்று பார்த்து அவற்றின் பொருளைப் புரிந்து கொள்ள உதவுவது, பூனையின் வேலையாக இருந்தது.

அதை ஒரு நல்ல ஒத்துழைக்கும் மனநிலைக்குக் கொண்டு வருவதற்காக அதனைப் படுக்கையில் என்னருகில் வைத்துக் கொண்டு தடவிக் கொடுத்தேன். ஆனால் அங்கே இருப்பதற்குப் பதிலாக அது என்னைத் தாண்டித் தரையில் குதித்து, மூலையில் எதையோ பார்த்துவிட்டது போல அங்கு பதுங்கிப் பதுங்கிச் சென்றது.

அதன் ஒவ்வொரு அசைவையும் நான் கவனமாகப் பார்த்தேன். இதற்காக நான் வளைந்து நெளிய வேண்டியதாயிற்று. என் கையில் கட்டுப் போடப்பட்டிருந்ததால் இது சிரமமாயிற்று. எனது அசைவுகளைப் பரீட்சிப்பதற்கு என் புதிய தசைகளின் "கட்டுப்பாட்டாளரைப்" பயன்படுத்தினேன். முதலில் எல்லாம் நன்றாக நடைபெற்றது. தேவைப்பட்ட தசைகள் மட்டுமே அசைக்கப்பட்டன. ஏனெனில் இப்போது எனக்கு ஒரு உயிருள்ள நோக்கம் இருந்தது. ஆனால், பூனையின் மீதிருந்து என்பால் கவனத்தைத் திருப்பியவுடன், எல்லாமே மாறிவிட்டது எனது ஒருமுனைப்படுத்தப்பட்ட கவனம் பறந்து விட்டது, எல்லா இடங்களிலும் இறுக்கத்தை உணர்ந்தேன், நான் பயன்படுத்திக் கொண்டிருந்த தசைகள் மிகவும் இறுக்கமாக, தசைப்பிடிப்பை எட்டிவிடும் போல உணர்ந்தன. அக்கம் பக்கத்திலிருந்த தசைகள் கூட அவசியமில்லாது இதில் ஈடுபட்டிருந்தன.

"இப்போது அதே நிலையை நான் மறுபடி செய்வேன்," என்று எனக்கு நானே கூறிக் கொண்டேன். ஆனால் இப்போது உண்மையான நோக்கம் போய்விட்டதால் எனது உடல் எடுத்துக் கொண்ட நிலை உயிரற்றுத் தோன்றியது. எனது தசைகளைக் கவனிக்கத் தொடங்கிய போது, எந்த அளவு அதிகமாக நான்

அவற்றைக் கவனித்து உணர்ந்தேனோ அந்த அளவு அதிகமான இறுக்கம் அவற்றுக்குள் வந்து விட்டது. மேலும் தேவையான பயன்பாட்டிலிருந்து தேவையற்றதைப் பிரித்து அறிந்து கொள்வதும் சிரமமான செயலாயிற்று.

இந்த இடத்தில் தரையில் ஒரு கருமையான புள்ளி என் கவனத்தைக் கவர்ந்தது. அது என்ன என்று தொட்டுப் பார்க்க என் கையை நீட்டினேன். அது மரத்தின் ஒரு குறைபாடு என்று கண்டேன். இந்த அசைவைச் செய்வதில் எனது எல்லாத் தசைகளும் இயல்பாகவும் சரியாகவும் வேலை செய்தன - இதனால், ஒரு உயிருள்ள குறிக்கோளும் உண்மையான செயலும் (அது உண்மையாகவோ, கற்பனையாகவோ இருக்கலாம் - ஆனால் நடிகனால் உண்மையாக நம்பப் படக் கூடிய, தரப்பட்டுள்ள சூழ்நிலைகளின் மீது சரியாக நிறுவப்பட்டிருக்க வேண்டும்) இயல்பாகவும், தன்னுணர்வின்றியும் இயற்கையை வேலை செய்ய வைக்கின்றன. மேலும் இயற்கையால் மட்டுமே நமது தசைகளை முழுமையாகக் கட்டுப்படுத்த முடியும் - சரியாக இறுகச் செய்யவோ, தளரச் செய்யவோ முடியும்.

6

பாலின் கூற்றுப்படி, இன்று இயக்குனர் நிலையான நிலைகளிலிருந்து சைகைகளுக்கு மாறிச் சென்றார்.

அன்றைய வகுப்பு பெரிய அறை ஒன்றில் நடந்தது. ஆய்வு நடைபெறப் போவதைப் போல, மாணவர்கள் வரிசையாக நிற்க வைக்கப்பட்டனர். டார்ட்சாவ் அவர்களைத் தமது வலது கைகளை உயர்த்தச் சொன்னார். அவர்களும் ஒன்று போல அவற்றை உயர்த்தினர்.

அவை மெதுவாகவே உயர்த்தப்பட்டன - அவ்வாறு உயர்த்தப்பட்ட போது ரக்மனோவ் அவர்களது தசைகளைப் பிடித்துப் பார்த்து, "இது சரியல்ல, உன் கழுத்தையும், முதுகையும் தளர்வாகச் செய். உன் முழுக் கரமும் இறுக்கமாக உள்ளது," என்றெல்லாம் விமர்சனம் செய்தார்.

கொடுக்கப்பட்ட வேலை எளிதானது போலத்தான் இருந்தது. என்றாலும், மாணவர்களில் ஒருவர் கூட அதைச் சரியாகச் செய்யவில்லை. ''தனிப்படுத்தப்பட்ட செயல்'' என்று வர்ணிக்கப்பட்டதைச் செய்யுமாறு அவர்கள் கேட்டுக் கொள்ளப்பட்டனர் - தோள்களை அசைப்பதற்குத் தேவையான தசைக்குழுவை மட்டும் பயன்படுத்தவும், கழுத்து, முதுகு, குறிப்பாக இடுப்புப் பகுதி இவற்றில் உள்ள எதையும் பயன்படுத்தலாகாது என்றும் சொல்லப்பட்டது. மேற்சொன்ன தசைகள், பொதுவாக, உயர்த்தப்பட்ட கைக்கு எதிர்த்திசையில் முழு உடலையும் தள்ளுகின்றன. அசைவுக்கு மாற்றாக இது அமைகிறது.

இவ்வாறு இறுகும் சுற்றுப்புறத் தசைகள், பியானோவின் உடைந்து போன கட்டைகளை நினைவுபடுத்துகின்றன. அதில் ஒரு கட்டையை அழுத்தினால், பல கட்டைகள் ஒலிக்கும். அதனால் நீங்கள் விரும்பும் கட்டையின் ஒலி மழுங்கி விடும். அதேபோல, நமது செயல்களும் தெளிவாக இல்லாமல் போவது ஒன்றும் வியப்பூட்டும் விஷயமல்ல. ஒரு இசைக் கருவியின் ஸ்வரங்களைப் போல அவை தெளிவாக இருக்க வேண்டும். இல்லாவிட்டால், அந்தப் பாத்திரப் படைப்பின் அசைவுகள் கசமுசவென்று இருக்கும். இதனால் அதன் அக மற்றும் புறத்தாலாகிய பிரதிபலிப்புகள் நிச்சயமற்றும், கலையழகின்றியும் காணப்படும். உணர்ச்சி எவ்வளவு மென்மையானதாக உள்ளதோ, அவ்வளவு அதன் உடல் ரீதியான வெளிப்பாடும் மிகச் சரியாகவும், தெளிவாகவும், சுலபமாகக் கையாளப்படக் கூடியதாகவும் இருக்க வேண்டும்.

பால் மேலும் கூறியதாவது: ''இன்றைய வகுப்புப் பற்றி என் நினைவில் நிற்பது இதுதான்: இயக்குனர், நாங்கள் ஏதோ எந்திரங்கள் என்பது போல எங்களை மரைகளைக் கழற்றி, ஒவ்வொரு எலும்பையும் தனித்தனியாகப் பிரித்து வைத்து, எண்ணெய் போட்டு மறுபடி ஒன்றாகச் சேர்த்து திருகி ஒருங்கிணைந்தார். அதற்கப்புறம் நான் மேலும் அதிக இளக்கத்துடனும், இலகுவாகச் செயல்படுபவனாகவும்,

உணர்ச்சிகளை நன்கு வெளிப்படுத்தக் கூடியவனாகவும் இருப்பதாக உணர்கிறேன்.''

''வேறு என்ன நடந்தது?'' என்றேன் நான்.

''தனிப்படுத்தப் பட்ட'' தசைக் குழுக்களை நாங்கள் பயன்படுத்தும் போது - அவை தோள், கரம், கால், முதுகு ஆகியவற்றில் எந்தத் தசைகளாக இருந்தாலும் சரி - உடலின் எல்லாப் பாகங்களும் சுதந்திரமாகவும், இறுக்கம் எதுவும் இல்லாமலும் இருக்க வேண்டும் என்று வலியுறுத்திக் கூறினார். எடுத்துக்காட்டாக: ஒருவர் தனது கரத்தை, தோள் தசைகளை மட்டுமே பயன்படுத்தி உயர்த்தும் போது, கரத்தின் மற்ற பகுதிகளாகிய முழங்கை, மணிக்கட்டு, விரல்கள் ஆகிய மூட்டுகள் எல்லாம் முற்றிலும் தொய்வாக தளர்வுற்றுத் தொங்க வேண்டும்.''

''இதைச் செய்வதில் நீ வெற்றி கண்டாயா?'' என்று நான் கேட்டேன்.

''இல்லை,'' என்று பால் ஒப்புக் கொண்டான்.

''ஆனால் அந்த அளவு நாங்கள் பயிற்சி பெற்ற பின் அந்த உணர்வு எப்படி இருக்கும் என்பது பற்றி எங்களால் ஓரளவுக்குப் புரிந்து கொள்ள முடிந்தது.''

''அது அவ்வளவு கடினமானதா?'' என்றேன் நான், குழப்பத்துடன்.

''முதலில் அது சுலபமாகத் தோன்றுகிறது. எனினும், எங்களில் ஒருவரால் கூட அந்தப் பயிற்சியைச் சரியாகச் செய்ய முடியவில்லை. நமது கலையின் தேவைகளுக்கு ஏற்ப நாம் ஒத்துப்போக வேண்டுமென்றால், நம்மையே முற்றிலும் மாற்றிக் கொள்வதிலிருந்து தப்ப முடியாது என்பது வெகு நன்றாகத் தெரிகிறது. சாதாரண வாழ்வில் கவனிக்கப் படாமல் நழுவிவிடும் குறைபாடுகள் மேடை விளக்குகளின் பிரகாசத்தில் வெகு தெளிவாகக் கண்டு கொள்ளப்பட்டு விடுகின்றன. அவை பொதுமக்களின் கருத்தில் ஒரு நிச்சயமான பதிவை ஏற்படுத்தி விடுகின்றன.''

இதற்கான காரணத்தைக் கண்டு கொள்வது சுலபம் - மேடை மீதான வாழ்க்கை ஒரு மிகச் சிறிய வட்டத்துக்குள் காட்டப்படுகிறது. மக்கள் அதைப் பூதக் கண்ணாடி வழியாகப் பார்க்கிறார்கள். இதன் விளைவாக எந்த ஒரு சிறிய விஷயமும் அவர்களின் கண்களுக்குத் தப்புவதில்லை. விறைத்துப் போன கரங்கள் சாதாரண வாழ்வில் ஏற்றுக் கொள்ளப்பட்டு விடலாம். ஆனால் மேடைமீது அவை பொறுத்துக் கொள்ள முடியாதவை. மனித உடலுக்கு மரக்கட்டை போன்ற தோற்றத்தை அவை தருகின்றன, அதை பொம்மை போல ஆக்கி விடுகின்றன. இதன் விளைவாக, அந்த நடிகரின் உள்ளுயிர் கூட அவரது கரங்களைப் போலவே மரக்கட்டை போன்றது, விறைப்பானது, இணக்கமற்றது என்று கருதப்பட்டு விடுகிறது. இத்துடன் ஒரு விறைப்பான முதுகையும் - இடுப்பிலிருந்து செங்கோணத்தில் வளைவது - ஒரு குச்சியின் முழு வடிவம் உங்களுக்குக் கிடைக்கிறது. ஒரு குச்சியால் என்ன உணர்வுகளை வெளிப்படுத்த முடியும்?

இன்றைய பாடத்தில், தேவையான தோள் தசைகளை மட்டும் பயன்படுத்தி ஒரு கையைத் தூக்கும் இந்த எளிமையான விஷயத்தைச் செய்வதில் அவர்கள் வெற்றி பெறவில்லை என்றே பால் கூறினான். அதே போல, முழங்கை, மணிக்கட்டு மற்றும் கரத்தின் வேறு பல மூட்டுகளைப் பொறுத்த பயிற்சிகளைச் செய்வதிலும் அவர்கள் தோல்வியையே அடைந்தனர். ஒவ்வொரு முறையும், முழுக்கையும் அந்த அசைவில் ஈடுபட்டது. அதை விடவும் மோசமானது என்னவென்றால், கரத்தின் பகுதிகளை அசைக்கும் பயிற்சியை மறுபடியும் தலைகீழாகச் செய்தனர் - தோளிலிருந்து விரல் நுனிகள் வரையிலும், பின் திரும்ப விரல் நுனிகளிலிருந்து தோள் வரையிலும். இது இயல்பானதே. பகுதி பகுதியாகச் செய்ததில் வெற்றி பெறாததால், அதை விடவும் கடினமான முழுப் பயிற்சியிலும் அவர்களால் வெற்றி பெற முடியவில்லை.

உண்மையில், அவற்றை முதல்முறையே செய்துவிட முடியும் என்ற எண்ணத்தோடு டார்ட்சாவ் இந்தப் பயிற்சிகளைச் செய்து காட்டவில்லை. உடற்பயிற்சி மற்றும் ஒழுக்கக் கட்டுப்பாடு என்ற

பாடப் பயிற்சித் தொடரில் தனது உதவியாளர் எங்களுடன் செய்யவுள்ள பணியை அவர் கோடிட்டுக் காட்டிக் கொண்டிருந்தார்.

அதன் பிறகு லியோ வந்தான். பால் விவரித்த பயிற்சிகளை அவன் செய்து காட்டினான். குறிப்பாக முதுகை வளைத்துப் பின் நிமிர்த்தும் பயிற்சி - இது முதுகுத் தண்டின் ஒவ்வொரு - இணைப்பிலும் வரிசையாகச் செய்யப்பட்டது - தலையை அடுத்து அடிப்புறத்தில் உள்ள இணைப்பில் தொடங்கி, கீழ்ப்புறமாக, இதுவும் அத்தனை எளிமையானதல்ல. எனது முதுகை வளைத்ததில், மூன்று இடங்களை மட்டுமே என்னால் உணர முடிந்தது. நமக்கு மொத்தம் இருபத்து நான்கு முதுகெலும்புகள் உள்ளன.

பாலும் லியோவும் சென்றுவிட்ட பின் பூனையைக் கவனிக்கலானேன். பல்வேறு அசாதாரணமான, வர்ணிக்க இயலாத நிலைகளில் நான் அதைப் பார்த்தேன். காலை உயர்த்திய போதும், நகங்களை வெளிக் கொணர்ந்த போதும் அந்தந்த அசைவுக்கெனச் சிறப்பாக அமைந்திருந்த தசைகளை அது அசைத்தது என்று அறிந்தேன். என் உடல் அவ்வாறு வடிவமைக்கப்பட்டதல்ல. என்னால் எனது நான்காவது விரலைக் கூடத் தனியாக அசைக்க முடியவில்லை. அதனுடன் சேர்ந்து மூன்றாவது மற்றும் ஐந்தாவது விரல்களும் அசைந்தன.

தசைகளின் செயல்நுட்பத்தில், மிகவும் மேன்மையான வளர்ச்சியும், நுணுக்கமும் சில விலங்குகளுக்கு இருப்பது போன்ற அளவு நம்மால் எட்ட முடியாததாகும். எந்த விதமான செயல்நுட்பத்தாலும் அத்தகைய மிகச் சரியான தசைக் கட்டுப்பாட்டை நம்மால் சாதிக்க முடியாது. இந்தப் பூனை எனது அசையும் விரல் மீது தாவும் போது முழுமையான அசைவற்ற நிலையிலிருந்து மின்னல் வேக அசைவுக்கு அது கணப்பொழுதில் மாறுகிறது. இருந்தும், இதற்கான சக்திதான் எவ்வளவு சிக்கனமாகச் செலவிடப்படுகிறது! எவ்வளவு கவனமாக அது பகிர்ந்தளிக்கப்படுகிறது! ஒரு அசைவைச் செய்ய, குதிக்கத் தயாராகும் போது தேவையற்ற தசை இறுக்கங்களில் அது சக்தியை

விரயம் செய்வதில்லை. தனது வலிமையையெல்லாம் சேமித்து ஒன்று திரட்டித் தனக்குத் தேவைப்படும் புள்ளியில் அந்தக் குறிப்பிட்ட தருணத்தில் வீசிப் பயன்படுத்துவதற்காக அது வைத்துக் கொள்கிறது. அதனால் தான் அதன் அசைவுகள் தெள்ளத் தெளிவானவையாகவும் நன்கு வடிவமைக்கப்பட்டவையாகவும், வலிமையானவையாகவும் உள்ளன.

என்னையே பரிசோதித்துக் கொள்ள, ஒதெல்லோவை நடித்த போது பயன்படுத்திய புலி போன்ற அசைவுகளை நான் செய்யலானேன். ஒரு காலடி எடுத்து வைப்பதற்குள் என் தசைகள் எல்லாம் இறுகிப் போய், ஒத்திகையின் போது நான் எவ்வாறு உணர்ந்தேன் என்பது வலுக்கட்டாயமாக எனக்கு நினைவுபடுத்தப் பட்டது போல உணர்ந்தேன். எனது அப்போதைய முக்கியத் தவறு என்ன என்றும் தெரிந்து கொண்டேன். தசைகளின் பிடிப்பில் சிக்கியுள்ள ஒரு மரத்துப் போன உயிரினத்தால் மேடையில் எந்த விதத்திலும் சுதந்திரமாக உணர முடியாது. அங்கு சரியான வாழ்க்கையைக் கொண்டிருக்கவும் முடியாது. பியானோவின் ஒரு மூலையைத் தூக்கிப் பிடித்துக் கொண்டிருக்கும் போது எளிய பெருக்கல் கணக்கைப் போடுவது சிரமம் என்றால் ஒரு சிக்கலான பாத்திரப் படைப்பின் மென்மையான உணர்ச்சிகளைக் காட்டுவது அதைவிடவும் எவ்வளவு சிரமமானதாக இருக்க வேண்டும்? அந்த பரீட்சை முறையிலான நடிப்பின் போது நாங்கள் எல்லாத் தவறுகளையும் மிகமிகத் துணிவுடனும் முழுமையான தன்னம்பிக்கையுடனும் செயல்பட்டபோது, இயக்குனர் என்ன அருமையான பாடத்தை எங்களுக்குக் கற்பித்தார்!

தனது கருத்தை உறுதிப்படுத்த அதுவே சரியான நம்பிக்கையூட்டும் ஒரு புத்திசாலித்தனமான வழியாக இருந்தது.

7

சிறிய கூறுகளும், குறிக்கோள்களும்.

1

இன்று நாங்கள் அரங்கத்தினுள் புகுந்த போது, ஒரு பெரிய அறிவிப்புப் பலகை எங்களை எதிர்கொண்டது. அதில் கூறுகளும் குறிக்கோள்களும் (Units & Objectives) என்று எழுதப்பட்டிருந்தது.

எங்களின் பணியில் ஒரு புதிய, முக்கியமான கட்டத்துக்கு வந்து விட்டதற்காக இயக்குனர் எங்களுக்குப் பாராட்டுத் தெரிவித்தார். மேலும், கூறுகள் (Units) என்ற சொல்லின் மூலம் தான் குறிப்பிடுவது என்ன என்றும், ஒரு நாடகமும் அதில் உள்ள ஒரு கதாபாத்திரமும் எப்படி அவற்றைக் கட்டமைக்கும் மூலப்பொருள்களாகப் பிரிக்கப்பட்டுள்ளன என்றும் எங்களுக்கு விளக்கமளித்தார் அவர் சொல்லிய எல்லாமே, எப்போதும் போல, தெளிவாகவும், சுவாரஸ்யமாகவும் இருந்தது. இருந்தபோதிலும், அதைப் பற்றி எழுதுமுன், பாடம் முடிந்த பிறகு என்ன நடந்தது என்பதை இங்கு எழுத விரும்புகிறேன். ஏனெனில் அவர் கூறியதை முழுவதுமாகப் புரிந்து கொள்ள அது எனக்கு நன்றாக உதவியது.

பாலின் மாமாவும் பிரபல நடிகருமான ஷூஸ்டோவ் என்பவரின் வீட்டிற்கு இரவு உணவுண்ண நான் முதல் முதலாக அழைக்கப்பட்டிருந்தேன். நாங்கள் நடிப்புப் பள்ளியில் என்ன செய்து கொண்டிருந்தோம் என்று அவர் கேட்டார். "கூறுகளும் குறிக்கோள்களும்" என்பது பற்றிக் கற்றுக் கொள்ளத் தொடங்கியுள்ளோம் என்று பால் கூறினான். எங்கள் தொழில்நுட்பச் சொற்கள் பற்றி, அவரும் அவரது பிள்ளைகளும் நிச்சயம் நன்கறிந்திருந்தனர்.

''பிள்ளைகளே!'' என்றார் அவர் சிரித்தவாறு. அப்போது பணிப்பெண் ஒரு பெரிய வான்கோழியை (வறுத்தது!) அவர் முன் கொண்டுவந்து வைத்தாள். ''இது ஒரு வான்கோழி அல்ல என்றும், ஐந்து காட்சிகள் கொண்ட ஒரு நாடகம்! இன்ஸ்பெக்டர் ஜெனரல் என்றும் கற்பனை செய்து கொள்ளுங்கள். இதை ஒரே வாயில் உங்களால் விழுங்கிவிட முடியுமா? இல்லை, ஒரு முழு வான்கோழியானாலும் சரி, ஐந்து காட்சி கொண்ட நாடகமானாலும் சரி ஒரு வாயில் விழுங்கிவிட முடியாது. எனவே அதை நீங்கள் துண்டு செய்ய வேண்டும் - முதலில், பெரிய துண்டுகளாக...! இப்படி'' என்று கூறி, கால்கள், இறக்கைகள், மற்றும் பிற பகுதிகளை வெட்டிக், காலியாக இருந்த தட்டில் வைத்தார்.

''இதோ, முதலாவதான பெரிய பிரிவுகள் இங்கே உள்ளன. ஆனால் இத்தகைய துண்டுகளையும் உங்களால் விழுங்க முடியாது. எனவே அவற்றை மேலும் சிறிய துண்டுகளாக வெட்ட வேண்டும், இப்படி...'' என்று கூறி அதே போல வெட்டலானார்.

''இப்போது உன் தட்டைக் கொண்டுவா,'' என்றார் திரு ஷுஸ்டோவ், தனது மூத்த மகனிடம். ''இதோ ஒரு பெரிய துண்டு - இதுதான் முதல் காட்சி.''

அந்த மகனும் தனது தட்டை நீட்டியவாறே, இன்ஸ்பெக்டர் ஜெனரலின் முதல் வரிகளைப் பேசினான்: ''கனவான்களே! ஒரு மிகவும் மோசமான செய்தியைத் தெரிவிப்பதற்காக நான் உங்களை ஒன்றாக இங்கு அழைத்துள்ளேன்,'' அவனது குரல் சற்றே நடுக்கத்துடன் ஒலித்தது.

''யூஜீன்,'' என்றார் திரு ஷுஸ்டோவ், தனது இரண்டாவது மகனிடம். ''இதோ, தலைமைத் தபால் அதிகாரியுடனான காட்சி. இப்போது, ஈகோர் மற்றும் தியொடோர், இதோ பாப்ச்சின்ஸ்கி மற்று டாப்ச்சின்ஸ்கி இவர்களுக்கு இடையிலான காட்சி. பெண்களாகிய நீங்கள் இருவரும் மேயரின் மனைவி மற்றும் மகளின் காட்சியை எடுத்துக் கொள்ளலாம்.''

இவ்வாறு கூறியவாறு, தட்டுகளைக் கொடுத்து, ‘‘இவற்றை விழுங்குங்கள்!’’ என்று உத்தரவிட்டார். அவர்களும் பெரிய பெரிய துண்டுகளை வாய்க்குள் போட்டு விழுங்க முயற்சித்தனர், தொண்டையடைக்கத் தவித்துப் போயினர். திரு ஷூஸ்டோவ், அவர்களது துண்டுகளை மேலும் சிறிய துண்டுகளாக வெட்டிக் கொள்ளுமாறு எச்சரித்தார்.

‘‘இறைச்சி என்ன இவ்வளவு கடினமாகவும், உலர்ந்து போயும் உள்ளதே!’’ என்று தன் மனைவியிடம் அவர் கூறினார்.’’

‘‘கற்பனையின் கண்டுபிடிப்பு ஒன்றைச் சேர்த்து அதற்குச் சுவையூட்டலாம்,’’ என்றது ஒரு பிள்ளை.

‘‘அல்லது, மந்திரச் சொல்லான ‘‘அப்படி இருந்தால்’’ (if) என்பதையும் பயன்படுத்தலாம். ஆசிரியர் தனது தரப்பட்டுள்ள, குறிப்பிட்ட சூழ்நிலைகளை’’ எடுத்துரைக்குமாறு செய்யலாம்,’’ என்று மற்றொன்று, அவரிடம் குழம்புப் பாத்திரத்தைக் கொடுத்தவாறு கூறிற்று.

‘‘இதோ,’’ என்றாள் ஒரு மகள், கொஞ்சம் காய்கறித் துண்டங்களைக் கொடுத்தவாறே, ‘‘மேடை நிர்வாகியிடமிருந்து ஏதோ கொஞ்சம்!’’

‘‘நடிகரிடமிருந்து மேலும் சில வாசனைப் பொருள்கள்,’’ என்றான் ஒரு மகன், இறைச்சியின் மீது மிளகுத் தூளைத் தூவியபடியே.

‘‘மேடைக்கு வலதுபுறம் உள்ள உப நடிகரிடமிருந்து கொஞ்சம் கடுகுச் சட்னி?’’ என்றாள் இளைய மகள்.

ஷூஸ்டோவ் மாமாவும் தன் பிள்ளைகள் தந்த உப பதார்த்தங்களுடன் வெட்டிய இறைச்சியைச் சேர்த்துக் கொண்டார்.

‘‘இது நன்றாக இருக்கிறது. இந்தச் செருப்புத் தோல் போன்ற இறைச்சி கூட ருசியாக உள்ளதுபோலத் தோன்றுகிறது. உங்களது பாத்திரத்தின் துண்டுகளையும் நீங்கள் இவ்வாறு தான் ‘‘தரப்பட்டுள்ள குறிப்பிட்ட சூழ்நிலைகளில்’’ உலர வைக்க

வேண்டும். உங்களது பாத்திரம் எவ்வளவு உலர்ந்து போனதாக இருக்கிறதோ அவ்வளவு அதிகமான உபபொருள்கள் உங்களுக்குத் தேவைப்படும்.''

கூறுகள் பற்றிய கருத்துகள் என் தலை முழுவதும் நிரம்பியிருக்க நான் ஷூஸ்டோவின் வீட்டை விட்டுக் கிளம்பினேன். எனது கவனம் இத்திசையில் இழுக்கப்பட்ட உடனேயே இந்தப் புதிய கருத்தைச் செயல்படுத்துவதற்கான வழிமுறைகளைத் தேடலானேன்.

அவர்களுக்கு இரவு வணக்கம் சொல்லிவிட்டுக் கிளம்பிய போது, 'ஒரு கூறு' என்று எனக்குள்ளே சொல்லிக் கொண்டேன். கீழே படியிறங்கிச் செல்லும் போது குழப்பத்தில் ஒவ்வொரு படியையும் ஒரு கூறு என்று நான் கணக்கிட வேண்டுமா? ஷூஸ்டோவ் குடும்பத்தினர் மூன்றாவது மாடியில் இருந்தனர் - அறுபது படிகள் - அறுபது யூனிட்டுகள் - அந்த அடிப்படையில், வழியில் உள்ள ஒவ்வொரு காலடியையும் எண்ணியாக வேண்டும். இறுதியில், கீழே இறங்கிச் செல்வது ஒரு கூறு என்றும், வீட்டிற்கு நடந்து சொல்வது மற்றொன்று என்றும் தீர்மானித்தேன்.

தெருக் கதவைத் திறப்பதற்கு அது ஒரு கூறாக இருக்க வேண்டுமா, பல கூறுகளாகவா? பல, என்று நான் முடிவு செய்தேன். ஆகவே, நான் கீழே இறங்கிச் சென்றேன் - இரு கூறுகள்; கதவின் பிடியைப் பற்றினேன் - மூன்று; திருப்பினேன் - நான்கு; கதவைத் திறந்தேன் - ஐந்து; வாசலைத் தாண்டினேன் - ஆறு; கதவை மூடினேன் - ஏழு; பிடியை விட்டேன் - எட்டு; வீட்டுக்குச் சென்றேன் - ஒன்பது

யார்மீதோ இடித்துக் கொண்டேன் - இல்லை, அது ஒரு விபத்து, கூறு அல்ல. ஒரு புத்தகக் கடைக்கு எதிரே நின்றேன். அது என்னவாகக் கருதப் படவேண்டும்? ஒவ்வொரு தலைப்பையும் வாசித்தல் கணக்கில் எடுத்துக் கொள்ளப்பட வேண்டுமா? அல்லது பொதுவாக நூல்களைப் பார்த்தல் ஒரு தலைப்பின் கீழ் வருமா? அதை ஒரு கூறு என்று எடுத்துக் கொள்ளத் தீர்மானித்தேன். ஆக, எனது மொத்தக் கூறுகள் பத்தாக ஆயின.

நான் வீட்டை அடைந்து, உடைமாற்றி, கையைக் கழுவ சோப்பை எடுப்பதற்குள் இருநூற்று ஏழு கூறுகளை நான் எண்ணி விட்டேன். கைகளைக் கழுவினேன் - இருநூற்று எட்டு; சோப்பைக் கீழே வைத்தேன் - இருநூற்று ஒன்பது; கைகழுவும் பேசினை அலசினேன் - இருநூற்றுப் பத்து. இறுதியில் படுக்கையில் படுத்துக் கொண்டு போர்த்திக் கொண்டேன் - இருநூற்றுப் பதினாறு.

இப்போது என்ன? எனது தலை முழுவதும் எண்ணங்களால் நிரம்பியிருந்தது. ஒவ்வொன்றும் ஒரு கூறா? ஒதெல்லோவைப் போன்று ஒரு ஐந்து காட்சி சோக நாடகத்தை நடித்து முடிப்பதற்குள், இம்முறையில் பல ஆயிரக் கணக்கான கூறுகள் உருண்டோடி விடும். இதனால் பெரும் குழப்பம் ஏற்படும். எனவே இவற்றைக் கட்டுப்படுத்த ஏதேனும் ஒரு வழி இருக்கத் தான் வேண்டும். ஆனால், எப்படி?

2

இன்று இயக்குனரிடம் இதைப் பற்றிப் பேசினேன். அவரது பதில் இதுதான்: ''கப்பல்களைக் கரைக்குக் கொண்டு வந்து சேர்க்கும் வழிகாட்டிப் படகை ஓட்டுபவரிடம், ஒரு நீண்ட கடற்கரையில் அதன் திருப்பங்கள், ஆழமற்ற இடங்கள், பவளப் பாறைகள் இவற்றையெல்லாம் அவரால் எப்படி நினைவில் வைத்துக் கொள்ள முடிகிறது என்று யாரோ கேட்டார்களாம். அதற்கு அவர், ''அவற்றைப்பற்றி எல்லாம் எனக்கு அக்கறையில்லை. நான் கடலில் உள்ள கால்வாயை மட்டுமே பின்பற்றுகிறேன்,'' என்றாராம்.

எனவே ஒரு நடிகர், பல்வேறு சிறுசிறு விவரங்களை வைத்துக் கொண்டு செயல்படக் கூடாது. மாறாக, அவரது ''கால்வாயை'' குறிக்கும் முக்கியமான கூறுகளை மனதில் பதித்துக் கொள்ள வேண்டும். அவை அவரது உருவாக்கும் பாதையில் நேராகக் கொண்டு செல்லும். ஷுஸ்டோவின் வீட்டிலிருந்து திரும்பியதை நீ மேடையேற்ற வேண்டுமானால், உன்னிடமே சொல்லிக் கொள்ள வேண்டியது இதுதான்: முதலாவதாக, நான் என்ன

செய்து கொண்டிருக்கிறேன்? உன்பதில் - வீட்டுக்குச் செல்கிறேன் - உன் முக்கியக் குறிக்கோளுக்கான கருத்தைத் தருகிறது.

"சென்ற வழியில், நிறுத்தங்கள் இருந்தன. ஒரு இடத்தில் அசையாமல் நின்று வேறு எதையோ செய்தாய். ஆகவே, கடையின் உள்ளே எட்டிப்பார்த்தது ஒரு தனிப்பட்ட கூறு ஆகும். பின் அங்கிருந்து கிளம்பியபோது உனது முதல் கூறுக்கு நீ திரும்பினாய்.

"கடைசியில் உனது அறைக்குச்சென்று உடை மாற்றிக் கொண்டாய். அது மற்றொரு துண்டு. படுத்துக் கொண்டு சிந்திக்கத் தொடங்கிய போது மேலும் ஒரு கூறை நீ துவக்கினாய்.

"உனது மொத்தக் கூறுகளை இருநூற்றுக்கு மேல் இருந்ததிலிருந்து நான்காகக் குறைக்க வேண்டும். இவை உனது கால்வாயைக் குறிக்கின்றன.

"ஒன்றாக அவை ஒரு பெரிய குறிக்கோளை உருவாக்குகின்றன- வீட்டுக்குச் செல்லல்.

"நீ உனது முதல் துண்டை மேடையில் செய்கிறாய் என்று வைத்துக் கொள்வோம். நீ வீட்டுக்குச் செல்கிறாய் தொடர்ந்து நடக்கிறாய், வேறு ஒன்றும் செய்யவில்லை. அல்லது இரண்டாவது துண்டு- கடையில் உள்ள கண்ணாடி அலமாரிக்கு முன்னால் நிற்கிறாய்- நின்று கொண்டே இருக்கிறாய். மூன்றாவது துண்டில், நீ கைகால் கழுவுகிறாய்; நான்காவதில் படுத்துக் கொண்டே இருக்கிறாய் இவ்வாறு செய்தால் உன் நடிப்பு ஒரே மாதிரியாகவும், சலிப்பூட்டுவதாகவும் ஆகிவிடும். ஒவ்வொரு துண்டையும் மேலும் விவரமாக வளர்த்தெடுக்க வேண்டும் என்று உன் இயக்குனர் வலியுறுத்துவார். இதனால் ஒவ்வொரு கூறையும் மேலும் நுண்ணிய விவரங்களாகப் பிரித்தெடுத்து அவற்றைத் தெளிவாகவும், நுணுக்கமாகவும் மறு உருவாக்கம் செய்ய வேண்டிவரும்.

"இந்த நுண்ணிய பிரிவுகளும் ஒரே மாதிரி இருந்தால், மேலும் சிறியதாக அவற்றை உடைக்க வேண்டும் தெருவில் நடந்து செல்வது சாதாரணமாக, அன்றாடம் நிகழ்வது போல வடிவமைக்கப்பட வேண்டும், நண்பர்களைச் சந்தித்தல், வாழ்த்துக்

கூறுதல், உன்னைச் சுற்றிலும் என்ன நடக்கிறது என்று கவனித்தல், பக்கத்தில் நடந்து செல்பவர்களுடன் மோதிக் கொள்ளல் என இவ்வாறாக அது விவரிக்கப்படலாம்.''

பாலின் மாமா கூறிய விஷயங்களைப் பற்றி இயக்குனர் விவாதித்தார். எனக்கும் பாலுக்கும் வான்கோழியைப் பற்றி நினைவு வந்ததால் ஒருவரையொருவர் பார்த்துப் புன்னகைத்துக் கொண்டோம்.

''மிகப் பெரிய துண்டுகளை, நடுத்தரத் துண்டுகளாக்கிப் பின் சிறிய துண்டுகளாக்கி, மேலும் நுண்ணியவையாக்கி அதன் பின் செயல்முறையைத் தலைகீழாகச் செய்து அதை முழுதாக மறுவடிவமைப்புச் செய்ய வேண்டும்.''

''எப்போதுமே, பிரிவு என்பது தற்காலிகமானது என்பதை நினைவில் வைத்துக் கொள்ளுங்கள்,'' என்று அவர் எச்சரித்தார். கதாபாத்திரமும், நாடகமும் துண்டுகளாக நின்று விடக் கூடாது உடைந்துபோன சிலையும், கிழிந்து போன ஓவியமும் எவ்வளவு அழகான துண்டுகளைக் கொண்டிருந்தாலும், கலைப்பொருளாக ஆக முடியாது. ஒரு கதாபாத்திரத்தை உருவாக்குவதில் மட்டுமே நாம் சிறிய கூறுகளைப் பயன்படுத்துகிறோம். அதை உண்மையில் உருவாக்கும் போது அவை இணைந்து பெரிய கூறுகளாகின்றன. பிரிவுகள் பெரியவையாகவும், குறைவாகவும் இருக்கும் போது நீங்கள் கையாள வேண்டிய விஷயங்களும் குறைவாகவே இருக்கும். முழு பாத்திரத்தையும் கையாளுவதும் உங்களுக்குச் சுலபமாக இருக்கும்.

''பெரிய பிரிவுகள் முழுமையாக நிரப்பப்பட்டு இருந்தால், நடிகர்கள் இவற்றைச் சுலபமாக வெற்றிகொண்டு விடுகிறார்கள். ஒரு நாடகத்தின் ஊடே கோர்த்துவிடப் பட்டுள்ளபோது இவை கடலின் கால்வாயைக் குறிக்கும் மிதவைகளாகப் பயன்படுகின்றன. இந்தக் கால்வாயானது உருவாக்குதலுக்கான உண்மையான வழியைச் சுட்டிக் காட்டி, ஆழமற்ற மணல் மேடுகளையும், பவளப் பாறைகளையும் தவிர்க்க உதவுகின்றன.''

''துரதிருஷ்ட வசமாக, பல நடிகர்கள் இந்தக் கால்வாயைப் பயன்படுத்துவதில்லை. ஒரு நாடகத்தைக் கூறுபோட்டு ஆய்வது

அவர்களுக்கு இயலாத செயலாக உள்ளது. எனவே, மிக அதிகமான எண்ணிக்கையான மேலோட்டமான, தொடர்பற்ற விவரங்களைக் கையாளுமாறு தள்ளப்படுகிறார்கள். இவை எண்ணிக்கையில் மிக அதிகமாக இருப்பதால் குழப்பமடைந்து முழுமையான பெரிய பிரதிபலிப்பினை உணர்ந்து கொள்ளத் தவறி விடுகிறார்கள்.''

''இத்தகைய நடிகர்களை உங்களது முன்னுதாரணங்களாக எடுத்து கொள்ளாதீர்கள். ஒரு நாடகத்தை, தேவைக்கு அதிகமாக பிரித்து உடைக்காதீர்கள்; சிறு விவரங்கள் உங்களை வழிநடத்த அனுமதிக்காதீர்கள். பெரிய பிரிவுகளால் கோடிடப்பட்டுள்ள ஒரு கால்வாயை உருவாக்குங்கள் - அந்தப் பிரிவுகள் முழுமையாக வடிவமைக்கப்பட்டு, கடைசி விவரம் வரையிலும் நிறைக்கப்பட்டு இருக்குமாறு உறுதி செய்து கொள்ளுங்கள்.''

''பிரிக்கும் செயல்நுட்பம் மிக எளிமையானது. நீங்கள் உங்களையே கேட்டுக் கொள்ளுங்கள்: *''இந்த நாடகத்தின் கரு - அது இல்லாவிட்டால் நாடகமே இருக்க முடியாது என்பது - என்ன? அதன் பின்னர், விவரங்களுக்குள் புகாமல் முக்கியக் கருத்துகளை ஒருமுறை ஆராயுங்கள்.* கோகோலின் இன்ஸ்பெக்டர் ஜெனரல் என்ற நாடகத்தை நாம் நடிக்கத் திட்டமிடுகிறோம் என்று வைத்துக் கொள்வோம். அதில் முக்கியமான விஷயம் என்ன?'' என்று இயக்குனர் கேட்டார்.

''இன்ஸ்பெக்டர் ஜெனரல்,'' என்றான் வான்யா.

''அதைவிடவும், க்ளெஸ்டகோவுடனான நிகழ்வு,'' என்று பால் திருத்தினான்.

''ஒப்புக் கொள்ளலாம்,'' என்றார் இயக்குனர், ''ஆனால் இது போதுமானது அல்ல. கோகோலினால் சித்தரிக்கப்பட்டுள்ள இந்த சோகமான நகைச்சுவைச் சம்பவத்திற்கு ஏற்ற ஒரு பின்னணி இருக்க வேண்டும். இது மேயர், பல்வேறு பொதுப்பணித்துறையின் மேற்பார்வையாளர்கள், வம்பு பேசும் இருவர், இவர்களால் உருவாக்கப்படுகிறது. எனவே, க்ளெஸ்டகோவ் மற்றும் கள்ளமற்ற குணம் கொண்ட ஊர் மக்கள் இல்லாவிட்டால் அந்த நாடகம்

இருக்கவே முடியாது என்று நாம் முடிவு செய்து கொள்ள வேண்டியதாகிறது.''

''நாடகத்துக்கு வேறு என்ன தேவை?'' என்று அவர் தொடர்ந்து கேட்டார்.

''முட்டாள்தனமான கற்பனை வீரசாகசம் மற்றும் கிளுகிளுவென பழகும் கிராமத்துப் பெண்கள் - உதாரணமாக மேயரின் மனைவி - ஊர் முழுவதையும் கலங்கச் செய்யுமாறு தனது மகளின் திருமண நிச்சயதார்த்தத்தை நடைபெற வைத்தவள் அவள்,'' என்று யாரோ கூறினார்கள்.

''அஞ்சல் நிலைய அதிகாரி கொண்டுள்ள விஷயங்களை அறிந்து கொள்ளும் நாட்டமும், ஓசிப்பின் நல்ல மனவளமும்,'' என்று பிற மாணவர்கள் குறிப்பிட்டனர். ''லஞ்சம், கடிதம் மற்றும் நிஜமான இன்ஸ்பெக்டரின் வருகை.''

''நாடகத்தை அதன் பிரதான அதிகாரங்களாக பெரிய கூறுகளாக நீங்கள் பிரித்துள்ளீர்கள். இப்போது இந்த ஒவ்வொரு கூறிலிருந்தும் அதன் அடிப்படை உள்ளடக்கத்தைத் தேடி எடுங்கள்; அப்போது முழு நாடகத்தின் உள் வடிவமைப்பு உங்களுக்குக் கிடைத்து விடும். ஒவ்வொரு பெரிய பிரிவும் நடுத்தர மற்றும் சிறிய பகுதிகளாகப் பிரிக்கப்படுகிறது. இந்தப் பிரிவுகளை வடிவமைப்பது என்பது பல சிறிய கூறுகளை ஒன்றாக இணைப்பதற்கு அவசியமானதாகும்.

''ஒரு நாடகத்தை அதன் அங்கங்களாகிய கூறுகளாகப் பிரிப்பது எப்படி என்றும், அதற்குள் உங்களை வழிநடத்திச் செல்ல ஒரு கால்வாயைக் குறித்து வைப்பது எப்படி என்றும் ஒரு பொதுவான கருத்து உங்களுக்குக் கிடைத்துள்ளது,'' என்றார் டார்ட்சாவ் முடிவுரையாக.

3

ஒரு நாடகத்தைக் கூறுகளாகப் பிரிப்பதற்கும், அதன் கட்டமைப்பை ஆராய்வதற்கும் ஒரு நோக்கம் உள்ளது, ''என்று இயக்குனர் இன்று விளக்கினார்.'' அதற்கும் மேலான ஒரு

மிகமுக்கியமான உட்காரணமும் உள்ளது. ஒவ்வொரு கூறின் இதயப் பகுதியிலும் ஒரு உருவாக்கும் குறிக்கோள் உள்ளது.

"ஒவ்வொரு குறிக்கோளும், அந்தக் கூறின் உயிருள்ள அங்கமாகும் - அல்லது வேறுவிதமாகச் சொல்வதானால் அது தன்னைச் சுற்றியுள்ள கூறை உருவாக்குகிறது."

"ஒரு நாடகத்தினுள் அதனுடன் தொடர்பில்லாத கூறுகளை நுழைப்பது எவ்வாறு சாத்தியமில்லையோ அதே போல அதன் கருவுக்குத் தொடர்பற்ற குறிக்கோள்களைப் புகுத்துவதும் சாத்தியமில்லை. ஏனெனில் குறிக்கோள்கள் ஒரு பொருள் உள்ள, தெளிவான ஓட்டமாகத் தொடர்ந்து வர வேண்டும். இத்தகைய ஒரு நேரடியான, உயிருள்ள இணைப்பு இருப்பதால், கூறுகளைப் பற்றி என்னவெல்லாம் சொல்லப்பட்டுள்ளதோ அது குறிக்கோள்களுக்கும் அதே அளவில் பொருத்தமானதாகும்.

"அப்படியென்றால், இவையும் கூட பெரிய மற்றும் சிறிய கட்டங்களாகப் பிரிக்கப் படுகின்றனவா?" என்று நான் கேட்டேன்.

"நிச்சயமாக!" என்றார் அவர்.

"கால்வாய் பற்றி என்ன சொல்லலாம்?"

"குறிக்கோளானது சரியான பாதையைக் காட்டுகிற ஒளியாக உள்ளது," என்று இயக்குனர் விவரித்தார்.

"பெரும்பாலான நடிகர்கள் செய்கிற தவறு, ஒரு விளைவைத் தயார் செய்கிற செயலைப் பற்றி எண்ணாமல் வெறும் விளைவைப் பற்றி மட்டுமே எண்ணுவதாகும். செயலைத் தவிர்த்து விட்டு, நேராக விளைவை நோக்கிக் குறிவைப்பதால், வலிந்து செய்யப்பட்ட ஒரு விளைவே அங்கு உருவாகிறது. இது கத்துக் குட்டித்தனமான நடிப்பைத் தான் உண்டாக்கும்."

"விளைவை உருவாக்க வலிந்து முயற்சி செய்வதைத் தவிருங்கள். உண்மை, முழுமை மற்றும் நேர்மையான குறிக்கோளுடன் செயல்படுங்கள். உயிருள்ள குறிக்கோள்களைத் தேர்ந்தெடுப்பதன் மூலம் இத்தகைய நடிப்பை உங்களால்

வளர்த்துக் கொள்ள முடியும். உங்களுக்கென ஒரு பிரச்சினையை முன் வைத்துக் கொண்டு அதற்கான தீர்வைச் செயல்படுத்துங்கள்,'' என்று அவர் பரிந்துரை செய்தார்.

மரியாவும் நானும் இதைப் பற்றிச் சிந்தித்த போது, பால் எங்களிடம் வந்து இந்தக் கருத்தை முன் வைத்தான்.

நாங்கள் இருவருமே மரியாவைக் காதலிக்கிறதாக வைத்துக் கொள்வோம். அவளைத் திருமணம் செய்யும் விருப்பத்தையும் அவளிடம் தெரிவித்துள்ளோம். இப்போது நாங்கள் என்ன செய்வோம்?

முதலில் ஒரு பொதுவான திட்டத்தை ஏற்படுத்திய பின் அதைப் பல்வேறு கூறுகளாகவும், குறிக்கோள்களாகவும் பிரித்தோம். இவை தம் பங்காக, செயல்களை உருவாக்கின. எங்களது செயற்பாடு நின்று போனபின் புதிய சாத்தியப்பாடுகளை உள்ளே புகுத்தி, புதிய பிரச்சினைகளை ஏற்படுத்திக் கொண்டோம். இந்த இடைவிடாத அழுத்தத்தின் கீழ், நாங்கள் செய்து கொண்டிருந்த பணியில் மூழ்கிப் போனதால், திரை மேலே எழுப்பப்பட்டதையும், மேடை தென்பட்டதையும் நாங்கள் கவனிக்கவில்லை.

எங்கள் வேலையை அங்கே தொடரலாமே என்று இயக்குனர் சொன்னதால் நாங்களும் அவ்வாறே செய்தோம். அது முடிந்ததும் அவர் கூறியது:

"நமது பாடங்களில் முதலாவதான ஒன்றின் போது காலியான மேடைமீது உங்களை நான் நடிக்கச் சொன்னது நினைவிருக்கிறதா? உங்களுக்கு என்ன செய்வதென்று தெரியாமல், வெளிப்புறம் உள்ள வடிவங்களுடனும், உணர்ச்சிகளுடனும் குழம்பித் தவித்தீர்களே? ஆனால் இன்று, காலியான மேடையிலும் கூட, நீங்கள் வெகு சுதந்திரமாக உணர்ந்து, சுலபமாகச் சுற்றி வந்தீர்கள். இதைச் செய்ய உங்களுக்கு உதவியது எது?''

"அகத்திலான, செயலூக்கமான குறிக்கோள்கள்,'' என்று பாலும் நானும் சொன்னோம்.

"ஆம்," என்று அவர் ஒப்புக் கொண்டார். "ஏனெனில் அவை ஒரு நடிகனைச் சரியான பாதையில் செலுத்தி, போலியாக நடிப்பதிலிருந்து தடுக்கின்றன. மேடைக்கு வந்து அங்கு நின்று செயல்படுவதற்கான நம்பிக்கையை, குறிக்கோள் தான் அவனுக்குத் தருகிறது."

"துரதிருஷ்டவசமாக இன்றைய பரிசோதனை அவ்வளவு நம்பத்தகுந்ததாக இல்லை. உங்களில் சிலர் எடுத்துக் கொண்ட குறிக்கோள்கள் அவற்றுக்காகவே எடுத்துக் கொள்ளப்பட்டன - அவற்றின் உள்ளார்ந்த செயல்பாட்டுக்கான ஊற்றுக்காக இல்லை. இதனால் நடிப்பில் வித்தைகளும், மிகைப்படக் காட்டிக் கொள்வதும் ஏற்படுகின்றன. மற்றும் சிலர் முழுமையாக வெளியில் உள்ள குறிக்கோள்களை எடுத்துக் கொண்டனர். க்ரிஷாவைப் பொறுத்தமட்டில், வழக்கம்போல அவனது நோக்கம் தனது செயல்நுட்பத்தைப் பிரகாசிக்கச் செய்வது தான். இதில் ஒருவரால் அற்புதமான காட்சியாகத் தோன்ற முடியும், ஆனால் செயலுக்கான உண்மையான தூண்டுதல் அங்கு ஏற்பட முடியாது. லியோவின் குறிக்கோள் நல்லது ஆனால் வெகு அறிவு ரீதியாகவும் இலக்கியம் சார்ந்ததாகவும் அது இருந்தது."

"மேடையில் பலப்பல எண்ணற்ற குறிக்கோள்களை நாம் காண்கிறோம். அவை எல்லாமே தேவையானவையோ, நல்லவையோ அல்ல. பலவும் தீங்கு விளைவிப்பவை. ஒரு நடிகன், நல்ல தரத்தைக் கண்டு கொள்ளக் கற்றுக் கொள்ள வேண்டும். பயனற்றதைத் தவிர்த்துவிட்டு, சரியான குறிக்கோள்களைத் தேர்ந்தெடுக்கக் கற்றுக் கொள்ள வேண்டும்."

"நாம் அவற்றை எப்படி அறிந்து கொள்வது," என்று நான் கேட்டேன்.

"சரியான குறிக்கோள்களைப் பின்வருமாறு வரையறை செய்யலாம்," என்றார் அவர்.

1. அவை நமது மேடை விளக்குகளின் உட்புறமாக, நமது பக்கத்தில் இருக்க வேண்டும். பிற சகநடிகர்களின் பால் அவை செலுத்தப்பட வேண்டும், பார்வையாளர்கள் பால் அல்ல.

2. அவை தனிப்பட்டவையாகவும், நீங்கள் சித்தரிக்கும் பாத்திரத்துடன் ஓரளவு ஒரே மாதிரியாகவும் இருக்கவேண்டும்.

3. அவை புதிதாக உருவாக்கப்பட்டவையாகவும், கலைநயத்துடனும் இருக்க வேண்டும். ஏனெனில் நமது கலையின் முக்கிய நோக்கமாகிய - ஒரு மனித உயிரின் வாழ்வை உருவாக்கி அதைக் கலை வடிவத்தில் சமர்ப்பித்தலை நிறைவேற்றுவதாக இருக்க வேண்டும்.

4. அவை நிஜமாக, உயிருள்ளதாக, மனிதத்தன்மையுடன் இருக்க வேண்டும். மாறாகச் செத்துவிட்டதாக, பாரம்பரியமானதாக, நாடகபாணியில் இருக்கக் கூடாது.

5. அவை உண்மையுள்ளதாக இருக்க வேண்டும். நீங்கள், உங்களுடன் நடிக்கும் பிற நடிகர்கள் மற்றும் உங்கள் பார்வையாளர்கள் அனைவரும் அவற்றை நம்பத் தகுந்ததாக இருக்க வேண்டும்.

6. உங்களைக் கவர்ந்து, மனதை நெகிழச் செய்யும் தன்மை அவற்றுக்கு இருக்க வேண்டும்.

7. நீங்கள் நடித்துக் கொண்டிருக்கும் பாத்திரத்தை மிகச் சரியாகவும், தெளிவாகவும் சித்தரிப்பவையாக அவை இருக்க வேண்டும். தெளிவற்ற தன்மையானது சகித்துக் கொள்ளப்படக் கூடாது. உங்கள் பாத்திரத்தின் குணாதியசங்களுக்குள் அவை பின்னிப் பிணையப்பட்டு இருக்க வேண்டும்.

8. அவை, உங்களது பாத்திரத்தின் அக உருவத்துடன் தொடர்புள்ள மதிப்பு மற்றும் உள்ளடக்கம் இவற்றைக் கொண்டிருக்க வேண்டும். அவை ஆழமற்றதாக, மேலோட்டமானதாகவோ, மேற்பரப்பை மட்டுமே வருடிச் செல்வதாகவோ இருக்கக் கூடாது.

9. அவை செயலூக்கத்துடன் உங்களது பாத்திரத்தை முன்னே தள்ளிச் செல்ல வேண்டும், தேங்கிவிட அனுமதிக்கக் கூடாது.

"ஒரு ஆபத்தான குறிக்கோளைப் பற்றி நான் உங்களை எச்சரிக்க விரும்புகிறேன். இது வெறும் அசைவின் பாற்பட்டது, நாடகங்களில் பரவலாகக் காணப்படுவது, எந்திரத்தனமான நடிப்புக்கு இட்டுச் செல்வது."

"மூன்று விதமான குறிக்கோள்களை நாம் ஏற்றுக் கொள்கிறோம்: புற அல்லது பொருள் சார்ந்தது, அக அல்லது உளவியல் சார்ந்தது, மற்றும் ஆரம்ப, அடிப்படையான உளவியல் சார்ந்தது."

இந்தப் பெரிய சொற்களைக் கேட்டு வான்யா தனது குழப்பத்தை வெளிப்படுத்தினான். எனவே இயக்குனர், அவற்றுக்கான பொருளை எடுத்துக்காட்டுகளுடன் விளக்கினார்.

"நீ இந்த அறைக்குள் வந்து எனக்கு முகமன் தெரிவிக்கிறாய் என்று வைத்துக் கொள்வோம்," என்று அவர் தொடங்கினார். "நீ எனக்கு வணக்கம் சொல்லி, தலையை அசைத்து என் கையைக் குலுக்குகிறாய். இது ஒரு சாதாரணமான, எந்திரத்தனமான குறிக்கோள். இதற்கு உளவியலுடன் எந்தத் தொடர்பும் இல்லை."

"இது தவறானதா?" என்று வான்யா குறுக்கிட்டுக் கேட்டான்.

இயக்குனரும் அவசரமாக அவனைத் தெளிவுபடுத்த விரைந்து பதில் கூறினார்.

"நான் எப்படி இருக்கிறேன் என்று நீ விசாரிக்கலாம். ஆனால், எந்தவிதமான உணர்ச்சியையும் அனுபவிக்காமல், அன்பு செலுத்தவோ, துன்பப்படவோ, வெறுக்கவோ, அல்லது எந்த வகையிலான உயிருள்ள மனிதக் குறிக்கோளை நீ சுத்தமான எந்திர ரீதியில் செய்துகாட்டக் கூடாது."

"ஆனால், என்று அவர் தொடர்ந்தார்," உனது கையை என் பால் நீட்டி, என் கையைப் பற்றுவதன் மூலம், அன்பு, மரியாதை, நன்றியுணர்வு போன்ற உணர்வுகளை உனது கைப்பற்றுதலாலும், கண்களில் உள்ள பார்வையாலும் வெளிக்காட்ட முயன்றால் அது முற்றிலும் வேறு விஷயமாகும். இவ்வாறு ஒரு சாதாரணக் குறிக்கோளை, ஒரு உளவியல் மூலகத்தை உள்ளடக்கியவாறு நாம் செய்கிறோம். எனவே இதைத் தான் நமது நாடகக் கலைக்கே

உரித்தான தனிமொழியில், ஆரம்பநிலை, அடிப்படை உளவியல் வகை என்று குறிப்பிடுகிறோம்.

"மூன்றாவது வகை இதோ. நேற்று நீயும் நானும் சண்டையிட்டுக் கொண்டோம். நான் உன்னைப் பலர் முன்னிலையில் அவமதித்து விட்டேன். இன்று, நாம் சந்திக்கும் போது, உன்னிடம் வந்து கையை நீட்டுகிறேன். இதன் வாயிலாக, நான் மன்னிப்புக் கேட்க விரும்புவதாகவும், தவறு செய்து விட்டதை ஒப்புக் கொள்ளவும், அந்தச் சம்பவத்தை நீ மறந்துவிட வேண்டும் என்று உன்னிடம் வேண்டிக் கேட்டுக் கொள்வதாகவும் உனக்குத் தெரிவிக்க விரும்புகிறேன். எனது நேற்றைய எதிரியிடம் கைகுலுக்கக் கையை நீட்டுவது என்பது அத்தனை எளிமையான விஷயம் அல்ல. அதைப் பற்றி நான் கவனமாகச் சிந்திக்க வேண்டும். அதனால் எனக்குள் எழும் உணர்ச்சிகள் பலவற்றையும் அனுபவித்து உணர்ந்து முடித்து வெற்றிகண்டு, அதன் பின்னரே என்னால் அதைச் செய்ய முடியும். இதைத்தான் நாம் ஒரு உளவியல் ரீதியான குறிக்கோள் என்று அழைக்கிறோம்.

"ஒரு குறிக்கோளைப் பற்றிய மற்றொரு முக்கியக் கருத்தானது, அது நம்பத்தகுந்ததாக இருப்பதுடன், நடிகரைக் கவர்வதாகவும், அதைச் செய்வதான விருப்பத்தை அவருள் எழுப்புவதாகவும் இருக்க வேண்டும். இந்தக் கவர்ச்சியானது அவரது புதிதாக உருவாக்கும் மனவலிமைக்கான சவால் ஆகும்."

"இத்தகைய அத்தியாவசியமான அம்சங்களைக் கொண்டுள்ள குறிக்கோள்களை நாம் புதிதாக உருவாக்குபவை என்கிறோம். இவற்றைத் தேடிச் சென்று சேகரிப்பது கடினமான விஷயம் ஆகும். சரியான குறிக்கோள்களைக் கண்டறியும் பணியைச் செய்வதற்காகவும் அவற்றின் மீதான கட்டுப்பாட்டைக் கொள்ளவும், அவற்றுடன் வாழ்வதற்காகவும் தான் ஒத்திகைகள் முக்கியமாக நடத்தப்படுகின்றன."

பின்னர், இயக்குனர் நிக்கோலஸை நோக்கி, "*பிராண்ட்* என்ற நாடகத்தில் உனக்கு மிகவும் விருப்பமான அந்தக் காட்சியில் உனது குறிக்கோள் என்ன?" என்றார்.

"மனித இனத்தைக் காப்பாற்றுவது," என்றான் நிக்கோலஸ்.

"ஒரு மிகப் பெரிய நோக்கம்!" என்று சிரித்தவாறு கூறினார் இயக்குனர். "அதை ஒரே சமயத்தில் முழுவதுமாகப் புரிந்து கொள்வது சிரமம். நீ ஏதேனும் ஒரு எளிய பொருள் ரீதியான குறிக்கோளை எடுத்துக் கொள்வது மேல் என்று உனக்குத் தோன்றவில்லையா?"

"ஆனால், பொருள் ரீதியான குறிக்கோள் சுவாரஸ்யமானதா?" என்றான் நிக்கோலஸ், வெட்கத்துடன் சிரித்தபடி.

"யாருக்குச் சுவாரஸ்யமானது?" என்று கேட்டார் இயக்குனர்.

"பொதுமக்களுக்கு,"

"பொதுமக்களைப் பற்றி நினைக்காதே. உன்னைப் பற்றி நினை," என்று அவர் அறிவுரை கூறினார். "நீ ஆர்வத்துடன் இருந்தால், பொதுமக்கள் உன்னைப் பின் தொடர்வார்கள்."

"ஆனால் எனக்குக் கூட அதில் ஆர்வமில்லை," என்று சொன்னான். நிக்கோலஸ் கெஞ்சியபடியே உளவியல் ரீதியான ஒன்றையே நான் விரும்புகிறேன்."

"அதற்கு உனக்குப் போதுமான காலம் உள்ளது. இதற்குள் உளவியல் விஷயங்களில் ஈடுபடலாகாது. இப்போதைக்கு, எது எளிமையானதாகவும், பொருள் சார்ந்ததாகவும் உள்ளதோ அத்துடன் நிறுத்திக் கொள். ஒவ்வொரு பொருள் ரீதியான குறிக்கோளிலும், ஏதோ ஒரு உளவியல் கூறு இருக்கும் - அதே போல, உளவியல் குறிக்கோளில் பொருளியல் கூறு இருக்கும். உன்னால் அவற்றைப் பிரிக்க முடியாது. எடுத்துக்காட்டாக: தற்கொலை செய்து கொள்ளவிருக்கும் ஒரு மனிதனின் உளவியல் மிகவும் சிக்கலானது. மேசையின் அருகே சென்று, சாவியை எடுத்து, இழுப்பறையைத் திறந்து, துப்பாக்கியை எடுத்து, அதில் குண்டுகளை நிரப்பித் தன் தலையைக் குறிவைத்துச் சுட்டுக் கொள்வதற்குத் தன் மனதில் முடிவு செய்வது மிகவும் கடினம். இவை எல்லாமே உடல் - பொருள் ரீதியான செயல்கள் தான்! இருந்தும் எவ்வளவு உளவியல் அம்சங்கள் அதில் உள்ளன!

இன்னும் சரியாகச் சொல்வதானால், அவை எல்லாமே சிக்கலான உளவியல் சார்ந்த செயல்பாடுகள் - இருந்தும் எவ்வளவு உடல் - பொருள் சார்ந்த அம்சங்கள் அவற்றில் உள்ளன!

"இப்போது, மிகவும் எளிமையான வகையிலான உடல் ரீதியான செயலை எடுத்துக் கொள்வோம்: நீ ஒருவரின் அருகில் சென்று அவரைக் கன்னத்தில் அறைகிறாய். ஆனால், இதை நீ மனமாரச் செய்ய வேண்டுமானால், எவ்வளவு சிக்கலான உளவியல் உணர்வுகளை முழுமையாக்கி உணர வேண்டும் என்று எண்ணிப்பார்! அதன் பின்னர்தானே உன்னால் அவ்வாறு அறைய முடியும்? இந்த இரண்டுக்கும் இடையிலான பிரிவு மிகவும் தெளிவற்றது என்ற உண்மையை நீ உனக்குச் சாதகமாக எடுத்துக் கொள். உடல்/உள்ளம் இவற்றுக்கு இடையே மிகவும் மெல்லிய பிரிவுக் கோட்டை வரைய முயற்சிக்காதே. உனது உள்ளுணர்வுகளைப் பின்பற்றிச் செயல்படு, ஆனால் எப்போதுமே உடல்சார்ந்த விஷயத்தின் பால் சற்றே கூடுதல் கவனம் வை."

"எனவே இப்போதைக்கு, பொருள் சார்ந்த குறிக்கோள்களுடன் நாம் நிறுத்திக் கொள்வோம் என்று நமக்குள் தீர்மானித்துக் கொள்ளலாம். அவை சுலபமானவை, எளிதில் கிடைப்பவை மற்றும் செய்வற்குச் சுலபமானவை. இவ்வாறு செய்வதால், போலியான நடிப்பினுள் இறங்கும் ஆபத்தை நீங்கள் குறைத்துக் கொள்ளலாம்."

4

இன்று, முக்கியமான கேள்வி, ஒரு பணியின் கூறிலிருந்து ஒரு குறிக்கோளை எப்படி வெளிக் கொண்டு வருவது என்பது தான். இந்தச் செய்முறை எளிமையானது. ஒரு கூறுக்கு மிகச் சரியான பெயரை - அதாவது அதன் உள்ளார்ந்த சாரத்தைக் குறிப்பிடவல்லதான ஒரு பெயரைக் கண்டுபிடித்தலில் அது அடங்கியுள்ளது.

"ஏன் இந்தப் பெயர் சூட்டு விழா?" என்றான் க்ரிஷா, கிண்டலாக.

"ஒரு கூறுக்கான உண்மையான நல்ல பெயர் ஒன்று எதைப் பிரதிநிதித்துவப்படுத்துகிறது என்பது பற்றி உனக்குக் கருத்து ஏதேனும் உள்ளதா?" என்றார் இயக்குனர். "அதன் சாரம்சமான குணத்தை அது குறிக்கிறது. அதைப் பெற வேண்டுமானால், அந்தக் கூறை நீ தெள்ளத் தெளிவாக ஆக்க வேண்டும். அவ்வாறு வடித்தெடுத்த ஸ்படிகத்துக்கு ஒரு பெயரைக் கண்டுபிடிக்க வேண்டும்."

"ஒரு கூறின் சாரத்தை வடித்தெடுக்கும் சரியான பெயர் அதன் அடிப்படையான குறிக்கோளைக் கண்டுபிடிக்கிறது."

"இதை நடைமுறையில் உனக்குச் செய்து காட்டுவதற்கு, பிராண்ட் நாடகத்தின், குழந்தையின் உடைகள் பற்றிய காட்சியின் முதல் இரண்டு கூறுகளை எடுத்துக் கொள்ளலாம்," என்றார் அவர்.

"பாஸ்டர் பிராண்டின் மனைவியான ஆக்னஸ் தனது ஒரே மகனை இழந்து விட்டாள். துயரத்தில் மூழ்கியுள்ள அவள் அவனது ஆடைகள், விளையாட்டுப் பொருள்கள் மற்றும் பிற பொருள்களை ஒவ்வொன்றாக எடுத்துப் பார்த்துக் கொண்டிருக்கிறாள். அந்தப் பொருள்கள் ஒவ்வொன்றும் கண்ணீரால் நீராட்டப்படுகின்றன. அவள் இதயம் பழைய நினைவுகளால் வெடித்துச் சிதறிக் கொண்டிருக்கிறது இந்தத் துயரமான சம்பவம் அவர்கள் ஒரு ஈரமான, சுகாதாரமற்ற பகுதியில் வசிப்பதால் நிகழ்ந்தது. அவர்களது குழந்தை நோய்வாய்ப்பட்டபோது, அந்த மாதா கோவிலின் பகுதியை விட்டுப் போய்விடலாம் என்று அவள் தன் கணவனை வேண்டினாள். ஆனால் மதத்தின் பால் அதீதப் பற்றுக் கொண்ட பாதிரி பிராண்ட் குடும்பத்தைக் காப்பாற்றத் தனது கடமையைத் தியாகம் செய்ய மறுத்து விட்டார். இந்தத் தீர்மானம் அவர்களது மகனின் உயிரைப் பலி வாங்கிவிட்டது.

"இரண்டாவது கூறின் சுருக்கம் இதுதான்: பிராண்ட் வீட்டிற்குள் வருகிறார். அவரும் ஆக்னஸின் நிலையைக் கண்டு துயரத்தில் மூழ்கியுள்ளார். எனினும் அவரது கடமை உணர்வு அவரைக் கடுமையானவராக ஆக்கி விடுகிறது. குழந்தையின் உடைகளையும், பிற பொருள்களையும் ஒரு ஏழைக் குறப் பெண்ணுக்குக் கொடுத்து விடுமாறு அவர் வற்புறுத்துகிறார்.

ஏனெனில் அவை தனது மனைவி இறைவனுக்கு முழுமையாகப் பணி புரிவதிலிருந்து தடுக்கின்றன என்பது அவர் கருத்து. அவரைப் பொறுத்தவரையில், அவர்களது வாழ்வின் அடிப்படைக் கொள்கை, அக்கம் பக்கத்தினருக்குச் சேவை செய்வது தான்.''

''இப்போது இந்த இரண்டு கூறுகளையும் கணித்து, ஒவ்வொன்றுக்கும் அதன் அடிப்படைத் தன்மையை ஒத்த பெயரைக் கண்டுபிடியுங்கள்.''

''ஒரு அன்பான தாய், தன் குழந்தையிடமே பேசுவது போல அவனது பொருள்களுடன் பேசுவதை நாம் பார்க்கிறோம். அன்புக்குரிய ஒருவரின் மரணம்தான் இந்தக் கூறின் அடிப்படைக் குறிக்கோள்,'' என்றேன் நான் தீர்மானமாக.

''தாயின் துயரத்திலிருந்து விலகி, இந்தக் காட்சியின் பொதுவான மற்றும் சிறிய பாகங்களைத் தொடர்பு படுத்திக் காண முயலுங்கள்,'' என்றார் இயக்குனர். ''அதன் உள்ளார்ந்த பொருளைக் கண்டு கொள்வதற்கான வழி அதுதான். உங்கள் உணர்ச்சிகளும், உள்ளுணர்வும், அவற்றைக் கற்றுத் தேர்ந்தவுடன், முழுக் கூறின் மிகமிக அடி ஆழத்தில் உள்ள பொருளைக் குறிக்கவல்ல ஒரு சொல்லைத் தேடுங்கள். இச்சொல் உங்கள் குறிக்கோளை எடுத்துச் சொல்லும்.''

''இதில் ஏதும் சிரமம் இருப்பதாக எனக்குத் தோன்றவில்லை,'' என்றான் க்ரிஷா. ''நிச்சயமாக, முதலாவது குறிக்கோள் - ஒரு தாயின் அன்பு, இரண்டாவது, ஒரு மதாபிமானியின் கடமை.''

''முதல் பிரச்சினை - நீ கூறுக்குப் பெயர் வைக்கிறாய், குறிக்கோளுக்கு அல்ல. இவை இரண்டும் இருவேறு விஷயங்கள். இரண்டாவது, உனது குறிக்கோளின் பொருளை, ஒரு பெயர்ச் சொல்லைக் கொண்டு விளக்க நீ முயலக் கூடாது. பெயர்ச்சொல், ஒரு கூறுக்குப் பயன்படுத்தப்படலாம்; குறிக்கோள் எப்போதுமே ஒரு வினைச் சொல்லாக இருக்க வேண்டும்.''

இதைப் பற்றி நாங்கள் வியப்புத் தெரிவித்த போது, இயக்குனர், ''பதிலைக் கண்டுபிடிக்க நான் உங்களுக்கு உதவுகிறேன். முதலில்,

இப்போது பெயர்ச் சொற்களால் விவரிக்கப்பட்ட குறிக்கோள்களை நடித்துக் காட்டுங்கள் -

(1) ஒரு தாயின் அன்பு (2) மதாபிமானி அல்லது மதவெறியரின் கடமை.''

வான்யாவும் சோன்யாவும் இந்தப் பொறுப்பை ஏற்றுக் கொண்டனர். அவன் கோப ரசத்தைக் காட்டினான், கண்கள் வெளியே பிதுங்கி விடுமாறு வெறித்துப் பார்த்து, முதுகை விறைத்துக் கொண்டான். தரையின் குறுக்கே வெகுதிடமாக, கால்களை ஓங்கி மிதித்துப் பதித்த வண்ணம் நடந்தான். கடுமையான குரலில் பேசினான். உடலைச் சிலிர்த்துக் கொண்டு சக்தி, தீர்மானம் மற்றும் கடமை உணர்வு இவற்றை வெளிப்படுத்த முயன்றான். சோன்யா இதற்கு நேர் எதிரான உணர்வுகளை - அன்பு, மென்மை இவற்றைப் பொதுப்படையாக வெளிப்படுத்த முயன்றான்.

அவர்களின் நடிப்பைக் கவனித்தபின், ''உங்கள் குறிக்கோள்களுக்காக நீங்கள் பயன்படுத்திய பெயர்கள், ஒரு வலிமையான மனிதன் மற்றும் ஒரு தாயின் அன்பு இவற்றின் வடிவங்களைச் சித்தரிக்குமாறு உங்களைத் தூண்டுகின்றன என்பதை நீங்கள் கவனிக்கவில்லையா?''

''வலிமை மற்றும் அன்பு ஆகியன என்ன என்று நீங்கள் காட்டுகிறீர்கள். ஆனால், நீங்களே சக்தியாகவும், அன்பாகவும் மாறவில்லை. ஏனெனில் பெயர்ச் சொற்கள், ஒரு மனநிலை, ஒரு வடிவம், ஒரு கருத்து இவற்றின் அறிவு ரீதியான கருத்தைத் தான் வெளிக் கொண்டு வருகின்றன. அசைவையோ, செயலையோ அவை குறிப்பதில்லை. ஒவ்வொரு குறிக்கோளும் அதனுள் செயலின் விதை ஒன்றைக் கண்டிப்பாகக் கொண்டிருக்க வேண்டும்.''

பெயர்ச் சொற்களும் வர்ணிக்கப்படலாம், சித்தரிக்கப்படலாம் என்றும் அது செயலைக் காட்டுகிறது என்றும் க்ரிஷா விவாதம் செய்யத் தொடங்கினான்.

"ஆம்," என்று இயக்குனர் ஒப்புக் கொண்டார், "அது செயல்தான். ஆனால் அது உண்மையான, ஒருங்கிணைக்கப்பட்ட செயல் அல்ல. நீ வர்ணிப்பது நாடகத்தனமானது, பிரதி நிதியாக பதிலுக்கு நிற்பது - நமது கருத்துப்படி அது கலை அல்ல."

இதை அவர் மேலும் தொடர்ந்து விளக்கலானார்:

"பெயர்ச் சொல்லுக்குப் பதிலாக, வினைச்சொல்லைப் பயன்படுத்தினால் என்ன நடக்கிறது என்று பார்க்கலாம்." நான் - செய்ய விரும்புகிறேன்," என்று சேர்த்துச் சொல்லிப் பாருங்கள்.

'சக்தி' என்ற சொல்லை எடுத்துக் கொள்ளுங்கள். நான் சக்தியை விரும்புகிறேன் என்பது மிகவும் பொதுப்படையானது இதைவிடவும் தெளிவான, நிச்சயமான ஒன்றைச் சேர்த்துக் கொண்டால், ஒரு பதிலைத் தேடுகிற கேள்வியாக ஆக்கினால், அது உங்களை ஒரு நல்ல பலனைத் தரும் செயலுக்கு எடுத்துச் செல்லும். எனவே, "நான் சக்தியைப் பெற, இதை - இதைச் செய்ய விரும்புகிறேன்" என்று சொல்லலாம். அல்லது, "சக்தியைப் பெற நான் என்ன செய்ய வேண்டும்?" என்று கேள்வியாகக் கேட்கலாம். அதற்கான பதிலைச் சொல்லும் போது என்ன செயலைச் செய்ய வேண்டும் என்று உங்களுக்குத் தெரியும்."

"நான் சக்தியுடன் இருக்க விரும்புகிறேன்," என்று வான்யா சொல்லிப் பார்த்தான்.

"இருக்க என்ற வினைச் சொல் அசையாதது ஒரு குறிக்கோளுக்கான ஆக்கமான விதை அதில் இல்லை."

"நான் சக்தி பெற விரும்புகிறேன்," என்றாள் சோன்யா துணிவுடன்.

"அது செயலுக்கு மேலும் அருகில் நெருங்கி வருகிறது," என்றார் இயக்குனர். "துருதிருஷ்டவசமாக அது மிகவும் பொதுப்படையானது உடனே செயல்படுத்த முடியாதது. இந்த நாற்காலியில் உட்கார்ந்து, பொதுவாக, சக்தி வேண்டும் என்று விரும்பிப்பார். அதை விடவும் அதிகத் திடமான, உண்மையான, நெருங்கிய, செய்யக்கூடிய ஏதோ ஒன்று உனக்குத் தேவை.

ஏதேனும் ஒரு வினைச்சொல் இங்கு பயன்படாது என்று உங்களால் பார்க்க முடிகிறது. ஏனெனில் எல்லாச் சொல்லும் முழு ஆக்கமான செயலைப் பற்றிக் குறிப்பிடுவன அல்ல.''

"மனித குலம் அனைத்துக்கும் மகிழ்ச்சியைத் தருவதற்காக நான் சக்தி பெற விரும்புகிறேன்,'' என்று யாரோ ஒரு மாணவன் சொன்னான்.

"அது ஒரு மிக அழகான சொற்றொடர்,'' என்றார் இயக்குனர், "ஆனால் அதைச் செய்வது சாத்தியம் என்று நம்புவது கடினம்.''

"வாழ்க்கையை ரசித்து மகிழவும், பிரபலமானவராகவும், எனது ஆசைகளைப் பூர்த்தி செய்து கொள்ளவும், எனது இலட்சியத்தை எட்டவும் நான் சக்தி பெற விரும்புகிறேன்,'' என்று க்ரிஷா சொன்னான்.

"இது நிதானமானது, செய்வதற்குச் சுலபமானது. ஆனால் இதைச் செய்வதற்கு சில தயாரிப்பு அடிகளை நீ எடுக்க வேண்டும். இத்தகையதொரு இறுதியான இலக்கை உடனடியாக எட்டிவிட முடியாது அதைப் படிப்படியாகத் தான் நீ நெருங்க முடியும். அந்த அடிகளை ஒவ்வொன்றாக எண்ணிப் பார்த்துப் பட்டியலிடு.''

"தொழிலில் வெற்றி பெற்றவனாகவும், அறிவுமிக்கவனாகவும் தோன்றவும், நம்பிக்கையூட்டவும், நான் விரும்புகிறேன், பொதுமக்களின் அன்பைச் சம்பாதிக்கவும், சக்தி வாய்ந்தவனாகக் கருதப்படவும் விரும்புகிறேன். புகழ் பெற்றவனாகவும், மதிப்பில் உயர்ந்தவனாகவும், பிறரால் கவனிக்கப் படுபவனாகவும் ஆக விரும்புகிறேன்.''

பிராண்ட் நாடகத்தின் காட்சிக்குத் திரும்பச் சென்று, இதே போன்ற பயிற்சிகளை நாங்கள் ஒவ்வொருவரும் செய்யுமாறு இயக்குனர் செய்தார்.

"எல்லா ஆண்களும் பிராண்டின் நிலையின் தம்மை இருத்திக் கொண்டால், ஒரு கருத்தை முன்னே கொண்டு செல்லப் போராடும் ஒருவனின் மனநிலையை அவர்கள் மேலும் நன்றாகப் புரிந்து கொள்வார்கள். பெண்கள், ஆக்னஸின் பாத்திரத்தை

எடுத்துக் கொள்ளட்டும். பெண்மையின் மென்மையும், தாய்மையின் அன்பும் அவர்களுக்கு நெருக்கமானவை.

"ஒன்று, இரண்டு, மூன்று! ஆண்களுக்கும், பெண்களுக்கும் இடையிலான போட்டி துவங்கட்டும்!"

"ஆக்னஸைச் சரியான வழியில் செலுத்த, அவளைக் காப்பாற்ற, ஒரு தியாகம் செய்யுமாறு அவளை ஊக்குவித்து வலியுறுத்த அவள் மீதான சக்தியைப் பெற நான் விரும்புகிறேன்." மேற்கண்ட சொற்கள் என் வாயிலிருந்து வெளிவந்த மறுகணம், பெண்கள் பின்வருமாறு கூவினார்கள்:

"எனது இறந்து போன குழந்தையை நினைவு கூர நான் விரும்புகிறேன்."

"அவனருகில் இருக்க, அவனுடன் தொடர்பு கொள்ள நான் விரும்புகிறேன்."

"அவனைக் கவனித்துக் கொள்ள, தொட்டுத்தழுவி அன்புகாட்ட நான் விரும்புகிறேன்."

"அவனைத் திரும்பக் கொண்டுவர நான் விரும்புகிறேன்! அவனைப் பின் தொடர்ந்து செல்ல நான் விரும்புகிறேன்! அவன் என்னருகில் இருப்பதை உணர நான் விரும்புகிறேன்! அவனது விளையாட்டுப் பொருள்களின் வாயிலாக அவனைக் காண நான் விரும்புகிறேன்! கல்லறையிலிருந்து அவனைத் திரும்பக் அழைக்க நான் விரும்புகிறேன். கடந்த காலத்தைத் திரும்ப கொண்டுவர நான் விரும்புகிறேன்! நிகழ்காலத்தை மறந்து விட விரும்புகிறேன், என் துயரத்தை மூழ்கடிக்க விரும்புகிறேன்!"

எல்லோரையும் விட உரத்த குரலில், மரியா கூவுவதை நான் கேட்டேன், "நாங்கள் ஒருபோதும் பிரிந்து விடாதபடி அவனுடன் நெருக்கமாக இருக்க விரும்புகிறேன்!"

"அவ்வாறு என்றால், நாங்கள் போராடுவோம்!" என்று ஆண்கள் இடைமறித்துக் குரல் கொடுத்தனர். "ஆக்னஸ் என்னைக் காதலிக்குமாறு செய்ய நான் விரும்புகிறேன்! அவளை என்னருகில் ஈர்த்துக் கொள்ள நான் விரும்புகிறேன்! அவளது துயரத்தை நான் புரிந்து கொள்கிறேன் என்று அவள் உணருமாறு செய்ய நான்

விரும்புகிறேன். ஒரு கடமையை நிறைவேற்றுவதன் மூலம் வரக்கூடிய மகத்தான மகிழ்ச்சியை அவளுக்குச் சித்தரித்துக்காட்ட நான் விரும்புகிறேன். மனிதனின் விதியைப் பற்றி அவள் புரிந்து கொள்ள வேண்டுமென்று விரும்புகிறேன்.''

"அப்படியானால், எனது துயரத்தின் மூலம் என் கணவனின் மனதை மாற்றிவிட நான் விரும்புகிறேன். அவர் எனது கண்ணீரைக் காண வேண்டும் என்று நான் விரும்புகிறேன்,'' என்று பெண்கள் பதிலளித்தனர்.

"எனது குழந்தையை நன்றாகப் பற்றிப் பிடித்துக் கொள்ளவும் அவனை ஒருபோதும் விட்டுவிடக் கூடாது என்றும் நான் விரும்புகிறேன்!'' என்று மரியா கூவினாள்.

அதற்குப் பதிலாக ஆண்கள், "மனித குலத்தின் பால் உள்ள பொறுப்புணர்வை அவளுக்குள் ஏற்படுத்த நான் விரும்புகிறேன். பிரிவு மற்றும் தண்டனை இவற்றைக் காட்டி அவளை நான் அச்சுறுத்த விரும்புகிறேன்! நாங்கள் இருவரும் ஒருவரை ஒருவர் எப்போதுமே புரிந்து கொள்ளப் போவதில்லையே என்ற ஆற்றாமையை நான் வெளிக்காட்ட விரும்புகிறேன்!''

இந்த உரையாடலின் போது, வினைச் சொற்கள் எண்ணங்களையும், உணர்ச்சிகளையும் தூண்டின, அவை, தம் பங்காக, செயல்பாட்டுக்கான உள்ளார்ந்த சவால்களைத் தூண்டின.

"நீங்கள் தேர்ந்தெடுத்துள்ள ஒவ்வொரு குறிக்கோளும் ஒரு விதத்தில் உண்மையானவை. ஓரளவு செயல்பாட்டை அவை தூண்டுகின்றன,'' என்றார் இயக்குனர்.

"உங்களில் மிகவும் செயலூக்கமுள்ள குணத்தைக் கொண்டவர்களுக்கு "எனது இறந்து போன குழந்தையை நான் நினைவில் வைத்துக் கொள்ள விரும்புகிறேன்,'' என்ற குறிக்கோள் அவற்றை விரும்பத்தக்கதாக, கவர்ச்சிகரமாக இல்லாமல் இருக்கலாம். "அவனை இறுகப் பற்றிக் கொள்ளவும் ஒருபோதும் விட்டுவிடாமலும் இருக்க விரும்புகிறேன்,'' என்பதை நீங்கள் அதிகம் விரும்பலாம். எதை விட்டு விடாமல்? பொருள்களை,

நினைவுகளை, இறந்துபோன குழந்தை பற்றிய எண்ணங்களை பிறர் இவற்றால் மனம் நெகிழ்ந்து போகப் போவதில்லை. எனவே, ஒரு குறிக்கோளானது ஒரு நடிகரைக் கவரவும், அவருக்கு உணர்ச்சியூட்டவும் வேண்டிய சக்தியைக் கொண்டிருப்பது முக்கியமாகும்.

"ஒரு குறிக்கோளைத் தேர்ந்தெடுப்பதில், ஒரு பெயர்ச் சொல்லுக்குப் பதிலாக, ஒரு வினைச் சொல்லை ஏன் பயன்படுத்த வேண்டும் என்ற உங்கள் கேள்விக்கு நீங்கள் பதிலைக் கொடுத்து வீட்டீர்கள் என்று நினைக்கிறேன்."

"கூறுகள் மற்றும் குறிக்கோள்கள் பற்றி நாம் கவனிக்க வேண்டியது இப்போதைக்கு அவ்வளவு தான். உளவியல் செயல்நுட்பம் பற்றி மேலும் அதிகமாக நீங்கள் பிறகு கற்றுக் கொள்வீர்கள். அதாவது, நிஜமாகவே கூறுகளாகவும், குறிக்கோள்களாகவும் பிரிக்கப்படக் கூடிய ஒரு நாடகத்தையும் அதன் கதாபாத்திரங்களையும் நீங்கள் பெறும் போது அதைச் செய்யலாம்.

8

நம்பிக்கையும், உண்மை பற்றிய ஒரு உணர்வும்

1

பள்ளியில், சுவரின் மீதிருந்த ஒரு பெரிய பலகையில் "நம்பிக்கையும், உண்மைபற்றிய ஒரு உணர்வும் என்று எழுதப் பட்டிருந்தது."

எங்களது அன்றைய வேலை துவங்குவதற்கு முன், மரியாவின் காணாமற் போன கைப்பையை, நாங்கள் அவ்வப்பொழுது செய்வது போல, தேடிக் கொண்டிருந்தோம். திடீரென்று, இயக்குனரின் குரல் கேட்டது. நாங்கள் அறியாதவாறு இசைக்குழுவினர் இருக்கும் பள்ளப்பகுதியிலிருந்து அவர் எங்களைக் கவனித்துக் கொண்டு இருந்திருக்கிறார்.

"நீங்கள் செய்துகாட்ட விரும்புவது எதுவானாலும், அதற்கான பிரமாதமான சட்டமாக இந்த மேடையும், விளக்குகளும் அமைகிறதே!" என்றார் அவர். "நீங்கள் செய்து கொண்டிருந்ததை வெகு உண்மையான சிரத்தையுடன் நீங்கள் செய்தீர்கள். அதில் உண்மை பற்றிய ஒரு உணர்வு இருந்தது. உங்களுக்கென ஏற்படுத்திக் கொண்ட உடல்/பொருள் சார்ந்த குறிக்கோள்களில் நீங்கள் நம்பிக்கை கொண்டுள்ளீர்கள் என்ற உணர்வும், ஒரு உண்மையான உணர்வும் இருந்தது. அவை தெளிவாகவும் வரையறுக்கப்பட்டும் இருந்தன. உங்கள் கவனம் வெகு கூர்மையாக ஒருமுனைப்படுத்தப்பட்டிருந்தது. இந்தத் தேவையான மூலக் கூறுகளெல்லாம் சரியாகவும், இணக்கமாகவும்

வேலை செய்து கொண்டிருந்தன - அவை கலையை உருவாக்க வேலை செய்து கொண்டிருந்தன என்று நம்மால் சொல்ல முடியுமா? கண்டிப்பாக இல்லை! அது, கலை அல்ல. அது நிஜம். எனவே, நீங்கள் இப்பொழுது செய்ததை மறுபடி செய்யுங்கள்.''

கைப் பையை அது இருந்த இடத்திலேயே வைத்து விட்டு மறுபடி அதைத் தேடத் தொடங்கினோம். இம்முறை, நாங்கள் அதைத் தேடத் தேவையில்லை - ஏனெனில் அதை ஏற்கெனவே கண்டுபிடித்து விட்டோம். இதன் விளைவாக, நாங்கள் எதையும் சாதிக்கவில்லை.

''இல்லை - இம்முறை நீங்கள் செய்ததில், குறிக்கோள், செயல்பாடு, உண்மை இவை எதையுமே என்னால் காண முடியவில்லை,'' என்பது டார்ட்சாவின் விமர்சனமாக இருந்தது ''ஏன்? முதலில் செய்தது நிஜமாக இருந்திருந்தால் அதை ஏன் உங்களால் மறுபடி செய்ய முடியவில்லை? அதைச் செய்வதற்கு நீங்கள் ஒரு நடிகனாக இருக்க வேண்டியதில்லையே, வெறும் சாதாரண மனிதராக இருந்தால் போதுமே!''

முதல் முறை, காணாமல் போன கைப் பையைக் கண்டுபிடிப்பது தேவையாக இருந்தது என்றும் மறுமுறை அதற்குத் தேவையில்லை என்பதும் எங்களுக்குத் தெரிந்திருந்தது என்றும் டார்ட்சாவிடம் விளக்க நாங்கள் முயன்றோம். இதனால், முதலில் உண்மை நிலையும், இரண்டாவது முறை அதன் போலியான நகல் ஒன்றையும் கொண்டிருந்தோம் என்பது தெரிந்தது.

''நல்லது, அப்படியென்றால், அந்தக் காட்சியை, போலியான உணர்வுக்குப் பதிலாக உண்மையான உணர்வைக் கொண்டு நடித்துக் காட்டுங்கள்,'' என்று அவர் பரிந்துரை செய்தார்.

அது ஒன்றும் அவ்வளவு சாதாரணமானதல்ல என்று கூறி நாங்கள் மறுத்தோம். நாங்கள் அந்தக் காட்சியைத் தயார் செய்து, ஒத்திகை பார்த்து, வாழ்ந்து காட்ட வேண்டும் என்று வற்புறுத்தினோம்.

''வாழ்ந்து காட்டுவதா?'' என்று இயக்குனர் கூவினார். ''ஆனால் இப்போதுதான் அதைச் செய்தீர்களே!''

படிப்படியாக, ஒவ்வொரு கட்டமாக, கேள்வி/பதில் உதவியுடன், நாம் செய்து கொண்டிருப்பது பற்றிய விஷயத்தில், இரண்டு விதமான உண்மைகளும், நம்பிக்கை உணர்வும் உள்ளன என்ற முடிவுக்கு டார்ட்சாவ் எங்களை எடுத்துச் சென்றார். முதலில், நிஜமான உண்மை நிலையின் மட்டத்தில், தானாக உருவாகும் ஒன்று உள்ளது. (மரியாவின் கைப் பையை நாங்கள் தேடிய போது டார்ட்சாவ் எங்களைக் கவனித்துக் கொண்டிருந்தது போன்ற நிலை.) இரண்டாவது, நாடகக் காட்சி போன்ற ஒருவிதம் அதுவும் கூட, (அதே போன்று நிஜமானது ஆனால் கற்பனையான, கலைசார்ந்த கதையின் மட்டத்தில் அது உருவாகிறது.)

"இந்த இரண்டாவது விதமான உண்மையை உருவாக்கி, கைப் பையைத் தேடும் காட்சியில் அதை மறு உருவாக்குவதற்கு, கற்பனையான வாழ்வின் மட்டத்துக்கு உங்களை உயர்த்துவதற்கான ஒரு நெம்புகோலை நீங்கள் பயன்படுத்த வேண்டும்," என்று இயக்குனர் விளக்கினார். "இங்கே ஒரு கதையை உருவாக்க வேண்டும். நீங்கள் உண்மையில் செய்ததை அது ஒத்திருக்க வேண்டும். சரியாகப் பார்க்கப்படுகிற "தரப்பட்டுள்ள குறிப்பிட்ட சூழ்நிலைகள்" நீங்கள் மேடையில் உள்ள போது நம்பத் தகுந்த ஒரு காட்சி சார்ந்த உண்மையை உணரவும் உருவாக்கவும் உங்களுக்கு உதவும். இதன் விளைவாக, சாதாரண வாழ்வில், உண்மையானது நிஜமாகவே இருக்கிற ஒன்று, அதை அந்த நபர் நிஜமாகவே அறிந்திருக்கிறார். ஆனால் மேடையில், நிஜமாகவே இல்லாத ஆனால் நிகழக்கூடிய ஒரு சம்பவத்தால் அது உருவாகியுள்ளது."

"என்னை மன்னியுங்கள்," என்று க்ரிஷா விவாதிக்கலானான். "ஆனால் நாடகத்தைப் பொறுத்தமட்டில் அங்கு உண்மை எவ்வாறு இருக்க முடியும் என்று என்னால் புரிந்து கொள்ள முடியவில்லை. ஏனெனில் அதைப் பற்றிய எல்லாமே கற்பனையில் உருவாக்கப்பட்ட கதை மட்டுமே. ஷேக்ஸ்பியரின் நாடகங்களை எடுத்துக் கொண்டால், அவரது கதைகளும் கற்பனை, ஒதெல்லோ தன்னைக் குத்திக் கொள்ளும் காகிதக் கூழ் கத்தியும் போலி."

"கத்தியானது இரும்பால் ஆகாமல் காகித அட்டையால் ஆனது பற்றி அதிகம் கவலைப் படாதே," என்றார் டார்ட்சாவ்,

சமாதானப்படுத்தும் தொனியில்.'' அதைப் போலி என்று சொல்லுவதற்கு உனக்கு எல்லா உரிமையும் உள்ளது. ஆனால் அதையும் தாண்டி அப்பால் சென்று, கலை என்று உள்ள அனைத்தையும் பொய் என்று முடிவு செய்தால், நாடகம் என்பதில் உள்ள வாழ்க்கை எல்லாவற்றையும் நம்பிக்கைக்குப் பாத்திரமானது அல்ல என்று தீர்மானித்தால், நீ உனது கருத்தை மாற்றிக் கொள்ள நேரிடும். நாடகத்தில் முக்கியமானது, ஒதெல்லோவின் கத்தி எதனால் செய்யப்பட்டுள்ளது - இரும்பா, அட்டையா - என்பது நாடக உலகில் முக்கியமான விஷயம் அல்ல. மாறாக, நடிகன் தனது தற்கொலையை நியாயப்படுத்த உதவுவது அவனது உள்ளார்ந்த உணர்வு மட்டுமே. ஒதெல்லோவைச் சுற்றி இருந்த சூழ்நிலைகள் உண்மையாக இருக்கும் பட்சத்தில், அவன் தன்னைக் குத்திக் கொண்ட கத்தி எஃகினால் செய்யப்பட்டிருந்தால் ஒரு நடிகன், மனிதன், எவ்வாறு நடந்து கொண்டிருப்பான் என்பது தான் இங்கு முக்கியம்.

"மேலும், நமக்கு இங்கு முக்கியமானது: ஒருவன், பங்கேற்கும் பாத்திரத்தின் மனித உயிரின் உள்ளார்ந்த வாழ்க்கையின் உண்மைத் தன்மையும், அந்த உண்மைத் தன்மையில் உள்ள நம்பிக்கையும் மட்டுமே ஆகும். மேடையில் நம்மைச் சுற்றிலும், உள்ள நிஜமான இயற்கையான இருப்பு என்ன என்பது பற்றி நமக்கு கவலையில்லை - அதாவது, பொருள்சார்ந்த உலகின் நிதர்சனம் பற்றி நமக்கு ஆர்வமோ அக்கறையோ இல்லை. நமது உணர்ச்சிகளுக்கான ஒரு பொதுப்படையான பின்னணியை இது தருகிறது என்ற வரையில் மட்டுமே அது நமக்குப் பயன்படுகிறது.

"நாடகக் கலையில் உண்மை என்று நாம் குறிப்பிடுவது என்னவென்றால், ஒரு நடிகர் தான் புதிதாக உருவாக்கும் தருணங்களில் காட்சியைப் பற்றியுள்ள உண்மை அம்சங்களில் அவர் பயன்படுத்த வேண்டியவற்றைத்தான் நாம் உண்மை என்று பொருள்படுத்துகிறோம். எப்போதுமே, உள்ளிருந்து வேலையைத் தொடங்க முயற்சி செய்யுங்கள் - இதை, ஒரு நாடகத்தின் உண்மையான மற்றும் கற்பனையான பகுதிகள் மற்றும் மேடைப் பின்னணிகள் இவற்றைப் பொறுத்து நீங்கள் செய்ய வேண்டும். கற்பனை செய்யப்பட்டுள்ள எல்லாச் சூழ்நிலைகள் மற்றும்

செயல்கள் இவற்றினுள் வாழ்வைப் புகுத்துங்கள் - அதாவது, உண்மை பற்றிய உங்கள் உணர்வை முற்றிலுமாகத் திருப்தி செய்கிற வரையில் இதைச் செய்யுங்கள், பின், உங்கள் உணர்வுகளின் உண்மைநிலை பற்றி ஒரு நம்பிக்கை உணர்வை உங்களுக்குள் விழித்தெழச் செய்யும் வரையிலும் அதைச் செய்யுங்கள். இந்தச் செயல்முறை தான் ஒரு கதாபாத்திரத்தை நியாயப்படுத்துதல் என்று நாம் அழைக்கிற ஒன்று ஆகும்.''

அவர் சொல்லிய விஷயங்களின் பொருளைப் பற்றி நான் முற்றிலும் சரியாகப் புரிந்து கொள்வதை உறுதிப்படுத்திக் கொள்ள வேண்டி, அவர் இப்போது கூறியவற்றை ஓரிரு சொற்களில் சுருக்கிச் சொல்லுமாறு நான் டார்ட்சாவை வேண்டிக் கொண்டேன். அவர் கூறியது பின்வருமாறு:

"நாடகமேடையில் உண்மை என்பது நமக்குள்ளேயோ அல்லது நமது சகபணியாளர்களுக்குள்ளேயோ, நம்மால் மனஉறுதியுடன் நம்பக்கூடிய விஷயங்கள் ஆகும். உண்மை என்பது நம்பிக்கையிலிருந்து பிரிக்கப்பட முடியாதது; நம்பிக்கை என்பதும் உண்மையிலிருந்து பிரிக்கப்பட முடியாதது. அவை இரண்டுமே தனித்தனியாக இருக்க முடியாது. மேலும் அவை இரண்டும் இல்லாவிட்டால் உங்களால் உங்களது பாத்திரத்தை வாழ்வது என்பது முற்றிலும் இயலாத ஒரு விஷயமாகும், அல்லது எதையும் புதிதாக உருவாக்குவதும் முடியாத விஷயமாகும். மேடையில் நிகழ்கிற எதுவும் நடிகனுக்கும், அவனுடன் தொடர்புள்ளவர்களுக்கும், பார்வையாளர்களுக்கும், நம்பத்தகுந்ததாக இருக்க வேண்டும். மேடையில் நிகழ்வது சாத்தியம், அது உண்மையான வாழ்க்கை என்ற நம்பிக்கையை ஊட்டுவதாக இருக்க வேண்டும் மேலும், மேடையில் உள்ள நடிகரால் உணரப்படும் உணர்வுகளை ஒத்திருக்கும் உணர்வுகளையும் எழுப்புவதாக இருக்க வேண்டும். மேடையில் ஒவ்வொரு தருணமும் அங்கு நடிகரால் உணரப்படும் உணர்வுகள் மற்றும் செய்யப்படும் செயல்கள் இவற்றின் நிஜத்தன்மை பற்றிய நம்பிக்கையால் நிறைந்து இருக்க வேண்டும்.

2

இன்று எங்களது வகுப்பைத் தொடங்கிய போது, "புதிதாக உருவாக்கும் பணியில் உண்மையின் பங்கு பற்றி நான் உங்களுக்குப் பொதுவாக விளக்கிக் கூறியுள்ளேன். இப்போது அதன் நேர் எதிரான ஒன்றைப் பற்றிப் பேசலாம்,'' என்று துவங்கினார்.

"உண்மை பற்றிய உணர்வின் உள்ளேயே பொய் பற்றிய உணர்வும் புதைந்துள்ளது. நீங்கள் அவ்விரண்டையும் கொண்டிருக்க வேண்டும். ஆனால் அவை வெவ்வேறு அளவுகளில் இருக்க வேண்டும். சிலவற்றில் 75% உண்மை பற்றிய உணர்வு இருக்கிறது என்று வைத்துக் கொள்வோம். பொய் பற்றிய உணர்வு, இருபத்தி ஐந்து சதம் மட்டுமே. அல்லது இந்த விகிதாச்சாரம், தலைகீழாக மாறிக் கூட இருக்கலாம். அல்லது இரண்டும் சம அளவில் இருக்கலாம். இந்த இரு உணர்வுகளையும் வேறுபடுத்திக் காட்டி எதிரெதிராக நான் நிறுத்துவது உங்களுக்கு வியப்பாக உள்ளதா? நான் அதைச் செய்வதற்கு ஏற்ற காரணம் உள்ளது - இதுதான் அது,'' என்று சொல்லி, நிக்கோலஸைப் பார்த்துப் பின்வருமாறு கூறினார்;

"தமது நடிப்பைப் பற்றி வெகு கண்டிப்பாக உள்ள நடிகர்கள் - உன்னைப் போன்றவர் - உள்ளனர். இவர்கள் உண்மையைச் சார்ந்து இருப்பதை வெகு கெட்டியாகப் பிடித்துக் கொண்டு, தம்மையறியாமலே தமது கண்ணோட்டத்தை ஒரு அளவு மீறிய எல்லைக்கு - கிட்டத்தட்ட பொய்மை என்ற அளவுக்குக் கொண்டு போய் விடுவார்கள். உண்மை பற்றிய உங்கள் விருப்பத்தையும், பொய்மை பற்றிய உங்கள் வெறுப்பையும் நீங்கள் மிகைப்படுத்தக் கூடாது. ஏனெனில் உண்மை மட்டுமே தேவை என்பதற்காக அதை அளவுக்கு மீறிக் காட்ட முற்படுவதால், அதுவே மிக மோசமான ஒரு பொய்யாக ஆகிவிட வாய்ப்புள்ளது. எனவே, நிதானமாகவும், பாரபட்சமின்றியும் இருக்க முயலுங்கள். மேடையில் உண்மை வேண்டும் - நம்பத்தகுந்த அளவில் - இதைக் கவனியுங்கள்.

''பொய்மை பற்றிய நியாயமான அணுகுமுறை உங்களிடம் இருந்தால், அதையும் கூட உங்களால் ஓரளவு பயன்படுத்திக் கொள்ள முடியும். அது ஒரு அளவீட்டை உங்களுக்குக் கொடுத்து நீங்கள் என்ன செய்யக் கூடாதோ அதைச் சுட்டிக் காட்டுகிறது. இந்த நிலையில், ஒரு சிறு தவறும், தான் தாண்டிச் செல்லக் கூடாத எல்லைக் கோட்டை நிறுவிக் கொள்ள ஒரு நடிகருக்கு உதவக் கூடும்.

''புதிதாக உருவாக்கும் பணியில் நீங்கள் ஈடுபட்டுள்ள போது இவ்வாறு உங்களையே சோதித்துப் பார்த்துக் கொள்ளும் இந்த முறை மிகமிக முக்கியமானதாகும். ஒரு பெரிய பார்வையாளர் கூட்டம் பார்த்துக் கொண்டுள்ளபோது, ஒரு நடிகர் தனக்குப் பிடித்தாலும் பிடிக்காவிட்டாலும், உணர்வுகளைப் பிரதிபலிப்பதாகிய செயல்களை வெளிக்காட்டத் தேவையற்ற அளவிலான முயற்சி மற்றும் உழைப்பைச் செலவிட வேண்டியுள்ளது இருந்தும், அவர் மேடை விளக்குகளின் ஒளியில் நிற்கும்போது, தான் செய்யும் எதுவுமே போதுமானது அல்ல என்று தான் அவருக்குத் தோன்றுகிறது. இதன் விளைவாக, தொண்ணூறு சதவிகிதம் கூடுதலான மிகைப்பட்ட நடிப்பைத் தான் நாம் பார்க்கிறோம். அதனால் தான், எனது ஒத்திகைகளின் போது, ''தொண்ணூறு சதவிகித்தைக் குறைத்துவிடு'' என்று நான் சொல்வதை அடிக்கடி கேட்பீர்கள்.

''தன்னைத் தானே படித்து அறிந்து கொள்வது எவ்வளவு முக்கியம் என்று மட்டும் நீங்கள் உணர்ந்து கொண்டால் அது எவ்வளவு நன்றாக இருக்கும்! ஒரு நடிகர் உணர்ந்து கொள்ளாமல் இருக்கும் போதும் அது இடைவிடாமல் தொடர்ந்து செய்யப்பட வேண்டும். அவர் எடுத்து வைக்கும் ஒவ்வொரு அடியையும் அது சோதிக்க வேண்டும். ஒரு நடிகர் செய்துள்ள தவறான செயலில் உள்ள உணரத்தக்க முட்டாள்தனத்தை நீங்கள் சுட்டிக் காட்டும் போது அதைத் தவிர்த்துவிட அவர் விரும்புவது இயல்புதான். ஆனால் அவரால் அதை உணர முடியாத போது, அவரது சொந்த உணர்வுகள் அவற்றில் நம்பிக்கை கொள்ளாத போது அவரால் என்ன செய்ய முடியும்? ஒரு பொய்யைத் தவிர்த்து விட்டபின், அது இருந்த இடத்தில் மற்றொன்று தலைதூக்காது என்று யார் உறுதி

சொல்ல முடியும்? இல்லை, இதற்கான அணுகுமுறை வேறுவிதமாகத் தான் இருக்க வேண்டும். ஒவ்வொரு பொய்மையின் அடியிலும் ஒரு துளி உண்மை புதைக்கப்பட வேண்டும். அது வளர்ந்து பொய்மையின் இடத்தை எடுத்துக் கொள்ளும். ஒரு குழந்தையின் பால்பற்கள் விழும்போது அடியிலிருந்து மேலே வரும் அடுத்த வரிசைப் பற்கள் போல இருக்க வேண்டும்."

இதைச் சொன்னவுடன் வேறு ஏதோ வேலை காரணமாக இயக்குனருக்கு அழைப்பு வந்து விடவும், மாணவர்கள் பயிற்சி செய்வதற்காக உதவியாளர் வசம் ஒப்படைக்கப்பட்டனர்.

சிறிது நேரம் கழித்து டார்ட்சாவ் திரும்பி வந்தபோது, ஒரு நடிகரைப் பற்றி எங்களுக்குச் சொன்னார். மற்ற நடிகர்களின் வேலையைப் பற்றி விமர்சிக்கும் போது, உண்மை பற்றிய ஒரு அசாதாரணமான உணர்வு அவருக்கு இருந்ததாம். எனினும், அவர் நடிக்கும் பொழுது அந்த உணர்வை அவர் முற்றிலுமாக இழந்து விடுவாராம். "தன்னுடன் பணியாற்றுபவர்களின் நடிப்பில் எது உண்மையானது என்றும் எது பொய்யானது என்றும் கண்டறிவதற்கான ஒரு கூரிய பகுத்தறியும் உணர்வை வெளிக்காட்டுகிற அதே நபர் இவர்தானா என்று நம்புவது மிகவும் கடினம்" என்று டார்ட்சாவ் கூறினார். "ஏனெனில், அடுத்த கணமே, தானே மேடையேறி மிக மோசமான தவறுகளை அவர் செய்வார்!"

"அவரைப் பொறுத்தமட்டில், உண்மை மற்றும் பொய்மை பற்றிய உணர்வானது, அவர் ஒரு பார்வையாளராகச் செயல்படும் போதும், நடிகராகச் செயல்படும் போதும் மிகவும் முரண்பட்டுத் தோன்றுகின்றன. இந்த நிலை பெருமளவில் பலரிடமும் பரவலாகக் காணப்படுகிற ஒன்றாகும்."

3

இன்று நாங்கள் ஒரு புதிய விளையாட்டைப் பற்றி யோசித்தோம்: ஒருவர் மற்றவரது செயல்களில் - மேடை மீது

இருந்த போதும், அன்றாட வாழ்விலும், போலியான தன்மையைக் கண்டறிய முயல வேண்டும் என்பது தான் அது.

அன்று, பள்ளியின் மேடை தயாராக இல்லாததால் நாங்கள் வெளியில் காத்திருக்க வேண்டியதாயிற்று. அங்கு நாங்கள் நின்று கொண்டிருந்த போது, மரியா தனது சாவியைக் தொலைத்து விட்டதாகத் திடீரென்று கூக்குரல் எழுப்பினாள். நாங்கள் அனைவரும் அதைத் தேடத் தலைப்பட்டோம்.

க்ரிஷா அவளை விமர்சிக்கத் தொடங்கினான்.

''நீ சும்மா குனிந்து கொண்டிருக்கிறாய்,'' என்றான் அவன். ''இதற்கு ஒரு அடிப்படை இருப்பதாக நான் நம்பவில்லை நீ இதை எங்களுக்காகச் செய்கிறாய், சாவியைக் கண்டுபிடிப்பதற்காக இல்லை.''

அவனது குற்றச்சாட்டுகள், லியோ, வாஸ்ஸிலி, பால் ஆகியோராலும் மறுபடி மறுபடி சொல்லப்பட்டன. எனது குற்றச்சாட்டுகளில் சிலவும் அவ்வாறே இருந்தன. விரைவில், சாவியைத் தேடுவது முற்றிலுமாக நின்று போனது.

''அட, மக்குப் பிள்ளைகளா! என்ன தைரியம் உங்களுக்கு?'' என்று இயக்குனர் உரத்த குரலில் சொன்னார். எங்களது விளையாட்டில் நடுவில் அவர் திடீரென்று தோன்றியது எங்களைக் கொஞ்சம் கலக்கி விட்டது.

''நீங்கள் எல்லோரும் அந்த பெஞ்சுகளில் போய் உட்காருங்கள்,'' என்று கூறிய அவர் மரியாவையும் சோன்யாவையும் பார்த்து, ''நீங்கள் இருவரும் மேலும் கீழும் நடந்து செல்லுங்கள்,'' என்றார். அவர்கள் நடக்கத் தொடங்கியதும், ''இல்லை, அப்படியில்லை. யாராவது இப்படி நடப்பார்களா! உங்கள் குதிக்கால்களை உட்புறமாக வைத்து, கால்விரல்களை வெளிப்புறமாக வையுங்கள். ஏன் உங்கள் முழங்கால்களை மடக்க மாட்டேன் என்கிறீர்கள்? ஏன் உங்கள் இடுப்பை இன்னும் கொஞ்சம் அதிகமாக அசைக்க மாட்டேன் என்கிறீர்கள்? நான் சொல்வதைக் கவனியுங்கள்! உங்கள் புவிஈர்ப்பு மையம் எங்கு உள்ளது என்று பாருங்கள். உங்களுக்கு நடக்கத்

தெரியாதா? ஏன் தடுமாறுகிறீர்கள்? எங்கே போகிறீர்கள் என்று பாருங்கள்!"

எவ்வளவு அதிக நேரம் அவர்கள் நடந்தார்களோ, அவ்வளவு அதிகமாக அவர் அவர்களைத் திட்டினார். எவ்வளவு அதிகமாக அவர் திட்டினாரோ அவ்வளவு குறைவாக அவர்களால் தம்மைக் கட்டுப்படுத்திக் கொள்ள முடிந்தது - விரைவில், தலைகால் புரியாத நிலைக்கு அவர் அவர்களைக் கொண்டு வந்து நிறுத்தினார். கடைசியில் அவர்கள் நடப்பதை முற்றிலும் நிறுத்தி விட்டு அசையாமல் நின்று விட்டனர்.

நான் இயக்குனரைப் பார்த்தபோது அவர் ஒரு கைக் குட்டையால் வாயைப் பொத்திக் கொண்டு சிரிப்பை அடக்க முயன்று கொண்டிருந்ததைக் கண்டு வியப்புற்றேன்.

அப்போது தான் அவர் என்ன செய்து கொண்டிருந்தார் என்பது எங்களுக்குப் புரிந்தது.

"ஒரு தொண தொணக்கும் விமர்சகரால் ஒரு நடிகரைப் பைத்தியமாக அடித்து செயலற்றுப் போகச் செய்யமுடியும் என்று இப்போது நம்புகிறீர்களா?" என்று அவர் பெண்களிடம் கேட்டார். "பொய்மையைத் தேடுதல் ஓரளவுக்குத் தான் உண்மையைக் கண்டுபிடிக்க உங்களுக்கு உதவும். மேடையில் வேறு யாரைக் காட்டிலும் அதிகமான பொய்த் தன்மையை விடாமல் நச்சரிக்கும் ஒரு விமர்சகரால் உருவாக்க முடியும் என்பதை மறந்து விடாதீர்கள். ஏனெனில் அவர் விமர்சிக்கும் நடிகர், தனது சரியான பாதையை விட்டுத் தன்னையறிமலேயே விலகி விடுகிறார். உண்மையை மிகைப்படுத்திக் காட்டுவதால், அது ஒரு இடத்தில் பொய்யாக மாறி விடுகிறது.

"நீங்கள் உங்களுக்குள் வளர்த்துக் கொள்ள வேண்டியது என்னவென்றால் ஒரு திடபுத்தியுள்ள, அமைதியான, அறிவு நிறைந்த, புரிதல் உள்ள விமர்சகரைத்தான் - இவரே ஒரு நடிகனின் மிகச் சிறந்த நண்பராவார். சிறுசிறு விஷயங்கள் பற்றி அவர் உங்களை நச்சரிக்க மாட்டார், ஆனால் உங்களது நடிப்பின் சாராம்சத்தின் மீது தனது கவனத்தைச் செலுத்துவார்.

‘‘மற்றவர்களின் உருவாக்கும் பணியைக் கவனிப்பது பற்றி மற்றொரு அறிவுரை. உண்மை பற்றிய உங்கள் உணர்வைப் பயிற்சி செய்ய, முதலாவதாக, நல்ல அம்சங்களைத் தேடிக் கண்டுபிடிப்பதில் துவங்குங்கள். மற்றவரது பணியைக் கவனிப்பதில், ஒரு கண்ணாடியைப் போலப் பயன்படுவதுடன் நிறுத்திக் கொள்ளுங்கள். மேலும் நீங்கள் கண்டது, கேட்டது ஆகியவற்றை நீங்கள் நம்புகிறீர்களா என்று உண்மையாகச் சொல்லுங்கள். மேலும் உங்களை மிகவும் நன்றாக நம்ப வைத்த தருணங்களைச் சிறப்பாகச் சுட்டிக் காட்டுங்கள்.

‘‘நாடகத்திற்குச் செல்லும் பொதுமக்கள், இன்று நீங்கள் இருந்ததுபோல நாடக மேடையில் உண்மை பற்றிக் கண்டிப்பானவர்களாக இருந்தால், பாவம், நடிகர்களாகிய நாம் நமது முகங்களை வெளியில் காட்டவே பயப்படுவோம்.’’

‘‘ஆனால் பார்வையாளர்கள் கண்டிப்பாக இருப்பதில்லையா?’’ என்று யாரோ கேட்டார்கள்.

‘‘இல்லவே இல்லை! நீங்கள் செய்தது போல, அவர்கள் நச்சரிப்பதில்லை. இதற்கு நேர் மாறாக, மேடையில் நிகழும் எல்லாவற்றையும் நம்புவதற்கே பார்வையாளர்கள் எல்லாவற்றுக்கும் மேலாக விரும்புகிறார்கள்.’’

4

இன்று நாங்கள் வேலையைத் தொடங்கியபோது, ‘‘போதுமான அளவு தத்துவத்தை நாம் படித்து விட்டோம்,’’ என்றார் இயக்குனர். ‘‘அவற்றில் சிலவற்றை இப்போது நடைமுறைப் படுத்தலாம்.’’

அதன்பின், என்னையும் வான்யாவையும் மேடையில் சென்று, பணத்தை எரிக்கும் காட்சியை நடிக்கச் சொன்னார்.

‘‘உங்களால் இப்பயிற்சியைச் சரியாகச் செய்ய முடியவில்லை. ஏனெனில் முதலாவதாக, நான் இக்கதையில் போட்டு வைத்துள்ள எல்லா பயங்கரமான விஷயங்களையும் நம்புவது பற்றி வெகு கவலையுடன் இருக்கிறீர்கள். ஆனால் அதையெல்லாம் ஒரே சமயத்தில் செய்ய முயற்சி செய்யாதீர்கள். ஒவ்வொரு துணுக்காக,

கட்டமாக, முன் செல்லுங்கள் - சிறுசிறு உண்மைகளை ஏற்றுக் கொண்டு முன்னேறுங்கள். மிகவும் எளிமையான பொருள் சார்ந்த அடிப்படைகளின் மீது உங்கள் செயல்களைக் கட்டியெழுப்புங்கள்.''

''உங்களுக்கு நான் நிஜமான பணத்தையோ, நாடகத்துக்குப் பயன்படும் போலிப் பணத்தையோ தரப் போவதில்லை. காற்றில் பாவனை செய்து நடிப்பதால், மேலும் அதிகமான விவரங்களை உங்களால் மறுபடி உருவாக்கிக் கொள்ள முடியும். இதனால் ஒரு மேலான வரிசையை உங்களால் கட்டி யெடுக்க முடியும். ஒவ்வொரு உப செயலும், உண்மையாகச் செயல்படுத்தப்பட்டால், முழுச் செயற்பாடும் சரியாக விரிந்து மலரும்.''

நான், என் கையில் இல்லாத கற்பனைப் பணத்தை எண்ணத் தொடங்கினேன்.

''இதை நான் நம்பவில்லை,'' என்றார் டார்ட்சாவ், கற்பனைப் பணத்தை நோக்கிக் கையை நீட்டிய என்னைத் தடுத்து நிறுத்தி!

''எதை நீங்கள் நம்பவில்லை?''

''நீ தொடுகிற பொருளைப் பார்க்கக் கூடவில்லை.'' கற்பனையாக அடுக்கி வைக்கப்பட்டிருந்த நோட்டுக்கட்டுகளைப் பார்ப்பதாக பாவனை செய்த நான், அங்கு எதையும் காணவில்லை. எனவே சும்மா கையை முன்னால் நீட்டிப் பிறகு பின்னால் இழுத்துக் கொண்டேன்.

''பாவனை செய்வதற்காகவேனும் உனது விரல்களை அழுத்தி, பணக்கட்டு கீழே விழாமல் பிடித்துக் கொண்டிருக்கலாம் அல்லவா? அதைக் கீழே தூக்கியெறியாதே - மெதுவாக வை. ஒரு பணக்கட்டை எப்படிப் பிரிப்பாய்? முதலில் அதைக் கட்டியுள்ள நூலின் நுனியைத் தேடு. அப்படியில்லை, அவ்வளவு வேகமாக அதைச் செய்ய முடியாது. நூலின் நுனி நன்றாக உள்ளே கவனமாகப் பொதிந்து வைக்கப்பட்டிருக்கும் - அவிழ்ந்து விடாதவாறு! அதை அவிழ்ப்பது அத்தனை எளிதல்ல. ஆ, ஆ, அப்படித்தான்!'' என்றார் இறுதியில் திருப்தியடைந்தவராக!

“இப்போது முதலில் நூறுகளை எண்ணு - அவை ஒரு கட்டில் பத்துப் பத்தாக இருக்கும். அடடா, எவ்வளவு வேகமாக அதைச் செய்து விட்டாய்? வெகு திறமைசாலியான காசாளரால் கூட அந்தக் கசங்கிய, அழுக்கடைந்த நோட்டுகளை இவ்வளவு வேகமாக எண்ண முடியாது!

“மேடையில் செய்யும் வேலைப் பற்றிய உண்மையை நீங்களே நம்ப வேண்டுமானால் எந்த அளவு விவரங்களைப் பற்றி நீங்கள் கவனமாக இருக்க வேண்டும் என்பது உங்களுக்குப் புரிகிறதா?”

அதன்பின்னர், எனது செயல்களை ஒவ்வொன்றாக, கணத்துக்குக் கணம் அவர் விமர்சித்து வழிநடத்திச் சென்றார் - ஒரு பொருள் கொண்ட, தெளிவான வரிசைப்படி அவை அமையும் வரை இதைச் செய்தார்.

கற்பனைப் பணத்தை நான் எண்ணிய போது, நிஜ வாழ்வில் அது எவ்வாறு செய்யப்படுகிறது என்பதை மிகச் சரியாக நினைவுக்குக் கொண்டு வந்தேன். அதன்பின், இயக்குனரால் எனக்குப் பரிந்துரை செய்யப்பட்ட விவரங்கள் எல்லாமே சேர்ந்து, நான் பணத்தைக் கையாண்ட விதத்தில் முற்றிலும் மாறுபட்ட ஒரு அணுகுமுறையை உருவாக்கியது. வெற்று காற்றில் விரல்களை அசைப்பது ஒன்று - ஆனால் நிஜமாகவே அழுக்கடைந்த, கசங்கிய நோட்டுகளை, உங்கள் மனக்கண்ணால் தெளிவாகப் பார்த்துக் கையாளுவது என்பது முற்றிலும் வேறுபட்ட ஒன்று ஆகும்.

எனது உடலின் அசைவுகளின் உண்மை பற்றிய நம்பிக்கை எனக்கு ஏற்பட்டவுடனேயே, மேடையில் நான் மிகவும் சௌகரியமாக உணர்ந்தேன்.

இருந்தும் கூட, சின்னஞ்சிறு கூடுதல் செயல்கள் தாமாகவே விளைவதைக் கண்டேன். நூலைக் கவனமாகச் சுற்றி, மேசைமீது இருந்த நோட்டுகளின் அடுக்குக்கு அருகில் வைத்தேன். இந்தச் சிறிய செயலின் விவரம் எனக்கு ஊக்கமளித்ததால், மேலும் பல விவரங்கள் இதிலிருந்து வளர்ந்தது. எடுத்துக்காட்டாக, நோட்டுக் கட்டுகளை எண்ணுவதற்கு முன்பாக அவற்றை ஒழுங்காக அடுக்கும் பொருட்டு மேசைமீது தட்டி ஒழுங்குபடுத்தினேன்.

"முழுமையாக, நன்றாக நியாயப்படுத்தப்பட்ட உடலியல் செயல்பாடு என்று நாம் குறிப்பிடுவது இதைத் தான். இதன் மீது தான் ஒரு நடிகர் தனது இயல்பான நம்பிக்கை முழுவதையும் செலுத்த முடியும்," என்று இயக்குனர் டார்ட்சாவ் இவ்விஷயத்தை முடிவு செய்து பேசினார். இத்துடன் அன்றைய நாளின் வேலையை முடித்துக் கொள்ளவும் அவர் நினைத்தார். ஆனால் க்ரிஷா இதை மறுத்து விவாதிக்க விரும்பினான்.

"வெறும் காற்றில் செய்யப்படும் செயல்பாட்டை, உடல்/ பொருள் சார்ந்தது என்றோ இயற்கை சார்ந்தது என்றோ எப்படிச் சொல்ல முடியும்?"

இதற்கு பாலும் ஒப்புக் கொண்டான். பொருள்களுடன் தொடர்புள்ள செயல்களும், கற்பனையுடன் தொடர்புள்ள செயல்களும் நிச்சயமாக இருவேறு விதங்களில் ஆனவை என்று அவன் வற்புறுத்திக் கூறினான்.

"தண்ணீர் குடிப்பதை எடுத்துக் கொள்வோம்," என்றான் அவன். "அதில் நிஜமான உடலியல் மற்றும் இயற்கை சார்ந்த செயல்பாடு உள்ளது; வாயினுள் திரவத்தை எடுத்துக் கொள்ளல், அதன் சுவையை உணர்தல், நீர், வாயினுள் நாக்கின் பின் புறமாகத் தொண்டைக்குச் சென்று அதை விழுங்குதல்."

"நிச்சயமாக," என்றார் இயக்குனர் இடைமறித்து, "இந்த எல்லா நுண்ணிய விவரங்களும் உங்களிடம் நீர் இல்லாதபோது கூடச் செய்யப்பட வேண்டும், ஏனெனில், அவ்வாறு இல்லாவிட்டால் நீங்கள் விழுங்கவே மாட்டீர்கள்."

"வாயில் ஒன்றுமில்லாத போது அந்தச் செயல்களைச் செய்வது எப்படி?" என்றான் க்ரிஷா.

"உங்கள் எச்சிலையோ அல்லது உமிழ்நீரையோ விழுங்குங்கள்! இதில் என்ன ஆகிவிடப் போகிறது?" என்று டார்ட்சாவ் கேட்டார். "நீரையோ, ஒயினையோ விழுங்குவதைப் போன்றது இது அல்ல என்று நீங்கள் வாதிடலாம். ஒப்புக் கொள்கிறேன். இதில் ஒரு வேறுபாடு உள்ளது. இருந்தாலும், நமது நோக்கத்தைப்

பொறுத்தமட்டில், நாம் செய்வதில் போதுமான அளவு உடல்/ பொருள் ரீதியான உண்மை இருக்கத்தான் செய்கிறது.''

5

"நேற்று நாம் செய்த பயிற்சியின் இரண்டாவது பகுதியை இன்று நாம் செய்யலாம். முதலில் செய்ததைப் போலவே இதையும் செய்யலாம்,'' என்றார் இயக்குனர், எங்களது பாடத்தின் தொடக்கத்தில். "இது மேலும் அதிகச் சிக்கலான பிரச்சினை.''

"நம்மால் அதைத் தீர்க்க முடியாது என்று நான் நினைக்கிறேன்,'' என்று கூறியபடியே நான் மரியா மற்றும் வான்யாவுடன் மேடையில் ஏறினேன்.

"அதனால் தீங்கு ஏதும் விளைந்து விடாது,'' என்றார் ஆறுதலாக. "உங்களால் இதை நடிக்க முடியும் என்று நினைத்ததால் இந்தப் பயிற்சியை உங்களுக்குத் தரவில்லை. மாறாக உங்களது சக்திக்கு மீறிய ஒன்றை எடுத்துச் செய்வதன் மூலம், உங்களது குறைபாடுகள் என்ன என்பதை உங்களால் மேலும் நன்றாகப் புரிந்து கொள்ள முடியும் என்பதாலும், நீங்கள் முயன்று மேம்படுத்திக் கொள்ள வேண்டியவை எவை என்று தெரிந்து கொள்வீர்கள் என்பதற்காகவும் நான் உங்களுக்கு இதைக் கொடுத்தேன். இப்போதைக்கு உங்களால் செய்ய முடிந்ததை மட்டும் முயன்று பாருங்கள். வெளியானதும் உடல்/பொருள் இவற்றின் தொடர்பானதுமான செயல்களின் வரிசையை எனக்கு உருவாக்கிக் காட்டுங்கள். அதில் உள்ள உண்மையை நான் உணருமாறு செய்யுங்கள்.

"ஒரு ஆரம்பமாக, உன் மனைவியின் அழைப்புக்கு இணங்கி, அவள் குழந்தையைக் குளிப்பாட்டுவதைக் காண, உன் வேலையை விட்டு விட்டு உன்னால் அடுத்த அறைக்குப் போக முடிகிறதா?''

"அது ஒன்றும் கடினமில்லை,'' என்றேன் நான், எழுந்து அடுத்த அறையை நோக்கிச் சென்றவாறு.

"ஆகா, இல்லை, அப்படியில்லை,'' என்றார் இயக்குனர், என்னைத் தடுத்து நிறுத்தி. "இதைத்தான் உன்னால் சரியாகச்

செய்ய முடியவில்லை என்று எனக்குத் தோன்றுகிறது. மேலும், மேடைக்கு வந்து, ஒரு அறையில் நுழைந்து பின் மறுபடி வெளியே செல்வது என்பது ஒரு சுலபமான செயல் என்று நீ சொல்கிறாய். அது அப்படியானால், உனது செயலில் சரியான செயல் வரிசை இல்லை என்றும், தெளிவற்ற தன்மை நிறைய உள்ளது என்றும் நீ இப்போதுதான் ஒப்புக் கொண்டிருக்கிறாய் என்பதும் தான் அதற்குக் காரணமாக உள்ளது.

"எத்தனை அதிக எண்ணிக்கையிலான, சிறிய, கிட்டத்தட்டக் கண்டு கொள்ள முடியாத, ஆனால் அவசியமான உடல் அசைவுகள் மற்றும் உண்மைகளை நீ விட்டு விட்டாய் என்று நீயே சிந்தித்துக் கண்டுபிடி. உதாரணமாக, அறையை விட்டு வெளியேறுமுன் நீ ஒன்றும் சாதாரண வேலை ஒன்றில் ஈடுபட்டிருக்கவில்லை. மிகவும் முக்கியம் வாய்ந்த ஒரு வேலையை நீ செய்து கொண்டிருந்தாய்: பொதுப் பணத்தின் கணக்குகளை ஒழுங்குபடுத்துதல் மற்றும் பணத்தை எண்ணிக் கணக்கிடுதல். அதை எப்படி உன்னால் சட்டென்று நிறுத்தி விட்டு, ஏதோ வீட்டின் மேல்பகுதி கீழே இடிந்து விழப் போவது போல் அவ்வளவு வேகமாக அறையை விட்டு வெளியே செல்ல முடியும்? மோசமான எந்த நிகழ்ச்சியும் நடக்கவில்லை. உன் மனைவி உன்னைக் கூப்பிடுகிறாள் - அவ்வளவு தான். மேலும், நிஜ வாழ்வில், ஒரு புதிதாகப் பிறந்த குழந்தையைப் பார்க்கப் போகும் போது வாயில் புகைந்து கொண்டுள்ள சிகரெட்டுடன் போவாயா? ஒரு தாய் தன் குழந்தையைக் குளிப்பாட்டும் போது, அந்த அறையினுள் சிகரெட்டை புகைத்துக் கொண்டிருக்கும் ஒருவனை வர விடுவாளா? எனவே, நீ முதலில் உன் சிகரெட்டை வைப்பதற்கு ஒரு சரியான இடத்தைக் கண்டறிய வேண்டும், அதை இந்த அறையிலேயே வைத்து விட்டு அதன் பின்னரே அறையை விட்டு வெளியேறலாம். இந்தச் சிறிய துணைச் செயல்கள் ஒவ்வொன்றும், செய்யப்படுவதற்கு மிகவும் சுலபமானவை."

நானும் அவர் சொன்னபடியே செய்தேன் - எனது சிகரெட்டை அந்த அறையிலேயே வைத்து விட்டு, மேடையை விட்டு வெளியேறி, மீண்டும் உள்ளே வரக் காத்திருப்பதற்கு மேடையின் பக்கவாட்டு இடத்தினுள் நுழைந்தேன்.

''மிகவும் நன்று,'' என்றார் இயக்குனர். ''இப்போது ஒவ்வொரு சிறிய செயலையும் நன்கு விவரமாக நீ செய்துள்ளாய். அவை எல்லாவற்றையும் ஒருங்கிணைத்து ஒரு செயலாக வடிவமைத்துள்ளாய்: அதுதான் அடுத்துள்ள அறைக்குச் செல்லல்.''

அதன் பிறகு, நான் மறுபடி முன்னறைக்கு வருவது பல்வேறு திருத்தங்களுக்கு உள்ளானது. இம்முறை, நான் எளிமையாகச் செயல்படாமல், ஒவ்வொரு சிறுசிறு செயல்களையும் இழுத்து இழுத்துச் செய்ய முற்பட்டதால் நான் திருத்தப்பட்டேன். இவ்வாறு மிக அதிகமான விஷயங்களை வலியுறுத்துவதும் பொய்மையானதே.

இறுதியில், மிகவும் சுவாரஸ்யமானதும், உணர்ச்சி மிக்கதுமான பகுதியை நாங்கள் எட்டினோம். அறையினுள் நுழைந்து என் வேலையை நெருங்கிய போது வான்யா விளையாட்டாக பணத்தைக் கொளுத்திக் கொண்டிருப்பதையும், அதனால் வெகுளித்தனமாக, குதூகலித்ததையும் நான் கண்டேன்.

மிகவும் சோகமயமான விளைவுகளைப் பற்றி உணர்ந்து கொண்டவனாக, எனது கோபத்தைக் கட்டவிழ்த்து விட்டு, மிகைப்படுத்தப்பட்ட நடிப்பிலே விழுந்து புரண்டவாறு, உள்ளே வேகமாக நுழைந்தேன்.

''நிறுத்து! நீ தவறான பக்கம் திரும்பி விட்டாய்,'' என்று டார்ட்சாவ் கூவினார். ''உன் செயல் நினைவில் உள்ள போதே மறுபடி திரும்பச் சென்று நீ செய்தது என்னவோ அதைத் திரும்பச் செய்.''

நான் செய்ய வேண்டியதெல்லாம் கனன்று கொண்டிருந்த கணப்புக்குச் சென்று, அங்கு எரிந்து கொண்டிருந்த நோட்டுக் கட்டை வேகமாக எடுக்க வேண்டியதுதான். அதைச் செய்வதற்காக, நான் திட்டமிடவும், எனது முட்டாள் மைத்துனனை வேறுபக்கமாகத் தள்ளவும் வேண்டியிருந்தது. அத்தகைய ஒரு கண்மூடித்தனமான தள்ளலால் மரணமும், பேராபத்தும் விளையக் கூடும் என்று இயக்குனருக்குத் தோன்றவில்லை - எனவே அவர் அதில் திருப்தி கொள்ளவில்லை.

அத்தகைய ஒரு கொடூரமான செயலைச் செய்யவும், அதை நியாயப்படுத்தவும் செய்வது எவ்வாறு என்று அறியாமல் நான் குழப்பமடைந்திருந்தேன்.

"இந்தக் காகிதத் துண்டை உன்னால் பார்க்க முடிகிறதா?" என்றார் அவர். "நான் இதைப் பற்ற வைத்து இந்தப் பெரிய சாம்பல் - கிண்ணத்தினுள் போடப் போகிறேன். நெருப்பைக் கண்டதும் நீ அங்கே ஓடிச் சென்று, காகிதம் முழுவதும் எரிந்து விடாமல் காப்பாற்ற முடிகிறதா என்று பார்."

அவர் காகிதத்தைக் கொளுத்தியவுடன் ஓடிய ஓட்டத்தில் வழியில் இருந்த வான்யாவின் கையைக் கிட்டத்தட்ட உடைத்தே விட்டேன்.

"நீ முன்பு செய்த நடிப்புக்கும், இப்போது செய்ததற்கும் இடையில் ஏதேனும் ஒற்றுமை தென்படுகிறதா? இப்போது செய்ததில் பேராபத்து விளைந்திருக்கக் கூடும். முன்பு செய்ததோ வெறும் மிகைப் படுத்தல்.

"மேடைமீது நீங்கள் கைகளை உடைக்கவும், ஒருவரை ஒருவர் காயப்படுத்திக் கொள்ளவும் வேண்டும் என்று நான் சொல்வதாக தீர்மானித்து விடக் கூடாது. ஒரு மிக முக்கியமான சூழ்நிலையை நீ கவனிக்காமல் விட்டுவிட்டாய் என்று நீ உணர வேண்டும் என்று தான் நான் விரும்புகிறேன்: பணம் - காகிதம் - உடனடியாக எரிந்து விடக் கூடியது. அதனால், அதைக் காப்பாற்ற வேண்டுமானால் நீ உடனடியாகச் செயல்பட வேண்டும். இதை நீ செய்யவில்லை. எனவே இயல்பாகவே உன் செயல்களில் உண்மை ஏதும் இருக்கவில்லை."

ஒரு சிறு இடைவேளைக்குப் பிறகு, "நாம் இப்போது போகலாம்," என்றார்.

"இந்த இடத்தில் இதற்குமேல் ஒன்றும் செய்ய வேண்டாமா?" என்றேன் நான், வியப்புடன்.

"மேலும் என்ன செய்ய விரும்புகிறாய்?" என்று டார்ட்சாவ் கேட்டார். "உன்னால் காப்பாற்ற முடிந்ததைக் காப்பாற்றினாய். மிச்சமெல்லாம் எரிந்து விட்டது."

"ஆனால், கொலை?"

"கொலை எதுவும் அங்கு இல்லை," என்றார் அவர்.

"யாரும் கொல்லப் படவில்லை என்றா சொல்கிறீர்கள்?" என்று நான் கேட்டேன்.

"கண்டிப்பாக, ஒருவர் கொல்லப்பட்டார். ஆனால் நீ நடித்துக் கொண்டுள்ள பாத்திரத்தைப் பொறுத்தவரை, கொலை ஏதும் இல்லை. பணம் சேதமானதால் நீ பெரும் வருத்தத்துக்கு உள்ளாகியிருக்கிறாய். உனது மைத்துனனைக் கீழே தள்ளி விட்டது கூட உனக்குத் தெரியாது. அதை நீ உணர்ந்திருந்தால், அதே இடத்தில் சிலையாக நின்று விட மாட்டாய். மாறாக, செத்துக் கொண்டிருப்பவனுக்கு உதவ ஓடோடிச் சென்றிருப்பாய்."

இப்போது எனக்கு மிகவும் சிரமமான பகுதிக்கு நாங்கள் வந்தோம். "சோகமயமான செயலற்ற நிலை"யில் நான் கல்லாக மாறிவிட்டது போல் நிற்க வேண்டும். எனக்குள்ளே ஒரே குளிராக நான் உணர்ந்தேன். நான் மிகைப்பட நடித்துக் கொண்டிருப்பது எனக்கே தெரிந்தது.

"ஆம், நமது மூதாதையர்கள் காலத்துக்குச் சொந்தமான மிகமிகப் பழைய சலிப்பூட்டும் நடிப்புகள்!" என்றார் டார்ட்சாவ்.

"உங்களால் அவற்றை எவ்வாறு கண்டு கொள்ள முடிகிறது?" என்று நான் கேட்டேன்.

"கண்கள் பயங்கரமாக உருட்டி விழித்தல், நெற்றியை சோகத்தோடு துடைத்துக் கொள்ளல். தலையை இருகரங்களாலும் பற்றிக் கொள்ளல். தலைமுடியை எல்லா விரல்களாலும் அளைதல். கையைக் கொண்டு இதயத்தை அழுந்தப் பற்றுதல். இவற்றுள் எதுவும் குறைந்தபட்சம் முந்நூறு ஆண்டுகள் பழையவை."

"அந்தக் குப்பையையெல்லாம் தூரத் தள்ளி விடலாம். உங்கள் நெற்றி, இதயம், தலைமுடி இவற்றுடனான விளையாட்டைத் துடைத்து எறிந்து விடுங்கள். மிகவும் கொஞ்சமாக இருந்தாலும், தன்னில் நம்பிக்கையுள்ள ஒரு நடிப்பை எனக்குத் தாருங்கள்."

"நாடகபாணியிலான செயலற்ற நிலையில் நான் இருக்க வேண்டிய போது, என்னால் ஒரு அசைவை எப்படித் தர முடியும்?" என்று நான் கேட்டேன்.

"எப்படி என்று நீ நினைக்கிறாய்?" என்று அவர் எனக்கு பதில் கேள்வி தொடுத்தார்." நாடகபாணியிலாகட்டும் அல்லது வேறு விதமாகட்டும் - செயலற்ற நிலையில் செயல்பாடு இருக்க முடியுமா? அவ்வாறு இருந்தால் அது என்ன அசைவைக் கொண்டிருக்கும்?"

அந்தக் கேள்வி, என்னைப் பழைய நினைவுகளைக் கிளறச் செய்து, நாடகபாணியிலான செயலற்ற நிலையின் போது ஒருவர், என்ன செய்யக் கூடும் என்று நினைவுபடுத்திப் பார்க்கச் செய்தது. கலையில் என் வாழ்வு என்ற நூலின் சில பகுதிகளை டார்ட்சாவ் எனக்கு நினைவூட்டி, தனக்குத் தெரிந்த ஒரு சம்பவத்தைப் பற்றியும் கூறினார்.

"ஒரு பெண்மணிக்கு அவள் கணவனின் மரணத்தைப் பற்றிய செய்தியைக் கூற வேண்டியிருந்தது. வெகு நேரம் கவனமாகத் தயார் செய்துவிட்டு இறுதியில் அந்தக் கொடுமையான சொற்களை நான் கூறினேன். அந்தப் பெண் அதிர்ச்சியுற்றாள். எனினும் அவள் முகத்தில், நடிகர்கள் வழக்கமாக மேடையில் காட்ட விரும்புகிற சோக பாவம் எதுவுமே இல்லை. அவள் முகத்தில் சுத்தமாக உணர்ச்சியே இல்லை. அதீதமான ஒரு அசைவற்ற நிலை - கிட்டத்தட்ட மரணத்தை ஒத்தது - அவள் முகத்தில் இருந்தது மிகவும் தாக்கத்தை ஏற்படுத்துவதாக இருந்தது. அவளுக்குள் நிகழ்ந்து கொண்டிருந்த உணர்ச்சிச் செயல்பாட்டில் குறுக்கீடு செய்யாமல் இருப்பதற்காக, பத்து நிமிடத்துக்குப் மேல் அவளருகில் நானும் முழுக்க முழுக்க அசைவற்று நிற்க வேண்டியதாயிற்று. இறுதியில் நான் சற்றே அசைந்தேன் - அந்தச் சிறு அசைவு அவளைத் தனது உணர்வற்ற நிலையிலிருந்து வெளியே கொண்டு வந்தது. அடுத்தக் கணம் அவள் தன்னினைவிழந்து மயக்கமுற்றுச் சாய்ந்தாள்.

"வெகு காலத்திற்குப் பின், கடந்த காலத்தைப் பற்றிப் பேச முடியும் என்ற நிலையை அவள் எட்டிவிட்ட பின், அந்தச்

சோகமான செயலற்ற தருணங்களில் அவளது மனதில் என்ன நடந்தது என்று அவளைக் கேட்டோம். அவரது மரணத்தைப் பற்றிக் கேள்விப் படுவதற்குச் சில நிமிடங்கள் முன், அவருக்காக ஏதோ வாங்குவதற்காக அவள் கடைக்குச் செல்லத் தயாராகிக் கொண்டிருந்தாளாம்... ஆனால், அவர் இறந்து விட்டதால், வேறு ஏதேனும் ஒரு செயலை அவள் செய்ய வேண்டியதாக இருந்தது. அது என்னவாக இருக்கும்? அவளது கடந்தகால மற்றும் நிகழ்காலச் செயல்களைப் பற்றிச் சிந்தித்த பொழுது, அந்தக் கணம் - தாண்டிச் செல்ல முடியாதது போலத் தோன்றிய அந்தக் கணம் வரையிலான அவளது வாழ்வின் பழைய நினைவுகள் அவள் மனதில் படம்போல ஓடின. ஓடி, அந்தக் கணத்தில் மாபெரும் கேள்விக் குறியில் வந்து நின்றன. செய்வது என்னவென்று ஒன்றுமே தெரியாத உதவியற்ற நிலையில் அவள் மயக்கமடைந்து விட்டாள்.

"சோகமான செயலற்ற நிலை என்று குறிப்பிடப்படும் அந்தப் பத்து நிமிடங்கள் செயல் நிறைந்து இருந்தன என்பதை நீங்கள் ஒப்புக் கொள்வீர்கள் என்று நான் நினைக்கிறேன். உங்களது கடந்தகால வாழ்வு முழுவதையும் ஒரு பத்து நிமிடத்துக்குள் அடக்குவதைப் பற்றிச் சற்றே எண்ணிப் பாருங்கள். அது செயலா, இல்லையா?"

"நிச்சயமாக அது செயல்தான்," என்றேன் நான். "ஆனால் அது உடல் ரீதியானதல்ல."

"நல்லது," என்றார் டார்ட்சாவ். "ஒருக்கால் அது உடல் ரீதியானதாக இல்லாமல் இருக்கலாம். நாம் அதைப் பெயரிட்டு அழைக்கவோ, மிகச் சரியாகக் கணிக்கவோ ஆழமாகச் சிந்திக்க வேண்டிய அவசியமில்லை. ஒவ்வொரு உடல்சார்ந்த செயலிலும், ஒரு உளம் சார்ந்த மூலக்கூறு உள்ளது. ஒவ்வொரு உளம் சார்ந்த செயலிலும், ஒரு உடல் சார்ந்த மூலக்கூறு உள்ளது."

எனது நாடகக் காட்சிகளைப் பொறுத்தமட்டில், அந்த உளவியல் செயல்பாட்டைக் கொண்ட உடல் ரீதியான செயலற்ற தருணங்களைக் காட்டிலும், அந்தக் கிறக்க நிலையிலிருந்து வெளியே வந்து என் மைத்துனனை மயக்கத்திலிருந்து

எழுப்புவதற்கு முயன்ற தருணங்கள், நடிப்பதற்குச் சுலபமாக இருந்தன.

''நமது கடந்த இரு பாடங்களில் என்ன கற்றுக் கொண்டோம் என்பதை நாம் இப்போது மறுபார்வை பார்க்கலாம்,'' என்றார் இயக்குனர். ''இளம் நபர்கள் மிகவும் பொறுமையின்றி இருப்பதால், ஒரு நாடகம் அல்லது கதாபாத்திரத்தின் முழு அக உண்மையையும் உடனடியாகப் பற்றிக் கொண்டு அதை நம்புவதற்கு முயற்சி செய்கிறார்கள்.

''எப்போதுமே, முழு விஷயத்தையும் நமது கட்டுக்குள் கொண்டு வருவது என்பது முற்றிலும் சாத்தியமற்ற விஷயமாக இருப்பதால், நாம் அதைத் துணுக்குகளாக உடைத்து, ஒவ்வொரு துணுக்கையும் தனித்தனியாகப் புரிந்து கொள்ள வேண்டும். ஒவ்வொரு துணுக்கின் சாராம்சமாக உள்ள உண்மையையும் கண்டு கொள்வதற்கும் அதில் நம்பிக்கை கொள்வதற்கும், நமது கூறுகள் மற்றும் குறிக்கோள்களுக்குப் பயன்படுத்திய அதே செய்முறையைப் பின்பற்ற வேண்டும். பெரிய செயலில் உங்களால் நம்பிக்கை வைக்க முடியாத போது, அதைச் சிறு சிறு அளவுகளாகப் பிரித்துக் கொண்டு நம்ப முடியுமாறு செய்து கொள்ள வேண்டும். இது என்னவோ சுலபமான காரியம் என்று எண்ணி விடாதீர்கள். இது மகத்தான ஒரு சாதனை எனது வகுப்புகளிலும், ரக்மனோவின் பயிற்சிகளிலும் சிறிய உடல்/பொருள் சார்ந்த செயல்களின் கவனத்தை மையம் கொள்ளச் செய்வதில் நீங்கள் செலவிட்டுள்ள நேரம் வீணடிக்கப்பட்டதல்ல. ஒரு சிறிய செயலின் உண்மையில் நம்பிக்கை கொள்வதன் மூலம், ஒரு நடிகரால் தனது பாத்திரத்தைத் தான் எடுத்து செய்வதிலும், பின் அதன் மூலமாக, முழு நாடகத்திலும் நம்பிக்கை கொள்வது சாத்தியம் என்று இப்போது நீங்கள் உணராமல் இருக்கலாம்.

''எனது சொந்த அனுபவத்திலிருந்து பற்பல எண்ணற்ற எடுத்துக்காட்டுகளை இதற்கு என்னால் தர முடியும். ஒரு நாடகத்தை நடிப்பதில் மக்கிப்போன, வழக்கமான செயல்பாட்டில் ஏதோ ஒரு எதிர்பாராத திருப்பம் நுழைக்கப்படும் போது - ஒரு நாற்காலி சாய்கிறது, அல்லது ஒரு நடிகை தனது கைக் குட்டையைக் கீழே போட்டு விடுகிறாள் - இப்போது கீழே

குனிந்து அதை எடுத்தாக வேண்டும் - இத்தகைய விஷயங்கள், அடிப்படையில் சிறிய ஆனால் உண்மையான செயல்கள் செய்யப்பட வேண்டிய அவசியத்தை உருவாக்கி விடுகின்றன. இவை சாதாரணமானவை, ஆனால் அன்றாட வாழ்விலிருந்து வெளிப்படும் எளிய குறுக்கீடுகள் ஆகும். ஒரு அடைசலான அறையில் சட்டென்று நுழையும் காற்று, புத்துணர்வை ஊட்டுவது போல, இந்த நிஜமான செயல்கள் ஒரே மாதிரியான சலிப்பூட்டும் நடிப்புக்குள்ளும் உயிரோட்டத்தைக் கொண்டு வருவன ஆகும். ஒரு நடிகருக்குத் தான் இழந்துவிட்ட உண்மையின் மட்டத்தை அவை நினைவூட்டலாம். ஒருமுழுக் காட்சியையும் மேலும் புதிதாக உருவாக்கும் பாதையில் திருப்பி விடுவதற்கான ஒரு உள் உந்துதலை ஏற்படுத்தும் சக்தி அவற்றுக்கு உள்ளது.

"இங்கு மற்றொரு விஷயம் என்னவென்றால், இவை நிகழக்கூடும் என்று நம்பி எல்லாவற்றையும் அசாதாரணமாக தற்செயலாக நிகழட்டும் என்று நாம் விட்டுவிட முடியாது. சாதாரணமான சூழ்நிலையிலும் எவ்வாறு முன்னே செல்வது என்று ஒரு நடிகருக்குத் தெரிந்திருக்க வேண்டும். முழுக் காட்சியும் கையாள்வதற்குப் பெரியதாக இருக்கும் போது, அதைத் துண்டுகளாக்குங்கள் அது பற்றிய ஒரு விவரம், நம்பத்தகுந்ததாக, நம்புவதற்குப் போதுமானதாக இல்லையென்றால், அத்துடன் மேலும் பல விவரங்களைச் சேர்த்துக் கொள்ளுங்கள். இதனால், உங்களுக்கு நம்பிக்கையூட்டவல்ல செயல்களின் விவர வட்டம் பெரிதாகும். இது உங்களுக்கு நம்பிக்கை ஊட்டும்."

"இங்கு, அளவீடு பற்றிய ஒரு உணர்வு கூட உங்களுக்கு உதவி செய்யும்."

"நமது சமீபத்திய பாடங்களில், இந்த எளிய ஆனால் முக்கியமான உண்மைகளைப் பற்றிக் கவனிப்பதில் தான் நாம் ஈடுபட்டு வந்துள்ளோம்."

6

"சென்ற ஆண்டின் கோடையில், பல ஆண்டுகளுக்குப் பின் முதன்முதலாக, முன்னர் எனது விடுமுறைகளைக் கழித்துவந்த ஒரு

இடத்திற்குத் திரும்பச் சென்றேன்,'' என்றார் இயக்குனர். ''அங்கு கிராமப்புறப் பகுதியில், நான் தங்கிவந்த வீடு, ரயில் நிலையத்துக்குச் சற்றுத் தொலைவில் இருந்தது. அங்கு சென்று அடைவதற்கு ஒரு குறுக்கு வழி இருந்தது. அது ஒரு பள்ளத்தாக்கு, காடு இவற்றின் வழியாகச் சென்றது முன்பு நான் அங்கு தங்கிய போது, இந்த வழியாக அடிக்கடி வந்து போனதால் அங்கு ஒரு ஒற்றையடிப் பாதை உருவாகியிருந்தது. பின்னாட்களில் இது புல் மண்டி மறைந்து போனது. சென்ற கோடையிலும் நான் இந்த வழியாகச் சென்றேன். முதலில் அந்தப் பாதையைக் கண்டுபிடிப்பது அத்தனை சுலபமாக இல்லை. பலமுறை நான் வழி தவறிவிட்டு மறுபடியும் ஒரு பிரதான சாலைக்கு வந்தேன் - அங்கு போக்குவரத்து அதிகமாக இருந்ததால் அது குண்டும் குழியுமாக இருந்தது. இதில் தொடர்ந்து போயிருந்தால் அது என்னை ரயில் நிலையத்திலிருந்து எதிர்த்திசையில் கொண்டு சென்றிருக்கும். எனவே நான் வந்த வழியிலேயே திரும்பச் சென்று, குறுக்கு வழியைக் கண்டுபிடிக்க வேண்டியதாயிற்று. எனது பழைய நினைவுகளில் இருந்த அடையாளங்கள், பழகிய மரங்கள், வழியில் உள்ள பள்ள மேடுகள் ஆகியவை எனக்கு வழிகாட்டின. இவை புது வடிவெடுத்து எனது தேடலுக்கு உதவின. இறுதியில் சரியான பாதையைக் கண்டுபிடித்து, ரயில் நிலையத்தைச் சென்றடைந்தேன். அங்கு தங்கிய போது, அடிக்கடி டவுனுக்குச் செல்ல வேண்டியிருந்ததால் கிட்டத்தட்ட தினமும் நான் இந்தக் குறுக்கு வழியைப் பயன்படுத்தினேன். விரைவில் அது முன்போலவே கால் பதிந்து பதிந்து நல்ல தடமாகிப் போனது.

''சென்ற சில பாடங்களில், எரிந்து போன பணம் பற்றிய பயிற்சியில் உடல்/பொருள் சார்ந்த செயல்பாட்டின் ஒரு பாதையை வடிவமைப்பது பற்றிப் படித்து வந்துள்ளோம். அது, கிராமப்புறத்தில் இருந்த எனது குறுக்கு வழிப் பாதையை ஒத்ததாகும். நிஜவாழ்வில் நம்மால் அதைப் புரிந்து கொள்ள முடிகிறது. ஆனால் மேடையில் அதை மொத்தமாக மறுபடி உருவாக்க வேண்டியுள்ளது.''

''இந்தக் 'குறுக்கு வழி' உங்களைப் பொறுத்த வரையிலும் கூட கெட்ட பழக்கங்கள் மண்டி வளர்ந்து மறைக்கப்பட்டுள்ளது.

இந்தப் பழக்கங்கள் ஒவ்வொரு கட்டத்திலும் உங்களைத் திசை திருப்பிவிட்டு, குண்டும் குழியுமாகக் கிடக்கும் பழசாகிச் சலித்துப் போன எந்திரத்தனமான நடிப்பாகிய சாலைக்குக் கொண்டு போய் விட்டு விடுகிறது. இதைத் தவிர்ப்பதற்கு, நான் செய்தது போலவே நீங்கள் செய்ய வேண்டும். ஒருசில உடல்/பொருள் சார்ந்த செயல்களின் வரிசையை ஏற்படுத்துவதன் மூலம், சரியான பாதையை வகுத்துக் கொள்ள வேண்டும். உங்கள் பாத்திரத்துக்கான உண்மையான பாதையை நிரந்தரமாக நிலைநிறுத்தும் வரையில் இந்தப் பாதையில் நடந்து நடந்து தடம் ஏற்படுத்திக் கொள்ள வேண்டும். இப்போது மேடைமீது சென்று நாம் சென்ற முறை பயிற்சி செய்த விவரமான உடல் ரீதியான செயல்களை பலமுறை மறுபடி மறுபடி செய்து பாருங்கள்.

"கவனம் வையுங்கள் - உடல் ரீதியான செயல்கள், உடல் ரீதியான உண்மைகள் மற்றும் அவற்றின் பாலான உடல் ரீதியான நம்பிக்கைகள் மட்டுமே! கூடுதலாக வேறு எதுவும் வேண்டாம்!"

பயிற்சியை மறுபடியும் செய்தோம்.

"குறுக்கீடு எதுவுமின்றி, தொடர்ச்சியாகச் செயலில் ஈடுபட்ட போது, ஏதேனும் புதிய உணர்வுகளைக் கவனித்தீர்களா?" என்று டார்ட்சாவ் கேட்டார். "அவ்வாறு இருந்தால், தனிப்பட்ட தருணங்கள் எவ்வாறு தொடர்ச்சியாகச் செல்ல வேண்டுமோ அவ்வாறு நழுவிச் சென்று எளிய காலகட்டங்களாக வடிவெடுத்து, உண்மையின் ஒரு தொடர்ந்த நீரோட்டத்தை உருவாக்குகின்றன."

"பயிற்சியைத் தொடக்கத்திலிருந்து கடைசி வரையில், பலமுறை செய்வதன் மூலம் - உடல் சார்ந்த செயல்களை மட்டும் செய்வதன் மூலம் இதைப் பரீட்சித்துப் பாருங்கள்."

அவரது உத்தரவுகளை நாங்கள் பின்பற்றினோம். சிறுசிறு விவரங்கள் ஒன்றுடன் ஒன்று புறாவின் வாலைப் போல இணைந்து ஒரு தொடர்ச்சியான முழுச் செயலாக விளங்கியதை நிஜமாகவே உணர்ந்தோம். இந்தத் தொடர்ச்சியானது பயிற்சியை ஒவ்வொரு முறை மறுபடி செய்த போதும் வலிமைப் படுத்தப்பட்டது.

செயலும் மேலும் மேலும் அதிக வேகத்துடன் முன்னோக்கிச் செலுத்தப்படுகிற உணர்வைக் கொண்டது.

பயிற்சியைத் திரும்பத் திரும்பச் செய்தபோது, ஒரு தவறை நான் தொடர்ந்து செய்து கொண்டிருந்தேன். இதைப் பற்றி விவரமாகச் சொல்ல வேண்டும் என்று நினைக்கிறேன். ஒவ்வொரு முறை காட்சியை விட்டு விலகி, மேடையை விட்டு வெளியே வரும்போதும் நான் நடிப்பதை நிறுத்தி விட்டேன். இதன் விளைவாக, எனது உடல் சார்ந்த செயல்பாட்டின் நியாயமான தொடர்கோடு உடைந்து போனது. அது அவ்வாறு உடைந்து போயிருக்கக் கூடாது. மேடையில் உள்ள போதும், காட்சி முடிந்து பக்கவாட்டுப் பகுதியில் வரும்போதும் தனது பாத்திரத்தின் வாழ்வின் தொடர்ச்சியில் இத்தகைய இடைவெளிகள் ஏற்படுவதை நடிகர் அனுமதிக்கக் கூடாது. இதனால் இடையிடையே காலியிடங்கள் ஏற்படும். இவை, விரைவிலேயே, பாத்திரத்துக்கு வெளியே உள்ள எண்ணங்கள் மற்றும் உணர்வுகளால் நிரம்பி விடும்.

"மேடைக்கு வெளியே உள்ளபோதும் உங்களுக்கு நீங்களே நடித்துக் கொள்வது உங்களுக்குப் பழக்கமில்லையென்றால், குறைந்தபட்சமாக, நீங்கள் ஏற்றுக் கொண்டுள்ள பாத்திரமாக உள்ளவர், அதே போன்ற சூழ்நிலைகளில் இருந்தால் என்ன செய்வார் என்பது பற்றிய எண்ணங்களை எண்ணுவதோடு உங்கள் மனதைக் கட்டுப்படுத்திக் கொள்ளுங்கள். உங்களது பாத்திரத்துடன் ஒன்றிய நிலையிலேயே தொடர்ந்து இருக்க இது உதவும்."

சில திருத்தங்களைச் செய்தபின், பயிற்சியை நாங்கள் பலமுறை செய்த பின்னர், அவர் என்னிடம், "இந்தப் பயிற்சிக்கான உண்மையான உடல்/பொருள் சார்ந்த செயல்பாட்டின் தனிப்பட்ட தருணங்களின் ஒரு நீளமான வரிசையை திடமான மற்றும் நிரந்தரமான முறையில் நிலை நிறுத்திக் கொள்வதில் நீ வெற்றி பெற்றுள்ளாய் என்பது உனக்குத் தெரிகிறதா?

"இந்தத் தொடர்ச்சியான வரிசையையைத் தான், நமது நாடகத்துறைக்கே உரிய தனிமொழியில், "ஒரு மனித உடலின்

வாழ்க்கை'' என்று நாம் அழைக்கிறோம். நீ கண்டுள்ளபடி, உயிரோட்டமான உடல் சார்ந்த செயல்களால் அது அமைந்துள்ளது. இவை, உண்மை பற்றிய ஒரு அக உணர்வால் தூண்டப்பட்டு நடிகர் தான் செய்து கொண்டிருப்பதில் வைத்துள்ள நம்பிக்கையால் முன்னே எடுத்துச் செல்லப்படுகிறது. ஒரு பாத்திரப் படைப்பில், மனித உடலின் இந்த வாழ்க்கையானது எளிமையான விஷயம் அல்ல. உருவாக்கப்பட வேண்டிய உருவத்தின் ஒரு பாதி இதுவாகும் - ஆனால் மிகவும் முக்கியமான பாதி இதுதான்.

7

அதே பயிற்சியை மீண்டும் ஒருமுறை செய்தபின்பு, இயக்குனர் பின்வருமாறு கூறினார்:

''இப்போது ஒரு பாத்திரத்தின் உடலை நீங்கள் உருவாக்கியுள்ளீர்கள். எனவே இதைவிட முக்கியமான அடுத்த கட்டமான பாத்திரத்தின் மனித ஆன்மாவை உருவாக்கும் கட்டத்தைப் பற்றி நாம் சிந்திக்கத் தொடங்கலாம்.

''உண்மையில், உங்களுக்குத் தெரியாமலே இது உங்களுக்குள் ஏற்கெனவே நிகழ்ந்து விட்டது. இதற்கான சாட்சியம் என்னவென்றால், காட்சியில் உள்ள உடல் சார்ந்த செயல்களையெல்லாம் நீங்கள் செய்த போது, அதை ஒரு உலர்ந்த, மரபு சார்ந்த முறையில் செய்யவில்லை. மாறாக, ஒரு உள்ளார்ந்த நம்பிக்கையுடன் அவற்றைச் செய்தீர்கள்.''

''இந்த மாற்றம் எவ்வாறு ஏற்படுத்தப்பட்டது?''

''மிகவும் இயல்பான வகையிலே: ஏனெனில் உடலுக்கும், உயிருக்கும் இடையிலான இணைப்பு துண்டிக்கப்படமுடியாதது. ஒன்றின் வாழ்க்கை மற்றதுக்கும் உயிர் கொடுக்கிறது. ஒவ்வொரு உடல்சார்ந்த பணியும், குறிப்பாக, எந்திரத்தனமானவை, அதனுள் ஒரு உணர்ச்சியின் அக ஆதாரத்தைக் கொண்டுள்ளது. இதன் விளைவாக ஒவ்வொரு பாத்திரத்திலும் ஒரு அக மற்றும் புற மட்டங்கள், ஒன்றுடன் ஒன்று பின்னிப் பிணைந்துள்ளன. ஒரு

பொதுவான குறிக்கோளானது அவற்றை ஒன்றுடன் ஒன்று ஒத்தாகச் செய்து அவற்றின் இணைப்பை வலிமைப்படுத்துகிறது.''

பணத்தைப் பற்றிய காட்சியை மீண்டும் செய்யுமாறு இயக்குனர் எனக்கு உத்தரவிட்டார். நான் பணத்தை எண்ணிக் கொண்டு இருக்கையில், என் மனைவியின் ஊனமுற்ற சகோதரனைப் பார்க்க நேர்ந்தது. முதல் முறைாக, ''இவன் ஏன் எப்போதும் என்னையே சுற்றிச் சுற்றி வருகிறான்?'' என்ற கேள்வி எனக்குள் எழுந்தது. அந்தத் தருணத்தில், எனது மைத்துனனாகிய இவனுடன் எனக்குள்ள உறவைத் தெளிவு படுத்திக் கொள்ளாமல் என்னால் தொடர்ந்து செயல்பட முடியாது என்று நான் கருதினேன்.

இயக்குனரின் உதவியுடன், அந்த உறவின் அடிப்படையாக நான் வடிவமைத்தது இதைத்தான்: எனது மனைவியின் எழிலும், உடல் நலனும், அவளது இரட்டைச் சகோதரனான இவனது ஊனத்தை விலையாகத் தந்து வாங்கப் பட்டதாகும். அவர்களது பிறப்பின் போது ஒரு அவசர அறுவை சிகிச்சை செய்யப்பட வேண்டியிருந்தது. தாய் மற்றும் பெண் சிசுவின் உயிர்களைக் காப்பாற்ற, ஆண் சிசுவின் உடல் நலன் பணயம் வைக்கப்பட்டது. மூவரும் பிழைத்துக் கொண்டனர் ஆனால் ஆண் குழந்தை அறிவு வளர்ச்சி குன்றியும், முதுகு வளைந்த கூனனாகவும் ஆகி விட்டான். இந்தச் சோகத்தின் நிழல், அந்தக் குடும்பத்தின் மீது எப்போதுமே கவிந்திருந்தது. இந்த ஒரு கற்பனைக் கதை, அந்த துரதிருஷ்டசாலியான சகோதரன்பால் எனக்கிருந்த மனப்போக்கை அடியோடு மாற்றிவிட்டது. எனவே அவன்பால் அன்பும் வாஞ்சையும் கொண்டவனாக நான் உணர்ந்தேன். கடந்த காலத்தைப் பற்றி மனவருத்தமும் கொண்டேன்.

இந்த உணர்வு, அந்தக் காட்சிக்கு உயிர் கொடுத்தது. அவன்பால் எழுந்த பரிதாப உணர்வினால், அவனை மகிழ்விக்க வேடிக்கைகள் செய்தேன். பணக்கட்டுகளை மேசையில் தட்டினேன்.

நகைச்சுவையான சைகைகள் செய்து முகத்தைக் கோணி அழகுகாட்டியவாறு பணக்கட்டுகளின் வண்ண உறைகளைப் பிரித்து நெருப்பில் வீசினேன். இந்த முயற்சிகளுக்கு வான்யா நன்றாகப் பதில் செயல் புரிந்தான். அவனது செயல்களால் மேலும்

ஊக்குவிக்கப்பட்ட நான் அதே போன்ற விளையாட்டுகளைத் தொடரலானேன். இதனால் முற்றிலும் புதிய ஒரு காட்சி உருவானது. மிகவும் உயிரோட்டத்துடனும், அன்பு உணர்வுடனும், கேளிக்கையுணர்வுடனும் அது இருந்தது. பார்வையாளர்களிடமிருந்து அதற்கு ஒரு உடனடி பதில் கிடைத்தது. இது எங்களுக்கு உற்சாகமூட்டி முன்னே செலுத்தியது. அடுத்ததாக, பக்கத்து அறைக்குச் செல்ல வேண்டிய நேரம் வந்தது. யாரிடம் செல்வது? என் மனைவியிடமா? அவள் யார்? இங்கு தீர்க்கப்பட வேண்டிய மற்றொரு பிரச்சினை எழுந்தது. நான் மணம் புரிந்து கொண்டிருந்த அந்த நபரைப் பற்றி எல்லா விஷயங்களையும் தெரிந்து கொள்ளாமல் என்னால் மேற்கொண்டு நடிக்க முடியவில்லை. அவளைப் பற்றிய என் கதை மிகவும் நெகிழ வைப்பதாகும். இருந்தும், நான் கற்பனை செய்திருந்த மாதிரி சூழ்நிலைகள் அமைந்திருந்தால், இந்த மனைவியும், குழந்தையும் எனக்கு மிகமிக அன்பானவர்களாக இருந்திருப்பார்கள் என்று நான் நிஜமாகவே உணர்ந்தேன்.

ஒரு பயிற்சிக்கென கற்பனை செய்து கொள்ளப்பட்டுள்ள இந்தப் புதிய வாழ்வில் அதை நடித்துக் காட்டுவதற்காக நாங்கள் ஏற்படுத்தியிருந்த பழைய முறைகள் எல்லாமே இதற்குத் தகுதியற்றவை என்று தோன்றியது.

குழந்தை குளித்துக் கொண்டிருக்கும்போது அவனைப் பார்த்துக் கொண்டிருப்பது தான் எவ்வளவு சுலபமாகவும், இனிமையாகவும் இருந்தது! இப்போது, எரிந்து கொண்டுள்ள சிகரெட்டைப் பற்றி எனக்கு யாரும் நினைவு படுத்த வேண்டியிருக்கவில்லை. முன்னறையை விட்டு வெளியே செல்வதற்குமுன் அதை மிகக் கவனமாக அணைத்துவிட்டுச் சென்றேன்.

பணக்கட்டுகள் இருந்த மேசைக்குத் திரும்புவது என்பது இப்போது தெளிவாகவும், தேவையானதாகவும் இருந்தது. இந்த வேலையைத் தான் நான் என் மனைவி என் குழந்தை மற்றும் இந்த துரதிருஷ்டசாலியான கூனனுக்காக நான் செய்தேன்.

பணம் எரிந்து போனது, ஒரு முற்றிலும் புதிய அம்சத்தைக் கொண்டதாக இருந்தது. இது நிஜமாகவே நடந்தால் நான் என்ன

செய்ய வேண்டும்? என்று நான் என்னையே கேட்டுக் கொண்டால் மட்டும் போதுமானது எனது எதிர்காலத்தைப் பற்றி எண்ணும் போது நான் கிலி பிடித்தவனாகிறேன். பொதுமக்களின் பார்வையில் நான் ஒரு திருடனாகத் தோன்றுவது மட்டுமின்றி, எனது சொந்த மைத்துனனையே கொலை செய்தவனாகவும் ஆகி விடுவேன். மேலும், ஒரு குழந்தையைக் கொன்றவனாகவும் நான் கண்ணுறப் படுவேன்! பொதுமக்களின் பார்வையில் நான் தலை தூக்கவே முடியாது, இழந்த நற்பெயரை ஈடு செய்து கொள்ளவும் முடியாது. எல்லாவற்றுக்கும் மேலாக, அவளது சகோதரனைக் கொன்று விட்டபின் என் மனைவி என்னைப் பற்றி என்ன நினைப்பாள் என்பதைப் பற்றி என்னால் கற்பனை செய்து கூடப் பார்க்க முடியவில்லை.

மேற்சொன்ன கற்பனைகளெல்லாம் என் மனதில் ஓடிக் கொண்டிருந்தபோது நான் அசைவற்று நிற்பது முற்றிலும் அவசியமாக இருந்தது. ஆனால் எனது அசைவற்ற நிலை, செயல்பாடுகள் நிறைந்ததாக இருந்தது.

அடுத்தகாட்சி, இறந்துபோன இளைஞனை எழுப்ப முயல்வது, தானாகவே நன்றாக நடந்து முடிந்தது. அவன்பால் நான் கொண்டிருந்த புதிய மனப்பாங்கின் அடிப்படையில் இது இயல்பாக நிகழ்ந்தது.

முன்னதாக எனக்குச் சலிப்பூட்டுவதாக இருந்த இந்தப் பயிற்சி, இப்போது உயிரோட்டமுள்ள உணர்வுகளை எழுப்பியது. ஒரு பாத்திரத்தின் உடல் சார்ந்த மற்றும் உயிர் சார்ந்த வாழ்க்கை இரண்டையுமே உருவாக்கும் செய்முறை வெகு சிறப்பாகத் தோன்றியது. இந்தச் செய்முறையில் வெற்றியின் முழு அடிப்படையுமே, மந்திரச் சொற்களான அப்படியானால் (if) என்பனவற்றிலும், குறிப்பிட்ட தரப்பட்டுள்ள சூழ்நிலைகளிலும் தான் பொதிந்திருந்தது என்று நான் கருதினேன். இவை தான் - உடல்/பொருள் சார்ந்த உருவாக்கம் அல்ல - எனக்குள்ளே உத்வேகத்தைக் கிளப்பின. எனவே, அவற்றைக் கொண்டு நேரடியாகப் பணி செய்வது என்பது எளிமையான விஷயமாக

இருக்காதா? உடல்/பொருள் சார்ந்த குறிக்கோள்களுக்கு அவ்வளவு நேரம் செலவழிக்க வேண்டுமா என்ன?

இதைப் பற்றி நான் இயக்குனரிடம் கேட்ட போது, அவர் ஒப்புக் கொண்டார்.

''கண்டிப்பாக,'' என்றார் அவர். ''ஒரு மாதத்துக்கும் முன்னதாக நீ இந்தப் பயிற்சியை முதன் முதலில் செய்த போது, நீ செய்ய வேண்டும் என்று இதைத் தான் நான் குறிப்பிட்டேன்.''

''ஆனால் அப்போது எனது கற்பனையைத் தட்டியெழுப்பிச் செயல்படச் செய்வது எனக்குக் கடினமாக இருந்தது,'' என்று நான் கூறினேன்.

''ஆம், இப்போது அது நன்றாக விழித்துக் கொண்டுள்ளது. கதைகளைக் கற்பனை செய்வது மட்டுமின்றி அவற்றை வாழ்வதும் அவற்றின் உண்மைத் தன்மையை உணர்வதும் உனக்குச் சுலபமாக உள்ளது. இந்த மாற்றம் ஏன் உண்டானது? ஏனெனில் முதலில் உனது கற்பனையின் விதைகளை நீ தரிசு மண்ணில் விதைத்தாய். வெளிப்புறமாக உருவாகும் உருமாற்றங்கள், உடல் ரீதியிலான இறுக்கங்கள், மற்றும் தவறான உடல் வாழ்வு ஆகியன, உண்மை மற்றும் உணர்ச்சிகளை வளரச் செய்ய மோசமான விளைநிலங்கள் ஆகும். இப்போது நீ சரியான உடல்வாழ்வைக் கொண்டுள்ளாய். அதன்பால் உனது நம்பிக்கை, உனது சொந்த இயல்பின் உணர்ச்சிகளை அடிப்படையாகக் கொண்டது. உனது கற்பனையை நீ காற்றிலோ, வெட்டவெளியிலோ, பொதுப்படையாகவோ செய்யவில்லை. அது வெறும் கருத்தாக்கமாக இல்லை. உண்மையான உடல்சார்ந்த செயல்பாடுகளும் அவற்றின் மீதான நமது நம்பிக்கையும் நமக்குக் கூப்பிடும் தூரத்தில் இருப்பதால், அவற்றை நாம் மகிழ்ச்சியுடன் மேற்கொள்கிறோம்.

''ஒரு கதாபாத்திரத்தின் உடலை உருவாக்கும். உணர்வுபூர்மான செயல்நுட்பத்தைப் பயன்படுத்துகிறோம். பின் அதன் உதவியுடன் அந்தக் கதாபாத்திரத்தின் ஆன்மாவின் உள்ளுணர்வு சார்ந்த வாழ்வை உருவாக்குவதைச் செய்கிறோம்.

8

தனது செய்முறையை விவரிப்பதைத் தொடர்ந்த இயக்குனர், இன்று நடிப்பதற்கும், பயணம் செய்வதற்கும் இடையே உள்ள ஒப்புவமை ஒன்றின் மூலம் தனது கருத்துகளை விளக்க முற்பட்டார்.

"எப்போதாவது நீண்ட பயணம் ஒன்றை நீங்கள் மேற் கொண்டீர்களா?" என்று அவர் தொடங்கினார். "அப்படியானால், நீங்கள் உணர்வதிலும், காண்பதிலும் பல ஒன்றன்பின் ஒன்றாகத் தொடரும் மாற்றங்கள் ஏற்படுவதை உங்களால் நினைவு கூர முடியும். மேடையில் நடிப்பதும் அதே போலத் தான். உடல் சார்ந்த செயல்பாடுகளில் முன்னேறிச் செல்வதன் வாயிலாக தொடர்ந்து, புதிய, வேறுபட்ட சூழ்நிலைகள், மனநிலைகள், கற்பனையான சுற்றுப்புறங்கள் மற்றும் காட்சியமைப்பின் புற அம்சங்கள் இவற்றின் இடையே நாம் இருப்பதைக் காண்கிறோம். நடிகர் இவ்வாறு புதியவர்களின் தொடர்பைப் பெற்று அவர்களது வாழ்வைப் பகிர்ந்து கொள்கிறார்.

"எல்லா நேரத்திலும், அவரது உடல்சார்ந்த செயல்கள் அவரை நாடகத்தின் உள்ளேயும் வெளியேயும் எடுத்துச் செல்கின்றன. அவரது பாதை மிகவும் நன்றாக வடிவமைக்கப் பட்டிருப்பதால் அவரால் வழி தவறிச் செல்லவே முடியாது. எனினும், அவருக்குள் இருக்கும் கலைஞனுக்குக் கவர்ச்சிகரமாகத் தோன்றுவது பாதை மட்டுமல்ல. நாடகம் அவரை அழைத்துச் சென்றுள்ள வாழ்வின் அகச் சூழ்நிலைகள் மற்றும் நிலைமைகளில் தான் அவரது ஆர்வம் உள்ளது. தனது கதாபாத்திரத்தின் அழகான, கற்பனையான சுற்றுச் சூழலையும் அவை அவருக்குள் எழுப்பும் உணர்ச்சிகளையும் அவர் விரும்புகிறார்."

"நடிகர்கள், பயணிகளைப் போலவே, தாம் செல்ல வேண்டிய இடத்தைச் சென்றடைவதற்குப் பல வெவ்வேறு பாதைகளைக் கண்டு கொள்கிறார்கள்: சிலர், உண்மையாகவே, உடல்/பொருள் ரீதியாகத் தமது பாத்திரத்தை அனுபவித்து உணர்கிறார்கள், சிலர் அதன் புறவடிவை மறுஉருவாக்கம் செய்கிறார்கள், சிலர், ஏற்கெனவே ஆயத்த நிலையில் உள்ள யுத்திகளை அலங்காரமாக

அணிந்து கொண்டு, நடிப்பை ஒரு வியாபாரம் போலச் செய்கிறார்கள், சிலர் புத்தக ரீதியிலான, சொற்பொழிவு போல வரண்டு இருக்கும் பகுதியைச் செய்கிறார்கள், மேலும் சிலர், கதாபாத்திரத்தைப் பயன்படுத்தி, தம்மை ரசிப்பவர்கள் முன்பாகத் தம்மைக் காட்டிக் கொள்கிறார்கள்.

தவறான பாதையில் நீங்கள் செல்லாதவாறு தடுத்துக் கொள்வது எப்படி? ஒவ்வொரு திருப்பத்திலும் நன்கு பயிற்சி பெற்ற, கவனமான, ஒழுங்கும் கட்டுப்பாடும் கொண்ட ஒரு சுட்டிக்காட்டும் நபரை நீங்கள் கொண்டிருக்க வேண்டும். (அந்த நபர் தான் உங்களது உண்மையின் உணர்வு - அது நீங்கள் செய்வதன்பால் உள்ள உங்களது நம்பிக்கையின் உணர்வுடன் ஒத்துழைத்து உங்களைச் சரியான பாதையில் இட்டுச் செல்லும்.)

"அடுத்த கேள்வி இதுதான்: நமது பாதையைக் கட்டியமைப்பதற்கு நாம் என்ன பொருள்களைப் பயன்படுத்த வேண்டும்?"

"முதலில், உண்மையான உணர்ச்சிகளைத் தவிர வேறு மேலான எதையும் நம்மால் பயன்படுத்த முடியாது என்று தோன்றும். இருந்த போதிலும், அருவமான விஷயங்கள் போதுமான அளவு திடமானவை அல்ல. அதனால் தான் நாம் உடல்/பொருள் சார்ந்த செயல்களை நாட வேண்டியுள்ளது.

"எனினும், இங்கு செயல்களை விடவும் அதிக முக்கியத்துவம் கொண்டது என்னவென்றால் அவற்றின் உண்மையும், நாம் அவற்றின் மீது கொண்டுள்ள நம்பிக்கையும் தான். இதற்கான காரணம் இது: உண்மையும், நம்பிக்கையும் உங்களிடத்தில் இருக்கும் போது உணர்ச்சியும், அனுபவமும் உங்களிடம் உள்ளன. நீங்கள் நம்பிக்கை வைத்துள்ள மிகச்சிறிய செயலையும் செய்து பார்ப்பதன் மூலம் நீங்கள் இதைப் பரிசோதித்துப் பார்க்கலாம். அப்போது, உடனடியாக, உள்ளுணர்வாக, இயல்பாக, ஒரு உணர்ச்சி எழுவதைக் காண்பீர்கள்."

"அந்தத் தருணங்கள், அவை எவ்வளவு குறுகியவையாக இருந்தாலும், அவை அதிகமாகப் பாராட்டப்பட வேண்டியவை

ஆகும். மேடையில், நாடகத்தின் அமைதியான பகுதிகளிலும், உச்சகட்ட சோகம் மற்றும் உணர்ச்சி வசப்பட்ட பகுதிகளிலும் அவை மிகவும் முக்கியத்துவம் பெற்றவையாக உள்ளன. இதற்கான எடுத்துக்காட்டைத் தேடி நீங்கள் வெகுதூரம் போக வேண்டியதில்லை: அந்தப் பயிற்சியின் இரண்டாவது பகுதியை நடித்துக் கொண்டிருந்தபோது, நீ என்ன செயலைச் செய்து கொண்டிருந்தாய்? கணப்புக்கு ஓடிச் சென்று பணக்கட்டு ஒன்றை வெளியே இழுத்தாய்; மைத்துனனை எழுப்ப முயற்சி செய்தாய், அடுத்த அறைக்கு ஓடிப் போய் முழுகிக் கொண்டிருந்த குழந்தையைக் காப்பாற்ற முயன்றாய். உனது சாதாரண உடல் சார்ந்த செயல்களின் கட்டமைப்பு அதுதான். அதற்குள்ளாகத் தான் நீ உனது கதாபாத்திரத்தின் உடல் சார்ந்த வாழ்வை இயல்பாகவும், சரியாகவும் அமைத்துக் கொண்டாய்.

"இதோ மற்றொரு உதாரணம்:

"தனது சோகக் காவியத்தின் இறுதிக்கட்டத்தில் லேடி மாக்பெத் என்ன செய்து கொண்டிருந்தாள்? தனது கையில் இருந்த இரத்தக் கறை ஒன்றைக் கழுவுகிற வெகு சாதாரணச் செயலில் அவள் ஈடுபட்டிருந்தாள்.''

இங்கு க்ரிஷா இடைமறித்தான் - ஏனெனில், "ஷேக்ஸ்பியரைப் போன்ற ஒரு மகத்தான எழுத்தாளர் ஒரு மாபெரும் காவியத்தைப் படைத்து அதில் வரும் கதாநாயகி இத்தகையதொரு இயல்பான செயலைச் செய்யுமாறு வைத்திருப்பார்,'' என்பதை அவன் நம்பத் தயாராக இல்லை.

"என்ன ஒரு ஏமாற்றம்!'' என்றார் இயக்குனர், கேலியாக. "சோகரசத்தைப் பற்றி அவர் நினைக்கவில்லையே! ஒரு நடிகனின் மன அழுத்தம், இறுக்கம், "பாதோஸ்'', (அதீத சோக உணர்ச்சி) மற்றும் உள்ளுணர்வால் வரும் ஊக்கம் இவற்றை எல்லாம் எப்படி அவரால் இங்கு பயன்படுத்தாமல் விட முடிந்தது? எவ்வளவோ நிறைய வித்தைகள் இருந்து அவற்றையெல்லாம் விட்டுவிட்டு சிறிய செயல்கள், அசைவுகள், சின்னஞ்சிறு உண்மைகள் மற்றும் அவற்றின் பாலான ஒரு உண்மையான நம்பிக்கை இவற்றை மட்டுமே பயன்படுத்துவது எவ்வளவு சிரமம்!''

"உண்மையான உணர்ச்சிகளை நீங்கள் கொள்ள வேண்டுமானால், இத்தகைய ஒரு தீவிரமான மன ஈடுபாடு தேவை என்று நீங்கள் காலப்போக்கில் கற்றுக் கொள்வீர்கள். நிஜ வாழ்விலும் கூட, உணர்ச்சிமயமான பெரிய தருணங்கள், ஏதேனும் சாதாரண, சிறிய, இயல்பான அசைவுகளால் குறிப்பிடப்படுகின்றன என்று அறிந்து கொள்வீர்கள். இது உங்களுக்கு வியப்பூட்டுகிறதா? நோயுடன் தொடர்பான வருத்தமான சமயங்கள் மற்றும் உங்களுக்குப் பிரியமான ஒருவரின் நெருங்கி வரும் மரணத்தைப் பற்றியும் நான் உங்களுக்கு நினைவூட்ட விரும்புகிறேன். இறந்து கொண்டிருப்பவரின் நெருங்கிய நண்பரோ, வாழ்க்கைத் துணையோ அப்போது என்ன செய்து கொண்டிருப்பார்? அறையில் அமைதி நிலவுமாறு செய்வார், மருத்துவரின் கட்டளைகளை நிறைவேற்றுவார், நோயாளியின் உடல் வெப்பத்தைக் கணக்கிடுவார், தலையில் பற்றுப் போடுவார். இந்தச் சிறுசிறு செயல்கள் எல்லாமே, மரணத்துடனான போராட்டத்தில் குறிப்பிடத்தக்க முக்கியத்துவத்தைப் பெற்று விடுகின்றன.

"தரப்பட்டுள்ள குறிப்பிட்ட சூழ்நிலைகளில் "புகுத்தப்படும்போது, சிறிய உடல் அசைவுகள் கூட மகத்தான முக்கியத்துவத்தைப் பெறுகின்றன என்றும் உணர்ச்சியின் மீது பெரும் தாக்கத்தை ஏற்படுத்துகின்றன என்றும் கலைஞர்களாகிய நாம் உணர்ந்து கொள்ள வேண்டும். நிஜமாகவே இரத்தத்தைத் துடைத்துவிட்டதால் லேடி மாக்பெத்தால் தனது இலட்சியத்தைச் சாதிக்க முடிந்தது. அவளது தனிப்பேச்சின் போது, இரத்தக் கறையின் புள்ளி பற்றி அவளது நினைவு, டன்கனின் கொலையுடன் தொடர்பு கொண்டதாக உள்ளது என்பது ஏதோ திட்டமிடப்படாமல் தானாக ஏற்பட்ட சம்பவம் அல்ல. ஒரு சிறு உடல் அசைவினாலான செயலுக்கு மாபெரும், பிரம்மாண்டமான உள்பொருள் தோன்றிவிடுகிறது: உள்ளே ஏற்படும் பெரியதொரு போராட்டம், அத்தகைய ஒரு புறச் செயலில் தனது வடிகாலைத் தேடுகிறது."

"நமது நடிப்புக்கலைச் செயல்நுட்பத்தில் இந்தப் பரஸ்பர இணைப்பு ஏன் மிகமிக முக்கியமாக உள்ளது? நமது உணர்ச்சிகளை

இவ்வளவு சாதாரணமான முறையில் பாதிப்பது பற்றி நான் ஏன் இந்த அளவு அசாதாரணமான அழுத்தம் கொடுத்துப் பேசுகிறேன்?"

"ஒரு நடிகனிடம், அவனது பாத்திரப் படைப்புக்கு உளவியல் செயல்பாடுகள், சோகமயமான ஆழங்கள், நிறைய உள்ளன என்று சொன்னால், அவன் உடனடியாகத் தன்னை இறுக்கிக் கொண்டு, தனது உணர்ச்சியை மிகைப் படுத்தலை நார் நாராகக் கிழித்தெறிந்து, தனது ஆன்மாவுக்குள்ளே ஆழமாகத் தோண்டி, தன் உணர்வுகளை வன்முறையால் குலைத்துவிடத் தலைப்படுவான். ஆனால், ஏதேனும் ஒரு எளிமையான உடல் அசைவு பற்றிய பிரச்சினையைக் கொடுத்து, அதை சுவாரஸ்யமான, பாதிப்புண்டாக்கும் நிலைமைகளில் பொத்தி வைத்தால், தன்னைக் கலவரப்படுத்திக் கொள்ளாமலும், ரொம்ப ஆழமாகச் சிந்திக்காமலும் அச்செயலை, அசைவைச் செய்ய முற்படுவான். தான் செய்யும் செயல், உளவியல் சோகம் அல்லது உச்சக்கட்ட உணர்ச்சி வெளிப்பாடு இவற்றை உண்டாக்குமா இல்லையா என்று கூட அவன் யோசித்துப் பார்க்க மாட்டான்.

"உணர்ச்சியை இவ்வாறு அணுகுவதால் எல்லாவிதமான வன்முறையும் தவிர்க்கப்பட்டு விடுகிறது. விளைவு இயற்கையானதாகவும், உள்ளுணர்வால் உந்தப்பட்டதாகவும், முழுமையானதாகவும் உள்ளது. மாபெரும் கவிஞர்களின் படைப்பில் வெகு அற்பமான செயல்கள்கூட முக்கியமான, இணைந்து வரும் நிலைமைகளால் சூழப்பட்டுள்ளன. நமது உணர்ச்சிகளைத் தூண்டுவதற்கான தூண்டில்கள் பலவும் அவற்றுக்குள்ளே தான் மறைந்துள்ளன.

"மென்மையான உணர்ச்சிகளின் அனுபவங்கள் மற்றும் வலிமையான சோகம் ததும்பும் தருணங்கள் இவற்றை உடல்/ பொருள் சார்ந்த செயல்களின் நிதானமான உண்மைத் தன்மையால் அணுகுவதற்கு மற்றும் ஒரு எளிய, நடைமுறைக்கேற்ற காரணமும் உள்ளது. மகத்தான உச்சகட்டங்களை சோக நடிப்பில் எட்டுவதற்கு ஒரு நடிகர் தனது புதிதாக உருவாக்கும் திறனை அதன் எல்லை வரையில் விரிவாக்கம்

செய்ய வேண்டியுள்ளது. அது மிக மிக மிகக் கடினமானது. தனது மன உறுதியை இயல்பாக வரவழைத்துக் கொள்ள அவனால் முடியாமல் உள்ள போது, அந்தத் தேவையான நிலையை அவன் எட்டுவது எப்படி? இது ஒரு உருவாக்கும் உத்வேகத்தால் மட்டுமே ஏற்படுத்தப்படக் கூடிய ஒரு நிலையாகும். அதை வலிந்து, வற்புறுத்திக் கொண்டு வரமுடியாது. இதற்காக, செயற்கையான முறைகளைக் கையாண்டால், ஏதேனும் தவறான பாதையில் சென்று விட வாய்ப்புண்டு இதனால் உண்மையான உணர்ச்சிகளைக் காட்டுவதற்குப் பதிலாக நாடகபாணியிலான போலியான உணர்ச்சிகளைக் காட்ட நேரிடும். சுலபமான வழி, பழக்கமானதும், வழக்கமானதும், எந்திரத்தனமானதும் ஆகும். இதுவே சிரமமான வேலையிலிருந்து தப்பித்துக் கொள்ளச் சரியான, இலகுவான வழியும் ஆகும்.''

''இந்தத் தவறைத் தவிர்ப்பதற்கு, ஏதேனும் திடமான ஒன்றை, தொட்டுணரக் கூடிய ஒன்றை நீங்கள் பெற்றிருக்க வேண்டும். மிகவும் சோகமயமான, உணர்ச்சி மிக்க தருணங்களில், உடல் ரீதியான செயல்களின் முக்கியத்துவம் மேலும் வலியுறுத்தப்படுகிறது - எவ்வாறெனில், எந்த அளவு அவை எளிமையானவையாக இருக்கின்றனவோ, அந்த அளவு அவை புரிந்து கொள்ளவும், பற்றிக் கொள்ளவும் சுலபமானவை: மேலும், உங்களது நிஜமான குறிக்கோளை நோக்கி இட்டுச் செல்ல அவை ஏற்றவை. எந்திரத்தனமான நடிப்பைச் செய்து விடலாமே என்ற சபலத்திலிருந்தும் அவை உங்களைப் பாதுகாக்கும் திறன் கொண்டவை.''

''ஒரு கதாபாத்திரத்தின் சோகமான பகுதிக்கு வரும்போது, நரம்புத் துடிப்பு, மூச்சுவாங்குதல், வன்முறையான சைகைகள் இவை ஏதுமின்றி வர வேண்டும். மேலும் அதை விட முக்கியமாக, திடீரென்று வரக் கூடாது. மெல்ல, மெல்ல, படிப்படியாக, சரியானபடி அதை எட்ட வேண்டும். ஏற்கெனவே தயாரித்து வைத்துள்ள புற, உடல் சார்ந்த செயல்களின் வரிசையைச் சரிவரப் பின்பற்றியபடி, அவற்றில் நம்பிக்கை வைத்தபடி, அதைச் செய்ய வேண்டும். உங்கள் உணர்ச்சிகளை அணுகுவதற்கு இந்தச் செயல் நுட்பத்தை நன்றாகக் கற்றுக் கொண்டு விட்டபின், சோகமான

தருணங்கள் பற்றிய உங்கள் மனோபாவம் முற்றிலும் மாறி விடும். அவற்றைக் கண்டு நீங்கள் அஞ்சமாட்டீர்கள்.''

''உணர்ச்சி மிக்க கட்டங்கள், சோகமான நாடகங்கள் இவற்றுக்கும், நடன நாடகங்கள், காமெடி போன்றவற்றுக்கும் ஆன அணுகுமுறை, நீங்கள் நடித்துக் காட்டும் நபரின் செயல்களைச் சுற்றியுள்ள தரப்பட்டுள்ள குறிப்பிட்ட சூழ்நிலைகளைப் பொறுத்து மட்டுமே மாறியுள்ளன. இந்தச் செயல்களின் பிரதான சக்தியும், பொருளும் இந்தச் சூழ்நிலைகளில் மட்டுமே உள்ளன. இதன் விளைவாக, ஒரு சோக சம்பவத்தைப் பற்றி நீங்கள் அனுபவித்து உணர வேண்டி உள்ள போது, உங்கள் உணர்ச்சிகளைப் பற்றி சிந்திக்கவே செய்யாதீர்கள். மாறாக நீங்கள் செய்ய வேண்டியது என்ன என்பது பற்றிச் சிந்தியுங்கள்.''

டார்ட்சாவ் பேசி முடித்த போது சற்று நேரம் அங்கு அமைதி நிலவியது. அதன் பின், விவாதம் செய்வதற்கு எப்போதுமே தயாராகி உள்ள க்ரிஷா, பேசினான்:

''ஆனால், கலைஞர்கள் மண்ணுலகில் நடமாடுபவர்கள் என்று நான் நினைக்கவில்லை. எனது எண்ணப்படி அவர்கள் மேகங்களுக்கு மேலே பறந்து திரிபவர்கள்.''

''உனது ஒப்புவமை எனக்குப் பிடித்திருக்கிறது,'' என்றார் டார்ட்சாவ், ஒரு சிறு புன்னகையுடன். ''நாம் அதைப் பற்றிப் பிறகு பேசலாம்.''

9

இன்றைய பாடத்தின் போது, உளவியல் - செயல்நுட்பமாகிய எங்களது செய்முறையின் திறன் பற்றி நான் முற்றிலும் நம்பிக்கை கொண்டேன். மேலும், அது செயல்படும் விதத்தைக் கண்டு ஆழமாக மனம் நெகிழ்ந்தும் போனேன். எங்களது சக மாணவர்களில் ஒருத்தியான தாஷா, ''பிராண்ட்'' என்ற நாடகத்திலிருந்து ஒரு காட்சியை நடித்தாள். இதன் சுருக்கம் இதுதான்: ஒரு பெண், வெளியே சென்று விட்டு வீடு திரும்பிய போது, தனது வாயிற்படியில் யாரோ ஒருவர் ஒரு குழந்தையை

விட்டுச் சென்றிருப்பதைக் காண்கிறாள். முதலில் இதனால் அவள் கலக்கமடைந்த போதிலும், ஒரு சில நிமிடங்களில், அக்குழந்தையைத் தானே தத்தெடுத்துக் கொள்ளலாம் என்று தீர்மானிக்கிறாள். ஆனால், மிகவும் நோய்வாய்ப்பட்டிருந்த அக்குழந்தை அவள் கரங்களிலேயே இறந்து விடுகிறது.

இதுபோன்ற காட்சிகள் - குழந்தைகள் பற்றியவை - தாஷாவுக்கு மிகவும் விருப்பமானவையாக இருப்பதற்குக் காரணம் உண்டு. சில காலத்துக்குமுன், திருமணமாகாமலே அவள் பெற்றெடுத்த ஒரு குழந்தையை அவள் இழந்து விட்டிருந்தாள். இது எனக்கு வதந்தியாக இரகசியமாகச் சொல்லப்பட்டிருந்தது. ஆனால், அந்தக் காட்சியில் இன்று அவள் நடித்ததைப் பார்த்த பின், அந்த வதந்தியைப் பற்றிய எந்த சந்தேகமும் என் மனதில் எஞ்சியிருக்கவில்லை. அவள் நடித்துக் கொண்டிருந்த நேரம் முழுவதும் அவளது கன்னங்களில் கண்ணீர் தாரை தாரையாகப் பெருக்கெடுத்து வழிந்து கொண்டிருந்தது. அவள் தன் கையில் பிடித்துக் கொண்டிருந்த மரத்துண்டு எங்களைப் பொறுத்த வரையில் ஒரு குழந்தையாகவே மாறிவிட்டிருந்தது. அதைச் சுற்றியிருந்த துணிச் சுருளுக்குள் எங்களால் அதை உணர முடிந்தது. குழந்தை இறந்து விட்ட கணத்தை எட்டிய போது இயக்குனர் காட்சி மேலே செல்லாமல் நிறுத்தி விட்டார். தாஷாவின் உணர்ச்சிகள் வெகு ஆழமாகக் கொந்தளித்துப் போயிருந்தது தான் அதற்குக் காரணம்.

எங்கள் அனைவரின் கண்களும் கண்ணீரால் நிறைந்து விட்டிருந்தன.

எதற்காக வாழ்க்கைகள், குறிக்கோள்கள் மற்றும் உடல் ரீதியான செயல்கள் இவற்றை யெல்லாம் பற்றிப் பரிசோதிக்க வேண்டும்? அவள் முகத்தில் வாழ்க்கையைத் தத்ரூபமாக எங்களால் காண முடிந்ததே!

"இதோ இங்கேதான் உள்ளார்ந்த உத்வேகம் என்பது என்னவெல்லாம் உருவாக்கக் கூடும் என்று நீங்கள் பார்க்கிறீர்கள்," என்றார் டார்ட்சாவ் மிகுந்த மகிழ்ச்சியுடன். "இதற்குச் செயல்நுட்பம் ஏதும் தேவையில்லை; நமது நடிப்புக்

கலையின் விதிகளின்படியே அது மிகச் சரியாகச் செயல்படுகிறது. ஏனெனில் அந்த விதிகள் இயற்கையன்னையாலேயே வடிவமைக்கப்பட்டவை. ஆனால் ஒவ்வொரு நாளும் இது இவ்வாறே நிகழும் என்று நீங்கள் எதிர்பார்க்க முடியாது. வேறு சில சமயங்களில் இவை வேலை செய்யாமல் போகலாம்... அப்போது...''

''ஓ அவை கண்டிப்பாக வேலை செய்யும்,'' என்றாள் தாஷா. இவ்வாறு அறிவித்து விட்டு, தனது உள்ளார்ந்த உத்வேகம் குறைந்து விடுமோ என்று அஞ்சியவள் போல அவள் அந்தக் காட்சியை மறுபடி நடிக்கலானாள். முதலில் டார்ட்சாவ் அவளை நிறுத்தப் போனார் - ஆனால் நிறுத்தவில்லை. விரைவில் அவள் தானாகவே நடிப்பதை நிறுத்திவிட்டாள். ஏனெனில் அதற்கு மேல் அவளால் ஒன்றும் செய்ய முடியவில்லை.

''இப்போது நீ என்ன செய்யப் போகிறாய்?'' என்றார் டார்ட்சாவ். ''உன்னைத் தன் நாடக நிறுவனத்தில் சேலைக்குச் சேர்த்துக் கொள்ளும் அதன் நிர்வாகி, முதல் நாள் மட்டுமல்லாது, தொடர்ந்து வரும் தினங்களிலும் நீ நன்றாக, சிறப்பாக நடிக்க வேண்டும் என்று வற்புறுத்துவார். இல்லாவிட்டால் நாடகம், திறப்பு நாளன்று நன்றாக நடைபெற்றுப் பின்வரும் நாள்களில் தோல்வியைத் தழுவும்.''

''இல்லை, நான் செய்ய வேண்டியதெல்லாம் உணர்ச்சியை உணர வேண்டியது தான். அதன் பின் என்னால் நன்றாக நடிக்க முடியும்,'' என்றாள் தாஷா.

''நீ நேரடியாக உணர்ச்சிகளுக்குள் நுழைய விரும்புகிறாய் என்பதை என்னால் புரிந்து கொள்ள முடிகிறது. கண்டிப்பாக அது நல்ல விஷயம்தான். வெற்றிகரமான உணர்ச்சி ரீதியான அனுபவங்களை மறுபடி மறுபடி செய்வதற்கான ஒரு நிரந்தரமான செய்முறையை நம்மால் கண்டு கொள்ள முடியுமானால் அது ஒரு மிகச் சிறப்பானதாகும். ஆனால் உணர்ச்சிகள் நிரந்தரமாக இருத்திவைக்கப்பட முடியாது. அவை, நீரைப்போல உங்கள் விரலிடுக்கில் ஓடி வழிந்து விடுகின்றன. அதனால் தான் உங்களுக்குப் பிடிக்கிறதோ இல்லையோ, உங்கள் உணர்ச்சிகளைப்

பாதித்து, நிறுவிக் கொள்ளக்கூடிய, மேலும் திடமான வழிகளைக் கண்டுபிடித்தாக வேண்டியது மிக அவசியமாகிறது.''

ஆனால் இப்செனின் விசிறியான தாஷா - (ஹென்ரிக் இப்சென், 19ஆம் நூற்றாண்டின் நாடக மேதை, நார்வே நாட்டைச் சேர்ந்தவர்.) நடிப்புக் கலையில் உருவாக்கும் பணியில் தான் உடல் சார்பான வழிகளை கையாளக் கூடும் என்ற கருத்தையே உதறிக் தள்ளினாள். சாத்தியமான வேறு எல்லா அணுகுமுறைகளையும், அவள் அலசிப்பார்த்தாள் - சிறிய கூறுகள், அகக் குறிக்கோள்கள், கற்பனையாலான கண்டுபிடித்தல் - இவற்றில் எவையுமே அவளைப் போதுமான அளவு கவரவில்லை. எந்தப்புறம் திரும்பினாலும், எவ்வளவு கஷ்டப்பட்டு அதைத் தவிர்க்க முயன்றாலும், இறுதியில் உடல் சார்ந்த அடிப்படையை அவள் ஏற்றுக் கொண்டே ஆக வேண்டியிருந்தது. அவளை இயக்குவதற்கு டார்ட்சாவ் உதவினார். அவளுக்கென புதிய உடல்சார்ந்த செயல்களைக் கண்டுபிடிக்க அவர் முயற்சி செய்யவில்லை. அவள் தானாகவே உள்ளுணர்வாலும், மிகவும் அற்புதமாகவும், கண்டுபிடித்துப் பயன்படுத்தியிருந்த அவளது சொந்த செயல்களுக்கே அவளைத் திரும்பக் கொண்டுவருவதே அவரது முயற்சியாக இருந்தது.

இம்முறை அவள் வெகு சிறப்பாக நடித்தாள். அவளது நடிப்பில் உண்மையும், நம்பிக்கையும் இருந்தன. இருந்த போதிலும், இதை அவளது முதல் நடிப்புக்கு ஈடாகக் காண முடியவில்லை.

இயக்குனர் அவளிடம், ''நீ பிரமாதமாக நடித்தாய், ஆனால் இது அதே காட்சி அல்ல. நீ உனது குறிக்கோளை மாற்றிக் கொண்டாய். ஒரு நிஜமான உயிருள்ள குழந்தையுடன் இந்தக் காட்சியை நீ நடிக்க வேண்டும் என்று நான் கேட்டேன். ஆனால் நீயோ, மேசை விரிப்பில் சுற்றிய மரக்கட்டையுடனான காட்சியைக் கொடுத்துள்ளாய். உன் செயல்கள் எல்லாமே அதற்கு ஏற்றவையாக இருந்தன. மரக்கட்டையை நீ திறம்படக் கையாண்டாய்; ஆனால், ஒரு உயிருள்ள குழந்தைக்கு நிறைய, விவரங்கள் அடங்கிய செழுமையான அசைவுகள் தேவை நீ அவற்றை இம்முறை தவிர்த்து விட்டாய். முதல் முறை, பாசாங்குக் குழந்தையைத் துணியில்

பொதிந்த போது அதன் சின்னஞ்சிறு கைகளையும் கால்களையும் தொட்டு உணர்ந்து, அன்போடு முத்தமிட்டு, குழந்தையுடன் இனிமையாகக் கொஞ்சிப் பேசி, கண்ணீருக்கிடையில் அதை நோக்கிப் புன்னகைத்தாய். அது நிஜமாகவே நெஞ்சைத் தொடுவதாக இருந்தது. ஆனால், இப்போது அந்த முக்கியமான விவரங்களை விட்டுவிட்டாய். இது இயல்புதான் - ஏனெனில் ஒரு மரக்கட்டைக்குக் கைகளோ கால்களோ கிடையாது.

"சென்ற முறை, குழந்தையின் தலையைச் சுற்றித் துணியைப் போர்த்தியபோது அது குழந்தையின் கன்னங்களை இறுக்கி விடாதவாறு அதைக் கவனமாகச் செய்தாய். அவன் நன்றாகப் போர்த்தப்பட்டவுடன், பெருமையுடனும், மகிழ்ச்சியுடனும் நீ அவனைப் பார்த்தாய்."

"இப்போது உனது தவறைத் திருத்திக் கொள்ள முயல். அதே காட்சியை மறுபடி செய் - இப்போது குழந்தையுடன், மரக் கட்டையுடன் அல்ல."

ஏகப்பட்ட முயற்சிக்குப் பின், முதல்முறை தான் தன்னுணர்வின்றிச் செய்த செயல்களை தாஷா நினைவுக்குக் கொண்டுவந்து நடித்தாள். குழந்தையின் மீது நம்பிக்கை கொண்டவுடன், கண்ணீர் சுலபமாகப் பெருகியது. அவள் நடித்து முடித்தவுடன், தான் கற்றுக் கொடுத்திருந்த விஷயத்தின் திறம்பட்டதொரு உதாரணமாக அவளது நடிப்பு இருந்தது என்று இயக்குனர் அவளைப் புகழ்ந்து பேசினார். ஆனால் நானோ இன்னமும் ஏமாற்றம் கொண்டுதான் இருந்தேன் முதல் முறை செய்தது போல தாஷா இம்முறை எங்களது நெஞ்சங்களை நெகிழ்விக்கவில்லை.

"பரவாயில்லை," என்றார் இயக்குனர். "ஒருமுறை அடித்தளப் புலம் தயார் செய்யப் பட்டுவிட்டால், ஒரு நடிகனின் உணர்ச்சிகள் மேலே எழத் தொடங்கி விட்டால், ஏதேனும் ஒரு கற்பனையான கருத்தின் மூலம் அவற்றுக்கான சரியான வடிகாலை அவன் கண்டு கொண்டவுடன், தனது பார்வையாளர்களை அவன் உலுக்கி விடுவான்."

"தாஷாவின் இளம் மனதை நான் வேதனைப்படுத்த விரும்பவில்லை. ஆனால், அவளுக்கே சொந்தமான ஒரு அழகிய குழந்தை இருந்தது என்று வைத்துக் கொள்வோம். அவள் அவன்மீது உயிரையே வைத்திருந்தாள். திடீரென்று ஒரு சில மாதங்களே ஆன போது அவன் இறந்து விடுகிறான். உலகில் வேறு எதனாலும் அவளுக்கு ஆறுதல் அளிக்க முடியாது. சட்டென்று ஒருநாள், விதி அவள் மீது கருணை காட்டுகிறது. அவளது வீட்டு வாசற்படியில் அவளது சொந்தக் குழந்தையை விடவும் மிக அழகான குழந்தை ஒன்றை அவள் கண்டெடுக்கிறாள்."

அந்த அம்பு, குறிதவறாமல் சென்று இலக்கில் பாய்ந்தது. அவர் பேசிக் கூடமுடிக்கவில்லை, தாஷா மரக்கட்டையைப் பற்றிக் கொண்டு தேம்பித் தேம்பி அழவாரம்பித்து விட்டாள் - முதல் முறை அழுததை விடவும் இரண்டு மடங்கு அவளது அழுகை அதிகமாக இருந்தது.

நான் வேகமாக டார்ட்சாவிடம் சென்று, அவர் தற்செயலாக தாஷாவின் சொந்த சோகக் கதையைத் தொட்டு விட்டார் என்று அவளிடம் விளக்கினேன். பெரிதும் கலவரமடைந்து போன அவர், காட்சியை நிறுத்த, மேடையை நோக்கித் திரும்பியவர் அவளது நடிப்பினால் கவரப்பட்டுச் சிலையாக நின்று விட்டார். அதை நிறுத்துவதற்குக் கூட அவரால் முடியாமல் போனது.

காட்சி எல்லாம் முடிந்த பின்னர், நான் அவருடன் பேசச் சென்றேன். "இந்த முறை, தாஷா தனது சொந்த நிஜமான, தனிப்பட்ட சோகத்தை அனுபவித்தவாறு நடித்தாள் என்பது தானே உண்மை? அவ்வாறு இருக்கும் போது அவளது நடிப்பின் வெற்றிக்குக் காரணமாக செயல்நுட்பம் அல்லது புதிதாக உருவாக்கும் திறன் இவற்றை நீங்கள் சுட்டிக்காட்ட முடியாதே! இது வெறும் தற்செயலான நிகழ்வு தான்."

"முதல் முறை நடித்தது கலையா இல்லையா என்று இப்போது நீ சொல்!" என்று அவர் என்னிடம் பதில் கேள்வி தொடுத்தார்.

"நிச்சயமாக அது கலைதான்," என்று நான் ஒப்புக் கொண்டேன்.

"ஏன்?"

"ஏனெனில், அப்போது சொந்தச் சோக அனுபவத்தை அவள் நினைவு கூர்ந்து அதனால் மனமுருகிப் போனாள்." என்று நான் விளக்கினேன்.

"அப்படியானால், நான் ஒரு புதிய "அப்படியானால்" (if) என்பதை எடுத்துச் சொன்னேன், அவள் தானாக அதைக் கண்டுபிடிக்க விடவில்லை என்பது தான் இங்கே பிரச்சினையா? இதில் எந்த வேறுபாட்டையும் என்னால் பார்க்க முடியவில்லை," என்றவர் தொடர்ந்து பேசினார். "அதாவது ஒரு நடிகர் தனது சொந்த நினைவுகளைத் தானாக மறுபடி நினைவுபடுத்திக் கொள்வதற்கும், மற்றொரு நபரின் உதவியுடன் அதைச் செய்வதற்கும் இடையே வேறுபாடு இருப்பதாக எனக்குத் தோன்றவில்லை. இங்கு முக்கியமான விஷயம் என்னவென்றால், அந்தப் பழைய நினைவில் உணர்ச்சிகளும் நின்று நிலைத்திருக்க வேண்டும். மேலும் ஒரு குறிப்பிட்ட தூண்டுதல் வரும்போது அவை மறுபடி மனதின் மேல் மட்டத்துக்கு வர வேண்டும். அவ்வாறு வரும் போது அவற்றை உங்கள் முழு மனதாலும், உடலாலும் நம்புவதைத் தவிர உங்களுக்கு வேறு வழி கிடையாது."

"நான் அதை ஒப்புக் கொள்கிறேன்," என்றேன் நான், விட்டுக் கொடுக்காமல். "ஆனாலும், தாஷா நெகிழ்ந்து போனதற்குக் காரணம், உடல் ரீதியான செயல்பாடுகளின் வரைவினால் அல்ல என்றும், நீங்கள் அவளுக்குச் சொன்ன விஷயத்தால் மட்டுமே என்றும் நான் நினைக்கிறேன்."

"ஒரு கணம் கூட நான் அதை மறுக்கவில்லை," என்று இடைமறித்தார் இயக்குனர் "எல்லாமே கற்பனை தொடர்பான தூண்டுதலை அடிப்படையாகக் கொண்டுதான் உள்ளது. ஆனால் எப்போது அதை உள்ளே கொண்டுவருவது என்று உனக்குத் தெரிந்திருக்க வேண்டும். நீ தாஷாவிடம் சென்று, நான் எடுத்துச் சொன்ன தூண்டுதல் சொற்களை நான் கூறியதற்கு முன்பாக - அவள் தனது நாடகக் காட்சியை இரண்டாம் முறை செய்த போது, அதாவது மரக்கட்டையைத் துணியால் சுற்றி வைத்து, அதனுடன் உணர்ச்சியே இல்லாமல் நடித்த போது சொல்லியிருந்தால், எனது

தூண்டுதல் அவளது நெஞ்சைத் தொட்டிருக்குமா என்று கேட்டால் அவளது பதில் என்னவாக இருந்திருக்கும் என்று யோசி. ஏனெனில் அப்போது அவள் மனதில் அந்தக் கட்டை ஒரு குழந்தையாக, அழகான, உயிருள்ள குழந்தையாக இன்னமும் மாறவில்லை. அது எப்போது மாறியது என்றால், கண்டுபிடிக்கப்பட்ட குழந்தையின் கற்பனைக் கைகால்களைத் தொட்டுப் பார்த்து, முத்தமிட்ட போது தான் அது நிகழ்ந்தது. அதற்கு முன்பு வரையில், கட்டை, வெறும் கட்டையாகத் தான் இருந்தது. அப்போது, அந்தக் கட்டைதான் அவளது சொந்தக் குழந்தை என்று நான் சொல்லியிருந்தால் - அழுக்குப்பிடித்த துணியில் சுற்றிய மரக்கட்டை - அது அவளது மன உணர்வுகளைப் பெரிதும் பாதித்திருக்கும். ஒருக்கால், எனது தூண்டுதலால் தனது சொந்த வாழ்வின் சோக சம்பவத்தைப் பற்றி நினைத்து அவள் நிச்சயம் அழுதிருக்கலாம். ஆனால் அந்த அழுகை, இறந்து போன சொந்தக் குழந்தைக்காகத்தான். இந்தக் காட்சிக்குத் தேவைப்படுவது என்னவென்றால், தொலைந்து போன, இழந்து விட்ட ஒன்றுக்கான சோகம், இப்போது கண்டெடுக்கப்பட்ட ஒன்றிற்கான மகிழ்ச்சியால் மாற்றப்படும் போது வருகிற அழுகை ஆகும்.

"மேலும், தாஷா, அத்தூண்டுதலால், கட்டைமீது வெறுப்புற்று அதிலிருந்து விலகிச் செல்ல முயன்றிருப்பாள் என்று தான் நான் நினைக்கிறேன். அவளது கண்ணீர் தாராளமாகப் பெருகியிருக்கும். ஆனால் இந்தப் போலிக் குழந்தையின் மீது அல்ல; மேலும் தனது இறந்துபோன குழந்தையின் நினைவுகளால் அந்தக் கண்ணீர் உருவாகியிருக்கும். நமக்கு அது தேவையில்லை. அவள் நமக்கு முதன் முறையாகத் தந்ததும் அதுவல்ல. குழந்தையின் உருவத்தை மனக் கண்ணால் கண்டபிறகு தான், அவளால் முதலில் அழுதது போல அழ முடிந்தது."

"சரியான தருணத்தை என்னால் ஊகிக்க முடிந்தது. அப்போது தூண்டுதலைப் போட்டதும், அவளது மிகமிக நெகிழ்வூட்டும் நினைவுகளுடன் அது ஒத்துப் போனது. அதன் விளைவு தான் வெகு ஆழமாக நம்மையும் பாதிப்பதாக இருந்தது."

நான் குறிப்பிட்டுக் கேட்க வேண்டிய மற்றொரு விஷயமும் இருந்ததால் நான் தொடர்ந்து கேட்டேன்:

"தாஷா நடித்துக் கொண்டிருந்த போது அவள் ஒருவிதமான கற்பனையான உலகில் இருக்கவில்லையா?"

"நிச்சயமாக இல்லை," என்றார் இயக்குனர் ஆணித்தரமாக, "நடந்தது என்னவென்றால், மரக்கட்டை நிஜமாகவே ஒரு உயிருள்ள குழந்தையாக மாறிவிட்டது என்று அவள் நம்பினாள் என்பதல்ல. மாறாக, நாடகத்தில் நடந்தது, அவளது நிஜ வாழ்விலும் நடக்கக் கூடும் என்றால் அது அவளுக்கு விடுதலையாக, ஆறுதலாக இருக்கும் என்பதைத் தான் அவள் நம்பினாள். தனது தாய்மை உணர்வும், அன்பு மற்றும் தன்னைச் சுற்றியிருந்த சூழ்நிலைகள் இவற்றில் நம்பிக்கை வைத்தாள்."

"எனவே, உணர்ச்சியை இவ்விதமாக அணுகுவது என்பது நீங்கள் ஒரு கதாபாத்திரத்தை உருவாக்கும் போது மட்டுமல்ல, ஏற்கெனவே உருவாக்கப்பட்ட ஒரு கதாபாத்திரத்தை மறுபடி வாழ்ந்து காட்ட விரும்பும் போது கூட மிகவும் பயனுள்ளதாக இருக்கும் என்று நீ உணர்கிறாய். முன்னதாக அனுபவிக்கப் பட்ட உணர்வுகளை மறுபடியும் நினைவூட்டிக் கொள்வதற்கான ஒரு வழியை இது உனக்குத் தருகிறது. இந்த உணர்வுகள் மட்டும் இல்லையென்றால், ஒரு நடிகனின் நடிப்பில் தோன்றும் உள்ளார்ந்த உத்வேகத் தருணங்கள், நமது கண்முன் ஒருமுறை தோன்றி மின்னலிட்டுப் பின் எப்போதும் மறுபடி தோன்றாதவாறு மறைந்தே போய்விடும்."

10

எங்களது இன்றைய பாடம் பல்வேறு மாணவர்களின் உண்மை பற்றிய உணர்வைப் பரிசோதித்து அறிவதில் கழிந்தது. இதில் முதலில் அழைக்கப்பட்டவன் க்ரிஷா. தனக்கு விருப்பமான எதையேனும் நடிக்குமாறு அவன் கேட்டுக் கொள்ளப் பட்டான். எனவே அவன் தனது வழக்கமான துணையான சோன்யாவைத் தேர்ந்தெடுத்துக் கொண்டான். அவர்கள் நடித்து முடிந்தவுடன், இயக்குனர் பின்வருமாறு விளக்கினார்:

"நீங்கள் இருவரும் இப்போது செய்துள்ளது. உங்கள் கண்ணோட்டத்திலிருந்து சரியானதும், மிகவும் பாராட்டத்தக்கதும் ஆகும். உங்கள் கண்ணோட்டமானது மிகவும் கெட்டிகார நடிகர்களுடையது - அவர்களின் ஈடுபாடு எல்லாம் ஒரு காட்சியைப் புறத்தோற்றத்தில் மிகச் சரியாக நடித்துகாட்டுவதில் மட்டுமே உள்ளது.

"ஆனால் எனது உணர்ச்சிகளால் உங்களைத் தொடர்ந்து உடன் செல்ல முடியவில்லை. ஏனெனில் நான் நடிப்புக் கலையில் எதிர்பார்ப்பது இயல்பான, இயற்கையான உருவாக்கும் திறன் - ஒரு அசைவற்ற கதாபாத்திரத்தினுள் மனித உயிரோட்டத்தைப் புகுத்த வல்ல திறன் ஆகும்."

"உங்களது கற்பனையான உண்மை, உருவங்களையும், ஆழமான உணர்ச்சிகளையும் பிரதிபலிக்க உங்களுக்கு உதவுகிறது. எனது வகையிலான உண்மை, உருவங்களையே உருவாக்கவும், உண்மையான உணர்ச்சிகளைத் தூண்டி விடவும் உதவுகிறது. உங்களது நடிப்புக் கலைக்கும் எனது நடிப்புக் கலைக்கும் இடையே உள்ள வேறுபாடு, இரண்டு சொற்களாகிய 'போல' என்பதற்கும் 'உள்ளது' என்பதற்கும் இடையே உள்ள வேறுபாட்டைப் போன்றது ஆகும். எனக்கு நிஜமான உண்மை தேவை. நீங்களோ, உண்மை போன்ற தோற்றத்துடன் திருப்தியுற்று விடுகிறீர்கள். எனக்கு நிஜமான நம்பிக்கை தேவை. நீங்களோ, உங்களது பார்வையாளர்களாகிய பொதுமக்கள் உங்கள் மீது வைத்துள்ள நம்பிக்கையுடன் உங்களை கட்டுப்படுத்திக் கொள்ள நினைக்கிறீர்கள். அவர்கள் உங்களைக் கண்ணுறும் போது, எல்லாவிதமான பாரம்பரிய, சம்பிரதாயமான உருவங்களை யெல்லாம் மிகச் சரியாகச் செய்து முடித்துவிடுவீர்கள் என்று அவர்கள் உறுதியாக நம்புகிறார்கள். ஒரு சிறந்த கழைக் கூத்தாடியின் திறமையை நம்புவது போல அவர்கள் உங்கள் திறமையை நம்புகிறார்கள். உங்களது கண்ணோட்டத்தில், பார்வையாளர் வெறும் பார்வையாளர் மட்டுமே. என்னைப் பொறுத்தவரை அவர் ஒரு சாட்சியாக, பங்கேற்பாளராக எனது உருவாக்கும் கலைப் பணியில் பங்கு பெறுகிறார். மேடையில்

பார்க்கும் வாழ்க்கைச் சித்திரத்தின் நடுவிலே அவரும் ஈர்க்கப்படுகிறார் - அதில் நம்பிக்கை கொள்கிறார்.''

இதற்குப் பதிலாக விவாதம் செய்வதற்குப் பதிலாக, கவிஞர் புஷ்கின், கலையில் உண்மை பற்றி மாறுபட்ட கருத்தைக் கொண்டிருந்தார் என்று கடுமையாக விமர்சிக்கும் குரலில் க்ரிஷா கூறினான்:

'நம்மை, நம்மைவிடமேலே உயர்த்தும்
கட்டுக் கதைகளை விடவும்
மிகவும் தாழ்வான உண்மைகள்
மேலும் விரும்பத் தக்கவை'

என்று கவிதையை எடுத்துரைக்கவும் செய்தான்.

"நான் உன்னுடனும், புஷ்கினுடனும் மனதார ஒத்துப் போகிறேன்,'' என்றார் டார்ட்சாவ், ''ஏனெனில் அவர் நம்மால் நம்ப முடிகிற கட்டுக் கதைகளைப் பற்றிப் பேசுகிறார். அவற்றின் மீதுள்ள நமது நம்பிக்கை தான் நம்மை மேலே உயர்த்துகின்றன. மேடையிலே, ஒரு நடிகரின் கற்பனை வாழ்வில் உள்ள எல்லாமே உண்மையாக இருக்க வேண்டும் என்ற கருத்தை இது வலிமையாக நிலை நாட்டுகிறது.''

இதன் பின்னர், காட்சியை மிகவும் விவரமாக வர்ணித்து, எரிந்து போன பணம் பற்றிய எனது காட்சியைச் செய்தது போலத் திருத்தங்கள் செய்தார். இதன் பின்னர் நடந்த ஒரு சம்பவத்தால் வெகு நீண்ட, படிப்பினைகள் நிறைந்த காரசாரமான கடும் வாக்குவாதம் எழுந்தது. க்ரிஷா நடிப்பதை சட்டென்று நிறுத்திவிட்டான். அவன் முகம் கோபத்தால் கறுத்தது, உதடுகளும், கைகளும் நடுங்கின. கொஞ்சநேரம் தன் உணர்ச்சிகளுடன் போராடி விட்டு, கடைசியில் பேசினான்:

"மாதக் கணக்கில் நாங்கள் நாற்காலிகளை நகர்த்தியும், கதவுகளைச் சாத்தியும், கணப்புகளைப் பற்ற வைத்தும் வந்துள்ளோம். இது கலை அல்ல. நாடகமன்றமும் சர்க்கஸ் அல்ல. சர்க்கஸில் உடலியல் ரீதியான செயல்கள் தேவையானவை, சரியானவை. தொங்குகிற ஊஞ்சலை எட்டிப் பிடிப்பதும், ஓடிக்

கொண்டிருக்கும் குதிரை மீது குதித்து ஏறுவதும் அங்கே மிகவும் முக்கியமான விஷயங்கள். ஒருவரது உயிர் வாழ்தலே அவரது உடல்சார்ந்த திறமைகளைப் பொறுத்து உள்ளது. ஆனால், உலகில் தலைசிறந்த எழுத்தாளர்கள் தமது கதா நாயகர்கள் உடல் சார்ந்த செயல்களில் ஈடுபடுவதற்காகத் தம் காவியங்களை இயற்றினார்கள் என்று உங்களால் சொல்ல முடியாது. கலை சுதந்திரமானது. அதற்கு தாராளமான இடம் வேண்டும். உங்களது சின்னஞ் சிறு உடல்/பொருள் பற்றிய உண்மைகள் அல்ல. மகத்தான போராட்டங்களை நடத்த நாம் சுதந்திரமாக இருக்க வேண்டும் - மண்ணில் வண்டுகளைப் போல ஊர்ந்து கொண்டு இருக்கக் கூடாது.''

அவன் பேசி முடிக்கும் வரை காத்திருந்த இயக்குனர், பின்வருமாறு கூறினார்:

"உனது எதிர்ப்பு எனக்கு வியப்பூட்டுகிறது. இதுவரை தனது புறசெயல்நுட்பத்திற்காகப் புகழ்பெற்றுள்ள ஒரு நடிகனாகத் தான் உன்னை நான் கருதியுள்ளேன். இன்று, திடீரென்று உனது ஏக்கங்கள் எல்லாம்; மேகங்களின் திசையை நோக்கியுள்ளதைக் காண்கிறோம். புறச் சம்பிரதாயங்களும், பொய்களும் - இவை தாம் உனது சிறகுகளை வெட்டிவிட வல்லவை. மேலே உயரப் பறப்பது எதுவென்றால் - கற்பனை, உணர்ச்சிகள், எண்ணங்கள் இருந்தும், உனது உணர்ச்சிகளும் கற்பனைகளும் இங்கே நாடக அரங்கத்திலே கீழே சங்கிலியால் பிணைக்கப்பட்டு உள்ளதைப் போலத் தோன்றுகிறது.''

"உள்ளார்ந்த உத்வேகம் என்ற மேகத்தில் சிக்குண்டு மேலே மேலே தூக்கிச் செல்லப் பட்டால் ஒழிய - இங்குள்ள மற்ற எவரையும் விட அதிகமாக - நாம் செய்து வந்துள்ள அடிப்படைப் பணிகளின் தேவையை நன்கு உணராமல் இருக்க மாட்டாய். எனினும், அந்த விஷயத்தைப் பற்றி அஞ்சுகிறாய், ஒரு கலைஞனுக்கு அந்த உடல்சார்ந்த பயிற்சிகள் இழுக்கு என்று நினைக்கிறாய்.

"ஒரு நடனமாது, ஒரு மாலைப் பொழுதின் நிகழ்ச்சியின் போது இலகுவாகப் பறந்து மிதந்து செல்வது போலத்

தோற்றமளிப்பதற்குமுன், தனது அன்றாடப் பயிற்சிகளில் ஈடுபட்டு, மூச்சு வாங்கி, வியர்வை சிந்திக் கற்றுக் கொள்கிறாள். அதே போல ஒரு பாடகனும் காலைப் பொழுதுகளில் காட்டுக் கத்தலாகக் கத்தியும், மூக்கை மூடிக் கொண்டு பயிற்சி செய்தும், சுவரங்களைச் சாதகம் செய்தும், தனது உதரவிதானத்துக்குப் பயிற்சி அளித்து வலுப்படுத்தியும், தனது குரல்வளையில் புதிய தொனிகளைத் தேடிக் கண்டுபிடித்தும் பணி செய்து அதற்குப் பின்னரே மாலை நேரங்களில் தனது உயிரையே உருக்கி ஊற்றுவது போலப் பாடல்களைப் பொழிகிறான். எந்த விதமான கலைஞர்களும் தமது உடல் எனும் கருவியைச் சரிவரப் பேணிப் பாதுகாக்கத் தேவையான பயிற்சிகளைச் செய்து தான் ஆக வேண்டும்.''

''உன்னை மட்டும் ஏன் இதற்கு விதிவிலக்காகக் கருத எண்ணுகிறாய்? நமது உடல் மற்றும் உயிரின் இயல்புகளுக் கிடையில் மிகவும் நெருங்கியதும், நேரடியானதுமான தொடர்பை உருவாக்க நாம் முயன்று கொண்டிருக்கும் போது, உடல் பகுதியை மட்டும் தூக்கி யெறிந்து விட நீ ஏன் நினைக்கிறாய்? ஆனால், நீ விரும்பி வேண்டுகிற இதைத்தான் - உயர்வான உணர்ச்சிகள் மற்றும் அனுபவங்கள் - இயற்கை உனக்குக் கொடுக்க மறுத்து விட்டுள்ளது. பதிலாக, உனது திறமைகளை வெளிக்காட்டுவதற்கான உடல்சார்ந்த செயல்நுட்பத்தை அது உனக்குத் தாராளமாக வாரி வழங்கியுள்ளது.''

''உயர்வான மேன்மையான விஷயங்களைப் பற்றி அதிகம் பேசுகிற அதே நபர்கள் தாம், அவர்களை அந்த உயரத்துக்கு எடுத்து செல்லவல்ல திறன்கள் ஏதும் அற்றவர்களாகப் பெரும்பாலும் இருக்கிறார்கள். அவர்கள், கலை, உருவாக்குதல் இவற்றைப் பற்றிப் போலியான உணர்ச்சிகளுடன் தெளிவற்ற, ஈடுபாடு இல்லாத வகையில் பேசுகிறார்கள். இதற்கு மாறாக, உண்மையான கலைஞர்கள், எளிமையான, புரிந்து கொள்ளத்தக்க வகையில் பேசுகிறார்கள். இதைப் பற்றிச் சிந்தித்துப்பார். மேலும், சில குறிப்பிட்ட பாத்திரங்களில், நீயும் ஒரு அற்புதமான நடிகனாகவும், கலைக்குப் பயனுள்ள விதத்தில்

பங்களிப்பவனாகவும் ஆக முடியும் என்ற உண்மையைப் பற்றியும் எண்ணிப் பார்.''

க்ரிஷாவுக்குப் பிறகு சோன்யா பரிசோதனைக்கு உள்ளானாள். சாதாரணப் பயிற்சிகளையெல்லாம் அவள் மிகமிக நன்றாகச் செய்தது கண்டு நான் வியப்படைந்தேன். இயக்குனரும் அவளைப் பாராட்டி விட்டு ஒரு காகிதம் வெட்டும் கத்தியை அவளிடம் தந்து, தன்னையே குத்திக் கொள்ளுமாறு கூறினார். சோகரசம் என்று தெரிந்தவுடனே, சோன்யா போலித்தனத்தின் மீது ஏறி உட்கார்ந்து கொண்டாள். உச்சக்கட்டத்தின் போது அவள் போட்ட கூச்சலில் நாங்கள் எல்லோரும் சிரிக்க ஆரம்பித்து விட்டோம்.

இயக்குனர் அவளிடம், ''நகைச்சுவைப் பாத்திரத்திலே நீ மிகச் சிறப்பாக நடித்தாய் - என்னால் உன்னை நம்ப முடிந்தது. ஆனால், வலுவான உணர்ச்சிகரமான இடங்களில் உன்னிடம் ஒரு போலித் தன்மை தென்பட்டது. எனவே, உண்மை பற்றிய உனது உணர்வு பாரபட்சமானது என்று தெரிகிறது. அந்த உணர்வு, நகைச்சுவைபால் நல்ல தெரிவுணர்வுடன் இருக்கிறது, ஆனால், குணச்சித்திர நடிப்பில் முழுமையடையாமல் உள்ளது. நீயும், க்ரிஷாவும் நாடகத் துறையில் உங்களது சரியான இடத்தைக் கண்டு கொள்ள வேண்டும். நமது நடிப்புக் கலையில், ஒவ்வொரு நடிகரும் தனக்கேற்ற குறிப்பான வகையைக் கண்டு கொள்ள வேண்டியது மிகமிக முக்கியமான ஒரு விஷயமாகும்.''

11

இன்று பரீட்சிக்கப்பட வேண்டியது வான்யாவின் முறையாகும். அவன், மரியாவுடனும் என்னுடனும் எரிந்து போன பணம் காட்சியைப் பயிற்சி செய்தான். இம்முறை செய்தது போல முன்னர் எப்போதுமே அந்த முதல் பாதியை இவ்வளவு சிறப்பாகச் செய்ததில்லை என்று எனக்குத் தோன்றியது. அளவாக நடிப்பது பற்றி அவனுக்கு இருந்த உணர்வு என்னை வியப்படைய வைத்தது. அவனது நிஜமான திறமை பற்றி நான் நம்பிக்கை கொண்டேன்.

இயக்குனர் அவனைப் பாராட்டிவிட்டு தொடர்ந்து பேசினார்:

"மரணமடையும் காட்சியில் நீ ஏன் உண்மையை அவ்வளவு தூரம் அதிகமாக, வெறுப்பூட்டும் வகையில் மிகைப்படுத்தி நடிக்கிறாய்? உனக்குத் தசைப்பிடிப்பு வருகிறது வாந்தி உண்டாகிறது முனகல் மற்றும் மோசமான முகச் சுளிப்புகள் பின் இறுதியாகப் பக்கவாதம் வருகிறது. இந்தக் கட்டத்தில், இயற்கையாக இருக்க வேண்டும் என்பதற்காகவே அவ்வாறு நடிப்பது போலத் தோன்றுகிறது. ஒரு மனிதன் இறக்கும் போது என்னவாகும் என்பது பற்றிய புறமாகிய, பார்வை பற்றிய நினைவுகளில் நீ அதிக ஆர்வம் காட்டினாய்."

"ஹாப்ட்மன்னின் நாடகமான "ஹானல்"லில் இயல்பான நடிப்பு என்பது அதற்கேற்ற இடத்தைக் கொண்டுள்ளது. நாடகத்தின் அடிப்படையான ஆன்மிகக் கருவை நன்றாக வெளிப்படுத்துவதற்காக அது பயன்படுத்தப்படுகிறது. ஒரு விளைவை எட்டுவதற்கான வழியாக நாம் அதை ஏற்றுக் கொள்ளலாம். அவ்வாறு இல்லாவிட்டால் நிஜவாழ்விலிருந்து விஷயங்களை மேடைக்கு இழுத்துச் செல்வதற்குத் தேவையே இல்லை - அவற்றை விலக்கி விடுவதே மேலானது."

"இதிலிருந்து, எல்லாவிதமான உண்மைகளும் மேடைக்குக் கொண்டு செல்லப் பட முடியாது என்று நாம் தீர்மானித்துக் கொள்ளலாம். அங்கே நாம் பயன்படுத்துவது என்னவென்றால், புதிதாக உருவாக்கும் கற்பனாசக்தியின் மூலமாக, ஒரு கவிதைத்துவமாக மாற்றியமைக்கப் படுகிற உண்மையைத் தான்."

"இதை நீங்கள் எவ்வாறு வரையறை செய்கிறீர்கள் என்று சரியாகச் சொல்ல முடியுமா?" என்றான் க்ரிஷா சற்றே கசப்பான தொனியில்."

"அதற்கான வரையறையை உருவமைக்கும் பணியை நான் எடுத்துக் கொள்ளப் போவதில்லை," என்றார் இயக்குனர். "அந்த வேலையை நான் கல்வியறிவாளர்களிடம் விட்டு விடுகிறேன். இங்கு நான் செய்யக் கூடியதெல்லாம் அது இன்னதென்று உங்களை உணர்ந்து கொள்ள உதவி செய்வது தான். அதைச் செய்வதற்குக் கூட மிக அதிகமான பொறுமை தேவைப்படுகிறது. இதனால் நமது பயிற்சி முழுவதையும் அதற்கென நான் செலவிட

உள்ளேன். அல்லது, இன்னும் சரியாகச் சொல்வதானால், நடிப்புக் கலையின் நமது முறை முழுவதையும் நீங்கள் கற்றுத் தேர்ந்த பிறகு, அன்றாட மனித வாழ்வின் உண்மைகளை, நடிப்புக் கலையின் உண்மைப் படிவங்களாகத் தொடங்கி, எடுத்து, தூய்மைப்படுத்தி, மாற்றியமைத்து வடித்தெடுக்கும் பயிற்சிகளை நீங்களே செய்த பிறகு, அது தானாகவே தோன்றும். இவையெல்லாம் ஒரே ஒரு நிமிடத்தில் தோன்றி, நடைபெற்றுவிடக் கூடியவை அல்ல. இதில் அவசியமானது எதுவோ அதை உள்ளே ஈர்த்துக் கொண்டு - தேவையற்றதை விலக்கி விடுவீர்கள். நாடகத்திற்குச் சரியான, ஏற்றதொரு எழிலான வடிவத்தையும், முகபாவ வெளிப்பாடுகளையும் நீங்கள் கண்டு கொள்வீர்கள். உங்களது உள்ளுணர்வு, திறமை, மற்றும் ரசனை இவற்றின் உதவியோடு இதைச் செய்வதன் மூலம் ஒரு எளிமையான, புரிந்து கொள்ளத்தக்க விளைவை நீங்கள் பெறுவீர்கள்.''

பரிசோதிக்கப்பட வேண்டிய அடுத்த மாணவி, மரியா. தாஷா குழந்தையுடன் செய்த காட்சியை அவள் செய்தாள். அதையே சற்றே வேறுவிதமாகவும், மிகவும் அழகாகவும் அவள் செய்தாள்.

முதலில் ஒரு குழந்தையைக் கண்டெடுத்ததில் ஒரு அசாதாரணமான அளவிலான உண்மையான மகிழ்ச்சியை அவள் காட்டினாள். ஒரு உயிருள்ள பொம்மையை வைத்து விளையாடுவது போல அது இருந்தது. அதைத் தூக்கிக் கொண்டு, சுற்றிச் சுற்றி நடனமாடினாள், அதைத் துணியில் பத்திரமாகப் பொதிந்தாள், மறுபடி பிரித்தாள், முத்தமிட்டாள், தடவிக் கொடுத்தாள் - தன் கையில் இருந்தது ஒரு வெறும் மரக்கட்டை என்பதையே முற்றிலும் மறந்து போனாள். பின் சட்டென்று குழந்தை செயலற்றுப் போனது தெரிந்தது. முதலில் அவள் அவனை வெகுநேரம் வெறித்துப் பார்த்தாள் - ஏன் அவன் அவ்வாறு ஆனான் என்பதற்கான காரணத்தைப் புரிந்து கொள்ள முயற்சிப்பவள் போல... பின் அவளது முகபாவம் மாறியது. வியப்பு மெல்ல மெல்ல அச்சமாக மாறியது. மேலும் கவலையுற்றவளாய் அவள் குழந்தையை விட்டு விலகி நகர்ந்து செல்லலானாள். ஒரு குறிப்பிட்ட தூரம் சென்றதும், சிலையாக உறைந்து போனாள்... சோகத்தின் பிம்பமாக நின்றாள். அவ்வளவுதான், இருந்த

போதிலும் அதில் தான் எவ்வளவு நம்பிக்கை, இளமை, பெண்மையின் மென்மை, நிஜமான சோக ரசம்! மரணத்தை முதல் முதலாக. அவள் காண்பது இதுவே - அதுதான் எவ்வளவு நுண்மையான உணர் நிலையுடன் இருந்தது.

"இந்த நடிப்பில் ஒவ்வொரு துளியும் கலை நயத்துடன் உண்மையாக இருந்தது," என்றார் இயக்குனர், உணர்ச்சிப் பெருக்குடன். "நிஜ வாழ்விலிருந்து கவனமாகத் தேர்ந்தெடுக்கப் பட்ட அம்சங்கள் அடிப்படையாகக் கொண்டு அது இருந்ததால் உங்களால் அதை நம்ப முடிந்தது. எதையுமே அவள் பொத்தாம் பொதுவாக எடுத்துக் கொள்ளவில்லை - எது தேவையோ அதை மட்டுமே அவள் பயன்படுத்தி இருக்கிறாள். கூடவும் இல்லை, குறையவும் இல்லை. எது நல்லது என்று பார்க்க மரியாவுக்குத் தெரியும் - கனவோடு செய்வது எப்படி என்றும் அவள் அறிவாள். இவை இரண்டுமே முக்கியமான குணாம்சங்கள்."

இளமையான, முன் அனுபவமற்ற ஒரு நடிகையால் இத்தகையதொரு சிறப்பான நடிப்பை எவ்வாறு தர முடிந்தது என்று நாங்கள் கேட்டபோது அவர் கொடுத்த பதில் இதுதான்:

"பெரும்பாலும் இயற்கையான திறனிலிருந்து இது வருகிறது. ஆனால் தனிச்சிறப்பாக, உண்மை பற்றிய அசாதாரணமான ஒரு உணர்விலிருந்தும் இது வரும்."

பாடத்தின் இறுதியில் பின்வருமாறு சுருக்கமாக உரைத்தார்: "மேடைமீது உண்மை, போலி, மற்றும் நம்பிக்கை பற்றி, இப்போதைக்கு என்னால் சொல்ல முடிந்ததையெல்லாம் நான் உங்களுக்குச் சொல்லியுள்ளேன். இப்போது இயற்கையின் இந்த முக்கியமான பரிசை எப்படி வளர்த்து ஒழுங்குபடுத்துவது என்பது பற்றி நாம் பார்க்கலாம்.

"இதற்குப் பல வாய்ப்புகள் கிடைக்கும். ஏனெனில் நமது வேலையின் ஒவ்வொரு கட்டத்திலும், ஒவ்வொரு அடியிலும் - வீட்டிலானாலும், நாடக அரங்கிலானாலும், ஒத்திகையின் போது என்றாலும், பொதுவிடங்களில் என்றாலும் அது எப்போதுமே நம் கூடவே வருவதாகும். இந்த உணர்வானது நடிகர் செய்து, காண்பவர் பார்க்கக் கூடிய எல்லாவற்றிலும் புகுந்து சென்று

கண்காணிக்க வேண்டும். ஒவ்வொரு சிறுசிறு பயிற்சியும், அது அகம் சார்ந்ததானாலும், புறம் சார்ந்ததானாலும் இந்தக் கண்காணிப்பு மற்றும் ஏற்றுக்கொள்ளல் இவற்றின் அடிப்படையில் தான் செய்யப்பட வேண்டும்.''

''இங்கு நமது கவலையெல்லாமே, நாம் செய்கிற ஒவ்வொன்றும் இந்த உணர்வை வளர்த்து, வலிமைப் படுத்திக் கொள்ளும் திசையிலேயே செயல்பட வேண்டும். இது ஒரு சிரமமான செயல்தான் - ஏனெனில் மேடையில் இருக்கும்போது நிஜம் பேசி நடிப்பதைக் காட்டிலும், பொய் சொல்வது மிக எளிது. உண்மை பற்றிய உங்கள் உணர்வை வளர்க்கவும் வலிமைப் படுத்தவும் சரியாக உதவுவதற்கு மிகவும் அதிக அளவிலான கவனமும், ஒருமுகப்படுத்தப்பட்ட ஈடுபாடும் தேவை.''

''போலித்தனத்தைத் தவிர்த்து விடுங்கள், உங்களது சக்திக்கு அப்பாற்பட்ட எல்லாவற்றையும் தவிர்த்து விடுங்கள்; முக்கியமாக, இயற்கை, பகுத்தறிவு மற்றும் சீரான சிந்தனை இவற்றுக்குப் புறம்பாக உள்ள எல்லாவற்றையும் ஒதுக்கி விடுங்கள். ஏனெனில் இவ்வகை ஊனங்கள் வன்முறை, மிகைப் படுத்தல் மற்றும் பொய்களையே உருவாக்குகின்றன. அவை எவ்வளவுதூரம் வெற்றியடைகின்றனவோ, அந்த அளவு உங்கள் உண்மை பற்றிய உணர்வு மேலும் அதிகமாக மழுங்கடிக்கப்படும், எனவே, போலியாகச் செயல்படுவதைத் தவிர்த்து விடுங்கள். ஒரு நீரோடையைப் போல ஓடுகின்ற உண்மையின் தெளிவான ஓட்டத்தை, நாணல்கள் தடுத்து நிறுத்திவிட அனுமதிக்காதீர்கள். எல்லாவிதமாக மிகைப்படுத்துதல் மற்றும் எந்திரத்தனமான நடிப்புக்கான சாத்தியப்பாடுகளை உங்களில் இருந்து வேரோடு பறித்து எறிவதுபற்றி இரக்கம் எதுவும் காட்டதீர்கள்: அதீத வேதனையைத் தூக்கி யெறியுங்கள்.

''இந்தத் தேவையற்றவைகளை விடாமல் தொடர்ந்து வெளியேற்றி வருவதால் ஒரு தனிச் சிறப்பான செய்முறை உங்களுக்குள் நிறுவப்படும்: இதுதான் நான் உங்களிடம், ''தொண்ணூறு சதவிகிதம் குறைத்து விடுங்கள் என்று கூறும் போது நான் சொல்ல விரும்புவதாகும்!''

9

உணர்ச்சிகளின் நினைவு

1

இன்று எங்கள் வகுப்பு, பைத்தியக்காரன் பற்றிய பயிற்சியை மீண்டும் செய்வதுடன் தொடங்கியது. இதுபோன்ற பயிற்சியை இதுவரை நடித்திருக்காததால் நாங்கள் மிக்க மகிழ்ச்சி அடைந்தோம்.

மேலும் மேலும் அதிக உற்சாகத்துடனும், உயிர்த் துடிப்புடனும் நாங்கள் அதை நடித்தோம். இது ஒன்றும் வியப்பூட்டுவதாக இல்லை - ஏனெனில், எங்களில் ஒவ்வொருவரும், என்ன செய்ய வேண்டும் என்றும் அதை எப்படிச் செய்ய வேண்டும் என்றும் கற்றுக் கொண்டிருந்தோம். அதைப் பற்றி மிகமிக நிச்சயமாக உணர்ந்ததால், சற்றே பெருமிதத்துடன் பீடு நடைபோடவும் செய்தோம். வான்யா எங்களை அச்சுறுத்திய போது முன்னைப் போலவே, மேடையின் மறுபக்கத்துக்கு ஓடிச் சென்றோம். இங்கு வேறுபாடு என்னவெனில், திடீரென்ற அந்த அச்சுறுத்தலுக்கு நாங்கள் தயாராக இருந்தது தான். அந்தக் காரணத்தினால், நாங்கள் ஓடிய ஓட்டம் மேலும் தெளிவாக இருந்தது, அதன் விளைவும் மேலும் வலிமையானதாக இருந்தது.

நான் என்ன செய்வது வழக்கமோ அதை அப்படியே மறுபடி செய்தேன். மேசைக்கு அடியில் சென்று விட்டேன் பிறகுதான் சாம்பல் கிண்ணத்துக்குப் பதிலாக ஒரு பெரிய புத்தகத்தை என் கையில் பிடித்திருந்ததைக் கவனித்தேன். மற்றவர்களும் கிட்டத்தட்ட அதையே தான் செய்தார்கள். எடுத்துக்காட்டாக, நாங்கள் முதல்முறை இந்தக் காட்சியைக் செய்த போது, சோன்யா தாஷாவின் மீது மோதிக் கொண்டாள்; தெரியாமல் ஒரு

தலையணையைக் கீழே போட்டுவிட்டாள். இம்முறை அவள் தாஷாவுடன் மோதிக் கொள்ளவில்லை. ஆனால் அதை மறுபடி பொறுக்கிக் கொள்ள வேண்டும் என்பதற்காக, தலையணையைக் கீழே போட்டாள்.

ஆனால், நாங்கள் முதலில் இந்தப் பயிற்சியைச் செய்தபோது அது நேரடியாகவும், உண்மையானதாகவும், புத்துணர்வுடனும், நிஜமானதாகவும் இருந்தது என்றும், இன்று அது போலியாக, உண்மையற்று, மிகைப்படுத்தப்பட்டதாகவும் இருந்தது என்று டார்ட்சாவ், ரக்மனோவ் இருவருமே கூறியபோது நாங்கள் எவ்வளவு ஆச்சரியப்பட்டிருப்போம் என்று எண்ணிப் பாருங்கள். இந்த எதிர்பாராத விமர்சனத்தால் நாங்கள் ஏமாற்றமடைந்தோம். நாங்கள் செய்து கொண்டிருந்ததை உண்மையிலேயே உணர்ந்து செய்தோம் என்று வற்புறுத்தினோம்.

"நிச்சயமாக நீங்கள் ஏதோ உணர்ந்தீர்கள்," என்றார் இயக்குனர். "அவ்வாறு உணராமலிருந்தால் நீங்கள் செத்து விட்டீர்கள் என்று பொருள். இங்கு கேள்வி என்னவென்றால், நீங்கள் என்ன உணர்ந்தீர்கள் என்பது தான். விஷயங்களைச் சற்றே பிரித்துப் பார்த்துச் சிக்கல்களைப் போக்கி விட்டு, இந்தப் பயிற்சியின் இன்றைய நடிப்பையும், முந்தைய நடிப்பையும் ஒப்பிட்டுப் பார்க்கலாம்.

"காட்சியின் முழு மேடை அமைப்பு, அசைவுகள், புறச் செயல்கள், அவற்றின் வரிசைக் கிரமம், மற்றும் குழுவாகச் சேர்தலின் ஒவ்வொரு சிறு விவரம் இவற்றையெல்லாம் வியப்பூட்டும் அளவுக்கு மிகச் சரியாகப் பாதுகாத்து வைத்துள்ளீர்கள். எல்லாவற்றையும் புகைப் படமெடுத்து வைத்திருந்தீர்கள் என்றே எவரும் சுலபமாக எண்ணக் கூடும்: எனவே, நாடகத்தின் புறத்தாலாகிய, உண்மை அம்சங்கள் பற்றிய விவரங்கள் பற்றிய வெகு கூர்மையான ஞாபகசக்தி உங்களுக்கு உள்ளது என்று நீங்கள் நிரூபித்து விட்டீர்கள்.

"எனினும், நீங்கள் நின்ற விதமும், குழுக்களாகச் சேர்ந்து கொண்ட விதமும் அவ்வளவு முக்கியத்துவம் வாய்ந்தவையா என்ன? ஒரு பார்வையாளனாக நான் இருக்கும் போது, உங்கள்

மனதுக்குள்ளே என்ன நிகழ்ந்து கொண்டிருந்தது என்பது அதிக ஆர்வமூட்டுவதாக இருந்தது. அந்த உணர்ச்சிகள், நமது நிஜமான அனுபவங்களிலிருந்து எடுக்கப்பட்டு, நாம் நடிக்கும் பாத்திரத்துக்கு மாற்றப்படுவன - அவைதான் நாடகத்துக்கு உயிரூட்டுகின்றன. நீங்கள் அந்த உணர்ச்சிகளைக் கொடுக்கவில்லை. உள்ளிருந்து அசைக்கப்பட்டு ஊக்கவிக்கப்படவில்லை என்றால் எல்லாப் புறத்தால் அமைந்த தயாரிப்புகளும் சம்பிரதாயமானவை, மரத்துப் போனவை, பொருளற்றவை. உங்களது இரண்டு நடிப்புகளுக்கும் இடையில் இந்த வேறுபாடு தான் உள்ளது. ஆரம்பத்தில், பைத்தியக்காரனைப் பற்றி நான் கூறியபோது, நீங்கள் அனைவரும் - ஒருவர் பாக்கியில்லாமல் - உங்களது சொந்தப் பாதுகாப்பைப் பற்றிக் கவலை கொண்டீர்கள். அதற்குப் பிறகு தான் செயல்படவே தொடங்கினீர்கள். அதுதான் சரியான, பகுத்தறிவுக்கு ஏற்ற செயல்முறை - உள்ளார்ந்த அனுபவம் முதலில் ஏற்பட்டது, பின்னால் அது புறத்தோற்றமாக வடிவமைக்கப்பட்டது. இன்று, அதற்கு நேர் எதிராக, உங்கள் நடிப்புப் பற்றி மிகுந்த மகிழ்ச்சி கொண்டவர்களாய் மேலோட்டமாக எல்லாவற்றையும் முன்பு செய்தது போலத் திரும்பச் செய்வது பற்றி மட்டுமே நீங்கள் யோசித்தீர்கள். முதலில், ஒரு பயங்கரமான மௌனம் நிலவியது - இன்று, எல்லாமே ஜாலியாகவும், உற்சாகமாகவும் இருந்தது. பொருள்களைத் தயாராக வைப்பதில் மும்முரமாக இருந்தீர்கள்: சோன்யா தன் தலையணையுடன், வான்யா தனது விளக்குடன், கோஸ்ட்யா, ஒரு சாம்பல் கிண்ணத்துக்குப் பதிலாக, புத்தகத்துடன்.''

''மேடையின் பொறுப்பாளர் சாம்பல் கிண்ணத்தை மறந்து விட்டார்,'' என்றேன் நான்.

''முதல் முறை இந்தப் பயிற்சியைச் செய்த போது நீ முன்னதாகத் தயார் செய்தாயா? வான்யா கூச்சலிட்டு உன்னை அச்சுறுத்தப் போகிறான் என்றுநீ அறிந்திருந்தாயா?'' என்று இயக்குனர் ஓரளவு கேலி தொனிக்கக் கேட்டார். ''இது மிகவும் வினோதமானது! உனக்கு அந்தப் புத்தகம் தேவையாக இருக்கக் கூடும் என்று நீ எப்படி முன்னதாகவே அறிந்து கொண்டாய்? அது உனது கையில் தற்செயலாக வந்திருக்க வேண்டும். அந்தச்

தற்செயலான தன்மை இன்று மறுபடி செய்யப்பட முடியவில்லை என்பது வருத்தத்திற்கு உரிய விஷயம். மற்றொரு விவரம்: முதலில், பைத்தியக்காரன் இருப்பதாகச் சொல்லப்பட்ட அறையின் கதவிலிருந்து நீ உன் பார்வையை அகற்றவே இல்லை. இன்று, நாங்கள் இங்கு இருப்பது தான் உன் கவனத்தை உடனடியாகக் கவர்ந்தது. உனது நடிப்பு எங்கள் மீது என்ன தாக்கத்தை ஏற்படுத்தியது என்று பார்ப்பதில் நீ ஆர்வமாக இருந்தாய். பைத்தியக்காரனிடமிருந்து ஒளிந்து கொள்வதற்குப் பதிலாக, உன் திறமையை வெளிக்காட்டிக் கொள்வதில் அதிக நாட்டம் கொண்டிருந்தாய். முதல் முறை, உனது உள்ளுணர்வால் உந்தப்பட்டு நடித்தாய் - உன் மனித அனுபவத்தைப் பயன்படுத்தினாய். ஆனால் இப்போது அதே செயல்களைக் கிட்டத்தட்ட எந்திரத்தனமாக நீ செய்தாய் ஒரு புதிய, உயிருள்ள காட்சியை மறு உருவாக்குவதற்குப் பதிலாக, ஒரு வெற்றிகரமான ஒத்திகையை மறுபடி செய்தாய். வாழ்க்கை பற்றிய உன் நினைவுகளிலிருந்து விவரங்களை எடுத்துக் கொள்வதற்குப் பதிலாக, உன் மனதில் சேமித்து வைத்துள்ள நாடகபாணியிலான நடிப்பு பற்றிய நினைவுகளிலிருந்து விவரங்களைப் பெற்றாய். முதலில் உனக்குள் என்ன நிகழ்ந்ததோ அது இயற்கையான செயலாக முடிவுற்றது. இன்று அந்தச் செயல், ஊதிப் பெரிதாக்கப்பட்டு, மிகைப்படுத்தப்பட்டது - ஒரு விளைவை, தாக்கத்தை ஏற்படுத்தும் பொருட்டு.

"V.V.சமோய்லோவிடம் சென்று, தான் ஒரு நடிகனாகலாமா கூடாதா என்று கேட்ட இளைஞனுக்கு என்ன ஆனதோ அதே தான் உனக்கும் ஆனது.

"வெளியே போ,'' என்றார் சமோய்லோவ், அந்த இளைஞனிடம். "மறுபடி உள்ளே வந்து இப்போது என்னிடம் சொன்னதைத் திரும்பச் சொல்,'' என்றார்.

"இளைஞன் அதே போலச் செய்தான். ஆனால், தனது உணர்ச்சிகளை அதே போல அவனால் மறுபடியும் வாழ்ந்து காட்ட முடியவில்லை.

''எனினும், அந்த இளைஞனுடன் உன்னை ஒப்பிட்டதோ, உனது இன்றைய தோல்வியோ, உன்னை மனம் தளரச் செய்து விடக் கூடாது. இது எல்லாமே நமது பணியின் அன்றாட நிகழ்வுகள், ஏன் என்று நான் உனக்கு விளக்கிச் சொல்கிறேன். உருவாக்கும் பணியில், *எதிர்பாராதது* என்பதுதான் பெருமளவில் ஒரு திறமையான நெம்புகோலாகச் செயல்படுகிறது. பயிற்சியை முதல் முறை நீ செய்தபோது, அந்தத் தன்மை வெகு தெளிவாகத் தெரிந்தது. பைத்தியக்காரன் ஒருவன் கதவுக்குப் பின்னால் இருக்கலாம் என்ற சாத்தியப்பாடு, உள்ளே புகுத்தப்பட்டதில் நீ நிஜமாகவே உணர்ச்சியால் உந்தப்பட்டு இருந்தாய். இந்த சமீபத்தைய மறு நடிப்பில், அந்த எதிர்பாராத தன்மை மறைந்து மங்கிப் போய் விட்டது, ஏனெனில் அதைப் பற்றி உனக்கு முன்னதாகவே தெரியும். எல்லாமே பழகியதாக, தெளிவாக இருந்தது. உனது செயல்களை வெளிப்படுத்த புறச்செயல்கள், வடிவங்கள் கூட பழக்கமாகி விட்டிருந்தன. இந்தச் சூழ்நிலைகளில், முழுக்காட்சியையும் மறுபடி புதிதாகச் சிந்தித்துப் பார்ப்பது என்பது அவசியமற்றதாகத் தோன்றிவிட்டது, இல்லையா? முன்னதாக ஆயத்த நிலையில் உள்ள ஒரு புற வடிவம் என்பது ஒரு நடிகனை மிக மிக மோசமாகத் தூண்டி ஆசைகாட்டும் விஷயமாகும்: உன்னைப் போன்ற அனுபவமற்ற புதிய நடிகர்கள் அதை உணர்ந்தது ஆச்சரியப்படும் விஷயமல்ல. அதே சமயத்தில், புறச் செயல்களின் நினைவாற்றல் உன்னிடம் நன்றாக அமைந்துள்ளது என்பதையும் நீ நிரூபித்துவிட்டாய். உணர்ச்சிகளின் *நினைவாற்றலைப்* பொறுத்தமட்டில், இன்று அதைக் காணவே முடியவில்லை.''

இந்தச் சொற்களின் *(உணர்ச்சிகளின் நினைவாற்றல்)* பயன்பாட்டைப்பற்றி விளக்குமாறு கேட்டுக் கொள்ளப்பட்ட போது அவர் பின்வருமாறு கூறினார்.

இந்த வகையிலான நினைவுகளைப் பற்றி முதன் முதலாக வரையறை செய்தவர் ரிபோட் என்பவர். ஒரு கதை மூலம் அவர் இதை விளக்கினார். அதையே நானும் செய்கிறேன்:

''இரண்டு பயணிகள் கடலில் நீர் உயர்மட்டத்துக்கு வந்தபோது சில பாறைகளின் மேல் மாட்டிக் கொண்டனர். அவர்கள், தாம்

காப்பாற்றப் பட்டபின், தமது அப்போதைய நினைவுப் பதிவுகளைப் பற்றிப் பேசினர். ஒருவன், தான் செய்த எல்லாவற்றையும் நினைவு கூர்ந்தான். எப்படி, ஏன், எங்கே கீழே இறங்கினான், எங்கெங்கலாம் குதித்தான் என்றெல்லாம் கூறினான். மற்றொருவனுக்கு அந்த இடம் நினைவில் இருக்கவே இல்லை, அவனுக்குத் தனது உணர்ச்சிகள் மட்டுமே நினைவில் இருந்தன. ஒன்றன்பின் ஒன்றாக, மகிழ்ச்சி, கலக்கம், பயம், நம்பிக்கை, சந்தேகம், பின் இறுதியில், கிலி.

"இந்த இரண்டாவது விஷயம் தான் நீங்கள் முதலில் இந்தப் பயிற்சியைச் செய்த போது உங்களுக்கு நிகழ்ந்தது. பைத்தியக்காரன் இருக்கிறான் என்ற கருத்தை நான் புகுத்திய போது உங்களுக்குள் உண்டான கலக்கம், பயம் ஆகியவற்றை என்னால் தெளிவாக நினைவுக்குக் கொண்டு வர முடிகிறது.

"நீங்கள் நின்ற இடத்திலேயே ஸ்தம்பித்து விட்டீர்கள், என்ன செய்யலாம் என்று திட்டமிட முனைந்தீர்கள். உங்கள் முழுக் கவனமும் கதவுக்குப் பின்னால் இருந்த கற்பனைப் பொருள் மீது ஆணியடித்தாற் போலப் பதிந்திருந்தது. அதைப் பற்றி ஒருவாறு நிதானமாகி அதை ஏற்றுக் கொண்ட பின்னர், நிஜமான உணர்ச்சிப் பெருக்குடன், நிஜமான செயல்பாட்டில் நீங்கள் உடனடியாக இறங்கினீர்கள்.

"இன்று, ரிபோட்டின் கதையில் உள்ள இரண்டாவது மனிதனைப் போல உங்களால் செயல்பட முடிந்திருந்தால் முதல் முறை அனுபவித்த உணர்ச்சிகளை மறுபடிதட்டி எழுப்ப முடிந்திருந்தால், முயற்சி ஏதுமின்றி, தன்னிச்சையாகச் செயல்பட முடிந்திருந்தால், அப்போது, அசாதாரணமான, உணர்ச்சிகளின் நினைவு உங்களில் உள்ளது என்று நான் சொல்லியிருப்பேன்.

"துரதிருஷ்டவசமாக, இம்மாதிரி நிகழ்வது வெகு அபூர்வம். எனவே, நான் எனது தேவைகளை மேலும் இலகுவாக, சுலபமானதாக உங்கள் முன் வைக்க வேண்டி உள்ளது. பயிற்சியைத் தொடங்கி, புறத்தோற்றங்களின் திட்டங்கள் உங்களைச் செயல்படுத்தவிடலாம் என்று நான் ஒப்புக் கொள்கிறேன். ஆனால், அதற்குப் பின், நீங்கள் முதலில் கொண்ட

உணர்ச்சிகளை அவை உங்களுக்கு நினைவூட்டும்படி செய்ய வேண்டும். பின் அந்த உணர்ச்சிகள் உங்களுக்கு வழிகாட்டியாக அமைந்து, மீதமுள்ள காட்சி முழுவதிலும் உங்களைச் செயல்படுத்தும் சக்தியாக இருக்க வேண்டும். இதை உங்களால் செய்ய முடிந்தால், உங்களது உணர்ச்சிகளின் நினைவாற்றல், அசாதாரணமானது என்று சொல்லமாட்டேன், நன்றாக உள்ளது என்று சொல்வேன்.

"எனது தேவைகளை நான் மேலும் குறைத்துக் கொள்ள வேண்டுமானால், இப்படிச் சொல்வேன்: பயிற்சியின் உடல் ரீதியான திட்டத்தை நடியுங்கள் - அது உங்களது முந்தைய உணர்ச்சிகளை நினைவு கூராவிட்டாலும் பாதகமில்லை; தரப்பட்டுள்ள குறிப்பிட்ட சூழ்நிலைகளை உங்களால் புதிய கண் கொண்டு பார்க்க முடியாவிட்டாலும் பரவாயில்லை, ஆனால், உங்களது உளவியல் செயல் நுட்பத்தைப் பயன்படுத்தி, புதிய கற்பனையின் மூலக் கூறுகளை உள்ளே புகுத்தி, உங்களது உறங்கிப் போன உணர்ச்சிகளைத் தட்டி எழுப்ப முடியுமா என்று பாருங்கள்.

"இதில் நீங்கள் வெற்றி பெற்றால், உணர்ச்சிகளின் நினைவாற்றல் உங்களுக்குள் உள்ளது என்று நான் தெரிந்து கொள்வேன். இதுவரை, இன்று, இவற்றில் எந்த ஒரு மாற்று சாத்தியப்பாட்டையும் நீங்கள் என் முன் வைக்கவில்லை."

"இதனால், எங்களுக்கு உணர்ச்சிகளின் நினைவாற்றல் இல்லை என்று பொருளா?" நான் கேட்டேன்.

"இல்லை, நீங்கள் அவ்வாறு முடிவுகட்டிவிடக் கூடாது. நமது அடுத்த பாடத்தின் போது சில பரீட்சைகள் செய்வோம் என்றார் டார்ட்சாவ் நிதானமாக. பின் எழுந்து நின்று வகுப்பை விட்டு வெளியேற முனைந்தார்.

2

இன்று, உணர்ச்சிகளின் நினைவாற்றல் பற்றிய பரிசோதனைக்கு முதலில் உட்பட்டவன் நான்தான்.

"உனது ஊருக்கு, மோஸ்க்வின் வந்த போது, உனக்குள் ஏற்பட்ட மகத்தான பாதிப்புப் பற்றி என்னிடம் ஒருமுறை கூறியது உனக்கு நினைவிருக்கிறதா?" என்று இயக்குனர் கேட்டார். அவரது நடிப்பைத் தெளிவாக இன்று நினைவுக்குக் கொண்டு வந்து அந்த நினைவாலேயே இப்போது, ஆறு ஆண்டுகளுக்குப் பின், அப்போது நீ உணர்ந்த அந்த உற்சாகப் பெருக்கை மறுபடி உனக்குள் மறு உருவாக்க முடியுமா?"

"ஒருவேளை, முன்னர் இருந்ததுபோல அந்த உணர்ச்சிகள் அவ்வளவு கூர்மையாக இல்லாமல் போகலாம்; ஆனால், இப்போதும் கூட அவற்றால் நான் மிகவும் மனம் நெகிழ்ந்து போகிறேன்," என்று நான் பதிலளித்தேன்.

"உன் முகத்தைச் சிவக்க வைத்து இதயத்தைப் பலமாக அடித்துக் கொள்ளச் செய்யப் போதுமான அளவு வலிமையானவையா அவை?"

"நான் என்னை முழுவதுமாகக் கட்டவிழ்த்துக் கொண்டு விட்டால், ஒருவேளை அவை அவ்வாறு இருக்கலாம்."

"நீ என்னிடம் குறிப்பிட்ட, நெருங்கிய நண்பனின் சோகமான மரணத்தைப் பற்றி எண்ணும் போது, உள ரீதியாகவோ, உடல் ரீதியாகவோ நீ என்ன உணர்கிறாய்?"

"நான் அந்த நினைவைத் தவிர்த்து விடவே முயல்கிறேன் ஏனெனில் அது என்னை மிகுந்த மனச்சோர்வு கொள்ளச் செய்கிறது."

"அந்த விதமான நினைவு - மோஸ்க்வின்னின் நடிப்பைப் பார்த்த போதோ, அல்லது உன் நண்பன் இறந்து விட்டபோதோ நீ உணர்ந்த உணர்ச்சிகளை மறுபடியும் உணரச் செய்யும் நினைவு உணர்ச்சிகளின் நினைவு என்று அழைக்கப்படுகிறது. உங்கள் காட்சி நினைவினால் எவ்வாறு ஒரு மறந்து போன இடம், அல்லது நபரை மறுபடி ஒரு உள் உருவமாக வடித்தெடுக்க முடிகிறதோ அதேபோல உங்கள் உணர்ச்சி நினைவினால் நீங்கள் ஏற்கெனவே உணர்ந்த உணர்வுகளை மறுபடி மேலே கொண்டுவர முடியும். அவை முற்றும் மறக்கப்பட்டு விட்டது போல, மறுபடி

நினைவுக்குக் கொண்டு வரவே முடியாதது போலத் தோன்றலாம். ஆனால் திடீரென்று ஒரு சிறிய தூண்டுதல், ஒரு எண்ணம் அல்லது ஒரு பழகிய பொருள் அந்த நினைவுகளைத் தூண்டிவிட்டு மறுபடியும் முழு வேகத்தில் அவற்றை நினைவுக்குக் கொண்டுவரக் கூடும். சில சமயங்களில், அந்த உணர்ச்சிகள் முன்போலவே வலிமையாக இருக்கலாம், சில சமயங்களில் அவை பலவீனமாக இருக்கலாம். சில சமயங்களில் அதே உணர்ச்சிகள் வேறு வடிவங்களிலும் வரக்கூடும்.

''ஒரு அனுபவத்தை நினைவு கூரும் போது உங்களால் இன்னமும் முகம் சிவந்து போக அல்லது வெளிறிப்போக முடிவதாலும், ஒரு சோக சம்பவத்தைப் பற்றி மறுபடியும் எண்ணிப் பார்க்க அஞ்சுவதாலும், உங்களிடம் உணர்ச்சிகளின் நினைவாற்றால் உள்ளது என்று தீர்மானித்துக் கொள்ளலாம். ஆனால், நீங்கள் மேடையில் தோன்றும் போது நீங்கள் ஏற்படுத்திக் கொள்கிற நாடக பாணியிலான போலித்தனமான நிலையுடன் போராடி ஜெயிப்பதற்குத் தேவையான அளவு அது பயிற்றுவிக்கப் படவில்லை என்றே கூறலாம்.''

அடுத்ததாக, நமது அனுபவங்களிலிருந்து ஏற்படுகிற, ஐம்புலன்களின் தொடர்புள்ள புலன் உணர்வு நினைவுக்கும், உணர்ச்சிகளின் நினைவுக்கும் இடையே உள்ள வேறுபாட்டை டார்ட்சாவ் விளக்கலானார். இவை இரண்டுமே ஒன்றுடன் ஒன்று இணைந்து இணைகோடுகளாகவும் செல்லக் கூடியவை. இது ஒருவிதத்தில் வசதியானதாக இருந்தாலும், அவற்றின் இடையே உள்ள தொடர்பைப் பொறுத்த அளவில் அவ்வளவு அறிவியல் ரீதியானது அல்ல.

ஒரு நடிகர் தனது புலன் உணர்வு நினைவுகளை எவ்வளவு பயன்படுத்துகிறார் என்றும், ஐம்புலன்கள் ஒவ்வொன்றின் வேறுபட்ட மதிப்புகள் என்னென்ன என்றும் கேட்ட போது அவர் இவ்வாறு கூறினார்:

''இதற்குப் பதில் சொல்ல வேண்டுமானால், ஒவ்வொன்றையும் தனித்தனியாகப் பார்க்கலாம்:''

"நமது ஐம்புலன்களில் பார்வைதான் பதிவுகளைப் பெறுவதில் மிகுந்த திறனுள்ளதாகும். செவிப்புலனும் மிகவும் நுண்ணியதாகும். அதனால் தான் பதிவுகள், கண்களின் வழியாகவும் காதுகளின் வழியாகவும் மிக நன்றாகச் செய்ய படுகின்றன."

"சில ஓவியர்களின் உள்பார்வை மிகவும் சக்தி வாய்ந்ததாக இருப்பதுண்டு அவர்களால் தம்மால் முன்னர் பார்க்கப்பட்டு, தற்சமயம் உயிருடன் இல்லாத நபர்களின் ஓவியங்களைக் கூடத் தத்ரூபமாக வரைய முடியும்."

"சில இசைக் கலைஞர்களுக்கும் இவ்வாறு ஒலியை உள்ளே வடிவமைக்கும் திறன் உண்டு. தாம் கேட்ட இசை நிகழ்ச்சி முழுவதையும் அவர்களால் தம் மனதுக்குள் இசைத்துப் பார்க்க முடியும். நடிகர்களுக்கும் இதே போன்ற பார்வை மற்றும் கேட்டல் திறன் உண்டு. அவற்றைக் கொண்டு தமக்குள் பதிவுகள் ஏற்படுத்திக் கொள்ளவும், பின்பு மறுபடி நினைவூட்டிக் கொள்ளவும் அவர்கள் செய்கிறார்கள். பல்வேறு விதமான பார்வை மற்றும் செவி உருவங்களை ஒரு நபரின் முகம், முகபாவங்கள், உடலின் வடிவம், நடை, அங்க அசைவுகள், சேட்டைகள், குரல், அதன் தொனிகள், உடை, மனித இனத்தின் சிறப்பம்சங்கள் என அவர்கள் நினைவில் பதித்துக் கொள்கிறார்கள்.

"மேலும் சிலரால், குறிப்பாகக் கலைஞர்களால், தாங்கள் நிஜ வாழ்வில் கண்டது, கேட்டது தவிர, காணாதது, கேளாதது இவற்றையும் கற்பனையில் உருவாக்கிக் கொள்ள முடியும். காட்சிப் புலனின் நினைவாற்றல் உள்ள நடிகர்கள் தமது வேலையில் எதிர்பார்க்கப் படுவது என்ன என்று பார்க்க விரும்புகிறார்கள். அதன் பிறகு அவர்களது உணர்ச்சிகள் அதற்கேற்றவாறு சுலபமாக உருவாகின்றன. வேறுசிலர், குரல் மற்றும் தொனியின் ஏற்ற இறக்கங்களைக் கேட்க விரும்புவர். இவர்களைப் பொறுத்தவரை, உணர்வுக்கான முதல் தூண்டுதல், செவி வழி நினைவுகளிலிருந்து எழுகிறது."

''பிற புலன்களைப் பற்றி என்ன கூறலாம்? நமக்கு அவை கூடத் தேவையா?'' என்று யாரோ கேட்டார்கள்.

''நிச்சயமாக அவையும் நமக்குத் தேவை,'' என்றார் டார்ட்சாவ். ''செக்கோவின் *ஐவனோவ்* நாடகத்தில் முதல் காட்சியான மூன்று பெருந்தீனிக்காரர்கள் பற்றிய காட்சியை எண்ணிப் பாருங்கள். அல்லது, கோல்டோனியின் *மிஸ்ட்ரஸ் ஆஃப் தி இன்* என்ற நாடகத்தின் நாயகியால் தயாரிக்கப்பட்ட ருசிமிக்க இறைச்சிக் கறியாகக் காண்பிக்கப்படும், காகிதக் கூழால் ஆகிய உணவைப் பார்த்து ஒரேயடியாக மகிழ்ந்து போவதாகக் காட்டிக் கொள்ள வேண்டிய மேடைக் காட்சியை நினையுங்கள். அந்தக் காட்சியில் நடிக்கும் போது, உங்கள் நாவிலும், எங்கள் நாவிலும், நீர் வடிய வேண்டும். இதைச் செய்ய வேண்டுமானால், ஏதேனும் ஒரு ருசிமிக்க உணவைப் பற்றிய மிகமிகத் தெளிவான ஞாபகம் உங்களுக்கு இருந்தாக வேண்டும். இல்லாவிட்டால், எந்த ஒரு சுவை உணர்வும் தோன்றாதவாறு காட்சியில் மிகைப்படுத்திய நடிப்பைத் தான் உங்களால் தர முடியும்.''

''தொடு உணர்வை நாம் எங்கு பயன்படுத்துவோம்?'' என்று நான் கேட்டேன்.

''ஈடிப்பஸ் (Oedipus) என்ற நாடகத்தில் வரும் காட்சியைப் போல - அதில் அரசன் குருடாக உள்ள போது தனது குழந்தைகளை இனம் கண்டுகொள்ள அவர் தனதுதொடு உணர்வைப் பயன்படுத்துகிறார்.''

''எனினும், மிகவும் சரியாக வளர்த்தெடுக்கப்பட்டுள்ள ஒரு செயல்நுட்பத்தால் கூட இயற்கையின் கலைக்கு ஈடாக நிற்க முடியாது. பல்வேறு நாடுகளில், பல்வேறு நடிப்புத் தத்துவங்களைப் பின்பற்றும் பல பிரபலமான செயல்நுட்ப நடிகர்களை நான் பார்த்துள்ளேன். ஆனால் அவர்களில் எவராலும், இயற்கையின் வழி நடத்தலின் கீழ் செயல்படுகிற கலையுணர்வு தொடக்கூடிய உச்சங்களைத் தொட முடிந்ததில்லை. நமது சிக்கலான இயல்புகளின் பல முக்கியமான அம்சங்கள் நமக்கே தெரியாதவையாக உள்ளன என்பதை, நமது புற மனதின் கட்டளைகளுக்கு அப்பாற் பட்டவையாக உள்ளன என்பதையும்

நாம் மறந்து விடக் கூடாது. அவை இயற்கைக்கு மட்டுமே தெரிந்தவையாக உள்ளன. அதன் உதவியையும் நாம் நாடாவிட்டால், நமது சிக்கலான புதிதாக உருவாக்கும் கருவியின் மீது ஒரு அரைகுறையான கட்டுப்பாட்டையே நம்மால் கொண்டிருக்க முடியும்.''

"நமது புலன்களாகிய மூக்கு, நாக்கு, தொடுதல் ஆகியவை பயனுள்ளவையாக இருந்தாலும், நமது உணர்ச்சியின் நினைவில் தாக்கம் ஏற்படுத்தும் நோக்கத்துக்கு அவற்றின் பங்கு இரண்டாம் பட்சமாகத் தான் இருந்து வருகிறது..."

3

இயக்குனருடனான எங்களது பாடங்கள் தற்காலிகமாக நிறுத்தப்பட்டுள்ளன. ஏனெனில் அவர் வெளியூருக்குப் பயணம் சென்றிருந்தார். எனவே இப்போதைக்கு நாங்கள் நடனம், ஜிம்னாஸ்டிக்ஸ், கத்திச் சண்டை, குரல் வளம் மற்றும் உச்சரிப்பு ஆகியவற்றுக்கான பயிற்சியில் ஈடுபட்டுள்ளோம். இதற்கிடையில் நாங்கள் கற்றுக் கொண்டிருந்த விஷயமான உணர்ச்சிகளின் நினைவு என்ற கருத்தை மிகத் தெளிவாக விளக்குமாறு முக்கியமான நிகழ்ச்சி ஒன்று எனக்கு நடந்தது.

சில நாட்களுக்கு முன் நான் பாலுடன் வீடு நோக்கி நடந்து கொண்டிருந்தேன். ஒரு வீதியில் பெரிய கூட்டமொன்றை நாங்கள் சந்தித்தோம் எனக்கு தெரு பற்றிய காட்சிகள் மிகவும் விருப்பமாதலால், நான் அக் கூட்டத்தின் நடுப்பகுதிக்கு முண்டியடித்துக் கொண்டு சென்றேன். அங்கு ஒரு மிகக் கோரமான காட்சியைக் கண்டேன் எனது காலடியில் ஒரு முதியவன் கிடந்தான். அவன் தாடை நசுங்கியிருந்தது, இரண்டு கரங்களும் வெட்டுப் பட்டிருந்தன, அவனது முகம் பயங்கரமாகத் தோன்றியது. பழுப்பேறிய பற்கள் இரத்தம் படிந்த மீசையிலிருந்து எட்டிப் பார்த்தன. ஒரு ட்ராம் வண்டி அவனருகில் நின்று கொண்டிருந்தது. அதன் நடத்துனர் அதன் எஞ்சினை நோண்டிக் கொண்டிருந்தார் - நடந்துவிட்ட விபத்துக்குத் தான் காரணமல்ல அந்த வண்டிதான் காரணம் என்று காட்டமுயல்வதைப் போல

கான்ஸ்தன்தீன் ஸ்தனிஸ்லாவ்ஸ்கி 265

அவரது செயல் இருந்தது. வெள்ளைச் சீருடை அணிந்த நபர் ஒருவர் இறந்து போன மனிதனின் மூக்குத் துவாரங்களை ஒரு பஞ்சினால் ஒற்றிக் கொண்டிருந்தார் - ஒரு புட்டியிலிருந்த திரவத்தை பஞ்சில் ஊற்றியவாறு இருந்தார். அவர் அருகில் இருந்த மருந்துக் கடையிலிருந்து வந்திருந்தார் என்று தெரிந்தது, சற்றுத் தொலைவில் சில சிறுவர்கள் விளையாடிக் கொண்டிருந்தனர். அவர்களில் ஒருவன், அந்த மனிதனின் கையிலிருந்து தெறித்திருந்த எலும்புத் துண்டு ஒன்றைக் கண்டெடுத்தான். என்ன செய்வதென்று தெரியாமல் அருகிலிருந்த குப்பைத் தொட்டியில் வீசினான். ஒரு பெண் அழுதாள், ஆனால் கூட்டத்திலிருந்த பிறர் ஆர்வத்துடன் ஆனால் அக்கறை ஏதுமின்றி அக்காட்சியைச் சும்மா பார்த்துக் கொண்டிருந்தனர்.

இந்தக் காட்சி என்னை மிகவும் பாதித்தது தரை மீது இருந்த இந்தக் கோரக் காட்சிக்கும், மேலே இருந்த அழகான நீல நிறமான, தெளிவான, மேகங்களற்ற வானத்துக்கும் இடையில் தான் என்னவொரு முரண்பாடு. நான் மிகுந்த மனச் சோர்வுடன் அவ்விடத்தை விட்டு நகர்ந்தேன். அந்த மனநிலையை உதறித் தள்ளுவதற்கு எனக்கு நீண்ட காலம் எடுத்தது. அன்று இரவு, திடீரென்று கண் விழித்து எழுந்தேன். நான் கண்டவிடத்தின் நினைவுப் பதிவு, அதன் நிஜமான நிலையை விடவும் மிகவும் அச்சமூட்டுவதாகத் தோன்றியது. ஒரு வேளை, பொதுவாக இரவு நேரங்களில் எல்லாமே மிகவும் அச்ச மூட்டுவதாக இருப்பதாலோ என்னவோ, அது அவ்வாறு இருந்திருக்கலாம். ஆனால், எனது உணர்ச்சிகளின் நினைவும், பதிவுகளை ஆழமாக்கவல்ல அதன் சக்தியுமே அதற்குக் காரணம் என்று நான் கருதினேன்.

சில நாட்களுக்குப் பின், விபத்து நடந்த இடத்தைத் தாண்டிச் செல்ல நேரிட்டபோது, என்னையறியாமல் நின்று நடந்ததை நினைவுக்குக் கொண்டுவர முயன்றேன். ஆனால் அதைப் பற்றிய எல்லா நினைவுகளும் மொத்தமாக மறைந்து போயிருந்தன. உலகில் ஒரு மனித உயிர் குறைந்து விட்டிருந்தது - அவ்வளவு தான். எனினும், இறந்து போனவரின் குடும்பத்தினருக்கு ஒரு குறிப்பிட்ட தொகை தரப்படும். ஏதோ ஒரு வகையில் நியாயம் வழங்கப்பட்டது போல அனைவரும் உணர்வர். எனவே,

எல்லாமே எப்படி இருக்க வேண்டுமோ அப்படியே இருந்தது. ஆனால், அவரது மனைவி மற்றும் பிள்ளைகள் ஒருக்கால் இப்போது பசியும் பட்டினியுமாக இருக்கக் கூடும்.

இவ்வாறு நான் சிந்தித்த போது, விபத்து பற்றிய எனது நினைவு பெரும் மாற்றத்துக்குள்ளானது போலத் தோன்றியது. முதலில் எல்லாமே பச்சையாக, இயற்கையாக இருந்தது - நசுங்கிய தாடை, வெட்டப்பட்ட கரங்கள், இரத்தப் பெருக்கில் விளையாடிக் கொண்டிருந்த சிறுவர்கள். இப்போது, அதைப் பற்றிய நினைவு என்னை அலைக்கழித்தது - ஆனால் முற்றிலும் வேறு ஒரு வகையில் மனிதர்களின் கொடிய செயல், அநியாயம் மற்றும் அக்கறையின்மை பற்றி நான் மிகவும் கோபம் கொண்டேன்.

இது நிகழ்ந்து ஒருவாரம் சென்றதும், பள்ளிக்குச் செல்லும் வழியில், மறுபடியும் நான் அந்த விபத்து, நிகழ்ந்த இடத்தைத் தாண்டிப் போக நேர்ந்தது. சில நிமிடங்கள் அங்கு நின்று, அதைப் பற்றி யோசித்தேன். இப்போதும், அன்று போலவே பனி வெண்மையாக இருந்தது. இதுதான் - வாழ்க்கை. தரை மீது கிடந்த கரிய உருவத்தை நான் நினைவு கூர்ந்தேன் - அதுதான் மரணம். இரத்தப் பெருக்கு - அதுவே மனிதன் மறு உலகிற்கு மாறிச் செல்லல். சுற்றிலும், வெகு பிரகாசமான வேறுபாட்டில், வானம், சூரியன். இயற்கை ஆகியவற்றை நான் காண்கிறேன். அதுவே எல்லையற்ற நிரந்தரம். பயணிகள் நிரம்பிய ட்ராம் வண்டி, நகர்ந்து செல்வது, செல்லுமிடம் அறியாமல் போய்க் கொண்டிருக்கும் அடுத்தடுத்த தலைமுறைகளைக் குறிக்கின்ற அந்தக் காட்சி முழுவதும் - வெகு கோரமாக, அச்சமூட்டுவதாக இருந்தது - இப்போது மிகவும் தீவிரமானதாகவும் கம்பீரமானதாகவும் ஆகி விட்டிருந்தது.

4

இன்று ஒரு வினோதமான விஷயத்தை நான் தற்செயலாகக் கண்டு கொண்டேன். வீதியில் நிகழ்ந்த விபத்தைப் பற்றிச் சிந்திக்கும் போது, மிகவும் முன்னணியில் இருப்பது ஒரு பேருந்து என்று காண்கிறேன். ஆனால் அந்தப் பேருந்து, சமீபத்தைய

விபத்தில் பங்கு பெற்றது அல்ல - மாறாக, எனது சொந்த அனுபவத்துடன் தொடர்பு கொண்டதாகும். சென்ற இலையுதிர் காலத்தில் ஒரு நாள் மாலை, ஊருக்கு வெளியில் உள்ள புறநகர்ப்பகுதியிலிருந்து நான் திரும்பிக் கொண்டிருந்தேன். நான் பயணம் செய்து கொண்டிருந்தது அன்றைய நாளின் கடைசி ட்ராம் வண்டி ஆகும். ஓரிடத்தில் அது தனது தண்டவாளத்திலிருந்து இறங்கி விட்டது. பயணிகள் அனைவரும் கீழே இறங்கி, அதை நகர்த்தி, மீண்டும் தண்டவாளத்தின் மீது ஏற்ற வேண்டியதாயிற்று அப்போது, அந்த வண்டிதான் எவ்வளவு பெரிதாக, கனமானதாகத் தோன்றியது. அதனுடன் ஒப்பிடும் போது, நாங்கள் தான் எத்துணை பலவீனமானவர்களாகவும், முக்கியமற்றவர்களாகவும் தோன்றினோம்!

சமீப கால சம்பவத்தின் நினைவுப் பதிவைக் காட்டிலும், இந்தப் பழைய நினைவுப் பதிவு ஏன் மிகவும் சக்திவாய்ந்ததாகவும், ஆழமாகப் பதிந்ததாகவும் இருந்தது? இதற்கு மற்றொரு கோணமும் உள்ளது - அந்த முதியவன் வீதியில் கிடந்ததைப் பற்றியும் மருத்துவ உதவியாளன் அவர் மீது குனிந்து கொண்டிருந்ததைப் பற்றியும் என் நினைவுக்கு வரும் அதே சமயத்தில் மற்றொரு சம்பவமும் என் நினைவுக்கு வந்தது. அது நீண்ட காலத்துக்கு முன் நிகழ்ந்தது - நடைபாதையில் கிடந்த ஒரு இறந்து போன குரங்கின் உடல் மீது ஒரு இத்தாலியன் குனிந்து கொண்டிருந்ததை நான் அப்போது பார்த்தேன். அவன் அழுது கொண்டும், குரங்கின் வாயினுள் ஒரு துண்டு ஆரஞ்சுத் தோலைத் திணிக்க முயன்று கொண்டும் இருந்தான். முதியவனின் மரணத்தைக் காட்டிலும், மேற்கண்ட காட்சி எனது உணர்ச்சிகளைப் பெரிதும் பாதித்ததுபோலத் தோன்றலாம். அது என் நினைவில் மேலும் ஆழமாகப் பதிந்திருந்தது. வீதியில் நடக்கும் விபத்துப் பற்றிய ஒரு காட்சியை நான் அமைக்க வேண்டி இருந்தால், அதற்குத் தேவையான உணர்ச்சிப் பதிவுகளை, முதியவனின் விபத்தைக் காட்டிலும், இறந்து போன குரங்கு மற்றும் இத்தாலியன் தொடர்பான காட்சியிலேயே தேடுவேன் என்று நான் நினைக்கிறேன்.

ஏன் இப்படி?

5

இன்று, இயக்குனருடனான எங்கள் பாடங்கள் மறுபடியும் தொடங்கின. வீதியில் நடந்த விபத்தைப் பற்றிய எனது உணர்ச்சிகளின் பரிணாம வளர்ச்சியைப் பற்றி நான் அவரிடம் சொன்னேன். முதலில் எனது கவனிக்கும் திறனை அவர் பாராட்டினார். பின்னர்,

"நமக்குள் என்ன நிகழ்கிறது என்பது பற்றிய ஒரு சிறப்பான எடுத்துக்காட்டு இது தான். நாம் ஒவ்வொருவரும் பல விபத்துகளைப் பார்த்துள்ளோம். அவற்றைப் பற்றிய நினைவுகள் நம்மிடம் தங்கி விடுகின்றன: ஆனால் எல்லா விவரங்களும் தங்குவதில்லை - மிகவும் குறிப்பிடத்தக்க சில அம்சங்கள் மட்டுமே நின்று விடுகின்றன. இவற்றுள், இவை தொடர்பான அனுபவங்கள் பற்றிய ஒரு பெரிய, சுருக்கப்பட்ட, ஆழமான பொதுப் படையான உணர்வுபற்றிய நினைவானது வடிவமைக்கப்படுகிறது. பெரிய அளவில் நினைவானது உருவாக்கப்படுவதாகும். இது உண்மையான நிகழ்வைக் காட்டிலும் இது மேலும் தூய்மையானதும், அடர்த்தியாகவும், சுருக்கமானதாகவும், திடமானதாகவும் உள்ளதாகும்.

("காலம், நாம் நினைவில் வைத்துக் கொண்டுள்ள உணர்வுகளின் சிறப்பான வடிகட்டி ஆகும். மேலும் அது ஒரு தேர்ந்த கலைஞனும் ஆகும். அது நினைவுகளைத் தூய்மைப் படுத்துவது மட்டுமல்லாமல், மிகவும் வேதனை தரும் நிஜமான நினைவுகளைக் கவிதையாக எழிலுடன் மாற்றியமைக்கவும் செய்கிறது.")

"மகத்தான கவிஞர்களும் கலைஞர்களும் இயற்கையிலிருந்துதான் கருத்துகளை எடுத்துக் கொள்கின்றனர்."

உண்மை தான் ஆனால் அவர்கள் அவளைப் (இயற்கை அன்னையை) படம் பிடிப்பதில்லை. அவர்களது தயாரிப்பு, அவர்களின் தனிப்பட்ட குணாதிசயங்களினூடே புகுந்து சென்று,

அவர்களது உணர்ச்சிகளின் நினைவில் சேமித்து வைக்கப்பட்டுள்ள உயிருள்ள விஷயங்களுடன் இணைந்து வெளி வருகிறது.

"எடுத்துக்காட்டாக, ஷேக்ஸ்பியர் தனது கதாநாயகர்களையும், வில்லன்களையும் - இயாகோ போன்றவர்கள் - பிறருடைய கதைகளிலிருந்து எடுத்து, தனக்கே உரிய உணர்ச்சி நினைவுகளைச் சேர்த்து உயிருள்ள மனிதர்களாக அவர்களைப் படைத்தார். காலமானது அவரது நினைவுப் பதிவுகளைத் தெளிவாக்கிக், கவிதையாக்கியதால் அவை அவரது படைப்புகளுக்கான மகத்தான அம்சங்களாகப் பயன்பட்டன."

எனது நினைவில், மனிதர்களும் விஷயங்களும் மாற்றியமைக்கப் பட்டது பற்றி டார்ட்சாவிடம் சொன்ன போது, அவர் பின்வருமாறு விளக்கினார்:

"இதில் ஆச்சர்யப்படுவதற்கு ஒன்றுமில்லை - உனது உணர்ச்சிகளின் நினைவுப் பதிவுகளை, நூலகத்தில் உள்ள புத்தகங்களைப் போல உன்னால் பயன்படுத்த முடியாது."

"நமது உணர்ச்சிகளின் நினைவு நிஜமாக எவ்வாறு உள்ளது என்று உன்னால் கற்பனை செய்தேனும் காண முடியுமா? இவ்வாறு யோசி பலப் பல வீடுகள், அவற்றில் பலப்பல அறைகள், அவை ஒவ்வொன்றிலும் எண்ணற்ற அலமாரிகள், பெட்டிகள். அவற்றுள் எங்கோ, ஏதோ ஒரு பெட்டியில் ஒரு சிறு மணி. சரியான வீட்டை, அறையை அலமாரியை, அதன் அடுக்கைக் கண்டுபிடிப்பது சுலபம். ஆனால், சரியான பெட்டியைக் கண்டுபிடிப்பது மேலும் சிரமமானதாகும். இங்கே, இன்று வெளியே உருண்டு வந்து, ஒரு கணம் மின்னி மினுக்கிப் பின் பார்வையிலிருந்து மறைந்து விட்ட அந்தச் சின்னஞ்சிறு மணியைக் கண்டுகொள்ளவல்ல கூர்மையான பார்வை எங்கே உள்ளது? அதிர்ஷ்டம் தான் அதை மறுபடி கண்டு பிடிக்க முடியும்."

"உனது நினைவுப் பதிவுகளின் மொத்தச் சேமிப்பு இவ்வாறு தான் இருக்கிறது. அதில் பல பிரிவுகளும், உப பிரிவுகளும் உள்ளன. இவற்றில் சில எளிதில் எட்டக் கூடியவை. ஒரு எரிவிண்மீனைப் போல மின்னி, மறையும் உணர்ச்சியை மறுபடி பற்றிப் பிடித்துக் கொள்ள முடிகிறதா என்பது தான் இங்குள்ள பிரச்சினை. மனதின்

மேற்பரப்பில் இருந்தால் அது திரும்ப வரும். உங்களது நல்ல காலத்துக்கு நீங்கள் நன்றி சொல்லலாம். ஆனால் ஒரு நினைவின் அதே பதிவு தான் எப்போதுமே திரும்ப வரும் என்று எதிர்பார்க்காதே. நாளைக்கு அதே இடத்தில் முற்றிலும் வேறுபட்ட ஏதோ ஒன்று தோன்றலாம். அதற்காக நன்றி உணர்வுடன் இரு - மாற்றத்தை எதிர்பார்க்காதே. இவ்வாறு மீண்டும் மீண்டும் வரும் நினைவுகளை ஏற்றுக் கொள்ளக் கற்றுக் கொண்டாயானால், புதிதாக உருவாகும் பதிவுகள் உனது உணர்ச்சிகளை மறுபடி மறுபடி தூண்டிக் கிளறி விடுவது சாத்தியமாகும். உனது ஆன்மா மேலும் சிறப்பாக எதிர்ச்செயல் புரிந்து, உனது கதாபாத்திரத்தின் பகுதிகளின்பால் புதிய அன்புணர்வு கொள்ளும். இதனால் ஒரு கதாபாத்திரத்தை மீண்டும் மீண்டும் நடிப்பதால் ஏற்படும் சலிப்பு நீங்கி விட வாய்ப்பு உண்டு.

"ஒரு நடிகனின் பதில் செயல் வலிமையானதாக இருக்கும் போது புதியதாக உருவாக்கும் உத்வேகம் எழலாம். ஆனால், ஒரு முறை எழுந்த உத்வேகத்தை மறுபடி விரட்டிப் பிடிப்பதில் உன் நேரத்தை வீணடிக்காதே. கடந்து போன நேற்றைய தினத்தைப் போல, பிள்ளைப் பருவத்தின் மகிழ்ச்சிகளைப் போல, முதல் காதலைப் போல அது மீண்டும் வரவே வராத ஒன்றாகும். இன்றைய நாள், புதிய, புத்துணர்வான உத்வேகத்தை உருவாக்குவதற்கும் முனை. நேற்றையதை விடவும் அது மோசமானதாகத் தான் இருக்கும் என்று கருதுவதற்கு இடமேயில்லை. அது அவ்வளவு பிரகாசமானதாக இல்லாமல் இருக்கலாம். ஆனால் அது இன்று உனக்குக் கிடைத்துள்ளது என்பது இங்கு உனக்குச் சாதகமான விஷயமாகும். உன் ஆன்மாவின் அடி ஆழத்திலிருந்து அது இயல்பாக எழுந்து வந்து உருவாக்கும் திறனின் திரியைக் கொளுத்தியுள்ளது. உண்மையான படைப்பு உத்வேகத்தின் எந்த வெளிப்பாடு சிறப்பானது என்று யாரால் சொல்ல முடியும்? அவை ஒவ்வொன்றும் தமக்கே உரிய முறையில் மகத்தானவை - ஏனெனில் அவை புதிதாகப் படைக்கும் உத்வேகத்தினால் உருவானவை."

உத்வேகத்தின் விதைகள் நமக்குள்ளே பாதுகாக்கப்பட்டு வைக்கப்பட்டுள்ளதாகவும், வெளியிலிருந்து வராததாலும், அவை

முதன்மை யானவை அல்ல, இரண்டாம் பட்சமாக உருவாகக் கூடியவை மட்டுமே என்று நாம் தீர்மானித்துக் கொள்ளலாமா என்று நான் டார்ட்சாவைக் கேட்டபோது, அவ்வாறு திட்டவட்டமாகச் சொல்ல மறுத்து விட்டார்.

''எனக்குத் தெரியாது,'' என்றார் அவர். ''ஆழ்மனம் பற்றிய விஷயங்கள் எனது துறையைச் சார்ந்தவையல்ல. மேலும், நமது புதிதாகப் படைக்கும் உத்வேகத் தருணங்களைச் சூழ்ந்துள்ள மர்மத்தை நாம் அழித்துவிடக் கூடாது என்று நான் நினைக்கிறேன். மர்மம் - இரகசியம் என்பதே அழகானது. படைப்புத் திறனைத் தூண்டிவிடும் சிறப்பான திறன் கொண்டது.''

ஆனால் அவ்வளவு எளிதில் இந்த விஷயத்தை விட்டு விட நான் தயாராக இல்லை. எனவே நாம் மேடையில் உள்ள போது உணர்ந்து அனுபவித்த எல்லாமே இரண்டாவது பட்சமாக உருவானவையா இல்லையா என்று நான் அவரிடம் கேட்டேன்.

''சாதாரணமாக, மேடையில் எதையேனும் முதல் முறையாக உணர்கிறோமா? மேலும், நாம் மேடையில் இருக்கும் போது முதல் முதலாக, புதிதாக உருவான உணர்ச்சிகளை, நிஜவாழ்வில் முன்னர் எப்போதுமே இது வரையில் உணர்ந்திராத உணர்ச்சிகளை உணர்ந்து அனுபவிப்பது நல்லதா இல்லையா என்று தெரிந்து கொள்ளவும் நான் விரும்புகிறேன்,'' என்றேன் நான்.

''அது என்ன வகையிலானது என்பதைப் பொறுத்தது,'' என்று வந்தது அவரது பதில். ''நீ ஹாம்லெட்டாக நடித்துக் கொண்டிருக்கிறாய் என்று வைத்துக் கொள்வோம். அந்த இறுதிக் காட்சியில் அரசனாக நடித்துக் கொண்டிருக்கும் பால் மீது, கத்தியுடன் பாய்கிறாய். முதல் முறையாக உன் வாழ்வில் இரத்த வெறி உனக்குள் எழுகிறது. உனது கையில் உள்ள கத்தி மேடைக்கத்திதான், மழுங்கலானது தான் என்றாலும், அதனால் குத்திக் காயப்படுத்த முடியாது என்றாலும், உன் உணர்வினால் ஒரு மோசமான போராட்டம் விளைந்து, மேடையின் திரையை நாம் கீழே இறக்க வேண்டி வரலாம். எனவே, இவ்வாறான, தானாக உருவாகும் உணர்ச்சிகளுக்கு ஒரு நடிகன் இடம் தரலாம் என்று நீ எண்ணுகிறாயா?''

''அப்படியானால் அவை எப்போதுமே விரும்பத்தகாதவை என்று பொருளா?'' என்று நான் கேட்டேன்.

''இல்லை - மாறாக, அவை மிகவும் விரும்பத்தக்கவை,'' என்றார் டார்ட்சாவ். ''ஆனால் இந்த விதமான நேரடியான, வலிமை வாய்ந்த உணர்ச்சிகள் நீ எண்ணுவது போல மேடையில் தோன்றுவதில்லை. அவை நெடுநேரம், ஏன், ஒரே ஒரு காட்சியில் கூட, அவை நிலைத்து நிற்பதில்லை. குறுகிய காலம், தனித் தனியாக அவை வெளிப்படுகின்றன. அந்த வடிவில் அவை மிகவும் விரும்பத்தக்கவை. அவை அவ்வாறு அடிக்கடி வர வேண்டும் என்றும், நமது உணர்ச்சிகளின் நிஜத்தன்மையை நன்றாகச் செம்மைப்படுத்த வேண்டும் என்றும் தான் நாம் விரும்புகிறோம். படைப்புப் பணியின் மதிப்புமிக்க அம்சங்களில் அதுவும் ஒன்றாகும். தன்னிச்சையாக வெளிப்படும் உணர்ச்சிகள் எதிர்பாராமல் வெடித்துச் சிதறுவது என்பது ஒரு கவர்ச்சிகரமான மற்றும் உந்தித்தள்ளும் குணம் கொண்ட சக்தியாகும்.''

இவ்வாறு கூறிவிட்டு, ஒரு எச்சரிக்கையையும் அவர் தொடுத்தார்:

''அவற்றைப் பற்றிய ஒரு துரதிருஷ்டவசமான விஷயம் என்னவென்றால், நம்மால் அவற்றைக் கட்டுப்படுத்த முடியாது என்பது தான். அவை நம்மைக் கட்டுப்படுத்துகின்றன. எனவே, அதை அப்படியே இயற்கையின் வசம் ஒப்படைத்துவிட்டு, ''அவை வந்தால் வரட்டும்; வரும்போது, நமது பாத்திரத்துக்கு ஏற்றபடி வேலை செய்யும் என்றும் நம்பலாம் - அதற்கு மாறாக அல்ல!'' என்று சொல்லிக் கொள்வதைத் தவிர நமக்கு வேறு வழி ஏதும் இல்லை. நிச்சயமாக, எதிர்பாராத, நமது உணர்வு நிலைக்கு அப்பாற்பட்ட உணர்ச்சிகள் உள்ளே நுழைவது என்பது மிகவும் விரும்பத்தக்க ஒரு விஷயம் தான். அதைப் பற்றித் தான் நாம் கனவு கண்டு கொண்டிருக்கிறோம் - நமது கலையின் படைப்புத் தன்மையில் நமக்கு மிகவும் விருப்பமான ஒரு அம்சமாக அது உள்ளது. ஆனால், உணர்ச்சிகளின் நினைவிலிருந்து எடுத்துக் கொள்ளப்படுகிற, மறுபடி மறுபடி வருகிற உணர்ச்சிகளின் முக்கியத்துவத்தைக் குறைவாக மதிப்பிட்டுவிடலாம் என்று நீ

தீர்மானித்துக் கொள்ளக் கூடாது. மாறாக, நீ அவற்றின் பால் மிகுந்த ஈடுபாடும், பற்றும் கொள்ள வேண்டும் ஏனெனில், உனது புதிதாக உருவாக்கும் உத்வேகத்தை உண்டாக்குவதற்கான ஒரே வழி அவை தான்.

''நமது மிகவும் பிரதானமான கொள்கையைப் பற்றி நான் உனக்கு நினைவூட்டுகிறேன் - உணர்வு நிலையின் வழியாக நாம் ஆழ்மனதை எட்டுகிறோம்.''

''திரும்பத் திரும்ப வருகிற உணர்ச்சிகளை நீ போற்றிப் பாதுகாக்க வேண்டுவதற்கான மற்றொரு காரணம், ஒரு கலைஞன், தனக்குக் கிடைக்கும் பொருட்களை வைத்துத் தனது பாத்திரத்தை உருவாக்குவதில்லை. தனது நினைவுகளிலிருந்து தேடி எடுத்து, மிகவும் ரசிக்கத் தக்க, கவர்ச்சிகரமான அம்சங்களை மட்டுமே தனது வாழ்வு அனுபவங்களிலிருந்து கவனமாகத் தேர்ந்து எடுக்கிறான். தான் பிரதிநிதித்துவப்படுத்தும் நபரின் ஆன்மாவை வடிவமைக்கும்போது, தனது அன்றாட உணர்வுகளைக் காட்டிலும் தனக்கு மிக மிக நெருக்கமாக உள்ள உணர்வுகளைக் கொண்டே அதைச் செய்கிறான். உருவாக்கும் உத்வேகத்துக்கு இதைக் காட்டிலும் செழிப்பான புலத்தை உன்னால் சிந்தித்துப் பார்க்க முடியுமா? ஒரு நடிகன், தனக்குள்ளே இருக்கும் மிகச் சிறந்த அம்சங்களை எடுத்து அவற்றை மேடைக்குக் கொண்டு செல்கிறான். அவற்றின் வடிவம், நாடகத்தின் தேவைக்கு ஏற்ப மாறலாம், ஆனால் நடிகனின் மனித உணர்வுகள் தொடர்ந்து உயிரோட்டத்துடன் இருக்கும் - அவற்றுக்குப் பதிலாக வேறு எதனையும் அங்கு வைக்க முடியாது.''

''எல்லாவிதமான பாத்திரப் படைப்புகளிலும் - ஹாம்லெட்டிலிருந்து தி ப்ளூ பர்டின் ஷுகர் வரையிலும், நமது சொந்த, அதே பழைய உணர்ச்சிகளைத் தான் பயன்படுத்த வேண்டும் என்றா நீங்கள் சொல்கிறீர்கள்?'' என்றான் க்ரிஷா, அவர் பேச்சை இடைமறித்து.

''உன்னால் வேறு என்ன செய்ய முடியும்?'' என்று கேட்டார் டார்ட்சாவ். ''ஒரு நடிகன், தான் நடிக்கும் ஒவ்வொரு பாத்திரத்துக்கும் பலவிதமான புதுப்புது உணர்ச்சிகளையும், ஏன்,

ஒரு புதிய ஆன்மாவையுமே புதிதாகக் கண்டுபிடிக்க வேண்டும் என்றும் எதிர்பார்க்கிறாயா? எத்தனை ஆன்மாக்களை அவன் தன்னுடலில் சுமக்க வேண்டியிருக்கும்? இதற்கு மாறாக, தனது சொந்த ஆன்மாவைப் பிய்த்தெறிந்து விட்டு தான் வாடகைக்கு எடுத்துள்ள மற்றொரு ஆன்மாவை - அந்தக் குறிப்பிட்ட பாத்திரத்துக்கு அது ஏற்றது என்பதால் - தனக்குள் மாற்றி வைத்துக் கொள்ள அவனால் முடியுமா? அதை அவன் எங்கிருந்து பெறுவான்? துணிமணிகளை, ஒரு கைக்கடிகாரத்தை, பலவிதமான பொருள்களை நீங்கள் உணர்ச்சிகளை மற்றொருவரிடமிருந்து பெற்றுக் கொள்ள முடியாது. எனது உணர்ச்சிகள் எனக்கே உரியவை - அதே போல, உனது உணர்ச்சிகள் உனக்கு மட்டுமே சொந்தமானவை. ஒரு பாத்திரத்தை உன்னால் புரிந்து கொள்ள முடியும், அது பிரதிபலிக்கும் நபரின் உணர்ச்சிகள் பால் அனுதாபம் கொள்ள முடியும், உன்னை அவரது இடத்தில் பொருத்தி வைத்து, அவர் நடந்து கொள்வது போல நடந்து கொள்ள முடியும். இதன் வாயிலாக, அந்தப் பாத்திரத்துக்குத் தேவையான உணர்ச்சிகளை ஒத்த உணர்ச்சிகளை அந்த நடிகரால் தனக்குள்ளே எழுப்பிக் கொள்ள முடியும். ஆனால் அந்த உணர்ச்சிகள் நாடகத்தின் ஆசிரியரால் உருவாக்கப்பட்ட நபருக்குச் சொந்தமானவை அல்ல, அவை, நடிகருக்கே சொந்தமானவை.

‘‘மேடையில் ஒருபோதும் உன்னை இழந்து விடாதே. எப்போதுமே, ஒரு நடிகனாக, நீ நீயாகவே இரு. உன்னை விட்டு உன்னால் எப்போதும் விலகிச் செல்ல முடியாது. மேடையில் உன்னையே இழந்து விடுகிற அந்தத் தருணம்தான், உனது பாத்திரத்தை நீ உண்மையாக வாழ்வதை நிறுத்திவிட்டுப், போலியான, மிகைப்படுத்தப்பட்ட நடிப்பினுள் நுழைவதைக் குறிக்கிறது. எனவே நீ எவ்வளவு அதிகமாக நடித்த போதிலும், எத்தனை கதாபாத்திரங்களை ஏற்றுச் செயல்பட்ட போதிலும், உனது சொந்த உணர்ச்சிகளைப் பயன்படுத்துதல் என்ற விதியிலிருந்து ஒருபோதும் விலகாதே அந்த விதியை மீறுவது என்பது நீ பிரதிபலிக்கும் நபரைக் கொன்று விடுவதற்குச் சமமான ஒன்றாகும். ஏனெனில், ஒரு உயிர்த்துடிப்புள்ள, வாழ்ந்து கொண்டுள்ள மனித ஆன்மாவை அவர் இழக்குமாறு நீ

செய்கிறாய் - ஒரு பாத்திரத்தின் உயிருக்கான நிஜமான ஆதாரம் அதுதான்.''

எப்போதுமே நாம் நாமாகவே இருந்து நடிக்க வேண்டும் என்பதை க்ரிஷாவினால் ஏற்றுக் கொள்ள முடியவில்லை.

"நீ அதைத் தான் செய்ய வேண்டும்," என்று இயக்குனர் வலியுறுத்திச் சொன்னார். "எப்போதும், எல்லாச் சமயங்களிலும், நீ மேடையில் இருக்கும் போது நீ நீயாகவே நடிக்க வேண்டும். ஆனால் பல்வேறு குறிக்கோள்களின் கலவையான இணைப்புகளைக் கொண்டும், தரப்பட்டுள்ள, குறிப்பிட்ட சூழ்நிலைகளின் மத்தியிலும் நீ உனது பாத்திரத்தை வடிவமைத்து இருப்பாய் அந்தப் பாத்திரத்தின் உணர்ச்சிகள், உனது உணர்ச்சிகளின் நினைவு என்னும் உலையில் உருக்கி எடுத்துச் செய்யப்பட்டவையாக இருக்கும். உள்ளார்ந்த புதிதாக உருவாக்குதலின் மிகச் சிறந்த, ஒரே ஒரு உண்மையான அம்சம் இதுவே ஆகும். வேறு எந்த ஆதாரத்தையும் நாடாமல், இதை மட்டுமே பயன்படுத்து.''

"ஆனால், உலகில் உள்ள எல்லாப் பாத்திரங்களுக்கும் தேவையான எல்லா உணர்ச்சிகளையும் நான் எனக்குள் கொண்டிருப்பது சாத்தியமுமில்லையே,'' என்று க்ரிஷா வாதாடினான்.

எந்தப் பாத்திரங்களுக்குத் தேவையான உணர்ச்சிகள் உன்னிடம் இல்லையோ அந்தப் பாத்திரங்களை உன்னால் சரியாக நடிக்க முடியாது,'' என்று டார்ட்சாவ் விளக்கினார். "அவை உனது நடிப்புத் திறனின் சேமிப்பில் இருக்க மாட்டா. நடிகர்கள் தமது உருவ அமைப்பினால் வகைப்படுத்தப் படுவதில்லை. அவர்களது வேறுபாடுகள், அவர்களின் உள்ளார்ந்த தன்மைகளினால் செய்யப்படுகின்றன.''

ஒரே நடிகரால் எவ்வாறு இருவேறு மிகவும் முரண்பட்ட குணாதிசயங்களைக் கொண்டவர்களாக இருக்க முடியும் என்று நாங்கள் அவரைக் கேட்ட பொழுது, அவர் இவ்வாறு கூறினார்:

"எடுத்த எடுப்பிலே, ஒரு நடிகர், இவராகவோ, அல்லது அவராகவோ இருப்பதில்லை. தனக்குள்ளேயே, மிகத் தெளிவாகவோ அல்லது தெளிவற்ற முறையிலோ உருவாக்கப்பட்டுள்ள அக மற்றும் புற குணாதிசயங்களை அவர் கொண்டுள்ளார். தனது இயல்பில், ஒரு பாத்திரத்தின் தீய குணங்களையோ, அல்லது மற்றொரு பாத்திரத்தின் மேன்மையான குணங்களையோ, கொண்டிராமல் இருக்கலாம். ஆனால் அந்தக் குணங்களின் விதைகள் அவருக்குள்ளே இருக்கும். ஏனெனில் எல்லா மனித குணாதிசயங்களின் மூலக் கூறுகளும் - நல்லவை, தீயவை என - நமக்குள்ளே ஒளிர்ந்திருக்கின்றன. ஒரு நடிகன், தனது கலை மற்றும் செயல்நுட்பத்தைப் பயன்படுத்தி, இயற்கையான முறைகளிலே, தனது பாத்திரத்துக்குத் தேவையான மூலக்கூறுகளைக் கண்டு கொள்ள வேண்டும். இவ்விதமாக, அவர் பிரதிபலிக்கும் நபரின் ஆன்மாவானது அவரது சொந்த உயிருருவின் உயிருள்ள மூலக்கூறுகளின் ஒரு கட்டமைப்பாக இருக்கும்."

"இங்கு உனது முதல் கவனம், உன்னிடம் உள்ள உணர்ச்சி சார்ந்த சேமிப்பிலிருந்து விஷயங்களை எடுத்துக் கொள்ளும் வழி வகைகளைக் கண்டுகொள்வதில் தான் இருக்க வேண்டும். இரண்டாவதாக, உனது பாத்திரங்களுக்குத் தேவையான மனித உயிர்கள், பாத்திரங்கள், அவற்றின் உணர்ச்சிகள், அதீதமான தாபங்கள் இவற்றின் எண்ணற்ற கூட்டு அமைப்புகளை எவ்வாறு உருவாக்குவது என்பதில் உன் கவனம் செல்ல வேண்டும்."

"அந்த வழி வகைகளையும் செயல் முறைகளையும் நாம் எங்கே கண்டுகொள்ள முடியும்?"

"முதலாவதாக, உனது உணர்ச்சிகளின் நினைவைப் பயன்படுத்தக் கற்றுக் கொள்."

"எப்படி?"

"பல்வேறு உள் மற்றும் புறத் தூண்டுதல்களின் வாயிலாக. ஆனால் இது ஒரு சிக்கலான கேள்வி. எனவே இதைப் பற்றி நாம் அடுத்த வகுப்பில் விவரமாகப் பேசலாம்."

6

இன்று எங்கள் பாடம், மேடை மீது இருந்தது - திரை கீழே இறக்கப்பட்டிருந்தது. அது "மரியாவின் வீடாக" இருந்தது. ஆனால் அதை எங்களால் கண்டு கொள்ள முடியவில்லை. வசிக்கும் அறை இடத்தில் சாப்பிடும் அறை இருந்தது. சாப்பாட்டு அறை இப்போது படுக்கை அறையாக மாறி விட்டிருந்தது. மரச்சாமான்கள் மலிவானவையாகவும், விலை குறைவானவையாகவும் இருந்தன. மாணவர்கள், தமது அதிர்ச்சியிலிருந்து வெளிவந்தவுடனே, தங்களுக்குத் தமது பழைய வீடு வேண்டும் என்றும், இந்த வீட்டில் தாம் மிகுந்த மனச் சோர்வுடன் உணர்ந்ததால் இங்கு வேலை செய்ய முடியாது என்றும் கூறிக் கலாட்டா செய்தனர்.

"என்னால் இதைப் பற்றி எதுவும் செய்ய இயலாமைக்கு நான் வருந்துகிறேன்," என்றார் இயக்குனர். "அந்தப் பழைய மரச்சாமான்கள் இப்போது நடந்து கொண்டிருக்கும் ஒரு நாடகத்துக்குத் தேவைப்பட்டன. எனவே கிடைத்த பொருள்களை அவர்கள் கொடுத்துள்ளனர். மேலும், தமக்குத் தெரிந்தவாறு அவற்றை வைத்துள்ளனர். இது உங்களுக்குப் பிடிக்கவில்லை யென்றால், உங்கள் வசதிக்கேற்ப அவற்றை மாற்றி அமைத்துக் கொள்ளுங்கள்."

அவர் இவ்வாறு சொன்னவுடன், பொருள்கள் இங்கும் அங்கும் மாற்றி வைக்கப்பட்டன. விரைவில் எல்லாமே குழப்பமாக ஆனது.

"நிறுத்துங்கள்," என்று கூவினார் இயக்குனர். "இப்போது இந்தக் குழப்பம், உங்கள் மனதில் என்னென்ன உணர்ச்சி நினைவுகளை எழுப்புகிறது என்று எனக்குச் சொல்லுங்கள்,"

"ஒரு பூகம்பம் ஏற்படும் போது, மரச் சாமன்களை இவ்விதமாக மாற்றியமைப்பார்கள்," என்றான் நிக்கோலஸ் அவன் ஒரு சர்வேயராகப் பணி புரிந்தவன்.

"இதை எவ்வாறு வர்ணிப்பது என்று எனக்குத் தெரியவில்லை," என்றாள் சோன்யா. "ஆனால், வீட்டில், தரையை மறுபடி செப்பனிடும் சமயத்தை இது எனக்கு நினைவூட்டுகிறது."

மரச்சாமான்களை இங்குமங்கும் மாற்றி வைத்த போது, பல விவாதங்கள் எழுந்தன. ஒரு சிலர் ஒரு மாதிரியான சூழலையும், வேறு சிலர் மற்றொரு சூழலையும் ஏற்படுத்த முனைந்தனர். அறையில் இருந்த பொருள்கள் அவரவர் மனநிலையில் என்ன உணர்வுகளைத் தோற்றுவித்தனவோ அதற்கு ஏற்ப அவர்கள் செயல்பட்டனர். இறுதியில், ஒருவாறு எல்லோருக்கும் ஏற்றவாறு பொருள்கள் அமைக்கப்பட்டன. ஆனால் நாங்கள் இன்னும் சற்றுக் கூடுதலான வெளிச்சம் வேண்டும் என்று கேட்டோம். அதனால், மேடையில் ஒளி அமைப்பு மற்றும் ஒலி அமைப்புப் பற்றிய விளக்கமும் செயல்முறையும் தொடர்ந்தன.

முதலில், நல்ல சூரிய ஒளிமிக்க நாளுக்கான ஒளி அமைப்பு செய்யப்பட்டது. இதனால் நாங்கள் மிக உற்சாகமாக உணர்ந்தோம். மேடைக்கு வெளியே பல ஒளிகள் எழுப்பப்பட்டன - கார் ஹாரன்கள், ட்ராம் வண்டிகளின் மணிச்சத்தம், ஆலைச் சங்குகள் மற்றும் தொலைதூரத்தில் ஒரு ரயிலின் ஓசை - எல்லாமே, ஒரு நகரத்தின் பகல் பொழுதுக்கான ஒலிகள்.

படிப்படியாக ஒளி மங்கலாக்கப்பட்டது. அது இனிமையாகவும், அமைதியாகவும் இருந்தது. ஆனால், லேசான துக்கம் தோய்ந்ததாக இருந்தது. நாங்கள் சிந்தனை வயப்பட்டோம். எங்கள் கண்ணிமைகள் கனத்தன. பலமான காற்று எழுந்தது, பின் ஒரு புயல். சன்னல்கள் கடகடவென்று ஆடின. காற்று வேகமாக வீசியது. வெளியே கதவுகளில் படபடவென ஓசையிருந்தது மழையா, பனியா? அது ஒரு மனச் சோர்வை ஊட்டும் ஒலியாக இருந்தது. தெருவின் ஓசைகள் மங்கி மறைந்தன. அடுத்த அறையில் ஒரு கடிகாரம் டிக்டிக் என்று ஒலி எழுப்பியது. யாரோ பியானோ வாசிக்கத் தொடங்கினர் - முதலில் வேகமாக, பின்னர் மேலும் மென்மையாகவும், சோகமாகவும். மேலே புகைப் போக்கியில் கேட்ட ஒலிகள், அந்தச் சோக உணர்வை அதிகப்படுத்தின. மாலை ஆனதும், விளக்குகள் ஏற்றப்பட்டன. பியானோவின் ஒலி நின்று போனது. தூரத்தில் ஒரு கடிகாரம் பன்னிரண்டு அடித்தது. நள்ளிரவு மௌனம் கோலோச்சியது எங்கோ ஒரு எலி, தரையை பிறாண்டியது அவ்வப்போது ஒரு காரின் ஹாரன் ஒலியோ,

ரயிலின் விசில் கூவும் ஒலியோ கேட்டன. இறுதியில் எல்லா ஒலிகளும் நின்று போயின. இருளும், மௌனமும் முழுமையாக முற்றுகையிட்டன. சற்று நேரத்தில், அதிகாலையின் மங்கிய ஒளி தோன்றியது. அறையினுள் சூரியனின் முதல் ஒளிக் கதிர்கள் விழுந்த போது நான் ஒரு பெரும் ஆறுதலை உணர்ந்தேன்.

ஒளி மற்றும் ஒலி பற்றி வான்யா மிகவும் உற்சாகத்துடன் பேசினான்.

''நிஜ வாழ்வை விடவும் இது மேலானதாக இருந்தது,'' என்றான் அவன்.

''அங்கே, மாறுதல்கள் மேலும் நிதானமாக, படிப்படியாக உள்ளன,'' என்றான் பால். ''அதனால் நமது மனநிலையின் மாற்றங்கள் பற்றி நமக்கு அவ்வளவாகத் தெரிவதில்லை. ஆனால், இருபத்து நான்கு மணி நேரத்தை, ஒரு சில நிமிடங்களுக்குள் சுருக்கி வைக்கும் போது, ஒளியின் மாற்றம் நம்மீது கொண்டுள்ள சக்தியை நம்மால் உணர முடிகிறது.''

''நீங்கள் கவனித்துள்ளபடி, நமது சுற்றுச் சூழல் நமது உணர்வுகளின் மீது பெரும் தாக்கத்தை ஏற்படுத்துகின்றது,'' என்றார் இயக்குனர். ''இது, நிஜ வாழ்வைப் போலவே மேடையிலும் ஏற்படுகிறது. ஒரு நல்ல திறமை வாய்ந்த இயக்குனரின் கைகளில் இந்த ஒலி, ஒளி அமைப்புகள் கலை நயமான உருவாக்கும் ஊடகமாக அமைகின்றன.''

''ஒரு நாடகத்தின் வெளிப்புறத் தயாரிப்பானது நடிகர்களின் ஆன்மீக வாழ்வுடன் உள்ளூரப் பின்னிப் பிணைந்து உள்ள போது நிஜவாழ்வில் உள்ளதைக் காட்டிலும், மேடையில் அது கூடுதல் முக்கியத்துவத்தைப் பெறுகிறது, நாடகத்தின் தேவையை அது நிறைவு செய்தால், சரியான மனநிலையை உருவாக்கித் தந்தால், ஒரு நடிகன் தனது கதாபாத்திரத்தின் அக அம்சத்தை வடிவமைக்க உதவி, அவனது மனநிலை முழுவதையும் பாதித்து, உணர்ச்சிகளை உணர்வதற்கான அவனது திறனையும் மேம்படுத்துகிறது. இத்தகைய சூழ்நிலைகளில், நமது உணர்ச்சிகளுக்கான தூண்டுதலாகக் காட்சி அமைப்பு நிச்சயமாக உள்ளது. எனவே, ஒரு நடிகை, மார்கரீட் என்ற பாத்திரத்தை நடிக்க வேண்டி வந்தால் -

பிரார்த்தனையில் உள்ளபோது சாத்தானால் தூண்டடப்படும் காட்சி - அவள் மாதாகோவிலில் இருப்பது போன்ற சுற்றுச் சூழலை இயக்குனர் ஏற்படுத்தித் தர வேண்டும். அந்த நடிகை தனது கதாபாத்திரத்தை உணரச் செய்ய இது உதவும்.

''ஜெயிலில் உள்ள பாத்திரமான எக்மான்ட்டை நடிகர் நடிக்க வேண்டுமானால், தனிமையில் சிறை வைக்கப்பட்டுள்ள ஒரு மனநிலையை உருவாக்க வேண்டும்.''

''ஒரு நாடகத்தின் அகத் தேவைகளுக்குச் சற்றும் பொருத்தமற்ற ஒரு பிரமாதமான புறத்தோற்றத்தை ஒரு இயக்குனர் உருவாக்கினால், அப்போது என்னவாகும்?'' என்று பால் கேட்டான்.

''துரதிருஷ்டவசமாக, அது அடிக்கடி நிகழ்கிற ஒரு சம்பவமாகும்,'' என்று டார்ட்சாவ் பதிலிறுத்தார். ''இதன் விளைவு, எப்போதுமே மோசமானதாகத் தான் இருக்கும். ஏனெனில் அவரது தவறினால், நடிகர்களும் தவறான திசையில் சென்று விடுவார்கள். மேலும் இதனால் நடிகர்களுக்கும், அவர்களது கதாபாத்திரங்களுக்கும் இடையில் பெரும் தடுப்புகள் உருவாகி விடலாம்.''

''புறக் காட்சியமைப்பு மோசமாக இருந்தால் என்னவாகும்?'' என்று யாரோ கேட்டார்கள்.

''இதன் விளைவு மேலும் மோசமானதாக இருக்கும். இயக்குனருடன் திரைக்குப் பின்னால் பணிபுரியும் கலைஞர்கள், சரியான விளைவுக்கு நேர் எதிரான விளைவை உருவாக்கி விடுவார்கள். நடிகர்களின் கவனத்தை மேடையின் பால் கவர்வதற்குப் பதிலாக, அவர்கள் வெறுத்து ஒதுங்குமாறு செய்து விடுவார்கள் - இதனால், மேடை முகப்பு விளக்குகளுக்கு அப்பால் உள்ள பார்வையாளர்களின் பால் அவர்கள் திரும்பிவிடப்படுவார்கள். இதன் காரணமாக, காட்சியின் புற அமைப்பு என்பது ஒரு இயக்குனரின் கையில் உள்ள இருபுறமும் கூரான கத்தியைப் போன்றதாகும். இது சம அளவில் நன்மையும், தீமையையும் செய்ய வல்லதாகும்.''

"இப்போது நான் உங்களிடம் ஒரு பிரச்சினையை முன் வைக்கப் போகிறேன்," என்று இயக்குனர் தொடர்ந்து பேசினார். "ஒவ்வொரு நல்ல காட்சியமைப்பும் ஒரு நடிகனுக்கு உதவி செய்கிறதா? அவரது உணர்ச்சிகளின் நினைவுக்கு ஏற்றதாக அமைகிறதா? எடுத்துக்காட்டாக, நிறம், வடிவம் மற்றும் ஆழம் இவற்றில் கை தேர்ந்த ஒரு திறமைசாலியான கலைஞனால் வடிவமைக்கப்பட்ட ஒரு அழகான காட்சியமைப்பைக் கற்பனை செய்து கொள்ளுங்கள். அரங்கிலிருந்து நீங்கள் அதைப் பார்க்கிறீர்கள் - முழுமையான கற்பனைக் காட்சியை அது நிறம் போலக் காட்டுகிறது. இருந்தும், அருகில் வந்தால், நீங்கள் ஏமாற்றம் அடைகிறீர்கள், வசதியற்று உணர்கிறீர்கள். ஏன்? ஏனெனில் அந்தக் காட்சியமைப்பு ஓவியக் கலைஞனின் கண்ணோட்டத்திலிருந்து செய்யப்பட்டதாகும். அதில் இரண்டு பரிமாணங்கள் மட்டுமே உள்ளன - மூன்று அல்ல. எனவே, நாடகத்துக்கு அதனால் பயன் ஏதுமில்லை, இங்கு அதற்கு மதிப்பில்லை. அதில் நீளமும் அகலமும் உள்ளன, ஆனால் ஆழம் இல்லை. ஆழம் இல்லாவிட்டால், நாடக மேடையைப் பொறுத்த அளவில் உயிரில்லை என்றே கொள்ளலாம்.

"ஒரு காலியான, வெறுமையான மேடை, நடிகனுக்கு எவ்வாறு தோன்றுகிறது என்பதை உங்கள் சொந்த அனுபவத்திலிருந்தே நீங்கள் அறிவீர்கள். அதில் கவனம் செலுத்துவது எவ்வளவு சிரமம் என்று உங்களுக்குத் தெரியும். ஒரு எளிய நாடகத்தையோ, சிறிய பயிற்சியையோ கூட இங்கு செய்வது எவ்வளவு கடினம் என்றும் தெரியும்."

"அத்தகைய ஒரு இடத்தில் நின்று கொண்டு, ஹாம்லெட், ஒதெல்லோ அல்லது மாக்பெத் ஆகியோரின் வசனத்தைப் பேசிப் பாருங்கள்! ஒரு இயக்குனர் இல்லாமல், அசைவுகள் பற்றிய திட்டம் இல்லாமல், சாய்ந்து கொள்ள, உட்கார, நகர்ந்து செல்ல அல்லது சுற்றிவர நிற்க என சாமான்கள் இல்லாமல் அதைச் செய்வது எவ்வளவு கடினம்! ஏனெனில் உங்களுக்கெனத் தயார் செய்யப்பட்டுள்ள ஒவ்வொரு சூழ்நிலையும் உங்கள் அக மனநிலைக்கான செயற்கையான புற வடிவத்தைத் தர உங்களுக்கு உதவுகிறது. எனவே, அந்த மூன்றாவது பரிமாணம், ஆழமான

வடிவம் - நாம் அசைய, வாழ, நடிக்க - நமக்கு அத்தியாவசியமான தேவையாக உள்ளது."

7

இன்று இயக்குனர் மேடைக்கு வந்த போது, "நீ ஏன் மூலையில் ஒளிந்து கொண்டிருக்கிறாய்?" என்று மரியாவைக் கேட்டார்.

"நான் இங்கிருந்து விலகிச் செல்ல விரும்புகிறேன் - என்னால் இதைத் தாங்கிக் கொள்ள முடியவில்லை," என்று முனகியபடி, கவனம் கலைந்து வெறித்துப் பார்த்துக் கொண்டிருந்த வான்யாவை விட்டு அகன்று செல்ல அவள் முயன்றாள்.

"நீங்கள் இருவரும் ஏன் இங்கு இவ்வளவு சுகமாக உட்கார்ந்து கொண்டிருக்கிறீர்கள்?" என்று மேசைக்கு அருகில் இருந்த சோபாவில் உட்கார்ந்திருந்த மாணவர்களை அவர் கேட்டார்.

"நாங்கள்... ம்...ம்...ம்... ஏதோ சில சம்பவங்களைப் பற்றிக் கேட்டுக் கொண்டிருந்தோம்," என்றான் நிக்கோலஸ் திக்கிய படி.

"நீயும் க்ரிஷாவும் விளக்குக்கு அருகில் என்ன செய்கிறீர்கள்?" என்று அவர் சோன்யாவைக் கேட்டார்.

அவள் வெட்கப்பட்டவளாக, என்ன சொல்வது என்று தெரியாமல் திகைத்தாள். பின், கடைசியில் ஒரு கடிதத்தை இருவரும் சேர்ந்து வாசித்துக் கொண்டிருப்பதாகச் சொன்னாள்.

பின் அவர் பால் மற்றும் என் பக்கமாகத் திரும்பி," நீங்கள் இருவரும் ஏன் மேலும் கீழும் நடந்து கொண்டிருக்கிறீர்கள்?"

"நாங்கள் சும்மா பேசிக் கொண்டிருந்தோம்," என்று நான் சொன்னேன்.

"சுருக்கமாகச் சொல்வதானால், நீங்கள் இருக்கும் மனநிலைக்கு ஏற்றவாறு நடந்து கொள்கிறீர்கள்," என்று அவர் முடிவாகச் சொன்னார். "சரியான பின்புலத்தை உருவாக்கி, அதை உங்கள் தேவைக் கேற்பப் பயன்படுத்திக் கொண்டிருக்கிறீர்கள். இல்லாவிட்டால், நீங்கள் பார்த்த பின்புலம், இந்த

மனநிலையையும், செயலையும் தூண்டிவிட்டு உள்ளதா?" என்றார் அவர்.

இயக்குனர் இப்போது கணப்பின் அருகில் உட்கார்ந்து கொண்டார். நாங்களும் அவருக்கு முன்னால் உட்கார்ந்து கொண்டோம். எங்களில் பலரும், அவர் கூறுவதை நன்றாகக் கேட்கும் பொருட்டு எங்களது நாற்காலிகளை அவருக்கு அருகில் இழுத்துப் போட்டுக் கொண்டோம். நான் குறிப்புகள் எழுதுவதற்காக மேசையின் அருகில் அமர்ந்து கொண்டேன். க்ரிஷாவும் சோன்யாவும் சற்றே விலகிச் சென்று ஒன்றாக அமர்ந்து கொண்டனர் - தமக்குள் கிசிகிசுவெனப் பேசிக் கொள்ள வசதியாக இதைச் செய்தனர்.

"இப்போது சொல்லுங்கள் - நீங்கள் ஒவ்வொருவரும் ஏன் அந்தந்தக் குறிப்பிட்ட இடங்களில் உட்கார்ந்திருந்தீர்கள்?" என்றார் இயக்குனர். இப்போது, எங்களது செயல்களுக்கான காரணத்தை அவரிடம் நாங்கள் சொல்லியே தீர வேண்டி இருந்தது. தான் செய்ய வேண்டிய செயலுக்கும், தனது மனநிலைக்கும், உணர்வுகளுக்கும் ஏற்றவாறு, காட்சி அமைப்பை ஒவ்வொருவரும் பயன்படுத்திக் கொண்டதை அறிந்து அவர் திருப்தி கொண்டார்."

அடுத்த கட்டமாக, அறையின் பல பகுதிகளிலும், ஒரு சில மரச் சாமான்களுடன் எங்களைக் குழுக்களாகப் பிரித்து அனுப்பினர். பின்னர், அந்தந்த அமைப்புகளால் என்னென்ன மனநிலைகள், உணர்ச்சி நினைவுகள் அல்லது திரும்ப வரும் உணர்வுகள் ஏற்பட்டன என்பதைக் குறித்துக் கொள்ளுமாறு சொன்னார். மேலும், அந்தக் காட்சியமைப்பை எந்தச் சூழ்நிலைகளில் நாங்கள் பயன்படுத்துவோம் என்றும் நாங்கள் சொல்ல வேண்டியிருந்தது. அதற்குபின், பல்வேறு காட்சியமைப்புகளை இயக்குனர் ஏற்பாடு செய்து கொடுத்தார். அவை ஒவ்வொன்றிலும், பின்வரும் விஷயங்களை நாங்கள் அவருக்குச் சொல்ல வேண்டியிருந்தது - என்ன உணர்ச்சிச் சூழல்கள், நிலைகள், அல்லது மனநிலையானது அந்தக் காட்சியமைப்பைப் பயன்படுத்திக் கொள்ள ஏற்றதாக அமையும். வேறு விதமாகச் சொல்வதானால், முன்னதாக,

எங்களது மனநிலை மற்றும் குறிக்கோள் இவற்றுக்கு ஏற்றவாறு காட்சியமைப்பை நாங்கள் தேர்ந்தெடுத்திருந்தோம். இப்போது காட்சியமைப்பை அவர் கொடுத்தார், அதற்கு ஏற்ற குறிக்கோளை உருவாக்கி, சரியான உணர்ச்சிகளை ஏற்படுத்துவது எங்கள் பங்காக இருந்தது.

மூன்றாவது பரிசோதனையானது, வேறு ஒருவரால் ஏற்பாடு செய்யப்பட்டிருந்த ஒரு காட்சியமைப்புக்குப் பதில் செயல்புரிவதாகும். இந்தக் கடைசிப் பிரச்சினைதான் ஒரு நடிகர் அடிக்கடி தீர்வு காண வேண்டிய ஒரு விஷயமாகும். எனவே, அவர் இதைச் செய்யத் தயாராக இருக்க வேண்டியது அவசியமானதும் கூட.

பின்னர், எங்களது குறிக்கோள்கள் மற்றும் மன நிலைகளுக்கு நேர் எதிராக முரண்பட்டு இருந்த சூழ்நிலைகளில் எங்களை இருத்தும் பயிற்சிகளை அவர் தொடங்கினார். இந்தப் பயிற்சிகள் எல்லாமே ஒரு சிறப்பான, வசதியான, முழுமையான பின்புலமான உணர்வுகளை ஏற்படுத்த வல்லது என்பதை நன்கு புரிந்து கொள்ள எங்களுக்கு உதவின. நாங்கள் செய்த வேலையைப் பற்றிச் சுருக்கமாகச் சொல்லும் போது, ஒரு நடிகர் தனது மனநிலைக்கும், குறிக்கோளுக்கும் ஒத்துள்ள சரியான காட்சியமைப்பை விரும்புகிறார் என்றும், அதே மூலக்கூறுகளே அந்தக் காட்சியமைப்பை உருவாக்குகின்றன என்றும் விளக்கினார். மேலும், உணர்ச்சிகளின் நினைவுக்கும் ஒரு தூண்டுதலாக அவை அமைகின்றன.

பொதுவான கருத்து என்னவென்றால், ஒரு இயக்குனர், பொது மக்களைக் கவர்கின்ற முக்கிய நோக்கத்திற்காகவே தனது மேடைக் காட்சிகள், ஒளி மற்றும் ஒலி அமைப்பு ஆகியவற்றைப் பயன்படுத்துகிறார் என்பதாகும். ஆனால் உண்மை இதற்கு நேர் மாறானது. இவை, நடிகர்கள் மீது ஏற்படுத்தும் தாக்கத்திற்காகவே நாம் இவற்றைப் பயன்படுத்துகிறோம். அவர்கள் மேடைமீது தம் கவனத்தைச் செலுத்துவதற்கு எல்லாவிதத்திலும் உதவி செய்ய முயல்கிறோம்,

"இன்னமும் பல நடிகர்கள் நாங்கள் உருவாக்கும் கற்பனைத் தோற்றம் - ஒளி, ஒலி மற்றும் நிறம் - என்னவாக இருந்தாலும், அதற்கு எதிராகச் சென்று, தமது கவனம் மேடையில் இருப்பதைக் காட்டிலும் பார்வையாளர் பக்கம் இருப்பதையே அதிகம் உணர்கிறார்கள். நாடகமும், அதன் அடிப்படையான கருவும் கூட அவர்களது கவனத்தை மேடையின் முகப்பு விளக்குகளுக்கு இந்தப் பக்கம் கொண்டு வருவதில்லை. இது உங்களுக்கு ஏற்படாமல் இருக்கும் பொருட்டு, மேடையில் உள்ள பொருள்களைப் பார்க்கவும், நன்கு கவனிக்கவும் கற்றுக் கொள்ளுங்கள். உங்களைச் சுற்றிலும் என்ன நடந்து கொண்டுள்ளதோ அதற்குப் பதில் தந்து அதிலேயே மூழ்கி விடக் கற்றுக் கொள்ளுங்கள். சுருக்கமாகச் சொல்வதானால், உங்கள் உணர்ச்சிகளைத் தூண்டக் கூடிய எல்லாவற்றையும் பயன்படுத்திக் கொள்ளுங்கள்." என்று கூறிய இயக்குனர் சற்று நேரம் மௌனமாக இருந்து விட்டுப்பின் தொடர்ந்து பேசலானார்.

"இது வரையில் தூண்டுதலிலிருந்து உணர்ச்சிக்குச் செல்வது பற்றி நாம் வேலை செய்தோம். எனினும், பல சமயங்களில், இதையே மாற்றிச் செய்வதும் தேவையாக உள்ளது. தற்செயலான அக அனுபவங்களை நிலை நிறுத்த விரும்பும் போது நாம் இதைப் பயன்படுத்துகிறோம்."

"ஒரு எடுத்துக் காட்டாக, கோர்க்கியின் அடி ஆழங்கள் (Lower Depths) என்ற நாடகத்தின் போது எனக்கு நடந்ததைப் பற்றி உங்களுக்குச் சொல்ல விரும்புகிறேன். அதில் சாட்டின் என்ற கதாபாத்திரம் எனக்குச் சுலபமானதாக இருந்தது - கடைசியில் வரும் தனி வசனம் நீங்கலாக. அதைச் செய்வது என்னால் முற்றிலும் இயலாத காரியமாக இருந்தது - அந்தக் காட்சிக்கு ஒரு மிகவும் பொதுப்படையான எல்லாவற்றுக்கும் பொருந்துகிற முக்கியத்துவத்தைத் தருவதற்காக, அதீத ஆழமான பொருள்படும் படியான தீவிரமான கருத்தை ஏற்படுத்துமாறு அந்தத் தனிவசனத்தைப் பேசி அதை முழு நாடகத்தின் மையப்புள்ளியாக ஆக்குவது என்னால் முடியாத காரியமாக இருந்தது.

"ஒவ்வொரு முறை இந்த அபாயகரமான கட்டத்துக்கு வந்த போதும், எனது அக உணர்வுகளை நான் சட்டென்று

நிறுத்திவிட்டது போலத் தோன்றியது. அந்தத் தயக்கமானது எனது பாத்திரத்தின் உருவாக்கும் மகிழ்ச்சியின் தடங்கலற்ற ஓட்டத்தைத் தடுத்து விட்டது. அந்தத் தனி வசனத்துக்குப் பின், பாடும் பொழுது தனது உச்சஸ்தாயியைத் தவறவிட்டு விட்ட ஒரு பாடகனைப் போல நான் உணர்ந்தேன்.''

ஆனால் இந்தக் கஷ்டம், பிரச்சினை, எனது மூன்றாவது அல்லது நான்காவது முறையான நடிப்பின் போது மறைந்து விட்டதைக் கண்டு வியப்படைந்தேன். இதற்கான காரணத்தைக் கண்டு கொள்ள முயன்றபோது, அன்று மாலை எனது நடிப்புக்கு முன், முழு நாளும் எனக்கு நிகழ்ந்தவற்றை வெகு விவரமாக நினைவு படுத்திப் பார்க்க வேண்டும் என்று தீர்மானித்தேன்.

முதல் விஷயம் என்னவென்றால், எனது தையல்காரரிடமிருந்து அதிர்ச்சியூட்ட வல்ல ஒரு பெரிய தொகைக்கான பில் வந்து சேர்ந்தது - அதனால் நான் பெரிதும் கலக்கமுற்றேன். பின்னர், என் மேசையின் இழுப்பறைக்கான சாவியைத் தொலைத்து விட்டேன். மிகவும் மோசமான மனநிலையில் நாடகம் பற்றிப் பத்திரிகையில் வந்திருந்த ஒரு மறுபார்வையை வாசிக்கலானேன். அதில், மோசமான பகுதிகள் புகழப்பட்டும், நல்ல பகுதிகள் பாராட்டப் படாமலும் இருந்ததைக் கண்டேன். இது எனக்கு மனச் சோர்வை உண்டாக்கியது. முழு நாளும், நாடகத்தைப் பற்றிச் சிந்தித்துக் கொண்டிருந்தேன் - அதன் உட்பொருளை நூறுமுறை ஆராய முயன்றேன். எனது கதாபாத்திரத்தின் ஒவ்வொரு கட்டத்திலும் எனக்கு ஏற்பட்ட உணர்வுகளை மறுபடி மறுபடி நினைவுக்குக் கொண்டு வந்து அலசினேன். இவ்வாறு இதில் நாள் முழுவதும் மூழ்கிப் போயிருந்ததால், மாலைப் பொழுது வந்த போது, வழக்கம் போல இறுக்கமாக உணராமல், பார்வையாளர்களைப் பற்றிக் கொஞ்சமும் கவலைப்படாமல், நாடகத்தின் வெற்றி, தோல்வி பற்றி ஒரு அலட்சிய உணர்வுடன் இருந்தேன். நாடகம் முழுவதும் சரியான பாதையில் சென்று, நடித்து முடித்தேன். தனிவசனம் வந்தபோது, அந்த அபாய கட்டம் பற்றிய கவனமே இல்லாமல் அதைத் தாண்டிச் சென்று விட்டேன் என்பதைக் கண்டேன்.

தலைசிறந்த உளவியல் நிபுணராகவும் இருந்த ஒரு அனுபவசாலியான நடிகரை இது பற்றிக் கலந்தாலோசித்து,

நடந்ததைத் தெளிவுபடுத்திக் கொள்ள எனக்கு உதவுமாறு வேண்டினேன். இதனால் அன்று மாலை ஏற்பட்ட அனுபவத்தை நிலை நிறுத்திக் கொள்ள விரும்பினேன். அவரது கருத்து இது:

"மேடையில் ஏற்படும் தற்செயலான உணர்வை உங்களால் மறுபடி உருவாக்க முடியாது - ஒரு செத்துப் போன மலரை மறுபடி மலரச் செய்ய முயல்வது போன்றதாகும் அது. எனவே, செத்துப் போனவற்றைப் பற்றி முயற்சி செய்து நேரத்தை வீணடிப்பதைக் காட்டிலும், புதியதாக உருவாக்க முயல்வது மேலானதாகும். அதைச் செய்வது எப்படி? முதலாவதாக, மலரைப் பற்றிக் கவலைப் படாதே - வேருக்கு நீரூற்று, அல்லது புதிய விதைகளை நடு.

பெரும்பாலான நடிகர்கள் இதற்கு எதிர்த்திசையில் பணி செய்கிறார்கள். ஒரு பாத்திரத்தில் ஏதேனும் தற்செயலான வெற்றியைப் பெற்றால் அதை மறுபடி செய்ய விரும்பி, தமது உணர்ச்சிகளில் நேரடியாக இறங்குகிறார்கள். ஆனால் அது இயற்கையின் ஒத்துழைப்பு இல்லாமல் மலர்களை விளைவிக்க முயல்வது போன்றதாகும். ஆனால் செயற்கையான மலர்களுடன் நீங்களே திருப்தி கொள்ளத் தயாராக இருந்தால் ஒழிய, அதை உங்கள் செய்ய முடியாது."

"அப்படியானால் என்ன செய்வது?"

"உணர்ச்சியைப் பற்றிச் சிந்திக்காதே. அதை வளரச் செய்தது எதுவோ, அந்த அனுபவத்தைக் கொண்டு வந்தது எதுவோ, அதில் உன் மனதைச் செலுத்து."

'அந்த அறிவு மிக்க நடிகர் என்னிடம், "நீயும் அதையே செய்," என்றார். ("முடிவுகளை மனதில் கொண்டு எதையும் தொடங்காதே. முன்னதாக என்ன நிகழ்ந்துள்ளதோ, அதன் சரியான விளைவாக அவை காலப்போக்கில் தானாகவே ஏற்படும்.")'

"நானும் அவரது அறிவுரைப்படியே செய்தேன். அந்தத் தனிவசனத்தின் அடி ஆழமான வேர்ப்பகுதிக்கு - நாடகத்தில் அடிப்படைக் கருத்துக்குச் சென்றேன். கோர்க்கி எழுதியிருந்த கருவுக்கும், நான் யோசித்து வைத்திருந்த கருவுக்கும் எந்த விதமான

தொடர்பும் இல்லை என்பதை உணர்ந்து கொண்டேன். எனது தவறுகள், நாடகத்தின் பிரதான கருத்துக்கும், எனக்கும் இடையில் தாண்டிச் செல்ல முடியாத தடை ஒன்றை உருவாக்கியிருந்தன.

"எழுப்பப்பட்ட உணர்ச்சியிலிருந்து அதன் மூலத் தூண்டுதலுக்குப் பின்னோக்கிச் செல்லும் முறைக்கு இந்த அனுபவம் ஒரு விளக்கமாக அமைகிறது. இம்முறையைப் பயன்படுத்துவதன் மூலம் ஒரு நடிகரால், தான் விரும்பும் எந்த உணர்வையும் மறுபடி தனது விருப்பம்போல் எப்போது வேண்டுமானாலும் வரவழைத்துக் கொள்ள முடியும். ஏனெனில் தற்செயலாக அது நிகழ்ந்திருந்த போதிலும், அதைத் தூண்டிவிட்டது எதுவோ அதை நோக்கி அவரால் திரும்பச் செல்ல முடியும். பின்னர், தூண்டுதலிலிருந்து மறுபடியும் அந்த உணர்ச்சிக்கு அவரால் திரும்ப வர முடியும்."

8

இன்று இயக்குனர், பின்வருமாறு கூறித் தனது வகுப்பைத் தொடங்கினார்:

"உங்களது உணர்ச்சிகளின் நினைவு எவ்வளவு பரந்து பட்டதாக உள்ளதோ, அந்த அளவு உள்ளார்ந்த உருவாக்குதலுக்குத் தேவையான ஆதாரங்கள் செழுமையாக இருக்கும். இதை, மேலும் விளக்கமாகச் சொல்ல வேண்டியதில்லை என்று நான் நினைக்கிறேன். ஆனால், உணர்ச்சிகளின் நினைவின் செழுமையுடன் கூடவே, அதன் வேறுசில அம்சங்களையும் குறிப்பாகச் சொல்ல வேண்டியுள்ளது - அவையாவன, அதன் வலிமை, திடம், அது தனக்குள் சேமித்து வைத்துள்ள விஷயங்களின் தரம், ஆகியனவாகும். இவை, சிறப்பாக, நாடகத்துறையில் நமது பணியின் நடைமுறைப் பகுதியைப் பாதிக்க வல்லவை ஆகும்."

நமது நினைவுகள் எவ்வளவு சக்தி வாய்ந்தவையாகவும், தெளிவாகவும், மிகச் சரியானவையாகவும் உள்ளனவோ, அவ்வளவு தெளிவாகவும், முழுமையாகவும் நமது படைப்பு அனுபவங்கள் இருக்கும். அந்த நினைவாற்றல் பலவீனமாக

இருந்தால், அவை எழுப்புகிற உணர்ச்சிகளும் மங்கிப் போய், திடமற்று, உணர முடியாதவையாக இருக்கும். மேடையின் விளக்குகளைத் தாண்டி அப்பால் செல்லாததால், நாடகத்துக்கு அவை கொஞ்சமும் மதிப்பில்லாமல் போய்விடும்."

மேற்கொண்டு அவர் கூறிய விஷயங்களிலிருந்து உணர்ச்சிகளின் நினைவாற்றலின் சக்தியில் பல மட்டங்கள் உள்ளன என்றும், அதன் கூட்டமைப்புகள் மற்றும் விளைவுகள் இரண்டுமே பலதரப்பட்டவையாக இருக்கலாம் என்றும் தெரிய வந்தது. இது பற்றி அவர் கூறியதாவது:

"ஒரு பொது இடத்தில் நீங்கள் அவமானப்படுத்தப்பட்டீர்கள் - எவரேனும் உங்களைக் கன்னத்தில் அறைந்து விட்டார்கள் என்றும் வைத்துக் கொள்வோம். அதைப் பற்றி நினைக்கும் போதெல்லாம் உங்கள் கன்னம் எரிகிறது. அந்தச் சம்பவத்தின் அதிர்ச்சி வெகு அதிகமாக இருந்ததால், அதன் பிற விவரங்கள் சுத்தமாக மறக்கடிக்கப்பட்டு விட்டன. ஆனால், ஏதோ ஒரு சாதாரண விஷயம் அந்த அவமானத்தின் நினைவை மறுபடி ஊட்டி, அதன் தொடர்பான உணர்ச்சிகள் இருமடங்கு வன்முறையுடன் வெளிக் கிளம்பும். உங்கள் கன்னம் சிவக்கும் அல்லது முகம் வெளுக்கும், உங்கள் இதயம் பலமாகத் துடிக்கும்."

"இத்தகையதொரு கூர்மையான, எளிதில் தூண்டிவிடப் படக் கூடிய உணர்ச்சி நினைவுகள் உங்களுக்கு இருந்தால், அதை மேடைக்கு மாற்றுவதும், உங்களது நிஜவாழ்வில் ஒரு அதிர்ச்சியூட்டும் பதிவை ஏற்படுத்திய சம்பவத்துக்கு இணையான ஒரு காட்சியை அங்கு நடிப்பதும் உங்களுக்குச் சுலபமாகக் கைவரக் கூடும். இதைச் செய்வதற்கு உங்களுக்குச் செயல்நுட்பம் எதுவும் தேவையில்லை. இயற்கையே உங்களுக்கு உதவுவதால் அது தானாகவே நிகழும்."

"இதோ மற்றும் ஒரு உதாரணம்: மிகவும் அசாதாரணமான அளவில் ஞாபகமறதியுள்ள ஒரு நண்பர் எனக்கு இருக்கிறார். ஒரு முறை, ஓராண்டுக்காலம் பார்க்காத சில நண்பர்களுடன் அவர் விருந்து உண்டார். உணவின் போது தனது நண்பரின் அழகிய சிறு மகனைப் பற்றி அவர் பேசினார்."

''அவரது சொற்கள், கனத்த மௌனத்தை எதிர்கொண்டன - நண்பரின் மனைவி மயங்கிக் கீழே சாய்ந்தாள். அந்த ஓராண்டுக் கால இடைவெளியில் அந்தச் சிறுவன் இறந்து விட்டான் என்பதை அவர் சுத்தமாக மறந்து விட்டிருந்தார். அந்தத் தவறுக்காகத் தான் அப்போது உணர்ந்த மனக்கஷ்டத்தைத் தன் உயிருள்ள வரையிலும் தன்னால் மறக்க முடியாது என்று அவர் சொன்னார்.''

''எனினும் எனது நண்பரின் உணர்வுகள், முகத்தில் அறையப்பட்ட நபரின் உணர்வுகளிலிருந்து வேறுபட்டவை - ஏனெனில் இங்கு, சம்பவம் தொடர்பான விவரங்கள் மறக்கப்படவில்லை. எனது நண்பரால், நிகழ்ச்சியின் ஒவ்வொரு சிறு விவரத்தையும் நினைவில் வைத்துக் கொள்ள முடிந்தது. அந்தச் சாப்பாட்டு மேசையில், தனக்கு எதிரில் அமர்ந்திருந்த நபரின் முகத்தில் தோன்றிய பயம், அருகில் இருந்த பெண்ணின் வெறித்த பார்வை, மற்றொருவரின் அதிர்ந்த கூவல் - எல்லாவற்றையும் அவர் தெளிவாக நினைவில் வைத்துள்ளார்.''

''நிஜமாகவே பலவீனமான உணர்ச்சிகளின் நினைவைப் பொறுத்தமட்டில், அதுபற்றிய உளவியல் செயல்நுட்ப முறை மிகவும் நெடியதும், சிக்கலானதும் ஆகும்.''

''இந்த வகையிலான நினைவாற்றலின் பல்வேறு தரப்பட்ட அம்சங்களில், நடிகர்களாகிய நாம் கவனிக்க வேண்டிய மற்றொரு அம்சமும் உண்டு - அதைப் பற்றி இங்கு விவரமாகக் கூற விரும்புகிறேன்.''

''தத்துவப்படிப் பார்த்தால், மிகச் சரியான, இலட்சிய ரீதியான உணர்ச்சிகளின் நினைவாற்றல் என்பது ஒரு சம்பவம் முதலில் நிகழ்ந்த போது ஏற்பட்ட பதிவுகளை அதே விவரங்களுடன் நிலைநிறுத்திக் கொள்வதுடன், மறுபடி உருவாக்கவும் வல்லது என்று சொல்லலாம். ஆனால், உண்மை நிலை அவ்வாறு இருந்தால் நமது உடலின் நரம்பு மண்டலத்தின் கதி என்னவாகும்? கோரமான சம்பவங்களை அதே அளவு தீவிரமான விவரங்களுடன் மறுபடி மறுபடி நினைவு கூர நேர்ந்தால் அதனால் எப்படி அதைத் தாங்கிக் கொள்ள முடியும்? மனித இயல்பால் அதைத் தாங்கிக் கொள்ள முடியாது.''

"அதிர்ஷ்டவசமாக, நிஜவாழ்வில் விஷயங்கள் வேறு விதமாக நிகழ்கின்றன. நமது உணர்ச்சி நினைவுகள், நிஜ சம்பவத்தின் மிகச் சரியான நகல்கள் அல்ல - அவ்வப்போது அவை தெளிவாக, பிரகாசமாக உள்ளன, ஆனால் சாதாரணமாக, அவை நிஜ சம்பவத்தை விடவும் மங்கலாகவே உள்ளன. சில சமயங்களில், நமக்குள் ஏற்படும் பதிவுகள் தொடர்ந்து நிலை நின்று மேலும் வளர்ந்து ஆழமாகின்றன. புதிய செயல் முறைகளைத் தூண்டியும், மேலும் விவரங்களைச் சேர்த்துக் கொண்டும், முற்றிலும் புதிய பதிவுகளை அவை உருவாக்கிக் கொள்கின்றன."

"இத்தகைய நிலையில், ஒரு ஆபத்தான நிலையில் ஒருவரால் மிக அமைதியாகச் செயல்பட முடியும் - பின்னர் அதை நினைவு கூரும் போது, அவர் மயங்கிச் சாய்ந்து விடக் கூடும். நிஜ சம்பவத்தின் நினைவுப் பதிவு அதிக வலிமை பெற்று வளர்ந்து வருவதற்கு இது ஒரு எடுத்துக்காட்டாகும்."

"இப்போது - நினைவுப் பதிவின் வலிமை மற்றும் தீவிரத் தன்மை இவற்றோடு கூட, அதன் தரம் என்ற மற்றொரு அம்சமும் கவனிக்கப்பட வேண்டும். ஒரு சம்பவம் யாருக்கு நிகழ்ந்ததோ, அந்த நபராக இல்லாமல், நீங்கள் ஒரு பார்வையாளராக இருக்கிறீர்கள் என்று வைத்துக் கொள்வோம். பொது இடத்தில் ஒரு அவமதிப்பை ஏற்று, பெருத்த அவமான உணர்வை நீங்களே உணர்வது என்பது ஒரு விஷயம் - ஆனால், மற்றொருவருக்கு அது நிகழ்வதைப் பார்த்து, அதனால் மன வருத்தம் கொள்வது என்பது முற்றிலும் வேறுபட்ட ஒரு விஷயம். இங்கு, அவமானத்தை ஏற்படுத்தியவருடனோ அல்லது அவரால் பாதிக்கப் பட்டவருடனோ நீங்கள் சேர்ந்து கொள்ளலாம் - அந்த நிலை சுதந்திரமான ஒன்றாகும்."

"இங்கு மற்றொரு சாத்தியப்பாடும் உள்ளது - ஒரு நபர், பங்கு பெறுபவராகவோ அல்லது பார்வையாளராகவோ ஒரு நிகழ்வில் பங்கேற்காமல் இருக்கக் கூடும். அதைப் பற்றி அவர் கேள்விப்படவோ அல்லது வாசிக்கவோ கூடும். இதனால் கூட அவர் ஆழமான, வலிமையான பதிவுகளைப் பெறலாம். அந்தச் சம்பவத்தை வர்ணித்து எழுதிய அல்லது பேசிய நபரின் கற்பனை

வளத்தைப் பொறுத்தும், அதை வாசிக்கும் அல்லது கேட்கும் நபரின் கற்பனை வளத்தைப் பொறுத்தும் இந்தப் பதிவுகள் அமையும்.''

''மேலும், ஒரு நிகழ்வில் பங்கேற்பவர், அல்லது அதைப் பார்ப்பவர் ஆகியோரின் உணர்ச்சிகளிலிருந்து, அதைப் பற்றி வாசிப்பவர் அல்லது கேட்பவரின் உணர்ச்சிகள் தரத்தால் பெரிதும் வேறுபட்டு உள்ளன.''

''இத்தகைய உணர்ச்சி பற்றிய பதிவுகளின் பல வகைகளையும் ஒரு நடிகர் கையாள வேண்டி உள்ளது. அவற்றை அவர் கவனித்து, புரிந்து கொண்டு, தான் பிரதிபலிக்கும் பாத்திரத்தின் தேவைகளுக்கு ஏற்ப அவற்றை மாற்றி வடிவமைத்துக் கொள்கிறார்.''

''அந்த மனிதர், பொது இடத்தில், கன்னத்தில் அறையப்பட்ட போது நீ அங்கே இருந்தாய், அதைப் பார்த்தாய் என்று வைத்துக் கொள்வோம். அந்தச் சம்பவம் உனது ஞாபகத்தில் வலிமையான பதிவுகளை விட்டுச் சென்றது என்று வைத்துக் கொள்வோம். ஒரு பார்வையாளரின் பாத்திரத்தை ஏற்று நடித்தால் அந்த உணர்ச்சிகளை மறு உருவாக்குவது உனக்குச் சுலபமான விஷயமாக இருக்கும். ஆனால், அவ்வாறு கன்னத்தில் அறையப் பட்டவரின் பாத்திரத்தை ஏற்று நடிக்க வேண்டியிருந்தால் என்னவாகும் என்று கற்பனை செய்து பார். ஒரு பார்வையாளராக நீ அனுபவித்த உணர்வுகளை, அறையப் பட்டவரின் உணர்வுகளாக எவ்வாறு மாற்றியமைப்பாய்?''

''அறையப்பட்டவர், அவமதிப்பை உணர்கிறார். பார்வையாளரால் அனுதாப உணர்வுகளைப் பகிர்ந்து கொள்ள மட்டுமே முடியும். ஆனால் அனுதாபம் என்பது பின்னர் நேரடியான எதிர்ச் செயலாக, உணர்ச்சியாக மாற்றப்படலாம். ஒரு பாத்திரத்தை ஏற்றுச் செயல்புரியும் போது நமக்கு அது தான் நிகழ்கிறது. ஒரு நடிகன், தனக்குள் அந்த மாற்றம் ஏற்படுவதை உணரும் அந்தக் கணத்தில், நாடகத்தின் வாழ்வில் ஒரு முதன்மைப் பங்குதாரராக அவன் செயல்படத் தொடங்குகிறான். அவனுக்குள் நிஜமான மனித உணர்வுகள் பிறக்கின்றன. பல சமயங்களிலும்

மனித அனுதாபமானது, பாத்திரத்தின் நிஜ உணர்வுகளாகத் தானாகவே மாறுகின்றது.''

''பாத்திரமாக உள்ள நபரின் நிலைமையை நடிகன் வெகு கூர்மையாக உணர்ந்து அதன்பால் செயலூக்கத்துடன் நடந்து கொள்வதால், அந்த நபரின் இடத்தில் தன்னை நிஜமாகவே இருத்திக் கொள்கிறான். அந்தக் கண்ணோட்டத்திலிருந்து, அறையப்பட்டவரின் கண்களின் வாயிலாக அந்தச் சம்பவத்தைப் பார்க்கிறான். செயல்படவும், சம்பவத்தில் பங்கு கொள்ளவும், அந்த அவமதிப்பை வெறுக்கவும் விரும்புகிறான் - ஏதோ தனது சொந்த கௌரவத்தைப் பொறுத்த விஷயமாக அது இருப்பது போல உணர்கிறான். இவ்வாறு நிகழும் போது பார்வையாளரின் உணர்வுகள், பங்கு பெறுபவரின் உணர்வுகளாக மாறுவது மிகவும் முழுமையாக இருப்பதால், அவற்றின் வலிமையும், தரமும், எந்த விதத்திலும் குறைந்து போவதில்லை.''

''இந்த விளக்கத்திலிருந்து நீங்கள் பின்வருவனவற்றை உணர்ந்து கொள்ளலாம் - அதாவது, நமது கடந்தகாலத்து உணர்ச்சிகளை மட்டுமல்லாமல், பிறரது உணர்ச்சிகளுடன் அனுதாபமாக சேர்ந்து உணர்ந்து உணர்ச்சிகளைக் கூட புதிதாக உருவாக்குவதற்கான ஆதாரங்களாக நம்மால் பயன்படுத்த முடியும். எனவே, நமது வாழ்நாள் முழுவதும் மேடையில் நடிப்பதற்குத் தேவையான - எல்லா விதமான பாத்திரங்களுக்கும் தேவையான - உணர்ச்சி ஆதாரங்கள் நம்மிடம் இல்லாமல் போகவே போகாது என்பது தெளிவாகிறது. செக்கோவின் ஸீ கல் (Sea gull) என்ற நாடகத்தில் வருகிற பிரபஞ்சப் பாத்திரப் படைப்பாக - தனது சொந்தக் கொலை மற்றும் மரணம் ஆகியவற்றையும் உள்ளிட்ட, எல்லாவிதமான மனித அனுபவங்களையும் உணர்ந்து அனுபவித்துள்ள ஒரு நபராக, யாராலும் இருக்க முடியாது. எனினும், இவை எல்லாவற்றையும் மேடையில் நாம் வாழ்ந்தாக வேண்டும். எனவே, நாம் பிறரைக் கவனித்துப் படித்தறிய வேண்டும். உணர்வு பூர்வமாக அவர்களுக்கு எவ்வளவு அருகில் நெருங்கிச் செல்ல முடியுமோ அவ்வளவு அருகில் செல்ல வேண்டும் - அவர்கள் பால் உள்ள அனுதாபமானது நமது சொந்த உணர்ச்சிகளாக மாறும் வரையில் இதைச் செய்ய வேண்டும்.''

"ஒரு புதிய பாத்திரத்தைப் பற்றி அறிந்து கொள்ளத் தொடங்கும் போது. ஒவ்வொரு முறையும் நமக்கு இதுதானே நிகழ்கிறது?"

9

(1) "மனநோயாளியுடன் ஆன பயிற்சி உங்களுக்கு நினைவில் இருந்தால்," என்றார் இயக்குனர், "அதனுடன் தொடர்பான கற்பனை ரீதியான தூண்டல்களும் உங்கள் நினைவுக்கு வரக்கூடும். அந்தத் தூண்டல் ஒவ்வொன்றும் உங்களது உணர்ச்சியின் நினைவைத் தட்டி எழுப்புவதாகும். உங்கள் நிஜவாழ்வில் ஒரு போதும் ஏற்பட்டிராத விஷயங்களின் வாயிலாக அவை உங்களது அக உணர்வுகளைத் தூண்டிவிட்டன. மேலும், அதன் வாயிலாக, வெளிப்புறத் தூண்டல்களையும் நீங்கள் உணர்ந்தீர்கள்."

(2) "பிராண்ட்" என்ற நாடகத்தின் காட்சியை நாம் எவ்வாறு கூறுகளாகவும், குறிக்கோள்களாகவும் பிரித்தெடுத்தோம் என்பது உங்களுக்கு நினைவிருக்கிறதா? இந்த வகுப்பில் உள்ள மாணவர்களும் மாணவிகளும் அதை எவ்வளவு தீவிரமாக எதிர்த்தார்கள் என்பதும் நினைவிருக்கிறதா? அதுவும் மற்றொரு விதமான அகத்தூண்டுதல் ஆகும்."

(3) 'மேடையிலும், பார்வையாளர் மத்தியிலும் நமது கவனத்தைக் கவரும் பொருள்கள் பற்றிய செயல்முறை விளக்கம் உங்களுக்கு நினைவில் இருந்தால், நிஜமான பொருள்கள் எவ்வாறு தூண்டுதலாக அமையக் கூடும் என்பதை இப்போது உணர்ந்து கொள்வீர்கள்.'

(4) "உணர்ச்சிகளைத் தூண்டவல்ல மற்றொரு முக்கிய ஆதாரம், நிஜமான உடல் ரீதியான செயலும், அதில் நீங்கள் கொண்டுள்ள நம்பிக்கையும் ஆகும்."

(5) "காலப் போக்கில் பல புதிய அகத் தூண்டுதல்களை நீங்கள் பழகிக் கொள்வீர்கள். இவற்றுள் மிக மிகச் சக்தி வாய்ந்தது நாடகத்தின் வசனத்தில் உள்ளது. அந்த வசனங்களும்,

அவற்றால் உருவாக்கப்படுகிற நடிகர்களுக்கு இடையிலான பரஸ்பர உறவுகள், தொடர்புகள் ஆகியவற்றை பாதிக்கும் எண்ணங்கள் மற்றும் உணர்வுகள் இவற்றின் தாக்கமும் ஆகும்."

(6) "மேலும், மேடையில், காட்சி அமைப்புகள், மரச் சாமான்களின் அமைப்பு, ஒளி, ஒலி மற்றும் பிற, ஆகியவற்றால் எழும் புறத்தூண்டுதல்கள் பற்றியும் நீங்கள் இப்போது நன்கு உணர்ந்துள்ளீர்கள். இவை, நிஜவாழ்வும் அதன் உயிரோட்டமான மனநிலைகளையும் பற்றிய ஒரு உண்மை போன்ற மாயத்தோற்றத்தை உருவாக்குவதற்காக வெகு கவனமாகத் திட்டமிட்டு அமைக்கப்படுபவை ஆகும்."

"இவை அனைத்தையும் மொத்தமாகச் சேர்த்து, நீங்கள் இன்னும் கற்றுக் கொள்ளப் போகும் விஷயங்களுடன் கூட்டிப் பார்த்தால், உங்களிடம் நிறைய ஆதாரங்கள் இருப்பதைக் காண்பீர்கள். இவை உங்களது உளவியல் - செயல்நுட்பச் செழிப்பின் சேமிப்பாக விளங்கும். இவற்றை எவ்வாறு பயன்படுத்துவது என்று நீங்கள் கற்றுக் கொள்ள வேண்டும்."

இந்த விஷயத்தைச் செய்வதற்குத் தான் நான் மிகவும் ஆவலாகவும், கவலையுடனும் இருந்தேன்; ஆனால் அதைச் செய்வது எப்படி என்று எனக்குத் தெரியவில்லை என்று நான் இயக்குனரிடம் கூறிய போது, அவர் எனக்குத் தந்த அறிவுரை பின்வருமாறு:

"ஒரு வேடன் ஒரு பறவையை எவ்வாறு பின் தொடர்ந்து செல்கிறானோ அது போல நீ செய். ஒரு பறவை, தானாக மேலே பறந்து வரவில்லை என்றால் காட்டில் உள்ள இலை தழைகளின் அடர்த்தியில் அதை உன்னால் ஒருபோதும் கண்டுபிடிக்க முடியாது. எனவே அதை வெளியில் வரச் செய்வதற்கு நீ பல உத்திகளைக் கையாள வேண்டியிருக்கும் - கூவிக்குரல் கொடுக்கலாம், அதைக் கவர்வதற்காக ஏதேனும் இரையைப் பயன்படுத்தலாம்."

"நமது கலை ரீதியான உணர்ச்சிகள், முதலில் காட்டு விலங்குகளைப் போலக் கூச்ச சுபாவம் கொண்டவை. நமது

ஆன்மாவின் அடி ஆழத்திலே ஒளிந்து கொள்பவை. தானாக அவை மேலே வரவில்லை என்றால், நீ அவற்றைத் தேடிச் செல்ல வேண்டும். இதில் உன்னால் செய்ய முடிந்ததெல்லாம் அவற்றுக்கு ஏற்ற, சரியான திறன் வாய்ந்த தூண்டிலைப் பயன்படுத்துவதில் உனது கவனத்தைச் செலுத்துவது தான். இங்கு உனது நோக்கத்துக்கு ஏற்றவை இப்போது நாம் விவரித்துள்ள, உள் உணர்ச்சிகளின் நினைவுக்கான தூண்டுதல்கள் ஆகும்.''

''இந்தக் கவர்ந்திழுக்கும் தூண்டிலுக்கும், அது கவரும் உணர்வுக்கும் இடையிலான இணைப்பு, இயல்பானது, சாதாரணமானது. அதைத்தான் நீ பெருமளவில் பயன்படுத்த வேண்டும். அந்தத் தூண்டுதலின் விளைவுகளை பரீட்சித்துப் பார்த்து, அது எழுப்பும் உணர்ச்சிகளாகிய முடிவுகளை ஆராய்ந்து பார்ப்பதன் வாயிலாக, உனது உணர்ச்சி ரீதியிலான ஞாபகத்தில் என்னென்ன பதிவுகள் உள்ளன என்பதை உன்னால் தெரிந்து கொள்ள முடியும். அவ்வாறு மேலும் மேலும் நன்றாகத் தெரிந்து கொண்டால், உன்னால் அதைத் திறம்பட வளர்த்தெடுக்க முடியும்.''

''அதே சமயத்தில், இந்த விஷயத்தைப் பொறுத்தளவில், உனது சேமிப்பின் அளவைப் பற்றியும் நாம் மறந்து விடக் கூடாது. தொடர்ந்து உனது சேமிப்பிற்கு மேலும் மேலும் விவரங்களையும், கருத்துகளையும் சேர்த்துக் கொண்டே இருக்க வேண்டும். இந்த நோக்கத்துக்கென, முக்கியமாக உனது சொந்த உணர்வுகள், அனுபவங்கள் மற்றும் பதிவுகளையே நீ நாட வேண்டும். இதைத் தவிர, உன்னைச் சுற்றிலும் உள்ள வாழ்க்கையிலிருந்தும் - அது நிஜமானதாக இருந்தாலும், கற்பனையானதாக இருந்தாலும் - விவரங்களைச் சேகரித்த வண்ணம் இருக்க வேண்டும். கடந்தகால நினைவுகள் பற்றிய உரையாடல்கள், நூல்கள், கலை, அறிவியல், எல்லாவிதமான பொது அறிவு, பயணக் குறிப்புகள், அருங்காட்சியகங்கள் ஆகியவற்றை இதற்குப் பயன்படுத்தலாம். இவை அனைத்துக்கும் மேலாக, பிற மனிதர்களுடனான உரையாடல்கள் இதற்கு மிகவும் உகந்ததாக அமையும்.''

''ஒரு நடிகனின் பணியில் என்னவெல்லாம் வேண்டியுள்ளது என்று நீ இப்போது உணர்ந்து கொண்டிருப்பாய். எனவே, ஒரு நடிகனின் வாழ்வு, முழுமையானதாகவும், சுவாரஸ்யமானதாகவும், அழகானதாகவும், பலதரப் பட்டதாகவும், மிகவும் சரியானதாகவும், அகத் தூண்டுதலுடன் இலட்சிய ரீதியானதாகவும் இருந்தாக வேண்டும் என்பதையும் புரிந்து கொண்டிருப்பாய். பெரிய நகரங்களில் என்ன நடந்து கொண்டிருக்கிறது என்பதை மட்டுமல்லாமல், கிராமப் புறங்களிலும், தொழிற்சாலைகளிலும், உலகின் பல்வேறு பெரிய கலாசார மையங்களிலும் என்ன நிகழ்ந்து கொண்டுள்ளது என்பதையும் ஒரு நடிகன் தெரிந்து வைத்திருக்க வேண்டும். தன்னைச் சுற்றியுள்ள மனிதர்களின் வாழ்க்கையையும், உளவியலையும் அவன் ஆராய்ந்து அறிந்து கொள்ள வேண்டும். தவிரவும், தனது நாட்டிலும், வெளி நாடுகளிலும் உள்ள பல தரப்பட்ட மக்களின் - பல்வேறு மட்டங்களில் உள்ள மக்களின் வாழ்க்கையையும் பற்றி அவன் தெரிந்து கொள்ள வேண்டும்.''

''நமது கால கட்டத்தில் உள்ள நாடகங்களுடன், உலகின் பிற பகுதிகளில் உள்ள மனிதர்கள் பற்றிய நாடகங்களையும் நடிப்பதற்கு ஒரு பரந்துபட்ட கண்ணோட்டம் நமக்குத் தேவைப்படுகிறது. உலகெங்கிலும் உள்ள மனித உயிர்களின் வாழ்க்கையை மொழிபெயர்த்துச் சித்தரிப்பது நமது வேலையின் தேவையாக உள்ளது. ஒரு நடிகன், தனது சொந்த காலகட்டத்தின் வாழ்க்கையை மட்டும் அல்லாது, கடந்தகாலம் மற்றும் வருங்காலம் இவற்றின் வாழ்க்கையயும் உருவாக்கிக் காட்டுகிறான். அதனால் தான் அவன் விஷயங்களையும் நிகழ்வுகளையும் கூர்ந்து கவனிக்கவும், கற்பனையில் உருவாக்கவும், அனுபவித்து உணரவும், உணர்ச்சி அலைகளில் மிதந்து மிதந்து தன்னை மறந்து போகவும் வேண்டியுள்ளது. சில சந்தர்ப்பங்களில் அவனது பிரச்சினை மேலும் சிக்கலானதாக அமைகிறது. தற்கால வாழ்க்கையைச் சித்தரிப்பதாக அவனது படைப்பு இருந்தால், தன்னைச் சுற்றியுள்ள சுற்றுப் புறத்தை அவனால் கவனிக்க முடியும். ஆனால், கடந்த காலத்தையோ, வருங்காலத்தையோ, அல்லது ஒரு கற்பனையான, இல்லவே இல்லாத காலகட்டத்தையோ சித்தரிக்க வேண்டியிருந்தால்,

அதைத் தனது கற்பனையில் தான் அவன் வடிவமைக்க வேண்டும். இது ஒரு பெரும் சிக்கலான செயல்பாடு ஆகும்.''

"நடிப்புக் கலையில் நிரந்தரமானது எதுவோ அதைத் தேடிக் கண்டடைவது தான் நமது இலட்சியமாக இருக்க வேண்டும். இதுவே என்றும் அழியாதது இறவாதது, மனித இதயங்களுக்கு நெருக்கமானது, என்றும் இளமையானது ஆகும்.''

"மகத்தான இலக்கியப் படைப்புகளால் கட்டி வளர்க்கப்பட்டுள்ள உயர்ந்த சாதனைகளே நமது இலக்குகளாக அமைய வேண்டும். அவற்றை நன்கு படித்து அறியுங்கள். அவற்றில் தரப்பட்டுள்ளது போல, உயிருள்ள, வாழ்கின்ற உணர்ச்சிக் கருக்களைப் பயன்படுத்தக் கற்றுக் கொள்ளுங்கள்.''

"இப்போதைக்கு, உணர்ச்சிகளின் நினைவு பற்றி என்னால் உங்களுக்குச் சொல்ல முடிந்தவை அனைத்தையும் நான் சொல்லி முடித்து விட்டேன். நமது வேலைத் திட்டத்தை மேற்கொண்டு பின்பற்றும் போது இதைப் பற்றி மேலும் மேலும் அதிகமாக நீங்கள் கற்றுக் கொள்வீர்கள்.''

10

தோழமைத் தொடர்பு

1

இன்று இயக்குனர் வகுப்பினுள் நுழைந்தவுடன் வாஸிலியை நோக்கி, "இந்தக்கணத்தில் யாருடன் அல்லது எதனுடன் நீ தோழமைத் தொடர்பு கொண்டிருந்தாய்?" என்று கேட்டார்.

வாஸிலி தனது எண்ணங்களிலே மூழ்கிப் போயிருந்ததால், இந்தக் கேள்வியின் பொருளை உடனடியாகப் புரிந்து கொள்ளவில்லை.

"நானா?" என்றான் சற்றே எந்திரத் தனமாகி. "ஏன், நான் யாருடனும், எதனுடனும் எந்தத் தொடர்பும் கொண்டிருக்கவில்லையே!"

"நீ ஒரு அற்புதப் பிறவி தான்;" என்று இயக்குனர் நகைச்சுவையாகக் கூறினார். அந்த நிலையில் வெகு நேரம் உன்னால் தொடர்ந்து இருக்க முடிந்தால், நிச்சயமாக அதிசயப் பிறவிதான்."

வாஸிலியோ, அந்தச் சமயத்தில் யாரும் தன்னைப் பார்க்கவோ, தன்னுடன் பேசவோ இல்லாததால், நிச்சயமாகத் தன்னால் யாருடனும் தொடர்பு கொண்டிருக்க முடியாது என்று டார்ட்சாவிடம் உறுதியாகக் கூறினான்.

இப்போது, டார்ட்சாவ் வியப்புக்கு உள்ளானார். 'ஓகோ, யாருடனாவது நீ தொடர்பு கொள்ள வேண்டுமென்றால் அவர்கள்

உன்னைப் பார்க்கவோ அல்லது உன்னுடன் பேசவோ வேண்டும் என்றா நீ சொல்கிறாய்?

உன் கண்களையும் காதுகளையும் மூடிக் கொள்; அமைதியாக இரு, இப்போது, யாருடன் நீ உளரீதியாகத் தொடர்பு கொண்டுள்ளாய் என்று கண்டு பிடிக்க முயற்சி செய். ஏதேனும் ஒரு பொருளுடன் ஏதேனும் ஒரு தொடர்பைக் கொண்டிராத ஒரே ஒரு கணப் பொழுதைக் கண்டு பிடிக்க முயற்சி செய்.

நானும் அதை முயற்சி செய்து, எனக்குள் என்ன நிகழ்ந்தது என்று கவனித்தேன்.

சென்ற நாள் மாலை பிரபலமான இசைக் கச்சேரி ஒன்றுக்குச் சென்றிருந்ததை என் மனக் கண்ணால் கண்டேன். அந்த மாலை நிகழ்ச்சியின் எனது ஒவ்வொரு அசைவையும் வரிசையாகக் கண்டேன். நான் அரங்கினுள் நுழைந்தது, என் நண்பர்கள் சிலரைச் சந்தித்தது, எனது இருக்கையைக் கண்டு பிடித்து அமர்ந்தது, இசைக் கலைஞர்கள் தமது கருவிகளை முடுக்கித் தயார் செய்வதைக் கவனித்தது - பின் அவர்கள் வாசிக்கத் தொடங்க, நானும் அதைக் கேட்கலானேன். ஆனால் அவர்களுடன் உணர்வு ரீதியான தொடர்பை என்னால் உருவாக்கிக் கொள்ள முடியவில்லை.

எனக்கும் எனது சுற்றுப்புறத்துக்கும் இடையிலான தோழமைத் தொடர்பில் அது தான் ஒரு வெற்றிடமாக இருக்க வேண்டும் என்று நானே முடிவு கட்டிக் கொண்டேன் ஆனால் எனது கருத்தைச் சொன்னபோது, இயக்குனர் அதை வன்மையாக எதிர்த்தார்.

''இசையில் மூழ்கிப் போயிருந்த ஒரு சமயத்தை வெறும் வெற்றிடம் என்று நீ எவ்வாறு சொல்லலாம்?'' என்றார் அவர்.

''ஏனெனில் நான் கேட்டுக் கொண்டிருந்த போதிலும், உண்மையில் அந்த இசையை நான் கேட்கவேயில்லை. அதன் பொருளை ஆழமாக ஊடுருவிப் புரிந்து கொள்ள முயன்ற போதிலும், அதில் நான் வெற்றியடையவில்லை. எனவே, தொடர்பு ஏதும் ஏற்படவில்லை,'' என்று நான் உணர்ந்தேன்'' என்று நானும் என் கருத்தை வலியுறுத்திக் கூறினேன்.

''இசையுடனான உன் தொடர்பும், அதை நீ ஏற்றுக் கொள்ளலும் இன்னும் தொடங்கவில்லை. ஏனெனில், அதற்கு முன்பான செயல்பாடு நிகழவில்லை. அது உன் கவனத்தைச் சிதறச் செய்து விட்டது. அந்தத் தொடர்பு ஏற்பட்டு விட்டால், நீ இசையிலே மூழ்கிப் போயிருப்பாய் இல்லாவிட்டால், வேறு ஏதேனும் ஒரு விஷயத்தில் ஆர்வம் கொண்டிருப்பாய். ஆனால், ஏதேனும் ஒரு விஷயத்துடன் நீ கொண்டுள்ள உறவின் தொடர்ச்சியில் இடைவெளி எதுவும் ஏற்படவில்லை.''

''ஒருவேளை அவ்வாறு இருக்கலாம்.'' என்று நான் ஒப்புக் கொண்டு, எனது நினைவுகளைத் தொடர்ந்தேன் - ஏதோ ஒரு நினைவில் நான் என் உடலை அசைத்ததும், அந்த அசைவு என்னைச் சுற்றி இருந்தவர்களின் கவனத்தைக் கவர்ந்ததும் என் நினைவில் நிழலாடியது. அதன் பின் நான் மிகவும் அமைதியாக அமர்ந்து, இசையைக் கேட்பது போல பாவனை செய்தேன் ஆனால், உண்மையில், என்னைச் சுற்றிலும் என்ன நடந்து கொண்டிருந்தது என்று கவனித்துக் கொண்டிருந்ததால். இசையை நிஜமாகக் கேட்கவே இல்லை.

டார்ட்சாவ் இருந்த பக்கம் என் பார்வை சென்றது. எனது தற்செயலான உடலசைவை அவர் கவனிக்கவேயில்லை என்று உணர்ந்தேன். பின் சுற்றுமுற்றும் பார்த்து, பெரியவர் ஷூஸ்டோவ் அங்கு இருக்கிறாரா என்று தேடினேன் ஆனால் அவரோ, அல்லது எங்கள் நாடக சபையின் பிற நடிகர்களோ யாருமே அங்கு தென்படவில்லை. பின் அங்கிருந்த பார்வையாளர்களை எனது நினைவுக்குக் கொண்டுவர முயன்றேன். ஆனால் அதற்குள் எனது கவனம் வெகுவாகச் சிதறி விட்டிருந்தபடியால் என்னால் அதைக் கட்டுப்படுத்தவோ, விரும்பிய திசையில் செலுத்தவோ முடியாமல் போனது. இசையோ பல்வேறு விதமான கற்பனைகளை எழுப்பும் திறன் கொண்டதாக இருந்தது. நான் எனது அண்டை வீட்டார்கள். பிற நகரங்களிலே தொலைதூரத்தில் வசித்து வந்த உறவினர்கள் மற்றும் இறந்து போன என் நண்பன் இவர்களையெல்லாம் பற்றி எண்ணினேன்.

(மேற்கண்ட நபர்களுடன் எனது உணர்வுகளையும் எண்ணங்களையும் பகிர்ந்து கொள்ள விரும்பியதாலோ, அல்லது மேற்கண்ட நபர்களே எனது உணர்வுகளையும், எண்ணங்களையும் எழுப்பியதாலோ அவர்கள் எனது மனதிற்குள் பவனி வந்தார்கள் என்று இயக்குனர் பின்னர் என்னிடம் விளக்கிச் சொன்னார்.)

இறுதியில் எனது கவனம், தலைக்கு மேலே தொங்கிக் கொண்டிருந்த சரவிளக்கின் பால் சென்றது. அதன் விவரங்களைக் கூர்ந்து கவனிப்பதில் நான் நீண்டநேரம் செலவிட்டேன். அந்த நேரம், நிச்சயமாக ஒரு வெற்றிடமாகத் தான் இருந்திருக்க வேண்டும் என்று நான் உறுதியாக நம்பினேன். ஏனெனில், ஒரு சரவிளக்கைச் சும்மா பார்த்துக் கொண்டிருப்பது என்பது ஒரு தொடர்பு கொள்ளும் விஷயம் என்று யாரும் சொல்ல முடியாது.

இதைப் பற்றி நான் டார்ட்சாவிடம் கூறியபோது, எனது மனநிலையை அவர் பின்வருமாறு விளக்கினார்.

“அந்த விளக்கு எதைக் கொண்டு எப்படிச் செய்யப்பட்டிருந்தது என்று கண்டறிய நீ முயற்சி செய்தாய். அதன் வடிவம், பொதுவான அம்சங்கள் மற்றும் பல்வேறு விவரங்களில் நீ ஆழ்ந்து போயிருந்தாய். அந்தப் பதிவுகளை நீ ஏற்றுக் கொண்டு உன் நினைவில் பதித்துக் கொண்டு, அவற்றைப் பற்றித் தொடர்ந்து சிந்திக்கலானாய். அதாவது, அந்தப் பொருளிலிருந்து ஏதோ ஒன்றை நீ பெற்றுக் கொண்டாய் என்று இதற்குப் பொருள் நடிகர்களாகிய நாம், இதை ஒரு அத்தியாவசியமான தேவை என்று கருதுகிறோம். உனது பொருளின் உயிரற்ற ஜடத்தன்மை உனக்குக் கவலை தருகிறது. எந்த ஒரு படமோ, சிலையோ, நண்பனின் புகைப்படமோ, அருங்காட்சியகத்தில் உள்ள ஏதேனும் ஒரு பொருளோ உயிரற்றது தான். ஆனாலும், அதைப் படைத்த கலைஞனின் வாழ்வின் ஏதேனும் ஒரு பகுதியை அது தனக்குள் கொண்டுள்ளது. எனவே, ஒரு சாதாரணச் சரவிளக்குக் கூட, ஓரளவுக்கு உயிருள்ள ஆர்வத்தை உருவாக்கக் கூடும்.”

“அப்படியென்றால், நமது கண் பார்வை படுகிற எந்த ஒரு பொருளுடனும் நம்மால் தொடர்பு கொள்ள முடியுமா?” என்று நான் கேட்டேன்.

''உன் கண்பார்வையில் மின்னலெனத் தோன்றி மறையும் ஒவ்வொரு பொருளையும் மனதில் பதித்துக் கொள்ளவோ உன்னில் ஒரு துளியையேனும் அதற்குத் தரவோ உனக்கு நேரம் இருக்குமா என்று நான் சந்தேகிக்கிறேன். எனினும், பிறரிடமிருந்து விஷயங்களை மனதில் பதிய வைக்காமலும், உன்னிலிருந்து அவர்களுக்குத் தராமலும், மேடையில் ஒருவரோடு ஒருவர் இணைந்து செயல்படுவது முடியாது. ஒரு பொருளிலிருந்து எதையேனும் பெறுவதும், எதையேனும் அதற்குத் தருவதும்- எவ்வளவு சுருக்கமாக நடை பெற்றாலும் - ஆன்மரீதியான ஒரு தொடர்பைக் கொண்டதாகவே உள்ளது.

''எதையேனும் சும்மா பார்ப்பதும், கருத்தைப் பதித்துக் காண்பதும் என இரண்டு செயல்களுமே சாத்தியம் என்று நான் பல தடவை சொல்லியிருக்கிறேன். மேடையில், நடைபெறுகிற ஒவ்வொரு விஷயத்தையும் பார்ப்பதும், காண்பதும், உணர்வதும் சாத்தியம். ஆனால், அதே சமயத்தில், மேடையின் முகப்பு விளக்குகளுக்கு இந்தப் பக்கம் உள்ளவற்றைப் பார்த்தவாறே உங்களது உணர்வுகளும், ஆர்வமும் அரங்கத்தின் பார்வையாளர் மத்தியிலோ, அல்லது நாடக அரங்கின் சுவர்களுக்கு அப்பால் உள்ள வேறு ஏதோ ஒரு இடத்திலோ மையம் கொண்டு இருப்பதும் சாத்தியமே.

''இவ்வாறு அக உணர்வினாலான தமது குறைபாடுகளை மறைக்க நடிகர்கள் பயன்படுத்தும் சில எந்திரத்தனமான உத்திகள் உள்ளன. ஆனால் அவற்றைப் பயன்படுத்துவதால், அவர்களது வெறித்த, அர்த்தமற்ற பார்வை, மேலும் வெறுமையானதாகத் தான் தோற்றமளிக்கும். கண்கள், ஆன்மாவின் கண்ணாடிகளாகும். வெறுமையான விழி, ஒரு வெறுமையான ஆன்மாவைத் தான் பிரதிபலிக்கிறது. ஒரு நடிகனின் விழிகள், அவனது பார்வை, அவனது ஆன்மாவின் மிக ஆழமான உட்பொருளைப் பிரதிபலிக்க வேண்டும். எனவே, தனது பாத்திரத்தின் மனித ஆன்மாவின் வாழ்வை ஒத்ததான ஒரு மகத்தான அக ஆதாரங்களை அவன் வளர்த்தெடுக்க வேண்டும். அவன் மேடையின் மீது உள்ள எல்லாக் காலங்களிலும் இந்த அக ஆதாரங்களை நாடகத்தின் பிற நடிகர்களுடன் பகிர்ந்து கொண்டவாறு இருக்க வேண்டும்.

"என்றாலும், ஒரு நடிகனும் மனிதன் தான். அவன் மேடைக்கு வரும்போது, தனது அன்றாட எண்ணங்கள், தனிப்பட்ட சொந்த உணர்வுகள், சிந்தனைகள் மற்றும் உண்மை நிலைமைகளையும் தன்னுடன் எடுத்து வருவது இயல்பானதே. அவன் இவ்வாறு செய்தால் அவனது சொந்த, அன்றாட சாதாரண வாழ்வின் தொடர்ச்சியானது தடைப்படுவதில்லை. அவனது பாத்திரம், அவனைத் தன்னையே மறக்குமாறு செய்தால் தவிர, அதற்கென அவன் தன்னை முழுமையாக அர்ப்பணம் செய்து கொள்வதில்லை. ஆனால் அது அவ்வாறு செய்தால், அப்போது அவன் அதனுடன் முழுமையாக ஒன்றிப் போகிறான் - முற்றிலுமாக மாறிப் போகிறான். ஆனால் இந்தக் கவனம் சிதறிப்போய், தனது சொந்த வாழ்வின் கட்டுக்குள் விழுந்து விட்டால், அந்தச் சமயத்தில் அவனது கவனத்தைக் கலைத்தது எதுவோ அதனுடன் ஒன்றி விடுகிறான். அப்போது அவன் மேடையைத் தாண்டி, அரங்கத்தின் பார்வையாளர்களையும் தாண்டி, நாடக அரங்கின் சுவர்களுக்கு அப்பால் சென்று விடுகிறான். இந்தச் சமயத்தில் தனது பாத்திரத்தை எந்திரத் தனமாக நடிக்கிறான். இந்தத் தவறுகள் அடிக்கடி நிகழும் போது, அவை பாத்திரப் படைப்பின் தொடர்ச்சியை அழித்து விடுகின்றன.

"ஒரு விலையுயர்ந்த நகையில், மூன்று தங்கச் சங்கிலி இணைப்புகளுக்கு இடையில் ஒரு தகரக் கம்பியும், பின் இரண்டு தங்க இணைப்புகளும், அவற்றின் பின் ஒரு கயிறுமாக இருப்பதை உங்களால் கற்பனை செய்து காண முடிகிறதா? அத்தகைய ஒரு நகையைக் கழுத்தில் அணிய எவரேனும் விரும்புவார்களா? இவ்வாறு நடிப்பை ஊனமாக்கிக் கொலை செய்யும் துண்டு துண்டான தொடர்ச்சியற்ற நிலை யாருக்குத் தேவை? எனினும், நபர்களுக்கு இடையிலான கருத்துத் தொடர்பானது நிஜவாழ்வில், முக்கியமானது. என்றால், மேடையில், அது பத்து மடங்கு மேலும் முக்கியமானதாகும்.

"இந்த உண்மையானது, மேடைப் பணியின் இயல்பிலிருந்து எழுவதாகும் அதாவது மேடையில், நடைபெறும் நடிப்பானது, அங்கு சித்தரிக்கப் படுகிற பாத்திரப் படைப்புகளுக்கு இடையிலான கருத்துப் பரிமாற்றங்கள் மற்றும் தோழமைத் தொடர்புகளின்

அடிப்படையில் அமைந்தது ஆகும். ஒரு ஆசிரியரின் பாத்திரப் படைப்புகள் உறங்கியவாறு அல்லது உணர்ச்சியற்ற நிலையில் இருக்கவே முடியாது. எல்லாச் சமயங்களிலும் அவர்களது உள் உணர்ச்சிகளினால் உருவாகும் வாழ்வு உயிரோட்டத்துடன் ஓடிக் கொண்டே இருக்க வேண்டும்.

"மேலும், முன்னரே அறிமுகமற்ற, அல்லது தமக்குள் அறிமுகம் செய்து கொள்ள மறுக்கும் இரு நபர்களை ஒரு நாடக ஆசிரியர் மேடைக்குக் கொண்டு வருவதை நம்மால் கற்பனை செய்து கூடப் பார்க்க முடியாது மேடையில் எதிரெதிர் பக்கங்களில் மௌனமாக உட்கார்ந்து தமது உணர்வுகளையும், எண்ணங்களையும் மறைத்துக் கொண்டுள்ள பாத்திரப் படைப்புகள் இருக்கவே முடியாது.

"இப்படி ஒரு நிலை இருந்தால் ஒரு பார்வையாளர் நாடக அரங்குக்கு வரவேண்டிய அவசியமே இருக்காது. ஏனெனில் அவர் எதற்காக நாடகத்துக்கு வருகிறாரோ நாடகத்தில் பங்கு பெறும் நபர்களின் உணர்ச்சிகளை உணரவும், அவர்களது மனதில் எழும் எண்ணங்களைக் கண்டு கொள்ளவும் - அதை அவரால் பெற முடியாமல் போய்விடும்.

"நடிகர்கள் மேடை மீது தோன்றும் போது ஒருவர் தனது எண்ணங்களை அடுத்தவருடன் பகிர்ந்து கொள்ளவோ அல்லது தனது கருத்தை அவர் ஏற்றுக் கொள்ளுமாறு செய்ய முயலவோ செய்தால், அந்த முயற்சியை அடுத்தவர் ஏற்று அவரது உணர்ச்சிகளையும், எண்ணங்களையும் புரிந்து கொள்ள முயன்றால் - இவையெல்லாமே மேடையில் தெள்ளத் தெளிவாக வெளிப்பட்டால் அதுதான் எவ்வளவு வித்தியாசமான ஒரு நிலையாக இருக்கும்.

"இத்தகையதான ஒரு உணர்ச்சிப் பரிமாற்றம் அல்லது கருத்துப் பரிமாற்றத்தின் போது பார்வையாளரும் உடன் இருந்தால் அந்தப் பரிமாற்றத்துக்கு ஒரு சாட்சியாக அவர் இருக்கிறார். அவர்களது உணர்ச்சிப் பரிமாற்றத்தில் அவரும் மௌனமாகப் பங்கேற்கிறார், அவர்களது அனுபவத்தால் தானும் உணர்ச்சி வசப்படுகிறார். ஆனால், நடிகர்களுக்கு இடையில் இந்தக் கருத்து - உணர்ச்சிப்

பரிமாற்றம் மேடையில் தொடர்ந்து நிகழ்ந்தால் மட்டுமே, பார்வையாளர்களால் அதைப் புரிந்து கொண்டு அதில் மறைமுகமாகப் பங்கு பெற முடியும்.

"ஒரு பெரிய பார்வையாளர்கள் கூட்டத்தின் கவனத்தை நடிகர்கள் கவர்ந்து இருத்திக் கொள்ள விரும்பினால் இடைவெளியற்ற, தொடர்ச்சியான கருத்து மற்றும் உணர்ச்சிப் பரிமாற்றத்தைத் தமக்கிடையில் நிலைநிறுத்திக் கொள்ள எல்லா முயற்சிகளையும் மேற்கொள்ள வேண்டும். இந்தப் பரிமாற்றத்துக்கான அகக்கருத்துகளின் கருவானது பார்வையாளர்களுக்கு ஆர்வ மூட்டுவதாக இருக்க வேண்டும். இந்த நடைமுறையின் சிறப்பான முக்கியத்துவத்தால் அதன் மீது தனிக் கவனம் செலுத்தி அதை நன்கு படித்தறியுமாறு உங்களை நான் ஊக்குவிக்கிறேன். நீங்கள் இதைக் கண்டிப்பாகச் செய்தாக வேண்டும் - அதன் பல்வேறு கட்டங்களையும் நுணுக்கமாகக் கவனித்தாக வேண்டும்."

2

"இன்று நான் "சுய - தொடர்பு" பற்றி தொடங்குகிறேன். நாம் எப்போது நமக்கு நாமே பேசிக் கொள்கிறோம்?

"நம்மால் அமைதியாக இருக்கவே முடியாத அளவு நாம் உணர்ச்சிவசப் படும்போது; அல்லது, புரிந்து கொள்ளக் கடினமான ஏதேனும் ஒரு கருத்துடன் போராடும் போது; அல்லது, ஏதேனும் ஒரு விவரத்தை மனப்பாடம் செய்ய முயலும்போது; அதை நமது மனதில் நன்கு பதிய வைப்பதற்காக நாம் உரக்கப் பேசுகிறோம். அல்லது, நமது உணர்ச்சிகளை - அது மகிழ்ச்சியாக இருந்தாலும், துயரமாக இருந்தாலும்- வெளிப்படுத்தி ஆறுதல் பெறுவதற்காக நாம் உரக்கப் பேசுகிறோம்.

"இவை, அன்றாட வாழ்வில் வெகு அபூர்வமாகவே நிகழ்கின்றன. ஆனால், மேடையில் அடிக்கடி நிகழ்கின்றன. மேடையில் உள்ளபோது, எனது உணர்ச்சிகளுடன் மௌனமாகத் தொடர்பு கொள்ள வேண்டிய சமயங்களில் நான் அவற்றை நன்கு ரசித்து, அனுபவிக்கிறேன். ஏனெனில், மேடையில் இல்லாதபோது

அந்த நிலை எனக்கு மிகவும் பழக்கமான ஒன்று; அது எனக்கு வசதியாக உள்ளது ஆனால், நீளமான, தெளிவும் அழகும் கொண்ட தனிவசனங்களைப் பேச வேண்டி வரும்போது, என்ன செய்வது என்று எனக்குத் தெரிவதில்லை.

''மேடைக்கு வெளியே செய்து பழக்கமற்ற ஒரு செயலை மேடையின் மீது என்னால் எப்படிச் செய்ய முடியும்? என்னுடனே நான் எவ்வாறு பேசிக் கொள்ள முடியும்? ஒரு மனிதன் என்பவன் ஒரு மாபெரும் உரு - நாம் அவனுடைய மூளையுடன் பேசுவதா, இதயத்துடன் பேசுவதா? அல்லது அவனது கற்பனையுடனா? இல்லாவிட்டால் அவனது கைகால்களுடன் பேச வேண்டுமா? அந்த அகத் தொடர்பின் ஊற்று, அவனது எந்த பாகத்திலிருந்த எந்த பாகத்திற்குச் செல்ல வேண்டும்?

''அதை முடிவு செய்ய வேண்டுமானால், நாம் ஒரு அகப் பொருளையும், அவை எங்கு உள்ளன? உள்ளார்ந்த நிலையில் தொடர்பு கொண்டுள்ள இந்த இரண்டு மையங்களையும் நான் கண்டு கொள்ளா விட்டால், அலைந்து திரியும் என் கவனத்தை என்னால் சரியான திசையில் செலுத்த முடியாது. ஏனெனில், எனது கவனமானது எப்போதுமே பொதுமக்களின் பால் திரும்புவதற்கு வெகு தயாராக உள்ளது.

''இந்த விஷயத்தைப் பற்றி, இந்துக்கள் என்ன சொல்கிறார்கள் என்று நான் வாசித்துள்ளேன். நமது உடலுக்கு உயிரூட்டும் ''பிராணா'' என்ற ஒரு விதமான ஊக்க சக்தி உள்ளது என்று அவர்கள் நம்புகிறார்கள். அவர்களின் கணிப்பின்படி, இந்தச் சக்தியை வெளியிடும் மையம் உடலின் இதயத்துக்கு அருகில் உள்ள ஒரு பகுதியில் உள்ளது (Solar plexus) இதனால், பொதுவாக நமது மனம் உடலில் மையம் கொண்டுள்ள பகுதியாகக் கருதப்படும் மூளை மற்றும் நரம்பு மண்டலத்துடன் கூட, இத்தகையதொரு மற்றொரு மையம், இதயத்தின் அருகிலும் உள்ளது.

''இவ்விரண்டு மையங்களுக்கு இடையிலும் ஒரு கருத்துப் பரிமாற்றத் தொடர்பை ஏற்படுத்த நான் முனைந்தேன் - அதன் விளைவாக, அவ்விரண்டு மையங்களும் நிஜமாகவே

இருக்கத்தான் செய்தன என்பதுடன், அவை உண்மையாகவே ஒன்றுடன் ஒன்று தொடர்பு கொண்டிருந்தன. என்பதையும் நான் உணர்ந்து கொண்டேன். மூளைப்பகுதி, அறிவு உணர்வின் இருப்பிடமாகவும் இதயத்தின் நரம்பு மையம், உணர்ச்சிகளின் இருப்பிடமாகவும் உள்ளதாகத் தோன்றியது.''

''இங்கு எனக்குத் தோன்றிய உணர்வு, எனது மூளை, உணர்ச்சிகளுடன் உறவு கொண்டிருந்தது போன்ற ஒன்றாகும். நான் தேடிக் கொண்டிருந்த அகப் பொருளையும், புறப்பொருளையும் கண்டுபிடித்து விட்டதால் நான் மிக்க மகிழ்ச்சி அடைந்தேன். அந்தத் தருணத்திலிருந்து, மேடையில், என்னால் என்னுடனேயே உரையாடிக் கொள்ள முடிந்தது - இதை மௌனமாகவோ, உரக்கப் பேசியோ மிகவும் தன்னம்பிக்கையுடன் என்னால் செய்ய முடிந்தது.''

''பிராணா என்பது நிஜமாகவே இருக்கிறதா இல்லையா என்று நிரூபிக்க எனக்கு விருப்பம் ஏதும் இல்லை. எனது உணர்வுகள் எனக்கே முற்றிலும் சொந்தமானவையாக இருக்கலாம். அது முழுவதும் எனது கற்பனையின் விளைவாக இருக்கலாம். அதை எனது தேவைக்காகப் பயன்படுத்த முடிகிறது; அது எனக்கு உதவியாக இருக்கிறது இதைத் தவிர வேறு எதுவும் எனக்கு முக்கியமில்லை. இவ்வாறு, எனது நடைமுறைக்கேற்ற ஆனால் அறிவியல் சாராத செயல்முறை உங்களுக்குப் பயனுள்ளதாக இருந்தால் மிக நன்று. அவ்வாறு இல்லாவிட்டால், அதை நீங்கள் பயன்படுத்தியே ஆக வேண்டும் என்று நான் உங்களை வற்புறுத்த மாட்டேன்.''

ஒரு சிறிய மௌனத்தின் இடைவெளிக்குப் பின், டார்ட்சாவ் தொடர்ந்து பேசினார்:

ஒரு ''காட்சியில் தன்னுடன் உள்ள சக நடிகனுடன் பரஸ்பரம் தொடர்பு கொள்வது என்பது செய்வதற்கு எளிய செயலாகும். ஆனால் இங்கும் நாம் ஒரு பிரச்சினையை எதிர்கொள்கிறோம். உங்களில் ஒருவர் என்னுடன் மேடை மீது இருக்கிறீர்கள் என்றும் நாம் நேரடியாகத் தொடர்பு கொண்டுள்ளோம் என்றும் வைத்துக் கொள்வோம். நான் மிகவும் நெட்டையானவன். என்னைப்

பாருங்கள்! எனக்கு ஒரு மூக்கு, வாய், கைகள், கால்கள், ஒரு பெரிய உடல் எல்லாம் உள்ளன. எனது இத்தனை பகுதிகளுடன் உங்களால் ஒரே சமயத்தில் தொடர்பு கொள்ள முடியுமா? இல்லை. என்றால், நீங்கள் தொடர்பு கொள்வதற்கான ஒரு பகுதியைத் தேர்ந்தெடுங்கள்.''

"கண்கள்,'' என்று யாரோ எடுத்து வைத்தார்கள், "ஏனெனில் அவை, ஆன்மாவைப் பிரதிபலிக்கும் கண்ணாடிகள்.''

"பார்த்தீர்களா! ஒரு நபருடன் தொடர்பு கொள்ள விரும்பும் போது, முதலில் அவரது ஆன்மாவை, அக உலகத்தைத் தேடுகிறீர்கள். இப்போது, எனது உயிருள்ள ஆன்மாவைக் கண்டுபிடிக்க முயலுங்கள் நிஜமான, உயிருள்ள நான்!'' விரும்பும் போது, முதலில் அவரது ஆன்மாவை, அக உலகத்தைத் தேடுகிறீர்கள். இப்போது, எனது உயிருள்ள ஆன்மாவைக் கண்டுபிடிக்க முயலுங்கள் நிஜமான, உயிருள்ள, நான்!''

"எப்படி?'' என்று நான் கேட்டேன். இதைக் கேட்ட இயக்குனர் பெருவியப்புற்றார். "மற்றொரு நபரின் ஆன்மாவைப் பற்றி உணர்ந்து கொள்ள உனது உணர்ச்சியின் கண்டறியும் கருவியை நீ ஒருபோதும் பயன்படுத்தியதே இல்லையா? என்னைக் கவனமாகப் பார். எனது உள் மன நிலையைக் கண்டு கொண்டு அதைப் புரிந்து கொள்ள முயற்சி செய். ஆம், அப்படித்தான் இப்போது சொல், என்னைப் பற்றி நீ கண்டு கொண்டது என்ன?'' என்றார் அவர்.

"கனிவானவர், அக்கறையுள்ளவர், மென்மையானவர், உற்சாகமும், ஆர்வமும் கொண்டவர்,'' என்றேன் நான்.

"சரி, இப்போது?'' என்றார் அவர். நானும் அவரைக் கூர்ந்து பார்த்து, அவர் டார்ட்சாவ் இல்லை, ஃபாமுசாவ் என்று சட்டென்று கண்டுகொண்டேன். (மிக அதிகமான நகைச்சுவையினால் ஏற்பட்ட துன்பம் - Woe from too much wit - என்ற நாடகத்தில் வரும் பிரபல பாத்திரம்) அப்போது அப்பாத்திரத்தின் தனிப்பட்ட குணங்கள், அசாதாரணமான கள்ளமற்ற கண்கள், தடித்த வாய், ஒரு முதியவனின்

மென்மையான அசைவுகள் மற்றும் குண்டான கரங்கள் இவை எல்லாமே அவரிடம் தென்பட்டன.

"இப்போது நீ யாரைக் கண்டு கொள்கிறாய்?" என்றார் அவர், மீண்டும்.

"நிச்சயமாக, ஃபாமுசாவ் தான்," என்றேன் நான்.

"டார்ட்சாவ் என்ன வானார்?" என்றார் அவர், தனது சொந்த குணாதிசயங்களுக்குத் திரும்பியவராய். "நான் ஒரு செயல் நுட்ப முறையால் மாற்றியசைத்துக் கொண்ட ஃபார்முலாவின் மூக்கு அல்லது கரங்களைக் கவனிக்காமல், எனக்குள்ளே இருக்கும் எனது உள்ளுருவைக் கவனித்துக் கொண்டிருந்தால், அது மாறவில்லை என்பதைக் கண்டிருப்பாய் நான் எனது ஆன்மாவை என் உடலிலிருந்து வெளியேற்றி விட்டு அதற்குப் பதிலாக மற்றொன்றை வாடகைக்கு எடுக்க முடியாது. அந்த உயிருள்ள ஆன்மாவுடன் நீ தொடர்பு கொள்ளவில்லை. அப்படியென்றால் தொடர்பு கொண்டது யாருடன்?

நானும் அதையே தான் எண்ணமிட்டுக் கொண்டிருந்தால், நான் பார்த்துக் கொண்டிருந்தது டார்ட்சாவிலிருந்து ஃபாமுசாவாக மாறிய போது, எனது உணர்வுகளில் என்ன மாற்றம் ஏற்பட்டது என்று நினைவுபடுத்திப் பார்க்க முனைந்தேன். டார்ட்சாவின் பால் உள்ள மதிப்பும் மரியாதையும், ஃபாமுசாவால் தோற்று விக்கப்பட்ட நகைப்பும் நையாண்டியுமாக எவ்வாறு மாறின என்று கவனித்தேன். நிச்சயமாக அவரது உள் ஆன்மாவுடன் நான் தொடர்ந்து தொடர்பு கொண்டிருக்க வேண்டும் - ஆனாலும் அதைப் பற்றி என்னால் தெளிவாக ஏதும் கூற முடியவில்லை.

"ஒரு புதிய உயிருருவுடன் நீ தொடர்பு கொண்டிருந்தாய்" - என்று அவர் விளக்கினார். "அதை நீ ஃபாமுசாவ் - டார்ட் சாவ் என்றோ, டார்ட்சாவ் - ஃபாமுசாவ் என்றோ அழைக்கலாம், காலப்போக்கில், படைப்புத்திறன் கொண்ட ஒரு நடிகனின் அற்புதமான மாறிக் கொள்ளும் தன்மையை நீ புரிந்து கொள்வாய். இப்போதைக்கு மனிதர்கள் தாம் பார்க்கின்ற பொருளின் உயிருள்ள ஆன்மாவைத் தான் தொட்டுணர எப்போதும் முயல்கிறார்கள். என்றும், சில நடிகர்கள் மேடையில், செய்வது

போல மூக்குகள், கண்கள் அல்லது சட்டைப் பொத்தான்களை அல்ல என்றும் நீ புரிந்து கொண்டால் போதும்.

"இங்கு தேவையானது எல்லாமே, இரு நபர்கள், நெருக்கமாகத் தொடர்பு கொள்ள வேண்டியது தான் - அப்போது ஒரு இயல்பான பரஸ்பர பரிமாற்றம் ஏற்படுகிறது. நான் என் எண்ணங்களை உனக்குத் தர முயல்கிறேன், நீ என் அறிவு மற்றும் அனுபவத்தில் ஏதேனும் கொஞ்சத்தை ஈர்த்துக் கொள்ள முயற்சி செய்கிறாய்..."

"ஆனால் இதனால், அந்தப் பரிமாற்றம் பரஸ்பரமானது என்று சொல்லிவிட முடியாதே!" என்று க்ரிஷா விவாதித்தான். "நீங்கள், உங்கள் உணர்வுகளை எங்களுக்குத் தருகிறீர்கள். ஆனால், நாங்கள் - பெறுபவர்கள், இங்கு செய்வதெல்லாம் அதைப் பெற்றுக் கொள்வது மட்டுமே. இதில் பரஸ்பர பரிமாற்றம் என்பது எங்கு உள்ளது?"

"நீ இந்தத் தருணத்தில் என்ன செய்து கொண்டிருக்கிறாய் என்று சொல்," என்றார் டார்ட்சாவ் "நீ எனக்குப் பதிலளித்துக் கொண்டிருக்கிறாயா இல்லையா? உனது சந்தேகங்களை வெளிப்படையாக எடுத்துரைத்துக் கொண்டும், என்னை உன் கருத்தை ஏற்றுக் கொள்ளுமாறு செய்ய முயன்று கொண்டும் இருக்கிறாயா இல்லையா? நீ வேண்டுகிற உணர்ச்சிகளின் பரிமாற்றம் மற்றும் சங்கமம் இதுதான்."

"அது இப்போது அவ்வாறு உள்ளது, ஆனால் நீங்கள் பேசிக் கொண்டிருந்த போது அது அப்படி இருந்ததா?" என்று க்ரிஷா பிடிவாதமாகத் தன் கருத்தைப் பற்றிக் கொண்டு தொங்கினான்.

"இதில் எனக்கு எந்த வேறுபாடும் தெரியவில்லை;" என்றார் டார்ட்சாவ். "அப்போதும் நாம் எண்ணங்களையும் உணர்வுகளையும் பரிமாறிக் கொண்டோம். இப்போதும் அதைத் தான் தொடர்ந்து செய்து கொண்டிருக்கிறோம். ஒருவர் மற்றொருவருடன் கருத்துப் பரிமாற்றம் செய்து கொள்கையில், தருவதும் பெறுவதும் மாறி மாறி நிகழ்வது தெரிந்ததே. ஆனால் நான் பேசும் போதும், நீ சும்மா கேட்டுக் கொண்டிருந்த போதும், உனது சந்தேகங்கள் பற்றி எனக்குத் தெரிந்திருந்தது. உனது

பொறுமையின்மை வியப்பு மற்றும் உணர்ச்சிப் பெருக்கு எல்லாமே என்னை வந்து சேர்ந்தன.

"நான் ஏன் இந்த உணர்வுகளை உன்னிடமிருந்து ஈர்த்துக் கொண்டேன்? ஏனெனில் உன்னால் அவற்றை உனக்குள்ளேயே வைத்துக் கொள்ள முடியவில்லை. நீ மௌனமாக இருந்த போதும் கூட நமக்கிடையில் உணர்வுகளின் சங்கமம் இருக்கத் தான் செய்தது. நிச்சயமாக, நீ பேசத் துவங்கும் வரையில் அந்தச் சங்கமம், சந்திப்பு, வெளிப்படையாகத் தெரியவில்லை. எனினும், இந்த எண்ணங்களும் உணர்வுகளும் நமக்கிடையில் எப்படி இடைவிடாமல் மாறி மாறிப் போய்க் கொண்டிருந்தன என்பதை இது நிரூபிக்கிறது. அந்தத் தொடர்ச்சியான ஓட்டத்தை இடைவெளி விடாமல் நிலை நிறுத்துவது என்பது மேடையிலே மிகமிக முக்கியமான ஒன்றாகும். ஏனெனில் மேடையிலே வசனங்களால் மட்டும்தான் அந்தத் தொடர்ச்சி ஏற்படுகிறது.

"துரதிருஷ்டவசமாக அவ்வாறு இடைவெளியின்றி உள்ள ஒரு ஓட்டம் வெகு அபூர்வமாகவே உள்ளது பல நடிகர்களும், தமது சொந்த வரிகளைப் பேசும் போது மட்டுமே அந்த ஓட்டத்தைப் பயன்படுத்துகிறார்கள் அதுவும் கூட, அதைப் பற்றிய ஒரு தெரிவுணர்வுடன் அதைச் செய்கிறார்களா என்பது ஒரு கேள்விக்குரிய விஷயம்தான். ஆனால், அடுத்த நடிகர் தனது வசனத்தைப் பேசத் தொடங்கும் போது, முதலாமவர் அதைக் கவனித்துக் கேட்பதும் கிடையாது, அவர் சொல்வதை மனதில் வாங்கிக் கொள்வதும் கிடையாது. தான் அடுத்துப் பேச வேண்டிய வசனத்துக்கான குறியீடு வரும் வரையில் அவர் நடிப்பதை நிறுத்தி விடுகிறார். இந்த வழக்கமானது இடைவிடாத கருத்துப் பரிமாற்றத்தை உடைத்து விடுகிறது - ஏனெனில் ஒருவர் பேசும் போதும், அடுத்தவர் பதில் தரும் போதும், இதற்கு இடைப்பட்ட மௌனங்களின் போதும் கூட, அந்த இடைவிடாத தொடர்பானது கண்களின் சந்திப்பிலும் உறவாடுதலிலும் தொடர்ந்து செல்கிறது.

'இவ்வாறு விட்டுவிட்டுத் தொடர்பு கொள்வது முற்றிலும் தவறு ஆகும். நீங்கள் அடுத்தவருடன் பேசும் போது, உங்களது எண்ணங்கள் அவரது உணர்வு நிலைக்குள் புகுந்து விட்டதை

உறுதிப் படுத்திக் கொள்ளும் வரையில் அதைப் பின்பற்றிச் செல்லக் கற்றுக் கொள்ளுங்கள். இதைப்பற்றி நிச்சயப்படுத்திக் கொண்ட பின்பு மட்டுமே, உங்கள் சொற்களால் சொல்ல முடியாதவற்றைக் கண்களால் சொன்னபின்பு மட்டுமே, மீதியுள்ள வசனத்தை நீங்கள் தொடர்ந்து பேசவேண்டும்.

அதே போல, நாடகத்தில் நடிக்கின்ற ஒவ்வொரு முறையும் உங்கள் சக நடிகரின் சொற்கள் மற்றும் எண்ணங்களை புத்தம் புதிது போலக் கவனித்து உள் வாங்கிக் கொள்ள நீங்கள் கற்றுக் கொள்ள வேண்டும். பல முறை ஒத்திகைகளிலும், நாடகத்தின் போதும் அவரது வசனத்தைக் கேட்டுள்ள போதிலும் இன்று அதைப் பற்றிய தெரிவுணர்வுடன் நீங்கள் இருக்க வேண்டும். நீங்கள் இருவரும் ஒன்றாக நடிக்கின்ற ஒவ்வொரு முறையும் இந்தத் தொடர்பானது உருவாக்கப் பட வேண்டும். இதைச் செய்வதற்கு மிக அதிகமான, ஒருங்கிணைக்கப்பட்ட கவனமும், செயல் நுட்பமும், நடிப்புக்கலையின் ஒழுங்குக் கட்டுப்பாடும் தேவையாகும்."

ஒரு சிறிய மௌனத்திற்குப் பின் இயக்குனர் தொடர்ந்து பேசினார் - இன்று ஒரு புதிய கட்டத்திற்கு நாங்கள் செல்வோம் என்றும், அது, கற்பனையாலான, நிஜத்தில் இல்லாத, ஒரு பொருளுடன் தோழமைத் தொடர்பு கொள்வதாகும் என்றும் கூறினார். ஒரு மாயத் தோற்றத்துடன் பேசுவது போல அது ஆகும்.

"சிலர், அந்த மாயத் தோற்றத்தைத் தாம் நிஜமாகப் பார்த்துக் கொண்டிருப்பதாக தம்மைத் தாமே ஏமாற்றிக் கொள்ள முயல்கிறார்கள். அத்தகையதொரு முயற்சியில் அவர்கள் தமது முழுச் சக்தியையும், கவனத்தையும் செலவிட்டு விடுகிறார்கள். ஆனால் ஒரு அனுபவமிக்க நடிகர், விஷயம் அந்த மாயத் தோற்றத்தில் இல்லை, மாறாக அதனுடன் தான் கொண்டுள்ள உறவில் தான் உள்ளது என்பதை நன்கு உணர்ந்திருக்கிறார். எனவே, தனது கேள்விக்கான ஒரு உண்மையான பதிலைத்தர அவர் முயற்சிக்கிறார்: என் முன் ஒரு ஆவியுருவம் தோன்றினால் நான் என்ன செய்வேன், செய்ய வேண்டும்?

"சில நடிகர்கள், குறிப்பாகப் புதிய நடிகர்கள் தனியாக வீட்டில், ஒத்திகை செய்யும் போது ஒரு உயிருள்ள நபர் இல்லாத குறையால் ஒரு கற்பனை உருவத்தைப் பயன்படுத்துகின்றனர். இல்லாத உருவம் இருப்பதாகக் கற்பனை செய்து கொள்வதில் அவர்களது கவனம் சிதறடிக்கப்பட்டு விடுகிறது. தமது உள்ளார்ந்த நோக்கத்தில் அது செலுத்தப் படுவதில்லை. இந்தத் தவறான பழக்கத்தை அவர்கள் உருவாக்கிக் கொண்டுவிட்ட பின் தம்மையறியாமல் அதை மேடைக்குக் கொண்டு சென்று விடுகின்றனர் - இதனால், உயிருள்ள ஒரு சகநடிகருடன் எப்படி நடிப்பது என்பது அவர்களுக்குத் தெரியாமலே போய் விடுகிறது. தமக்கும் தமது சகநடிகர்களுக்கும் இடையில் ஒரு உயிரற்ற, கற்பனையிலான உருவத்தை அவர்கள் வடிவமைத்துக் கொள்கின்றனர் இந்த ஆபத்தான பழக்கம், சிலசமயங்களில் அவர்களுக்குள் ஆழமாக வேரூன்றி விடுகிறது. அவர்களின் வாழ்நாள் முழுவதும் கூட அது நிலைத்து நின்று விடுகிறது.

"உங்கள் முன்னால் நின்று கொண்டு உங்களைப் பார்த்துக் கொண்டு- ஆனால் வேறு யாரையோ கண்ட வண்ணம் உள்ள ஒரு நடிகருடன் நடிப்பது என்பது என்ன ஒரு கொடுமையான விஷயம்." அவர் தொடர்ந்து அந்தக் கற்பனை நபருக்கேற்றவாறு தனது நடிப்பை மாற்றியமைத்துக் கொள்கிறார் - உங்களுக்கு ஏற்றவாறு அல்ல. இத்தகைய நடிகர்கள், எவருடன் தாம் ஒரு நெருங்கிய உறவைக் கொண்டிருக்க வேண்டுமோ அவரிடமிருந்து மிகவும் விலகிச் சென்று விடுகின்றனர். உங்களது சொற்களையோ, குரலின் ஏற்ற இறக்கங்களையோ, வேறு எதையும் அவர்களால் உணர்ந்து கொள்ள முடியாது அவர்கள் உங்களைப் பார்க்கும் போது அவர்களது கண்கள் திரையிட்டு மறைக்கப் பட்டது போல உள்ளன. இந்த ஆபத்தான, மரக்கச் செய்து மழுங்கடிக்கும் பழக்கத்தைத் தவிர்த்து விடுங்கள். இது உங்களை அரித்துத் தின்று விடக் கூடியது. ஒருமுறை பழகி விட்டால் இதை அழிப்பது மிகவும் கடினமாகும்.

"ஒரு உயிருள்ள நபர் இல்லாதபோது நாம் என்ன செய்ய வேண்டும்?" என்று நான் கேட்டேன்.

''ஒருவரைக் கண்டுபிடிக்கும்'' வரையில் காத்திரு,'' என்றார் அவர். நடிப்புப் பயிற்சி வகுப்பில், இருவர் அல்லது இருவருக்கு மேற்பட்டவர்களைக் கொண்ட குழுக்களில் உங்களால் பயிற்சி செய்ய முடியும். இதை நான் மறுபடியும் வலியுறுத்திச் செல்கிறேன். உயிருள்ள நபர்களுடன் வல்லுனர்களின் மேற்பார்வையின் கீழ் அல்லாது, தொடர்பு கொள்ளும் பயிற்சிகள் எதையும் நீங்கள் செய்யவே கூடாது.

''இதை விடவும் மேலும் கடினமான ஒரு செயல் என்ன வென்றால் ஒரு குழுவுடன் பரஸ்பரம் கருத்துப்பரிமாற்றமும் தோழமைத் தொடர்பும் கொள்வதாகும் - அதாவது பொது மக்களுடன்.

''நிச்சயமாக அதை நேரடியாகச் செய்யமுடியாது. இங்கு சிரமமான விஷயம் எங்கு உள்ளது என்றால், ஒரே சமயத்தில் நமது சக நடிகருடனும், பார்வையாளர்களுடனும் நாம் தொடர்பு கொண்டுள்ளோம் என்பதில்தான். முன்னவருடன், நமது தொடர்பு நேரடியானதாகவும், நம்மால் உணர்ந்து கொள்ளக் கூடியதாகவும் உள்ளது.

இரண்டாமவருடன், அது மறைமுகமானதாகவும், நம்மால் நேரடியாக உணரமுடியாததாகவும் உள்ளது. இங்கு சிறப்பாகக் குறிப்பிடத்தக்கது. என்னவென்றால், இருவருடனுமே நமது தொடர்பு பரஸ்பரம் இணைந்துள்ளதாக உள்ளது தான்.

இங்கு பால் எதிர்ப்புத் தெரிவித்தான் - ''நடிகர்களுக்கு இடையிலான தொடர்பு பரஸ்பரம் இணைந்துள்ளதாக இருக்கிறது என்பதை என்னால் பார்க்க முடிகிறது. ஆனால் நடிகர்களுக்கும் பார்வையாளர்களுக்கும் இடையில் உள்ள தொடர்பு என்ன வென்று எனக்குப் புரிய வில்லை. அவர்கள் நமக்கு ஏதேனும் ஒரு விஷயத்தைத் தந்தாக வேண்டும். உண்மையில் அவர்களிடமிருந்து நமக்கு என்ன கிடைக்கிறது. கைதட்டலும் மலர்க்கொத்துகளும்' மேலும், இவற்றைக் கூட, நாடகம் நடந்து முடியும் வரையில் நாம் பெறுவதில்லை.''

''சிரிப்பு, கண்ணீர், நாடகத்தின் இடையிலான கரகோஷவும், உஸ்ஸென்ற ஒலிகள், உற்சாகம் இவற்றைப் பற்றி நீ என்ன சொல்கிறாய்? அவற்றை நீ கணக்கில் எடுத்துக் கொள்வதில்லையா?'' என்றார் டார்ட்சாவ்.

''எனது கருத்தை விவரிக்கும் ஒரு நிகழ்ச்சியைக் கேளுங்கள். ''நீலப்பறவை'' (The Blue brid) என்ற சிறுவர் நாடகத்தின் போது, மரங்கள் மற்றும் விலங்குகளின் நீதிமன்றத்தில் சிறுவர்கள் மீதான வழக்கு நடைபெற்றுக் கொண்டிருந்த போது, என்னை யாரோ தொட்டு உசுப்பியதை உணர்ந்தேன். திரும்பிப் பார்த்தால், அது ஒரு பத்துவயதுச் சிறுவன், ''பூனை கவனித்துக் கொண்டிருக்கிறது என்று அவர்களிடம் சொல்லுங்கள் அவன் ஒளிந்து கொண்டிருப்பது போல பாவனை செய்து கொண்டிருக்கிறான். ஆனால் என்னால் அவனைப் பார்க்க முடிகிறது,'' என்று அவன் கிசுகிசுத்தான். சிறுவர்களான மைடில் மற்றும் டைல்டில் பற்றி வெகுவாகக் கவலை கொண்டிருந்தான் என்பது தெளிவாகத் தெரிந்தது. என்னால் அவனுக்கு ஆறுதல் கூற முடியவில்லை - எனவே அவன் மேடைக்கு அருகில் நகர்ந்து சென்று சிறுவர்களின் பாத்திரங்களை ஏற்று நடித்துக் கொண்டிருந்தவர்களிடம் அவர்களை நெருங்கியுள்ள ஆபத்தைப் பற்றிக் கூறி எச்சரித்தான்.

''இது நிஜமான பதில் செயல் இல்லையா?

''பொதுமக்களிடமிருந்து உங்களுக்குக் கிடைப்பதைப் பற்றி நன்றாகத் தெரிந்து கொள்ள வேண்டுமென்றால் ஒரு நாடகத்தைக் காலியாக உள்ள ஒரு அரங்கில் நடியுங்கள். அதை உங்களால் செய்ய முடியுமா? இல்லை' ஏனெனில், பொதுமக்கள் இல்லாமல் நடிப்பது என்பது, ஒலி அமைப்பு இல்லாமல் உள்ள ஒரு இடத்தில் பாடுவது போன்றதாகும். பெரியதும் ஆர்வமும் அனுபவமும் கொண்டதுமான ஒரு பார்வையாளர் முன் நடிப்பதாவது, மிகச்சிறப்பான ஒலியமைப்புக் கொண்டுள்ள ஒரு அறையில் பாடுவதற்கு ஒப்பாகும். பார்வையாளர்கள் நமக்கு ஆன்மிக எதிரொலி போன்றவர்கள் நம்மிடம் இருந்து பெறுவதை அவர்கள் உயிருள்ள, மனித உணர்வுகளாகத் திரும்பத் தருகிறார்கள்.

"சம்பிரதாயமான, செயற்கையான நடிப்புகளில் ஒரு பொதுவான பார்வையாளர் குழுவுடன் தொடர்பு கொள்ளும் பிரச்சினை வெகு சுலபமாகத் தீர்க்கப்பட்டு விடுகிறது. பழைய ஃபிரெஞ்சு நகைச் சுவையை எடுத்துக் கொள்ளுங்கள். அவற்றில் நடிகர்கள் இடைவிடாமல் தொடர்ந்து பார்வையாளர்களிடம் பேசிக் கொண்டே இருக்கிறார்கள். மேடையின் முன்புறத்துக்கு வந்து, சில சொற்களையோ அல்ல நெடிய உரைகளையோ பேசி நாடகத்தின் போக்கை விளக்குகிறார்கள் இது மிகத்திடமான தன்னம்பிக்கையுடனும், துணிவுடனும், செய்யப்படுகிறது. உண்மையாகவே, பொதுமக்களுடன் நேரடித் தொடர்பை நீ ஏற்படுத்திக் கொள்கிறாய் என்றால் அதை நீ ஆதிக்கத்துடன் தான் செய்தாக வேண்டும்.

"இங்கு மற்றொரு அணுகுமுறை உள்ளது - அதுதான் கூட்டங்களைக் கொண்ட காட்சிகளைக் கையாளுவது ஆகும். சில சமயங்களில் மேடைமீது கூட நாம் ஒரு குழுவுடன் நேரடியான உடனடித் தொடர்பு கொள்ள நேரிடலாம். சில சமயங்களில் நாம் தனி நபர்களை ஒரு கூட்டமாக்குகிறோம். வேறு சில சமயங்களில் அங்குள்ள மொத்தத்தையும் ஒன்றாக்கி பரஸ்பரம் கருத்துப் பரிமாற்றத்தில் ஈடுபடுத்துகிறோம். இங்கு, கூட்டமாக அமையும் தனிநபர்கள் ஒவ்வொருவருமே தனித் தனியானவர்கள், தம்மில் வேறுபட்டவர்கள் கூட்டமாகச் செயல்படும்போது பல்வேறு பட்ட உணர்ச்சிகளையும் எண்ணங்களையும் உள்ளே கொண்டுவருகிறார்கள். இதனால், அந்தத் தொடர்பின் செயல்முறையானது மிகவும் தீவிரமானதாக அமைகிறது. மேலும், கூட்டமாகச் செயல் படும் போது அதில் உள்ள ஒவ்வொரு நபரின் குணாதிசயமும் உச்ச நிலையை எட்டுகிறது. இதனால் ஒட்டுமொத்த உத்வேகம் அதிகரிக்கிறது. இது முதன்மை நடிகர்களையும் ஊக்குவித்து, பார்வையாளர்களைப் பிரமிக்க வைக்கிறது."

இதன் பின், எந்திரத்தனமான நடிகர்கள், பொது மக்களின் பால் கொண்டுள்ள விரும்பத்தகாத அணுகுமுறை மற்றும் மனநிலை பற்றி டார்ட்சாவ் விளக்கினார்.

"அவர்கள், தமக்கு அருகில் நடித்துக் கொண்டிருக்கும் சக நடிகர்களை அலட்சியம் செய்து விட்டு, பொது மக்களுடன் நேரடித் தொடர்பில் இறங்குகிறார்கள். இது சொல்வதற்கு மிகவும் எளிதானது. உண்மையில் இது தன்னைத் தானே காட்டிக் கொள்வதைத் தவிர வேறு ஒன்றுமில்லை. பிற சகநடிகர்களுடன் உயிருள்ள மனித உணர்வுகளைப் பரிமாறிக் கொள்வதற்கான ஒரு நிஜமான முயற்சிக்கும், இதற்கும் இடையில் உள்ள வேறுபாட்டை உங்களால் உணர்ந்து கொள்ள முடியும் என்று நான் நினைக்கிறேன். மேற் கூறிய மிக உயர்வான படைக்கும் செயல் முறைக்கும், சாதாரணமான எந்திரத்தனமான நாடகமுறை அசைவுகளுக்கும் இடையில் பெருத்த வேறுபாடு உள்ளது. இவை இரண்டும் முற்றிலும் எதிர் எதிரானவை, ஒன்றுக்கொன்று முரண்பட்டவை.

"நாடகமயமான நடிப்பைத் தவிர வேறு எல்லாவிதமான நடிப்புகளையும் நம்மால் ஏற்றுக் கொள்ள முடியும். அதையும் கூட, எதிர்த்துப் போராடுவதற்கென அதைப் பற்றிக் கற்றுக் கொள்ளும் நோக்கத்துடனே அணுகலாம்.

"இறுதியில், தொடர்பு கொள்ளலின் அடிப்படையாக உள்ள கொள்கைபற்றிக் கடைசியாக ஒரு வார்த்தை. நமது உடலின் வெளிப்படையான அசைவுகள் செயலின் வெளிப்பாடு என்றும், உள்ளார்ந்த, கண்களால் காண முடியாத மனரீதியான தொடர்புகள் செயலைச் சேர்ந்தவை அல்ல என்றும் அவர் நினைக்கிறார்கள். இது தவறான கருத்து. மிகவும் வருந்தத் தக்கது. ஏனெனில், உள்ளார்ந்த செயலின் வெளிப்பாடு என்பது முக்கியமானதும், மதிப்பு மிக்கதும் ஆகும். எனவே, அந்த அகத் தொடர்பை மதிக்கக் கற்றுக் கொள்ளுங்கள். ஏனெனில், நடிப்பின் மிக முக்கியமான ஆதாரங்களில் அதுவும் ஒன்றாகும்.

3

"உங்கள் எண்ணங்களையும் உணர்ச்சிகளையும் எவருடனாவது பரிமாறிக் கொள்ள விரும்பினால் நீங்கள் அனுபவித்துள்ள எதையேனும் அவருடன் பகிர்ந்து கொள்ள

வேண்டும்,'' என்று இயக்குனர் தொடங்கினார். ''வாழ்வின் சாதாரணச் சூழ்நிலைகளில், இது நமக்கு இயல்பாகவே கிடைக்கின்றது. இது நம்மில் தானாகவே வளர்கிறது - நமது சுற்றுப்புறச் சூழலிலிருந்து இது நம்மை வந்து சேர்கிறது.

''மேடையில் விஷயம் வேறு விதமாக உள்ளது. இது ஒரு புதிய பிரச்சினையை உருவாக்குகிறது. நாடகாசிரியரால் உருவாக்கப் பட்டுள்ள எண்ணங்களையும் உணர்ச்சிகளையும் நாம் பயன்படுத்த வேண்டியுள்ளது. வெளியிலிருந்து வரும் இந்த அக உணர்வுகளை நமக்குள், வாங்கிக் கொண்டு அதைப் புற உலகில் நடிப்பாக வெளிக் கொண்டுவருவது. கடினமான ஒரு செயலாகும். சாதாரணமாக நாடக ரீதியில் பழைய சம்பிரதாயப்படி இதைச் செய்வதே சிரமமான பணியாகும்.

''எனவே, உங்கள் சகநடிகருடன் தொடர்பில் இருப்பதாகப் பாவனை செய்வதைக் காட்டிலும், அவருடன் நிஜமாகவே தொடர்பு கொண்டு நடிப்பது என்பது மேலும் கடினமான ஒரு பணியாகும். நடிகர்கள் எப்போதுமே சுலபமான வழியைப் பின்பற்றுவதைத் தான் விரும்புவார்கள் - எனவே, நிஜமாகத் தோழமைத் தொடர்பு கொள்வதைக் காட்டிலும், அவ்வாறு இருப்பதாகப் பாவனை செய்வதுடன் அவர்கள் திருப்தியுற்று விடுகிறார்கள்.

''இதைப் பற்றி மேலும் சிந்திப்பது பயனுள்ள ஒன்றாகும். ஏனெனில், எண்ணங்களையும், உணர்ச்சிகளையும் பரிமாறிக் கொள்வதற்குப் பதிலாக பார்வையாளர்களாகிய பொது மக்களுக்குப் பெரும்பாலும் நாம் எதை வெளிப்படுத்துகிறோம் என்பதை நீங்கள் புரிந்து கொள்ள வேண்டும், அதை நன்கு உணர்ந்து கொள்ள வேண்டும் என்று நான் விரும்புகிறேன்.''

இவ்வாறு கூறிவிட்டு இயக்குனர் மேடைமீது சென்று நாடகபாணியில் மிகவும் திறமையானதும், கலைநுணுக்கம் மிக்கதுமான ஒரு முறையில் ஒருமுழுக் காட்சியை நடித்துக் காட்டினார். முதலில், ஒரு கவிதையை அவர் ஒப்பித்தார் - ஆனால் அக்கவிதையின் சொற்களை வெகு வேகமாகவும், அதே சமயத்தில்

மிகவும் திறமையுடனும் அவர் ஒப்பித்தார். ஆனால் எங்களால் புரிந்து கொள்ள முடியாதவாறு அவர் சொற்களை உச்சரித்ததால், எங்களால் ஒரு வார்த்தையைக் கூடப் புரிந்து கொள்ள முடியவில்லை. பின்னர் ''இப்போது நான் உங்களுடன் எவ்வாறு தொடர்பு கொண்டுள்ளேன்?'' என்றார்.

அவரை விமர்சிக்கின்ற துணிவு எங்களுக்கு இருக்கவில்லை எனவே நாங்கள் பதிலேதும் சொல்லாததால், அவரே தனது கேள்விக்கான பதிலைச் சொன்னார்: நான் ஒரு தொடர்பும் கொள்ளவில்லை'' ஏதோ சில சொற்களை நான் முணுமுணுத்தேன் - நான் என்ன சொல்கிறேன் என்பது எனக்கே தெரியாத நிலையில் சொற்களைச் சிதற விட்டேன்.

''ஒரு உறவின் அடிப்படையாக, பொதுமக்களின் முன்பு படைக்கப்படும் முதல் வகையான விஷயம் இதுதான் - வெறும் காற்று. இவ்விதத்தில், சொற்களுக்கோ அல்லது அவற்றின் பொருளுக்கோ எந்த விதமான கவனமும் தரப்படுவதில்லை. இங்கு திறம்படச் செய்ய வேண்டும் என்பதே ஒரு விருப்பமாக, நோக்கமாக உள்ளது.''

அடுத்ததாக, ஃபிகாரோ (Figaro)வின் இறுதிக் காட்சியில் வரும் தனி வசனத்தைச் செய்யப் போவதாக அவர் அறிவித்தார். இம்முறை அவரது நடிப்பு அற்புதமான அசைவுகள், குரலின் ஏற்றத் தாழ்வுகள், மாற்றங்கள், கேட்போரையும் தொற்றிக் கொள்ளும் சிரிப்பு, தெள்ளத் தெளிவான உச்சரிப்பு, வேகமான நடைமற்றும் கணீரென்ற ஒலியுடன் கூடியகுரல் இவற்றின் ஒட்டு மொத்தக் கலவையாலான மகத்தான நடிப்பாக இருந்தது. பலத்த கைதட்டலுடன் அதை எங்களால் பாராட்டாமல் இருக்க முடியவில்லை. நாடகபாணியில் அது அவ்வளவு சிறப்பானதாக இருந்தது. எனினும், அந்தத் தனிவசனத்தின் உட்பொருள் பற்றி எங்களுக்கு ஒன்றும் புரியவில்லை. ஏனெனில் அவர் பேசியது எதையும் நாங்கள் உள்வாங்கிக் கொள்ளவேயில்லை.

''இப்போது உங்களுடன் நான் என்ன தொடர்பு கொண்டிருந்தேன் என்று சொல்லுங்கள் பார்க்கலாம்,'' என்றார் அவர். மறுபடியும் அதற்கான பதிலை எங்களால் தரமுடியவில்லை.

"ஒரு பாத்திரப் படைப்பில், நான் என்னையே உங்களுக்குக் காட்டினேன்," என்று எங்களுக்குப் பதிலாக அவரே பேசினார். "அந்த நோக்கத்துக்காக, நான் ஃபிகாரோவின் தனிவசனத்தைப் பயன்படுத்தினேன்- அதனுடன் இணைந்த சொற்கள், அசைவுகள் இவை அனைத்தையும் நான் பயன்படுத்திக் கொண்டேன். அந்தப் பாத்திரப் படைப்பை நான் உங்களுக்குக் காட்டவில்லை மாறாக, அந்தப் பாத்திரத்தின் வாயிலாக, என்னையும் எனது குணாதிசயங்களையும் -எனது உருவம், முகம், அசைவுகள், உடலின் நிலைகள், நடையுடை பாவனைகள், குரல், உச்சரிப்பு, பேச்சு, தொனிகளின் ஏற்ற இறக்கங்கள் எல்லாவற்றையும் பிரதிபலித்தேன் - உணர்ச்சிகளைத் தவிர.

"புறத்தோற்றத்தில் உணர்ச்சிகளையும் பாவங்களையும் சிறப்பாகக் காட்ட வல்ல உடலமைப்பு மற்றும் முக அமைப்புகளைக் கொண்டுள்ள நடிகர்களுக்கு, நான் இப்போது செய்து காட்டியது ஒன்றும் சிரமமான விஷயமல்ல. உங்கள் குரல் பலமாக எதிரொலிக்கட்டும், உங்கள் நாவு, சொற்களையும், சொற்றொடர்களையும் தெளிவாக வெளியிடட்டும் உங்கள் உடல் நிலைகள் சரளமாக இயங்கட்டும், முழு வெளிப்பாடும் மிக இனிமையானதாக அமையும். ஒரு உணவகத்தின் பாடகனைப் போல நான் செயல் பட்டேன் - முழு நேரமும் இடைவிடாமல் உங்களைக் கவனித்தபடி- நான் நன்றாகச் செயல்பட்டுக் கொண்டு இருக்கிறேனா என்று உறுதி செய்தபடி ஏதோ நான் ஒரு விலைபொருளைப் போலவும், நீங்கள் என்னை வாங்க வந்தவர்களைப் போலவும் நான் உணர்ந்தேன்.

"எவ்வாறு நடிக்கக் கூடாது என்பதற்கு இது ஒரு இரண்டாவது எடுத்துக் காட்டு. ஆனால் இந்த விதமான வெளிக்காட்டிக் கொள்ளும் வகையான நடிப்பு பரவலாகப் பயன்படுத்தப் பட்டு வருகிற ஒன்று, மேலும் மிக மிகப் பிரபலமான ஒன்றுதான் - இருந்த போதிலும் இது ஒரு தவறான நடிப்பு வகை ஆகும்."

பின், அவர் மூன்றாவது வகையான உதாரணத்தைப் பற்றி விளக்கலானார்.

"இப்போது நீங்கள் பார்த்தது என்னை நானே உங்கள் முன் காட்டிக் கொண்டதாகும். இப்போது ஒரு பாத்திரப் படைப்பை - நாவலாசிரியரால் உருவாக்கப் பட்டது போல - உங்கள் முன் காட்டப் போகிறேன். ஆனால், அந்தப் பாத்திரத்தை நான் வாழ்ந்து காட்டப் போகிறேன் என்று இதற்குப் பொருளல்ல இந்த நடிப்பின் முக்கிய அம்சமானது, எனது உணர்ச்சிகளின் அடிப்படையில் இருக்காது. மாறாக, அது வெறும் சொற்களில், முகபாவங்களில், உடல் அசைவுகளில் மட்டுமே இருக்கும். அந்தப் பாத்திரத்தை நான் உயிருள்ளதாகப் படைக்க மாட்டேன் - அதன் புறத் தோற்றத்தில் மட்டுமே அதை நான் உங்கள் முன் வைப்பேன்."

முக்கியமான படைத்தளபதி ஒருவர், வீட்டில் தன்னந்தனியே செய்வதற்கு ஏதுமின்றி இருக்கின்ற ஒரு காட்சியை அவர் நடித்துக் காட்டினார். பெரிதும் சலிப்புற்றவராக, அங்கிருந்த நாற்காலிகளை, படைவீரர்களைப் போல வரிசையாக வைத்தார். பின், மேசைமீது இருந்த எல்லாப் பொருள்களையும் ஒழுங்காக அடுக்கி வைத்தார். அதன்பின், செய்வதற்குச் சுவாரஸ்யமான ஏதோ ஒன்றைப் பற்றிச் யோசனை செய்தார். பின் சட்டென்று அதிர்ச்சியுற்றவராய், மேசை மீது இருந்த ஒரு கற்றைக் கடிதங்களைக் கண்டார். பின், வாசித்துக் கூடப் பார்க்காமல் பல கடிதங்களில் கையெழுத்திட்டார். பின் கொட்டாவி விட்டார், உடலை நீட்டி நெளித்துச் சோம்பல் முறித்த பின்னர், தனது முட்டாள் தனமான செயல்களை மறுபடியும் முதலிலிருந்து செய்யத் தொடங்கினார்.

இந்த நடிப்பின் போது டார்ட்சாவ் வெகு தெளிவாகச் செயல்பட்டார். உயர்பதவியில் உள்ள நபர்களின் மேன்மைக் குணங்களையும், மற்ற அனைவரின் அறியாமையையும் பற்றிச் சித்தரித்தார். அந்த நடிப்பை, உணர்ச்சியற்ற, பட்டும் படாதவாறு, ஈடுபாடின்றிச் செய்தார். அக்காட்சியின் புறத் தோற்றத்தை மட்டும் காட்டியவாறு, அதில் ஆழமான பொருளையோ, உயிரோட்டமான துடிப்பையோ சேர்க்காமல் செய்தார்.

சில இடங்களில் அவர் வசனத்தைப் பிழையற மிகச் சரியாக உச்சரித்தார். மேலும் சில இடங்களில், தனது நிற்கும் அமரும் நிலை, உடல் அசைவுகள் இவற்றை மிகவும் கவனமாகச் செய்து

காட்டினார். இதற்கிடையில் தன் கண்களின் ஓர் பார்வையால் பார்வையாளர் மீதும் கவனத்தைச் செலுத்தி, தன் நடிப்பு அவர்களைச் சென்று சேர்க்கிறதா என்றும் பார்த்துக் கொண்டார் எங்கெல்லாம் பேச்சை நிறுத்தி இடை வெளி தர வேண்டியிருந்ததோ அங்கெல்லாம் நெடிய இடைவெளிகளை அமைத்தார். நன்கு பயிற்சி செய்த ஒரு பாத்திரத்தை ஐநூறாவது தடவையாக நடிக்கும் போது நடிகர்கள் சலிப்புடன் அதைச் செய்வது போல நடித்தார். ஒரு திரைப் படத்தைப் பலமுறை போட்டுக் காட்டும் பணியாளைப் போல அவர் செய்கை இருந்தது.

இந்த விதமாக நடித்துக் காட்டியபின்னர், அவர் தொடர்ந்து பேசலானார். ‘‘இப்போது, பார்வையாளர்களுக்கும் மேடைக்கும் இடையில் ஒரு தொடர்பை ஏற்படுத்துவதற்கான சரியான வழிமுறை விளக்கிக் காட்டப் பட வேண்டும்.

‘‘இதை நான் செய்து காட்டுவதை நீங்கள் ஏற்கெனவே பல முறைகள் பார்த்திருக்கிறீர்கள். எனது சக நடிகருடன் நேரடியாகத் தொடர்பு கொண்டு, நான் ஏற்று நடிக்கும் பாத்திரத்தின் உணர்ச்சிகளுக்கு ஒத்துள்ளதான எனது சொந்த உணர்ச்சிகளை அவருக்கு வெளிக்காட்ட எப்போதுமே முயற்சி செய்கிறேன் என்பது உங்களுக்குத் தெரியும். அதன்பின் நடிகர் தனது பாத்திரத்துடன் முழுமையாக ஒன்றிப் போவது என்பது தானாகவே நிகழ்கிறது.

இப்போது நான் உங்களைப் பரீட்சிக்கப் போகிறேன். உங்களுக்கும் உங்கள் சகநடிகருக்கும் இடையில் தவறான தொடர்பு ஏற்படும் போது, அதைக் குறிப்பதற்கு ஒரு மணியை ஒலிக்கப் போகிறேன். தவறு என்று நான் சொல்வது, அவருடன் நீங்கள் நேரடித் தொடர்பு கொள்ளாமல் இருப்பது அல்லது, உங்கள் பாத்திரத்தையோ, உங்களையோ, மிகையாக வெளிக்காட்டிக் கொள்வது, அல்லது உங்கள் வசனத்தை ஈடுபாடு இல்லாமல் மேலோட்டமாகச் சொல்வது போன்றவையாகும். இத்தகைய தவறுகள் அனைத்தும் மணி ஒலிப்பதற்குக் காரணமாக இருக்கும்.

"எனது மௌனமான அங்கீகாரத்தைப் பெறுவதற்கு மூன்று விதமான நடிப்புகள் மட்டுமே உள்ளன என்பதை நினைவில் வைத்துக் கொள்ளுங்கள்.

1. மேடையில் உள்ள நபர்/ பொருளுடன் நேரடித் தொடர்பு; பொதுமக்களுடன் மறைமுகமாக தொடர்பு.

2. சுய தொடர்பு- தன்னுடனேயே தொடர்பு கொள்ளல்.

3. மேடையில் இல்லாத ஒரு பொருள் அல்லது கற்பனை செய்யப்பட்ட ஒரு பொருளுடன் தொடர்பு கொள்ளல்."

இவ்வாறு அவர் விளக்கி முடித்த பிறகு, சோதனை தொடங்கியது.

நானும் பாலும் நன்றாக நடித்தோம் என்று நாங்கள் நினைத்தாலும், எங்கள் நடிப்பின் போது மணி அடிக்கடி ஒலித்தது கண்டு வியப்புற்றோம்.

மற்ற மாணவர்கள் அனைவரும் இதே போல பரிசோதிக்கப் பட்டனர். க்ரிஷாவும் சோன்யாவும் தான் கடைசி. அவர்கள் நடிக்கும் போது இயக்குனர் மணியை இடைவிடாமல் ஒலிக்கச் செய்வார் என்று நாங்கள் எதிர் பார்த்திருந்தாலும், உண்மையில் அதைவிட வெகு குறைவாகவே அவர் மணியை ஒலித்தார்.

அது ஏன் என்று நாங்கள் கேட்ட போது, அவர் விளக்கினார்.

"அதாவது, தற்பெருமை பாராட்டும் பலரும், தம்மைப்பற்றித் தவறாக எண்ணிக் கொண்டிருக்கிறார்கள் என்றும், அவர்கள் விமர்சனம் செய்பவர்களோ, ஒருவருடன் ஒருவர் சரியான தொடர்பை ஏற்படுத்திக் கொள்ளும் திறன் வாய்ந்தவர்களாக இருக்கிறார்கள் என்றும் தான் இது குறிக்கிறது. இரு தரப்பிலும், இது வெற்றி தோல்வியின் சதவிகிதத்தைப் பொறுத்ததாகும். இங்கு நாம் கவனத்தில் எடுத்துக் கொள்ள வேண்டியது என்னவெனில், மிகவும் முழுமையாகச் சரியானதும், மிகவும் முழுமையாகத் தவறானதுமான தொடர்புகள் என்பன நிதர்சனத்தில் இல்லை என்பதாகும். ஒரு நடிகரின் நடிப்பு

கலவையான ஒன்றாகும்- அதில் நல்ல தருணங்களும் உள்ளன, மோசமான தருணங்களும் உள்ளன.

அதைப் பற்றி ஆய்வு செய்வதானால் உங்கள் விளைவுகளை சரிவிகிதங்களாக நீங்கள் பிரிக்கலாம். இதனுள், ஒரு நடிகன் தனது சகநடிகனுடன் இவ்வளவு சதவிகிதம் தொடர்பு கொள்ளலாம், பொதுமக்களுடன் இவ்வளவு சதவிகிதம் தொடர்பு கொள்ளலாம் தனது பாத்திரத்தை வெளியிடுவதில் இவ்வளவு சதவிகிதம், மற்றும் தன்னைத் தானே காட்டிக் கொள்வதில் இவ்வளவு விகிதம் என்று வகைப் படுத்தலாம். இந்த விகிதாச்சாரங்கள் ஒன்றுடன் ஒன்று தொடர்பு கொண்டுள்ள விதமானது, ஒரு நடிகன் எவ்வளவு சரியாகத் தனது தொடர்பு கொள்ளலைச் சாதித்துள்ளான் என்று நிர்ணயிக்க உதவும். சிலர், தமது சகநடிகருடனான உறவில் நிறைய மதிப்பெண் பெறலாம். பிறர், ஒரு கற்பனையான பொருளுடன் தொடர்பு கொள்வதில் அதிக மதிப்பெண் பெறலாம், வேறு சிலரோ, தம்முடனேயே தொடர்பு கொள்வதில் அதைப் பெறலாம். இதுவே இலட்சியார்த்தமான நடிப்பு என்று கூறலாம்.

"எதிர்மறை அம்சங்களை எடுத்துக் கொண்டால், தொடர்பு கொள்பவருக்கும், கொள்ளப்படும் நபர். பொருள் இவற்றுக்கும் இடையிலான உறவுகளில் சில, வேறு சிலவற்றை விடவும் மோசமானவை. உதாரணமாக, உங்களையே எந்திரத்தனமாக மிகைப் படுத்திக் காட்டிக் கொள்வதானது, உங்கள் பாத்திரத்தின் உளவியல் அம்சங்களை ஆழமான ஈடுபாடின்றி வெளிக்காட்டுவதைக் காட்டிலும் மோசமான ஒன்றாகும்.

"இந்த விகிதாச்சாரங்களுள்ளே, எண்ணற்ற எண்ணிக்கையிலான கூட்டு அமைப்புகள் உள்ளன. எனவே பின் வரும் கூட்டமைப்புகளைப் பயிற்சி செய்வது உங்களுக்கு மிகவும் நல்ல பயனைத் தருவதாகும். 1. மேடையில், உங்களுக்குரிய நிஜமான பொருளைக் கண்டுபிடித்து அதனுடன் செயலூக்கமான தோழமைத் தொடர்பை ஏற்படுத்திக் கொள்ளல், 2. தவறான பொருள்கள், தவறான உறவுகள் இவற்றைக் கண்டுணர்ந்து கொண்டு அவற்றை எதிர்த்துப் போராடுதல், தவிர்த்தல். எல்லாவற்றுக்கும் மேலாக, பிறருடனான உங்கள் தோழமைத்

தொடர்புக்கான உளவியல் ஆதாரங்களின் தரத்தின் பால் சிறப்பான கவனத்தைச் செலுத்துங்கள்."

4

"இன்று, உள்ளார்ந்த தொடர்பு கொள்ளலுக்கானஉங்களது புறக்கருவியை நாம் கவனிக்கலாம்" என்றார் இயக்குனர். "உங்கள் வசம் உள்ள வழிமுறைகளை நீங்கள் நிஜமாகவே மதித்துப் போற்றுகிறீர்களா என்று எனக்குத் தெரிய வேண்டும். மேடைமீது சென்று இருவர் இருவராக உட்கார்ந்து, ஏதேனும் ஒரு விவாதத்தைத் தொடங்குங்கள்.

சண்டைபோடுவதற்கு மிகவும் ஏற்றவன் க்ரிஷா தான் என்று நான் தீர்மானித்து, அவனுடன் ஒன்றாக அமர்ந்தேன். வெகு விரைவில் எனது நோக்கம் நிறைவேறியது.

க்ரிஷாவுடன் விவாதிக்கையில் எனது கருத்தை எடுத்துச் சொல்ல என் விரல்களையும், மணிக்கட்டுகளையும் நான் நிறையப் பயன்படுத்தியதை டார்ட்சாவ் கவனித்தார் எனவே அவற்றைப் பிணைத்துக் கட்டுமாறு உத்தரவிட்டார்.

"ஏன் இவ்வாறு செய்ய வேண்டும்" என்று நான் கேட்டேன்.

"நமது கருவிகளைப் போற்றி மதிப்பதற்கு நாம் பெரும்பாலும் தவறி விடுகிறோம் என்பதை நீ புரிந்து கொள்வதற்காக. கண்கள், ஆன்மாவின் கண்ணாடிகளாக இருக்கின்றன ஆனால் விரல்களோ உடலின் கண்களாக இருக்கின்றன என்பதை நீங்கள் உறுதியாக நம்ப வேண்டும். என்று நான் விரும்புகிறேன்," என்று அவர் விளக்கினார்.

என் கைகளைப் பயன்படுத்த முடியாமல் போனதால் எனது குரலின் ஒலி கூடுதலாயிற்று. ஆனால், அவ்வாறு குரலை உயர்த்தாமலும், கூடுதல் தொனிகளைச் சேர்த்துக் கொள்ளாமலும் பேசுமாறு டார்ட்சாவ் என்னைக் கேட்டுக் கொண்டார். இதனால், நான் என் கண்கள், முகபாவம், புருவங்கள், கழுத்து தலை மற்றும் என் உடலின் மேல்பகுதி இவற்றைப் பயன்படுத்த வேண்டியதாயிற்று. இழந்து விட்ட வழிமுறைகளுக்குப் பதிலாக

வேறு வழிமுறைகளை நான் பயன்படுத்த முயன்றேன். அதன்பின், நான் எனது நாற்காலியுடன் சேர்த்துக் கட்டப்பட்டேன். என் வாய், காதுகள், முகம் மற்றும் கண்கள் மட்டுமே இப்போது சுதந்திரமாக இருந்தன.

விரைவில் இவையும் கட்டப்பட்டன - என்னால் செய்ய முடிந்ததெல்லாம், உறுமுவது மட்டுமே. இச்சயமத்தில் வெளி உலகம் என்னைப் பொறுத்தளவில் இல்லாமல் போனது. எனது உட்பார்வை, உட் செவி மற்றும் கற்பனை இதைத் தவிர எனக்கு வேறு ஒன்றும் விட்டு வைக்கப்படவில்லை.

இந்த நிலையில் நான் மேலும் சற்று நேரம் விடப்பட்டேன். பின், வெகு தொலைவிலிருந்து வருவது போலத் தோன்றிய ஒரு குரல் எனக்குக் கேட்டது.

அது டார்ட்சாவின் குரல்தான். "உனக்கு, தொடர்பு கொள்ளும் கருவி ஏதேனும் ஒன்று திரும்ப வேண்டுமா? அப்படி வேண்டும் என்றால், அது எது?"

நான் அதைப் பற்றிச் சற்று சிந்திக்க வேண்டும், என்று பொருள் படுமாறு சைகை செய்ய முயற்சித்தேன். மிகவும் அவசியமான உறுப்பை நான் எவ்வாறு தேர்வு செய்வது? பார்வை, உணர்ச்சிகளை வெளிப்படுத்துகிறது. பேச்சு, எண்ணங்களை வெளிப்படுத்துகிறது. குரலின் தொனியானது உள்ளே இருக்கும் உணர்ச்சிகளை வெளிப்படுத்துவதால் உணர்ச்சிகள், பேசும் உறுப்புகளைப் பாதிக்கின்றன. கேட்கும் புலன் கூட இதற்கு மிகவும் அவசியமான ஒரு தூண்டல் ஆகும். பேசுவதற்குக் காதுகள் கேட்பது மிகவும் தேவையான ஒரு விஷயம். மேலும், முகம் மற்றும் கைகளைப் பயன்படுத்துவதை அவை இரண்டுமே வழி நடத்துகின்றன.

கடைசியில் நான் கோபத்துடன் உரக்கக் கூவினேன், 'ஒரு நடிகன், ஊனமுற்றவனாக இருக்க முடியாது! அவனுக்கு எல்லா உறுப்புகளும் இருக்க வேண்டும்."

இயக்குனர் என்னைப் பாராட்டிப் பேசினார்.

''தொடர்பு கொள்ளும் புலன்கள் ஒவ்வொன்றின் உண்மையான மதிப்பைக் கண்டு கொண்டு விட்ட ஒரு கலைஞனைப் போல நீ இப்போது பேசுகிறாய். எனவே, ஒரு நடிகனின் வெறுமையான கண்கள், அசைவற்ற புருவங்கள் மற்றும் முகம், மந்தமான குரல், ஏற்ற இறக்கமற்ற பேச்சு, விறைத்துப் போன முதுகெலும்பு, கழுத்து ஆகியன மரக் கட்டை போலக் கரங்கள், விரல்கள், கால்கள், கூன்விழுந்த நடை ஆகியன இனிமேல் இல்லாமல் மறைந்தே போகட்டும்.

''ஒரு வயலின் இசைக் கலைஞர் தனது பிரியமான ஸ்ட்ராடி வேரியாஸ் அல்லது அமடி வயலினை எவ்வாறு போற்றிப் பாதுகாப்பாரோ அதேபோல நமது நடிகர்களும் தமது படைப்புக் கருவிகளை அக்கறையுடன் கவனித்துக் கொள்வார்கள் என்று நம்பலாம்.''

5

''இது வரையில், புறத்தோற்றத்திலான கண்ணுக்குப் புலப்படுகிற, பொருள் சார்ந்த வகையிலான தொடர்பு பற்றி நாம் பேசிக் கொண்டிருந்தோம்,'' என்று இயக்குனர் தொடங்கினார். ''ஆனால், தொடர்பு பற்றிய மற்றொரு முக்கியமான அம்சம் ஒன்று உள்ளது. அது அகத்தின் தன்மை கொண்டது, கண்ணுக்குத் தெரியாதது ஆன்மீகமானது.

''இங்கு, எனது பிரச்சினை என்னவென்றால், என்னால் உணர முடிந்த ஒன்றைப் பற்றி அதேசமயம் எனக்குத் தெரியாத ஒன்றைப் பற்றி நான் உங்களிடம் பேச வேண்டியுள்ளது தான். இது நான் அனுபவித்து உணர்ந்துள்ள ஒன்று, ஆனால் இதைப் பற்றித் தத்துவார்த்தமாக என்னால் எதுவும் சொல்ல முடியாது. ஏதோ ஒரு வகையில் கோடிட்டுக் காட்ட முடிகிற இதைப் பற்றிப் பேசுவதற்கு, முன்னதாகத் தயாரித்து வைக்கப் பட்டுள்ள சொற்கோவைகள் என்னிடம் கிடையாது. எனவே நீங்களாகவே உணர்ந்து தெரிந்து கொள்ளுமாறு செய்வதை என்னால் முயற்சிக்க மட்டுமே முடியும். இங்கு கீழே வருகிற வசனத்தில் விவரிக்கப் பட்டுள்ள

உணர்வுகளை உங்களால் உணர்ந்து கொள்ள முடிகிறதா என்று பாருங்கள்:

''அவன் எனது மணிக்கட்டைப் பிடித்து என்னை இறுகப் பற்றினான்; பின் தனது கையை முழுவதுமாக நீட்டி, மற்றொரு கையால் தனது நெற்றியைத் தடவினான், என் முகத்தை ஆழமாக உற்று நோக்கி அதை வரைய விரும்புபவன் போல் நெடுநேரம் நின்றான். கடைசியில் என் கரத்தைச் சற்றே ஆட்டிவிட்டு, தன் தலையை மேலும் கீழும் அசைத்து மிகவும் பரிதாபமான, ஆழமான பெருமூச்சை வெளியிட்டான்.

அது அவனது உடல் முழுவதையும், உடைத்து உயிரையும் நிறுத்தியது போல இருந்தது. இதைச் செய்து விட்டு, என் கையை விட்டு விட்டான். தன் தலையைத் தோள்மீது சாய்த்துக் கொண்டு திரும்பி எங்குபோகிறோம் என்று தன் கண்களால் காணாமலே வெளியே சென்றான் - ஏனெனில், இறுதி வரையிலும் அவன். விழிகள் என் மீதே நிலைத்திருந்தன.''

''மேற்கண்ட வரிகளில் ஹாம்லெட் மற்றும் ஒஃபீலியாவுக்கு இடையிலான வார்த்தையற்ற மௌனத்தினாலான கருத்துப் பரிமாற்றத்தை உங்களால் உணர முடிகிறதா? இதே போன்ற சமயங்களில் நீங்களும் இதை உணர்ந்ததில்லையா? உங்கள் கண்களிலிருந்து ஒரு சக்தி, உங்கள் விரல் நுனிகளிலிருந்து அல்லது உங்கள் தோலின் வியர்வைத் துளைகளிலிருந்து ஏதோ ஒன்று பெருக்கெடுத்து ஓடுவது போல உணர்ந்ததில்லையா?

''நாம் ஒருவரோடு ஒருவர் தோழமைத் தொடர்பு கொள்ளப் பயன்படுத்தும் இந்தக் கண்ணுக்குத் தெரியாத சக்தி ஓட்டங்களுக்கு என்ன பெயரிட்டு அழைக்க முடியும்? என்றாவது ஒரு நாள் இந்த அம்சம் அறிவியல் ரீதியான ஆய்வுக்கு உட்படுத்தப் படும். அது வரையில் இவற்றை சக்திக் கதிர்வீச்சுகள் என்று நாம் அழைப்போம். இப்போது இவற்றைப் பற்றிக் கவனித்து, நமது உணர்வுகளைப் பற்றிக் குறிப்புகள் எடுத்துக் கொள்வதன் வாயிலாக இவற்றைப் பற்றி என்ன கண்டு கொள்ள முடிகிறது என்று பார்க்கலாம்.

''நாம் அமைதியாக இருக்கும் போது, இந்தச் சக்தியின் கதிர்கள் கண்டுணர முடியாதவாறு சன்னமாக உள்ளது. ஆனால் வெகுவாக உணர்ச்சி வசப்பட்ட நிலையில் உள்ளபோது, இந்தக் கதிர்கள் நம்மிடமிருந்து செலுத்தப்படும் போதும், பிறரிடமிருந்து பெறப்படும் போதும், மிகவும் திடமானதாகவும், தொட்டு உணரத்தக்கதாகவும் உள்ளன. உங்களது முதல் பரிசோதனை நடிப்பின் போது சில உச்சகட்ட நேரங்களில் உதாரணமாக, மரியா உதவி கேட்டு அழைத்த போதும், கோஸ்ட்யா, ''இரத்தம், இயாகோ, இரத்தம்'' என்று கூவிய போதும், உங்கள் பயிற்சிகளின் வேறு சில சமயங்களின் போதும் இந்த உள்ளார்ந்த சக்திப் பெருக்கை உங்களில் சிலர் உணர்ந்திருக்கக் கூடும்.

''நேற்றுத்தான், ஒரு இளம் பெண்ணும் அவளது நிச்சயிக்கப்பட்ட மாப்பிள்ளையும் இடம் பெற்ற ஒரு நிகழ்ச்சியை நான் நேரில் கண்டேன். அவர்கள் இருவரும் சண்டை போட்டுக் கொண்டனர், எனவே ஒருவருக்கொருவர் பேசிக் கொள்ள வில்லை. எவ்வளவு தூரம் விலகி உட்கார முடியுமோ அவ்வளவு தூரம் விலகி உட்கார்ந்திருந்தனர். அவளோ, அவனைத் தான் பார்க்கக் கூடவில்லை என்பதாகப் பாவனை செய்து கொண்டிருந்தாள். ஆனால் அந்தப் பாவனையை அவள் செய்த விதமானது அவனைக் கவருமாறு செய்யப்பட்டது. அவன் அசைவற்று அமர்திருந்தான். கெஞ்சும் விழிகளால் அவளைப் பார்த்தவாறு இருந்தான். அவளது உணர்வுகளைப் புரிந்து கொள்வதற்காக, அவளது விழிகளைச் சந்திக்க முயன்றான். கண்களால் காண முடியாததொரு உணர்வுக் கருவிகளால் அவளது ஆன்மாவை உணர்ந்து கொள்ள முயன்றான். ஆனால், கடுங்கோபத்தில் இருந்த அப்பெண் தொடர்பு கொள்வதற்கான அவனது அனைத்து முயற்சிகளையும் எதிர்த்து நின்றாள். இறுதியாக, ஒருகணம் அவள் அவன் பக்கம் திரும்பியபோது ஒரு சிறு பார்வையை அவன் கண்டான்.

''ஆனால் அவனுக்கு ஆறுதல் அளிப்பதற்குப் பதிலாக, இப்பார்வை அவனை மேலும் ஆழ்ந்த சோகத்தில் தள்ளியது. சற்று நேரத்துக்குப் பின், அவளை நேருக்கு நேராகப் பார்க்கும்படியான

மற்றொரு இடத்திற்கு அவன் மாறிச் சென்று நின்று கொண்டான். அவளது கையைத் தன் கையில் எடுத்துக் கொள்ளவும், அவளைத் தொட்டுத் தனது உணர்வுகளை அவளுக்குத் தெரிவிக்கவும் அவன் பெரிதும் ஏங்கினான்.

''அங்கே சொற்கள் இருக்கவில்லை, தெளிவான அறைகூவல்களோ முகபாவங்களோ, கை அசைவுகளோ, செயல்களோ இருக்கவில்லை. மிகவும் தூய்மையான, நேரடியான, உடனடியாக கருத்துத் தொடர்பு இதுதான்.

''இவ்வாறு கண்ணால் காணமுடியாதவாறு மேலும் கீழும் செல்லும் இம்முறைக்கு அறிவியல் அறிஞர்கள் ஏதேனும் விளக்கங்கள் தரக்கூடும். ஆனால், இங்கு என்னால் செய்ய முடிந்ததெல்லாம் நான் என்ன உணர்கிறேன் என்பதை வர்ணிக்கவும், அந்த உணர்வுகளை எனது நடிப்புக் கலையில் எவ்வாறு பயன்படுத்துகிறேன் என்பதை விளக்கவும் செய்வதுதான்.''

துரதிருஷ்ட வசமாக, எங்கள் பாடம் இந்த இடத்தில் தடங்கலாகி நின்று போனது.

6

நாங்கள் இருவர், இருவராகப் பிரிக்கப் பட்டோம். நான் க்ரிஷாவுடன் உட்கார்ந்தேன். உடனடியாக, நாங்கள் ஒருவர் மற்றவர்பால் கருத்துக்களை, எந்திரத்தனமாகச் செலுத்தலானோம்.

இயக்குனர் எங்களைத் தடுத்து நிறுத்தினார்.

''நீங்கள் இப்போதே வன்முறையான வழிமுறைகளைப் பயன்படுத்தப் தொடங்குகிறீர்கள். மிகவும் மென்மையான, நுண்ணியதான இச்செயல்முறையில் இதைத் தான் நீங்கள் கவனமாகத் தவிர்க்க வேண்டும். உங்கள் தசைகளை நீங்கள் இறுக்கிக் கொள்வதால், எண்ண அலைகளை அனுப்புவதான உங்கள் நோக்கம் நிறைவேறாமல் தவிர்க்கப் பட்டு விடும்.

''பின்னுக்குத் தள்ளி உட்காருங்கள் -'' என்றார் அவர் உத்தரவிடும் தொனியில். ''இன்னும், இன்னும் அதிகமாக. மேலும்

மேலும் அதிகமாக! நன்கு வசதியாக உட்கார்ந்து கொள்ளுங்கள். போதாது, இன்னும் தளர்வாக அமருங்கள் அப்படியல்ல! இன்னும் ஓய்வாக, இறுக்கமின்றி இருங்கள். இப்போது ஒருவரையொருவர் பார்த்துக் கொள்ளுங்கள். அட பார்ப்பது என்றால் இப்படியா? உங்கள் விழிகள் தலையிலிருந்து தெறித்து வெளியே விழுந்து விடும் போலிருக்கிறதே! இன்னும் இலகுவாக ஆகிக் கொள்ளுங்கள். இன்னும்! இறுக்கமே கூடாது.

"நீ என்ன செய்கிறாய்," என்றார் டார்ட்சாவ், க்ரிஷாவை நோக்கி.

"கவலையைப் பற்றிய எமது விவாதத்தைத் தொடர நான் முயன்று கொண்டுள்ளேன்."

"அத்தகைய எண்ணங்களை உன் விழிகள் வழியாக வெளிப்படுத்தலாம் என்று நீ நம்புகிறாயா? வார்த்தைகளைப் பயன்படுத்து, உனது விழிகள் உன் குரலுக்குக் கூடுதல் வலிமையளிக்கட்டும். ஒருவேளை, நீங்கள் ஒருவருக்கொருவர் அனுப்பிக் கொண்டிருக்கும் கதிர்களை உங்களால் உணர முடியும்."

நாங்கள் எங்கள் விவாதத்தைத் தொடர்ந்தோம். ஒரு இடத்தில் டார்ட்சாவ் என்னிடம் பின்வருமாறு கூறினார்.

"நீ இப்போது பேசி நிறுத்திய போது, கதிர்களை அனுப்பியதை நான் உணர்ந்து கொண்டேன். க்ரிஷா, நீயும் அவற்றைப் பெற்றுக் கொள்ளத் தயாராக ஆனாய். அந்த நீண்ட நேர மௌனத்தின் போது அது நிகழ்ந்தது என்பதை நினைவில் வைத்துக் கொள்ளுங்கள்.

எனது நண்பர் என் கருத்தை ஏற்றுக் கொள்ளுமாறு செய்ய என்னால் முடியவில்லை என்றும், ஒரு புதிய அணுகுமுறையில் விவாதத்தை மீண்டும் தொடர நான் தயார் செய்து கொண்டு இருந்தேன் என்றும் அந்த மௌனத்துக்கு விளக்கம் கொடுத்தேன்.

டார்ட்சாவ், வான்யாவைப் பார்த்து, "வான்யா, மரியாவின் அந்தப் பார்வையை உன்னால் உணர முடிந்ததா? அவை நிஜமாகவே பலமான கதிர்கள்!" என்றார்.

"அவை என்னை நோக்கி வீசப்பட்டன," என்று அவன் சற்றே கிண்டலாகப் பதிலளித்தான்.

இயக்குனர், மறுபடியும் என் பக்கம் திரும்பினார்.

"உனது துணைவர் பேசுவதைக் கேட்பதுடன் கூட, அவரிடமிருந்து முக்கியமான ஏதேனும் ஒன்றை நீ ஈர்த்துக் கொள்ள முயற்சி செய். முழு உணர்வுடன் கூடிய வெளிப்படையான விவாதம் மற்றும் அறிவுரீதியாகக் கருத்துக்களைப் பரிமாறிக் கொள்வதோடு கூடவே, இணையாகச் சென்று கொண்டிருக்கிற ஒரு அலை வீச்சின் பரிமாற்றத்தை உன்னால் உணர முடிகிறதா? உன் கண்களின் வழியாக உள்ளே இழுத்துக் கொண்டு மீண்டும் அதே வழியாக வெளிவிடும் ஒரு சக்தியை நீ உணர்கிறாயா?

"அது பூமிக்குக் கீழே ஓடுகிற ஒரு நதியைப் போன்றது. சொற்கள் மற்றும் மௌனங்களால் ஆன மேற்பரப்பிற்குக் கீழே அது தொடர்ந்து ஓடிக் கொண்டே இருக்கிறது. கருத்தை வெளியிடுபவருக்கும், பெற்றுக் கொள்பவருக்கும் இடையில், கண்ணுக்குப் புலப்படாத ஒரு இணைப்பாக அது விளங்குகிறது."

இவ்வாறு கூறிவிட்டு, க்ரிஷாவின் இடத்தில் அவர் அமர்ந்து கொண்டார். "இப்போது மேலும் ஒரு பரிசோதனையைச் செய் - என்னுடன் தொடர்பு கொள்," என்றார்.

"நன்கு வசதியாக உட்கார்ந்து கொள், பயப்படாதே, அவசரப்படாதே, உன்னையே வலிந்து செயல்பட வைக்காதே. மற்றொரு நபருக்கு எதையேனும் தருவதற்கு முன், அதை நீ முன்னதாகத் தயாரிக்க வேண்டும்.

"கொஞ்சகாலத்துக்கு முன்பு வரை, இதுபோன்ற வேலை உனக்குச் சிக்கலானதாகத் தோன்றியிருக்கும். இப்போது நீ அதைச் சுலபமாகச் செய்து விடுகிறாய். இந்த நடப்புப் பிரச்சினையும் கூட அதே போலத் தான் ஆகிவிடும். வார்த்தைகள் ஏதுமின்றி உனது

உணர்ச்சிகளை எனக்குத் தா உன் கண்களின் வழியாக மட்டுமே! என்று அவர் உத்தரவிட்டார்.

"ஆனால் எனது உணர்ச்சிகளின் பல்வேறு சாயல்களை எல்லாம் எனது கண்களின் வெளிப்பாடு வழியாக என்னால் காட்ட முடியாதே!" என்று நான் கூறினேன்.

"அதைப்பற்றி இப்போது எதுவும் செய்ய முடியாது. எனவே, சாயல்களைப் பற்றிக் கவலைப் படாதே," என்றார் அவர்.

"அவற்றை விட்டு விட்டால், மீதம் என்ன இருக்கும்?" என்று நான் ஏமாற்றத்துடன் கேட்டேன்.

"அனுதாபத்தின் உணர்வு, மரியாதை உணர்வு. இவற்றை, சொற்கள் இல்லாமலே உன்னால் வெளிப்படுத்த முடியும். ஆனால் நீ தொடர்பு கொள்ள முனையும் நபர், ஒரு புத்திசாலியான, செயலாக்கம் உடைய, கடினமாக உழைக்கும், உயர் சிந்தனையுள்ள இளைஞன் என்பதால் உனக்கு அவனைப் பிடித்திருக்கிறது என்று அவன் புரிந்து கொள்ளுமாறு செய்ய உன்னால் முடியாது."

டார்ட்சாவைத் தீர்க்கமாகப் பார்த்தவாறு, "உங்களிடம் நான் என்ன சொல்ல முயல்கிறேன்?" என்று நான் அவரைக் கேட்டேன்.

"எனக்குத் தெரியாது, தெரிந்து கொள்ள நான் விரும்பவும் இல்லை," என்று வந்தது அவரது பதில்

"ஏன்?"

"ஏனெனில் நீ என்னை முறைத்துப் பார்த்துக் கொண்டிருக்கிறாய். உனது உணர்வுகளின் பொதுப் படையான பொருளை நான் உணர்ந்து கொள்ள வேண்டும் என்று நீ விரும்பினால், நீ எனக்குத் தெரிவிக்க விரும்புவதை நீயும் உணர்ந்து அனுபவிக்க வேண்டும்."

"இப்போது உங்களால் புரிந்து கொள்ள முடிகிறதா? இதை விடவும் தெளிவாக என்னால் என் உணர்வுகளை வெளிப்படுத்த முடியாது." என்றேன் நான்.

"ஏதோ காரணத்துக்காக நீ என்னைக் கேவலமாக நினைக்கிறாய். இதற்கான சரியான காரணத்தை, சொற்கள் இல்லாமல் என்னால் தெரிந்து கொள்ள முடியாது. ஆனால் இங்கு விஷயம் அதுவல்ல உன்னிலிருந்து ஏதேனும் சக்தி சுலபமாக வெளிவந்ததை நீ உணர்ந்தாயா?"

"ஒருவேளை எனது கண்களில் நான் அதை உணர்ந்திருக்கலாம்," என்றேன் நான். அந்த உணர்வை மறுபடியும் கொண்டு வர முயற்சித்தேன்.

"இல்லை, இம்முறை அந்தச் சக்தியை எப்படி வெளியே தள்ளலாம் என்றுதான் நீ யோசித்தாய். உனது தசைகளை இறுக்கிக் கொண்டாய். உனது முகவாயும், கழுத்தும் இறுக்கமாக இருந்தன. உன் கண்கள், அவற்றின் குழிகளிலிருந்து வெளியே தெறித்து விடுவன போல் இருந்தன. நீ செய்ய வேண்டும் என்று நான் விரும்புவதை உன்னால் இதைவிடவும் எளிதாகவும், சுலபமாகவும், இயற்கையாகவும் செய்ய முடியும். உன் ஆசைகளில் மற்றொருவரைப் பொதிந்து வைக்க நீ விரும்பினால் அதற்கு உன் தசைகளைப் பயன்படுத்த வேண்டிய அவசியமில்லை. இந்தச் சக்தியிலிருந்து நீ பெறும் உடல்ரீதியான உணர்வு மிக மிக மெல்லியதாக கண்டு கொள்ள முடியாததாக இருக்க வேண்டும். ஆனால், இப்போது நீ இதற்குப் பயன்படுத்துகிற வலிமையோ, ஒரு இரத்தக் குழாயை வெடிக்கச் செய்வதாக உள்ளது."

எனது பொறுமை இப்போது உடைந்து தூள்தூளாகியது.

"அப்படியென்றால், நீங்கள் சொல்வது எனக்குப் புரியவேயில்லை." என்று நான் உரக்கக் கூவினேன்.

"நீ இப்போது ஓய்வு எடுத்துக் கொள். நீ உணரவேண்டும் என்று நான் விரும்பும் உணர்ச்சியைப் பற்றி நான் விவரிக்க முயல்கிறேன். எனது மாணவர்களில் ஒருவர் அதை ஒரு மலரின் நறுமணத்துடன் ஒப்பிட்டார். மற்றொருவர், அதை வைரத்துக்குள் ஒளிந்திருக்கும் சுடருக்கு நிகரானது என்றார். ஒரு எரிமலையின் விளிம்பின் மீது நின்று கொண்டிருந்த போது அதை நான் உணர்ந்திருக்கிறேன். பூமிக்கு உள்ளே அடி ஆழத்தில் உள்ள மகத்தான தீயிலிருந்து

வெளிவரும் சூடான காற்றை நான் உணர்ந்தேன். இந்த விவரிப்புகள் உனக்கு உதவிகரமாக உள்ளனவா?"

"இல்லை, கொஞ்சம் கூட இல்லை, "என்றேன் நான் முரட்டுப் பிடிவாதத்துடன்.

"அப்படியென்றால், முன் பின்னாகச் செய்யப்படும், ஒரு முறையால் இதை உனக்கு விளக்க முயல்கிறேன்" என்றார் டார்ட்சாவ், பொறுமையுடன், "இதைக் கேள், நான் ஒரு இசை நிகழ்ச்சிக்குச் செல்லும்போது, அந்த இசை எனக்குச் சுவாரஸ்யமாக இல்லாமல் போனால், நானே எனக்கெனப் பல்வேறு விதமான பொழுது போக்குகளை உருவாக்கிக் கொள்வது வழக்கம். பார்வையாளரில் ஒருவரைத் தேர்ந்தெடுத்து அவரை மனோவசியம் செய்ய நான் முயற்சிப்பேன். என் பார்வையில் பட்டது ஒரு அழகிய பெண்ணாக இருந்தால், எனது ஆர்வத்தை அவள்பால் செலுத்த முயல்வேன். அந்த நபரின் முகம் அவலட்சணமாக இருந்தால், வெறுப்புணர்வைச் செலுத்துவேன். அத்தகைய சமயங்களில் ஒரு நிச்சயமான, உடல்ரீதியான உணர்வு எனக்குத் தென்படுவதுண்டு. இது உனக்கும் பழக்கமானதாக இருக்கலாம். இப்போது நாம் அந்த உணர்வைப் பற்றித் தான் பேசிக் கொண்டிருக்கிறோம்."

"யாரையாவது மனோவசியம் செய்யும் போது, நீங்களும் அதை உணர்கிறீர்களா?" என்று பால் கேட்டான்.

"ஆம், நிச்சயமாக. மனோவசியத்தை எப்போதேனும் பயன்படுத்த முயன்றிருந்தால்நான் எதைப் பற்றிப் பேசிக் கொண்டிருக்கிறேன் என்பது உனக்கும் மிகச் சரியாக தெரிந்திருக்கும்," என்றார் டார்ட்சாவ்.

"இது எனக்கு மிகவும் எளிதானதாகவும், பழக்கமானதாகவும் உள்ளது," என்றேன் நான் ஆறுதல் பெற்றவனாக.

"இது அசாதாரணமானது என்று நான் எப்போதேனும் சொன்னேனா?" என்றார் டார்ட்சாவ் சற்று வியப்புடன்.

"மிகவும் தனிச்சிறப்பான ஏதோ ஒன்றை நான் எதிர்பார்த்தேன்."

"ஆம், எப்போதுமே நிகழ்வது இதுதான்;" என்றார் இயக்குனர். "புதிதாகப் படைக்கும் திறன் என்று சொல்லி விட்டால் போதும், உடனே நீங்கள் எல்லோரும் உச்சாணிக் கொம்பில் ஏறிக் கொள்கிறீர்கள். 'இப்போது நமது பரிசோதனையைத் திரும்பச் செய்யலாம்."

"நான் என்ன உணர்வை வெளியே வீசிக் கொண்டிருக்கிறேன்?" என்று நான் கேட்டேன்.

"மறுபடியும் அகந்தை, கர்வம்."

"இப்போது?"

"நீ என்னைத் தடவிக் கொடுக்க விரும்புகிறாய்."

"இப்போது?"

"இதுவும் மறுபடி ஒரு நட்பான உணர்வு, ஆனால் இதில் சற்றே வஞ்சப் புகழ்ச்சி கலந்து உள்ளது."

எனது உள்மனதின் எண்ணங்களை அவர் சரியாகக் கண்டு பிடித்துச் சொல்லி விட்டதைக் கண்டு நான் மிக்க மகிழ்ச்சி கொண்டேன்.

"உன்னை விட்டு வெளியே செல்லும் சக்தியின் உணர்வை நீ புரிந்து கொண்டாயா?"

"புரிந்து கொண்டேன் என்று தான் நினைக்கிறேன்," என்றேன் நான், ஒரு சிறிய தயக்கத்துடன்.

"நமது பரிபாஷையில் அதை (irradiation) என்று நாம் அழைக்கிறோம். அவற்றை உள் வாங்கிக் கொள்ளும் செயல்முறையானது ஒரு தலைகீழான ஒன்றாகும். அதையும் நாம் முயற்சி செய்து பார்க்கலாமே."

நாங்கள் இருவரும் இடம் மாற்றிக் கொண்டோம்- அவர் எனக்குத் தனது உணர்ச்சிகளைச் செலுத்தலானார், நான் அவற்றை ஊகித்துச் சொன்னேன்.

நாங்கள் அந்தப் பயிற்சியை முடித்தவுடன், "உனது உணர்வை வார்த்தைகளால் வரையறுக்க முயற்சி செய்," என்று அவர் கூறினார்.

"அதை ஒரு உதாரணத்தால் விளக்குகிறேன் - ஒரு காந்தத்தால் இரும்புத் துண்டு ஒன்று கவரப்படுவதுபோல அது இருந்தது."

இதை இயக்குனர் பாராட்டி ஏற்றுக் கொண்டார். பின்னர், எங்களது மௌனமான தோழமைத் தொடர்பின் போது எங்களுக்கிடையில் ஒரு உள்ளார்ந்த இணைப்பு இருந்ததாக நான் உணர்ந்தேனா என்று அவர் என்னைக் கேட்டார்.

"அவ்வாறு உணர்ந்தேன் என்றுதான் எனக்குத் தோன்றியது," என்று நான் பதிலளித்தேன்.

"இத்தகைய உணர்வுகளின் தெளிவான, நீண்ட தொடர்ச்சங்கிலியை உன்னால் நிலை நிறுத்திக் கொள்ள முடிந்தால், காலப் போக்கில் அது மிகவும் வலிமையான ஒன்றாக ஆகிவிடும் - அதைத் தான் நாம் பிடிப்பு (grasp) என்று சொல்கிறோம். அப்போது, உணர்வுகளை வெளியிடுவதும், உள்வாங்கிக் கொள்வதும் மேலும் அதிக வலிமையானதாகவும், கூர்மையானதாகவும், நன்கு தொட்டுணரக் கூடியதாகவும் ஆகும்."

"பிடிப்பு" என்ற சொல்லினால் என்ன பொருள்படுத்த விரும்புகிறார் என்று மேலும் முழுமையாக விவரிக்கும்படி நாங்கள் அவரைக் கேட்டுக் கொண்டோம். அவரும் இவ்வாறு தொடர்ந்து கூறினார்."

"அதுதான் ஒரு புல் - டாக் (Bull Dog ஒரு வகை நாய், வலிமையான தாடைகளைக் கொண்டது) தனது வாயில், கொண்டுள்ள ஒன்றாகும். நடிகர்களாகிய நாம், அதே கவ்வும் சக்தியை நமது கண்கள், காதுகள் மற்றும் பிற எல்லாப் புலன்களின் மூலமும் கொண்டிருக்க வேண்டும். ஒரு நடிகர் கேட்க வேண்டும் என்றால் அதைத் தீவிரமாகச் செய்யட்டும். எதையேனும் நுகர வேண்டியிருந்தால் நன்றாக நுகரட்டும். எதையேனும் பார்க்க வேண்டி இருந்தால், தனது கண்களை நிஜமாகவே நன்கு

பயன்படுத்தட்டும். ஆனால் இதெல்லாமே தேவையற்ற தசையிறுக்கம் ஏதுமின்றிச் செய்யப் பட வேண்டும்.''

"ஒதெல்லோவிலிருந்து அந்தக் காட்சியை நான் நடித்த போது, ஏதேனும் "பிடிப்பை" நான் வெளிக்காட்டினேனா?" என்று நான் கேட்டேன்.

"ஒன்றிரண்டு தருணங்கள் இருந்தன;" என்று டார்ட்சாவ் ஒப்புக் கொண்டார். "ஆனால், அது மிகவும் குறைவு. ஒதெல்லோவின் பாத்திரத்துக்கு முழுமையான "பிடிப்பு" தேவை. ஒரு சாதாரண நாடகத்துக்கு சாதாரண "பிடிப்பு"ப் போதுமானது. ஆனால் ஒரு ஷேக்ஸ்பியரின் நாடகத்துக்கு முழுமையான பிடிப்பு தேவையாகும்.

"அன்றாட வாழ்வில் நமக்கு முழுமையான பிடிப்புத் தேவையில்லை, ஆனால் மேடையில், எல்லாவற்றுக்கும் மேலாக சோகமான நடிப்பின் போது அது ஒரு அத்தியாவசியத் தேவையாகும். சற்றே இவற்றை ஒப்பிட்டுப் பாருங்கள். வாழ்வின் பெரும்பாலான பகுதி, முக்கியமற்ற செயல்களில் செலவிடப்படுகிறது. காலையில் எழுகிறோம், பின் பல்வேறு எந்திரத்தனமான செயல்களில் ஈடுபடுகிறோம், பின்னர் உறங்கச் செல்கிறோம் இவை மேடை நடிப்புக்கான விஷயங்கள் அல்ல. ஆனால் இவற்றுக்கு இடையில் தீவிரமான அச்சம், உச்சகட்ட மகிழ்ச்சி, உயர் அலைகளாக அடித்துச் செல்லும் காதல் போன்ற உணர்ச்சிகள் கொண்ட சம்பவங்கள் என சில தனித்து நிற்கும் அனுபவங்கள் உள்ளன. சுதந்திரத்துக்காகப் போராடுகிறோம், ஒரு கருத்துக்காகத் தியாகம் செய்கிறோம், நமது உரிமைகளுக்காகவும், வாழ்வதற்காகவுமே போராடுகிறோம். இவைதான் நாம் மேடையில் பயன்படுத்தக் கூடிய விஷயங்கள். இவற்றை வெளிப்படுத்துவதற்காக அகம் மற்றும் புறம் சார்ந்த வலிமையான 'பிடிப்பு' நமக்குத் தேவையாக உள்ளது, நம்மால் பயன்படுத்தப் படுகிறது. பிடிப்பு என்றால், அசாதாரணமான உடல் ரீதியிலான கடும் உழைப்பு என்று பொருள் அல்ல. மாறாக, மகத்தான பொருள் உள்ள ஆழமான உள்ளார்ந்த செயல்பாடு என்று அதற்குப் பொருள்.

"மேடையில், உள்ள போது சுவாரஸ்யமான, படைக்கும் அம்சம் கொண்ட ஏதேனும் ஒரு பிரச்சினையில் ஆழமாக ஈடுபடுவதற்கு, தன்னையே அதில் மூழ்கச் செய்வதற்கு ஒரு நடிகர் கற்றுக் கொள்ள வேண்டும். தனது முழுக் கவனத்தையும், படைப்புத் திறனையும் அதன் பால் ஈடுபடுத்தி அர்ப்பணிக்க அவரால் முடியும் என்றால் உண்மையான பிடிப்பை அவர் சாதிப்பார்.

"விலங்குகளின் பயிற்சியாளர் பற்றிய கதை ஒன்றைக் கேளுங்கள். பயிற்சி செய்விப்பதற்கான குரங்குகளைத் தேடி அவர் ஆப்பிரிக்காவுக்குச் செல்வது வழக்கம். அங்கு ஓரிடத்தில் நிறையக் குரங்குகள் பிடித்து வைக்கப் பட்டிருக்கும். இவற்றிலிருந்து தனது நோக்கத்துக்கு மிகவும் ஏற்றவை என்று அவர் கருதும் விலங்குகளை அவர் தேர்ந்தெடுப்பதுண்டு எவ்விதமாகத் தனது தேர்வை அவர் செய்தார் என்று நினைக்கிறீர்கள்? ஒவ்வொரு குரங்கையும் தனியே எடுத்துச் சென்று, ஒரு பளிச்சிடும் வண்ணக் குட்டை அல்லது வேறு ஏதேனும் ஒரு விளையாட்டுப் பொருள் இவற்றை அதன் முன்னால் ஆட்டிக் காட்டுவார். அந்தக் குரங்கின் கவனம் அதன்மேல் சென்றபின் பயிற்சியாளர் வேறொரு பொருளை அதனிடம் காட்டுவார் ஒரு சிகரெட் அல்லது கொட்டை, ஏதேனும். அந்தக் குரங்கின் கவனம், ஒரு பொருளிலிருந்து மற்றொரு பொருளுக்குச் சட்டென்று சுலபமாக மாறி விடுமானால், அந்தக் குரங்கு தனது பயிற்சிக்கு உகந்ததல்ல என்று அவர் ஒதுக்கி விடுவார். மாறாக, தான் முதலில் ஆர்வம் கொண்ட பொருளிலிருந்து அது விலகவில்லை என்றால், அந்தப் பொருள் தன்னிடமிருந்து எடுத்துக் கொண்டு விடப் பட்டாலும், அது அதனைத் தேடி. விடாப்பிடியாகச் சென்றால், பயிற்சியாளர் அந்தக் குரங்கை விலைக்கு வாங்கிக் கொள்வார். ஒரு குறிப்பிட்ட பொருள் மீது பிடிப்புக் கொண்டிருப்பது தான் அந்தக் குரங்கை அவர் தேர்வு செய்வதற்கான காரணம்.

"நாங்களும் மாணவர்களின் கவனம் செலுத்தும் சக்தியை, ஒருவரோடு மற்றவர் தொடர்பு கொண்டிருப்பதற்கான திறனை இவ்வாறு தான் மதிப்பீடு செய்கிறோம் - அவர்களது பிடிப்பின் வலிமை மற்றும் தொடர்ச்சி இவற்றைப் பொறுத்து.

7

இன்று எங்களது பாடத்தைப் பின்வருமாறு பேசி இயக்குனர் தொடங்கினார்

"நடிகர்களுக்கு இடையிலான உறவில் இந்தச் சக்தியானது மிக மிக முக்கியமானதாக இருப்பதால், அதைத் தொழில் நுட்ப முறையில் கட்டுப்படுத்துவது சாத்தியமா? அதை நம் விருப்பம் போல உருவாக்கிக் கொள்ள முடியுமா?

"இங்கும் கூட நாம் வெளியில் இருந்து வேலை செய்ய, வேண்டிய நிலையில் இருக்கிறோம். அதாவது குறிப்பாக, நமது ஆசைகள் மற்றும் உணர்வுகள், தாமாக, உள்ளேயிருந்து வராத ஒரு நிலையில் இருக்கிறோம். அதிர்ஷ்டவசமாக, உடலுக்கும் மனதுக்கும் இடையில் ஒரு பொருள் சார்ந்த இணைப்பு இருக்கத் தான் செய்கிறது. அதன் சக்தியானது, இறந்து போனவர்களை மறுபடியும் உயிருக்குக் கொண்டு வருவதைத் தவிர வேறு எல்லாவற்றையும் சாதிக்க வல்லதிறன் கொண்டதாக உள்ளது. நீரில் மூழ்கி விட்டுள்ள ஒரு மனிதனைப் பற்றிச் சிந்தியுங்கள். அவனது இதயத்துடிப்பு நின்று விட்டது, அவன் தன்னினைவற்று இருக்கிறான். ஆனால், எந்திரத்தனமான அசைவுகளால் அவனது நுரையீரல்களுக்குள் காற்று புகுத்தப் பட்டு வெளியேற்றப் படுகிறது! அது அவனது இரத்த ஓட்டத்தை மறுபடியும் தொடங்கச் செய்கிறது. அவனது உறுப்புகள் தமது செயல்பாடுகளைத் திரும்பவும் செய்யத் தொடங்குகின்றன. எனவே, கிட்டத்தட்ட இறந்து போன இந்த மனிதன் மறுபடி உயிர்வாழத் தொடங்குகிறான்.

"செயற்கையான வழிகளைப் பயன்படுத்துவதில் இதே கொள்கையைத் தான் நாமும் பின்பற்றுகிறோம். வெளிப்புறக் கருவிகள், உள்புறச் செயல்களைத் தூண்டி விடுகின்றன.

"இந்தக் கருவிகளை எவ்வாறு பயன்படுத்துவது என்று நான் இப்போது உங்களுக்குக் காட்டுகிறேன்."

டார்ட்சாவ் எனக்கு எதிரில் அமர்ந்து கொண்டு, ஒரு கருத்தை எடுத்துக் கொண்டு அதற்கான சரியான கற்பனையிலான

அடிப்படையையும் எடுத்துக் கொண்டு அதைத் தன்னுடன் தொடர்பு கொண்டு அனுப்புமாறு கூறினார். இதைச் செய்வதற்கு நான் சொற்கள், சைகைகள் மற்றும் முகபாவம் ஆகியவற்றைப் பயன்படுத்த அனுமதித்தார்.

இதற்கு நீண்ட நேரம் ஆனது - இறுதியில் அவருக்கு என்ன தேவை என்று புரிந்து கொண்டு அதைத் திறம்படச் செய்து முடித்தேன். ஆனால் அவரோ சற்று நேரம் என்னைக் கவனித்தவாறு இருந்தார். எனது உடல் உணர்வுகளை நான் கவனிக்குமாறும், பின் அவற்றுக்குப் பழக்கப் படுமாறு செய்ய அவர் இதைச் செய்தார். இந்த நுட்பத்தில் நான் வெற்றி கண்டவுடன், எனது தொடர்பு கொள்ளும் வழிமுறைகளை ஒவ்வொன்றாகக் குறைக்கலானார் - முதலில் சொற்கள், பின் சைகைகள் எனத் தொடங்கி இறுதியில் எனது கருத்துப் பரிமாற்றத்தை வெறும் கதிர்களை அனுப்புதல் மற்றும் பெறுதல் ஆகிய முறையை மட்டுமே பயன்படுத்திச் செய்யுமாறு வைத்தார்.

இதன் பின், அதே செய்முறையை, எனது உணர்ச்சிகள் பங்குபெறாமல் எந்திரத்தனமான, உடல்ரீதியாக மட்டுமே மறுபடி செய்யுமாறு பணித்தார். இவ்வாறு, உடல் ரீதியான செயல்பாட்டை உளரீதியான செயல்பாட்டிலிருந்து பிரித்தெடுக்க எனக்குச் சற்று நேரம் பிடித்தது. இதில் நான் வெற்றி கண்டபின்னர், நான் எவ்வாறு உணர்ந்தேன் என்று அவர் என்னைக் கேட்டார்.

''வெறும் காற்றை மட்டுமே வெளியேற்றிக் கொண்டிருந்த ஒரு கருவியைப் போல உணர்ந்தேன்,'' என்றேன் நான் ''என்னிலிருந்து உங்கள் புறமாக, என் கண்கள் வழியாகவும், ஓரளவு என் உடலின் பக்கவாட்டிலிருந்தும் சக்திக் கதிர்கள் வெளியே செல்வதை நான் உணர்ந்தேன்.''

''அப்படியானால், அந்தச் சக்தியை சுத்தமாக எந்திரத்தனமாகவும், உடல்ரீதியாகவும் மட்டுமே தொடர்ந்து வெளியே தள்ளு -உன்னால் எவ்வளவு நேரம் இதைச் செய்ய முடியுமோ அவ்வளவு நேரம் இதைச் செய்,'' என்று அவர் பணித்தார்.

சற்று நேரத்திலேயே, சுத்தமாகப் பொருளற்ற'' செயல்பாடு என்று குறிப்பிட்டு நான் அதைச் செய்வதைக் கைவிட்டேன்.

''அப்படியானால் நீ ஏன் அதற்குள் ஏதேனும் ஒரு பொருளை இடக் கூடாது?'' என்று அவர் கேட்டார்.

''நீ வெளியேற்றிக் கொண்டிருந்த சக்திக்குப் பொருளாகப் பயன்படுத்துவதற்கென, ஏதேனும் ஒரு பழைய அனுபவத்தை உனது உணர்ச்சிகளின் நினைவுக் களஞ்சியம் எடுத்துக் கொடுக்கவில்லையா? அதைப் பயன் படுத்துமாறு உனக்கு உதவி செய்ய உன் உணர்ச்சிகள் கொந்தளித்து எழவில்லையா?''

''கண்டிப்பாக, இந்த எந்திரத்தனமான செயல்முறைப் பயிற்சியை நான் தொடர்ந்து செய்ய வேண்டியிருந்தால், எனது செயலுக்கு ஊக்கமூட்ட எதையேனும் பயன்படுத்தாமல் இருப்பது கடினமாக இருந்திருக்கும். இந்தச் செயலுக்கு ஏதேனும் ஒரு அடிப்படை எனக்குத் தேவையாக இருந்திருக்கும்.''

''இப்போது நீ உணர்வதை - ஏமாற்றம், உதவியற்ற நிலை அல்லது வேறு ஏதேனும் ஒரு உணர்வை நீ ஏன் என்பால் செலுத்தக் கூடாது?'' என்று டார்ட்சாவ் அறிவுறுத்தினார்.

எனது எரிச்சலையும் கசப்புணர்வையும் அவர் பால் அனுப்ப முயன்றேன்.

என் கண்கள், ''என்னை விட்டு விடேன்! ஏன் விடாமல் என்னைச் சித்ரவதை செய்கிறாய்?'' என்று கேட்பது போலத் தோன்றியது.

''இப்போது என்ன உணர்கிறாய்?'' என்று டார்ட்சாவ் கேட்டார்.

''இப்போது அந்தக் கருவி காற்றைத் தவிர வேறு ஏதோ ஒரு உணர்வையும் மேலே கொண்டு வருவது போல உணர்ந்தேன்.''

''ஆக, உனது'' பொருளற்ற கதிர்வீச்சானது, ஏதோ ஒரு நோக்கத்தையும் அர்த்தத்தையும் பெற்றுவிட்டது, அல்லவா?'' என்றார் அவர்.

பின்னர், கதிர்களைப் பெற்றுக் கொள்வது பற்றிய வேறு சில பயிற்சிகளை அவர் செய்து காட்டினார். இது ஒரு தலைகீழ் செய்முறையாகும். இது பற்றிய ஒரே ஒரு புதிய விஷயத்தை மட்டும் இங்கு நான் விளக்குகிறேன். அவரிடமிருந்து எதையும் பெற்றுக் கொள்வதற்கு முன்பு, அவரிடமிருந்து நான் எதைப் பெற்றுக் கொள்ள வேண்டும் என்று அவர் விரும்பினார் என்பதை என் கண்களால் நான் கண்டுணர்ந்து கொள்ள வேண்டி இருந்தது. இதற்கு ஒரு கவனமான தேடல், அதாவது, அவரது மனநிலைக்குள்ளே நான் புகுந்து சென்று, அதனுடன் ஒருவிதமான தொடர்பை ஏற்படுத்திக் கொள்வது அவசியமாக இருந்தது.

"சாதாரண வாழ்வில், இயல்பானதும், உள்ளுணர்வால் செய்யப் படக் கூடியதுமான ஒன்றை தொழில்நுட்ப வழிமுறைகளால் செய்வது என்பது எளிதான விஷயமல்ல," என்றார் டார்ட்சாவ்." எனினும் என்னால் உங்களுக்கு ஓரளவு ஆறுதல் அளிக்குமாறு ஒரு விஷயத்தைச் சொல்ல முடியும். அதாவது இந்தச் செயல்முறையை, வகுப்பறைப் பயிற்சியில் செய்வதைக் காட்டிலும் மிக எளிதாக நீங்கள் மேடையேறி உங்கள் பாத்திரத்தை ஏற்று நடிக்கும் போது செய்ய முடியும்.

"இதற்கான காரணம் இதுதான். நமது தற்போதைய நேரத்துக்காக சில தற்காலிகமான விஷயங்களைத் தேடி எடுத்துப் பயன்படுத்த வேண்டியதாயிற்று. ஆனால், மேடையில் நடிக்கும் போது, தரப்பட்டுள்ள குறிப்பிட்ட சந்தர்ப்பங்கள் எல்லாமே முன்னதாகத் தயாரிக்கப்பட்டு விடும். உங்களது குறிக்கோள்கள் நிலையாகப் பொருத்தப்பட்டிருக்கும். உங்கள் உணர்ச்சிகள் நன்கு முதிர்ச்சியடைந்து, மேற்பரப்பிற்கு வருவதற்கான சமிக்ஞைக்காகத் தயாராகக் காத்துக் கொண்டிருக்கும். உங்களுக்குத் தேவையான தெல்லாம் ஒரு சிறிய தூண்டுதல் மட்டுமே. உடனேயே உங்கள் பாத்திரத்துக்கெனத் தயார் செய்து வைக்கப் பட்டுள்ள உணர்ச்சிகள் வெள்ளமெனப் பெருகி, தொடர்ச்சியான இயல்பான ஓட்டமாக ஓடத் தொடங்கி விடும்.

"ஒரு பாத்திரத்தில் உள்ள நீரை வெளியே கொண்டு வருவதற்கு அதனுள் ஒரு குழாயை அமிழ்த்தி அதற்குள்ளே இருக்கும் காற்றை

உறிஞ்சி வெளியே எடுத்து விட்டால் போதும், அந்த நீர் தானாகவே வெளியேறத் தொடங்கி விடும். உங்களுக்கும் இதே தான் நிகழ்கிறது; சைகை தரவேண்டும், பாதை திறக்க வேண்டும், உங்கள் கதிர்களும் உணர்ச்சி வெள்ளமும் தானாகப் பெருகி வெளிவந்து விடும்.''

பயிற்சிகளின் மூலம் இந்தத் திறனை வளர்த்துக் கொள்வது பற்றி அவரிடம் கேட்ட போது, அவர் பின்வருமாறு கூறினார்:

''நாம் இப்போது செய்து வந்துள்ள பயிற்சிகள் இருவகை உண்டு:

முதலாவது பயிற்சியில், ஒரு உணர்ச்சியைத் தூண்டி விட்டு அதை மற்றொருவருக்குச் செலுத்துகிறீர்கள். நீங்கள் இதைச் செய்யும் போது, அதனுடன் கூடவே ஏற்படும் உடல் ரீதியான உணர்வுகளையும் நீங்கள் கவனிக்கிறீர்கள். அதே போல, மற்றவரிடமிருந்து வரும் உணர்ச்சிகளை உள்வாங்கிக் கொள்ளும் போதும் ஏற்படும் உணர்வுகளைக் கண்டு கொள்ளக் கற்றுக் கொள்கிறீர்கள்.

''இரண்டாவது பயிற்சியானது, உணர்ச்சிகளை வெளியிடும் போதும், உள் வாங்கிக் கொள்ளும் போதும் ஏற்படும் உடல்ரீதியான உணர்வுகளை மட்டுமே அவற்றுடன் கூட வரும் உணர்ச்சிகளின் அனுபவம் ஏதுமின்றி - கண்டுணர முயல்வதைக் கொண்டுள்ளது. இதற்கு மகத்தான, ஒருமுனைப் படுத்தப் பட்ட கவனம் மிகமிக அத்தியாவசியமானதாகும். அது இல்லாமல் போனால், இந்த உணர்வுகளை சாதாரண தசை இறுக்கமுடன் நீங்கள் குழப்பிக் கொள்ள நேரிடலாம். இவை ஏற்பட்டால், நீங்கள் வெளிவிட விரும்புகிற உள் உணர்ச்சி எதையேனும் தேர்ந்தெடுத்துக் கொள்ளுங்கள். ஆனால் எல்லாவற்றுக்கும் மேலாக, வன்முறையையும், உடலைக் குறுக்கி இறுக்கிக் கொள்வதையும் தவிருங்கள். உணர்ச்சிகளை வெளிவிடுவதும், உள் வாங்கிக் கொள்வதும் சுலபமாகவும், சுதந்திரமாகவும், இயல்பாகவும், சக்தி ஏதும் விரயமாகாமலும் செய்யப்பட வேண்டும்.

"ஆனால் இந்தப் பயிற்சிகளைத் தனியாகவோ, கற்பனையாக உருவாக்கப் பட்ட ஒரு நபருடனோ செய்யாதீர்கள். எப்போதும், உயிருள்ள ஒரு நபரை, உங்களுடன் கூட இருக்கிறவரை, உணர்ச்சிகளை உங்களுடன் பரிமாறிக் கொள்ள விரும்புபவரைப் பயன்படுத்துங்கள். தோழமைத் தொடர்பு அல்லது கருத்துப் பரிமாற்றம் பரஸ்பரம் நிகழ வேண்டும் மேலும், இந்தப் பயிற்சிகளை எனது உதவியாளரின் மேற்பார்வையின்றித் தானாகச் செய்ய முயற்சிக்காதீர்கள். தவறுகள் செய்வதைத் தவிர்க்க அவரது அனுபவம் மிக்க பார்வை உங்களுக்குத் தேவை. மேலும், சரியான செயல் முறையுடன், தசைகளின் இறுக்கத்தைக் குழப்பிக் கொள்ளும் அபாயத்திலிருந்தும் அது உங்களைக் காக்கும்.

"இதெல்லாம் எவ்வளவு கடினமாகத் தோன்றுகிறது." என்றேன் நான்.

"சாதாரணமானதும், இயற்கையானதுமான ஒன்றைச் செய்வது கடினமான விஷயமா?" என்றார் டார்ட்சாவ். "நீ நினைப்பது தவறு. சாதாரணமான எதையும் சுலபமாகச் செய்யலாம். இயற்கைக்கு எதிரான ஒன்றைச் செய்வது தான் சிரமமான விஷயமாகும். இயற்கையின் விதிகளைப் படித்தறியுங்கள், இயற்கையாக இல்லாத எதையும் செய்ய முயற்சிக்காதீர்கள்.

"நமது பணியின் துவக்கக் கட்டங்கள் எல்லாமே உங்களுக்குச் சிரமமானவையாகத் தோன்றின - அதாவது தசைகளைத் தளர்த்திக் கொள்ளல், கவனத்தை ஒருங்கிணைக்கச் செய்தல், இன்ன பிற ஆனாலும் இப்போது அவை உங்களுக்கு மிகவும் பழக்கமானவையாக ஆகி விட்டுள்ளன.

"தொடர்பு கொள்வதற்கான இந்த முக்கியமான தூண்டுதலின் வாயிலாக உங்களது செயல்நுட்ப அமைப்பு மேலும் செழுமையடைந்துள்ளதால், நீங்கள் நிஜமாகவே மகிழ்ச்சி அடையத்தான் வேண்டும்."

11

சமயத்துக்கு ஏற்றவாறு மாற்றிக் கொள்ளல்

இன்று இயக்குனரின் உதவியாளர், என்று எழுதப்பட்டிருந்த ஒரு பெரிய அட்டையை வகுப்பில் வைத்திருந்தார். அதைக் கண்டவுடன், இயக்குனரின் முதல் கவனம் வான்யாவின் பக்கம் தான் திரும்பியது. அவனுக்கு அவர் இந்தப் பிரச்சினையை எடுத்துக் கொடுத்தார்.

"உனக்கு எங்கோ போக வேண்டியுள்ளது. உனது ரயில் இரண்டு மணிக்குக் கிளம்புகிறது. இப்போதே மணி ஒன்றாகி விட்டது. வகுப்புகள் முடிவதற்குள் நீ எப்படித் தப்பிச் செல்லப் போகிறாய்? இங்கு, நீ என்னை மட்டும் ஏமாற்றினால் போதாது, உனது நண்பர்கள் அனைவரையும் சேர்த்து ஏமாற்ற வேண்டும். இது தான் உனது பிரச்சினை, நீ அதை எப்படிச் செய்வாய்?"

அவன் சோகமாகவோ, ஆழ்ந்த சிந்தனையுடனே மனச் சோர்வுடனோ அல்லது உடல் நலம் குன்றியோ இருப்பதாகப் பாவனை செய்யலாம் என்று நான் கூறினேன். அப்போது, "உனக்கு என்னவாயிற்று?" என்று எல்லோரும் கேட்பார்கள். அப்போது ஏதாவது ஒரு கதையைக் கூறி அவனுக்கு நிஜமாகவே உடல்நலம் சரியில்லை என்று எங்களை நம்பச் செய்ய முடியும். அப்போது அவனை வீட்டுக்குப் போக விடுவோம்.

"அதுதான் சரி" என்று வான்யா மகிழ்ச்சியுடன் கூவினான். பின் இங்கு மங்கும் துள்ளிக் குதித்து ஓடலானான். சற்று நேரம் அவ்வாறு குதித்து விளையாடியவன், சட்டென்று கால் தடுக்கிச் சரிந்தான்.

வலியால் கத்திக் கூவினான். ஒரு காலைத் தூக்கிக் கொண்டு நின்ற அவனது முகம் வேதனையால் சுருங்கிப் போயிருந்தது.

முதலில் அவன் எங்களை ஏமாற்றுகிறான் என்றும் இதுவும் அவனது திட்டத்தின் ஒரு பகுதி என்றும் நாங்கள் நினைத்தோம். ஆனால் அவன் நிஜமாகவே வலியில் துடித்துக் கொண்டிருந்தது போலத் தோன்றியதால் எனக்கு அவன் மீது நம்பிக்கை ஏற்பட்டு அவனுக்கு உதவி செய்ய விரும்பி முன் சென்றேன். ஆனால், சற்றே சந்தேகம் வந்ததால் சற்றுக் கூர்ந்து கவனித்ததில், அவனது கண்களில் ஒரு கணம் - ஒரே ஒரு கணம், ஏதோ ஒரு மின்னல் மின்னி மறைந்து போலக் கண்டேன். எனவே நான் இயக்குனரின் அருகிலேயே நின்று விட்டேன். மற்றவர்கள் எல்லோரும் அவனுக்கு உதவி செய்ய அவனை. நெருங்கினர் ஆனால் எவரும் தன் காலைத் தொட அவன் அனுமதிக்க வில்லை. அந்தக் காலை ஊன்றி நிற்க முயன்றான், ஆனால் வலியில் அவன் போட்ட கூச்சலில் நானும் இயக்குனரும் ஒருவரை யொருவர் சந்தேகத்துடன் பார்த்துக் கொண்டோம் இது நிஜமா அல்லது நடிப்பா? மற்ற மாணவர்கள் அரும்பாடு பட்டு வான்யாவை மேடையிலிருந்து கீழே இறங்கினார்கள். அவனது கக்கங்களில் கைகொடுத்துத் தாங்கிப் பிடித்தவாறு அவர்கள் அவனைக் கொண்டு சென்றனர், அவனும் நல்ல, சரியாக இருந்த காலைப் பயன்படுத்தி நொண்டியவாறு சென்றான்.

திடீரென்று வான்யா உரக்கச் சிரித்தவாறு துள்ளிக் குதித்து வேகமாக நடனமாடலானான்.

''ஓ, இது பிரமாதமாக இருந்தது! நான் அந்த வலியை நிஜமாகவே உணர்ந்தேன்!'' என்று அவன் கெக்கலித்தான்.

எல்லோரும் அவனைக் கைதட்டிப் பாராட்டினார்கள். அவனது திறமையைக் கண்டு நான் மறுபடி ஒருமுறை வியந்து போனேன்.

''நீங்கள் ஏன் அவனைக் கைதட்டிப் பாராட்டினீர்கள். என்று உங்களுக்குத் தெரிகிறதா?'' என்று இயக்குனர் கேட்டார். ''அவனுக்கெனத் தரப்பட்ட குறிப்பிட்ட சூழ்நிலைக்கு ஏற்ற சரியான ஒத்துப்போகும் விஷயத்தை அவன் கண்டு கொண்டதால்

தான் - மேலும் அதை வெற்றிகரமாக அவன் சாதித்தும் காட்டினான்.

''எனவே இந்தச் சொற்றொடரை, ''சமயத்துக்கு ஏற்றவாறு மாற்றிக் கொள்ளல்'' இப்போதிலிருந்து பின்வரும் பொருளில் பயன்படுத்துவோம். *(பல்வேறு விதங்களில் ஒருவரோடு ஒருவர் தொடர்பு கொள்வதில் தம்மைத் தாமே பிறருக்கு ஏற்றவாறு மாற்றி அமைத்துக் கொள்ளவும், கூடுதலாக, ஒரு நோக்கத்தை நிறைவேற்றுவதற்காகவும், பயன்படுத்துகிற அக மற்றும் புற மனிதத்தன்மையான வழிமுறைகள்.'')*

ஒரு பிரச்சினைக்கு ஏற்ப தன்னை மாற்றிக் கொள்ளல் அல்லது ஒத்துப் போதல் என்று சொல்லும் போது அவர் என்ன பொருளில் பேசுகிறார் என்பதையும் இயக்குனர் மேலும் விளக்கினார்.

''அதுதான் வான்யா இப்போது செய்ததாகும். தனது வகுப்பு முடிவதற்கு முன்னதாக அங்கிருந்து தப்பிச் செல்வதற்கென ஒரு தந்திரத்தை அவன் பயன்படுத்தித் தனது பிரச்சினையைத் தீர்த்துக் கொண்டான்.''

''அப்படியென்றால், ஏமாற்றுதல் என்று பொருளா?'' என்று க்ரிஷா கேட்டான்.

''ஒரு குறிப்பிட்ட வகையில், ஆம். ஆனால், மற்றொரு வகையில் அக உணர்ச்சிகள் அல்லது எண்ணங்களின் கண்ணைக்கவரும் வெளிப்பாடு. மூன்றாவதாக, நீ யாருடன் தொடர்பு கொள்ள விரும்புகிறாயோ அவரது கவனத்தை அது உன்பால் திரும்பச் செய்யும். நான்காவதாக, உனக்கு ஏற்றவாறு செயல்படுவதற்கென உன் சக மனிதரைச் சரியான மனநிலைக்குக் கொண்டு சென்று தயார் செய்யும். ஐந்தாவதாக, கண்ணுக்குப் புலப்படாத சில செய்திகளை - வார்த்தைகளால் விளக்க முடியாத, ஒருவரால் உணர மட்டுமே செய்யக்கூடியவற்றை - அடுத்தவருக்கு அது தெரிவித்துவிடும். மேலும் பல செயல்பாடுகளையும், பயன்களையும் என்னால் இங்கு குறிப்பிட முடியும் - ஏனெனில் அவற்றின் பல்வகைப்பட்ட தன்மையும், பரந்து விரிந்த சாத்தியப் பாடுகளும் கணக்கில் அடங்காதவையாகும்.

"இந்த உதாரணத்தை எடுத்துக் கொள்ளுங்கள்: கோஸ்ட்யா, நீ ஒரு உயர்பதவியில் இருக்கிறாய் என்று வைத்துக் கொள்வோம். எனக்கு உன்னிடம் ஒரு காரியம் ஆக வேண்டியுள்ளது. உன் உதவி எனக்குத் தேவை. ஆனால் உனக்கு என்னைத் தெரியவே தெரியாது. உன்னிடம் உதவி கேட்டு வருகிற மற்றவர்களிடமிருந்து என்னைத் தனித்துக் காட்டிக் கொள்ளும் வகையில் நான் என்ன செய்யலாம்.'

"உனது கவனம் என்மீது பதியுமாறு செய்து, அதைக் கட்டுப் படுத்த வேண்டும். நம்மிடையே உள்ள மிகச் சிறிய தொடர்பை நன்கு வலிமைப்படுத்திச் சரியாகப் பயன்படுத்திக் கொள்வது எப்படி? என்பால் நல்ல கருத்து ஒன்று உன் மனதில் உருவாகி எனக்குச் சாதகமான மனநிலையை நான் எவ்வாறு உருவாக்க முடியும்? உன் மனதை, உன் உணர்ச்சிகளை, உன் கவனத்தை, உன் கற்பனையை என்னால் எவ்வாறு எட்டிப் பிடிக்க முடியும்? நல்ல ஆதிக்கமுள்ள ஒரு நபரின் உள்மனதை என்னால் எவ்வாறு தொட முடியும்?

"என் சூழ்நிலை நிஜமாகவே மோசமானதாக இருப்பதை அவரது மனக்கண்ணில் ஒரு படமாக அவர் உருவகித்துப் பார்க்குமாறு நான் செய்து விட்டால், அவரது ஆர்வம் தூண்டப் படும் என்பது எனக்குத் தெரியும். என்னை மேலும் கவனமாக அவர் காண்பார். அவரது இதயத்தை என்னால் தொட்டுவிட முடியும். ஆனால் இந்த இடத்தை நான் எட்டவேண்டுமானால் அவரது உள்மனதின் அடி ஆழத்துக்குள் நான் நுழைந்து செல்ல வேண்டும். அவரது வாழ்வைப் பற்றி உணர்ந்து கொண்டு, அதற்கேற்ப என்னை மாற்றியமைத்துக் கொள்ள வேண்டும்.

"இங்கு, இத்தகைய வழிமுறைகளைப் பின்பற்றுவதன் மூலம் நாம் சாதிக்க முயற்சிக்கும் முக்கிய விஷயம் என்னவென்றால், நமது மனம் மற்றும் இதயத்தின் நிலையை மேலும் வெளிப்படையாகச் சித்தரித்துக் காண்பிப்பது தான். முற்றிலும் மாறுபட்ட சந்தர்ப்பங்களில், இதே வழிமுறைகளைப் பின்பற்றி நமது உணர்ச்சிகளை ஒளிக்கவும், மறைக்கவும் நாம் செய்வதுண்டு. பெருமித உணர்வும், தொட்டாற்சுருங்கி போலத் துவண்டு

போகும் குணமும் கொண்ட ஒருவர், தனது காயப்பட்ட உணர்வுகளை மறைத்துக் கொண்டு, சகஜமாகத் தோற்றமளிக்க முயற்சி செய்வதை எண்ணிப் பாருங்கள். அல்லது, ஒரு குற்றத்தை விசாரிக்கும் வழக்கறிஞர் ஒருவர், ஒரு சாட்சியைக் குறுக்கு விசாரணை செய்கையில், தனது நிஜமான நோக்கத்தை மறைப்பதற்காகப் பற்பல கெட்டிக்காரத்தனமான குறுக்கு வழிகளைப் பின்பற்றுவதை நினைவுபடுத்திப் பாருங்கள்.

"எல்லாவிதமான தோழமைத் தொடர்பு கொள்ளல் அல்லது கருத்துப் பரிமாற்றம் செய்தல் இவற்றில் எல்லாமே சூழ்நிலைக்கு ஏற்றபடி ஒத்துப் போதலின் வழிமுறைகள் உள்ளன. நம்முடன் நாமே தொடர்பு கொள்கையிலும் நாம் இதைச் செய்ய வேண்டியுள்ளது, ஏனெனில் எந்த ஒரு சந்தர்ப்பத்திலும் நாம் இருக்கக் கூடிய மனநிலைக்கு ஏற்றவாறு மாறவும், அதைச் சமாளிக்கவுமான ஒரு தேவை நமக்கு இருந்து கொண்டே உள்ளது."

"ஆனால், இந்த விஷயங்களையெல்லாம் வெளிப்படுத்த வார்த்தைகள் இருக்கத் தானே செய்கின்றன!" என்று க்ரிஷா விவாதித்தான்.

"நீ அனுபவித்து உணரும் உணர்ச்சிகளின் எல்லாச் சாயல்களையும், நிற வேறுபாடுகளையும் சொற்களால் விவரித்து முடித்து விட முடியும் என்றா நீ நினைக்கிறாய்? இல்லை! நாம் ஒருவரோடு ஒருவர் தோழமைத் தொடர்பு கொள்ளும் போது, சொற்கள் மட்டுமே போதுமானவை அல்ல. வார்த்தைகளுக்கு உயிரூட்ட விரும்பினால், நாம் உணர்ச்சிகளை உருவாக்க வேண்டும். வார்த்தைகள் காலியாக விட்டு விடும் இடங்களை அவை நிரப்புகின்றன சொல்லப்படாமல் விட்டுவிடப் பட்டவற்றை அவை சொல்லி முடிக்கின்றன."

"அதாவது, அதிகமான வழிமுறைகளைப் பயன்படுத்தினால் மற்றவருடனான நமது தொடர்பு மேலும் தீவிரமானதாகவும், முழுமையானதாகவும் அமையுமா? என்று யாரோ ஒருவர் கேட்டார்.

"அது அளவைப் பற்றியது அல்ல, தரத்தைப் பற்றியது," என்று இயக்குனர் விளக்கினார்.

மேடைக்கு மிகவும் ஏற்புடைய தன்மைகள் என்னென்ன என்று நான் கேட்டேன்.

"அவற்றில் பலவகைகள் உண்டு," என்றார் அவர். "ஒவ்வொரு நடிகருக்கும் அவருக்கே உரித்தான சிறப்பான அம்சங்கள் உள்ளன. அவை அவருக்கே சொந்தமானவை, பல்வேறு ஆதாரங்களிலிருந்து எழுபவை, பல அளவிலான மதிப்புகளைக் கொண்டவை. ஆண்கள், பெண்கள், முதியவர்கள், சிறுவர்கள், கர்வம் பிடித்தவர்கள், தன்னடக்கம் கொண்டவர்கள், கோபக்காரர்கள், அன்பானவர்கள், எளிதில் எரிச்சல் கொள்பவர்கள், அமைதியானவர்கள் எனப் பலவகைப்பட்ட மனிதர்களும் தமக்கே உரிய வகைகளைக் கொண்டுள்ளனர். சூழ்நிலை, சுற்றுப்புற இருப்பு, செயல் நிகழும் இடம், நேரம் ஆகியவற்றில் ஏற்படும் ஒவ்வொரு மாற்றமும், அதனுடன் ஏற்றதான ஒரு சரிசெய்து கொள்ளும் மாற்றத்தை ஏற்படுத்துகிறது. நள்ளிரவில், தனியாக இருக்கும் போது நீ செய்யும் செயல்கள், பொது இடத்தில், பகல் பொழுதில் நீ செய்வதிலிருந்து மாறுபட்டு உள்ளன. வெளிநாடு ஒன்றுக்கு நீ செல்லும் போது அங்குள்ள சுற்றுச்சூழலுக்கு ஏற்ப உன்னை மாற்றிக் கொள்வதற்கான வழிமுறைகளை நீ கண்டுபிடிக்கிறாய்.

"நீ வெளிப் படுத்துகிற ஒவ்வொரு உணர்வுக்கும் அதை வெளிப் படுத்துகிற அதே சமயத்திலேயே தனக்கே உரித்தான, தொட்டுணர முடியாததாகிய ஒரு மாற்றம் தேவைப் படுகிறது. எல்லாவிதமான தொடர்புகளும் - எடுத்துக் காட்டாக, ஒரு குழுவில் செய்யப் படும் தொடர்பு கொள்ளல், கற்பனையான பொருளுடன் - அங்கு நிஜமாக இருக்கிற அல்லது இல்லாத ஒன்றுடன் என்று ஒவ்வொரு விதமான தொடர்பு கொள்ளலுக்கும் அதற்கே உரித்தான வினோதமான மாற்றங்கள் தேவைப்படுகின்றன. தொடர்பு கொள்வதற்கு நாம் நமது ஐம்புலன்களையும், அவற்றுடன் கூடவே அகம் மற்றும் புறம் சார்ந்த அமைப்பையும் அவற்றின் அனைத்து அம்சங்களையும் பயன்படுத்துகிறோம். நமது கதிர்களை

அனுப்புகிறோம் பதிலுக்குப் பிறரின் கதிர்களைப் பெறுகிறோம், நமது கண்கள், முகபாகம், குரல், தொனி, கைகள், விரல்கள், முழுஉடல் இவற்றைப் பயன்படுத்துகிறோம். ஒவ்வொரு சமயத்திலும் அதற்குத் தேவையான மாற்றங்களைச் செய்கிறோம்.

''மனித உணர்ச்சிகளின் எல்லாக் கட்டங்களின் வெளிப்பாடுகளிலும் மகத்தான திறன் கொண்டுள்ள நடிகர்களை நீ பார்க்கலாம். அவர்கள் பயன்படுத்துகிற வழிமுறைகள் சரியானவை, சிறப்பானவை. இருந்த போதிலும், ஒத்திகைகளின் போதான நெருக்கமான சமயங்களில், தம்முடன் இருக்கும் ஒரு சிலருக்கு மட்டுமே அவர்கள் இதை வெளிப்படுத்தக் கூடும். நாடகம் நடைபெறும் போது, அவர்கள் பயன்படுத்தும் வழிமுறைகள் மேலும் பிரகாசமானவையாக ஆக வேண்டிய நேரத்தில் அவை வலுவிழந்து போகின்றன. மேடையின் முகப்பு விளக்குகளைத் தாண்டி, திறம்பட, நாடகரீதியில் அப்பால் செல்லாமல் நின்று விடுகின்றன.

''மிகவும் திறமையான மாற்றங்களைச் செய்து கொள்ளும் வலிமை படைத்த பிற நடிகர்கள் இருக்கின்றனர். ஆனால் இவர்களிடம் ஒரே மாதிரியான செயல்பாடு தென்படுவதால் அவர்களது நடிப்பு வலிமையின்றி, உண்மையிழந்து தோன்றுகிறது.

''மேலும் சில நடிகர்கள், இயற்கையாகவே ஒரே மாதிரியான, சுவையற்ற மந்தமான செயல் முறைகளைக் கொண்டுள்ளனர். இவை சரியானவையாக இருந்தாலும், தமது தொழிலின் உச்சத்தை அவர்களால் ஒருபோதும் எட்ட முடிவதில்லை.

''சாதாரண மனிதர்கள் தமது வாழ்வில் பல்வேறு விதமான மாற்றங்களைப் பயன்படுத்துகிறார்கள், அவை அவர்களுக்குத் தேவையாக உள்ளன என்றால், அவற்றைக் காட்டிலும் அதிக எண்ணிக்கையிலான சமயத்துக்கு ஏற்றவாறு நடிகர்களுக்குத் தேவை. ஏனெனில் நாம் இடைவிடாமல் ஒருவரோடு ஒருவர் தொடர்பு கொண்டிருக்க வேண்டியுள்ளது. இதனால் இடைவிடாமல் நம்மை நாமே மாற்றியமைத்துக் கொள்ள வேண்டியுள்ளது. நான் உங்களுக்குக் கொடுத்துள்ள எடுத்துக் காட்டுகள் அனைத்திலும் ஏற்றவாறு மாற்றிக் கொள்வதின் தரமும்,

அம்சங்களும் ஒரு பெரிய பங்கை வசிக்கின்றன. பளிச்சிடும் தன்மை, கவர்ச்சிகரமாக இருத்தல், துணிவு, மென்மை, பல்வேறு சாயல்கள், வெகு சிறப்பான தனித்தன்மையுடன் இருத்தல் மற்றும் நல்ல ரசனை ஆகியன.

"வான்யா நமக்குச் செய்து காட்டியது, துணிவின் பளிச்சிடும் வெளிப்பாடு ஆகும். ஆனால் வேறுசில விதமான மாற்றிக் கொள்ளல் வழிமுறைகளும் உள்ளன. இப்போது சோன்யா, க்ரிஷா மற்றும் வாஸ்ஸிலி மேடைமீது சென்று, எரிந்து போன பணம் பற்றிய காட்சியை நடித்துக் காட்டட்டும்."

சோன்யா மிக மெதுவாக எழுந்து நின்று, ஒரு சோகமான முகத்துடன், மற்ற இருவரும் எழுவதற்காகக் காத்திருந்தது போல் நின்றாள். ஆனால் அவர்கள் இருவரும் எழாமல் உட்கார்ந்திருந்தனர். அங்கு, சற்றே கூச்சம் கலந்த ஒரு மௌனம் நிலவியது.

"என்ன விஷயம்?" என்றார் டார்ட்சாவ்.

யாரும் அவருக்குப் பதில் சொல்லவில்லை. அவரும் பொறுமையாகக் காத்திருந்தார். இறுதியில் சோன்யாவால் அந்த மௌனத்தைப் பொறுத்துக் கொள்ள முடியாததால் பேசலாம் என்று தீர்மானித்தாள். தனது கருத்துகள் கடுமையாகத் தோன்றாமல் இருக்க வேண்டி, ஒரு சில பெண் தன்மை கொண்ட அசைவுகளால் அவற்றை மென்மைப் படுத்த முயன்றாள் - ஏனெனில், பொதுவாக, ஆண்களை அவை பாதித்தன என்பதை அவள் அறிந்திருந்தாள். கண்களைத் தாழ்த்திக் கொண்டு, தனது இருக்கைக்கு முன்னாலிருந்த இருக்கையின் எண் குறித்த தகட்டை விரல்களால், தடவியவாறு தன் உணர்ச்சிகளை மறைக்க முயன்றாள். நெடு நேரம் அவளால் ஏதும் பேச முடியவில்லை. தன் முகம் வெட்கத்தால் சிவந்து விட்டதை மறைப்பதற்காக, ஒரு கைக் குட்டையால் அதை மூடியவாறு திரும்பிக் கொண்டாள்.

அந்த மௌனமான இடைவெளி முடிவற்று நீண்டது போலத் தோன்றியது: அதை நிறைப்பதற்கும், சூழ்நிலையில் ஏற்பட்ட வெட்கத்தைக் குறைக்கவும், நிலையை நகைச்சுவையாக மாற்றவும் வேண்டி ஒரு போலியான சிரிப்பை அவள் வலிந்து உதிர்த்தாள்.

‘‘அந்தக் காட்சி எங்களுக்கு மிகுந்த சலிப்பை ஊட்டுகிறது. நிஜமாகவே,’’ என்றாள் அவள். ‘‘அதை உங்களுக்கு எப்படி எடுத்துச் சொல்வது என்று எனக்குத் தெரியவில்லை. தயவு செய்து எங்களுக்கு வேறொரு பயிற்சியைத் தாருங்கள்-நாங்கள் நடிக்கிறோம்.’’

‘‘பாராட்டுக்கள்! நான் அதை ஏற்றுக் கொள்கிறேன் இப்போது நீங்கள் அந்தக் காட்சியை நடிக்க வேண்டாம் - ஏனென்றால், நான் என்ன விரும்பினேனோ அதை நீங்கள் ஏற்கெனவே எனக்குத் தந்து விட்டீர்கள்! என்று இயக்குனர் பலமாகப் பாராட்டினார்.

‘‘அவள் உங்களுக்கு என்ன செய்து காட்டினாள்,’’ என்று நாங்கள் கேட்டோம்.

‘‘வான்யா நமக்குச் செய்து காட்டியது துணிவான ஒரு மாற்றி அமைத்துக் கொள்ளும் விதமாகும். சோன்யா செய்து காட்டியது மிகவும் நுண்மையான, மென்மைத் தன்மை வாய்ந்த வகையாகும். - அதில் அகம் மற்றும் புறம் சார்ந்த குணாம்சங்கள் அடங்கியிருந்தன. என் கருத்தை மாற்றிக் கொள்ளுமாறு என்னை வற்புறுத்த வேண்டிச் செய்யத் தன் வலிமையின் பல்வேறு தன்மைகளை அவள் பொறுமையுடன் பயன்படுத்தினாள். இதனால் நான் அவள்மீது பரிதாபம் கொள்ளச் செய்தாள். காட்சி பற்றிய தனது வெறுப்புணர்வை வெகு திறம்படப் பயன்படுத்தினாள் எங்கெல்லாம் கூடுமோ, அங்கெல்லாம் தனது பெண்மையின் சீண்டலையும் சற்றே பயன்படுத்தினாள். தான் அனுபவித்த உணர்வுகளை அவற்றின் பல்வேறு மாற்றங்களையும், சாயல்களையும் நான் உணர்ந்து கொண்டு ஏற்றுக் கொள்ளுமாறு செய்ய தன்னைத் தானே தொடர்ந்து ஏற்றவாறு மாற்றிக் கொண்டே இருந்தாள். ஒரு முயற்சி வெற்றி பெறவில்லை என்றால் உடனே மற்றொன்றையும், அதன்பின் வேறு ஒன்றையும் மாற்றி மாற்றிப் பயன்படுத்தித் தனது பிரச்சினையின் இதயத்தைத் தொடுவதற்கான, மிகமிக நம்பக்கூடிய ஒரு வழியைக் கண்டறிய முயன்றாள்.

‘‘சுற்றியுள்ள சூழ்நிலைகளுக்கு ஏற்றவாறு உங்களை மாற்றிக் கொள்ள நீங்கள் கற்றுக் கொள்ள வேண்டும். அதை, நேரம்

காலத்துக்கு ஏற்றவாறும், ஒவ்வொரு தனிநபருக்கு ஏற்றவாறும் செய்ய நீங்கள் கற்றுக் கொள்ள வேண்டும். ஒரு மூளையில்லாத முட்டாளுடன் பழக வேண்டிய ஒரு கட்டாயம் ஏற்பட்டால், அவனது மனநிலைக்கு ஏற்றவாறு நீங்கள் உங்களை மாற்றிக் கொள்ள வேண்டும். அவனது மனதையும், புரிதலையும் சென்று அடையவல்ல எளிமையான வழிமுறைகளைக் கண்டறிய வேண்டும். ஆனால், நீங்கள் கையாள வேண்டிய நபர் புத்திசாலியாக, கெட்டிக்காரனாக இருந்தால் அப்போது நீங்கள் மேலும் மிகக் கவனமாகச் செயல்பட வேண்டும். உங்களது உத்திகளை அவன் கண்டுபிடிக்காதவாறு மறைமுகமான வழிகளை மிக்க பாதுகாப்பு உணர்வுடன் பயன்படுத்த வேண்டும்.

"நமது படைக்கும் பணியில் இவ்வாறு சூழ்நிலைக்கு ஏற்றவாறு நம்மை மாற்றிக் கொள்ள வேண்டியது எவ்வளவு, முக்கியம் என்று உங்களுக்கு நிரூபிக்க இதைச் சொல்கிறேன். உணர்ச்சிகளை அதிகமாகவும் வலிமையாகவும் ஆழமாகவும் உணரும் திறன் கொண்ட, ஆனால் அவற்றைச் சரிவர வெளிக்காட்ட முடியாத நடிகர்களைக் காட்டிலும் உணர்ச்சிகளைச் சித்தரிக்கும் திறனை வெகு குறைவாகக் கொண்டுள்ள பல நடிகர்கள் தமது மாற்றிக் கொள்ளும் திறனின் வலிமையால் மேலும் மகத்தான நடிப்புத் திறனை வெளிப்படுத்துவதில் வெற்றி காண்கிறார்கள்.

2

"வான்யா, மேடையின் மீது என்னுடன் வந்து, நீ முன்பு செய்து காட்டியதை வேறொரு விதமாகச் செய்," என்றார் இயக்குனர்.

எங்களது உற்சாகமான இளைய நண்பனும் துள்ளிக் குதித்து எழுந்து மேடைக்குச் சென்றான். டார்ட்சாவ் மெதுவாக, அவனைப் பின் தொடர்ந்தார். செய்வதற்கு முன் நான் அவனை எப்படி வெளிக் கொண்டு வருகிறேன் என்று பாருங்கள்," என்று எங்களிடம் கிசுகிசுப்பாகச் சொல்லி விட்டுச் சென்றார். பின் குரலை உயர்த்தி வான்யாவிடம், "ஆக, வகுப்பிலிருந்து முன்னதாக வெளியே சொல்ல நீ விரும்புகிறாய், அதுதான் உனது முக்கிய, அடிப்படையான நோக்கம். நீ அதை எப்படிச் சாதிக்கிறாய் என்று பார்க்கலாம்," என்றார்.

ஒரு மேசையின் அருகில் அமர்ந்து, தனது சட்டைப் பையிலிருந்து ஒரு கடிதத்தை எடுத்து அதைப் படிப்பதில் தீவிரமாக ஆழ்ந்தார். வான்யா அவரிடமிருந்து தனக்கு வேண்டியதைப் பெறுவதற்கான மிகத்திறமையான வழியைக் கண்டறிவதில் தன் கவனத்தைச் செலுத்தியவாறு அவரருகில் நின்றான்.

பல்வேறு வகையான முயற்சிகளை அவன் செய்த போதிலும் டார்ட்சாவ் வேண்டுமென்றே அவனைச் சட்டை செய்ய வில்லை வான்யா தன் முயற்சிகளில் சற்றும் தளரவில்லை. முதலில், வலி, வேதனையைக் காட்டும் ஒரு முகபாவத்துடன் வெகுநேரம் அசைவற்று உட்கார்ந்திருந்தான். அப்போது டார்ட்சாவ் அவனைச் சற்றே திரும்பிப் பார்த்திருந்தாலும் அவர் அவன் மீது பரிதாபம் கொண்டிருக்கக் கூடும். சட்டென்று வான்யா எழுந்து மேடையின் பக்கவாட்டுப் பகுதிக்கு வேகமாகச் சென்றான். சற்று நேரம் கழித்து, தன் நெற்றியிலிருந்து பெருகும் வியர்வையைத் துடைப்பதுபோலப் பாவனை செய்தவாறு ஒரு நோயாளியைப் போலத் தட்டுத் தடுமாறி நடந்து வந்தான். டார்ட்சாவின் அருகில் சிரமத்துடன் அமர்ந்தான். அவரோ தொடர்ந்து அவனை அலட்சியம் செய்தவாறு இருந்தார். ஆனால் வான்யாவின் நடிப்புத் தத்ரூபமாக இருந்தது - நாங்கள் அவன் செய்த ஒவ்வொரு செய்கையையும் மனமாரப் பாராட்டினோம்.

அதன் பின், வான்யா களைப்பினால் மயக்கம் அடைந்தான் - தனது நாற்காலியிலிருந்து சறுக்கிக் கீழே கூட விழுந்து விட்டான். அவனது மிகைப் படுத்தப்பட்ட நடிப்பைக் கண்டு நாங்கள் வாய்விட்டுச் சிரித்து விட்டோம்.

ஆனால் இயக்குனரோ கொஞ்சமும் பாதிக்கப்படாமல் இருந்தார்.

எங்களுக்கு மேலும் சிரிப்பூட்ட வேண்டி, வான்யா மேலும் பல செயல்களைச் செய்தான். அப்போதும் கூட, இயக்குனர் அமைதியாக இருந்தனர் - அவனைக் கொஞ்சமும் கவனிக்க வில்லை. எவ்வளவு அதிகமாக வான்யா தனது நடிப்பை மிகைப்படுத்திச் செய்தானோ, அவ்வளவு உரக்கச் சத்தமிட்டு நாங்கள் சிரித்தோம். நாங்கள் அவ்வாறு சிரித்ததால் அவன்

வெகுவாக உற்சாகம் கொண்டு மேலும் மேலும் நகைச்சுவையூட்டும் செயல்களைச் செய்தான். நாங்களும் அடக்க முடியாமல் உரக்கச் சிரித்தோம்.

டார்ட்சாவ் அதற்காகத் தான் காத்துக் கொண்டிருந்தார்.

எங்களை அமைதிப் படுத்திய பின், "இப்போது இங்கு என்ன நடந்தது என்று பார்த்தீர்களா?" என்றார். "வான்யாவின் மைய நோக்கம், பள்ளியிலிருந்து முன்னதாக வெளியே செய்வது தான். இந்த முக்கிய நோக்கத்தை நிறைவேற்ற வேண்டி எனது அனுதாப மிக்க கவனத்தைத் தன்பால் திருப்புவதற்காக அவன் பயன்படுத்த வேண்டிய வழிமுறைகள்- நோயுற்றது போலத் தோற்றமளிக்க அவன் செய்த செயல்கள், சொல்லிய சொற்கள் போன்ற பல்வேறு முயற்சிகள் ஆகும். ஆரம்பத்தில் அவன் செய்தது நோக்கத்திற்கு ஏற்றவாறு மிகச் சரியாக அமைந்திருந்தது. ஆனால், ஐயோ! பார்வையாளரிடமிருந்து சிரிப்பொலியைக் கேட்டவுடன் அவன் முற்றிலும் திசை திரும்பி விட்டான். அவனைக் கவனிக்காமல் சும்மா இருந்த என்னை அப்படியே விட்டு விட்டு உங்கள் பக்கம் திரும்பி விட்டான் - அவன் அடித்த கூத்தைக் கண்டு நீங்கள் மகிழ்ச்சி கொண்டதால் அவனது நடிப்பு உங்களிடமிருந்து சிரிப்பை வரவழைக்கும் நோக்கத்துக்குத் திரும்பி விட்டது.

"இப்போது அவனுடைய நோக்கம் பார்வையாளர்களைச் சிரிக்கச் செய்வதாக ஆகிவிட்டது. இதற்காக என்ன அடிப்படையை அவன் கண்டு கொள்ள முடியும்? இதற்கான மூலக்கரு எங்கே உள்ளது? அதில் எவ்வாறு நம்பிக்கை கொண்டு தொடர்ந்து அதில் நிலைத்திருக்க முடியும், உயிருள்ள நடிப்பைக் காட்ட முடியும்? எனவே அவனுக்குக் கிடைத்த ஒரே வழி மிகைப்படுத்தப்பட்ட நாடக ரீதியான நடிப்பு - அதனால்தான் அவன் தவறாகச் செயல்படத் தொடங்கினான்.

"இந்த இடத்தில் அவன் நடிப்புக்குப் பயன்படுத்திய வழிமுறைகள், அவனது குறிப்பிட்ட நோக்கத்துக்கான உபகரணங்களாக இல்லாமல் அவற்றுக்காகவே நேரடியாகப் பயன்படுத்தப் பட்டதால் அவை போலித்தன்மை கொண்டு விட்டன. இத்தகைய தவறுதலான நடிப்பை நாம் மேடையில்

அடிக்கடி காணலாம். வெகு புத்திசாலித்தனமான அற்புதமான முறையில் தம்மை ஏற்றவாறு மாற்றிக் கொள்ளும் திறன் கொண்ட நடிகர்கள் பலரை நான் அறிவேன். ஆனாலும், இந்தத் திறனை, தமது உணர்ச்சிகளை வெளிக்காட்டுவதைக் காட்டிலும் தமது பார்வையாளர்களை மகிழ்வூட்டவே அவர்கள் அதிகமாகப் பயன்படுத்துகிறார்கள். இப்போது வான்யா செய்தது போல, ஏற்றவாறு மாற்றிக் கொள்ளும் தம் திறனைத் தனிப்பட்ட நகைச்சுவைத் துணுக்குகளாக அவர்கள் ஆக்கி விடுகிறார்கள். இந்தத் துக்கடாக்களின் வெற்றி அவர்களின் தலையைத் திருப்பி விடுகிறது. ஒரு பலத்த கைதட்டல், வெடித்தெழும் சிரிப்பு இவற்றைப் பெறுகின்ற உற்சாகத்துக்காக தமது பாத்திரப் படைப்பையே கூட முழுமையாகத் தியாகம் செய்து விடவும் அவர்கள் தயாராகி விடுகிறார்கள். பெரும்பாலும், இந்தக் குறிப்பிட்ட உற்சாகமான தருணங்களுக்கும் நாடகத்துக்கும் எந்தத் தொடர்பும் இருப்பதில்லை. எனவே, இத்தகைய சூழ்நிலைகளில், இவ்வாறு ஏற்றபடி மாற்றிக் கொள்தல் என்பது சுத்தமாகப் பொருளற்றதாக ஆகி விடுகிறது.

‘‘எனவே, இந்தத் திறன் கூட, ஒரு நடிகனுக்கு ஆபத்தான தூண்டுதலாக அமையக் கூடும் என்பதைக் கவனியுங்கள். ஏற்றவாறு மாற்றிக் கொள்வதைத் தவறாகப் பயன்படுத்துவதற் கான வாய்ப்புகள் அங்கங்கு நிறைய உள்ள பாத்திரப் படைப்புகள் பல உள்ளன. ஆஸ்ட்ரோவ்ஸ்கியின் நாடகமான, ஒவ்வொரு அறிவாளியினுள்ளும் போதுமான முட்டாள்தனம் (Enough Stupidity in Every wise man) என்பதை எடுத்துக் கொள்ளுங்கள். அதில் முதியவன் மமயேவின் பாத்திரத்தைக் கவனியுங்கள். அவனுக்கு வேலை எதுவும் இல்லாததால், தன்னிடம் மாட்டிக் கொள்கிற எவருக்கும் அறிவுரை தருவதில் அவன் தன் முழு நேரத்தையும் செலவிடுகிறான். ஐந்து காட்சிகளைக் கொண்ட ஒரு நாடகத்தில் அது முழுவதிலும் ஒரே நோக்கத்தைப் பிடித்துக் கொண்டு நடிப்பது என்பது - பிறருக்குத் தொடர்ந்து போதனை செய்வது - சுலபமல்ல - மேலும் அவ்வாறு நடிக்கும் போது ஒரே மாதிரியான எண்ணங்களையும் உணர்வுகளையும் வெளிப்படுத்துவதும் எளிதல்ல. இத்தகைய சூழ்நிலைகளில், சலிப்பூட்டும் நடிப்பில்

இறங்கி விடுவது மிகச் சுலபம். இதைத் தவிர்ப்பதற்காக, இந்தப் பாத்திரத்தில் நடிக்கும் நடிகர்கள், பிறருக்குப் போதனை செய்வதான பிரதான நோக்கத்தில் பல்வேறு மாற்றங்களைச் செய்வதில் தமது முயற்சிகளைச் செலுத்துகின்றனர். இவ்வாறு நிறைய மாற்றங்களைச் செய்வது என்பது நிச்சயமாக சிறப்பானதாகும் - ஆனால் அவற்றின் முக்கிய கவனமானது பிரதான நோக்கத்தைக் காட்டிலும் அவற்றின் வகைகளின் மீது செலுத்தப்படும்போது அது ஆபத்தாக முடியக் கூடும்.

"ஒரு நடிகனின் மனதின் உள் செயல்பாடுகளை நீங்கள் கவனித்துப் பார்த்தால், "ஒரு தீவிரமான, கடுமையான தொனியைப் பயன்படுத்தி இந்தக் குறிப்பிட்ட நோக்கத்தை நான் நிறைவேற்றுவேன்," என்று தனக்குத் தானே சொல்லிக் கொள்வதற்குப் பதிலாக, "நான் தீவிரமாகவும் கடுமையாகவும் செயல்பட விரும்புகிறேன்" என்றுதான் அவன் உண்மையிலேயே சொல்லிக் கொள்கிறான். ஆனால், உங்களுக்கே தெரிந்துள்ளபடி, கடுமையாக இருக்க வேண்டும் என்பதற்காகவே நீங்கள் கடுமையாகவோ, ஏன், வேறு ஏதாகவோ கூட, இருக்கக் கூடாது. நடிப்பிற்காக வேண்டியே நீங்கள் அந்தந்த உணர்ச்சிகளைக் கையாள வேண்டும்.

"உங்களது சொந்த உணர்ச்சிகளை நீங்கள் கையாண்டால், நிஜமான நடிப்புத்திறன் மறைந்து விடும். அதற்குப் பதிலாக செயற்கையான, நாடக பாணியிலான செயல்பாடு அமையும். நாடகத்தின் போது, தாம் தொடர்பு கொள்ள வேண்டிய பாத்திரங்களின் முன்பாக, சில நடிகர்கள் தமது கவனத்தை வேறு ஏதோ ஒன்றில் செலுத்துவது வழக்கமாக உள்ளது - அந்தப் பொருள், மேடையின் மீதே இருக்கலாம் அல்லது மேடைக்கு அப்பாலும் இருக்கலாம். வெளித் தோற்றத்துக்கு அவர்கள் தமது சக நடிகர்களுடன், அவர்களின் பாத்திரங்களுடன் தொடர்பு கொள்வதைப் போலத் தோன்றலாம். ஆனால், உண்மையில் அவர்கள் பார்வையாளர்களுக்கு ஏற்றவாறு தான் தம்மை சரிப்படுத்திக் கொண்டு நடிக்கின்றார்கள்.

''ஒரு வீட்டின் மேல் மாடியில் நீங்கள் வசிக்கிறீர்கள் என்று வைத்துக் கொள்வோம். நீங்கள் விரும்பும் பெண், அந்த அகலமான வீதிக்கு மறுபுறத்தில் இருக்கிறாள் என்றும் வைத்துக் கொள்வோம். அவளுக்கு உங்கள் அன்பை நீங்கள் எவ்வாறு தெரியப் படுத்துவீர்கள்? அவள் புறமாக முத்தங்களைக் காற்றில் பறக்க விடலாம், உங்கள் இதயத்தின் மீது கையை வைத்து அழுத்திக் காட்டலாம். மிகவும் மகிழ்ச்சியாகவோ, அல்லது வருத்தமாகவோ அல்லது ஏங்கிக் கொண்டோ இருக்குமாறு காட்டலாம். நீங்கள் அவளைச் சந்திக்கலாமா, இல்லையா என்று சைகையினாலே கேட்கலாம். இவ்வாறு உங்கள் பிரச்சினையைத் தீர்க்க வல்ல ஏற்பாடுகள் எல்லாமே வெகு வலிமையாக, வெளிப்படையாகச் செய்யப்பட வேண்டும். இல்லாவிட்டால் அவை அந்த இடைவெளியைத் தாண்டி அப்பால் செல்ல மாட்டா.

''இப்போது ஒரு சிறப்பான சாதகமாக உள்ள வாய்ப்பு ஏற்படுகிறது எனலாம் -அதாவது தெருவில் யாருமே இல்லை. அவள் தனியாக, தனது சன்னலின் அருகில் நிற்கிறாள். பிற சன்னல்கள் எல்லாம் திரையிட்டு மூடியுள்ளன. அவளைக் குரலெழுப்பிக் கூப்பிடத் தடையேதும் இல்லை. உங்கள் குரல் அந்தத் தூரம் தாண்டிச் செல்லுமாறு உரத்ததாக இருக்க வேண்டும்.

''அடுத்த முறை, தெருவில் தன் தாயுடன் நடந்து செல்லும்போது நீங்கள் அவளைச் சந்திக்கிறீர்கள். அவர்கள் உங்களைக் கடந்து செல்லும் அந்த நெருங்கிய தருணத்தை எவ்வாறு பயன்படுத்திக் கொள்வீர்கள்? கிசுகிசுப்பாக ஒரு வார்த்தை, அல்லது எங்கேனும் உங்களைச் சந்திக்க வருமாறு ஒரு அழைப்பு, வேண்டுகோள்? இந்தச் சந்தர்ப்பத்திற்கு ஏற்றதாக உங்களது சைகை மிகவும் நுண்ணியதாக வெளிப்படுத்தப் பட வேண்டும் அதாவது ஒரு சிறு கையசைவு அல்லது. வெறும் கண்ணசைவு... நீங்கள் பேச வேண்டுமானால், உங்கள் சொற்கள் அவளுக்கு மட்டுமே கேட்குமாறு தணிவாக ஒலிக்க வேண்டும்.

''இப்போது உங்கள் காதலுக்கான வில்லனைத் தெருக் கோடியில் பார்த்து விடுகிறீர்கள். உங்கள் வெற்றியை அவனுக்கே பறை சாற்ற வேண்டும் என்ற விருப்பம் உங்களைப் பற்றிக்

கொள்கிறது. உடனே, அவளுடைய அம்மா அருகிலிருப்பதை மறந்து விட்டு, அவள் பால் காதல் மொழிகளைப் பெருங்குரலில் கத்தி வெளியிடுகிறீர்கள்.''

"இவ்வாறு நிஜவாழ்வில் ஒரு சாதாரண மனிதன் செயல்பட்டால் அதை அடிமுட்டாள்தனம் என்று நாம் கருதுவோம். ஆனால் பல நடிகர்களும் இதைத் தான் வெகு அசட்டுத்தனமான துணிவுடன் மேடையில் அடிக்கடி செய்கிறார்கள். மேடையில் தமது சகநடிகர்களுடன் அருகருகே நின்று கொண்டிருந்த போதிலும், தமது முகபாவம், குரல், சைகைகள் மற்றும் செயல்களைத் தொலை தூரத்துக்கு ஏற்றவாறு மாற்றியமைத்துக் கொள்கின்றனர். அதாவது, தூரத்தைப் பொறுத்த வரையில் தமக்கும் தமது சக நடிகருக்கும் இடையில் உள்ள தூரமாக அல்லாமல், தமக்கும், இசைக்குழுவின் இறுதி வரிசையில் அமர்ந்திருப்பவருக்கும் இடையிலாக அதைக் கணிக்கின்றனர்.''

"இவ்வாறு தான் நடிக்க வேண்டுமென்றால், பார்வையாளரில் முதல் வரிசையில் அமர்ந்தவாறு எல்லா வசனங்களையும் கேட்கும் வசதியற்றவர்களையும், பற்றி நான் கவலைப்பட வேண்டும் இல்லையா?'' என்று க்ரிஷா. குறுக்கிட்டுப் பேசினாள்.

"உனது முதல் கடமை, உன் சக நடிகனுக்கு ஏற்றவாறு உன்னை மாற்றியமைத்துக் கொள்வது தான்,'' என்றார் டார்ட்சாவ் "பின் வரிசைகளில் அமர்ந்துள்ள பரிதாபத்துக்குரியவர்களைப் பொறுத்த மட்டில் அவர்களையும் நமது வசனங்கள் சென்று சேருமாறு செய்வதற்கான சிறப்பு வழிமுறைகள் நம்மிடம் உள்ளன. நமது குரல்கள் சரியாக இருக்க வேண்டும். சொற்கள் தெளிவாக உச்சரிக்கப் படுவதற்கான, நன்கு தயாரிக்கப்பட்ட வழிகளை நாம் பயன்படுத்துகிறோம். ஒரு சிறிய அறையில் இருப்பது போன்ற தணிவான குரலில் நீ பேசினாலும், சரியான உச்சரிப்புடன் நீ பேசினால், உரத்த குரலில் கத்துவதைக் காட்டிலும் மிகத் தெளிவாக அவர்களால் நீ கூறுவதைக் கேட்க முடியும் - குறிப்பாக, நீ கூறும் விஷயம் பற்றிய ஆர்வத்தை அவர்களுக்குள் நீ எழுப்பி விட்டால், உன் வசனத்தின் உட்பொருளை அவர்கள் புரிந்து கொள்ளுமாறு நீ செய்து விட்டால் இதை உன்னால் சாதிக்க

முடியும். இதற்கு மாறாக, நீ சத்தமாகப் புலம்பினால், மென்மையான தொனியில் பேசப்பட வேண்டிய உனது அந்தரங்கமான சொற்கள் தமது முக்கியத்துவத்தை, உட்பொருளை, இழந்து விடக் கூடும். பார்வையாளர்களும் அவற்றைத் தாண்டி அப்பால் சென்று பார்க்கத் துணிய மாட்டார்கள்.''

''எனினும், என்ன நடந்து கொண்டிருக்கிறது என்று பார்வையாளர் பார்த்தாக வேண்டும்,'' என்று க்ரிஷா விடாமல் வாதாடினான்.

''அதற்காகத் தான் நாம் நிலைநிறுத்தப்பட, தெளிவாக வரையறுக்கப் பட்ட தொடர்ச்சியான, முரண்பாடற்ற நடிப்பைப் பயன்படுத்துகிறோம். அந்த நடிப்பின் வாயிலாகத்தான் பார்வையாளர், நடப்பது என்ன என்பதைப் புரிந்து கொள்ள முடிகிறது. ஆனால் நடிகர்கள்தாம் தமக்குள்ளே என்ன உணர்வுகளைக் கொண்டிருக்கிறார்களோ அவற்றுக்கு முரண்படும் வகையில் கை அசைவுகளாலும், நிற்கும் - உட்காரும் நிலையினாலும் சுட்டிக்காட்டினால் - அந்த அசைவுகள் மிகவும் கவர்ச்சிகரமாக இருக்கக் கூடும் ஆனால் உண்மையிலேயே அங்கு அந்தக் காட்சிக்கும் பாத்திரத்துக்கும் ஏற்றவாறு இல்லாமல் இருந்தால் அவற்றைக் கண்டு பார்வையாளர்கள் சலிப்படைந்து விடுவார்கள். ஏனெனில் அவற்றுக்கும் பார்வையாளருக்கும், நாடகத்தில் உள்ள பாத்திரங்களுக்கும் இடையே ஒரு உயிரோட்டமான முறையான தொடர்பு இல்லாமல் போயிருக்கும். பொருளற்று, மறுபடி மறுபடி செய்யப்படும் செயல்களால் அவர்கள் சுலபமாக அலுத்துப் போய் விடுவார்கள். நான் இதையெல்லாம் இவ்வளவு விளக்கமாக சொல்லுவதற்குக் காரணம் உள்ளது. அதாவது, மேடையானது, அதனுடனே இயல்பாக இணைந்து வரும் விளம்பரத்தனத்தின் காரணத்தால் நடிகர்களை, சூழ்நிலைகளின் இயல்பான, மனிதத் தன்மை கொண்ட அமைப்புகளிலிருந்து திசை திருப்பி விடும் அபாயகரமான தன்மை கொண்டதாக உள்ளது. மேலும், பாரம்பரியமான, நாடகத் தனம் கொண்ட நடிப்பில் ஈடுபடுமாறு

அது அவர்களைத் தூண்டுகிறது. இந்த வகையிலான நடிப்பைத் தான் நாம் எதிர்த்துப் போராட வேண்டும். நம்மிடம் உள்ள அத்தனை வழிமுறைகளையும் பயன்படுத்தி அவற்றை எதிர்த்துப் போராடி நாடக மேடைகளை விட்டு அவற்றை விரட்டியடிக்க வேண்டும்.

3

இன்று டார்ட்சாவ் இவ்வாறு கூறித் தமது உரையைத் தொடங்கினார்

"சூழ்நிலைக்கு ஏற்றவாறு மாற்றியமைத்துக் கொள்ளல் என்பது முழு உணர்வுடனும், தன்னுணர்வற்ற நிலையிலும் என இருவிதமாகவும் செய்யப்படுகிறது.

"மிகவும் அதிகமான சோகத்தை வெளிக்காட்டுதல் பற்றிய உள்ளுணர்வால் உந்தப்பட்ட ஒரு மாற்றியமைத்துக் கொள்ளலுக்கான ஒரு எடுத்துக் காட்டு இதோ நடிப்புக் கலையில் எனது வாழ்வு என்ற நூலில், தனது மகனின் மரணத்தைப் பற்றிய செய்தியைக் கேட்ட ஒரு தாய் எவ்வாறு செயல்படுகிறாள் என்பதைக் காட்டும் ஒரு விவரிப்பு உள்ளது. முதல் முதலில் செய்தியைக் கேட்டவுடன் ஒன்றுமே காட்டிக் கொள்ளாமல் வேகவேகமாக உடைகளை எடுத்து அணிந்து கொள்கிறாள். பின் வாசலுக்கு ஓடிச் சென்று, "உதவி!" என்று கூவுகிறாள்.

"இத்தகைய ஒரு சூழ்நிலைக்கேற்றவாறு மாற்றிக் கொள்ளலானது. புத்திபூர்வமாகவோ, வேறு ஏதேனும் செய்முறையின் உதவியுடனோ மறுபடி உருவாக்கப்பட முடியாது. அது இயல்பாக, தானாக, தன்னுணர்வின்றி உணர்ச்சிகள் உச்சகட்டத்தில் உள்ளபோது உருவாகும் ஒரு வெளிப்பாடு ஆகும். ஆனால், இந்த வகையானது - மிகவும் நேரடியானதும், பளிச்சென்று தெரிவதாகவும், நம்பத்தக்கதாகவும் உள்ளதானது, நமக்குத் தேவையான திறம்பட்ட நடிப்பு முறையைப் பிரதிபலிப்பதாக உள்ளது. இத்தகைய வழிமுறைகளின் வாயிலாக மட்டுமே ஆயிரக்கணக்கான பார்வையாளர்களுக்கு, உணர்ச்சிகளின் மென்மையான உணர்வதற்கு அரிதான நுண்ணிய

சாயல்களையெல்லாம் நம்மால் உருவாக்கிக் காட்ட முடியும். ஆனால் இத்தகைய அனுபவங்களில், உள்ளுணர்வு மற்றும் ஆழ்மனதின் வாயிலாகத்தான் நம்மால் புகுந்து செயல்பட முடியும்.

"இத்தகைய உணர்ச்சிகள் தான் மேடையில் எவ்வளவு நன்றாகவும் சிறப்பாகவும் தோன்றுகின்றன! பார்வையாளர்களின் நினைவில் அவை எவ்வளவு ஆழமாக அழியாமல் பதிந்து போகின்றன!

"அவற்றின் சக்தி எதில் அடங்கியுள்ளது?"

"அவற்றின் முற்றிலும் அதிர்ச்சியூட்டும் வகையிலான எதிர்பாராத தன்மை.

"ஒரு நடிகர், பாத்திரம் ஒன்றை ஏற்று நடிப்பதை நீங்கள் தொடர்ந்து கவனித்து வந்தால், படிப்படியாக முன்னே, செல்லும் அவர் தனது வசனத்தைப் பேசும்போது ஒரு குறிப்பிட்ட முக்கியமான இடத்தில் தெளிவாக, உரக்கப் பேசப்போகிறார் என்றும் தீவிரமான தொனியைப் பயன்படுத்தப் போகிறார் என்றும் நீங்கள் எதிர்பார்க்கலாம். ஆனால், அதற்குப் பதிலாக, சற்றும் எதிர்பாராத விதமாக மெல்லிய, குரலில் விளையாட்டான தொனியில் பேசுகிறார் என்று வைத்துக் கொள்வோம். அந்தப் பாத்திரத்தைத் தனக்கே உரிய வகையில் புதுமையாகக் கையாளுகிறார் என்று எடுத்துக் கொள்வோம். அந்த முறையில் உள்ள வியப்பூட்டும் தன்மையானது மிகவும் சுவாரஸ்யமானதாகவும், திறமையானதாகவும் தோன்றுவதால் அந்தக் கட்டத்தை அவ்வாறு மட்டுமே தான் கையாள முடியும் என்று நீங்கள் நம்பக்கூடும்.

"அந்த வரிகள் இவ்வளவு முக்கியம் வாய்ந்தவை என்று எனக்கு ஏன் இத்தனை காலம் தோன்றாமலே போயிற்று?" என்று நீங்கள் உங்களையே கேட்டுக் கொள்ள நேரிடலாம். அந்த நடிகர் இவ்வாறு அதை எதிர்பாராத விதமாக மாற்றியமைத்தது கண்டு நீங்கள் பெரும் வியப்பும், மகிழ்ச்சியும் கொள்கிறீர்கள்.

"நமது ஆழ்மனம் தனக்கே உரிய தர்க்கத் திறனைக் கொண்டுள்ளது. ஆழ்மன ரீதியான, சூழ்நிலைக்கு ஏற்ப மாறிக்

கொள்ளல் நமது நடிப்புக் கலைக்கு மிகவும் அத்தியாவசியம் என்று நாம் கருதுவதால் இங்கு அதைப்பற்றி மேலும் விளக்கமாகப் பேசுவதற்கு நான் முற்படுகிறேன்.

சூழ்நிலைக்கு ஏற்ப மாறிக் கொள்ளல் என்ற திறனைப் பற்றிப் பார்க்கும்போது மிகவும் சக்தி வாய்ந்தவையும், தெளிவானவையும் நம்பத் தகுந்தவையும் என்று எண்ணக் கூடியவை எல்லாமே அற்புதம் படைக்கும் கலைஞனாகிய இயற்கையின் கைவண்ணங்கள் என்றே நாம் கூறலாம். அவை அனைத்துமே முழுக்க முழுக்க ஆழ்மனதில் உருவாகியவை ஆகும். மகத்தான கலைஞர்கள் அவற்றைப் பயன்படுத்துவதை நாம் பார்க்கிறோம். எனினும், இந்தத் தனிச்சிறப்பான திறன் கொண்ட நடிகர்களால் கூட அவற்றைத் தமது விருப்பம் போல வேண்டிய நேரத்தில் உருவாக்க முடியாது. உணர்ச்சி மிக்க உத்வேகத் தருணங்களில் மட்டுமே அவை வருகின்றன. மற்ற சமயங்களில் அவ்வாறு மாற்றிக் கொள்ளல் ஓரளவு மட்டுமே ஆழ்மனதிலிருந்து தன்னுணர்வின்றி எழுபவை ஆகும். நாம் மேடைமீது இருக்கும் நேரம் முழுவதும், ஒருவரோடு ஒருவர் இடைவிடாத தொடர்பு கொண்டுள்ளோம்- எனவே ஒருவருக்கொருவர் ஏற்றபடி மாற்றிக்கொள்ளல் என்பதும் இடைவிடாமல் நிகழும் ஒன்றாக இருந்தாக வேண்டும். இதைக் கருத்தில் கொண்டு சிந்தியுங்கள் இதற்கு எத்தனை செயல்களும், அசைவுகளும் தேவை! என்ன மகத்தான அளவிலான ஆழ்மனரீதியிலான தன்னுணர்வற்ற தருணங்கள் இவற்றுள் அடங்கக்கூடும்!''

சற்று நேர மௌனத்திற்குப் பின் இயக்குனர் தொடர்ந்து பேசலானார்.

''ஆழ்மனம் நமது படைப்புப் பணிக்குள் நுழைவது என்பது, எண்ணங்களும், உணர்ச்சிகளும் இடைவிடாமல் ஒன்றுடன் ஒன்று இணைந்து செயல்படும் போதும், ஏற்றவாறு மாறிக் கொள்ளும் போதும் மட்டும் அல்ல. பிற சமயங்களிலும் அது நம் உதவிக்கு வருகிறது. நம்மீதே இதைப் பரிசோதித்துப் பார்த்துக் கொள்ள முடியும். ஐந்து நிமிடங்களுக்கு நீங்கள் ஏதும் பேசாமலும், எதையும் செய்யாமலும் இருங்கள்.''

இந்த ஐந்து நிமிட மௌனத்துக்குப் பின், டார்ட்சாவ் ஒவ்வொரு மாணவனையும் தனக்குள் என்ன நிகழ்ந்தது என்பது பற்றியும், அந்த நேரத்தில் தான் எதைப் பற்றிச் சிந்தித்தான் என்றும் என்ன உணர்ந்தான் என்றும் கூறுமாறு கேட்டார்.

ஒரு மாணவன், ஏதோ ஒரு காரணத்தால் தனது மருந்தை பற்றி நினைவு கூர்ந்ததாகச் சொன்னான்.

''உன் மருந்துக்கும் நமது பாடத்துக்கும் என்ன சம்பந்தம்?'' என்றார் டார்ட்சாவ்.

''ஒன்றுமே இல்லை.''

''ஒருவேளை உனக்கு வலி ஏதேனும் தோன்றியதா.'' அதனால் நீ மருந்தைப் பற்றி நினைத்தாயா?'' என்று இயக்குனர் தொடர்ந்து விசாரித்தார்.

''இல்லை, அப்படி வலி ஒன்றும் எனக்குத் தோன்ற வில்லை.''

''அப்படியென்றால் அந்த எண்ணம் உன் தலைக்குள்ளே எப்படி வந்தது?''

''அதற்கு அவனிடம் பதில் ஏதும் இல்லை.''

பெண்களில் ஒருத்தி தான் கத்திரிக்கோலைப் பற்றிச் சிந்தித்துக் கொண்டிருந்ததாகச் சொன்னாள்.

''நாம் செய்து கொண்டுள்ள விஷயத்துக்கும் அதற்கும் என்ன தொடர்பு?'' என்று டார்ட்சாவ் கேட்டார்.

''என்னால் எந்தத் தொடர்பையும் எண்ணிப் பார்க்க முடியவில்லை.''

''ஒருவேளை உன் உடையில் ஏதேனும் குறை கண்டாயா? அதைச் சரி செய்ய நினைத்ததில், உனக்குக் கத்தரிக் கோல் நினைவுக்கு வந்ததா?''

''இல்லை. என் உடைகள் சரியாகத்தான் உள்ளன. ஆனால், எனது கத்தரிக்கோலை, ரிப்பன்கள் கொண்ட ஒரு பெட்டியில் வைத்திருந்தேன். அந்தப் பெட்டியை எனது டிரங்குப் பெட்டியில்

வைத்துப் பூட்டி விட்டேன். கத்தரிக்கோலை எங்கு வைத்தேன் என்பதை நான் மறந்து போய் விடக் கூடாது என்ற எண்ணம் சட்டென்று என் மனதில் எழுந்தது.''

''அப்படியென்றால், நீ முதலில் கத்தரிக்கோலைப் பற்றி நினைத்தாய், பின்னர் அந்த எண்ணம் எப்படி வந்தது என்று எண்ணிப்பார்த்தாயா?''

''ஆம், முதலில் நான் கத்தரிக்கோலைப் பற்றித்தான் நினைத்தேன்.''

''ஆனால் அந்த எண்ணம் எங்கிருந்து வந்தது என்று உனக்கு இன்னும் தெரியவில்லை, இல்லையா?''

டார்ட்சாவ் தனது விசாரணையைத் தொடர்ந்தார். மௌனத்தின் போது, வாஸிலி ஒரு அன்னாசிப் பழத்தைப் பற்றி நினைத்துக் கொண்டிருந்ததாகவும், அதன் முள்ளுமுள்ளான மேற்பரப்பும், கூரான இலைகளும் தென்னை, பனை மர வகைகளை ஒத்திருந்ததாகத் தான் எண்ணியதகாவும் கூறினான்.

''அன்னாசிப் பழம் ஏன் உன் மனதின் மேற்பரப்புக்கு வந்தது? நீ அதைச் சமீபத்தில் சாப்பிட்டாயா?''

''இல்லை.''

''இந்த விதமான எண்ணங்கள், மருந்து, கத்தரிக்கோல், அன்னாசி இவை பற்றிய எண்ணங்கள் உங்களுக்கு எங்கிருந்து வந்தன?''

எங்களுக்குத் தெரியவில்லை என்று நாங்கள் ஒப்புக் கொண்ட பின், இயக்குநர், ''இவை எல்லாமே ஆழ்மனதிலிருந்து வருகின்றன. அவை எரி விண்மீன்களைப் போன்றவை,'' என்றார்.

சற்று நேரம் யோசித்து விட்டு, வாஸிலியின் பக்கம் திரும்பி.

''நீ அந்த அன்னாசியைப் பற்றிப் பேசியபொழுது உன் உடலை ஏன் அவ்வாறு வினோதமாக முறுக்கிக் கொண்டே பேசினாய் என்று எனக்குப் புரியவில்லை. அன்னாசியைப் பற்றியும் மரங்களைப் பற்றியும் ஆன உன் கதையோடு அந்த உடல் நிலை இணையவில்லை. அது வேறு ஏதோ சொல்லியது. என்ன அது?

உனது முகத்தில் இருந்த சோகமான பாவத்துக்கும் கண்களில் தெரிந்த தீவிர சிந்தனைக்கும் பின்னால் என்ன உள்ளது? உன் விரல்களால் காற்றில் நீ வரைந்த படத்துக்கு என்ன பொருள்? எங்களை ஒவ்வொருவராகப் பார்த்து ஏன் உன் தோள்களைக் குலுக்கிக் கொண்டாய்? இவை எல்லாவற்றுக்கும், அன்னாசிக்கும் இடையே உள்ள தொடர்புதான் என்ன?

"நான் இதையெல்லாம் செய்தேன் என்றா சொல்கிறீர்கள்?" என்று வாஸிலி கேட்டான்.

"நிச்சயமாக நான் அப்படித்தான் சொல்கிறேன், நீ எதனால் அவ்வாறு செய்தாய் என்று தெரிந்துகொள்ள விரும்புகிறேன்.

"ஒருவேளை, வியப்பினால் இருக்கலாம்," என்றான் வாஸிலி.

"எதைக் கண்ட வியப்பு? இயற்கையின் அற்புதங்களைக் கண்டா?"

"இருக்கலாம்."

"அப்படியானால், உன் மனம் கொடுத்த கருத்துக்கு ஏற்றபடியான மாற்றங்களா அவை?"

வாஸிலி மௌனமாக இருந்தான்.

"மிகவும் புத்திசாலித்தனம் கொண்ட உன் மனதால் அவ்வளவு முட்டாள்தனமான கருத்துக்களை உருவாக்க முடியுமா?" என்றார் டார்ட்சாவ். இல்லை, அது உன் உணர்வினால் வந்ததா? அவ்வாறு எனில், உன் ஆழ்மனம் கொடுத்த கருத்துக்கு நீ புறத்தோற்றத்தில் ஒரு வடிவம் கொடுத்தாயா? இரண்டு சமயங்களிலும்- அன்னாசி பற்றிய கருத்தை நீ எண்ணிய போதும், உன்னை அந்தக் கருத்துக்கு ஏற்றாற் போல் மாற்றிக் கொண்ட போதும், உனக்குத் தெரியாத அந்த ஆழ்மனப் பகுதியைத் தாண்டித்தான் வந்திருக்க வேண்டும்.

"ஏதேனும் ஒரு தூண்டுதலினால் ஒரு கருத்து உங்கள் மனதுக்குள் வருகிறது. அந்தக் கணத்தில் அது ஆழ்மனத்தைத் தாண்டி வந்து விடுகிறது. அடுத்து, அந்தக் கருத்தைப் பற்றி நீங்கள் சிந்திக்கிறீர்கள். அதற்கும் பின்னால், அந்தக் கருத்தும், அதைப்

பற்றிய உங்கள் எண்ணங்களும் தொட்டுணரத்தக்க பொருள் சார்ந்த வடிவத்தில் உருவமைக்கப் பட்ட பிறகு, மிகமிகக் குறுகிய ஒரு கணம் - மின்னல் போல் மின்னி மறையும் கணம் உங்கள் ஆழ்மனதுக்குள் புகுந்து வெளி வருகிறீர்கள். ஒவ்வொரு முறை நீங்கள் அதைச் செய்யும் போதும், சூழ்நிலைக்கு ஏற்ப நீங்கள் செய்யும் மாற்றங்கள், முழுதாகவோ அல்லது ஒரு பகுதி மட்டுமோ அதிலிருந்து ஏதோ கொஞ்சம் சாராம்சத்தை எடுத்துக் கொள்கிறது.

"ஒருவர் மற்றவருடன் கொள்ளும் தோழமைத் தொடர் பின் ஒவ்வொரு செயல்பாட்டிலும், ஏற்றவாறு உள்ள மாற்றங்கள் அவசியமாகத் தேவைப்படுகின்ற சமயங்களில் அங்கு ஆழ்மனமும், உள்ளுணர்வும் இரண்டுமே ஒரு பெரிய, ஒருகால் முதன்மையான பங்கை வகிக்கின்றன. நாடக நடிப்பின் அவற்றின் முதன்மையான முக்கியத்துவம் மிகவும் அசாதாரணமான முறையில் மேம்படுத்தப் படுகிறது.

"இந்த விஷயத்தைப்பற்றி அறிவியல் என்ன சொல்கிறது என்று எனக்குத் தெரியாது. நான் என்ன உணர்ந்துள்ளேனோ, எனக்குள்ளே என்ன கவனித்துக் கண்டு கொண்டுள்ளேனோ அதைத் தான் இங்கு உங்களுடன் பகிர்ந்து கொள்கிறேன். நெடுங்காலம் விசாரித்தும், பரிசோதித்தும் பார்த்த பின்னர், ஆழ்மனதின் ஒரு சிறிய அம்சமேனும் தென்படாத எந்த விதமான தெரிவுணர்வுள்ள மாற்றமும் அன்றாட வாழ்வில் இல்லை என்று என்னால் உறுதியாகச் சொல்ல முடியும். அதற்கு மாறாக, மேடையிலே. ஆழ்மன உள்ளுணர்வாலாகிய மாற்றங்கள் நிறைந்து காணப்படக் கூடும் என்று நாம் கருதலாம் - ஆனால் இங்குதான் முழுவதும் தெரிவுணர்வுடன் செய்யப்படுகிற மாற்றங்களை நான் எப்போதும் கண்டு வருகிறேன் இவை, நடிகர்களின் ரப்பர் ஸ்டாம்பு முத்திரைகள். எல்லாப் பாத்திரப் படைப்புகளிலும் இவற்றை நீங்கள் பார்க்கலாம். பயன்படுத்திப் படுத்திப் பழசாகி நைந்து போனவையாக இவை உள்ளன. இங்கு ஒவ்வொரு அசைவும் மிகவும் அதிகமான அளவில் சுய உணர்வு நிரம்பியதாக உள்ளது."

"அப்படியென்றால், மேடையிலே தெரிவுணர்வுடன் செய்யப்படும் எந்த ஒரு மாற்றத்தையும் நீங்கள் ஏற்றுக் கொள்ள விரும்பவில்லை என்று நாம் முடிவு செய்து கொள்ளலாமா?" என்று நான் கேட்டேன்.

"நான் இப்போது குறிப்பிட்டவை - வெறும் முத்திரைகளாக, நகல்களாக ஆகி விட்டுள்ளவற்றை நான் ஏற்றுக் கொள்ள விரும்பவில்லை. இருந்த போதிலும், சில குறிப்பிட்ட மாற்றங்கள் தெரிவுணர்வுடன் செய்யப்படுகின்றன என்பது எனக்கும் தெரியும். இவை, பிறரால் சிபாரிசு செய்யப் படுபவை - இயக்குனர் பிற நடிகர்கள், அல்லது நண்பர்கள் ஆகியோர், நாம் கேட்டாலும், கேட்கா விட்டாலும் முன் வைக்கும் அறிவுரைகளாக வருபவை. இத்தகைய சூழ்நிலைக்கு ஏற்றதான மாற்றங்கள் மிக மிகக் கவனத்துடனும் அறிவுடனும் பயன்படுத்தப் பட வேண்டும்.

"அவை உங்கள் முன் வைக்கப்படுகிற அதே வடிவத்தில் அவற்றை ஒருபோதும் ஏற்றுக் கொள்ளாதீர்கள். அவற்றை சும்மா காப்பியடிக்காதீர்கள். உங்களது சொந்தத் தேவைகளுக்கென, உங்களில் நிஜமான ஒரு பகுதியாக, உங்களுக்கே உரிமையானவையாக அவற்றை நீங்கள் மாற்றியமைத்துக் கொள்ள வேண்டும். இதைச் சாதிக்க வேண்டுமானால், ஒரு முழுப் பணியை மொத்தமாக வைத்துக் கொண்டு, அது தொடர்பான ஒரு முற்றிலும் புதிய தரப்பட்டுள்ள குறிப்பிட்ட சுற்றுச் சூழலையும், அதற்கான தூண்டுதல்களையும் பயன்படுத்திச் செயல்படுவதாகும்.

"தனது பாத்திரப் படைப்பினுள் பொருத்திக் கொள்ள விரும்புகிற ஒரு குணாம்சத்தை நிஜவாழ்வில் ஒரு நடிகன் பார்க்கும்போது அதைப் பற்றி அவன் என்ன செய்வானோ அதைத் தான் நீங்களும் செய்ய வேண்டும் அதை அவன் வெறுமனே காப்பியடித்தால், மேம்போக்கான சாதாரண நடிப்பு என்னும் தவறுக்குள் அவன் இறங்கி விடுவான்."

"வேறு என்ன விதமான ஏற்றவாறு மாற்றிக் கொள்ளல் உள்ளன?" என்று நான் கேட்டேன்.

''எந்திரத்தனமான அல்லது அசைவு சார்ந்த மாற்றங்கள்,'' என்று டார்ட்சாவ் பதிலளித்தார்.

''நகல்கள் என்று சொல்கிறீர்களா?''

''இல்லை, நான் அவற்றைப் பற்றிப் பேசவில்லை. அவை முற்றிலுமாக ஒழித்துக் கட்டப் பட வேண்டும். அசைவு சார்ந்த மாற்றங்கள் ஆழ்மனரீதியானவை, பாதியளவு தெரிவுணர்விலானவை மற்றும் முழுவதும் தெரிவுணர்விலானவை யாகும். சுத்தமான எந்திரத் தனமான மாற்றங்களாக மாறிப் போன ஆனால் ஆரம்பத்தில் சாதாரணமான, இயல்பான, மனிதத்தன்மையான மாற்றங்கள் இவையாகும்.

''இதை நான் எடுத்துக்காட்டுடன் விளக்குகிறேன். ஒரு குறிப்பிட்ட பாத்திரத்தை ஏற்று நடிப்பதில், மேடையில் பிறருடன் நீ கொள்ளும் உறவில் நிஜமான, மனிதத் தன்மையான மாற்றங்களை நீ பயன்படுத்துகிறாய் என்று வைத்துக் கொள்வோம். இருந்தாலும், அந்த மாற்றங்களில் பெருமளவும் நீ பிரதிபலிக்கும் பாத்திரத்திலிருந்து வளருகின்றன, உன்னிலிருந்து நேரடியாக வருவதில்லை. அந்த, உதவியாக அமையும் மாற்றங்கள் தானாகவே, இயல்பாக, தன்னுணர்வின்றித் தோன்றியுள்ளன ஆனால் இயக்குனர் அவற்றை உனக்குச் சுட்டிக்காட்டியுள்ளார். அதன் பின் நீ அவற்றை உணர்ந்து கொண்டுவிட்டாய். இப்போது அவை தெரிவுணர்வுடன், ஒரு பழக்கமாக ஆகிவிட்டுள்ளன, நீ நடித்துக் கொண்டுள்ள பாத்திரத்தின் இரத்தமும், சதையுமாக அவை ஆகிவிடுகின்றன - ஒவ்வொரு முறை நீ அதை வாழ்வதுபோல நடிக்கும் போதெல்லாம் இது மேலும் திடப்படுத்தப்பட்டு விடுகிறது. இறுதியில் இந்த உதவிகரமாக உள்ள மாற்றங்கள் வெறும் அசைவு சார்ந்த செயல்பாடுகளாக ஆகிவிடுகின்றன.''

''அப்புறம் அவை ஒரே மாதிரியாக ஆகி விடுகின்றனவா?''

''இல்லை, நான் மறுபடி சொல்கிறேன். ஒரு ரப்பர் ஸ்டாம்பு முத்திரை போன்ற நடிப்பு என்பது பாரம்பரியமானது போலியானது உயிரற்றது. நாடக பாணியிலான வழக்கமான

நடிப்பிலிருந்து அது தொடங்கியது. உணர்வுகளையோ, எண்ணங்களையோ, மனிதர்களின் குணாம்சங்களின் வடிவங்களையோ அவை வெளிப்படுத்துவதில்லை. அசைவு ரீதியிலான மாற்றங்களோ இவற்றுக்கு நேர்மாறாக, தொடக்கத்தில் உள்ளுணர்வால் உருவானவை. ஆனால், காலப்போக்கில் தமது இயற்கைத் தனத்தைத் தியாகம் செய்யாமலேயே எந்திரத்தனமாக ஆகி விட்டுள்ளவை. ஏனெனில் அவை இயற்கையாகவும், மனிதத்தன்மையுடனும் தொடர்ந்து இருந்து வருவதால் அவை, முத்திரை மாற்றங்களின் நேர் எதிராக உள்ளன.

''நாம் பார்க்க வேண்டிய அடுத்த கட்டம், ஏற்றவாறு மாற்றிக் கொள்ளலைத் தூண்டி விடுவதற்காக என்ன விதமான செயல் நுட்ப வழிமுறைகளை நாம் பயன்படுத்தலாம் என்பதாகும்,'' என்று, இன்று வகுப்பினுள் நுழையும் போது இயக்குனர் அறிவித்தார். பின்னர், அதற்கான பாடத்திட்டத்தை வகுக்கத் தொடங்கினார்.

''உள்ளுணர்வு ரீதியான மாற்றிக் கொள்ளலுடன் நாம் இப்போது தொடங்கலாம்.

''நமது ஆழ்மனதைச் சென்று அடைவதற்கு நேரடியான வழிமுறை ஏதும் கிடையாது. எனவே, நாம் எடுத்துக் கொண்டுள்ள பாத்திரத்தை வாழ்வதற்கான ஒரு செயல் முறையை உருவாக்க வல்ல பல்வேறு தூண்டுதல்களை நாம் பயன்படுத்துகிறோம். இந்த முறையானது, தவறாமல் அடுத்ததாக பரஸ்பரத் தொடர்பையும், தன்னுணர்வற்ற அல்லது தெரிவுணர்வுடன் கூடிய மாற்றங்களையும் உருவாக்குகிறது. இது மறைமுக வழிமுறையாகும்.

''நமது தெரிவுணர்வானது புகுந்து செல்ல முடியாத அப்பகுதியில் நம்மால் வேறு என்னதான் செய்ய முடியும் என்று நீங்கள் கேட்கலாம். இயற்கையுடன் குறுக்கீடு செய்வதையும், இயற்கையின் விதிமுறைகளை மீறுவதையும் நாம் செய்வதில்லை. எப்போதெல்லாம் முழுவதும் இயல்பான, தளர்வான நிலையில் நம்மை இருத்திக் கொள்ள முடிகிறதோ. அப்போதெல்லாம், நமது பார்வையாளர்களைத் தனது பளீரிடும் ஒளியால் பார்வையிழக்கச்

செய்கிற ஒரு படைத்தலின் வெள்ளமானது நமக்குள் பொங்கிப் பிரவகிக்கிறது.

"பாதியளவு தன்னுணர்வுள்ள மாற்றங்களைக் கையாளும் போது நிலைமை வேறு விதமாக உள்ளது. இங்கு நமது உளவியல் - செயல் நுட்ப முறையை நாம் சற்றுப் பயன்படுத்தலாம் 'சற்று' என்று நான் சொல்வதற்குக் காரணம், இங்கும் கூட இதற்கான நமது சாத்தியப் பாடுகள் மிகவும் குறைவாகவே உள்ளன.

"இங்கு நடை முறைப் படுத்தப்படக் கூடிய வழி ஒன்றை என்னால் காட்ட முடியும். ஒரு எடுத்துக்காட்டுடன் அதைச் சிறப்பாக விளக்கலாம் என்று நான் நினைக்கிறேன். சோன்யாவைப் பயிற்சி செய்யுமாறு நான் சொன்னபோது அதைத்தான் செய்யாமலிருக்க, என்னைத் தாஜா செய்தது உங்களுக்கு நினைவில் உள்ளதா? எவ்வாறு அவள் சொன்னதையே திரும்பச் சொன்னாள் என்றும், பல்வேறு விதமான ஏற்றவாறு செய்யும் மாற்றங்களைப் பயன் படுத்தினாள் என்றும் நினைவிருக்கிறதா? ஒரு பயிற்சியாக நீங்களும் அதையே செய்ய வேண்டும் - ஆனால் அதே மாதிரியான மாற்றங்களைப் பயன்படுத்தக் கூடாது. அவை தமது திறனை இழந்து விட்டன. எனவே புதிய மாற்றங்களைக் கண்டு பிடியுங்கள். அவை தெரிவுணர்வுடன் இருக்கலாம் அல்லது தன்னுணர்வின்றி இருக்கலாம்."

மொத்தத்தில் நாங்கள் பழைய செயல்களையே மறுபடி செய்தோம். ஒரே மாதிரிச் செய்ததற்காக டார்ட்சாவ் எங்களைக் கோபித்துக் கொண்ட போது, புதிய மாற்றங்களை உருவாக்குவதற்கு அடிப்படையாக என்ன பெருளைப் பயன்படுத்துவது என்று எங்களுக்குத் தெரியவில்லை என்று சொன்னோம்.

இதற்குப் பதில் சொல்லுவதற்குப் பதிலாக, அவர் என்னிடம் திரும்பி, "நீ குறுக்கெழுத்து எழுதுபவன். நான் இப்போது சொல்லப் போவதைக் குறுக்கெழுத்தில் குறித்துக் கொள்" என்றார்.

''அமைதி, கனிவு, துடிதுடிப்பு, நகைச்சுவை, கிண்டல், கேலி, சண்டையிடுதல், குற்றம், சொல்லல், விளையாட்டு, வெறுப்பு, துயரம், ஆபத்து, மகிழ்ச்சி, நற்குணம், சந்தேகம், வியப்பு, எதிர்பார்ப்பு.'' என்றும் மனநிலைகள், உணர்ச்சிகள் என்று பலவற்றைப் பட்டியலிட்டார். பின் சோன்யாவிடம்,

''இந்தப் பட்டியலில் உள்ள சொற்களுள் ஏதேனும் ஒன்றைத் தொடு. அது எதுவாக இருந்தாலும், ஏற்றவாறு செய்யும் மாற்றத்துக்கான அடிப்படையாக அதைப் பயன்படுத்திப் புதிய மாற்றம் ஒன்றை உருவாக்கு,'' என்றார்.

அவளும் அதே போலச் செய்தாள். அவள் தேர்ந்தெடுத்த மனநிலை நற்குணம் ஆகும்.

''இப்போது, பழைய சாயல்களை விட்டுவிட்டு, புதிய சாயல் களைப் பயன்படுத்து,'' என்றார் இயக்குனர்.

அவளும் அதைச் சரிவர வெற்றிகரமாகச் செய்து முடித்தாள். ஆனால் லியோ அதைச் செய்யும் போது அவளை விடவும் சிறப்பாகச் செய்தான் அவனது ஆழமான குரல் மிக மென்மையாகவும், பருத்த உடலும் முகமும் நற்குணத்தை, வெளிப்படுத்துவதாகவும் இருந்தது.

நாங்கள் அனைவரும் வாய்விட்டுச் சிரித்தோம்.

''ஒரு பழைய பிரச்சினைக்குள் புதிய அம்சங்களைப் புகுத்துவது என்பது எவ்வளவு விரும்பத்தக்கதாக உள்ளது என்று இப்போது உங்களால் நம்ப முடிகிறதா?'' என்று டார்ட்சாவ் கேட்டார்.

பின் சோன்யா மற்றொரு சொல்லைத் தன் விரலால் தொட்டாள். அச்சொல், சண்டையிடும் குணம் ஆகும். ஒரு பெண் எவ்வாறு தொணதொணப்பாளோ அதை அவள் செய்து காட்டினாள். இம்முறை க்ரிஷா அவளை விடவும் நன்றாகச் செய்தான். விடாப்பிடியாக விவாதம் செய்வதில் அவனை மிஞ்சுவதற்கு யாராலும் முடியாது.

''எனது செய்முறையின் திறனுக்கான புத்தம்புது நிரூபணம் இங்கு உள்ளது,'' என்றார் டார்ட்சாவ், வெகு திருப்தியுடன்

பின்னர் மற்ற எல்லா மாணவர்களையும் கொண்டு இதே போன்ற பயிற்சிகளைச் செய்வித்தார்.

"இந்தப் பட்டியலில் உங்களுக்கு விருப்பமான பிற மனித குணாம்சங்கள் அல்லது மனநிலைகளைச் சேர்த்துக் கொள்ளுங்கள். இவற்றின் வாயிலாக, எண்ணங்கள் மற்றும் உணர்ச்சிகளைப் பரிமாறிக் கொள்வதற்கானபல புதிய வண்ணங்களும், சாயல்களும் உங்களுக்குக் கிடைக்கும். இவற்றில், எதிரெதிர் முரண்பாடுகளும், எதிர்பாராத வெளிப்பாடுகளும் மிகவும் உதவிகரமாக இருக்கும்.

"இந்த முறையானது, தீவிரமாக உணர்ச்சிகளைக் காட்டவேண்டிய சமயங்களிலும், சோகமான சூழல்களிலும் மிகமிகத் திறனுள்ளதாக இருக்கும். இதன் விளைவை மேலும் அதிகப்படுத்துவதற்கென அதாவது ஒரு குறிப்பிட்ட மிகவும் சோகமான தருணத்தில் - நீங்கள் சட்டென்று சிரித்து விடலாம்- "என் விதி என்னைப் பின்தொடர்ந்து வருவது சிரிப்பூட்டும் நகைச்சுவையாகவே உள்ளது." என்று கூறுவது போலவோ அல்லது, "இவ்வளவு அதிகமான சோகத்தில் என்னால் அழ முடியவில்லை, சிரிக்கத்தான் முடிகிறது," என்று சொல்வது போலவோ அந்தச் சிரிப்பு அமையும்.

"இத்தகைய ஆழ்மனதின் உணர்வுகளை, மிகவும் நுண்மையாக வெளிப்படுத்த வேண்டுமானால், உங்கள் முகமும் குரலும், உடல் நிலையும் எவ்வளவு திறம்படச் செயல்பட வேண்டியிருக்கும் என்று சற்றே எண்ணிப் பாருங்கள்! முகபாவம் எவ்வளவு சட்டென்று மாறிக் கொள்ள வேண்டும்! என்ன ஒரு உணர்வுநிலை, என்ன ஒரு ஒழுங்குக்கட்டுப்பாடு இதற்குத் தேவையாக இருக்கும்! ஒரு நடிகனாக உங்களது நடிப்புத்திறனும் உணர்ச்சிகளை வெளிப்படுத்தவல்ல திறனும் தமது எல்லைகளை எட்டுமாறு சோதிக்கப்படும் - ஏனெனில் மேடைமீது உங்களுடன் கூட இருக்கக் கூடிய சக நடிகர்களுக்கு ஏற்றவாறு மாறிக் கொள்ள வேண்டிய அவசியமும் அங்கு உங்களுக்கு உண்டாகும். இதற்காகவென்று, உங்கள் உடல், முகம் மற்றும் குரலுக்குத் தேவையான தயாரிப்பையும் பயிற்சியையும் நீங்கள் அளிக்க வேண்டும். இதை நான் இப்போதைக்கு சும்மா சொல்லி

வைக்கிறேன். ஏனெனில், உடல் ரீதியான பயிற்சிகளாகிய நடனம், கத்திச் சண்டை மற்றும் குரல் வளத்தை அதிகரித்தல் போன்றவற்றின் அவசியம் பற்றி இது உங்களுக்கு உணர்த்தும் என்று நம்புகிறேன். விரைவில், உணர்ச்சிகளை வெளிக்காட்டுதலின் புற அம்சங்களை வளர்த்துக் கொள்வது பற்றி மேலும் அதிகமாகக் கற்றுக் கொள்ளலாம்."

பாடம் நடந்து முடிந்த பின்பு டார்ட்சாவ் புறப்பட்டுச் சொல்லத் தயாரானார். அச்சமயத்தில், மேடையின் திரை சட்டென்று விலக்கப்பட்டு, மரியாவின் வரவேற்பு அறையை நாங்கள் கண்டோம். அது நன்றாக அலங்கரிக்கப்பட்டு இருந்தது. அதை அருகில் சென்று காண்பதற்கென நாங்கள் மேடைக்குச் சென்றபோது, சுவர்கள் மீது ஏதோ எழுதப்பட்ட அட்டைகள் இருப்பதைக் கண்டோம். அவற்றில் எழுதப்பட்டிருந்த வாசகங்கள் வருமாறு:

1. உள்ளார்ந்த தாளலயம்
2. உள்ளார்ந்த குணச்சித்திரப் படைப்பு.
3. கட்டுப்பாடு மற்றும் சீர்செய்தல்.
4. உள்ளார்ந்த நல்லொழுக்கமும் நெறிகளும்.
5. நாடகத்தனமான, அட்டகாசமான கவர்ச்சி.
6. தர்க்க நெறி மற்றும் தெளிவு.

"இங்கு பல அறிவிப்புகள் உள்ளன, ஆனால் இப்போதைக்கு நான் அவற்றைப் பற்றிச் சுருக்கமாகத் தான் பேசப் போகிறேன். நடிப்புக் கலையின் படைப்புத் தொழில் முறையில், நாம் இன்னமும் வகைப் படுத்தாத பல அவசியமான அம்சங்கள் உள்ளன. இங்கு எனது பிரச்சினை இதுதான்: எனது வழக்கமான வழிமுறையிலிருந்து விலகிச் செல்லாமல் - அதாவது, நீங்கள் கற்கும் விஷயங்களை முதலில் நடைமுறை உதாரணங்களின் வாயிலாக உங்களை உணரச் செய்து விட்டு, அதன் பின்னரே அவற்றுக்கு அடிப்படையாக உள்ள தத்துவத்துக்குச் செல்லல் - அவற்றைப் பற்றி என்னால் எவ்வாறு பேச முடியும்? கண்ணுக்குப்

புலப் படாத உள்ளார்ந்த தாளலயம் பற்றியோ, கண்ணுக்குப் புலப்படாத உள்ளார்ந்த குணச்சித்திரப் படைப்பு பற்றியோ உங்களுடன் எப்படி என்னால் விவாதிக்க முடியும்? எனது விளக்கத்துக்கு, நடைமுறையிலான வர்ணிப்பாக என்னால் என்ன எடுத்துக்காட்டை உங்களுக்குத் தர முடியும்?

"எனவே, புறத்தோற்றத்திலான தாளலயத்தைப் பற்றிப் படிக்கும் வரை நாம் காத்திருப்பது எளிது என்று எனக்குத் தோன்றுகிறது. ஏனெனில் அவற்றை உடல்ரீதியிலான செயல்பாடுகளால் உங்களால் விளக்கிக் காட்டவும், அதே சமயத்தில் உள்ளுக்குள்ளே உணர்ந்து அனுபவிக்கவும் முடியும்.

"மேலும் கூறுவதானால், நடிப்பை வெளிக்காட்டும் போது, நிலைநிறுத்தப் பட்ட தொடர்ச்சியான கட்டுப்பாடு என்பது அவசியம் தேவையாக உள்ள ஒரு பாத்திரப் படைப்போ, அல்லது ஒரு நாடகமோ உங்களிடம் இப்போது இல்லாதபோது, கட்டுப்பாடு என்றபொருளைப் பற்றி உங்களிடம் திடமாக என்னால் எவ்வாறு பேச முடியும்? அதேபோல, சீர்செய்வதற்கும், வடிவமைப்பதற்கும் எதுவுமே இல்லாதபோது *சீர்செய்தலைப் பற்றி* என்னால் எப்படி விவாதிக்க முடியும்?

"மேலும், பரிசோதனை நடிப்பிற்குத் தவிர, நிஜமாகவே நீங்கள் எவரும் மேடையேறி நடித்திராத போது, படைப்புத் தொழிலின் போது, மேடைமீது ஒழுக்கமும் கட்டுப்பாடும் என்ற கருத்தைப் பற்றியோ அல்லது, கலையில் நன்னெறிகள் என்ற கருத்தைப் பற்றியோ பேச முனைவதில் இப்போது ஏதேனும் பயன் உள்ளதா?

"ஆயிரக் கணக்கான பார்வையளார்களின் மீது நடிப்புக் கலையின் கவர்ச்சியின் தாக்கத்தைப் பற்றியும் அதன் வலிமையைப் பற்றியும் நீங்கள் இன்னமும் உணராத போது, கவர்ச்சியைப் பற்றி உங்களிடம் நான் என்ன பேச முடியும்?

"எனவே இந்தப் பட்டியலில் மீதம் உள்ள பொருள்கள், தர்க்கரீதியாகச் சரியானது மற்றும் தெளிவு மட்டுமே. இக்கருத்துகளைப் பற்றி, நான் ஏற்கெனவே நிறைய, அடிக்கடி, நெடு நேரம் பேசியுள்ளேன் என்று எனக்குத் தோன்றுகிறது. நமது

பாடத்திட்டம் முழுவதும் இவற்றால் நிரம்பியுள்ளது. அதே போலத் தொடர்ந்து இருக்கும்.''

"எப்போது நீங்கள் இதைப் பற்றிப் பேசினீர்கள்?" என்றேன் நான் வியப்புத்தாளாமல்.

"எப்போதா? நீ என்ன சொல்கிறாய்?" என்று கூவினார் டார்ட்சாவ். இப்போது வியப்புக்குள்ளானவர் அவர்தான் "ஒவ்வொரு சமயத்திலும் நான் அதைப் பற்றிப் பேசியுள்ளேன். மந்திர, அப்படியானால் தரப்பட்டுள்ள குறிப்பிட்ட சூழ்நிலைகள் ஆகியவற்றைப் பற்றி நாம் கற்றுக் கொண்டிருந்த போது அதைப் பற்றி நான் வன்மையாக வலியுறுத்திப் பேசியுள்ளேன். உடல்ரீதியான செயல்கள் பற்றிய பயிற்சிகளைச் செய்து கொண்டிருந்த போதும், கவனத்தை ஒரு முனைப் படுத்துவதற்கான பொருள்களை நிலை நிறுத்தும் பணியின் போதும், கூறுகளிலிருந்து எழும் குறிக்கோள்களைத் தேர்ந்தெடுக்கும் பயிற்சியின் போதும் இவற்றைப் பற்றி நிறையப் பேசியுள்ளேன். ஒவ்வொரு கட்டத்திலும் உங்கள் பணி தர்க்கரீதியாகச் சரியானதாக அமைய வேண்டும் என்று மிகக் கண்டிப்பாக வற்புறுத்தியுள்ளேன்.

"இந்தக் கருத்தைப் பற்றி இன்னும் சொல்லாமல் விடப்பட்டுள்ளது, நமது பணி முன்னேறிச் செல்லும்போது அவ்வப்போது இடையிடையே பொருத்தப்படும். எனவே இப்போது குறிப்பாக எதையும் இங்கு நான் சொல்லப் போவதில்லை. உண்மையில், மேலும் இதுபற்றிப் பேச நான் அஞ்சுகிறேன். ஏனெனில், அவ்வாறு செய்தால், நடைமுறையிலான செயல் விளக்கத்திலிருந்து நழுவி, தத்துவத்துக்குள் இறங்கி விடுவேனோ என்று பயப்படுகிறேன்.

"அதனால்தான் பட்டியலை நிறைவு செய்ய வேண்டி, இந்தப் பல்வேறு அம்சங்களை இங்கே வெறுமனே பெயரிட்டுக் குறிப்பிட்டுள்ளேன். காலப்போக்கில் இவற்றை நாம் அணுகி, நடைமுறைக்கேற்றவாறு அவற்றின் மீது பயிற்சி செய்யலாம். அவ்வாறு பயிற்சி செய்யும்போது அதிலிருந்து தத்துவ விதிகளை நம்மால் புரிந்து கொள்ள முடியும்.

"ஒரு நடிகனின் படைப்புச் செயல்பாட்டில் தேவையான அக அம்சங்கள் பற்றிய ஆய்வின் முடிவை இங்கு நாம் தற்காலிகமாக எட்டியுள்ளோம் இன்று நான் பட்டியல் இட்டுள்ள அம்சங்கள், ஆன்மிக நிலைகளைச் சரியான அக நிலைகளைக் கொண்டு வரத் தேவையானவை என்று முன்னர் நாம் விளக்கமாகப் பார்த்த அம்சங்களைப் போலவே, அதே அளவு முக்கியத்துவம் வாய்ந்தவை என்று மட்டுமே இப்போது சொல்லிக் கொள்ள விரும்புகிறேன்.''

12

உள்ளார்ந்த தூண்டுதல் சக்திகள்

இப்போது அனைத்து ''மூலக்கூறுகளையும்'' அம்சங்களையும், உளவியல் செயல்நுட்பத்தின் வழிகள் ஆகியவற்றை நாம் ஆய்ந்து முடித்து விட்டதால், நமது அகக் கருவி இப்போது தயாராக உள்ளது என்று கூறலாம். அதைப் பயன்படுத்தி நடிப்பதற்கு ஒரு வல்லுனர் மட்டுமே நமக்கு தேவை. யார் அந்த விற்பன்னர்?''

''நாங்கள் தான்...'' என்று பல மாணவர்கள் பதில் கொடுத்தனர்.

'''நாங்கள்' என்பது யார்? ''நாம்'' என்று அழைக்கப்படுகிற அந்தக் கண்ணுக்குப் புலப்படாத விஷயத்தை எங்கே கண்டு பிடிக்கமுடியும்?''

''அது நமது கற்பனை, கவனம், உணர்வுகள்,'' என்று நாங்கள் பட்டியலிட்டோம்.

''உணர்வுகள்! அதுதான் மிக முக்கியமானது,'' என்று வான்யா கூறினான்.

''நான் நீ சொல்வதை ஒப்புக்கொள்கிறேன். உனது பாத்திரத்தை உணர் - உடனடியாக உனது அகத் தந்திகள் எல்லாம் ஒன்று சேர்ந்து இயங்கத் தொடங்கும். உணர்ச்சிகளை வெளிப்படுத்தும் உனது உடலென்னும் கருவியானது செயல்பட ஆரம்பிக்கும். ஆக, முதலாவதும், மிக முக்கியமானதுமான வல்லுனரை - உணர்வு - நாம் கண்டுபிடித்து விட்டோம்,'' என்றார் இயக்குனர். பின்னர் அவர் தொடர்ந்து பேசினார்.

''துரதிருஷ்டவசமாக உணர்வு என்பது இலகுவாக வளைந்து கொடுப்பதில்லை, நமது கட்டளைகளை ஏற்றுக் கொள்ளவும் அது

தயாராக இருப்பதில்லை. உங்களது உணர்வுகள் தாமாகவே செயல்படவில்லை என்றால் உங்களால் உங்கள் வேலையைத் தொடங்க முடியாது. எனவே, வேறு ஒரு வல்லுனர் உங்களுக்குத் தேவைப்படுகிறார். அது யார்?''

"கற்பனை!" என்று வான்யா முடிவாகச் சொன்னான்.

"நல்லது. எதையாவது கற்பனை செய்து, உனது படைக்கும் கருவி வேலைசெய்யத் தொடங்குவதை எனக்குக் காட்டு.''

"எதை நான் கற்பனை செய்வது?''

"எனக்கு எப்படித் தெரியும்?''

"ஏதேனும் ஒரு குறிக்கோள் எனக்குத் தேவை, ஏதேனும் ஒரு கருத்து...''

"அவற்றை எங்கிருந்து பெறுவாய்?''

"அவனது மனம் அவற்றை அவனுக்குத் தெரியப்படுத்தும்,'' என்றான் க்ரிஷா.

"அப்படியென்றால், நாம் தேடிக் கொண்டிருக்கும் இரண்டாவது வல்லுனர், மனம்தான். அதுதான் படைக்கும் திறனைத் தொடங்கி வழி நடத்திச் செல்கிறது.''

"கற்பனையில் ஒரு வல்லுனராக இருக்க முடியாதா?'' என்று நான் கேட்டேன்.

"அதற்கு வழிகாட்டுதல் தேவை என்று உன்னாலேயே பார்க்க முடிகிறதே!''

"கவனம் என்பது பற்றி என்ன சொல்கிறீர்கள்?'' என்று வான்யா கேட்டான்.

"நாம் அதை ஆய்ந்து பார்ப்போம். அதன் வேலைகள் என்ன?''

"உணர்வுகள், மனம், கற்பனை மற்றும் மனோதிடம் இவற்றின் பணி நடைபெற அது உதவுகிறது,'' என்று பல மாணவர்கள் கூறினார்கள்.

"கவனம் என்பது ஒளியைப் பிரதிபலிக்கும் கண்ணாடி போலச் செயல்படுகிறது," என்று நான் கூறினேன். "ஏதேனும் ஒரு தேர்ந்தெடுக்கப் பட்ட பொருளின் மீது அது தனது கதிர்களை வீசுகிறது. இதனால் நமது எண்ணங்கள், உணர்வுகள் மற்றும் ஆசையின் ஆர்வத்தை அதன்பால் எழுப்புகிறது."

"அந்தப் பொருளைச் சுட்டிக்காட்டுவது யார்?" என்று இயக்குனர் கேட்டார்.

"மனம்."

"கற்பனை."

"தரப்பட்டுள்ள குறிப்பிட்ட சூழ்நிலைகள்."

"குறிக்கோள்கள்."

"அப்படியென்றால், இந்த எல்லா அம்சங்களும் பொருளைத் தேர்ந்தெடுத்து வேலையைத் துவக்கி வைக்கின்றன. ஆனால் கவனமானது தனது செயல்பாட்டை வெறும் துணையாக, இரண்டாம் பட்சமாக நிறுத்திக் கொள்ள வேண்டும்."

"கவனம், வல்லுனர்களில் ஒருவர் இல்லையென்றால், அது என்ன?" என்று நான் தொடர்ந்து கேட்டேன்.

எங்களுக்கு ஒரு நேரடியான பதிலைத் தருவதற்குப் பதிலாக, எங்களுக்கு மிகவும் அலுத்துப் போன ஒரு பயிற்சியை - பைத்தியக்காரன் பற்றியது - மேடைமீது சென்று செய்யுமாறு டார்ட்சாவ் கூறினார். இதைக் கேட்டுவிட்டு முதலில் மாணவர்கள் பேசாமல் இருந்தனர் - சுற்றுமுற்றும் ஒருவரையொருவர் பார்த்துக் கொண்டனர் - எழுந்திருக்கலாமா வேண்டாமா என்று தீர்மானிக்க முயற்சி செய்தனர். இறுதியில், ஒருவர் பின் ஒருவராக எழுந்து, மெதுவாக மேடையை நோக்கி நாங்கள் செல்லலானோம். ஆனால் டார்ட்சாவ் எங்களைத் தடுத்து நிறுத்தினார்.

"நீங்கள் உங்களையே வெற்றிகொண்டு விட்டதில் எனக்கு மகிழ்ச்சி. ஆனால், உங்களுக்கு மனஉறுதி உள்ளது என்பதை நீங்கள் நிரூபித்து விட்டபோதிலும், உங்களது செயல்கள் எனது

நோக்கத்துக்குப் போதுமானவை அல்ல. இதைவிடவும் உயிர்த் துடிப்புள்ள, உற்சாகமான, கலைத்தன்மை கொண்ட விருப்பத்தை நான் உங்களுக்குள் எழுப்ப வேண்டும் - மேடைக்குச் செல்வதற்கு நீங்கள் ஆவலாக இருப்பதை, மிகுந்த உணர்ச்சிக் களிப்புடனும், கலகலப்புடனும் இருப்பதைக் காண நான் விரும்புகிறேன்,'' என்றார் அவர்.

அந்தப் பழைய பயிற்சியைக் கொண்டு உங்களால் இதை எங்களிடமிருந்து பெற ஒருபோதும் முடியாது,'' என்று க்ரிஷா கோபத்துடன் கூறினான்.

"இருந்தாலும், நான் முயற்சி செய்கிறேன்,'' என்றார் டார்ட்சாவ், தீர்மானமாக.

"தப்பிச் சென்று விட்ட பைத்தியக்காரன், முன் வாசல் வழியாக அதை உடைத்துக் கொண்டு உள்ளே வருவான் என்று நீங்கள் எதிர்பார்த்துக் கொண்டுள்ளபோது, அவன்பின் மாடிப்படி வழியாக மேலே ஏறிவந்து பின் கதவைத் தட்டிக் கொண்டிருக்கிறான் என்பது உங்களுக்குத் தெரியுமா? பின் கதவு மிகவும் லேசானது. அது உடைந்து விட்டால்... இந்தப் புதிய சூழ்நிலையில் என்ன செய்யப் போகிறீர்கள்? முடிவு செய்யுங்கள்!''

மாணவர்கள் சிந்தனையில் ஆழ்ந்தார்கள். அவர்களது கவனம் ஒரு முனைப்படுத்தப் பட்டு பிரச்சினையில் தீவிரமாக ஈடுபடுத்தப்பட்டு இருந்தது. இந்தப் புதிய பிரச்சினையையும், அதற்கான தீர்வாக, மற்றும் ஒரு தடையைப் பாதுகாப்புக்காக எழுப்புவதையும் பற்றி அவர்கள் பேசினார்கள்.

பின் நாங்கள் மேடைக்கு ஓடிச் சென்றோம். விஷயங்கள் வேகமாக நிகழலாயின. இதே பயிற்சியை முதன் முதலாகச் செய்த, எங்கள் வகுப்புகளின் துவக்ககாலத்தைப் போல இது இருந்தது.

இதை டார்ட்சாவ் சுருக்கமாக விளக்கினார்.

"இந்தப் பயிற்சியைச் செய்யுங்கள் என்று நான் சொன்ன போது உங்கள் விருப்பத்துக்கு எதிராக அதைச் செய்யுமாறு உங்களையே கட்டாயப்படுத்திக் கொள்ள நீங்கள் முயன்றீர்கள். ஆனால்

அதைப் பற்றி உற்சாகம் கொள்ளுமாறு உங்களை வற்புறுத்த உங்களால் முடியவில்லை.

"பிறகு நான் ஒரு புதிய கருத்தை உட்புகுத்தினேன். அதன் அடிப்படையில் நீங்கள் உங்களுக்கென ஒரு புதிய குறிக்கோளை உருவாக்கிக் கொண்டீர்கள். இந்தப் புதிய விருப்பம் அல்லது விருப்பங்கள், கலைத்தன்மை கொண்டதாக இருந்தது. எனவே, உங்கள் வேலையில் உற்சாகத்தை ஏற்படுத்தியது. இப்போது சொல்லுங்கள் - படைக்கும் தொழிலின் கருவியின் மீது செயல்பட்ட வல்லுனர் யார்?"

"நீங்கள் தான்," என்பது மாணவர்களின் முடிவான பதிலாக இருந்தது.

"மேலும் சரியாகச் சொல்வதானால், என் மனம்" என்று டார்ட்சாவ் திருத்தினார். "ஆனால், உங்கள் மனதாலும் இதையே செய்ய முடியும்; ஒரு தூண்டும் சக்தியாக, உங்களது உளவியல் வாழ்வில், உருவாக்கும் செயல்பாட்டுக்கு உறுதுணையாக அதனால் இருக்க முடியும்.

"எனவே, இரண்டாவது வல்லுனர் மனம் அல்லது புத்தி என்று நாம் நிரூபித்துள்ளோம்." என்று டார்ட்சாவ் முடிவாகச் சொன்னார். "மூன்றாவது ஒன்று உள்ளதா?"

"அது, உண்மை பற்றிய உணர்வாக மற்றும் அது பற்றிய நமது நம்பிக்கையாக இருக்கக் கூடுமா? அப்படியானால், ஏதேனும் ஒன்றில் நம்பிக்கை வைத்தால் போதும், நமது படைப்புத் திறன் எல்லாமே உடனே செயலில் இறங்கி விடும்."

"எதில் நம்பிக்கை கொள்ள வேண்டும்?" என்ற கேள்வி எழுந்தது.

"எனக்கு எப்படித் தெரியும்? அது உங்கள் வேலை."

"முதலில் ஒரு மனித உயிரின் வாழ்வை நாம் உருவாக்க வேண்டும். அதன் பின்னர் நம்மால் அதில் நம்பிக்கை வைக்க முடியும்," என்று பால் சொன்னான்.

"எனவே, உண்மை பற்றிய நமது உணர்வு நாம் தேடிக் கொண்டிருக்கும் வல்லுனர் அல்ல. ஒருவேளை நம்மால் அதைத் தோழமைத் தொடர்பு அல்லது "ஏற்றவாறு மாற்றிக் கொள்ளல் இவற்றில் கண்டு பிடிக்க முடியுமா?" என்று இயக்குனர் கேட்டார்.

"நாம் ஒருவரோடு ஒருவர் தோழமைத் தொடர்பு கொள்ள வேண்டுமானால், பரஸ்பரம் பரிமாறிக் கொள்ள நம்மிடம் எண்ணங்களும், உணர்ச்சிகளும் இருக்க வேண்டும்."

"மிகவும் சரி,"

"அது, கூறுகளும், குறிக்கோள்களும் ஆகும்!" என்று வான்யா எடுத்துக் கொடுத்தான்.

"அது ஒரு மூலக்கூறு, அல்லது அம்சம் ஆகாது. உள்ளார்ந்த, உயிருள்ள ஆசைகளையும், இலட்சியங்களையும் எழுப்புவதற்கான ஒரு செயல்நுட்ப வழிமுறை மட்டுமே அது," என்று டார்ட்சாவ் விளக்கினார். "அந்த ஆசைகளும் ஏக்கங்களும் உங்களது படைக்கும் கருவியை வேலை செய்ய வைத்து அதை வழிநடத்திச் செல்ல முடியுமானால்..."

"நிச்சயமாக அவற்றால் அது முடியும்," என்று நாங்கள் ஒரே குரலில் சொன்னோம்.

"அப்படியென்றால் நாம் நமது மூன்றாவது வல்லுனரைக் கண்டுபிடித்து விட்டோம் - மனோதிடம். இதனால், நமது உளவியல் வாழ்வில் மூன்று உந்தித்தள்ளும் விசைகளைக் கொண்டுள்ளோம் - நமது ஆன்மாக்களின் கருவியின் மீது பணிபுரியும் மூன்று வல்லுனர்கள்."

வழக்கம் போல, க்ரிஷாவிடம் ஒரு மறுப்பு இருந்தது. நடிப்புக் கலையில் படைக்கும் பணியில் உணர்வு பற்றி நிறையவே கேள்விப்பட்டிருந்த போதும் மனம் மற்றும் மனோதிடம் ஆகியவை ஆற்றும் பங்கு பற்றி எந்தவிதமான அழுத்தமும் இது வரையில் கொடுக்கப் படவில்லை என்பது அவன் கருத்தாக இருந்தது.

"அதாவது அதே விவரங்களை, இந்த மூன்று உந்தும் சக்திகள் ஒவ்வொன்றுடனும் இணைத்துத் தனித்தனியாக நான் விவரித்திருக்க வேண்டும் என்று நீ கருதுகிறாயா?" என்று இயக்குனர் கேட்டார்.

"இல்லை, நிச்சயமாக இல்லை. ஏன் அதே விவரங்கள் என்று நீங்கள் சொல்கிறீர்கள்?" என்றான் க்ரிஷா.

"பின் வேறு விதமாக அது எவ்வாறு இருக்க முடியும்? இந்த மூன்று சக்திகளும் பிரித்தெடுக்க முடியாமல் பின்னிப் பிணைந்திருக்கும் திரிசக்திகளாக அமைந்திருப்பதால், ஒன்றைப் பற்றி நாம் பேசுவது, கண்டிப்பாக மற்ற இரண்டையும் பொறுத்ததாகத் தான் இருக்க முடியும். இவ்வாறு மறுபடி மறுபடி விவரிப்பதைக் கேட்க நீ தயாராக இருந்திருப்பாயா? படைக்கும் குறிக்கோள்கள் பற்றி நான் உன்னுடன் விவாதிக்கிறேன் என்று வைத்துக் கொள்வோம். அவற்றை எவ்வாறு பிரிப்பது, தேர்ந்தெடுப்பது மற்றும் பெயரிடுவது என்று சொல்? இந்தப் பணியில் உணர்வுகள் பங்கேற்பதில்லையா?"

"நிச்சயமாக அவை பங்கேற்கின்றன," என்று மாணவன் க்ரிஷா ஒப்புக் கொண்டான்.

"அங்கே மனோதிடம் இல்லையா?" என்று கேட்டார் டார்ட்சாவ்.

"இல்லை, மாறாக, பிரச்சினைக்கும் அதற்கும் ஒரு நேரடியான தொடர்பு உள்ளது," என்று நாங்கள் சொன்னோம்.

"அப்படியென்றால் நடைமுறையில், சொன்ன அதே விஷயத்தை நான் மறுபடியும் சொல்ல வேண்டிவரும். மேலும், மனம் என்பது பற்றி என்ன நினைக்கிறீர்கள்?"

"குறிக்கோள்களைப் பிரித்தெடுப்பதிலும் அவற்றுக்குப் பெயரிடுவதிலும் அது பங்கு வகிக்கிறது," என்று நாங்கள் சொன்னோம்.

"அவ்வாறெனில், அதே விஷயத்தை நான் மறுபடியும் மூன்றாவது முறை திரும்பச் சொல்லியிருக்க வேண்டும்."

''உங்கள் பொறுமையைப் பாதுகாத்து, நேரத்தைச் சேமித்ததற்காக நீங்கள் எனக்கு நன்றி சொல்ல வேண்டும். எனினும் க்ரிஷா குறை சொல்வதிலும் ஒரு சிறு துணுக்கு நியாயம் இருக்கத் தான் செய்கிறது.

''படைப்புக் கலையின் உணர்ச்சி ரீதியான அம்சத்தின் பால் நான் சற்றுக் கூடுதலான ஆர்வம் கொண்டுள்ளேன். என்பதை நான் ஒப்புக் கொள்கிறேன். மேலும் இதை நான் வேண்டுமென்றே தான் செய்கிறேன். ஏனெனில் பெரும்பாலும், நாம் உணர்ச்சிகளை விட்டுவிடத் தலைப்படுகிறோம்.

''புத்திரீதியாக, அறிவுரீதியாகச் செயல்படுகிற, கணக்குப் பார்த்து வேலை செய்கிற நடிகர்களும், காட்சியமைப்பாளர்களும் மொத்தத்தில் நிறையப் பேர் உள்ளனர். உண்மையான, உயிருள்ள, உணர்வு ரீதியான படைப்புத் தொழிலை, நடிப்பில் நாம் வெகு அபூர்வமாகத்தான் பார்க்க நேரிடுகிறது.

2

தூண்டும், உசுப்பிவிடும் சக்திகளின் வலிமையானது அவை ஒன்றுடன் ஒன்று செயல்படுவதால் மேம்படுத்தப் படுகிறது. அவை ஒவ்வொன்றும் மற்றதை ஊக்குவித்தும், கிளர்ச்சி செய்தும், ஆதரவு காட்டியும் செயல்படுகின்றன. இதனால் அவை மூன்றும் ஒரே சமயத்திலும், நெருங்கிய தொடர்பு கொண்டும் செயல்படுகின்றன. நமது மனம் அல்லது புத்தியைச் செயல்படுத்தும் போது அதே சமயத்தில் மனோதிடம் மற்றும் உணர்வுகளையும் கிளறி விடுகிறோம். இந்தச் சக்திகள் ஒன்றுடன் ஒன்று நல்லிணக்கத்துடன் கூட்டுறவாகச் செயல்படும்போது மட்டுமே நம்மால் சுதந்திரமாக உருவாக்க முடியும்.

''ஒரு நல்ல, நிஜமான கலைஞன் ''இருப்பதா, அல்லது இறப்பதா'' (Hamlet) என்ற ஏக வசனத்தைப் பேசும்போது ஆசிரியரின் கருத்துகளை நம் முன்னே வைத்து, தனது இயக்குனரால் சுட்டிக் காட்டப்பட்டுள்ள பணியை மட்டுமா செய்கிறார்? இல்லை, வாழ்க்கை பற்றிய தனது சொந்தக்

கருத்துக்களில் பலவற்றையும் அவர் அந்த வசனத்துக்குள் இடுகிறார்.

''இத்தகைய ஒரு நடிகர், கற்பனைப் பாத்திரமான ஹாம்லெட்டாக மட்டுமே நின்று பேசுவதில்லை. நாடகத்தால் உருவாக்கப்பட்ட சூழ்நிலைகளில் தானே உள்ளது போன்ற தனது சொந்த உரிமைப்பாட்டில் அவர் பேசுகிறார். ஆசிரியரின் எண்ணங்கள், உணர்ச்சிகள், கருத்தாக்கங்கள் மற்றும் வாதங்கள் யாவும் அவரது சொந்த விஷயங்களாக மாற்றப்படுகின்றன. வசனங்கள் புரிந்து கொள்ளப் படவேண்டும் என்ற ஒரே காரணத்துக்காக அவர் அதைப் பேசுவதில்லை. பார்வையாளர்கள் அவர் பேசுகிற வசனத்துடன் கொண்டுள்ள தொடர்பை உணரவேண்டும் என்பது அவருக்கு மிக அவசியமாகும். அவரது சொந்த மனம் மற்றும் ஆசைகளை அவர்கள் உணர வேண்டும். இங்கு அவரது உளவியல் வாழ்வின் உந்தும் சக்திகள், ஒன்றுபட்டுச் செயல்படுவதுடன், ஒன்றை மற்றொன்று சார்ந்தும் உள்ளன. இந்த ஒன்றுபட்ட, திரண்டுள்ள சக்தியானது நடிகர்களாகிய நமக்கு மிக மிக முக்கியமானதாகும். இவற்றை நாம் நடைமுறை விளைவுகளுக்காகப் பயன்படுத்தவில்லை என்றால் அது நாம் செய்கிற பெரும் தவறாக இருக்கும். (எனவே ஒரு சரியான உளவியல் செயல்நுட்பத்தை நாம் உருவாக்கிக் கொள்ள வேண்டும். அதன் அடிப்படையானது, இந்த முப்பெரும் சக்திகளின் ஒன்றுபட்ட, இயைந்த செயல்பாட்டை நமக்குச் சாதகமாகப் பயன்படுத்திக் கொள்வதாகும். இதற்காக, அவற்றை இயற்கையான வழிமுறைகளால் தூண்டுவது மட்டுமல்லாது,, பிற உருவாக்கும் திறன்களைக் கிளறி விடுவதற்காகவும் அவற்றைப் பயன்படுத்திக் கொள்ளத் தவறி விடக் கூடாது.

''சில சமயங்களில் அவை தானாகவே, தன்னுணர்வின்றிச் செயல்படத் தொடங்குகின்றன. அத்தகைய நல்ல, சாதகமான சமயங்களில் அவற்றின் செயல்பாட்டின் ஓட்டத்தில் நாம் நம்மை மூழ்கடித்துவிட வேண்டும், ஒப்படைத்துக் கொள்ள வேண்டும். ஆனால் அவை அவ்வாறு தானாகச் செயல்படாவிட்டால் அப்போது நாம் என்ன செய்வது?

"அத்தகைய சமயங்களில் நாம் இந்த மும்மூர்த்திகளில் ஒருவரது துணையை நாடுகிறோம் - அது ஒருக்கால் மனமாக இருக்கலாம். ஏனெனில் அது உத்தரவுகளுக்கு வெகு சுலபமாக இணங்குகிறது. நடிகன் தனது பாத்திரப் படைப்பின் வசனங்களில் உள்ள கருத்துகளை எடுத்துக் கொண்டு அவற்றின் பொருளை உள்வாங்கிக் கொள்கிறான். அடுத்ததாக, இந்தப் பொருளானது அதனைப் பற்றிய ஒரு அபிப்பிராயத்தை அவனுள் உருவாக்கும். இந்த அபிப்பிராயமானது அவனது உணர்வுகளை ஏற்றவாறு பாதித்துப் பின் அவன் மனநிலையையும் பாதிக்கும்.

"இந்த உண்மை பற்றிய பல செயல்முறை விளக்கங்களை நாம் ஏற்கெனவே பார்த்துள்ளோம். பைத்தியக்காரன் பற்றிய பயிற்சியின் தொடக்கத்தைப் பற்றி நினைத்துப் பாருங்கள். அதற்கான கருவையும், அது இடம் பெற வேண்டிய சூழ்நிலையையும் மனம் தான் உருவாக்கித் தந்தது. இவை, செயல்கள் பற்றிய கருத்தை உருவாக்கி, அவை, உங்களது உணர்வுகளையும் மனநிலையையும் தாக்கின. இதன் விளைவாக அந்தக் காட்சியை மிகச் சிறப்பாக நீங்கள் நடித்தீர்கள். படைக்கும் செயல்பாட்டைத் தொடங்குவதில் மனதின் பங்கு பற்றிய ஒரு மிக உயர்வான எடுத்துக்காட்டாக இது விளங்குகிறது. ஆனால் ஒரு நாடகம் அல்லது பாத்திரமானது உங்கள் உணர்வுகளை உடனடியாகத் தூண்டி விடுகிறது என்றால் உணர்வுகளைக் கொண்டும் அதை அணுகலாம். அவை அவ்வாறு தூண்டப்படும் போது ஒரு இயல்பான முறையில் படிப்படியாக எல்லாமே ஒழுங்காக அமைகின்றன - ஒரு கருத்தாக்கம் முன் வருகிறது, சரியான அமைப்பு எழுகிறது, இவை ஒருங்கிணைந்து உங்கள் மனநிலையைத் தூண்டுகின்றன.

"ஆனால், உணர்ச்சியானது தூண்டப்பட மறுக்கும் போது என்ன விதமான நேரடித் தூண்டுதலை நாம் பயன்படுத்தக் கூடும்? மனதுக்கான நேரடித் தூண்டுதல்களை, நாடகத்தின் வசனங்களிலிருந்து பெறப்படும் எண்ணங்களில் நாம் கண்டு கொள்ளலாம். உணர்ச்சிகளுக்கான தூண்டுதல்கள் ஒரு பாத்திரத்தின் புறச்செயல்பாடுகள் மற்றும் அக உணர்வுகள்

இவற்றின் அடியில் அமைந்துள்ள தாளலயங்களை ஆராய்ந்து அவற்றுள் தேடலாம்.

‘‘இந்த முக்கியமான கேள்வியைப் பற்றி இப்போது விளக்க முடியாது. ஏனெனில் இந்த விஷயத்தைப் பற்றிய முக்கியமான மற்றும் அவசியமான அம்சங்களை ஆழமாகப் புரிந்து கொள்ள வேண்டுமானால், ஒரு குறிப்பிட்ட அளவிலான தயாரிப்புப் பயிற்சிகளை நீங்கள் செய்தாக வேண்டும். மேலும், இந்தப் பிரச்சினையை ஆய்வதைச் சட்டென்று நம்மால் செய்து விட முடியாது. அவ்வாறு செய்வதானால் பல கட்டங்களைத் தாண்டி அப்பால் செல்ல வேண்டிவரும். அது நமது பணியின் ஒழுங்கான திட்டத்தின் சீரான வளர்ச்சியில் இடையூறு செய்வதாக அமையும். அதனால் இந்த விஷயத்தை இப்படியே விட்டு விட்டு, படைப்புச் செயலைச் செய்வதற்காக மனநிலை அல்லது மனோதிடத்தைத் தூண்டுவதற்கான வழிமுறையைப் பற்றி நான் பேசவுள்ளேன்.

‘‘மனமானது, எண்ணங்கள் அல்லது கருத்துக்களால் நேரடியாகப் பாதிக்கப்படுகிற ஒன்றாகும். உணர்வுகளோ தாள-லயத்தினால் நேரடியாகப் பாதிக்கப் படுபவையாகும். இவற்றைப் போல் அல்லாமல் மனோதிடம் அல்லது மனநிலையைத் தூண்டிவிடக் கூடிய நேரடித் தூண்டுதல்கள் எதுவுமே இல்லை.’’

‘‘குறிக்கோள் அல்லது நோக்கம் என்பது பற்றி என்ன சொல்லலாம்?’’ என்று நான் கூறினேன்.’’ அது ஒருவரது படைக்கும் ஆசையையும் அதன் வாயிலாக மனநிலையையும் பாதிப்பதில்லையா?’’

‘‘அது பல விஷயங்களைப் பொறுத்து உள்ளது. குறிப்பிட்டுச் சொல்லத் தக்கவாறு கவர்ச்சிகரமாக இல்லாவிட்டால் அது சரியாக வேலை செய்யாது. அதைக் கூர்மைப்படுத்தி உயிரோட்டமுள்ளதாகவும், சுவாரஸ்யமானதாகவும் செய்யச் செயற்கையான வழிமுறைகள் பயன்படுத்தப் படவேண்டும். இதற்கு நேர் எதிராக, கருத்தைக் கவரும் ஒரு குறிக் கோளானது, உடனடியானதும், நேரடியானதுமான தாக்கத்தைக் கொண்டுள்ளது. ஆனால் - இந்தத் தாக்கம் மனோநிலையின்

பாற்பட்டதல்ல. அது உணர்ச்சிகளுக்குக் கவர்ச்சிகரமாகத் தோன்றுகிறது. முதலில் நீங்கள் உணர்ச்சி வெள்ளத்தால் அடித்துச் செல்லப்படுகிறீர்கள் - அதன் பின்னர் தான் ஆசைகள் எழுகின்றன. எனவே, உங்கள் மனநிலையின்பால் அது கொண்டுள்ள தாக்கம் மறைமுகமானதாகத் தான் உள்ளது.''

''ஆனால், உணர்ச்சிகளும் மனநிலையும் இணைபிரியாதவை என்று நீங்கள் எங்களிடம் சொல்லி வந்துள்ளீர்கள். எனவே, ஒரு குறிக்கோள் இவற்றில் ஒன்றின் மீது செயல்பட்டால், அதே சமயத்தில் இயல்பாக மற்றதையும் பாதிக்குமே!'' என்றான் க்ரிஷா, ஒரு முரண்பாட்டைச் சுட்டிக் காட்டுவதில் ஆர்வம் கொண்டவனாக.

''நீ சொல்வது மிகவும் சரி. மனநிலையும் உணர்வும் இருமுகம் கொண்ட ஒரே தலையைப் போன்றவை. சில சமயங்களில் உணர்வு மேலோங்கியுள்ளது. வேறு சமயங்களில் மனநிலை அல்லது ஆசை முன்னதாக உள்ளது. இதன் விளைவாக, சில குறிக்கோள்கள், உணர்வைக் காட்டிலும் மனநிலையைக் கூடுதலாகப் பாதிக்கின்றன. வேறு சில, ஆசையை விட்டு விட்டு உணர்ச்சிகளை அதிகமாகப் பாதிக்கின்றன. எப்படிப் பார்த்தாலும், நேரடியாகவோ மறைமுகமாகவோ, குறிக்கோள் என்பது ஒரு மகத்தான தூண்டும் கருவியாகும். அதைப் பயன்படுத்துவதில் நாமும் மிக ஆர்வமாக உள்ளோம்.''

சற்று நேர மௌனத்திற்குப் பின் டார்ட்சாவ் தொடர்ந்து பேசலானார்.

''புத்தியை விடவும் உணர்ச்சிகளை அதிகமாகக் கொண்டுள்ள நடிகர்கள், ரோமியோ அல்லது ஒதெல்லோ போன்ற பாத்திரங்களை ஏற்று நடிக்கும்போது அவற்றின் உணர்ச்சி சார்ந்த பகுதியை அதிகமாக வலியுறுத்துகிறார்கள். மனநிலையானது மேலும் வலிமையாக அமைந்துள்ள குணாம்சத்தைக் கொண்டுள்ள நடிகர்களோ மாக்பெத் அல்லது பிராண்டு போன்ற கதாபாத்திரங்களை ஏற்று நடித்து, இலட்சிய வேட்கை அல்லது கருத்துவெறி இவற்றை வலியுறுத்துவார்கள். மூன்றாவது வகையிலான அறிவு அல்லது மனம் சார்ந்த நடிகர்கள், ஹாம்லெட்

அல்லது நேதன் டொர்வீஸ் போன்ற பாத்திரங்களின் அறிவுபூர்வமான சாயல்களை தேவைக்கு அதிகமாக வலியுறுத்திக் காட்டுவார்கள்.

''இந்த மூன்று மூலக்கூறுகளில் ஒன்று மற்றவற்றை நசுக்கி விடாதவாறும், இவற்றுக்கும் இடையே தேவையான நல்லிணக்கம் மற்றும் சமநிலையைக் குலைத்து விடாதவாறும் பார்த்துக் கொள்வது மிகவும் முக்கியமான ஒரு விஷயமாகும். நமது நடிப்புக் கலை இந்த மூன்று வகை நடிப்புகளையும் அங்கீகரிக்கின்றது. இவற்றின் படைப்புப் பணியில், மூன்று சக்திகளும் முன்னணிப் பங்கை வகிக்கின்றன. இங்கு நாம் ஏற்றுக் கொள்ள மறுக்கும் ஒரு வகை நடிப்பு, மிகவும் உணர்ச்சியற்றதும், கணக்குப் பார்த்துச் செயல்படுவதால் காய்ந்து உலர்ந்து சருகாகிப் போய் விட்ட பொருளற்றதுமான நடிப்பு மட்டுமே ஆகும்.''

இதன் பின் சற்றுநேரம் எங்களிடையே நீண்டதொரு கனத்த மௌனம் நிலவியது.

''இப்போது நீங்கள் மிகவும் செழிப்பாக இருக்கிறீர்கள் ஒரு பாத்திரப் படைப்பில் ஒரு மனித உயிரின் வாழ்க்கையை உருவாக்குவதற்குப் பயன்படுத்தவென பல்வேறு மூலக்கூறுகள் உங்களிடம் அதிகமாக உள்ளன.

''இது ஒரு மகத்தான சாதனை. இதற்காக நான் உங்களைப் பாராட்டுகிறேன்!'' என்று கூறி, டார்ட்சாவ் அன்றைய நாளின் பாடத்தை முடித்து வைத்தார்.

13

உடையாத கோடு

1

"நடிப்புக்கான உங்களது அகக்கருவி, உச்சஸ்தாயியில் உள்ளது" என்று பாடத்தின் தொடக்கத்தில் கூறி இயக்குனர் அன்றைய பணியைத் துவங்கினார்.

"நாம் ஒரு நாடகத்தைத் தயாரிக்க முடிவு செய்துள்ளோம் என்று வைத்துக்கொள்வோம். அதில் உங்கள் ஒவ்வொருவருக்கும் ஒரு அற்புதமான பாத்திரம் தரப்பட உள்ளது. நாடகத்தை முதன்முதலாகப் படித்து முடித்தவுடன் வீட்டிற்குச் சென்றதும் நீங்கள் என்ன செய்வீர்கள்?"

"நடிப்பேன்" என்றான் வான்யா.

தனது பாத்திரத்தை ஏற்றுக்கொண்டு அதனுள் புகுந்து கொள்வதற்கு முயற்சி செய்யக்கூடும் என்று லியோ கூறினான். யாருமற்ற ஒரு மூலைக்குத் தனியாகச் சென்று அமர்ந்து தனது பாத்திரத்தை உணர முயற்சி செய்வேன் என்று மரியா கூறினாள்.

நாடகத்தில் முன்வைக்கப்பட்டுள்ள தனிப்பட்ட சூழ்நிலைகளில் தொடங்கி, என்னை அவற்றுள் இருத்திக் கொள்வேன் என்று நான் தீர்மானித்தேன். நாடகத்தைச் சிறுசிறு கூறுகளாகப் பிரிக்கப் போவதாகப் பால் சொன்னான்.

"வேறு விதமாகச் சொல்வதானால், உங்கள் பாத்திரத்தின் ஆன்மாவை நன்கு உணர்ந்து கொள்வதற்காக உங்களின் அகச் சக்திகளை நீங்கள் பயன்படுத்துவீர்கள்" என்றார் இயக்குனர்.

"நாடகத்தை நீங்கள் பலமுறை திரும்பத் திரும்ப வாசிக்க வேண்டும். மிகவும் அபூர்வமான சந்தர்ப்பங்களில் மட்டுமே ஒரு நடிகரால் புதிய பாத்திரம் ஒன்றின் அடிப்படை அம்சங்களை உடனடியாகப் புரிந்து கொள்ள முடியும். அப்போது அதனால் அவன் மிகவும் தீர்க்கமாகத் தாக்கப்பட்டு, தன்னையே இழந்தவனாக வெடித்தெழும் உணர்ச்சிக் கொந்தளிப்பில் அதன் மூல அம்சத்தைச் சட்டென்று அவனால் உருவாக்க முடியும். ஆனால் பெரும்பாலான சந்தர்ப்பங்களில் அவன் வசனத்தைச் சிறுசிறு பகுதிகளாக மட்டுமே முதலில் புரிந்து கொள்கிறான். அதன் பின்னர் அவனது உணர்ச்சிகள் லேசாகத் தூண்டப்படுகின்றன. பின் அவை தெளிவற்ற ஆசைகளைத் தூண்டி விடுகின்றன.

"ஆரம்பகட்டங்களில், ஒரு நாடகத்தின் உள்ளார்ந்த முக்கியத்துவம் பற்றிய அவனது புரிதல் மிகவும் பொதுப்படையானதாகத் தான் இருக்கிறது. அதை எழுதும் போது ஆசிரியர் தாண்டி வந்த கட்டங்களைத் தானும் படிப்படியாகப் பின்பற்றி அதை ஆழமாகவும், தீர்க்கமாகவும், முழுமையாகப் படித்தறியும் வரையில் அதை அவனால் முற்றிலுமாகப் புரிந்து கொள்ள முடியாது.

"ஒரு நாடகத்தை முதல் முறை வாசிக்கும் போது அறிவுரீதியாகவோ, உணர்வுரீதியாகவோ அது பதிவுகள் எதையும் தன்மீது விட்டுச் செல்லாத போது ஒரு நடிகனால் என்ன செய்யக் கூடும்? அவன் என்ன செய்ய வேண்டும்?

"பிறர் அந்த நாடகத்தைப் பற்றி என்ன தீர்மானித்திருக்கிறார்களோ அதை ஏற்றுக்கொண்டு, நாடக வசனத்தின் பொருளை ஊடுருவிப் புரிந்து கொள்ள முயல வேண்டும். தொடர்ந்து விடாமல் முயற்சி செய்தால், தனது பாத்திரம் பற்றிய ஒரு தெளிவற்ற கருத்தேனும் அவனுக்குப் புலப்படும். அதை அவன் பிற்பாடு வளர்த்தெடுக்க வேண்டும். கடைசியில், அவனது உள்ளார்ந்த தூண்டுதல் சக்திகள் செயலுக்குக் கொண்டுவரப்படும்.

"தனது இலக்குத் தெளிவாக இல்லாதவரையில் அவனது செயல்பாடுகள் செல்லும் திசை சரியாக உருவாகாமல் தான்

இருக்கும். தனது பாத்திரத்தில் அங்கங்கே உள்ள தனித்தனியான தருணங்களை மட்டுமே அவனால் உணர முடியும்.

‘‘இந்தக் காலகட்டத்தில் அவனது எண்ணங்கள், ஆசைகள் மற்றும் உணர்ச்சிகளின் ஓட்டமானது தோன்றுவதும் மறைவதுமாக இருப்பது வியப்புக்குரிய விஷயம் இல்லை. அவற்றின் போக்கை நாம் வரைபடமாக வரைந்து பார்த்தால் அந்தப் பாதை துண்டுதுண்டாகவும் உடைபட்டும் இருப்பதைக் காணலாம். தனது பாத்திரத்தைப் பற்றிய ஒரு ஆழமான புரிதலை அவன் எட்டும் போது மட்டுமே-அதன் அடிப்படை நோக்கத்தை உணர்ந்து கொண்ட பின்பு மட்டுமே அந்தக் கோடு படிப்படியாக ஒரு தொடர்ச்சியானதாக முழுமையடைந்து வெளிப்படுகிறது. அப்போது தான் படைக்கும் பணியின் தொடக்கத்தைப் பற்றி நம்மால் பேசமுடியும்’’

‘‘ஏன் அப்போது மட்டும் தான்?’’ இந்தக் கேள்விக்குப் பதிலளிக்காமல், இயக்குனர் தனது கரங்கள், தலை மற்றும் உடலைத் தொடர்பின்றி இப்படியும் அப்படியுமாக அசைத்தார் பின், ‘‘நான் நடனமாடினேன் என்று உங்களால் சொல்ல முடியுமா?’’

நாங்கள் ‘இல்லை’ என்று பதில் சொன்னோம். அதன் பின், உட்கார்ந்தபடியே, ஒரு சில உணர்ச்சிகளைத் தொடர்ச்சியாக ஒன்றின் பின் ஒன்றாக அபிநயித்துக் காட்டினார்.

‘‘இதனைக் கொண்டு ஒரு நடனத்தை வடிவமைக்க முடியுமா?’’ என்று அவர் கேட்டார். ‘‘முடியும்’’ என்று நாங்கள் ஒரே குரலில் பதில் சொன்னோம். பின், பல சுரங்களை இடையில் நீண்ட இடைவெளி தந்து பாடினார்.

‘‘இது ஒரு பாடலா?’’ என்றார்.

‘‘இல்லை’’ என்று நாங்கள் சொன்னோம்.

‘‘இது?’’ என்று கேட்டு விட்டு ஒரு இனிய, கம்பீரமான ராகத்தைப் பாடினார்.

‘‘ஆம்!’’

அடுத்ததாக, ஒரு காகிதத்தில் சில கோடுகளை இங்கு மங்குமாக வரைந்து அது ஒரு படமா என்று கேட்டார். நாங்கள் இல்லை என்று மறுத்துக் கூறியபோது மீண்டும் ஒரு காகிதத்தை எடுத்து நீண்ட, நெளிவான கோடுகள் கொண்ட அழகிய படம் ஒன்றை வரைந்தார். அதை ஒரு படம்தான் என்று நாங்கள் முழுமனதோடு ஏற்றுக்கொண்டோம்.

"ஒவ்வொரு கலையிலும் "உடையாத கோடு இருந்தாக வேண்டும் என்பதை உங்களால் காண முடிகிறதா? அதனால்தான், கோடு முழுமையானதாக வெளிப்படும் போது, படைக்கும் பணி தொடங்கிவிடுகிற என்று நான் சொல்கிறேன்."

"ஆனால், உண்மையிலேயே, உடையாத கோடு என்று ஒன்று இருக்க முடியுமா? நிஜவாழ்வில், அல்லது இன்னும் வெகு அபூர்வமாக மேடையில்?" என்று க்ரிஷா மறுப்புத் தெரிவித்தான்.

"ஒருக்கால் அந்தக் கோடு நிஜத்தில் இருக்கக்கூடும் ஆனால் அது சராசரி நபரிடம் இருக்காது. நல்ல ஆரோக்கியமுள்ள மனிதர்களுக்கு ஏதேனும் குறுக்கீடுகள் இருந்தே ஆகவேண்டும். குறைந்தபட்சம், அப்படித்தான் தோன்றுகிறது. இருந்தும், அத்தகைய இடைவெளிகளில் ஒருவர் தொடர்ந்து வாழ்ந்து கொண்டிருக்கிறார். அவர் செத்துப் போவதில்லை. எனவே, ஏதோ ஒரு விதமான கோடு தொடர்ச்சியாக இருந்து வருகிறது.

"எனவே, சாதாரணமான, தொடர்ச்சியான கோடு என்பது, சில தேவையான குறுக்கீடுகளைக் கொண்டுள்ளது. என்று நாம் ஒப்புக்கொள்வோம்."

பாடத்தின் இறுதிக் கட்டத்தில், நமது பல்வேறு அகச்செயல்பாடுகளின் செல்லும்திசைகளைக் குறிக்க ஒன்றல்ல பல கோடுகள் நமக்குத் தேவை என்று விளக்கினார்.

"மேடையில் ஒரு நடிகரின் உள்ளார்ந்த கோடு உடைபட்டு விட்டால், அங்கு பேசப்படுவதையும் செய்யப்படுவதையும் அவரால் புரிந்து கொள்ள முடியாமல் போய் விடுகிறது. மேலும், நடிப்பதற்குத் தேவையான ஆசைகளோ உணர்ச்சிகளோ அவரிடம் அதற்குமேல் இருப்பதில்லை. நடிகரும், அவர் ஏற்றுக்கொண்டுள்ள

பாத்திரமும், மனித ரீதியாகச் சொல்வதானால், இந்த உடையாத கோடுகளினால் தான் உயிர் வாழ்கின்றனர். அதுதான் நடிக்கப்படுகிற விஷயத்துக்கு உயிரோட்டமுள்ள அசைவைத் தருகிறது. இந்தக் கோடுகளில் குறுக்கீடு அல்லது இடைவெளி ஏற்பட்டால், அங்கு உயிர் செத்து விடுகிறது. அதை மீண்டும் உயிர்ப்பித்தால், உயிரோட்டம் தொடர்கிறது. ஆனால் இவ்வாறு விட்டு விட்டு நின்று போவதும் பின் உயிர்ப்பிக்கப் படுவதும், இயல்பான விஷயமல்ல. ஒரு பாத்திரம் செம்மையாக நடிக்கப் படுவதற்கு அது தொடர்ச்சியாக நிலைபெற்று இருக்க வேண்டும், அதன் உடையாத கோட்டைக் கொண்டிருக்க வேண்டும்.

2

''வேறு எந்தக் கலையைப் போல, நமது நடிப்புக் கலையிலும் ஒரு முழுமையான உடைபடாத கோடு இருக்க வேண்டும் என்று நமது சென்ற பாடத்தில் கண்டோம். அது எவ்வாறு உருவாக்கப் படுகிறது என்று நான் உங்களுக்குக் காட்டவா?''

''நிச்சயமாக!'' என்று நாங்கள் ஒரே குரலில் துவினோம்.

''அப்படியென்றால், இன்று காலை எழுந்ததிலிருந்து இங்கு வந்து சேரும் வரை நீ என்ன செய்தாய் என்று சொல்'' என்று வான்யாவிடம் இயக்குனர் கேட்டார். நமது உற்சாகமிக்க நண்பனும் இக்கேள்விக்குப் பதிலைக் காண வெகுவாக முயற்சித்தான். ஆனால் தனது கவனத்தையும், ஞாபகத்தையும் பின்னோக்கித் திருப்புவதற்குச் சிரமப்பட்டான். அவனுக்கு உதவுவதற்காக இயக்குனர் பின் வரும் அறிவுரையைக் கொடுத்தார்.

''கடந்த காலத்தை நினைவுபடுத்திக் கொள்ள வேண்டுமானால் அங்கிருந்து நிகழ்காலத்துக்கு முன்னால் செல்ல முயலாதே. நிகழ்காலத்திலிருந்து கடந்த காலத்தில் எந்த இடத்தை நீ நினைவுபடுத்திக் கொள்ள விரும்புகிறாயோ அங்கு வரை பின்புறமாகச் செல். மிகவும் சமீபகாலத்தின் கடந்தகாலத்தைப் பற்றிக் கையாளும் போது பின்புறமாகச் செல்வது மேலும் சுலபம்.''

இந்தக் கருத்தை வான்யாவினால் உடனடியாகப் புரிந்து கொள் முடியவில்லை. எனவே இயக்குனர் அவனுக்கு மேலும் ஒரு கேள்வியின் மூலம் வழிகாட்டினார்.

''இப்போது நீ எங்களுடன் பேசிக்கொண்டுள்ளாய். இதற்கு முன்னால் என்ன செய்தாய்?''

''நான் என் உடைகளை மாற்றிக்கொண்டேன்.''

''உடை மாற்றுவது என்பது ஒரு குறுகிய தனிப்பட்ட செயல். அதில் பல்வேறு அம்சங்கள் உள்ளன. இதை நாம் ஒரு குறுகிய, சிறிய கோடு என்று குறிப்பிடுவோம். எந்த ஒரு பாத்திரப் படைப்பிலும் இதுபோன்ற குறுகிய கோடுகள் பல உள்ளன. எடுத்துக் காட்டாக உடைமாற்றுவதற்கு முன் என்ன செய்தாய்?''

''நான் உடற்பயிற்சி-ஜிம்னாஸ்டிக்ஸ்-செய்து கொண்டிருந்தேன்.''

''அதற்கும் முன்பு!''

''புகை பிடித்தேன்.''

''அதற்கும் முன்னதாக?''

''பாட்டு வகுப்பில் இருந்தேன்.''

இவ்வாறு வான்யாவைப் படிப்படியாக முன்னால் தள்ளிச் சென்று அவன் முதன்முதலாக அன்று காலை கண் விழித்த தருணத்தை அடையுமாறு செய்தார்.

''இப்போது வரிசையாக உள்ள குட்டையான கோடுகளை நாம் சேகரித்துள்ளோம். இன்று அதிகாலையில் தொடங்கி, இந்த நிமிடம் வரையுள்ள உன் வாழ்க்கையின் நிகழ்வுகள். இவை எல்லாமே உனது நினைவில் பதிக்கப் பட்டுள்ளன. அவற்றை நன்றாக நிலை நிறுத்துவதற்காக, மீண்டும் பலமுறை அதே வரிசையில் அவற்றை நினைவு படுத்திப் பார்.''

இப்பயற்சி செய்து முடிக்கப்பட்ட பின், சமீபகாலத்தில் உள்ள கடந்தகாலத்தின் ஒரு சில மணி நேரங்களை வான்யா உணர்ந்தது மட்டுமின்றித் தன் நினைவில் ஆழமாகப் பதிவும் செய்து கொண்டான் என்று இயக்குனர் உறுதி செய்து கொண்டார்.

"இப்போது இதையே மறுபடியும் தலைகீழாகச் செய் உன் கண்களை இன்று காலை முதன் முதலாகத் திறந்த தருணத்தில் தொடங்கு." வான்யா அதையும் பலமுறை செய்தான்.

"இன்று உன் வாழ்வின் நெடிய கோடு என்று நீ கருதும் ஒன்றாக, இந்தப் பயிற்சியானது உன் மீது ஒரு அறிவுரீதியான அல்லது உணர்வு ரீதியான பதிவு ஒன்றை ஏற்படுத்தியுள்ளதா இல்லையா என்று இப்போது சொல். தனித்தனியான செயல்கள் மற்றும் உணர்ச்சிகளாலும், எண்ணங்கள் மற்றும் உணர்வுகளாலும் செய்யப்பட்ட ஒருங்கிணைக்கப்பட்ட முழுமையான ஒன்றாக அது உள்ளதா!" என்றார் இயக்குனர். மேலும் தொடர்ந்து,

"கடந்த காலத்தின் கோட்டை எவ்வாறு மறுபடி உருவாக்குவது என்று நீங்கள் புரிந்து கொண்டீர்கள் என்று நம்புகிறேன். இப்போது கோஸ்ட்யா, நீ இதையே எதிர்காலத்துக்காகச் செய் இன்றைய நாளின் பின்வரும் பாதியை எடுத்துக்கொள்" என்றார்.

"வரப்போகும் காலத்தில் எனக்கு என்ன நடக்கப் போகிறது என்று எனக்கு எப்படித் தெரியும்?" என்று நான் கேட்டேன்.

"இந்தப் பாடத்துக்குப் பிறகு உனக்கு மற்ற வேலைகள் உள்ளன என்பது உனக்குத் தெரியாதா? நீ வீட்டுக்குப் போவாய், இரவு உணவு அருந்துவாய் இன்று மாலை செய்வதற்கு எனத்திட்டங்கள் ஏதும் உனக்குக் கிடையாதா? செய்ய வேண்டிய பணிகள், செல்ல வேண்டிய நாடகம், சினிமா அல்லது சொற்பொழிவு? உனது திட்டங்கள் நிறைவேறும் என்று உன்னால் நிச்சயமாகச் சொல்ல முடியாது. ஆனால் அவ்வாறு ஆகலாம் என்று உன்னால் அனுமானிக்க முடியும். எனவே மீதமுள்ள இன்றைய தினத்தைப் பற்றிய ஏதேனும் ஒரு கருத்து உன்னிடம் இருக்கும். அந்தத்திடமான கோடானது எதிர்காலத்துக்குள் நீண்டு செல்வதை உன்னால் உணர முடியவில்லையா? அதனுடன் தொடர்பாக நிறைந்துள்ள கவலைகள், பொறுப்புகள், மகிழ்ச்சிகள் மற்றும் துயரங்களுடன்?

"முன்னோக்கிப் பார்க்கும் போது அங்கு ஒரு குறிப்பிட்ட அசைவு உள்ளது-அசைவு உள்ள இடத்தில் ஒரு கோடு தொடங்குகிறது.

''உனக்கு முன்னால் சென்றுள்ள கோட்டுடன் இந்தக் கோட்டை இணைக்கும் போது கடந்த காலத்திலிருந்து நிகழ்காலத்திற்கு வந்து அதனூடே புகுந்து எதிர்காலத்துக்குச் செல்லும் ஒரு ஓடை போன்ற உடையாத கோடு ஒன்று உருவாகும். இது, காலையில் நீங்கள் கண் விழித்து எழும் தருணத்திலிருந்து, இரவு நீங்கள் கண் மூடும் வரை தொடர்ந்து செல்லும். இந்த விதமாகத் தான் சிறு சிறு தனிப்பட்ட கோடுகள் ஒன்றுடன் ஒன்று இணைந்து ஒரு நாளின் வாழ்க்கையைக் குறிப்பிடும் ஒரு பெரிய ஓட்டமாக அமையும்.

''நீ ஒரு சிறுநகரத்தின் நாடகக் குழுவில் இருக்கிறாய் என்று வைத்துக்கொள்வோம். ஒருவார காலத்தில் ஒதெல்லோவின் பாத்திரத்தை நீ ஏற்று நடிக்கத் தயாராக வேண்டும். அந்த ஏழு நாள்களில், உன் வாழ்வு மொத்தமும் ஒரே திசையில் செலுத்தப் படுவதை உன் பணியைச் சிறப்பாகச் செய்வதற்காக உன்னால் உணர முடிகிறதா? அந்த அச்சமூட்டும் நாடகதினத்துக்கு, நீ நடிக்க வேண்டிய தருணத்துக்கு இட்டுச் செல்லுகிற, மற்ற எல்லாவற்றையும் ஈர்த்துக்கொண்டு முன்னோங்கி நிற்கும் ஒரே ஒரு கருத்து, எண்ணம் மட்டுமே அங்கு இருக்கும்.''

''கண்டிப்பாக'' என்று நான் ஒப்புக்கொண்டேன்.

''ஒதெல்லோவின் பாத்திரத்துக்காகத் தயார் செய்கிற அந்த வாரம் முழுவதும் தொடர்ச்சியாகச் செல்கிற அந்தப் பெரிய கோட்டை உன்னால் உணரமுடிகிறதா?'' என்று இயக்குனர் என்னை மேலும் வற்புறுத்திக் கேட்டார்.

''இவ்வாறு நாட்கள், வாரங்கள் என்று தொடர்ந்து ஓடிக்கொண்டுள்ள கோடுகள் இருந்தால், அவை மாதங்கள், ஆண்டுகள் ஏன் வாழ்நாள் முழுவதும் கூடத் தொடர்ந்து செல்லக் கூடும் என்று நாம் அனுமானித்துக் கொள்ளலாமா?''

''இந்தப் பெரிய கோடுகள் எல்லாமே, சிறிய கோடுகளின் இணைப்பைத் தான் குறிக்கின்றன. ஒவ்வொரு நாடகத்திலும், ஒவ்வொரு பாத்திரத்திலும் இதுதான் நடைபெறுகிறது. நிஜவாழ்வில், வாழ்க்கையே கோட்டை வடிவமைக்கிறது. ஆனால்

மேடையில், நாடக ஆசிரியரின் கலை நயம் வாய்ந்த கற்பனை அதை உண்மைபோலத் தோன்றுமாறு வடிவமைக்கிறது. இருந்த போதிலும், அவர் அதைத்துண்டுகளாகத் தான் நமக்குத் தருகிறார். அவற்றுக்கு இடையில் இடைவெளிகள் இருக்கின்றன.

''அது ஏன் அப்படி!'' என்று நான் கேட்டேன்.

''தனது கதாபாத்திரங்களின் முழுவாழ்கையிலிருந்து ஒரு சில நிமிடங்களை மட்டுமே நாடகாசிரியர் நமக்குத் தருகிறார் என்ற உண்மையைப் பற்றி நான் முன்பே உங்களிடம் பேசியுள்ளேன். மேடைக்கு வெளியே நிகழ்வதில் பெருமளவு சம்பவங்களை அவர் விட்டுவிடுகிறார். தனது கதாபாத்திரங்கள் மேடைக்கு வெளியில் இருந்தபோது அவர்களுக்கு என்ன நிகழ்ந்தது என்பது பற்றி அவர் பெரும்பாலும் ஒன்றுமே சொல்வதில்லை. அவர்கள் மறுபடி மேடைக்கு வரும்பொழுது ஏன் அவ்வாறு நடந்து கொள்கிறார்கள் என்றும், அவர்களை அவ்வாறு நடந்துகொள்ளச் செய்தது எது என்றும் அவர் குறிப்பிடுவதில்லை. அவர் கூறாமல் விட்டு விட்ட விஷயங்களை நாமே தான் இட்டு நிரப்பிக்கொள்ள வேண்டும். இல்லாவிட்டால், நாம் உருவகப்படுத்தும் நபர்களின் வாழ்க்கையிலிருந்து துண்டுகளும் துணுக்குகளும் மட்டுமே நம்மிடம் இருக்கும். நம்மால் அவ்வாறு மேடையில் வாழ முடியாது. நடிக்க முடியாது. எனவேதான் நமது பாத்திரங்களுக்கான உடையாத கோடுகளை நாம் உருவாக்கிக் கொள்ள வேண்டும்.

3

இன்று, ''மரியாவின் வரவேற்பு அறையில் (மேடைமீது) வசதியாக அமர்ந்து எங்களுக்கு விருப்பமான விஷயங்களைப் பற்றிப் பேசுமாறு கூறி, இன்றைய நாளை டார்ட்சாவ் துவக்கினார். சிலர் மேசையைச் சுற்றி அமர்ந்தனர். வேறு சிலர் சுவரை ஒட்டி, மின் விளக்குகளைப் பொருத்துவதற்கான இணைப்புகள் இருந்த இடத்தில் அமர்ந்தனர்.

துணை இயக்குனரான ரக்மனோவ், எங்களை உட்காரச் செய்வதில் வெகு மும்முரமாக இருந்தார். அவரது 'செய்முறை

விளக்கங்களில்" மற்றொன்றை நாங்கள் பெறப்போகிறோம் என்பதை இது தெளிவு படுத்தியது.

நாங்கள் பேசிக்கொண்டிருந்த போது, பல்வேறு விளக்குகள் எரிந்தும், அணைந்தும் கொண்டிருந்தன. இது எங்களில் யார் பேசிக்கொண்டிருந்தனர் என்பதையும், யாரைப்பற்றி நாங்கள் பேசினோம் என்பதையும் பொறுத்து நிகழ்ந்தது என்பது நன்றாகத் தெரிந்தது. ரக்மனோவ் பேசினால் அவருக்கு அருகில் இருந்த விளக்கு ஒன்று ஒளிர்ந்தது. மேசைமீது இருந்த ஏதேனும் ஒரு பொருளைப் பற்றி நாங்கள் பேசினால், அந்தப் பொருள் உடனே ஒளியூட்டப்பட்டது. முதலில் எங்களது அறைக்கு வெளியே இருந்த விளக்குகள் ஒளிர்வது மற்றும் அணைவது பற்றிய பொருளை என்னால் புரிந்து கொள்ள முடியவில்லை. கடைசியில், அவை கால அளவுகளைக் குறித்தன என்று நான் தீர்மானித்துக் கொண்டேன். எடுத்துக்காட்டாக, நாங்கள் கடந்தகாலத்தைப் பற்றிப் பேசினால், வெளிநடையில் இருந்த விளக்கு ஒளிவிட்டது. நிகழ்காலத்தைப் பற்றிப் பேசும்பொழுது, சாப்பாட்டு அறையில் இருந்த விளக்கு எரிந்தது. எதிர்காலத்தைப் பற்றிப் பேசும்பொழுது கூடத்திலிருந்த விளக்கு எரிந்தது. மேலும், ஒரு விளக்கு அணைந்த உடனேயே மற்றொரு விளக்கு எரிந்தது என்பதையும் நான் கவனித்தேன். (எங்களது கவனத்தை நிஜவாழ்வில் தெளிவாவோ அல்லது தொடர்பின்றித் தாறுமாறாகவோ ஒரு முனைப்படுத்தும் பல்வேறு பொருள்களின் உடையாத சங்கிலித் தொடர் போன்ற ஒன்றை அந்த விளக்குகள் பிரதிபலித்தன) என்று டார்ட்சாவ் விளக்கினார்.

"ஒரு நாடகத்தின் போது நிகழ்வதை ஒத்ததாக இது உள்ளது. நீங்கள் கவனத்தை மையப்படுத்தும் பொருள்களின் வரிசை ஒரு திடமான கோடாக அமைவது முக்கியமாகும். அந்தக் கோடானது, மேடைவிளக்குகளுக்கு உட்புறமாக நாம் இருக்கின்ற பக்கத்தில் இருக்க வேண்டும். ஒருமுறை கூட அரங்கத்தில் பார்வையாளர்கள் இருக்கும் பக்கம் திசைமாறிச் செல்லக் கூடாது.

"ஒரு மனிதனின் வாழ்க்கை, அல்லது ஒரு கதாபாத்திரத்தின் வாழ்க்கை முடிவற்று மாறுகிற பொருள்கள், கவனத்தின் வட்டம் ஆகியவற்றைக் கொண்டுள்ளது. இவை, நிஜமாகவே இருக்கலாம்,

அல்லது கற்பனையில் உருவாக்கப்பட்டவையாக இருக்கலாம். இவை, கற்பனையில் உருவாக்கப்பட்டவையாக இருக்கும் பட்சத்தில், அவை கடந்தகாலத்தின் நினைவுகளாகவோ அல்லது எதிர்காலம் பற்றிய கனவுகளாகவோ இருக்கலாம் இந்தக் கோடானது உடையாமல் தொடர்ச்சியாக இருக்கும் தன்மையானது ஒரு நடிப்புக்கலைஞனுக்கு மிக மிக முக்கியமான ஒன்றாகும். அதை நீங்களாகவே நிலை நிறுத்திக்கொள்ளக் கற்றுக் கொள்ள வேண்டும். ஒரு பாத்திரத்தின் ஒரு முனையிலிருந்து மற்றொன்றுக்கு, இடைவெளியின்றி அது எவ்வாறு போக முடியும் என்பதை இப்போது மின்விளக்குகளைக் கொண்டு நான் விளக்கப்போகிறேன்.

"இசைக்குழு அமரும் பகுதிக்குச் செல்லுங்கள்" என்று எங்களிடம் சொல்லிவிட்டு, தனக்கு உதவுவதற்காக, விளக்குகளின் விசைகள் இருக்குமிடத்துக்குச் செல்லுமாறு அவர் ரக்மனோவைக் கேட்டுக்கொண்டார்.

"நான் தரப்போகிற நாடகத்தின் கரு இதுதான் ரெம்ரான்ட் வரைந்த இரு ஓவியங்கள் விற்கப்படுவதற்காக நாம் ஒரு ஏலத்தை நடத்தவுள்ளோம். ஏலம் எடுப்பவர்கள் வருவதற்காகக் காத்திருக்கும் அந்த நேரத்தில், ஓவியங்கள் பற்றி நிறையத் தெரிந்து வைத்துள்ள ஒருவருடன் நான் இந்த வட்டமேசை அருகில் உட்கார்ந்து பேசி ஓவியங்களை எந்த விலைக்கு விற்கத் தொடங்கலாம் என்று முடிவெடுக்கப் போகிறேன். இதைச் செய்வதற்கு நாங்கள் இரண்டு படங்களையும் கவனமாகப் பரிசீலனை செய்ய வேண்டும். (மேடையின் இருபுறங்களிலும் ஒவ்வொரு விளக்கு எரிந்து அணைந்தது. டார்ட்சாவின் கையில் இருந்த விளக்கு அணைக்கப்பட்டது.)

"இப்போது, வெளிநாடுகளில் உள்ள அருங்காட்சியங்களில் உள்ள ரெம்ரான்ட்டின் பிற ஓவியங்களுடன் இவற்றை மனதுக்குள்ளேயே ஒப்பிட்டுப் பார்க்க வேண்டும்" (வெளிநாடுகளில் உள்ள, கற்பனையால் உருவாக்கிக்காணப்பட்ட பிற ஓவியங்களைக் குறிப்பிடும் விளக்கு ஒன்று எரிந்து, அணைந்தது. இடையிடையே, மேடைமீது, ஏலம்

விடப்படுவதற்குத் தயாராக இருந்த இரண்டு ஓவியங்களைக் குறித்த விளக்குகள் இரண்டும் விட்டுவிட்டு எரிந்தன.)

''கதவுக்கு அருகில் உள்ள பல சிறிய விளக்குகளைப் பார்த்தீர்களா? அவைதான் அவ்வளவு முக்கியமில்லாத வாடிக்கையாளர்கள். அவர்கள் என் கவனத்தைக் கவர்ந்திடவே நான் அவர்களை வரவேற்றுப் பேசுகிறேன். ஆனால் அதிகம் உற்சாகமின்றி நான் இதைச் செய்கிறேன்''

இவர்களை விடவும் சரியான, தகுதிவாய்ந்த வாடிக்கையாளர்கள் வரவில்லையென்றால், படங்களின் விலையை என்னால் போதுமான அளவுக்கு உயர்த்த முடியாமல் போய்விடும். இந்த எண்ணம் தான் என் மனதுக்குள் ஓடிக்கொண்டிருக்கிறது (டார்ட்சாவின் மீது விழுந்துள்ள ஒரு ஒளி வட்ட விளக்கைத் தவிர பிற எல்லா விளக்குகளும் அணைந்து விட்டன. ஒரு சிறு கவனவட்டத்தைக் குறிப்பிட்ட அந்த விளக்கு அவர் கவலையுடன் மேலும் கீழும் நடந்த போது அவருடன் கூடவே சென்றது.)

''இப்போது பாருங்கள்! மேடை முழுவதும், அதைத் தாண்டியுள்ள பிற அறைகளும் பெரிய விளக்குகளின் ஒளி வெள்ளத்தில் மூழ்கியுள்ளன. அவை, வெளிநாட்டு அருங்காட்சியகங்களின் பிரதிநிதிகள். நான் அவர்களைச் சந்தித்து வரவேற்க மிகுந்த மரியாதையுடன் விரைகிறேன்.''

பின்னர், அருங்காட்சியகங்களின் பிரதிநிதிகளைச் சந்திப்பதை மட்டுமின்றி, ஏலத்தையும் நடித்துக்காட்ட முற்பட்டார். படங்களை ஏலத்தில் எடுப்பதன் போட்டியான உச்சகட்டத்தில் இருந்த போது அவரது கவனம் மிக மிகக் கூர்மையானதாக இருந்தது. ஏலத்தின் முடிவில் ஏற்பட்ட உற்சாகமானது விளக்குகள் ஒளிர்வதன் கோலாகலக் கொண்டாட்டத்தால் பிரதிபலித்துக் காட்டப்பட்டது.. பெரியவிளக்குகள் தனித்தனியாகவும், ஒன்றாக இணைந்தும் ஒளிவிட்டன. அது மிக அழகான, வாணவேடிக்கை போல அமைந்திருந்தது.

"மேடை மீது இருந்த உயிருள்ள கோடானது உடைபடாமல் இருந்ததை உங்களால் உணர முடிந்ததா?" என்று அவர் எங்களைக் கேட்டார்.

டார்ட்சாவ் தனது கூற்றை நிரூபிக்கத் தவறி விட்டதாக க்ரிஷா குற்றம் சாட்டினான்.

"நான் இவ்வாறு சொல்வதற்காக நீங்கள் என்னை மன்னிக்க வேண்டும். ஆனால் உங்கள் வாதத்திற்கு நேர் எதிரான ஒன்றைத் தான் நீங்கள் நிரூபித்துள்ளீர்கள். இந்த விளக்குகளின் ஒளிவரிசை, ஒரு உடையாத கோட்டை எங்களுக்குக் காட்டவில்லை மாறாக, வெவ்வேறு புள்ளிகளின் ஒரு முடிவற்ற சங்கிலியைத் தான் அது காட்டியது."

"ஒரு நடிகனின் கவனம், இடைவிடாமல் ஒரு பொருளிலிருந்து மற்றொன்றுக்கு மாறிய வண்ணம் உள்ளது. அவ்வாறு மாறிக்கொண்டிருக்கும் மையம் தான் உடையாத கோடாக அமைகிறது" என்று டார்ட்சாவ் விளக்கினார். "ஒரு நாடகம் முழுவதிலும் அல்லது ஒரு காட்சி முழுவதிலும் ஒரு நடிகன் ஒரே ஒரு பொருளைப் பற்றிப் பிடித்துக்கொண்டிருந்தான் என்றால், அவன் மனதளவில் சமநிலையற்றவனாகவும் பாதிக்கப்பட்டவனாகவும் இருப்பான்."

மற்ற மாணவர்கள் அனைவரும் இயக்குனரின் கருத்துக்குத் தமது ஒப்புதலைத் தெரிவித்தனர். மேலும் அவரது செய்முறை விளக்கம் வெகு தெளிவாகவும், வெற்றிகரமானதாகவும் இருந்ததாக நினைத்தனர்.

"மிக மிக நன்று!" என்றார் இயக்குனர். பெரிதும் திருப்தி யுற்றவராக "மேடையில் எப்போதுமே நிகழ வேண்டியது என்ன என்று உங்களுக்குக் காட்டுவதற்காக இது செய்யப்பட்டது. இப்போது மேடையில் என்ன நிகழக்கூடாது என்பதையும், பொதுவாக என்ன நடக்கிறது என்பதையும் நான் உங்களுக்குக் காட்டுகிறேன்.

"இதோ பாருங்கள் மேடையில் விளக்குகள் விட்டுவிட்டுத்தான் எரிகின்றன. ஆனால், அரங்கத்திலோ கிட்டத்தட்ட விடாமல் தொடர்ந்து எரிந்து கொண்டிருக்கின்றன.

"ஒரு நடிகனின் மனதும், உணர்ச்சிகளும், பார்வையாளரின் பக்கமாகவும், நாடக அரங்கத்தை விட்டும் வெகுதூரம் தாண்டி அப்பாலும் நீண்ட நேரம் சென்று விடுவது ஆரோக்கியமானது, நல்லது என்று உங்களுக்குத் தோன்றுகிறதா? அவை மேடைக்குத் திரும்பி வரும்போது வெகு குறுகிய காலகட்டத்துக்கு மட்டுமே அங்கு நிலைக்கின்றன. பின் மறுபடியும் மங்கி மறைந்து விடுகின்றன.

"இத்தகைய விதமான ஒரு நடிப்பில், நடிகனும் அவனது கதாபாத்திரமும் எப்போதாவது மட்டுமே ஒருவருடன் ஒருவர் தொடர்பு கொண்டவர்களாக இருக்கின்றனர். இதைத் தவிர்க்க ஒரு உடையாத கோட்டைக் கட்டியமைப்பதற்காக உங்களது அகச்சக்தி முழுவதையும் பயன்படுத்துங்கள்."

14

உள்ளார்ந்த உருவாக்கும் நிலை

''உங்களது உள்ளார்ந்த சக்திகள் நகர்ந்து செல்லுமாறு கோடுகளை வடிவமைத்த பின், அவை எங்கே போகின்றன? ஒரு பியானோ கலைஞர் தனது உணர்ச்சிகளை எவ்வாறு வெளிக்காட்டுகிறார்? அவர் தனது பியானோவிடம் செல்கிறார். ஒரு ஓவியர் எங்கு செல்கிறார்? தனதுதிரை வண்ணங்கள், தூரிகைகள் இவற்றிடம். எனவே அதே போல ஒரு நடிகனும் தனது உயிர்சார்ந்த மற்றும் உடல் சார்ந்த படைப்புக் கருவிகளின் பால் திரும்புகிறார். அவரது மனம், மனநிலை மற்றும் உணர்ச்சிகள் ஒன்றாக இணைந்து அவரது அகத்தின் ''மூலக்கூறுகள்'' அனைத்தையும் ஊக்குவித்துச் செயல்படுத்த முனைகின்றன.

''கற்பனைக் கதையான நாடகத்திலிருந்துவாழ்க்கைக் கூறுகளை எடுத்துக்கொண்டு அவற்றை நிஜம் போலச் சித்தரிக்கின்றன. அதன் நோக்கத்தை மேலும் வலுவான தளத்தில் போடுகின்றன. இதனால் அந்த நடிகனால் பாத்திரத்தை நிஜமாக உணர முடிகிறது. அதில் உள்ளூர அமைந்துள்ள உண்மைத் தன்மையை தனக்குள் உணர்ந்து மேடையில், நிகழ்கிற சம்பவங்களின் நிஜமான சாத்தியப்பாட்டில் நம்பிக்கை கொள்ள முடிகிறது. வேறு விதமாகச் சொல்வதானால், இந்த மூன்று சக்திகளும் தரும் நடத்திச் செல்லும் மூலக்கூறுகளின் தொனி, நிறம், சாயல்கள் மற்றும் மனோபாவங்களை எடுத்துக்கொண்டு செயல்படுகின்றன. அவற்றின் ஆன்மீக உட்பொருளை அவை கிரகித்துக் கொள்கின்றன. அதே சமயத்தில் அவை சக்தியையும் வலிமையையும், மனோதிடத்தையும், உணர்ச்சியையும் எண்ணத்தையும் வெளிப்படுகின்றன. பாத்திரத்தின் இந்த உயிர்த் துணுக்குகளை, மூலக்கூறுகளின் மீது

பொருத்தி இணைக்கின்றன. இந்தப் பொருத்தப்பட்ட அம்சங்களிலிருந்து ''பாத்திரத்தில் நடிகனின் மூலக்கூறுகள்'' என்று நாம் அழைக்கும் தனித்துவம் கொண்ட அம்சங்கள் மெல்ல மெல்ல படிப்படியாக வளர்கின்றன.''

''இவை எதனை நோக்கிச் செல்கின்றன?'' என்று மாணவர்கள் கேட்டனர்.

''எங்கோ தொலைதூரத்தில் உள்ள ஒரு புள்ளியை நோக்கி அவை செல்கின்றன. நாடகத்தின் கருத்தும், திட்டமும் எங்கே அழைத்துச்செல்கின்றதோ அங்கே செல்கின்றன. தமது பாத்திரத்தின் குணாம்சங்களில் உள்ளூற அமைந்துள்ள ஆவல்கள், ஏக்கங்கள் மற்றும் இலட்சியங்கள் ஆகியவற்றால் உந்தித்தள்ளப் பட்டு படைப்பதற்கான குறிக்கோள்களை நோக்கி அவை முன்னே செல்கின்றன. தமது கவனமானது ஒரு முனைப் படுத்தப் பட்டுள்ள பொருள்களால், தம்முடன் உள்ள பிற கதாபாத்திரங்களுடனான தொடர்பினுள், உறவினுள் அவை இழுத்துச் செல்லப்படுகின்றன. நாடகத்தின் கலைநயமிக்க உண்மைத் தன்மையால் அவை பெரிதும் கவரப்படுகின்றன. இது எல்லாமே மேடைமீது தான் நிகழ்கிறது என்பதைக் கவனத்தில் வைத்துக்கொள்ளுங்கள்.

''எவ்வளவு தூரம் அவை ஒன்றாக இணைந்து செல்கின்றனவோ அந்த அளவு அவர்கள் முன்னே செல்லும் கோடு ஒன்றுபட்டதாக இருக்கும். இந்த மூலக்கூறுகளின் இணைப்பிலிருந்துதான் மிக முக்கியமான உள்ளார்ந்த நிலையானது எழுகிறது. அதை நாம் என்று கூறி நிறுத்திய டார்ட்சாவ், கவரில் தொங்கிக்கொண்டிருந்த அறிவிப்பு அட்டையைச் சுட்டிக்காட்டி, ''உள்ளார்ந்த படைக்கும் மனநிலை'' என்று அழைக்கிறோம்'' என்று சொல்லி முடித்தார்.

''அதுதான் என்ன?'' என்றான் வான்யா, மிகுந்த கலவரத்துடன்.

''அது மிக எளிமையானது'' என்று நான் முன்வந்து சொன்னேன். ''நமது உள்ளார்ந்த சக்திகள், மூலக்கூறுகளுடன் ஒன்றாகச் சேர்ந்து நடிகரின் நோக்கத்தை நிறைவேற்றுகின்றன. சரிதானே?'' என்று டார்ட்சாவை நோக்கிக் கேட்டேன்.

"ஆம் இரண்டு மாற்றங்களுடன் முதலாவது? பொதுவான அடிப்படையான குறிக்கோளானது இன்னமும் வெகுதொலைவில் தான் உள்ளது. அதைத் தேடுவதற்காகத் தமது சக்திகளை ஒருங்கிணைக்கின்றன. இரண்டாவதானது பெயர்களைக் குறித்ததாகும். இது வரையில் "மூலக்கூறுகள்" என்ற சொல்லை, கலைத்திறன், தன்மைகள், இயற்கையாகக் கிடைத்துள்ள திறமைகள் மற்றும் பல்வேறு விதமான உளவியல் செய்நுட்பமுறைகள் ஆகியவற்றைக் குறிக்கப்பயன்படுத்தி வந்துள்ளோம். இப்போது நாம் அவற்றை "உள்ளார்ந்த படைப்புநிலையின் மூலக்கூறுகள்" என்று குறிப்பிடலாம்.

"இது என்னால் முடியவே முடியாது" என்றான் வான்யா, அவன் தன் தலையில் கை வைத்தபடி சோர்ந்து போனான்.

"ஏன் அப்படி? அது ஒரு கிட்டத்தட்ட முற்றிலும் இயல்பான நிலைதானே!"

"கிட்டத்தட்ட?"

"இயல்பான நிலையை விடவும் அது சில வழிகளில் மேலானது. வேறு சில வழிகளில் அது அவ்வளவு நல்லதல்ல."

"ஏன் நல்லதல்ல?"

"ஒரு நடிகனின் பணி, பொதுவிடத்தில் செய்யப்பட வேண்டிய ஒன்றாகும். இதன் காரணமாக அவனது படைப்பு மனநிலையானது நாடகபாணியிலும், தன்னைத் தானே வெளிப்படுத்திக்காட்டிக் கொள்வதாகவும் அமைந்துவிடுகிறது. இயல்பான நிலையில் இவ்வாறு இருப்பதில்லை.

"என்ன வழிகளில் அது மேலானது!"

"பொதுவிடத்தில் தனிமை என்ற ஒரு உணர்வை உள்ளடக்குவதாக அது உள்ளது. இதை நாம் சாதாரண வாழ்வில் அறிந்திருப்பதில்லை. அனுபவிப்பதில்லை. இது ஒரு மகத்தான, அற்புதமான உணர்வாகும். மக்கள் நிறைந்துள்ள ஒரு நாடக அரங்கு நம்மை நாமே பரிசோதிக்கவும், அளவிட்டுக்கொள்ளவும் பயன்படவல்ல ஒரு சிறப்பான கருவியாகும். மேடையில் நிஜமான

உணர்ச்சியை நாம் வெளிப்படுத்தும் ஒவ்வொரு தருணத்திலும் அதற்கான பதில் செயல் நமக்குக் கிடைத்து விடுகிறது. மக்களிடமிருந்து கண்ணுக்குப் புலப்படாத அனுதாபம் ஆர்வம் ஆகிய உணர்வுகள் நம்மை நோக்கி ஆயிரக்கணக்கில் ஓடி வருகின்றன. இதனால் பெரும் கூட்டமான பார்வையாளர்களால் ஒரு நடிகனைக் கட்டுப்படுத்தவும், பயங்கரமாக அச்சுறுத்தவும் முடியும். ஆனால் அதே சமயத்தில் அது அவனது உண்மையான படைக்கும் சக்தியைத் தூண்டிவிடவும் முடியும். மிகவும் அதிகமான அளவில் உணர்ச்சிகளைப் பதிலாகத் தருவதால் அதனால் அன்பையும் பரிவையும் உணர்ந்தவனாய் ஒரு நடிகன் தன் மீதும் தனது நடிப்புப் பணியின் மீதும் மேலும் அதிக நம்பிக்கை கொண்டவனாக ஆகிறான்.

"துரதிருஷ்டவசமாக இயற்கையாக வருகிற படைக்கும் மனநிலை, பொதுவாகத் தானாக வருகிற ஒன்று அல்ல. வெகு அபூர்வமான சமயங்களில் அது அவ்வாறு வரக்கூடும். அப்போது அந்த நடிகர் ஒரு மகத்தான நடிப்பை வெளிப்படுத்துவார். ஆனால், பல சமயங்களில், சரியான உள்ளார்ந்த நிலையினுள் நடிகரால் புகமுடியாத போது, அவர், "நான் மூடில் (Mood) இல்லை" என்று சொல்கிறார். இதன் பொருளானது ஒன்று அவரது படைக்கும் கருவியானது சரிவர வேலை செய்யவில்லை அல்லது வேலை செய்யவே இல்லை என்று பொருள் - அல்லது அதற்குப் பதிலாக எந்திரத்தனமான பழக்கங்கள் அங்கு உள்ளன என்று பொருள். இந்த அவரது நிலைக்குக் காரணம்தான் என்ன? நாடக மேடையின் விளக்குகளுக்கு அப்பால் உள்ள இருளடர்ந்த பாழ்வெளி அவரது சொல்பாட்டைக் குலைத்து விட்டதா? அல்லது அறைகுறையாகத் தயார் செய்யப்பட்ட பாத்திரப் படைப்புடன் தனக்கே நம்பிக்கையில்லாத வசனங்களுடனும் நடிப்புச் செயல்களுடனும் அவர் பொதுமக்களின் முன்னால் மேடையேறிச் சென்றுவிட்டாரா?

"மற்றொரு சாத்தியப்பாடும் இங்கு உள்ளது அதாவது முன்னதாக நன்கு தயார்செய்யப்பட்ட, ஆனால் பழகிப்போன பழைய பாத்திரம் ஒன்றைச் சரிவரப் புதுப்பிக்காமல் அவர்

மேடையேறி இருக்கலாம். ஆனால் ஒவ்வொரு முறை ஒரு பழகிய பாத்திரத்தை நடிக்கும் போதும் அவர் அதைப் புதுப்பித்துக் கொள்ள வேண்டும். இல்லையேல் அவர் மேடையேறிச் செல்லும் போது ஒரு காலியான வெற்று நடிப்பையே அவரால் வெளிக்காட்ட முடியும்.

இதைத் தவிர வேறு ஒரு சாத்தியப்பாடும் உள்ளது.சோம்பேறித் தனமான பழக்கவழக்கங்கள், கவனமின்மை, உடல் நலக்குறைவு அல்லது சொந்தக் கவலைகள் இவற்றினால் அவர் தனது நடிக்கும் பணியிலிருந்து விலகிச் சென்றிருக்கக் கூடும்.

''மேற்சொல்லப்பட்ட எடுத்துக்காட்டுகளில், மூலக்கூறுகளின் தேர்வு, இணைப்பு மற்றும் தரமானது பல்வேறு காரணங்களாலும் தவறாகவும், குறைபாட்டுடனும் அமைந்து விடும். இந்த எடுத்துக்காட்டுகளைத் தனித்தனியாகப் பார்க்க வேண்டிய அவசியம் இல்லை. பார்வையாளர்கள் முன்பு, ஒரு நடிகர் மேடையில் தோன்றும் போது அச்சம், கூச்சம், பதற்றம், பெரிய பொறுப்புணர்வு, அல்லது தவிர்க்க முடியாத சிரமங்கள் இவற்றின் காரணத்தால் தனது சுயநம்பிக்கை மற்றும் சுய கட்டுப்பாட்டை இழந்து விடுவது சாத்தியமே என்று நீங்கள் அறிவீர்கள். அத்தகைய சமயங்களில் அவரால் இயல்பாகப் பேசவோ, கவனித்துக் கேட்கவோ, பார்க்கவோ, சிந்திக்கவோ, விரும்பவோ,உணரவோ நடக்கவோ ஏன், இயல்பாக அசையக்கூட முடியாது. பொதுமக்களைத் திருப்தி செய்ய வேண்டும் என்ற ஒரு பயம்கலந்த ஆசையை அவர் உணர்வதால் தனது நிஜமான நிலையை மறைக்கவும், தன்னைத் தானே மிகைப்படுத்திக் காட்டிக் கொள்ளவும் அவர் முற்படுகிறார்.

''இந்தச் சூழ்நிலையில் அவரது நடிப்பின் மூலக்கூறுகள் உடைந்து சிதறி விடுகின்றன. இது, நிச்சயமாக, சரியானதல்ல. நிஜவாழ்வில் உள்ளது போல, மேடையிலும், மூலக்கூறுகள் பிரிவு படாமல் இணைந்து இருக்க வேண்டும். இங்கு சிரமம் அல்லது பிரச்சினை என்ன வென்றால், நாடகத்தின் நடிப்புப் பணியானது உருவாக்கும் அல்லது படைக்கும் மனநிலையை நிலையற்றதாக ஆக்கி விடும் குணம் கொண்டதாக உள்ளது. ஒரு நடிகன், திக்குத்

திசை தெரியாமல், வழிகாட்டுதல் இல்லாமல் நடிக்க வேண்டியுள்ளது. சுயகட்டுப்பாட்டை இழந்து விட்ட அச்சம் கொண்ட நிலையில் மேடையில் உள்ள தனது சகநடிகனுடன் தொடர்பு கொண்டிருப்பதற்குப் பதிலாக அவன் பார்வையாளர்களுடன் தொடர்பு கொண்டிருக்கின்றான். தனது எண்ணங்களையும் உணர்ச்சிகளையும் சக நடிகர்களுடன் பகிர்ந்து கொள்வதற்குப் பதிலாக, பார்வையாளர்களின் தேவைக்கும் விருப்பத்துக்கும் ஏற்றவாறு அவன் தன்னை மாற்றிக்கொள்கிறான்.

"துரதிருஷ்டவசமாக, இத்தகைய உள்ளார்ந்த குறைபாடுகள் வெளிப்படையாகத் தெரிவதில்லை. மேற்கண்ட, நடிகனுக்கு உள்ளே உள்ள பிரச்சினைகளைப் பார்வையாளர்கள் பார்ப்பதில்லை மாறாக அவர்கள் அவற்றை உணர மட்டுமே செய்கிறார்கள். நமது தொழில் திறம்பட்ட வல்லுனர்களால் மட்டுமே அவற்றைப் புரிந்துகொள்ள முடியும். ஆனால் இதன் காரணமாகத் தான் சாதாரண நாடகரசிகர்கள் இதைப்புரிந்து கொள்ளாமல், மறுபடியும் அந்த நடிகரின் நடிப்பையோ, ஏன் நாடகத்தையோ கூடக் காணத் திரும்பவருவதில்லை.

"இந்த ஆபத்தானது மற்றொரு உண்மையால் மேலும் வலுப்படுத்தப் படுகிறது. அதாவது, கூட்டமைப்பில் உள்ள ஒரே ஒரு மூலக்கூறு குறைபாடுள்ளதாக இருந்தாலும் அது மொத்தத்தையும் பாதித்து விடுகிறது. என் கூற்றை நீங்கள் பரிசோதித்துப் பார்க்கலாம். ஒரு படைக்கும் நடிப்பு நிலையில் அனைத்து மூலக்கூறுகளும் ஒன்றாக இணைந்து சரிவரப் பணி செய்யும் நிலையை நீங்கள் உருவாக்கலாம். பின் அதில் ஒரே ஒரு போலியான மூலக்கூற்றை நுழைத்தீர்களானால் மொத்த நடிப்பின் தொனியும் நாசமாகிவிடும்.

"உங்களால் நம்ப முடியாத ஒரு கதைக்கருவை நீங்கள் தேர்ந்தெடுத்துள்ளீர்கள் என்று வைத்துக்கொள்வோம். அதை நடிப்பதற்காக உங்களையே வலிந்து பலவந்தப் படுத்திக்கொண்டீர்கள் என்றால் அதன் விளைவு தன்னைத் தானே ஏமாற்றிக் கொள்ள முயல்வதாக அமையும். இது உங்கள் ஒட்டு மொத்த மனநிலையையும் குலைத்து விடும். வேறு எந்த ஒரு

மூலக்கூறை எடுத்துக்கொண்டாலும் இதே நிலைதான் உண்மையாகும்.

"ஒரு பொருளின் மீது கவனத்தை ஒரு முனைப்படுத்துவதை எடுத்துக்கொள்ளுங்கள். அதை நீங்கள் சும்மா பார்த்தால், உற்று நோக்கிக் காணவிட்டால், கவனம் செலுத்தாவிட்டால் உங்களது கவனமானது மற்ற பொருள்களால் ஈர்க்கப்பட்டு அதிலிருந்து விலகிவிடும். அவ்வாறே, ஒரு முனைப் படுத்தப்படாத கவனம், மேடையிலிருந்தும், நாடக அரங்கிலிருந்தும் கூட விலகிச் சென்று விடக்கூடும்.

"ஒரு நிஜமான குறிக்கோளுக்குப் பதிலாக செயற்கையான குறிக்கோள் ஒன்றைத் தேர்ந்தெடுத்துப் பாருங்கள். ஒரு பொய்யான அம்சத்தை உள்ளே கொண்டு வந்து விட்டவுடனேயே உண்மையானது, ஒரு நாடக பாணியிலான சம்பிரதாயமாக ஆகி விடுகிறது. நம்பிக்கையானது எந்திரத்தனமான நடிப்பின் மீதான ஒன்றாகி விடுகிறது. குறிக்கோள்கள், மனிதத்தன்மையிலிருந்து செயற்கையானவையாக ஆகி விடுகின்றன. கற்பனை வரண்டு போய் விடுகிறது. அதற்குப் பதிலாக நாடக பாணியிலான அர்த்தமற்ற போலித்தன்மை அங்கு நிறைந்து விடுகிறது.

"இந்த விரும்பத்தகாத அம்சங்களையெல்லாம் ஒன்றாகச் சேர்த்து விடுங்கள். அப்போது உங்களால் வாழ்ந்து பார்க்க முடியாத ஒரு சுற்றுச்சூழலை நீங்கள் உருவாக்கி விடுவீர்கள். அங்கே உங்களால் நடிப்பதாகப் பாவனை செய்து உடலையும் முகத்தையும் வலிந்து அசைக்க மட்டுமே முடியும் அல்லது வேறு எவரேனும் நடிகர் ஒருவரைக் காப்பியடிக்கத் தான் முடியும்.

"நாடகக் கலைக்குப் புதியவர்கள், அனுபவமோ செயல் நுட்பமோ இல்லாத காரணத்தால் பெரும்பாலும் தவறு செய்வது இயல்புதான். பல்வேறு செயற்கையான நடிப்புப் பழக்கங்களை அவர்கள் ஏற்றுக்கொண்டு விடுகிறார்கள். ஒரு இயல்பான, மனிதத் தன்மை கொண்ட ஒரு நடிப்பு முறையை அவர்கள்

பெற்றுள்ளார்கள் என்றால் அது தற்செயலாகவும், ஒரு விபத்துப் போலவும் உருவானது என்று தான் சொல்லமுடியும்.''

''ஒரே ஒரு முறை பொதுமக்களின் முன்னால் நடித்துள்ள போதும் நம்மால் எப்படி சுலபமாகச் செயற்கையான நடிப்பில் ஈடுபட முடிகிறது?'' என்று நான் கேட்டேன்.

''உனது சொந்த சொற்களாலேயே நான் உனக்குப் பதிலளிக்கிறேன். என்றார் டார்ட்சாவ். ''நமது முதல் பாடத்தின் போது உங்களை மேடைமீது சும்மா உட்கார்ந்திருக்கும் படி சொன்னேனே, அது நினைவிருக்கிறதா? அப்போது சும்மா உட்கார முடியாமல், உங்களையே மிகைப்படுத்திக் காட்டிக் கொள்ளத் தலைப்பட்டீர்கள். அப்போது நீ இவ்வாறு சொன்னாய்! ''இது எவ்வளவு வினோதமானது! மேடைமீது நான் ஒரே ஒருமுறை தான் தோன்றியுள்ளேன். மீதமுள்ள சமயம் சாதாரண வாழ்வில் ஈடுபட்டுள்ளேன். இருந்த போதிலும் சாதாரணமாக இருப்பதை விடவும் செயற்கையாகச் செயல்படுவது இங்கு எனக்கு மேலும் அதிகச் சுலபமான ஒன்றாகத் தோன்றுகிறது'' இதற்கான காரணம், நாம் நமது கலைப்பணியைப் பொதுமக்களின் கண்பார்வையில் செய்யவேண்டியுள்ளது என்பது தான். மேடையில், நாடகபாணியிலான செயற்கைத் தன்மையானது உண்மையுடன் நிஜத்துடன், தொடர்ந்து போரிட்டவாறு உள்ளது. எனவே, ஒன்றிலிருந்து (செயற்கைத்தனத்திலிருந்து) நம்மை நாமே பாதுகாத்துக் கொள்கிற அதே சமயத்தில் மற்றொன்றை (நிஜத்தன்மையை) நம்மால் எவ்வாறு வலிமைப்படுத்திக் கொள்ள முடியும் என்பது தான் இங்குள்ள கேள்வி. இதைப்பற்றி நாம் நமது அடுத்த பாடத்தில் பார்க்கலாம்.''

2

''உள்ளார்ந்த செயற்கைத் தனமான பழக்கங்களில் விழுந்து விடுவதைத் தவிர்த்து உண்மையான உள்ளார்ந்த படைக்கும் நிலையைப் பெறுவது எப்படி என்ற பிரச்சினையை நாம் இப்போது கவனிக்கலாம். இந்த இரட்டைப் பிரச்சினைக்கு ஒரே பதில் உள்ளது. இவை ஒவ்வொன்றும் மற்றதைத் தடுத்து விடுகின்றன

என்பது தான் அது. ஒன்றை உருவாக்குதன் மூலம், மற்றதை நீங்கள் அழித்து விடுகிறீர்கள்.

"பெரும்பாலான நடிகர்கள், ஒவ்வொரு முறை மேடையேறுவதற்கு முன்பும், தாம் ஏற்று நடிக்கப் போகும் பாத்திரத்தை ஒத்ததாகத் தமது புறத்தோற்றம் அமைய வேண்டி அடையணிகலன்களையும், முகப்பூச்சு மற்றும் ஒப்பனைகளை அணிந்து கொள்கிறார்கள். ஆனால், மிக முக்கியமான மற்றொரு பகுதியை, உள்ளார்ந்த தயார்படுத்துதலை அவர்கள் மறந்து விடுகின்றனர். தமது வெளித்தோற்றம் மீது அவர்கள் ஏன் அத்தனை குறிப்பான கவனத்தைச் செலுத்துகிறார்கள்? தமது ஆன்மாக்களின் மீது அவர்கள் ஏன் ஆடையணிகலன்களையும், ஒப்பனையையும் அணிந்து கொள்வதில்லை?

"ஒரு பாத்திரத்துக்கான அக, உள்ளார்ந்த தயார்ப்படுத்துதல் பின் வருமாறு: கிடைக்கின்ற கடைசி நேரத்தில் தனது ஒப்பனை அறைக்குள் அவசர அவசரமாக நுழைவதற்குப் பதிலாக, ஒரு நடிகன் குறிப்பாக, பிரதான வேடத்தில் அவன் நடிப்பதாக இருந்தால் தான் மேடையில் தோன்றுவதற்கு இரண்டு மணி நேரம் முன்னதாக அங்கு சென்று, தன்னை முழுவதுமாகத் தயார் படுத்திக்கொள்ளத் துவங்க வேண்டும். ஒரு சிற்பி, பொம்மையைச் செய்வதற்கு முன் களிமண்ணைப் பிசைந்து தயார் செய்கிறான் என்றும் ஒரு பாடகன் தனது இசைநிகழ்ச்சிக்கு முன்னதாகத் தனது குரலைப் பயிற்றுவித்துத் தயார் செய்கிறான் என்றும் உங்களுக்குத் தெரியும். அதே போல, நமது நடிப்புக்கருவியின் உட்புறத் தந்திகளை சுருதி சேர்த்து முடுக்கவும், பிற பகுதிகளை ஏற்றவாறு தயார் செய்யவும் அதே போன்ற சில செயல்களை நாம் செய்ய வேண்டும்.

"உங்களது பாடப்பயிற்சிகளின் வாயிலாக இந்த மாதிரியான பயிற்சியைப் பற்றி உங்களுக்குத் தெரிந்துள்ளது. இங்கு தேவையான முதல் கட்டம், தசைகளின் இறுக்கத்தைத் தளர்த்து வதாகும். அதன்பின் வருவது-ஒரு பொருளைத் தேர்ந்தெடுத்தல் அந்தப்படம்? அது எதைக்குறிக்கிறது?

அது எவ்வளவு பெரிதாக உள்ளது? அதில் உள்ள நிறங்கள் என்னென்ன? இப்போது தூரத்தில் உள்ள ஒரு பொருளை எடுத்துக் கொள்ளுங்கள்! இப்போது ஒருசிறிய வட்டம் உங்கள் காலுக்கு அருகில்... ஏதேனும் ஒரு உடல் ரீதியான குறிக்கோளை எடுத்துக்கொள்ளுங்கள்! அதைத் தூண்டிவிடுங்கள், கற்பனையில் உருவான எதையேனும் சேர்த்து விடுங்கள். உங்கள் செயலை மிகவும் நிஜம் போலச் செய்து அதில் நீங்களே நம்பிக்கை கொள்ளுமாறு செய்யுங்கள். பல்வேறு கருத்தாக்கங்களை யோசித்து, உங்களையே இருத்திக்கொள்ளக் கூடியதான சூழ்நிலைகளைக் கற்பனையிலே வடிவமைத்துக் கொள்ளுங்கள். உங்களது "மூலக்கூறுகள்" அனைத்தையும் பயன்படுத்துமாறு இதைத் தொடர்ந்து செய்து பின் அவற்றுள் ஒன்றைத் தேர்ந்தெடுத்துக் கொள்ளுங்கள். அந்த மூலக்கூறு எதுவாக இருந்தாலும் பரவாயில்லை. அந்தச் சமயத்தில் உங்களுக்கு எது விருப்பமாக உள்ளதோ அதை எடுத்துக்கொள்ளுங்கள். அந்த ஒரு மூலக்கூற்றைத் திடமாகப் பயன்படுத்துவதில் பொதுப்படையாக அல்ல-நீங்கள் வெற்றிகண்டு விட்டீர்களேயானால், அது தனக்குப் பின்னே பிற அனைத்து மூலக்கூறுகளையும் இழுத்துக்கொண்டு வந்து விடும்.

"ஒவ்வொரு தடவை படைக்கும் பணியில் ஈடுபடும் போதும் ஒரு நிஜமான உள்ளார்ந்த உருவாக்கும் மனநிலையை வடிவமைப்பதற்குத் தேவையான பல்வேறு மூலக்கூறுகளைத் தயார் செய்வதில் நாம் மிகமிகக் கவனமாக இருக்க வேண்டும்.

"நம் உடலின் உறுப்புகள் அனைத்தும், கைகால்கள் இதயம், வயிறு, சிறுநீரகங்கள், இவை எல்லாமே ஒரே விதமாகத் தேவையாக உள்ளபடிதான் நமது உடல் வடிவமைக்கப்பட்டுள்ளது. இவற்றில் ஏதேனும் ஒன்று நீக்கப்பட்டு அதற்குப் பதிலாக ஒரு செயற்கை அவயவம் பொருத்தப் பட்டால், ஒரு கண்ணாடிக்கண், போலியான மூக்கு காது அல்லது பல், மரத்தாலான கை அல்லது கால் நாம் மிகவும் சங்கடமாக உணர்கிறோம். நமது அக வடிவமைப்பைப் பற்றியும் நாம் ஏன் இவ்வாறே சிந்திக்கக் கூடாது? எந்த விதத்திலும், செயற்கைத் தன்மை என்பது உங்களது உள்ளார்ந்த இயல்புக்குப்

பொருத்தமற்றது. அதில் கலக்கத்தை ஏற்படுத்த வல்லது. எனவே எந்த விதமான படைக்கும் பணியில் ஈடுபடும் போதும் ஒவ்வொரு முறையும் உங்கள் பயிற்சிகளை முழுமையாகச் செய்யுங்கள்.''

''ஆனால் என்று க்ரிஷா தனது வழக்கமான வாதம் செய்யும் பாணியில் தொடங்கினான். ''நாம் இதைச்செய்ய வேண்டுமானால் ஒவ்வொரு மாலைப் பொழுதிலும் இரண்டு முறை நடிப்பதை முழுமையாகச் செய்ய வேண்டி வரும். ஒருமுறை நமது நன்மைக்காக இரண்டாவது முறை பொதுமக்களுக்காக!''

''இல்லை, அது அவசியமில்லை,'' என்றார். டார்ட்சாவ் ஆறுதலளிக்கும் வகையில் ''உங்களைத் தயார் படுத்திக்கொள்ள உங்கள் பாத்திரத்தின் அடிப்படையான பகுதிகளை மட்டும் மேலோட்டமாகப் பாருங்கள் அவற்றை முழுவதுமாக வளர்த்தெடுக்க வேண்டிய அவசியம் இல்லை.

''நீ செய்ய வேண்டியது இதுதான். இந்தக் குறிப்பிட்ட இடம் பற்றிய எனது அணுகுமுறையைப் பற்றி நான் உறுதியாக அறிந்திருக்கிறேனா? என்று உன்னையே கேட்டுக்கொள். மேலும் கேட்டுக்கொள்ள வேண்டிய சில கேள்விகள் இதோ: இந்த நடிப்பை நான் நிஜமாகவே உணர்கிறேனா? மேலும் சில கற்பனையான விவரங்களை நான் சேர்க்க வேண்டுமா? அல்லது எதையேனும் மாற்ற வேண்டுமா?

மேற்கண்ட கேள்விகளைக் கேட்டு அவற்றுக்கான பதில்களைப் பெற முயல்வது என்பதான தயார்படுத்தும் பயிற்சிகள் உனது உணர்ச்சிகளை அல்லது நடிப்பை வெளிப்படுத்துகிற கருவியைப் பரீட்சித்துப் பார்க்க உதவும்.

''இவற்றையெல்லாம் செய்யக் கூடிய அளவிற்கு உனது பாத்திரம் முதிர்ச்சியடைந்து விட்டிருந்தால் இதற்குத் தேவைப்படுகிற நேரம் மிகக் குறைவானதாகவே இருக்கும். துரதிருஷ்டவசமாக, எல்லாக் கதாபாத்திரங்களும் இந்த அளவு முதிர்ச்சியையும் பக்குவத்தையும் எட்டுவதில்லை.

''இந்த அளவு சாதகமாக இல்லாத சூழ்நிலைகளில் இந்தத் தயார் படுத்துதல் சற்றுச் சிரமமானது தான். ஆனால் நேரமும் கவனமும்

செலவிடப்பட்டாக வேண்டிய போதிலும் இது மிகவும் அவசியமான ஒன்றாகும். மேலும், எல்லாச் சமயங்களிலும் அதாவது மேடையில் நடித்துக்கொண்டுள்ள போதும், ஒத்திகை பார்த்துக்கொண்டுள்ள போதும், வீட்டில் தனியாகப் பயிற்சி செய்யும் போதும் உண்மையான படைக்கும் மனநிலையை எட்டுவதற்காக ஒரு நடிகன் இடைவிடாமல் பயிற்சி செய்தவாறே இருக்க வேண்டும். தொடக்கத்தில் அவனது மனநிலை திடமற்றதாக சலனத்துடன் தான் இருக்கும் அதாவது அவனது கதாபாத்திரமானது நன்கு வடிவமைக்கப் படும் வரை, அதற்குப் பின்பும் கூட அது நன்றாகப் பழகி விட்ட பின் அதன் புத்திளம் தன்மை சற்றே மங்கி விட்டபின்பும் கூட, அதன் கூரிய தன்மை மழுங்கி விட்ட பின்பும் கூட அவனது மனநிலை சலனத்துக்கு உள்ளாகும்.

"இவ்வாறு முன்னும் பின்னும் ஊசலாடும் தன்மையின் காரணமாக, நம்மை வழிநடத்திச் செல்வதற்கு ஒரு சரியான வழிகாட்டி நமக்குத் தேவையாக உள்ளது. நீங்கள் மேலும் அனுபவசாலிகளாக ஆகும் போது, இந்த வழிகாட்டியின் பணி பொதுவாகத் தானாகவே இயங்குவதைக் காண்பீர்கள்.

"ஒரு நடிகன் மேடையில் உள்ளபோது தனது திறன்கள் அனைத்தையும் மிகச் சரியாகத் தன் கட்டுக்குள் வைத்திருக்கிறான் என்று வைத்துக்கொள்வோம். அவனது மனநிலை நடிப்பதற்கு ஏற்றவாறு முழுமையாக உள்ளது. எனவே தனது கதாபாத்திரத்திலிருந்து வெளியே வராமலே அதன் பாகங்களைத் தனித்தனியாகப் பிரித்துப் பார்க்க அவனால் முடிகிறது. அவை எல்லாமே சரியாக வேலை செய்கின்றன, ஒன்றுக்கு மற்றொன்று உதவி செய்து கொள்கின்றன. பின்னர், சட்டென அங்கு ஒரு பொருத்தமற்ற தன்மை தென்படுகிறது. உடனடியாக எந்தப் பகுதி சரியாக இல்லை என்று கண்டறிய நடிகர் முனைகிறார். தவறைக் கண்டு பிடித்துச் சரி செய்கிறார். ஆனாலும் கூட, அதே சமயத்தில், தன்னைத் தானே கவனித்துக்கொண்டுள்ள போதும் கூட அவரால் தொடர்ந்து சுலபமாகத் தனது கதாபாத்திரத்தை நடிக்க முடிகிறது.

"ஒரு நடிகன், மேடையில் வாழ்கிறான், அழுகிறான், சிரிக்கிறான். எல்லா நேரங்களிலும், தனது கண்ணீரையும் புன்னகைகளையும் அவன் கவனித்துக்கொண்டே இருக்கிறான். இந்த இருமுனைச் செயல்பாடு, வாழ்க்கை மற்றும் நடிப்பு இவற்றுக்கு இடையிலான சமநிலைதான் அவனது கலையை உருவாக்குகிறது" என்று சால்வினி கூறியுள்ளார்.

3

"உள்ளார்ந்த உருவாக்கும் நிலையின் பொருளை நீங்கள் இப்போது அறிந்து கொண்டீர்கள். அந்த நிலை உருவாகும் போது ஒரு நடிகனின் ஆன்மா அல்லது ஆழ்மனம் எவ்வாறு உள்ளது என்று நாம் இப்போது பார்க்கலாம்.

"ஷேக்ஸ்பியரின் கதாபாத்திரங்களிலேயே மிகவும் கஷ்டமானதும், சிக்கலானதுமான ஒன்றை ஹாம்லெட்-அவன் ஏற்றுக்கொள்ளவிருக்கிறான் என்று வைத்துக்கொள்வோம். அதை எதனுடன் ஒப்பிட முடியும்? பல விதமான களிமவளங்கள் செல்வங்கள் பொதிந்துள்ள ஒரு பிரம்மாண்டமான மலையைப் போல அது உள்ளது. அதனுள் மறைந்துள்ளவற்றை- கனிமப் பொருள், தங்கம், வைரம் அல்லது பளிங்கு- வெளிக்கொண்டு வருவதன் வாயிலாகத் தான் அதன் மதிப்பை உங்களால் கணக்கிட முடியும். மேலும் அதோடு கூடவே, மலையின் இயற்கை எழிலும் உள்ளது. இவற்றையெல்லாம் மதிப்பிடுவது என்பது ஒரு தனி நபரின் சக்திக்கு அப்பாற்பட்டது. எனவே அச்செல்வங்களைத் தேடிச்செல்பவர், சிறப்புப் பணியாளர்களை வரவழைக்க வேண்டும். மேலும், நன்கு பயிற்றுவிக்கப் பட்ட உதவியாளர்களையும் ஏற்பாடு செய்ய வேண்டும். இதற்கெல்லாம் அவரிடம் பணமும், நேரமும் நிறைய இருக்க வேண்டும்.

"அந்த மலைப் பகுதியில் அவர் சாலைகள் அமைக்கிறார். நிலத்தில் ஆழமான குழிகளைத் தோண்டுகிறார். சுரங்கப் பாதைகளைக் கட்டுகிறார். மிகக் கவனமாக அந்தப் பகுதியின் நிலத்தடி மண்ணைப் பரிசோதித்து விட்டு, அங்கு கணக்கிட முடியாத செல்வங்கள் இருப்பதாக முடிவு செய்கிறார். ஆனால்

கான்ஸ்தன்தீன் ஸ்தனிஸ்லாவ்ஸ்கி

இயற்கையில் மிக உண்மையாகவும், குறைவான அளவில் அரிதாகவும் உள்ள பொருள்களைக் கண்டறிய வேண்டுமானால் நாம் சற்றும் எதிர்பாராத இடங்களில் அவற்றைத்தேட வேண்டும். இதற்குப் பெருமளவில் கடுமையாக உழைக்க வேண்டிவரும் இதனால், கண்டுபிடிக்கப்பட்ட பொருளின் மதிப்பு கூடுகிறது. மனிதர்கள் எந்த அளவு அதிக ஆழமாகத் தேடுகிறார்களோ அந்த அளவு அதிகமாக அவர்கள் வியப்படையும் வண்ணம் அவை அமைகின்றன. மலைமீது எவ்வளவு உயரம் அவர்கள் ஏறுகிறார்களோ அவ்வளவு பரந்ததாக அந்தத் தொடுவானம் விரிகிறது. மலையின் உச்சிப்பகுதியோ மேகங்கள் சூழ்ந்து காணப்படுகிறதால் மனித அறிவுக்கு அப்பாற்பட்ட அந்த இடத்தில் என்ன உள்ளது என்ன நடக்கிறது என்பதை நாம் ஒருபோதும் அறிவதில்லை.

"திடீரென்று யாரோ கூவுகிறார்கள், "தங்கம்! தங்கம்! காலம் கடக்கிறது, மண்வெட்டிகள் செயல்படுவது நின்று போகிறது. ஏமாற்றமடைந்த பணியாளர்கள் வேறு ஒரு இடத்துக்கு அகன்று சென்று விடுகிறார்கள். தங்கத்தின் ரேகை அருகிமறைந்து விடுகிறது. அவர்கள் முயற்சிகள் பலனற்றுப் போய் விடுகின்றன. சக்தி துவண்டு விடுகிறது. பணியில் இறங்கிய தேடுபவர்களும், நிலத்தை ஆய்வு செய்பவர்களும் செயலற்று எந்தப் பக்கம் திரும்புவது என்று அறியாமல் திகைக்கின்றனர். சற்று நேரத்தில் மற்றொரு கூவல் கேட்கிறது. எல்லோரும் அங்கு சென்று வேலையை ஆர்வத்துடன் செய்ய முற்படுகிறார்கள் ஏமாற்றம் தென்படும் வரையில்! நிஜமாகவே செழிப்பான தங்க ரேகையைக் கண்டுபிடிக்கும் வரை இது மீண்டும் மீண்டும் நிகழ்கிறது.''

சற்று நேர மௌனத்துக்குப் பின் இயக்குனர் தொடர்ந்து பேசலானார்.

"ஒரு நடிகன் ஹாம்லெட்டின் பாத்திரத்தை எடுத்துக்கொண்டு பணி செய்யும்போது இது போன்றதொரு போராட்டம் பல ஆண்டுக்காலம் தொடர்ந்து நடைபெறுகிறது. ஏனெனில் இந்தக் கதாபாத்திரத்தில் உள்ள ஆன்மீகச் செல்வங்கள் மறைந்து உள்ளன. மனித உயிர்களிலேயே மிக நுண்ணியதான அந்த ஆன்மாவின்

தூண்டும் சக்திகளைக் கண்டறிய அவன் மிக ஆழமாகத் தோண்டவேண்டும்.

"ஒரு மேதையின் இலக்கியப் படைப்பு அதுவும் ஒரு மேதையைப் பாத்திரமாகக் கொண்ட படைப்பு என்றால் அதை நடிப்பதற்கு எடுத்துக்கொள்ளும் போது கணக்கிலடங்காத சிறிய விவரங்களைக் கொண்டதாகவும், மிகவும் சிக்கலானதாகவும் அந்த ஆய்வு அமைந்தாக வேண்டும்.

"ஒரு சிக்கலான ஆன்மாவின் ஆன்மிக நுண்மையைப் புரிந்து கொள்வதற்கு ஒருவரது அறிவை மட்டுமோ அல்லது நடிப்பின் "மூலக்கூறு"களின் ஏதேனும் ஒன்றை மட்டுமோ பயன்படுத்துவது போதுமானது அல்ல. ஒரு கலைஞனின் ஒட்டுமொத்தச் சக்தியும் திறமையும் அங்கு தேவைப்படுகிறது. அது மட்டும் அல்லாமல் அவனது அகச்சக்திகளுடன், நாடக ஆசிரியரின் அகச்சக்திகளும் கூட நல்லிணக்கத்துடன் இணைந்து பணிபுரிய வேண்டியுள்ளது.

"உங்கள் கதாபாத்திரத்தின் ஆன்மிகத் தன்மையை நன்கு படித்தறிந்த பின்னர், அதன் அடிப்படை நோக்கத்தை உங்களால் தீர்மானிக்கவும், பின் அதை உணரவும் முடியும். இத்தகைய வேலைக்கு, ஒரு நடிகனின் அகத்தூண்டுதல் சக்திகள் மிகவும் வலிமையுடனும், உணர்நிலையிலும் ஊடுருவக் கூடியதாகவும் இருக்க வேண்டும். அவனது உள்ளார்ந்த உருவாக்கும் மனநிலையின் மூலக்கூறுகள் ஆழமாகவும், மென்மையானதாகவும் நின்று நிலைப்பவையாகவும் இருக்கவேண்டும். துரதிருஷ்டவசமாகப் பல நடிகர்களும் மகத்தான பாத்திரங்களை ஆழமாகச் சென்று பார்க்காமல் மேலோட்டமாக மட்டுமே, சிந்தனையின்றி, வேகமாகப் பார்வையிடுவதை நாம் அடிக்கடி காண்கிறோம்."

மற்றொரு குறுகிய இடைவேளைக்குப் பின் டார்ட்சாவ் பின்வருமாறு கூறினார்:

"ஒரு பெரியதான உருவாக்கும் நிலை பற்றி நான் விளக்கியுள்ளேன். ஆனால் இது சிறிய அளவிலும் கூட உள்ளது.

"வான்யா, மேடைமீது சென்று ஒரு சிறிய வெளிர்நீல நிறமுள்ள காகிதத் துண்டைத்தேடு ஆனால் அதை எவருமே அங்கே தொலைக்கவில்லை."

"அதை நான் எவ்வாறு அப்படிச் செய்ய முடியும்."

"வெகு எளிதாக உனது நோக்கத்தை நிறைவேற்ற வேண்டுமானால் நிஜவாழ்வில் செய்யும் போது அந்தப்பணி எப்படித் தோன்றும் என்று நீ புரிந்து கொண்டு அதை உணர வேண்டும். உனது உள்ளார்ந்த, அகச்சக்திகள் அனைத்தையும் ஒழுங்காகச் சீரமைத்து, உனது குறிக்கோளை நீ உருவாக்கத் தேவையான குறிப்பிட்ட தரப்பட்ட சுற்றுச்சூழலை முன்வைக்க வேண்டும். பின், நிஜமாகவே அவ்வாறு ஒரு காகிதத்தைத் தேட வேண்டியிருந்தால் எவ்வாறு அதைச் செய்வாய் என்ற கேள்விக்குப் பதிலை உருவாக்கு."

"நீங்கள் நிஜமாகவே ஒரு துண்டுக்காகிதத்தைத் தொலைத்து விட்டிருந்தால், நானும் நிஜமாகவே அதைக் கண்டு பிடிப்பேன், என்றான் வான்யா. அதன் பின் அச்செயலைச் சிறப்பாக நடித்துக் காட்டினான். இயக்குனர் அதைப் பாராட்டினார்.

"இது எவ்வளவு சுலபம் என்று நீங்களே பாருங்கள். ஒரு சாதாரண குறிப்பு மட்டுமே இதற்கான தூண்டுதலாக அமைகிறது. அது மேடைமீது உங்களது அக உருவாக்கும் நிலையை நிறுவுவதற்கான இணக்கமான செயல்முறையை வெளிப்படுத்தியது. ஒரு சிறு பிரச்சினை அல்லது நோக்கமானது நேரடியாகவும் உடனடியாகவும் செயலுக்கு இட்டுச் செல்கிறது. இதே போலத் தான் ஹாம்லெட் போன்ற மேலும் சிக்கலான பாத்திரத்தை ஏற்று நடிப்பதற்குத் தேவையான செயல்முறையும் வெளிப்படுத்தப்பட வேண்டும். அளவில் மட்டுமே அது பெரியதாக அமைகிறது. நடிப்பதற்கு எடுத்துக்கொள்ளப்படுகிற நேரத்துக்கும் நடிப்பின் முக்கியத்துவத்துக்கும் ஏற்றவாறு, பல்வேறு மூலக்கூறுகளின் செயற்பாடு வேறுபட்டு அமையும். ஆனால் அவை ஒன்றுடன் மற்றொன்று இணைந்து செயல்படுவது என்பது மட்டும் ஒரே அளவில் இருக்கும்.

"பொதுவாகப் பார்க்கும் போது ஒரு நடிகனின் உள்ளார்ந்த உருவாக்கும் நிலையின் சக்தி மற்றும் தாக்குப்பிடிக்கும் தன்மை ஆகியவற்றின் அளவு அவரது குறிக்கோளின் அளவு மற்றும் முக்கியத்துவத்துக்கு ஏற்றவாறு அமையும். அந்த நடிப்பை வெளிப்படுத்துவதற்கு அவர் பயன்படுத்தும் கருவியும் உடல் அசைவு முகபாவம், குரல் அவ்வாறே ஏற்றவாறு பயன்படுத்தப்படும்.

"மேலும் இந்த அளவு, சிறியது இடைப்பட்டது மற்றும் பெரியது என்று வகைப்படுத்தப் படலாம். இவ்வாறு, உருவாக்கும் மனநிலைகள் பல்வேறு வகைப்பட்டதாக, ஏதேனும் ஒரு "மூலக்கூறு" மிகையாகச் செயல்பட்டவாறு அமையும்.

"சில குறிப்பிட்ட சூழ்நிலைகளில் மேற்கூறிய வகைகள் அதிகமாகலாம். ஒரு தெளிவான, நன்கு வரையறுக்கப் பட்ட குறிக்கோள் உங்களிடம் இருந்தால், ஒரு திடமான, சரியான உள்ளார்ந்த மனநிலையை நீங்கள் விரைவாக எட்டி விடுகிறீர்கள். இதற்கு மாறாக அது தெளிவற்றுக் குழப்பமாக இருந்தால் உங்களது அக மனநிலையும் எளிதில் மாறக் கூடியதாக வலுவிழந்து காணப்படும். இவ்விரு நிலைகளிலும் மனநிலையைத் தீர்மானிப்பது குறிக்கோளின் தரமாகத்தான் உள்ளது.

"சில சமயங்களில், காரணம் ஏதும் இல்லாமலேயே நீங்கள் வீட்டில் இருக்கும் போது கூட உருவாக்கும் மனநிலையின் வலிமையை நீங்கள் உணரக் கூடும். அப்போது அதைப் பயன்படுத்துவதற்கான வழியை நீங்கள் தேடுகிறீர்கள். அப்போது, அந்த மனநிலையே தனக்கேற்ற குறிக்கோளை ஏற்படுத்திக் கொடுத்து விடும்.

"கலையில் என் வாழ்க்கை என்ற நூலில் ஒரு வயதான, ஓய்வு பெற்று விட்ட நடிகையைப் பற்றிய கதை ஒன்று உள்ளது. இப்போது அவர் இறந்து விட்டார். தனியாக வீட்டில் உள்ள போது, அந்த உருவாக்கும் மனநிலையின் வலிமையான உணர்வைத் திருப்தி செய்து கொள்ளவும், அதை வெளியிடுவதற்கும் தனது உருவாக்கும் உணர்வுகளுக்கு ஏற்ற ஒரு வடிகாலாக அமையுமாறும், பல்வேறு நாடகக்காட்சிகளைத்

தனக்குத் தானே நடித்துக் கொள்வது வழக்கம் என்று அந்நூலில் குறிப்பிடப்பட்டுள்ளது.

"சில சமயங்களில் ஒரு குறிக்கோளானது ஆழ்மனதில் தன்னுணர்வற்ற நிலையில் இருக்கக்கூடும். அப்போது அது நடிகனுக்கே தெரியாமல் வெளிப்படுத்தப்படக் கூடும். பல சமயங்களில் அவ்வாறு நிகழ்ந்து முடிந்த பின்னர் தான் அவனுக்கே என்ன நடந்தது என்று தெரியவரக்கூடும்.

15

முதன்மைக் குறிக்கோள்

1

இன்றைய பாடத்தைப் பின்வரும் குறிப்புடன் டார்ட்சாவ் தொடங்கி வைத்தார். "டாஸ்ரோயெவ்ஸ்கி", தன் வாழ்நாள் முழுவதும் இறைவனைத் தேடி அலைந்ததன் காரணமாக காரமஜோவ் சகோதரர்கள் (The Brothers Karamazov) என்ற நூலை எழுதுமாறு வலிந்து தள்ளப்பட்டார். டால்ஸ்டாய், தன்னைத் தானே மேம்படுத்திக் கொள்வதற்கான போராட்டத்தில் தனது வாழ்நாள் முழுவதையும் செலவிட்டார். ஆன்டன் செக்காவ், நடுத்தர வர்க்கத்து மக்களின் வாழ்வின் அற்பத்தனத்துடன் முரண்பட்டு நின்றார். அவரது இலக்கியப் படைப்புகளில் பலவும் இந்த முரண்பாட்டை அடித்தளமாகக் கொண்டு உருவாகின.

"இந்த மாபெரும் எழுத்தாளர்களின் மகத்தான, முக்கியமான நோக்கங்களும் குறிக்கோள்களும், ஒரு நடிகனின் உருவாக்கும் திறனை வெளிக்கொணரும் சக்தி படைத்தனவாக இருப்பதை உங்களால் உணர முடிகிறதா? மேலும், நாடகத்தின் அல்லது கதாபாத்திரத்தின் விபரங்களையும் ஒரு சிறு சிறு கூறுகளையும் அவை எவ்வாறு தமக்குள் ஈர்த்துக் கொள்கின்றன என்பதையும் உங்களால் கவனிக்க முடிகிறதா?

"ஒரு நாடகத்தில், ஒரு நடிகனின் தனிப்பட்ட, சிறிய குறிக்கோள்களும், கற்பனை சார்ந்த அவரது எண்ணங்கள், உணர்ச்சி மற்றும் செயல்கள் ஆகியன எல்லாமே நாடகத்தின் கருவின் முதன்மைக் குறிக்கோளை நிறைவேற்றுவதை நோக்கி மையம் கொண்டிருக்க வேண்டும். இவ்வாறு நாடகத்தின்

கருவுடன் நடிகர் கொண்டுள்ள இணைப்பானது மிகவும் வலிமையானதாக இருக்க வேண்டும். அவ்வாறு இல்லா விட்டால், அற்பமான ஒரு விபரம் கூட, அது முதன்மைக் குறிக்கோளுடன் தொடர்பற்று இருக்குமானால், நாடகத்தின்போது அது அனாவசியமானதாகவும் தவறானதாகவும் கூடத்தோற்றமளிக்கும்.

''மேலும், முதன்மைக் குறிக்கோளுடனான இந்த உந்துவிசையானது, நாடகம் முழுவதிலும் தொடர்வதாக இருக்க வேண்டும். அதன் ஆதாரமானது நாடகபாணியிலோ அல்லது மேலோட்டமானதாகவோ இருந்தால், நாடகத்தின் போக்கை ஒத்ததாக அது அமையாது. ஆனால் மனிதத்தன்மை கொண்டதாக அது இருந்து, நாடகத்தின் அடிப்படை நோக்கத்தை நிறைவேற்றுவதாக அமைந்தால் அப்போது நாடகத்துக்கும், அதன் நடிகர்களுக்கும் உயிரையும் சக்தியையும் ஊட்டுகிற ஒரு முக்கிய இரத்தநாளமாக அமையும்.

''எனவே, ஒரு இலக்கியமானது எவ்வளவு மகத்தானதாக, மேன்மையானதாக உள்ளதோ அவ்வளவு சக்தியுள்ளதாக அதன் முதன்மைக் குறிக்கோள் அமையும்.''

''ஆனால், ஒரு நாடகத்தில் அத்தகைய மேதமை இல்லாமல் போய் விட்டால்?''

''அப்போது அந்தச் சக்தி வலிமையற்றதாகத் தான் இருக்கும்.''

''ஒரு மோசமான நாடகத்தில்....?''

''மோசமானதாக நாடகம் இருந்தால், முதன்மைக் குறிக்கோளை மேலும் ஆழமானதாகவும் கூர்மையானதாகவும் ஆக்குவது நடிகனின் பணியாக ஆகிவிடும். அவ்வாறு செய்யும் போது அது என்ன குறிக்கோள் என்று வரையறை செய்ய வேண்டியது மிகவும் முக்கியமான ஒரு பணியாக அமையும்.

''ஒரு குறிக்கோளுக்கான சரியான பெயரைத் தேர்ந்தெடுப்பது எவ்வளவு முக்கியம் என்பதை நீங்கள் ஏற்கெனவே அறிந்திருக்கிறீர்கள். பெயர்ச்சொல்லை விடவும் வினைச்சொல் இதற்கு மிக ஏற்றது என்பதும் அது செயலுக்கு அதிக ஊக்கத்தை அளிப்பதாக உள்ளது என்பதும் உங்களுக்கு நினைவில் இருக்கக்

கூடும். முதன்மைக் குறிக்கோளை வரையறை செய்யும் போதும், இது உண்மையாகும். சொல்லப் போனால் மேலும் அதிக அளவில் இதற்குக் கவனம் செலுத்தப்பட வேண்டும்.

"க்ரிபோயெதோவின் அளவுக்கதிகமான நகைச்சுவையால் துயரம் (Woe from Too Much wit) என்ற நாடகத்தை நாம் தயாரிக்கவுள்ளோம் என்று வைத்துக்கொள்வோம். இந்த நாடகத்தின் பிரதான குறிக்கோள் "நான் சோஃபிக்காக உழைக்க, போராட விரும்புகிறேன்" என்ற சொற்றொடரினால் விவரிக்கப் படலாம் என்று முடிவு செய்கிறோம் என்று வைத்துக்கொள்வோம். இந்தச் சொற்றொடரின் கருத்தை உண்மையென்று நிரூபிப்பதற்கான பல விஷயங்கள் அந்த நாடகத்தின் கருவில் உள்ளன. ஆனால், நாடகத்தை இந்த அணுகுமுறையிலிருந்து கையாள்வதன் முக்கியப் பிரச்சினை என்னவென்றால் அந்தக் காலகட்டத்தில் இருந்த ரஷ்ய சமூகத்தை விமர்சித்துப் புறந்தள்ளுவதான கருத்தானது எப்போதேனும் தற்செயலாக, விபத்துப் போலத் தோற்றமளிக்குமாறு ஆகிவிடுவது தான். ஆனால் முதன்மைக் குறிக்கோளாக, "நான் எனது நாட்டுக்காகப் போராட விரும்புகிறேன், சோஃபிக்காக அல்ல" என்ற சொற்றொடரால் விவரித்தால், சாட்ஸ்கியின் (நாடகநாயகன்) நாட்டுப்பற்றும் தன் மக்கள் பால் அவன் கொண்டுள்ள அதீதமான பாசமும் கதைக் கருவின் முன்புலத்துக்கு வரும்.

"கதையின் கருத்தான, சமுதாயத்தைக் குற்றம் சாட்டிச் சாடுதல் என்பது மேலும் பிரகாசித்து நாடகத்துக்கே ஒரு அதிக ஆழமான உள்ளார்ந்த முக்கியத்துவத்தை இது கொடுத்துவிடும். "நான் சுதந்திரத்துக்காகப் போராட விரும்புகிறேன்" என்ற சொற்றொடரைப் பிரதானக்கருவாக நீங்கள் பயன் படுத்தினால், அந்த அர்த்தமானது மேலும் அதிக ஆழத்தை எடுத்துக்கொள்ளும் இந்தப் பின்னணியில் நாடக நாயகனின் குற்றச்சாட்டுகள் மேலும் தீவிரமடைந்து, நாடகம் சோஃபியை (நாயகி) மையமாகக் கொண்டிருந்த போது இருந்த ஒரு தனி மனிதனின் சொந்தப் பிரச்சினையிலிருந்து விலகி ஒரு பொதுவிடயத்தைப் பற்றியதாகி விடுகிறது. அது, ஒரு தனி நாட்டின் எல்லையைவிட்டுக் கூட

வெளியே சென்று பரந்து பட்ட மனிதப் பிரச்சினையைப் பற்றியதாக, பிரபஞ்ச அளவில் விரிந்து விடுகிறது.

''எனது சொந்த அனுபவத்தில், முதன்மைக் கருவுக்கான சரியான பெயரைத் தேர்ந்தெடுத்தலின் முக்கியத்துவம் பற்றிய வெகு தெளிவான சாட்சியங்கள் என்னிடம் உள்ளன. அவற்றுள் ஒன்று, மோலியேரின் கற்பனை நோயாளி (Le Malade Imaginaire) எங்களது முதல் முயற்சி வெகு எளிமையானதாக இருந்தது ''நான் நோய்வாய்ப்பட்டிருக்க விரும்புகிறேன்'' என்பதை நாங்கள் கருவாகத் தேர்ந்தெடுத்தோம். ஆனால் இந்த நாடகத்துக்காக நான் எவ்வளவு அதிகமாக முயற்சி எடுத்துக் கொண்டேனோ, எந்த அளவு அதில் வெற்றியும் பெற்றேனோ, அந்த அளவு, ஒரு நல்ல சுவாரஸ்யமான சிரிப்பூட்டும் நகைச்சுவை நாடகத்தை நாங்கள் ஒரு மோசமான சோகக்காவியமாக மாற்றிக் கொண்டிருந்தோம் என்பது தெள்ளத் தெளிவாகப் புலப்படலாயிற்று. எங்களது தவறை விரைவில் உணர்ந்து கொண்டவர்களாக, கருவை, ''நான் நோயாளி என்று பிறர் நினைக்க விரும்புகிறேன்'' என்று மாற்றினோம். அதன் பின், நாடகத்தின் நகைச்சுவை முன்னே வந்து போலி மருந்துவர்கள் எவ்வாறு ஆர்கனை முட்டாளாக்கி ஏமாற்றிக் கொண்டிருந்தார்கள் என்பது வெளிப்படையாகப் புலப்படலாயிற்று. நாடகாசிரியர் மோலியேரின் கருத்தும் நோக்கமும் இதுவாகத்தான் இருந்தது.

''கோல்டோனியின் லா லோகாண்டியெரா (La Locandiera) என்ற நாடகத்தில், ''நான் பெண்களை வெறுப்பவனாக இருக்க விரும்புகிறேன்'' என்ற சொற்றொடரைப் பயன்படுத்தும் தவறை நாங்கள் செய்தோம். இதனால் அந்த நாடகத்திலிருந்து நடிப்பும் வெளிப்படவில்லை, நகைச்சுவையும் வெளிப்படவில்லை. நாடகநாயகன் நிஜமாகவே பெண்களைப் பெரிதும் விரும்பினான் என்றும், வெறுப்பவன் போலச் சும்மா தோற்றமளிக்க விரும்பினான் என்றும் நான் கண்டு கொண்ட பின்பே, ''நான் பெண்களைக் கவர முனைவதை எவருமறியாமல் செய்ய விரும்புகிறேன்'' என்பதாகக் கருவின் முதன்மைக் குறிக்கோளை மாற்றினேன். அதன் பின் நாடகம் உடனடியாக உயிர் பெற்றது.

"இம்முறை பிரச்சினை முழு நாடகத்தையும் பொறுத்ததாக இல்லாமல் எனது கதாபாத்திரத்தை மட்டுமே பொறுத்ததாக இருந்தது. எனினும் வெகுகாலம் தொடர்ந்து வேலை செய்த பின்னர்தான், அந்த நாடகத்தில் வருகிற தங்கும் விடுதியின் சொந்தக்காரி தான் அதில் குறிப்பிடப் பட்டுள்ள பெண் அதாவது எங்கள் வாழ்வுக்கும் சொந்தக்காரி என்பதை நாங்கள் உணர்ந்து கொண்ட பின்னர்தான் அந்த நாடகத்தின் உட்கருவான சாராம்சம் வெளிப்படையாகத் தெரியவந்தது.

"பல சமயங்களில் நாடகத்தைத் தயாரித்து வெளியிடும் வரையில், அதன் முக்கியக் கருத்துபற்றி நாம் ஒரு முடிவுக்கு வருவதில்லை, வரமுடிவதில்லை. சில சமயங்களில் நாடகத்தின் நிஜமான பொருளைப் புரிந்து கொள்வதற்குப் பொதுமக்கள் நமக்கு உதவி செய்கின்றனர்.

"நாடகத்தில் நடிக்கின்ற காலம் முழுவதும் அதன் முக்கியக் கருத்தானது நடிகனின் மனதில் திடமாகப் பதிந்திருக்க வேண்டும். அந்தக் கருத்துதான் நாடகம் பிறப்பதற்கு, எழுதப் படுவதற்குக் காரணமாக அமைந்ததாகும். நடிகனின் கலைப்படைப்புக்கும் அதுவே தான் ஊற்றாக அமைய வேண்டும்.

2

ஒரு நாடகத்தின் உள்ளார்ந்த முக்கியக் கருத்தோட்டமானது ஒரு உள்ளார்ந்த பிடிப்பையும், சக்தியையும் கொண்ட நிலையை உருவாக்குகிறது என்றும், அந்த நிலையின் உள்ளே தான் நடிகர்கள் தமது நடிப்புப் பற்றிய பல சிக்கலான நுட்பங்களை வளர்த்தெடுத்துக் கொள்கிறார்கள் என்றும் இன்று இயக்குனர் எங்களிடம் கூறினார். மேலும், அதன் பின்னர்தான் அந்த நாடகத்தின் அடித்தளமாக அமைந்துள்ள குறிக்கோளைப் பற்றிய ஒரு தெளிவான முடிவுக்கு அவர்கள் வருகிறார்கள் என்றும் அவர் விளக்கினார்.

"நாடகத்தின் ஆரம்பத்திலிருந்து முடிவு வரையிலும் நடிகர்களை வழி நடத்திச் செல்கிற அந்த முயற்சியின் உள்ளார்ந்த கோடுதான் நம்மால் தொடர்ச்சி அல்லது தொடர்ந்து செல்லும் நடிப்புச் செயல்

என்று அழைக்கப்படுகிறது. இந்தத் தொடர் கோடானது நாடகத்தின் சிறிய கூறுகள் மற்றும் சிறு குறிக்கோள்கள் ஆகியவற்றை ஒருங்கிணைத்து முதன்மைக் குறிக்கோளை நோக்கி அவற்றைச் செலுத்துகிறது. அதில் தொடங்கி, அவை அனைத்தும் பொதுவான நோக்கத்தை நிறைவேற்றச் செயல்படுகின்றன.

"நமது படைப்புச் செயல் முறையில், இந்தத் தொடர்ந்து செல்லும் நடிப்புச்செயல் மற்றும் முதன்மைக் குறிக்கோள் ஆகியவற்றின் மிகப் பிரம்மாண்டமான நடைமுறை சார்ந்த முக்கியத்துவத்தை வலியுறுத்துவதற்காகக் கீழ்க்கண்ட எடுத்துக்காட்டைத் தர விரும்புகிறேன். என் சொந்த அனுபவ அறிவிலிருந்து பெற்ற, உங்களைக் கண்டிப்பாக நம்பச் செய்ய வல்ல ஒரு நிகழ்வு இதுவாகும். மிகவும் பிரபலமடைந்திருந்த ஒரு குறிப்பிட்ட நடிகை, நமது நடிப்பு முறையில் ஆர்வம் கொண்டார். இந்தப் புதிய முறையைக் கற்றுக்கொண்டு தேர்வதற்கென நேரம் ஒதுக்கி நடிப்பதிலிருந்து கொஞ்சகாலம் ஓய்வு எடுக்க அவர் தீர்மானித்தார். பல ஆண்டுக்காலம், பல்வேறு ஆசான்களின் கீழ் அவர் பயிற்சி பெற்றார். அதன்பின் மறுபடியும் நடிப்பதற்கு முற்பட்டார்.

"ஆனால், அவரால் வெற்றிகரமாக நடிக்க முடியாமல் போனது கண்டு அவர் பெரிதும் வியப்படைந்தார். அவருக்கே உரிய மிகவும் மதிப்புமிக்க அம்சமாகிய நேரடியான உற்சாக உத்வேகச் சிதறலை அவர் இழந்து விட்டிருந்தார். அதற்குப் பதிலாக அவரது நடிப்பில் வரட்டுத்தன்மையும், மிகவும் விளக்கமான மேலோட்டமான நடிப்பு முறைகளும், பிற இவற்றையொத்த குறைபாடுகளும் தோன்றியிருந்தன. இப்போது அந்த நடிகையின் நிலையை உங்களால் சுலபமாகச் சிந்தித்துப் பார்க்க முடியும். ஒவ்வொரு முறை அவர் மேடையில் தோன்றிய போதும், ஏதோ ஒரு பரீட்சைக்கு உட்படுத்தப் பட்டது போல அவர் உணர்ந்தார். அவரது நடிப்புக்கும் பெரும் இடையூறாக இது இருந்தது. அவரது கலக்கத்தையும், ஏமாற்றத்தையும் இது அதிகப் படுத்தியது. இதனால் அவர் பெருத்த மனச்சோர்வு கொண்டு, நம்பிக்கையிழந்து போனார். பல்வேறு நாடக அரங்குகளில் சிற்றூர்களில் இருந்தவற்றிலும் கூட, நடித்துத் தன்னைச் சோதித்துக்

கொண்டார். ஏனெனில், தலைநகரத்து மக்கள், இந்த "முறை" பற்றி வெறுப்புணர்வையோ அல்லது பாரபட்ச உணர்வையோ கொண்டிருக்கக் கூடும் என்று அவர் நினைத்தார். ஆனால், விளைவு என்னவோ எல்லா இடங்களிலும் ஒரே மாதிரியாகத் தான் இருந்தது. எனவே அவர் புதியமுறையைச் சபித்துக்குறை கூறியவாறு அதனை உதறித்தள்ள முயற்சித்தார். தனது பழைய நடிப்புமுறைக்கே திரும்பச் செல்ல முற்பட்டார். ஆனால் அவரால் அதைச் செய்ய முடியவில்லை. தனது செயற்கைத் தனமான திறமையை இழந்து விட்டிருந்தது மட்டுமல்லாமல், இப்போது அவர் உண்மையிலேயே விரும்பிய புதிய முறையுடன் ஒப்பிட்டபோது முட்டாள்தனமாகத் தோன்றிய பழைய முறைகளை அவரால் இப்போது பொறுத்துக்கொள்ளவோ ஏற்றுக்கொள்ளவோ முடியவில்லை. எனவே, இரண்டு இருக்கைகளுக்கு நடுவே அவர் விழுந்து விட்டார். இதனால், இறுதியில் நடிப்புத் தொழிலையே விட்டு விலகி விட அவர் முடிவு செய்து விட்டதாகச் சொல்லப்படுகிறது.

"இந்தக் கட்டத்தில், அவரது நாடகத்தை நான் பார்க்க நேர்ந்தது. அதன் பின் அவரது வேண்டுகோளுக்கு இணங்கி நான் அவரது ஒப்பனை அறைக்குச் சென்றேன். நாடகம் முடிந்து வெகுநேரம் ஆகி அனைவரும் அரங்கை விட்டுச்சென்று விட்ட பின்னர் கூட அவர் என்னைப் போக விடவில்லை. மிகவும் உணர்ச்சி வயப்பட்டவராக, தனக்குள் நேர்ந்த இந்த மாற்றத்துக்கான காரணத்தைச் சொல்லுமாறு அவர் என்னைக் கெஞ்சிக்கேட்டார். அவரது பாத்திரத்தின் ஒவ்வொரு சிறு விவரத்தையும் நாங்கள் அலசி ஆராய்ந்தோம். அது எவ்வாறு தயார்ப்படுத்தப் பட்டது, புதிய முறையைப் படித்தறிந்ததால் அவர் கற்றுக்கொண்ட செயல்நுட்பங்களின் விவரங்கள் இவற்றை யெல்லாம் நுணுக்கமாகப் பார்த்தோம். எல்லாமே சரியாகத்தான் இருந்தது. அதன் ஒவ்வொரு பகுதியையும் அவர் மிக நன்றாகப் புரிந்து கொண்டிருந்தார் ஆனால் அந்த முறையின் படைப்பதற்கான அடிப்படையை மட்டும் முழுமையாக அவர் புரிந்து கொள்ளத்தவறி விட்டார். நடிப்புச் செயலின் தொடர்ச்சியான கோடு மற்றும் முதன்மைக் குறிக்கோள் பற்றி

நான் அவரிடம் கேட்டபோது அவற்றைப் பற்றிப் பொதுப்படையாகத் தான் கேள்விப் பட்டிருந்ததாகவும், நடைமுறையில் அவற்றைப் பற்றித்தனக்கு எதுவும் தெரியாது என்றும் அவர் ஒப்புக்கொண்டார்.

"நடிப்புச் செயல்பாட்டின் தொடர்ச்சியான கோடு இல்லாமல் நீங்கள் நடித்தால்" என்று நான் அவரிடம் சொன்னேன் "இந்த முறையின் சில பகுதிகளின் ஒரு சில தொடர்ச்சியற்ற பயிற்சிகளில் மட்டுமே நீங்கள் ஈடுபடுகிறீர்கள். வகுப்பறைப்பணியில் அவை பயன்படுவை, ஆனால் ஒரு கதாபாத்திரத்தை நாடகம் முழுவதும் நடிப்பதற்கு அவை போதாது. மேற்குறிப்பிட்ட பயிற்சிகள் எல்லாமே, ஒரு நாடகத்தின் இயக்கத்திற்கான அடிப்படைத் திட்டத்தை வகுப்பதற்காக ஏற்படுத்தப்பட்டவை இதுதான் அப்பயிற்சிகளின் பிரதான நோக்கமாகும். இந்த முக்கியமான உண்மையை நீங்கள் கவனிக்கத் தவறி விட்டீர்கள் அதனால் தான் உங்களது கதாபாத்திரத்தின் அற்புதமான துணுக்குகள் எந்த விதமான நற்பயனையும் ஏற்படுத்தவில்லை. ஒரு அழகிய சிலையை உடைத்துவிட்டால் அதன் பளிங்குத் துணுக்குகள் காண்பதற்கு மனதைக் கவருமாறு இருக்க முடியாது" என்று நான் விளக்கினேன்.

"மறுநாள் ஒத்திகையின் போது, தனது கூறுகளையும் குறிக்கோள்களையும் எவ்வாறு முதன்மைக் கருத்துக்கேற்பத் தயாரிப்பது எப்படி என்றும், அவரது கதாபாத்திரம் இயங்க வேண்டிய திசை எது என்பது பற்றியும் நான் அவருக்கு விளக்கினேன்.

"தனது பணியில் வெகுதீவிரமாக ஈடுபட்ட அவர், அதைச் சரியாகப் புரிந்து கொள்ளவும் அதில் நல்ல பயிற்சி பெறவும் பல நாட்கள் தேவை என்று கேட்டுக்கொண்டார். நான் அவரது பணியைத் தினமும் கவனித்துச் சரிசெய்து வந்தேன். பின், இறுதியில், புதிய கணிப்புடன் தனது கதாபாத்திரத்தை அவர் நடிப்பதைக் காண நாடக அரங்கத்துக்குச் சென்றேன். அவரது வெற்றி அதியற்புதமாக இருந்தது. அன்று மாலை அந்த நாடக அரங்கில் நிகழ்ந்தது என்ன என்று என்னால் உங்களுக்கு வர்ணிக்க

இயலாது. பல ஆண்டுக்காலம் துயருற்று பல சந்தேகங்களைக் கொண்டிருந்த அந்தக் கலைத்திறன் மிக்க நடிகை, அன்று தன் கடும் உழைப்பின் பலனைப் பெற்றார். நாடகம் முடிந்து திரை இறங்கியவுடன் என்னைக் கட்டியணைத்து முத்தமிட்டு மகிழ்ச்சிப் பெருக்கால் கண்ணீர் விட்டு அழுதார். தனது திறமையைத் திரும்பப் பெற்றுக்கொடுத்தற்காக எனக்கு நன்றி கூறினார். திரை இறக்கப்பட்டும் கை தட்டல் நிற்காமல் தொடர, பலமுறை முன்னே வந்து பொதுமக்களின் பாராட்டுதலைப் பெற்றுக்கொண்டார். அன்று பொதுமக்கள் அவரைப் போக விடாமல் கைதட்டி ஒலி எழுப்பியவாறு இருந்தனர். அவரும், வாய்விட்டுச் சிரித்தவாறு மகிழ்ச்சியில் கூத்தாடினார்.

"தொடர்ச்சியான நடிப்புச் செயல் மற்றும் முதன்மைக் குறிக்கோளின் முக்கியத்துவத்தை இது உங்களுக்குப் புரிய வைத்திருக்கும்."

சற்றுநேரம் மௌனமாகச் சிந்தனையில் ஆழ்ந்த டார்ச்சாவ், தொடர்ந்து பேசலானார்.

"ஒருக்கால் இதை நன்றாக விளக்குவதற்கு ஒரு வரைபடத்தை வரைவது மேலாக இருக்கலாம்."

இதுதான் அவர் வரைந்த படம்:

―――>―――>―――>―――>――――――― முதன்மைக் குறிக்கோள் செயல்பாட்டின் நேரான வரைகோடு.

"இங்கு எல்லாச்சிறிய கோடுகளும், ஒரே இலக்கை நோக்கிச் செல்கின்றன, ஆக ஒரே ஒரு பிரதான ஓட்டமாக இணைந்து கொள்கின்றன" என்று அவர் விளக்கினார்.

"ஆனால், தனது இறுதி இலக்கை இன்னமும் நிர்ணயம் செய்து கொள்ளாத ஒரு நடிகரை எடுத்துக்கொள்வோம். அவரது பாத்திரப் படைப்பானது, பல்வேறு திசைகளில் செல்கிற சிறு சிறு கோடுகளால் வடிவமைக்கப்பட்டுள்ளது. அப்போது, அதன் வரை படம் இவ்வாறு இருக்கும்.

→ ↗ ↙ → ↙ ↗ → ↙ → ↗

"ஒரு பாத்திரப் படைப்பின் சிறிய குறிக்கோள்கள் அனைத்தும் வெவ்வேறு திசைகளை நோக்கி இருக்குமானால் ஒரு திடமான, உடையாத கோட்டை வடிவமைப்பது என்பது முற்றிலும் இயலாத காரியமாக இருக்கும். இதன் விளைவாக, நடிப்பும் துண்டு துண்டாகவும், தொடர்பற்றதாகவும், ஒருங்கிணைக்கப்படாத தாகவும், முழுமையான ஒன்றுடன் எந்தத் தொடர்பும் இல்லாததாகவும் அமையும். எனவே, ஒவ்வொரு பகுதியும் தன்னில் எத்தனை சிறப்பானதாக, உயர்வானதாக இருப்பினும், நாடகத்தைப் பொறுத்தமட்டில், அது அங்கு பொருத்தமற்றதாகத் தான் அமையும்.

"மற்றொரு எடுத்துக்காட்டையும் என்னால் சொல்ல முடியும். ஒரு நாடகத்தின் முதன்மைச் செயல்பாடும், பிரதான கருத்தும் அதன் உள்ளார்ந்த இயல்பான அங்கம் என்றும், அவற்றை அலட்சியம் செய்வது என்பது நாடகத்துக்கே கேடு விளைவிப்பதாக அமையும் என்றும் நாம் முன்னதாக ஒப்புக்கொண்டுள்ளோம், இல்லையா? ஆனால், வெளியேயிருந்து ஒரு கருத்தை நாடகத்துக்குள் கொண்டு வருகிறோம் என்று வைத்துக்கொள்வோம். நாடகத்தின் பிற மூலகங்கள் அவ்வாறே தான் இருக்கும் ஆனால், இந்தப் புதிய சேர்க்கையினால் அவை ஒரு பக்கமாகத் தள்ளப்பட்டு விடும். அதை இவ்வாறு வரைபடமாகக் காட்டலாம்.

→ ↘ → ↘ → ↙ → ↙ முதன்மைக்குறிக்கோள்

புதியகருத்து.

"இத்தகையதான ஒரு ஊனமுற்ற உடைந்து போன முதுகெலும்பை உடைய ஒரு நாடகத்தால் நெடுநாள் உயிர்வாழ முடியாது."

இந்தக் கருத்தை க்ரிஷா வெகு வன்மையாக எதிர்த்தான்.

ஆனால் இவ்வாறு செய்வதால், ஒவ்வொரு இயக்குனரிடமிருந்தும், ஒவ்வொரு நடிகனிடமிருந்தும் தனிப்பட்ட படைப்புத்திறனையும் செயலூக்கத்தையும் நீங்கள் பறித்துக் கொள்வதாக ஆகாதா?" மேலும், இத்தகைய புதிய கருத்துகளை

உள்ளே கொண்டு வருவதைத் தடுப்பதனால், பழைய இலக்கியங்களைப் புதுப்பித்து நவீன காலத்தின் சிந்தனைக்கு மேலும் அருகில் எடுத்துச்செல்வதற்கான எல்லாச் சாத்தியப்பாடுகளையும் தடுத்து விட மாட்டீர்களா?''

இதற்கு டார்ட்சாவ் கூறிய பதில் வெகு சாந்தமாகவும், விளக்கிச் சொல்வதாகவும் இருந்தது.

''நீயும், உன்னைப் போலவே சிந்திக்கின்ற பலரும், மூன்று சொற்களின் அர்த்தத்தைப் பெரும்பாலும் தவறாகப் புரிந்து கொள்கிறீர்கள், குழப்பிக்கொள்கிறீர்கள்! அவை நிரந்தரம், நவீனம் மற்றும் தற்காலிகம். இந்தச் சொற்களின் உண்மையான பொருளைச் சரியாகப் புரிந்துகொள்ள வேண்டுமானால், மனிதர்களின் ஆன்மீக மதிப்பீடுகளில் தெளிவான, நுண்ணிய வேறுபாடுகளை உணர்ந்து கொள்வதற்கு உங்களால் இயல வேண்டும்.

''நவீனம் என்பது, சுதந்திரம், தர்மம், அன்பு, மகிழ்ச்சி, பேருவகை, மகத்தான துன்பம் இவற்றைக் கையாளுவதாக இருந்தால், நிரந்தரம் என்ற தன்மையை எட்டக்கூடும். ஒரு நாடகாசிரியரின் படைப்புப் பணியில் இந்த விதமான நவீனம் இருப்பதற்கு நான் எந்தவிதமான மறுப்பும் தெரிவிக்கவில்லை.

''எனினும் இதற்கு முற்றிலும் நேர்மாறாக, தற்காலிகமான ஒன்றால் என்றுமே நிரந்தரமாக ஆக முடியாது. இன்று மற்றும் மறுநாள் மட்டுமே அது நிலைத்திருக்கும் பின்னர் அது மறக்கப்பட்டு விடும். அதனால் தான் வெளியிலிருந்து உள்ளே புகுத்தப்படுகிற ஒரு விஷயம் அதைச் செய்யும் நாடக இயக்குனரோ அல்லது நடிகரோ எவ்வளவு தான் திறமைசாலியாக புத்திக்கூர்மையுடன் இருந்தாலும், தற்காலிகமான ஒன்றுடன் எந்த விதமான ஒற்றுமையையும் கொண்டிருக்க முடியாது.

''வன்முறை என்பது, ஒரு படைப்புப் பணியில் பயன்படுத்தப் படுவது நல்லதல்ல. எனவே, ஒரு பழையகருத்தைப் புதுப்பிக்க தற்காலிகமான முக்கியத்துவத்தை அல்லது அழுத்தத்தை அதற்குத் தருவது என்பது, அந்த நாடகத்துக்கும் அதில் உள்ள

பாத்திரத்துக்கும் அழிவையே ஏற்படுத்தும். இருந்த போதிலும், இந்த விஷயத்தில் சில மிக அரிய விதிவிலக்குகளை நாம் காண்கிறோம் என்பதும் உண்மையே. ஒரு வகையான கனியானது மற்றொரு வகையான தாவரத்தின் தண்டின் மீது ஒட்டுச் சேர்க்கப்படலாம் என்றும் அதனால் முற்றிலும் புதிய வகையிலான கனி ஒன்று உருவாக்கப்படலாம் என்றும் நாம் அறிவோம்

"சில சமயங்களில் ஒரு சமகாலத்தைய கருத்தானது ஒரு பழைய இலக்கியத்துடன் இயல்பாகச் சேர்த்து இணைக்கப்பட்டு அதைப் புதுப்பிக்கச் செய்யக்கூடும். இந்த மாதிரி சமயங்களில், சேர்க்கப்படும் விஷயமானது பிரதானக் கருத்துடன் இரண்டறக் கலந்து விடுகிறது.

—>—>—>—>— முதன்மைக் குறிக்கோள்

புதிய கருத்து.

"இதிலிருந்து நாம் முடிவாகத் தெரிந்து கொள்வது இதுதான்: "எல்லாவற்றுக்கும் மேலாக உங்களது முதன்மைக் குறிக்கோளையும், செயல்பாட்டின் தொடர்ச்சியான கோட்டையும் பாதுகாத்து வையுங்கள். எல்லாவிதமான வெளியிலிருந்து வரும் கருத்துகள் பற்றியும், பிரதானக் கருத்துக்கு அன்னியமான நோக்கங்கள் பற்றியும் கவனமாக இருங்கள்.

மேற்கண்ட இரண்டு விஷயங்களின் முதன்மையான மற்றும் அசாதாரணமான முக்கியத்துவம் பற்றி உங்களுக்குப் புரிய வைப்பதில் வெற்றி கண்டுள்ளேன் என்றால் நான் திருப்தி கொள்ளுவேன். ஏனெனில், அப்போது தான் ஒரு ஆசிரியராக இருப்பதாகிய எனது பிரதான நோக்கத்தை நான் நிறைவேற்றி இருக்கிறேன் என்றும், நமது நடிப்பு முறையின் அடிப்படை விவரங்களில் ஒன்றைத் தெளிவாக விளக்கியுள்ளேன் என்றும் என்னால் உணர முடியும்.''

இதன் பின், நீண்ட நேரம் மௌனம் சாதித்த டார்ட்சாவ், பின் தொடர்ந்து பேசலானார்:

"ஒவ்வொரு செயலும், ஒரு எதிர்ச்செயலால் சந்திக்கப்படுகிறது, அதனால் மேலும் தீவிரப் படுத்தப் படுகிறது. ஒவ்வொரு

நாடகத்திலும், பிரதான செயல்பாட்டைத் தவிர அதற்கு எதிரான மறுப்புச் செயல்பாட்டையும் நாம் காண்கிறோம். இது மிகவும் நல்லது ஏனெனில், இதன் தவிர்க்க முடியாத பின் விளைவு மேலும் அதிகமான செயல்பாடே ஆகும். இத்தகைய நோக்கங்களின் மோதல்கள் நமக்குத் தேவைதான். மேலும் அவற்றிலிருந்து உருவாகும் பிரச்சினைகளையும் அவற்றைத் தீர்ப்பதுவும் நமக்குத் தேவை. இவை, நமது நடிப்புக் கலையின், அடிப்படையாக அமைகிற செயல்பாடுகளை உருவாக்குகின்றன.

''இதற்கான எடுத்துக்காட்டாக, நான் இங்கு பிராண்டைப் (Brand) பற்றி பேசப்போகிறேன்.

''எல்லாம் அது இல்லாவிடில் ஒன்றுமேயில்லை'' (ALL OR NOTHING) என்ற பிராண்டின் கொள்கை நாடகத்தின் முதன்மைக் குறிக்கோளாக உள்ளது என்று நாம் வைத்துக்கொள்ளலாம்-(இது சரியா, தவறா என்பது இப்போது ஒரு பொருட்டல்ல) கொள்கை வெறித்தனமான, அடிப்படையான ஒரு கொள்கையாக மிகவும் அச்சுறுத்துவதாக உள்ளது. அவரது வாழ்வின் இலட்சியக் குறிக்கோளை நிறைவேற்றுவதில் இங்கு சமரசங்களோ, விட்டுக்கொடுத்தலோ பலவீனங்களோ ஏற்றுக் கொள்ளப் படுவதில்லை.

''இப்போது, இந்தப்பிரதானகருத்தை நாடகத்தில் உள்ள பல்வேறு சிறிய கூறுகளுடன் இணைப்பதற்கு நான் முயற்சி செய்யப் போகிறேன். இதற்காக நாம் முன்னர் வகுப்பில் பயன்படுத்திய காட்சியை-ஆக்னஸூம், குழந்தைச்சட்டைகளும் பயன்படுத்தலாம். இந்தக் காட்சியை ''எல்லாம் அது இல்லாவிடில் ஒன்றுமேயில்லை'' (ALL OR NOTHING) என்ற பிரதானக் கருத்துடன் ஒருங்கிணைக்க என் மனதுக்குள் முயற்சி செய்தால் எனது கற்பனையை மிக அதிகமாகப் பயன்படுத்தி எப்படியாவது அவற்றை ஒன்றாகக் கொண்டுவர முடியும்.

''ஆனால், ஆக்னஸ்-குழந்தையின் தாய், பிரதானக் கருத்துக்கு நேர் முரணான ஒரு போக்கைக் காட்டுகிறாள் என்ற அணுகுமுறையை நான் பயன்படுத்தினால் அதன் விளைவு மிக

இயல்பானதாக இருக்கும். அதாவது பிரதான கருத்துக்கு எதிரான முற்றிலும் முரணான கருத்தை அவள் பிரதிபலிக்கிறாள்.

"இந்தக் காட்சியில், பிராண்டின் பங்கை நான் ஆய்வு செய்யும் போது பிரதானக் கருத்துடன் அதற்குள்ள தொடர்பை என்னால் சுலபமாகக் கண்டுபிடிக்க முடியும். ஏனெனில், கடமையாற்றுவதில் அவளது தியாகத்தை முற்றிலுமாக நிறைவேற்றுவதற்காகக், குழந்தையின் ஆடைகளை அவள் கொடுத்துவிட வேண்டும் என்று அவன் விரும்புகிறான். அவன் ஒரு கொள்கை வெறியனாக இருப்பதால், தனது வாழ்வின் இலட்சியத்தைச் சாதிப்பதற்காக அவளிடமிருந்து "எல்லாவற்றையும்" வேண்டுகிறான். அதற்கான அவளது எதிர்ப்பு, அவனது நேரடிச் செயல்பாட்டை மேலும் தீவிரப்படுத்தத்தான் செய்கிறது. இங்கு, இருவேறு கொள்கைகளின் மோதலை நாம் காண்கிறோம்.

"பிராண்டின் கடமை, தாய் அன்புடன் போராடுகிறது. ஒரு கருத்து, உணர்ச்சியுடன் சண்டையிடுகிறது. கொள்கை வெறிபிடித்த போதகர் சோகத்தில் உள்ள தாயுடன் முரண்படுகிறான்-ஆண்மை பெண்மையுடன் மோதுகிறது.

"எனவே, இந்தக் காட்சியில், நடிப்புச் செயல்பாட்டின் நேராகச் செல்லும் கோடு பிராண்டின் கையில் உள்ளது, அதற்கு முரணான செயல்பாடு ஆக்னஸின் கையில் உள்ளது" என்று கூறி முடித்தார் டார்ட்சாவ்.

பின் அவர், "இப்போது, தயவு செய்து உங்கள் முழுக்கவனத்தையும் இங்கு திருப்புங்கள்-ஏனெனில் நான் ஒரு மிக முக்கியமான விஷயத்தைச் சொல்லப்போகிறேன்."

"இந்தப் பயிற்சியின் முதல் கட்டத்தில் நாம் மேற்கொண்டுள்ள எல்லா முயற்சிகளும், நமது படைப்புச்செயல்முறையில் உள்ள மிக முக்கியமான மூன்று அம்சங்களைப் புரிந்து கொண்டு அவற்றை உங்கள் கட்டுக்குள் கொண்டுவருவதில் ஈடுபடுத்தப் பட்டுள்ளன. அவையாவன:

1. உள்ளார்ந்த புரிதல்.
2. செயல்பாட்டின் நேர் கோடு.

3. முதன்மைக் குறிக்கோள்.

அவர் இதைக் கூறியதும், சற்று நேரம் ஆழ்ந்த மௌனம் நிலவியது. பின்னர், பின்வருமாறு கூறி டார்ட்சாவ் அந்தப் பாடத்தை முடித்து வைத்தார்.

"மேற்கண்ட அம்சங்களைப் பொதுப்படையான முறையில் நாம் கண்டுள்ளோம். இப்போது நமது "அமைப்பு முறை" (நடிப்புக் கலையின் செயல்முறை) என்பதை என்ன பொருளில் குறிப்பிடுகிறோம் என்று நீங்கள் அறிந்துள்ளீர்கள்."

★ ★ ★

எங்களது முதலாண்டுப் படிப்பும் பயிற்சியும் ஏறத்தாழ முடிவடைந்து விட்டுள்ளன. நான் ஏதோ வெகு தீவிரமான உற்சாக ஊக்கத்தை எதிர்பார்த்திருந்தேன் - ஆனால் "அமைப்புமுறை" எனது நம்பிக்கைகளைத் தகர்த்துச் சின்னாபின்னமாக்கி விட்டது.

நாடக அரங்கின் முன் பகுதியில் நின்றவாறு எனது மேலங்கியை அணிந்து கொண்டு, மப்ளரை என் கழுத்தின் மீது சுற்றிய போது எண்ணங்கள் என் மனதில் ஓடிக்கொண்டு இருந்தன.

சட்டென்று என்னை யாரோ தொட்டு அசைப்பதை நான் உணர்ந்தேன். திரும்பினால், அங்கு டார்ட்சாவ் நின்று கொண்டிருந்தார்.

எனது முகம் வாடிப்போயிருந்ததை அவர் கவனித்து விட்டு அதற்கான காரணத்தைக் கண்டுபிடிக்க அங்கு வந்திருந்தார். நானும் அவரது கேள்விக்குப் பதிலாக எதையோ சொல்லிச் சமாளிக்க முயன்றேன். ஆனால் அவரோ பிடிவாதமாகக் கேள்வி மேல் கேள்வியாகக் கேட்டு என்னைத் துளைத்தெடுத்தார்.

"அமைப்பு முறை" பற்றிய எனது ஏமாற்றத்தைப் புரிந்து கொள்ளும் முயற்சியில்,

"நீ மேடை மீது இருக்கும்போது எவ்வாறு உணர்கிறாய்?" என்று கேட்டார்.

"பிரச்சினையே அதுதான்-அசாதாரணமான முறையில் நான் எதையும் உணர்வதில்லை. நான் சௌகரியமாக உணர்கிறேன். என்ன செய்ய வேண்டும் என்று எனக்குத் தெரிகிறது. அங்கே இருப்பதற்கு எனக்கு ஒரு நோக்கம், காரணம்" உள்ளது. எனது செயல்களில் எனக்கு நம்பிக்கை உள்ளது. மேடைமேல் இருப்பதற்கு எனக்கு உரிமை உள்ளது என்று நான் நம்புகிறேன்."

"இதற்கு மேலும் என்ன வேண்டும் என்கிறாய்? இது தவறு, சரியில்லை என்று நீ நினைக்கிறாயா?" அப்போது உற்சாக உத்வேகம் பெற வேண்டும் என்ற எனது ஏக்கத்தைப் பற்றி நான் அவரிடம் கூறினேன்.

"அதைத் தேடி என்னிடம் வராதே. எனது "அமைப்பு முறை" உற்சாக உத்வேகத்தை ஒருபோதும் தயாரிக்காது அதற்கான பின்புலத்தை, அடித்தளத்தை மட்டுமே அதனால் ஏற்படுத்த முடியும்.

"உன்னிடத்தில் நான் இருந்தால், இந்த மாயையை உற்சாக உத்வேகத்தைப் பின் தொடர்ந்து விரட்டிச் செல்வதை நான் விட்டு விடுவேன். அதை, அற்புதங்களை உருவாக்கும் தேவதையான இயற்கையிடம் விட்டு விடு. மனிதத் தெரிநிலையின் கட்டுக்குள் உள்ள விஷயங்களைப் பற்றி அறிந்து கொண்டு செயல்படுவதில் உனது கவனத்தைச் செலுத்து.

"ஒரு பாத்திரத்தை எடுத்து அதைச் சரியான பாதையில் செல்லவிடு-அது தானாகவே முன்னால் செல்லும். அப்போது அது மேலும் பரந்து விரிந்ததாகவும் ஆழமானதாகவும் ஆகும். இறுதியில் அது உற்சாக உத்வேகத்துக்கு இட்டுச்செல்லும்."

16

ஆழ்மனதின் வாயிற்படியில்

1

உள் மனதின் தயாரிப்புப் பணியில் பெருமளவு பகுதியை நாங்கள் தாண்டி வந்துவிட்டோம் என்ற ஊக்கமூட்டும் குறிப்புடன் அன்றைய வகுப்பை இயக்குனர் தொடங்கினார்.

"இந்தத் தயாரிக்கும் பயிற்சிகள் எல்லாமே உங்களது "உள்ளார்ந்த படைக்கும் நிலை"க்கு நல்ல பயிற்சியை அளிக்கின்றது. உங்கள் "முதன்மைக் குறிக்கோளைக்" கண்டுபிடிக்கவும், "தொடர்ந்து செல்லும் செயல்பாட்டுக் கோட்டினைக்" கண்டு கொள்ளவும் இது உதவுகிறது. மேலும், உளவியல் செயல்முறையை தெரிவுணர்வு நிலையில் உருவாக்குகிறது. இறுதியாக, இங்கு அவரது குரல் மிகவும் தீவிரமாக ஆனது "உங்களை ஆழ்மனதின் பகுதிக்கு இட்டுச் செல்கிறது" இந்த முக்கியமான பகுதியை ஆய்ந்து அறிவது என்பது நமது அமைப்பு முறையின் அடிப்படை அம்சமாகும்.

"நமது தெரிநிலையில் உள்ள மேல் மனமானது, நம்மைச் சுற்றிலும் உள்ள வெளி உலகின் அம்சங்களைக் கவனித்து, ஓரளவு அவற்றை வகைப்படுத்தி ஒழுங்காக அமைக்கின்றது. இருந்த போதிலும், மேல்மன மற்றும் ஆழ்மன அனுபவங்களின் இடையே, தெளிவாக வரையப்பட்டுள்ள எல்லைக் கோடுகள் எதுவுமே கிடையாது. நமது ஆழ்மனம் தொடர்ந்து வேலை செய்யுமாறு உள்ள திசையை நமது மேல்மனமானது பல சமயங்களில் சுட்டிக்காட்டுகிறது. எனவே, நமது உளவியல் செய்முறையின் அடிப்படை நோக்கமானது, நமது ஆழ்மனம் இயல்பாகப்

பணிசெய்யக் கூடிய ஒரு படைக்கும் நிலையில் நம்மை இருத்திக் கொள்வதாகும்.

கவிதைக்கு இலக்கணம் எவ்வாறு உதவுகிறதோ அதே போலத்தான் இந்தச் செய்முறையும் ஆழ்மனதின் படைக்கும் இயல்புக்கு உதவுகிறது. இலக்கணத்தின் விதிமுறைகள் கவிதைத்துவத்தை அடக்கி விடுவது என்பது துரதிருஷ்டவசமான ஒரு விஷயமாகும். மேடையில் இது மிகவும் நிகழ்ந்து விடுகிறது. இருந்தாலும் நம்மால் இலக்கண விதிமுறைகள் இல்லாமல் செயல்பட முடியாது. விதிமுறைகள் என்பன ஆழ்மனதின் படைக்கும் திறன்களை, விஷயங்களை ஒழுங்காக அமைக்க நமக்கு உதவ வேண்டும். ஏனெனில் அவ்வாறு அமைக்கப்பட்ட பின்னர் தான் அவற்றால் ஒரு கலைவடிவை எடுத்துக்கொள்ள முடியும்.

"ஒரு பாத்திரத்தை ஏற்றுப் பணி செய்கிற மேல் மனமட்டத்தில் தெரிநிலையில் உள்ள சமயத்தில், ஒரு நடிகன் தனது பாத்திரத்தின் வாழ்வினுள் நுழைகிறான். இதைச் செய்யும் போது அந்தப் பாத்திரத்தினுள் என்ன நிகழ்கிறது, தனக்குள்ளே என்ன நிகழ்கிறது. தன்னைச்சுற்றிலும் என்ன நிகழ்கிறது என்றெல்லாம் முழுமையாகப் புரிந்து கொள்ளாமலே அவன் இதைச் செய்கிறான். ஆழ்மனதின் பகுதியை அவன் எட்டும்போது அவனது ஆன்மாவின் கண்கள் திறக்கின்றன. அதன் பின்னர், அவன் எல்லாவற்றையும், ஒவ்வொரு நுண்ணிய விவரத்தையும் உணர்ந்து கொள்கிறான். அவை எல்லாமே இப்போது ஒரு முற்றிலும் புதிய முக்கியத்துவத்தைப் பெற்று விடுகின்றன. புதிய உணர்ச்சிகள், கருத்தாக்கங்கள், பார்வைகள், கண்ணோட்டங்கள் ஆகியவற்றை அவன் உணர்ந்து கொள்கிறான்-தன்னிலும், தனது பாத்திரத்திலும் இவ்வாறு தெரிநிலைக்கு அப்பாற்பட்ட, ஆழ்மனதின் பகுதியை எட்டும் போது ஒருவரது உள்ளார்ந்த வாழ்வு தானாகவே ஒரு எளிமையான முழுமையான வடிவத்தைப் பெறுகிறது. ஏனெனில் அப்போது அதன் இயற்கையான தன்மை நமது உருவாக்கும் கருவியின் முக்கியமான மையங்கள் அனைத்தையும் இயக்கத் தொடங்கிவிடுகிறது. தெரிநிலையில் உள்ள மனமானது இவற்றைப் பற்றி எதுவுமே அறிந்திருப்பதில்லை. நமது உணர்ச்சிகள் கூட

இந்தப் பகுதியில் தமது பாதை இன்னதென்று புரிந்திருப்பதில்லை. எனினும், உணர்ச்சிகள் இல்லாவிட்டால் உண்மையான உருவாக்குதல் என்பது நடைபெறுவது சாத்தியமே இல்லை.

"ஆழ்மனதை உங்கள் கட்டுக்குள் கொண்டு வருவதற்கான எந்த ஒரு செயல்நுட்பச் செய்முறைகளையும் நான் உங்களுக்குத் தருவதில்லை. அதை அணுகுவதற்கான ஒரு மறைமுகமான செய்முறையை மட்டுமே-அணுகி உங்களை அதன் வசம் ஒப்புவிப்பதற்கான ஒரு செய்முறையை மட்டுமே என்னால் உங்களுக்குத் தரமுடியும்.

"ஆழ்மனதின் வாயிற்படியை"த் தாண்டுவதற்கு முன்பும் பின்பும் பார்த்தல், கேட்டல், புரிதல் மற்றும் சிந்தித்தல் ஆகியவற்றை முற்றிலும் வேறுபட்ட முறையில் செய்கிறோம். அதற்கு முன்னதாக "உண்மையைப் போலத் தோற்றமளிக்கின்ற உணர்ச்சிகளைக்" கொண்டிருக்கிறோம். அதற்குப் பின்னதாக "உணர்ச்சிகளின்... இயல்பான உண்மையைக் "கொண்டிருக்கிறோம். அதற்கு இந்தப் பக்கத்தில் ஒரு குறைபாடான, கற்பனையின் எளிமையைக் கொண்டிருக்கிறோம். அதற்கு அப்பால் ஒரு பெரிய கற்பனையின் எளிமையைக் கொண்டிருக்கிறோம். வாயிற்படியின் இந்தப் பக்கத்தில், நமது சுதந்திரமானது பகுத்தறிவு மற்றும் பாரம்பரியம் ஆகியவற்றால் கட்டுப்படுத்தப்பட்டுள்ளது அதைத் தாண்டி அப்பால் செல்லும்போது நமது சுதந்திரமானது துணிவுள்ளதாக, வேண்டுமென்றே விரும்பிச் செய்வதாக, செயலாக்கமுள்ளதாக, எப்போதுமே முன்னோக்கிச் செல்வதாக உள்ளது. அங்கே ஒவ்வொரு முறையும் அதை மறுபடி மறுபடி செய்யப் படும்போது புதிதாகப் படைக்கும் செயல்முறை வேறுபடுவதாக உள்ளது.

"அடுத்துள்ள கரையை அது எனக்கு நினைவுபடுத்துகிறது. மணலின் மீது பெரிய அலைகளும் சிறிய அலைகளும் வந்து விழுந்தவண்ணம் இருக்கின்றன. சில நமது கணுக்கால்களைச் சுற்றி விளையாடுகின்றன வேறு சில நமது முழங்கால்களை எட்டு கின்றன. மற்றும் சில நம்மைத் தடுமாறி விழச்செய்கின்றன சில பெரிய அலைகளோ, நம்மைக் கடலுக்குள் இழுத்துச் சென்று

விட்டுப் பின் மறுபடியும் கரைமீது கொண்டு வந்து வீசி விடுகின்றன.

"சில சமயங்களில் ஆழ்மனதின் அலைகள் ஒரு நடிகனைச் சற்றே தொட்டுவிட்டுப் பின் திரும்பச் சென்று விடுகின்றன. வேறு சில சமயங்களில் அவை அவனை முழுமையாக மூழ்கடித்துத் தனது அடி ஆழத்துக்குக் கொண்டு சென்று இறுதியில் நீண்ட நேரம் கழிந்த பின் மறுபடியும் அவனைத் தெரிவுணர்வுநிலையாகிய கரையில் கொண்டு வந்து போட்டு விடுகின்றன.

"இப்போது நான் உங்களிடம் சொல்லிக்கொண்டிருப்பது எல்லாமே உணர்ச்சிகளின் பகுதியாகும். பகுத்தறிவின் பகுதி அல்ல. நான் கூறுவதை, புரிந்து கொள்வதைக் காட்டிலும், உணர்ந்து கொள்வது என்பது உங்களுக்கு மேலும் சுலபமாக இருக்கும். எனவேதான், நீண்ட விளக்கங்களுக்குப் பதிலாக, எனது சொந்த வாழ்வில் நடந்த ஒரு நிகழ்ச்சியைப் பற்றி உங்களுக்குச் சொல்வது என்பது மேலும் ஏற்புடையதாக இருக்கும். இந்த நிகழ்ச்சியானது, நான் வர்ணித்துள்ள நிலையை உணர்வதற்கு எனக்கு உதவிகரமான இருந்தது.

"ஒருநாள் மாலை, எனது நண்பர்களின் வீட்டில் நடந்த விருந்தின் போது நாங்கள் பல வேடிக்கை நிகழ்ச்சிகளில் ஈடுபட்டிருந்தோம். அப்போது, எனக்கு அறுவைச் சிகிச்சை ஒன்றைச் செய்வது என்று விளையாட்டாக அவர்கள் முடிவு செய்தனர். இரண்டு மேசைகள் கொண்டுவரப் பட்டன. ஒன்று அறுவைச் சிகிச்சையைச் செய்வதற்காக, மற்றொன்று அதற்கான உபகரணங்களை வைப்பதற்காக அவற்றின் மீது மேசை விரிப்புகள் போடப்பட்டன-பாத்திரங்கள், குவளைகள், கட்டுக் கட்டுவதற்கான துணி, பஞ்சு ஆகியவை அங்கே கொண்டு வந்து வைக்கப் பட்டன.

"அறுவை செய்யும் மருத்துவர்கள் வெள்ளை நிற அங்கிகளை அணிந்து கொண்டனர். எனக்கு மருத்துவமனையின் நோயாளிகள் அங்கி அணிவிக்கப்பட்டது. அவர்கள் என்னை மேசையின் மீது படுக்க வைத்து என் கண்களைக் கட்டி விட்டனர். மருத்துவர்கள் காட்டிய அளவுக்கு மீறிய பரிவு என்னைக் கலக்கமடையச்

செய்தது. நான் நிஜமாகவே மிக மோசமான உடல்நிலையுடன் இருந்தது போல அவர்கள் என்னை நடத்தினார்கள். திடீரென்று என் மனதில் ஒரு எண்ணம் தோன்றியது. "அவர்கள் நிஜமாகவே என்னை வெட்டி விட்டால் என்ன செய்வது?"

"இந்த விதமான நிச்சயமற்ற நிலையும், காத்திருத்தலும் என்னைக் கவலை கொள்ள வைத்தன. எனது கேட்கும் திறன் மிகவும் கூர்மையானது எந்த ஒரு சிறு ஓசையைக் கூட விட்டு விடாமல் காதில் வாங்கிக்கொள்ள நான் முயற்சித்தேன். என்னைச் சுற்றிலும் கிசுகிசுத்த குரல்கள் ஒலித்தன. தண்ணீர் ஊற்றப்படும் ஓசையும், கருவிகளின் கலகலவென்ற ஒலியும் கேட்டன. அவ்வப்போது ஒரு பெரிய பேசின் எழுப்பிய ஒலி பூதாகரமாக சாவு மணியின் ஓசையைப் போல எழுந்தது.

"நாம் தொடங்கலாம்" என்று யாரோ ஒருவர் கிசுகிசுத்தார்.

"யாரோ எனது வலது மணிக்கட்டைக் கெட்டியாகப் பற்றிக் கொண்டார். ஒரு மந்தமான வலியையும், மூன்றுமுறை, "சுருக்-சுருக்" என்று ஏதோ குத்தியது போன்ற உணர்வையும் நான் உணர்ந்தேன். என் உடல் நடுங்குவதை என்னால் தவிர்க்க முடியவில்லை. பின்னர் என் மணிக்கட்டின் மீது ஏதோ வலியை ஏற்படுத்தும் பொருள் ஒன்று தடவப்பட்டது. பின் அதன்மீது கட்டுப்போடப்பட்டது. என்னைச் சுற்றிலும் நபர்களின் நடமாட்டத்தை உணர்ந்தேன். அவர்கள் மருத்துவரிடம் பொருள்களைத் தருவதையும் உணர்ந்தேன்.

"கடைசியில், நீண்ட நேர மௌனத்துக்குப் பின் அவர்கள் உரக்கப் பேசலானார்கள். சிரித்தார்கள். எனக்குப் பாராட்டுகளைத் தெரிவித்தார்கள். என் கண்களின் கட்டு அவிழ்க்கப்பட்டது இதோ, எனது இடது கரத்தின் மீது என் வலது கரத்தால் செய்யப்பட்ட ஒரு பச்சிளம் குழந்தை கிடத்தப்பட்டிருந்தது. என் வலது கரத்தின் புறங்கையின் மீது ஒரு குழந்தையின் முகம் வேடிக்கையாக வரையப்பட்டு, கரம் முழுவதும் கட்டுப்போடும் துணியால் சுற்றிக் கட்டப்பட்டிருந்தது.

"இங்கு கேள்வி இதுதான்: நான் அனுபவித்து உணர்ந்த உணர்ச்சிகள் நிஜமா? அவை பற்றி நான் கொண்டிருந்த நம்பிக்கை

நிஜமா? அல்லது அவை, "நிஜம்போலத் தோற்றமளிப்பவை" என்று நாம் குறிப்பிடும் வகையைச் சேர்ந்தவையா? "நிச்சயமாக, அவை நிஜமான உண்மை அல்ல, நிஜம் போன்ற நம்பிக்கையும் அல்ல" என்று டார்ட்சாவ் தனது உணர்வுகளைப் பற்றி நினைவு கூர்ந்து பேசுகையில் குறிப்பிட்டார். "மேடை நடிப்புப்பற்றி எடுத்துக்கொண்டால், அந்த உணர்வுகளை நான் நிஜமாகவே வாழ்ந்தேன் என்று கூறலாம். ஆனாலும், எனக்கு நடந்ததைப் பற்றி நான் நம்ப வேண்டுமானால் அது கடினம் என்றே சொல்லலாம். நம்பிக்கை மற்றும் சந்தேகம் இவற்றுக்கு இடையில், நிஜமான உணர்வுகள் மற்றும் அவற்றைக் கொண்டிருப்பது போன்ற மாயை இவற்றுக்கு இடையில், தொடர்ந்து காணப்பட்ட ஒரு ஊசலாடுதல் இருந்தது. நான் நிஜமாகவே ஒரு அறுவைச் சிகிச்சைக்கு உள்ளாக்கப்பட்டாலும் இதே போன்ற உணர்வுகளைத் தான் கொண்டிருக்கக் கூடும் என்று எனக்குத் தோன்றியது. இந்தப் பொய்த்தோற்றம், நிஜமாகவே இருந்தது போலத்தோன்றியது.

"சில சமயங்களில் எனது உணர்ச்சிகள் நிஜமாக உணரப் பட்டவை போலவே இருந்ததை நான் உணர்ந்தேன். நிஜவாழ்வில் எனக்குப் பழக்கமானவற்றை அவை நினைவுபடுத்தின. தன்னுணர்வை இழப்பது போன்ற உணர்வும் எனக்கு ஏற்பட்டது ஆனால் அது ஒரு சில வினாடிகள் மட்டுமே. அந்த உணர்வு, வந்தவுடனேயே மறைந்து போனது. இருந்தாலும் அந்தப் போலியான உணர்வு சில தடங்களை என் நினைவில் விட்டுச் சென்றது. இன்று வரையிலும், அன்று மாலை எனக்கு ஏற்பட்ட நிகழ்வு, நிஜவாழ்வில் நிகழக்கூடும் என்ற திடமான நம்பிக்கை எனக்குள் இருந்து வருகிறது.

"ஆழ்மனதின் பகுதி" என்று நாம் குறிப்பிடும் நிலையில் எனக்கு ஏற்பட்ட முதல் அனுபவம் இதுதான்" என்று இயக்குனர் தன் கதையைச் சொல்ல முடித்தார்.

"ஒரு நடிகன் மேடையில் தனது படைக்கும் பணியைச் செய்யும் போது நிஜத்தின் ஒரு இரண்டாவது நிலையை அனுபவித்து உணர்கிறார் என்று எண்ணுவது தவறாகும். இது உண்மையாக இருந்தால், நமது உடல் மற்றும் ஆன்மாவாகிய உயிரால் அவ்வளவு வேலைச்சுமையைத் தாங்கிக்கொள்ள முடியாது.

"நீங்கள் ஏற்கெனவே அறிந்துள்ளபடி, மேடையில் நாம் நிஜங்களின் உணர்ச்சி பூர்வமான நினைவுகளால் வாழ்கிறோம். சில சமயங்களில் இந்த நினைவுகளின் மாயைத் தோற்றமானது அவற்றை நிஜவாழ்க்கை போலவே சித்தரித்துக்காட்டுகின்றது தன்னையே முற்றிலும் மறந்து போவதும், மேடையில் நடப்பது பற்றிய ஒரு அசைக்க முடியாத திடமான நம்பிக்கையைக் கொண்டிருப்பதும் சாத்தியமே என்றாலும் அது வெகு அபூர்வமாகவே நிகழ்கிறது. இவ்வாறு ஒரு நடிகன் "ஆழ்மனதின் பகுதியில்" தன்னை மறந்துலயித்து விடுவது என்பது குறுகிய அல்லது நீண்ட காலத்துணுக்குகளாகத் தனித்தனியாக நிகழ்வதை நாம் அறிவோம். ஆனால் இவை தவிர உள்ள பிற நேரங்களில் உண்மையும் உண்மைபோன்ற தோற்றமும், நம்பிக்கையும், இருந்தாலும் இருக்கலாம் என்ற சற்றே சந்தேகமான உணர்வும், மாறி மாறித் தோன்றுகின்றன.

"நான் இப்போது உங்களுக்குச் சொன்ன கதை எடுத்துக்கொண்டுள்ள பாத்திரத்துடன், உணர்ச்சி நினைவுகள் தற்செயலாக ஒத்துப் போவதன் எடுத்துக்காட்டாக உள்ளது. இந்தத் தற்செயலான நிகழ்வின் விளைவானது அந்த நடிகனைத் தான் பிரதிபலித்துக்காட்டும் நபருக்கு மிக நெருக்கத்தில் கொண்டு சென்று விடுகிறது. இத்தகைய சமயங்களில் படைக்கும் செயலில் ஈடுபட்டுள்ள கலைஞன் தனது பாத்திரத்தில் வாழ்விலே தனது சொந்த வாழ்வை உணர்கிறான். அவனது பாத்திரத்தின் வாழ்வு அவனது சொந்த வாழ்வை ஒத்ததாக உள்ளதாக உணர்கிறான். இந்தக் கண்டுணர்தல் என்பது அதியற்புதமான உருமாற்றமாக வடிவெடுக்கிறது.

சற்று நேரம் சிந்தனையில் ஆழ்ந்திருந்த டார்ட்சாவ் பின் தொடர்ந்து பேசினார்.

"இவ்வாறு நிஜவாழ்வுக்கும் ஒரு பாத்திரத்துக்கும் இடையே ஏற்படுகிற தற்செயலான ஒத்துப்போதலைத் தவிர, வேறு சில விஷயங்களும் நம்மை "ஆழ்மனதின் பகுதிக்குத்" கொண்டு செல்கின்றன. பல சமயங்களில், நாடகத்துடனோ, அல்லது அந்தப் பாத்திரத்துடனோ அல்லது நடிகனின் வினோதமான

சூழ்நிலையுடனோ சற்றும் தொடர்பில்லா ஒரு சாதாரண வெளியில் நடைபெறும் நிகழ்வானது அந்த நாடகத்தினுள் நிஜவாழ்வின் ஒரு துணுக்கைச் சட்டென்று புகுத்தி விடுகிறது. இதனால், நாம் ஆழ்மனதின் படைக்கும் திறனுக்குள் உடனடியாகத் தள்ளப்பட்டு விடுகிறோம்.''

''என்ன விதமான நிகழ்வு?'' என்ற கேள்வி அவரிடம் கேட்கப் பட்டது.

''அது எதுவாக வேண்டுமானாலும் இருக்கலாம். ஒரு கைக்குட்டை தவறிக் கீழே விழுவதாக இருக்கலாம். அல்லது ஒரு நாற்காலிசாய்வதாக இருக்காலம். மேடையின் பக்குவப்படுத்தப் பட்டசுற்றுச் சூழலில் ஒரு நிஜமான சம்பவம் என்பது அடைசலான ஒரு அறையில் சட்டென்று நுழைந்து வீசும் புத்திளம் காற்றைப் போன்றதாகும். இது நிகழ்ந்ததால், நடிகர் அந்தக் கைக்குட்டையைக் குனிந்து எடுத்தாக வேண்டும்; நாற்காலியை நிமிர்த்திச்சரியாக வைத்தாக வேண்டும். இதை அவர் தானாகச் செய்தாக வேண்டும். ஏனெனில் நாடகத்தின் ஒத்திகையில் இது இடம் பெற்றிருக்காது. இச்செயலை அவர் ஒரு நடிகனாக இருந்து செய்வதில்லை. மாறாக ஒரு சாதாரண மனிதனாக இதைச் செய்கிறார். இதனால் மேசையில் நடப்பதை நம்பியாக வேண்டிய ஒரு சிறு துண்டு நிஜத்தை இது உருவாக்குகிறது. அவர் இருக்கின்ற முன்னதாக மிகச்சரியாக ஒத்திகை பார்த்துப் பக்குவப்படுத்தப் பட்ட பாரம்பரியமான சுற்றுச்சூழலுடன் ஒரு வெகு கூர்மையான முரண்பாடாக இந்த நிஜத்துணுக்கு அமைகிறது. இவ்வாறான தற்செயலான, விபத்துப் போன்ற நிஜத்தின் தருணங்களைத் தனது பாத்திரத்துக்குள் நுழைத்துக்கொள்வதோ, விட்டு விடுவதோ அவரது விருப்பம். அந்த ஒரு சமயத்தில் அந்தத் தருணத்தை ஒரு நடிகனாக இருந்து ஏற்றுக்கொண்டு தனது பாத்திரத்தின் அமைப்புக்குள் இணைத்துக்கொள்ளலாம். அல்லது ஒருகணம் தனது பாத்திரத்திலிருந்து வெளியே வந்து, தற்செயலான அந்தக் குறுக்கீட்டைச் சரி செய்து விட்டு மறுபடியும் பாரம்பரிய நடிப்புக்குள் திரும்பச் சென்று தடுக்கப்பட்ட தனது நடிப்பைத் தொடரலாம்.

"தானாக நிகழும் நிகழ்வில் அவரால் நம்பிக்கை கொள்ள முடிந்தால், அதைத் தனது பாத்திரத்தில் அவரால் பயன்படுத்த முடிந்தால், அது அவருக்கு உதவிகரமாக இருக்கும். "ஆழ்மனதின் வாயிற்படியை" நோக்கி அது அவரை எடுத்துச் செல்லும்.

"இத்தகைய நிகழ்வுகள் ஒரு ஒலியைச்சரி பார்க்கும் கருவியைப் போலப் பயன்படுகின்றன. அவை ஒரு உயிர்த்துடிப்பான தூண்டலை ஏற்படுத்தி, பொய்யான, செயற்கையான நிலையிலிருந்து நகர்ந்து நிஜத்துக்கு மறுபடி வருமாறு வற்புறுத்துகின்றன. இத்தகைய தருணம் ஒன்று அமைந்தால் போதும் பாத்திரத்தின் முழுமைக்கும் அது சரியாக வழிவகுத்துக் கொடுத்து விடும்.

"எனவே, இத்தகைய நிகழ்வுகளை மதித்துப் போற்றக் கற்றுக் கொள்ளுங்கள். அவை நழுவிச் செல்லுமாறு விட்டு விடாதீர்கள். அவை தானாக நிகழும்போது புத்திக் கூர்மையுடன் அவற்றைப் பன்படுத்தக் கற்றுக்கொள்ளுங்கள். ஆழ்மனதுக்கு மேலும் அருகில் உங்களைக் கொண்டு செல்வதற்கான மிக அற்புதமான வழிமுறைகளாக அவை உள்ளன."

2

இன்று இயக்குனர் பின்வருமாறு கூறித்தனது வகுப்பைத் தொடங்கினார்.

"ஆழ்மனதை எட்டுவதற்கு வழியாகப் பயன்படக்கூடிய தற்செயலான நிகழ்வுகளைப் பற்றி நாம் இதுவரை பார்த்து வந்துள்ளோம். ஆனால் அவற்றை அடிப்படையாகக் கொண்டு எந்த விதமான விதிகளையும் நம்மால் அமைக்கமுடியாது. ஆனால் வெற்றியைப் பற்றி நிச்சயமாகத் தீர்மானிக்க முடியாவிட்டால் ஒரு நடிகனால் என்ன செய்ய முடியும்?

"எனவே இதற்காகத் தெரிநிலையில் உள்ள ஒரு உளவியல் செய்முறையின் உதவியை நாடுவதைத் தவிர அவனுக்கு வேறு வழியேதும் கிடையாது. "ஆழ்மனதின் பகுதியை" எட்டுவதற்கான

வழிகளையும், சாதகமான நிலைமைகளையும் அதனால் உருவாக்க முடியும். ஒரு நடைமுறையிலான விளக்கத்தைத் தருவதன் வாயிலாக நீங்கள் இதை மேலும் சிறப்பாகப் புரிந்து கொள்ள என்னால் உதவமுடியும்.

"கோஸ்ட்யா, வான்யா! இருவரும் இங்கு வந்து "எரிந்துபோன பணம்" பற்றிய காட்சியின் துவக்கத்தைக் கொண்டுள்ள பயிற்சியை நடித்துக்காட்டுங்கள். அனைத்து விதமான படைக்கும் பணியையும் செய்யத் துவங்குவதற்கு முதலில் உங்கள் தசைகளைத் தளர்த்திக் கொள்ள வேண்டும் என்பது உங்களுக்கு நினைவில் இருக்கும். எனவே நன்கு வசதியாக உட்கார்ந்து ஓய்வெடுங்கள். உங்கள் வீட்டில் இருப்பது போல எண்ணிக்கொள்ளுங்கள்."

நாங்கள் இருவரும் மேடைக்குச் சென்று அவரது கட்டளைகளை நிறைவேற்றினோம். அவரோ, "இது போதாது. மேலும் தளர்வாக இருங்கள்!" என்று பார்வையாளரின் பகுதியிலிருந்தவாறு குரல் கொடுத்தார். "மேலும் வசதியாக உங்களையே ஆக்கிக்கொள்ளுங்கள். வீட்டில் இருப்பதைக் காட்டிலும் அதிகச் சுகத்துடன் நீங்கள் உணர வேண்டும். ஏனெனில் நாம் இப்போது நிஜத்தைப் பற்றி செயல்படவில்லை, மாறாக, "பொது இடத்தில் தனிமை" என்ற நிலையைப் பற்றிச் செயல்பட்டுக் கொண்டுள்ளோம். எனவே உங்கள் தசைகளை இன்னும் அதிகமாகத் தளர்த்திக்கொள்ளுங்கள். உங்கள் உடலின் இறுக்கத்தில் 95 சதவிகிதத்தைப் போக்கி விடுங்கள்!

"உங்களது உடலின் இறுக்கத்தைப் பற்றி நான் மிகைப்படுத்திப் பேசுகிறேன் என்று நீங்கள் நினைக்கிறீர்களா? நிச்சயமாக இல்லை. ஒரு பெரிய பார்வையாளர் கூட்டத்தின் முன்பாக ஒரு நடிகன் நிற்கும் போது அவன் எடுத்துக்கொள்ளும் முயற்சியானது அளவிட முடியாததாகும். இதில் மிக மிக மோசமான விஷயம் என்ன வென்றால் இந்த முயற்சியும் சக்தியும் கொண்டுவரப் படும் செயலானது நடிகருக்கே தெரியாதவாறு, அவரது விருப்பத்தின் படி அல்லாமல் தன்னிச்சையாகவும், அவராலேயே கவனிக்கப் படாதவாறும் சிந்திக்கப்படாமலும் செய்யப்படுகின்றது.

"எனவே, உங்களால் இயன்ற அளவு இறுக்கத்தையும் அழுத்தத்தையும் துணிவுடன் தூக்கியெறிந்து விடுங்கள். உங்களுக்குத் தேவையானதைக் காட்டிலும் அவை குறைந்துவிடக் கூடுமோ என்று ஒரு கணம் கூட நீங்கள் அஞ்ச வேண்டாம். ஏனெனில் எவ்வளவு தூரம் நீங்கள் இறுக்கத்தைக் குறைத்த போதிலும் அது ஒரு போதும் போதுமானதாக இருக்காது."

"இங்கு எந்த அளவு வரையில் இறுக்கத்தை தளர்த்திக் கொள்ளலாம்?" என்று மாணவர்களில் ஒருவர் கேட்டார்.

"உங்களது உடல் மற்றும் உள்ளம் எந்த அளவு சரியானது என்று உங்களுக்குத் தெரிவிக்கும். "நான் இருக்கிறேன்" என்று நாம் குறிப்பிடும் நிலையை நீங்கள் எட்டும் போது எது உண்மையானது இயல்பானது என்பதை நீங்கள் மேலும் நன்றாக உணர்ந்து கொள்வீர்கள்.

நானோ, ஏற்கெனவே எட்டியிருந்த தளர்வான நிலையை விடவும் அதிகத் தளர்வை டார்ட்சாவ் என்னிடமிருந்து கேட்கக் கூடாது என்று உணர்ந்திருந்தேன். ஆனாலும் அவர் தொடர்ந்து இறுக்கத்தை மேலும் குறைக்குமாறு கேட்ட வண்ணம் இருந்தார்.

இதன் விளைவாக, நான் தேவைக்கு மேலும் கூடுதலாகச் செயல் பட்டு உடல் மரத்துப்போன ஒரு நிலையை எட்டிவிட்டேன். அந்த நிலையோ தசைகளின் அசைவற்ற தன்மையின் மற்றுமொரு அம்சமாக ஆகிவிட்டது. அதிலிருந்து விடுபட நான் போராட வேண்டியிருந்தது. இதைச் செய்வதற்காக நான் எனது உடலின் நிலையை மாற்றிக்கொள்ள வேண்டியதாயிற்று. ஆக, உடலை அசைத்துச்செயல்படுத்துவதன் மூலம் இறுக்கத்தைத் தவிர்க்க வேண்டியதாயிற்று. வேகமான, துடிப்பான உடல் அசைவிலிருந்து மெதுவானதான, சோம்பேறித்தனமான மந்தமான அசைவுகளுக்கு நான் மாற்றிக் கொண்டேன்.

இதை இயக்குனர் கவனித்தது மட்டுமின்றி நான் செய்ததைப் பாராட்டவும் செய்தார்.

"ஒரு நடிகர் தேவைக்கு அதிகமாக முயற்சி செய்யும் போது, தனது வேலையைப் பற்றி மேலும் இலகுவான, விளையாட்டுத் தனமான அணுகுமுறையைக் கொள்வது என்பது ஒரு நல்ல வரவேற்கத்தக்க செயலாகும். இறுக்கத்தைக் கையாள்வதற்கு இதுவும் மற்றொரு முறையாகும்"

ஆனால் எனது வீட்டில், சோபாவின் மீது கை கால்களை அகலப் பரப்பிக்கொண்டு கிடக்கும் போது உணர்கிற உண்மையான சௌகரிய உணர்வை என்னால் கொண்டுவர முடியவில்லை.

இந்தத் தருணத்தில் மேலும் இறுக்கத்தைத் தளர்த்திக் கொள்ளுமாறு எங்களிடம் கூறியதுடன், இறுக்கத்தைத் தளர்த்திக் கொள்வதற்காகவென்றே நாங்கள் இதைச் செய்யக் கூடாது என்றும் எங்களுக்கு நினைவு படுத்தினார். இச்செயற்பாட்டின் மூன்று கட்டங்களை அவர் நினைவு கூர்ந்தார். இறுக்கம், தளர்வு சமன்செய்து கொள்ளல்.

இதை அவர் எடுத்துக் கூறியது. சரியே ஏனெனில் நான் அவற்றைப் பற்றி மறந்துபோய் விட்டிருந்தேன். எனது தவறைச் சரி செய்து கொண்ட உடனேயே எனக்குள் ஒரு முழுமையான மாற்றம் வருவதை உணர்ந்தேன். என் உடலின் முழுப் பளுவும் பூமியை நோக்கி இழுக்கப்பட்டது. நான், கிட்டத்தட்டப் படுத்துக் கிடப்பது போல அமர்ந்திருந்த அந்த இருக்கையினுள் ஆழமாக அமிழ்ந்து போனேன். இப்போது எனது இறுக்கத்தில் பெருமளவு மறைந்து விட்டது போல எனக்குத் தோன்றியது. இருந்த போதிலும், அன்றாட வாழ்வில் உணர்வது போல அவ்வளவு சுதந்திரமாக நான் உணரவில்லை. இது எதனால்? நான் என் நிலையைப்பற்றி ஆராய வேண்டி சற்றே நிறுத்திக் கவனித்த போது எனது கவனம் வலிந்து, அழுத்தத்துடன் இருந்ததைக் கவனித்தேன். அது தான் நான் தளர்வடைவதைத் தடுத்துக் கொண்டிருந்தது. இதைப் பற்றி இயக்குனர் கூறியதாவது.

இறுக்கமான கவனமானது, தசைகளின் இறுக்கத்தைப் போலவே உங்களைக் கட்டிப்போட்டு விடுகிறது. உங்களது உள்ளார்ந்த இயல்பு அதன் பிடியினுள் இருக்கும் போது ஆழ்மனதின் செயல்பாடுகள் சாதாரணமாக வளர முடியாது.

எனவே, உடலின் தளர்வுடன் கூடவே உள்ளார்ந்த அகத்தளர்வையும், விடுதலையையும் நீங்கள் பெற வேண்டும்.

''அதிலும் 95 சதவிகிதம் இறுக்கம் மறைந்து விட வேண்டும் போலும்,'' என்றான் வான்யா. ''மிகவும் சரி. இதிலும் கூடுதல் இறுக்கம் என்பது மிக அதிகமானதுதான் ஆனால் அதை நீங்கள் சற்றே நுண்மையாகக் கையாளவேண்டும். தசைகளுடன் ஒப்பிடும் போது ஆன்மா அல்லது உள்ளத்தின் கற்பனை எண்ணங்கள், இரும்புக் கம்பிகளுடன் ஒப்பிடப்படும் சிலந்தி வலைகளைப் போல உள்ளன. தனித்தனியாக அவற்றைச் சுலபமாக உடைத்தெறிந்து விடலாம் ஆனால் ஒன்றாகப் பிணைக்கப்படும் போது அவை மிக வலிமையான கயிறுகளாக ஆகி விடுகின்றன. இருந்த போதிலும், அவை முதன்முதலாகப் பின்னப்படும் போது அவற்றை மென்மையாகக் கையாளுங்கள்.''

''அகத்தின் இறுக்கங்களை நாம் எவ்வாறு கையாள்வது?'' என்று ஒரு மாணவன் கேட்டான்.

''தசைகளின் இறுக்கத்தைக் கையாள்வது போலவே! எந்த இடத்தில் இறுக்கம் உள்ளது என்று முதலில் தேடிக் கண்டுபிடியுங்கள். அடுத்ததாக, அதைத் தளர்த்திப் போக்கி விட முயலுங்கள். இறுதியாக, அதிலிருந்து விடுபடுவதற்கான ஒரு அடித்தளத்தைக் கட்டுங்கள். இதை, ஒரு ஏற்றதான கருத்தாக்கத்தைப் பயன்படுத்திச் செய்யுங்கள்.

''இங்கு இன்றைய பயிற்சியில், உங்கள் கவனமானது நாடக அரங்கு முழுவதும் சுற்றித்திரிய அனுமதிக்காதீர்கள். உங்களுக்கு உள்ளே அது ஒருமுனைப் படுத்தப்படுமாறு பார்த்துக் கொள்ளுங்கள். அதற்கு ஆர்வமூட்டக்கூடிய ஒரு குறிக்கோளைத் தாருங்கள். உங்களது பயிற்சிக்கு உதவக்கூடிய எதையேனும் கொடுங்கள். ஏதேனும் ஒரு கவர்ச்சியான நோக்கம் அல்லது செயலை நோக்கி அதைச் செலுத்துங்கள்.''

எங்கள் பயிற்சியின் நோக்கங்களை நான் ஒவ்வொன்றாக எடுத்துப் பார்க்கத் தொடங்கினேன். அவற்றின் கொடுக்கப் பட்டுள்ள சூழ்நிலைகளையும் பார்க்கலானேன். மனத்தளவில் எல்லா அறைகளையும் சுற்றிப் பார்த்தேன். அப்போது, எதிர்பாராத

ஒன்று நிகழ்ந்தது. இதற்கு முன்னர் நான் சென்றிருந்த ஒரு பழக்கமற்ற அறையினுள் நான் இருப்பதைக் கண்டேன். அதில் ஒரு வயதான தம்பதியினர் இருந்தனர். அவர்கள், என் மனைவியின் பெற்றோர். இந்த நான் சற்றும் எதிர்பார்த்திராத சூழ்நிலை என்னைப் பாதித்துத் தூண்டி விட்டது ஏனெனில் இது என் பொறுப்புகளை மேலும் சிக்கலாக்கியது. மேலும் இரண்டு நபர்களுக்காக நான் உழைத்தாக வேண்டும்! என்னைத் தவிர, மேலும் ஐந்து பேருக்கு நான் சாப்பாடு போட்டாக வேண்டும். இது என் பணிக்கு மேலும் முக்கியத்துவத்தைக் கொடுத்தது மறுநாள் நான் பார்க்க வேண்டிய கணக்குகள், இப்போது நான் படித்துப்பார்த்து சரி பார்க்க வேண்டிய விஷயங்கள். நாற்காலியில் அமர்ந்த வாறு கலக்கத்துடன் என் விரல்களிடையே ஒரு கயிறைச் சுற்றலானேன்.

அது மிகவும் சிறப்பாக இருந்தது'' என்று டார்ட்சாவ் உரக்கப் பாராட்டினார். அதுதான் இறுக்கத்திலிருந்து நிஜமான விடுதலை. இப்போது நீ செய்து கொண்டுள்ள, நினைத்துக்கொண்டுள்ள எல்லாவற்றையும் என்னால் நம்ப முடிகிறது-உன் மனதுக்குள் என்ன இருக்கிறது என்று எனக்கு மிகச்சரியாகத் தெரியாத போதிலும் கூட!''

அவர் கூறியது சரிதான். என் உடலின் பாகங்களை நான் கவனித்தபோது எனது தசைகள் இறுக்கத்திலிருந்து விடுபட்டு விட்டதைக் கண்டேன். எனது வேலைக்கான ஒரு நிஜமான அடிப்படையைக் கண்டு பிடித்து விட்டதன் காரணமாக, மூன்றாவது கட்டத்தை நான் இயல்பாகவே எட்டிவிட்டேன் என்பது தெளிவாகத் தெரிந்தது.

"இங்கே தான் நீ நிஜமான உண்மையை, உன் செயல்கள் பற்றிய நம்பிக்கையை ''நான் இருக்கிறேன்'' என்று நாம் குறிப்பிடும் நிலையை நீ கண்டுள்ளாய். நீ ஆழ்மனதின் வாயிலில் நின்று கொண்டிருக்கிறாய், என்று அவர் என்னிடம் மென்மையாகச் சொன்னார். ''ஆனால், இதில் அவசரம் மட்டும் காட்டாதே. நீ செய்கிற ஒவ்வொரு விஷயத்தையும் இறுதி வரையில் சென்று காண்பதற்காக உனது அகப்பார்வையைப்

பயன்படுத்து. தேவையானால் ஏதேனும் ஒரு புதிய கருத்தாக்கத்தை உள்ளே புகுத்து. நிறுத்து! ஏன் இப்போது சலனப் படுகிறாய்?''

என்னால் சுலபமாக மறுபடியும் சரியான பாதைக்குத் திரும்ப முடிந்தது. எனக்கே நான் சொல்லிக்கொண்டது இதுதான்.

''கணக்குகளில் ஒரு பெரிய தவறை அவர்கள் கண்டு கொண்டுவிட்டால்? பணம் குறைவதைக் கண்டுபிடித்து விட்டால் அப்படியானால், இந்தக் கணக்குப் புத்தகங்கள் எல்லாவற்றையும் நான் மீண்டும் சரி பார்க்க வேண்டும். என்ன பயங்கரமான வேலை. இந்த ராத்திரி நேரத்தில் தன்னந்தனியாக நான் இதைச் செய்ய வேண்டுமானால்...!''

இயந்திரத்தனமாக நான் எனது கடிகாரத்தை வெளியே எடுத்தேன். மணி நான்கு... மதியமா, அதிகாலையா? அதிகாலை என்று எனக்கு நானே தீர்மானித்துக் கொண்டேன். இதனால் உற்சாகம் கொண்டு, என் மேசைக்குச் சென்று வேகவேகமாக வேலை செய்யலானேன்.

இதைப்பற்றி டார்ட்சாவ் பாராட்டுவதும், ஆழ்மனதை எட்டுவதற்கு இதுவே சரியான வழி என்று மாணவர்களிடம் கூறுவதும் என் காதில் விழத்தான் செய்தது. ஆனால் நான் இப்போது அதையெல்லாம் கவனிக்கவில்லை. அத்தகைய ஊக்கப்படுத்துதல் எனக்குத் தேவையாக இருக்கவில்லை ஏனெனில் நான் மேடையில் நிஜமாக வாழ்ந்து கொண்டிருந்தேன். நான் எதை விரும்பினாலும் என்னால் அதைச் செய்ய முடிந்தது.

இயக்குனர், தான் கற்றுத்தர வேண்டியதைச் செய்து முடித்து விட்டதால், செயலில் குறுக்கிடத் தயாராக இருந்தார். ஆனால் நானோ என் மனோநிலையைக் கெட்டியாகப் பற்றிப் பிடித்துக் கொள்வதில் ஆர்வமாக இருந்தேன். எனவே தொடர்ந்து செயல் படலானேன்.

''ஓகோ, இது ஒரு பெரிய அலை'' என்று அவர் மற்றவர்களிடம் கூறினார். ஆனால் நானோ இத்துடன் திருப்தி கொண்டு விடவில்லை. எனது சூழ்நிலையை மேலும் சிக்கலாக்கிக் கொண்டு

எனது உணர்ச்சிகளை இன்னும் மேம்படுத்திக்கொள்ள நான் விரும்பினேன். எனவே, ஒரு புதிய சூழ்நிலையைச் சேர்த்துக் கொண்டேன். என் கணக்குகளில் ஒரு பெரியதொகை கையாடப்பட்டிருந்தது. இதைச் சாத்தியம் என்று நான் ஒப்புக்கொண்டால், நான் என்ன செய்வேன்? என்று நான் என்னிடமே கூறிக்கொண்டேன். அந்த எண்ணம் உதித்தவுடன் என் இதயம் தடக் கென்று நின்று விட்டது.

"இப்போது ஆழமான அலையின் நீர் அவனது இடுப்புவரை வந்து விட்டது" என்று டார்ட்சாவ் கூறியது கேட்டது.

"நான் என்ன செய்ய போகிறேன்?" என்று உரக்கக் கூவினேன். "நான் அலுவலகத்துக்கு உடனே சென்றாக வேண்டும்" என்று கூறியவாறு, மேடையின் பக்கவாட்டுப் பகுதிக்கு வேகமாகச் சென்றேன். அப்போது அலுவலகம் மூடப்பட்டிருக்கும் என்பது என் நினைவுக்கு வந்தது. எனவே மறுபடி மேடைக்குத் திரும்ப வந்து மேலும் கீழும் நடந்தவாறு சிந்திக்கலானேன். கடைசியில் ஒரு இருண்டமூலைக்குச் சென்று அங்கு உட்கார்ந்து விஷயத்தைப் பற்றித் தெளிவாக எண்ணமிட முயற்சி செய்யலானேன்.

என் மனக்கண்ணில் சிலர் வெகுதீவிரமாகக் கணக்கு வழக்குகளைச் சரி பார்ப்பதையும், பணத்தை எண்ணுவதையும் என்னால் பார்க்க முடிந்தது. அவர்கள் என்னைக் கேள்விகள் கேட்டனர், ஆனால் எப்படிப் பதில் தருவது என்று எனக்குத் தெரியவில்லை. பிடிவாதமான ஆனால் நம்பிக்கையிழந்த ஒரு மனநிலை நிஜத்தைச் சொல்லவிடாமல் என்னைத் தடுத்தது.

பின்னர், என் வேலைக்கே உலை வைக்கக்கூடிய ஒரு தீர்மானத்தை அவர்கள் எழுதினார்கள். சிறுசிறு குழுக்களாக நின்றவாறு கிசுகிசுவெனத் தமக்குள் பேசிக்கொண்டனர். நானோ, தள்ளிவைக்கப் பட்டவனாக, ஒரு பக்கம் நின்று கொண்டிருந்தேன். பின்னர், பரிசீலனை, வழக்காடல், தீர்ப்பு, பணி நீக்கம், சொத்துகள் பறி முதல், வீட்டை இழத்தல்.

"இப்போது அவன் ஆழ்மனதின் பெருங்கடலில் இழுத்துச் செல்லப்பட்டு விட்டுள்ளான்" என்றார் இயக்குனர். பின்னர்,

மேடையின் முகப்பு விளக்குகளைத் தாண்டிக் குனிந்து, "அவசரப் படாதே, கடைசி வரையில் போ" என்று தணிந்த குரலில் கூறினார்.

மற்ற மாணவர்கள் பக்கமாகத் திரும்பி, நான் அசைவற்று நின்றிருந்த போதிலும், எனக்குள் பொங்கி எழுந்த புயல் போன்ற உணர்ச்சிகளைத் தம்மால் உணர முடிந்தது என்று சுட்டிக்காட்டினார்.

இந்தப் பேச்சையெல்லாம் நான் கேட்டேன். ஆனால் இந்த விமர்சனங்கள், மேடைமீதான என் வாழ்வில் குறுக்கீடு செய்யவில்லை, என்னை அதிலிருந்து இழுத்து விலக்கிவிடவும் இல்லை. இச்சமயத்தில் என் தலை உணர்ச்சிப்பெருக்கால் சுழன்று கொண்டிருந்தது. ஏனெனில் எனது பாத்திரமும் சொந்த வாழ்க்கையும் ஒன்றுடன் ஒன்று இரண்டறக் கலந்து ஒன்றாகி விட்டது போலத் தோன்றியது. ஒன்று எங்கே முடிந்தது, மற்றொன்று எங்கே தொடங்கியது என்று எனக்குத் தெரியவில்லை. என் கைவிரல்கள் கயிறைச் சுற்றுவதை நிறுத்திவிட்டன. நான் செயலற்றுப் போனேன்.

"இதுதான் பெருங்கடலின் அடி ஆழப்பகுதி" என்று டார்ட்சாவ் விளக்கினார்.

அதன் பின்னர் என்ன நடந்தது என்று எனக்குத் தெரியாது. பல்வேறு விதமான மாற்றுக்காட்சிகளைச் செயல்படுத்தி நடிப்பது எனக்குச் சுலபமாகவும், இனிமையாகவும் இருந்தது. அலுவலகத்துக்குச் சென்றாக வேண்டும் என்றும் பின் எனது வழக்குரைஞரிடம் போக வேண்டும் என்றும் நான் மீண்டும் ஒரு முறை தீர்மானித்தேன். அல்லது, எனக்கேற்பட்ட அவப்பெயரைப் போக்கிக்கொள்ள சில ஆவணங்களைக் கண்டுபிடிக்க வேண்டும் என்று முடிவெடுத்து, பல இழுப்பறைகளைத் திறந்து தேடலானேன்.

நான் நடித்து முடித்தபின், இயக்குனர் வெகு தீவிரத்துடன் என்னிடம் பின் வருமாறு கூறினார்.

''இப்போது, ஆழ்மனதின் பெருங்கடலை, உனது சொந்த அனுபவத்தாலேயே நீ கண்டுணர்ந்து விட்டாய் என்று நீ உரிமையுடன் கூறிக்கொள்ளலாம். ''புதிதாகப் படைக்கும் மன நிலையின் மூலக்கூறுகளில்'' எதையேனும் ஒன்றைப் பயன்படுத்தி நம்மால் அதே போன்று ஒத்துள்ள பயிற்சிகளைச் செய்ய முடியும் அதை ஒரு ஆரம்பப் புள்ளியாகப் பயன்படுத்த வேண்டும். பின்னர் கற்பனையையும், இருக்கக் கூடும் என்ற கருத்துகளையும், ஆசைகள் மற்றும் நோக்கங்கள் (இவை தெளிவாக வரையறுக்கப் பட்டிருந்தால்) மேலும் உணர்ச்சிகள் (இவை இயல்பாக கிளர்ந்து எழுமாறு செய்யப்பட்டிருந்தால்) ஆகியவற்றையும் நம்மால் பயன் படுத்திக்கொள்ள முடியும். பல்வேறு கருத்தாக்கங்களைக் கொண்டு நீங்கள் செயல்படத் தொடங்கலாம். ஒரு நாடகத்தில் உள்ள உண்மையை நீங்கள் ஆழ்மன அளவில் உணர்ந்து கொண்டீர்களேயானால், அதன் மீதான உங்கள் நம்பிக்கை தானாக உருவாகி வரும் இதனால் ''நான் இதாக இருக்கிறேன்'' என்ற நிலையும் தொடர்ந்து எழும். இத்தகைய இணைந்து நிகழும் செயல்பாடுகளில் எல்லாம் நீங்கள் நினைவில் வைத்துக்கொள்ள வேண்டிய முக்கியமான விஷயம் என்னவென்றால், தொடங்குவதற்கு நீங்கள் தேர்ந்தெடுக்கும் மூலக்கூறு எதுவாக இருப்பினும், அதை அதன் சாத்தியப்பாடுகளின் எல்லை வரையிலும் கொண்டு செல்ல வேண்டும் என்பதுதான் இந்தத் தொடரின் சங்கிலியில் எந்த இணைப்பை நீங்கள் எடுத்துக்கொண்டாலும், பிற இணைப்புகள் அனைத்தையும் அத்தோடு இழுத்துக்கொண்டு போவீர்கள் என்ற உண்மை உங்களுக்கு ஏற்கனவே தெரிந்துள்ள ஒன்றாகும்.''

நானோ பேருவகையின் உச்சத்தில் இருந்தேன் இயக்குனர் என்னைப் பாராட்டி விட்டார் என்பதால் அல்ல புதிதாகப் படைக்கும் உந்து சக்தியை நான் மீண்டும் அனுபவித்து உணர்ந்தேன் என்பதால் தான். இதை நான் டார்ட்சாவிடம் வெளிப்படையாகச் சொன்னபோது அவர் பின்வருமாறு விளக்கினார்.

இன்றைய பாடத்திலிருந்து நீ சரியான ஒரு படிப்பினையைப் பெற்றுக்கொள்ளாமல் இருக்கிறாய். நீ நினைப்பதைக் காட்டிலும்

மிக மிக முக்கியமான ஒரு நிகழ்வு இங்கு நடந்துள்ளது. இதில், உந்துதல் என்ற ஒன்று ஏற்பட்டதே தற்செயலான, விபத்துப் போல நடைபெற்ற நிகழ்ச்சிதான். அது எப்போதுமே ஏற்படும் என்று நீ எதிர்பார்க்க முடியாது. ஆனால் இன்று நிஜமாக நடந்ததை நீ நிச்சயமாக நம்பலாம். இங்கு விஷயம் என்னவென்றால் உந்துதலானது தானாக உனக்கு ஏற்படவில்லை என்பது தான் நிஜம். அது உருவாவதற்கான பாதையைத் தயார்ப் படுத்துவதன் மூலம் நீ அதை அழைத்தாய் இந்த விளைவானது மேலும் மிக அற்புதமான முக்கியத்துவத்தைக் கொண்டுள்ளதாகும்.

''இன்றைய பாடத்திலிருந்து நாம் செய்யக்கூடிய ஒரு திருப்திகரமான முடிவு என்ன வென்றால், படைக்கும் ஆற்றலின் உந்துதலை உருவாக்குவதற்கான, சாதகமான நிலைமைகளை உருவாக்கும் சக்தி இப்போது உங்களிடம் உள்ளது என்பதுதான். எனவே உங்களது உள்ளார்ந்த நோக்கங்களின் சக்தியைத் தூண்ட வல்லது எதுவோ, உங்கள் உள்ளார்ந்த படைக்கும் மனநிலையை ஏற்படுத்தக் கூடியது எதுவோ, அதன் மீது, அதைப்பற்றி உங்கள் சிந்தனையைத் திருப்புங்கள். உங்களது உயர் குறிக்கோளைப் பற்றி எண்ணமிடுங்கள். அதை நோக்கி இட்டுச் செல்லும் தொடர்ந்து செல்லும் செயற்பாட்டுக் கோட்டைப் பற்றிச் சிந்தியுங்கள். சுருக்கமாகச் சொல்வதானால், உணர்வு நிலையில் கட்டுப்படுத்தப் படக்கூடிய ஒவ்வொன்றையும் உங்கள் மனதில் நிலை நிறுத்திக்கொள்ளுங்கள். அது உங்களை ஆழ்மனதுக்கு இட்டுச் செல்லும். உணர்ச்சியின் உந்துதலை எட்டுவதற்கான மிகச் சிறப்பான தயார்ப்படுத்துதல் அதுதான் ஆனால் உந்துதல் வரவேண்டும் என்பதற்காக ஒரு நேரடியான வரவழைக்கும் முயற்சியில் ஒருபோதும் ஈடுபடாதீர்கள். அது உங்கள் உடலைப் பலவாறு முறுக்கிக்கொள்ளச் செய்யும். நீங்கள் விருப்பக்கூடிய விளைவுகளுக்கு நேர் எதிரான விளைவுகளை அது உருவாக்கி விடும்.''

துரதிருஷ்டவசமாக, இதைப்பற்றி மேலும் விவாதிப்பதை, இயக்குனர் அடுத்த பாடத்திற்குத் தள்ளிப் போட்டுவிட வேண்டியதாயிற்று.

3

எங்களது முந்தைய பாடத்தின் விளைவுகளைத் தொடர்ந்து கணிக்கும் முயற்சியில் இன்று இயக்குனர் டார்ட்சாவ் இறங்கினார். அவர் பின்வரும் விளக்கத்துடன் தனது உரையைத் தொடங்கினார்.

''உணர்வு நிலையில் செய்யப்படுகிற உளவியல் செயல்நுட்பமானது எவ்வாறு ஆழ்மனதின் புதிதாகப் படைக்கும் இயல்பைத் தட்டி எழுப்புகிறது என்பதற்கான ஒரு நடைமுறைச் செயல் விளக்கத்தை கோஸ்ட்யா உங்களுக்கு அளித்தான் முதலில், நாம் எதுவும் புதிதாகச் சாதித்து விடவில்லை என்று நீங்கள் நினைக்கலாம். தசைகளின் இறுக்கத்தைத் தளர்த்தும் பயிற்சியுடன் நமது பணி தொடங்கியது. அதுவே சரியான முறை ஆகும். கோஸ்ட்யாவின் கவனம் அவனது உடல்மீது ஒருநிலைப் படுத்தப்பட்டது. ஆனால் அவன் அதை, இந்தப் பயிற்சியின் இருக்கக் கூடிய சூழ்நிலைக்கு வெகுதிறம்பட மாற்றி எடுத்துச் சென்றான். புதியதான உள்மனத் சிக்கல்கள் மேடையில் அவன் அசைவற்றுச் சிலையாக உட்கார்ந்திருந்ததை நியாயப் படுத்தின. அவனுக்குள்ளே, அசைவற்று அமர்ந்திருப்பதற்கான அந்த அடிப்படை அவனது தசைகளை முற்றிலுமாகத் தளர்த்தி விடுவித்து விட்டது. அதன்பின், அவனது கற்பனை வாழ்வுக்கான பல்வேறு விதமான புதிய நிலைமைகளை அவன் உருவாக்கிக் கொண்டான். ''அந்தப் பயிற்சியின் சுற்றுப்புறச்சூழலை அவை மேம்படுத்தி, புதிய சோகமயமான சாத்தியப்பாடுகளின் மூலம் நிலைமையை மேலும் கூர்மைப் படுத்தின. இதுவே அவனது நிஜமான உணர்ச்சிகளுக்கான ஒரு ஆதாரமாக அமைந்தது.

இப்போது நீங்கள் கேட்கலாம். இதில் என்ன புதியதாக இருக்கிறது? இங்குள்ள ''வேறுபாடு'' மிகவும் நுண்ணியதாகும். *ஒவ்வொரு புதிதாகப் படைக்கும் செயலையும் முழுமையாக அதன் இறுதி எல்லை வரையிலும் கொண்டுசெல்லுமாறு* நான் அவனை வற்புறுத்தியதில் தான் அந்த வேறுபாடு அடங்கியுள்ளது. அவ்வளவு தான்.''

''இதை எப்படி ''அவ்வளவுதான்'' என்று எடுத்துக்கொள்ள முடியும்?'' என்று வான்யா குழப்பத்துடன் கேட்டான்.

"வெகு சாதாரணமாக அதைச் செய்யலாம். உங்களது உள்ளார்ந்த உருவாக்கும் நிலையின் எல்லா மூலக்கூறுகளையும் அதாவது உங்கள் உள்ளார்ந்த உந்திச் செலுத்தும் சக்திகள், உங்கள் நேரடி செயல்பாட்டுக்கோடு ஆகியவற்றை மனித உயிரால் தாங்கிக்கொள்ள முடிந்த அளவில் அதன் விளிம்புக்குக் கொண்டு செல்லுங்கள். நாடகரீதியான நடிப்புச் செயல்பாட்டை இங்கே கொண்டுவராதீர்கள். இதன் மூலமாக, உங்களது அக வாழ்வின் நிதர்சனத்தை நீங்கள் தவறாமல் உணர்வீர்கள். மேலும், அதை உங்களால் நம்பாமல் இருக்கவும் முடியாது.

"ஒவ்வொரு முறை இந்த உண்மையும் அதன்மீது உள்ள உங்கள் நம்பிக்கையும் உருவாகும் போதும் தானாகப் பிறக்கும் போதும் உங்கள் ஆழ்மனம் அங்கே உட்புகுந்து விடுகிறது என்பதையும் அப்போது இயற்கை இயல்பாகச் செயல்படத் தொடங்கி விடுகிறது என்பதையும் நீங்கள் கவனித்தீர்களா? ஆக, உங்களது உணர்வு நிலையிலான உளவியல் செயல்நுட்பம் முழுமையாகச் செயல்படுத்தப்படும்போது இயற்கையின் ஆழ்மனச் செயல்பாட்டுக் கான தளம் தயாரிக்கப்பட்டு விடுகிறது.

"இந்தப் புதிய விஷயம் எவ்வளவு முக்கியமானது என்பதை மட்டும் நீங்கள் உணர்ந்து கொண்டு விட்டால்!"

"புதிதாகப் படைத்தல் என்ற செயலின் ஒவ்வொரு சிறு துணுக்கும் மிகவும் முக்கியத்துவம் நிறைந்தது, பெருமதிப்புக்கு உரியது மற்றும் நிறைய சிக்கல்கள் கொண்டது என்று எண்ணிக் கொள்வது என்னவோ மிகவும் இனிமையான ஒரு விஷயமாக இருக்கலாம். உண்மையிலேயே, மிகச்சிறிய செயல் அல்லது உணர்வு, மிகவும் சாதாரணமான செயல்நுட்ப வழிமுறை, இவை போன்றவை, சாத்தியப்பாட்டின் எல்லைக்குத் தள்ளப்பட்டால், தான் அதாவது மானுடத்தின் சத்தியம், நம்பிக்கை, மற்றும் "நான் இருக்கிறேன்" என்ற உணர்வு இவற்றின் இறுதிக் கோட்டிற்கும் அதற்கும் அப்பாலும் செலுத்தப்பட்டால் மட்டுமே மேடையில் ஒரு ஆழமான முக்கியத்துவத்தை அவற்றால் பெறமுடியும். இந்த இறுதியான எல்லைப்புள்ளி எட்டப்படும் போது உங்கள் உடல் மற்றும் உயிரின் மொத்த உருவும் நிஜவாழ்வில் நடந்து

கொள்வதைப் போல சாதாரணமாகவும் இயல்பாகவும் செயல்படத் தொடங்கும். அப்போது நீங்கள் ஒரு மேடையிலே இருக்கிறீர்கள் என்பதோ, பொதுமக்களுக்கு முன்பாக ஒரு திறந்த வெளியில் உங்களது படைப்புத் தொழிலைச் செய்ய வேண்டிய நிலையில் உள்ளீர்கள் என்பதோ அங்கு கவனிக்கப்படாமல், சட்டை செய்யப்படாமல் ஒதுக்கித் தள்ளப் பட்டு விடும்.

"ஆழ்மனதின் வாயிற்படி" என்றழைக்கப்படுகிற இந்த இடத்திற்கு உங்களைப் போன்ற மாணவர்களை, நடிப்புத் தொழிலுக்கும் முற்றிலும் புதியவர்களாக உள்ளவர்களைக் கொண்டு வருவதில், பல ஆசிரியர்களின் கருத்துக்கு முற்றிலும், எதிரான ஒரு கருத்தை நான் கொண்டுள்ளேன். நீங்கள் இந்த அனுபவத்தைப் பெற்றிருக்க வேண்டும் என்றும் உங்களது "உள்ளார்ந்த "மூலக்கூறுகள்" மற்றும் "படைக்கும் மனநிலை" ஆகியவற்றைக் கொண்டு பயிற்சிசெய்யும் போதும், உங்களது பயிற்சிகள் மற்றும் கற்றுக்கொள்ளல் ஆகியன எல்லாவற்றிலும் இதை நீங்கள் பயன்படுத்த வேண்டும் என்று நான் நம்புகிறேன்.

"தொடக்கத்திலிருந்தே, அது வெகுகுறுகிய காலகட்டங்களாக இருந்த போதிலும், நடிகர்களின் உண்மையான படைக்கும் கருவி இயல்பாகச் செயல்படும் போது, ஆழ்மனதின் மட்டத்தில் செயல்படும் போது அவர்கள் உணரும் பேரின்பப்பேருவகையை நீங்கள் உணர வேண்டும் என்று நான் விரும்புகிறேன். மேலும் இந்த விஷயமானது நீங்கள் உங்கள் சொந்த உணர்ச்சிகளிலிருந்து கற்றுக்கொள்ள வேண்டிய ஒன்றாகும்-நாடகத்தனமான முறையில் இதைக் கண்டுகொள்வது அது இயலாதது தவறு இந்த மனநிலையை நீங்கள் பெரிதும் விரும்பி நேசிக்கக்கற்றுக் கொள்வீர்கள். அதை எட்டுவதற்கு இடைவிடாமல் கடும் முயற்சியை மேற்கொள்ளுவீர்கள்."

"நீங்கள் இப்போது கூறியதன் முக்கியத்துவத்தை என்னால் வெகு சுலபமாகப் புரிந்துகொள்ள முடிகிறது" என்றேன் நான். "ஆனால் நீங்கள் இதைப்பற்றிப் போதுமான அளவு இன்னும் பேசவில்லை. எந்த ஒரு அடிப்படை மூலக்கூற்றையும் அதன் எல்லையின் விளிம்பு வரையில் தள்ளிச் செல்வதற்கான செயல்நுட்ப வழிமுறையை இப்போது எங்களுக்குத் தாருங்கள்."

"நான் அதை மகிழ்ச்சியுடன் செய்வேன். முதலாவதாக, இந்தச் செயல்முறையைத் தடுக்கும் தடைகள் என்னென்ன என்று நீங்கள் கண்டு கொண்டு, அவற்றைச் சரியாகக் கையாளக் கற்றுக்கொள்ள வேண்டும். அடுத்ததாக, இந்தச் செயல்முறையை எளிதாக நடைபெறச்செய்யக் கூடியது எதுவோ அதைக்கண்டுபிடிக்க வேண்டும். இப்போது முதலில் அந்தத் தடைகளைப் பற்றி, கஷ்டங்களைப் பற்றிக் கவனிக்கலாம்.

"முதல் மற்றும் மிக மிக முக்கியமான தடை என்ன வென்றால் அது ஒரு நடிகனின் புதிதாகப் படைக்கும் செயல் நிகழ்கிற அசாதாரணமான சூழ்நிலை யாகும். இங்கு இச்செயல் ஒரு பொது இடத்தில் நடைபெற்றாக வேண்டும். இந்தப் பிரச்சினையுடன் போராடுவதற்கான வழிமுறைகள் உங்களுக்கு ஏற்கனவே பழக்கமானவைதான். ஒரு சரியான "படைக்கும் மனநிலையை" நீங்கள் உருவாக்கிக்கொள்ள வேண்டும். அதை முதலில் செய்யுங்கள். பின்னர் உங்கள் உள்ளார்ந்த திறன்கள் தயாராக உள்ளதாக உணரும் போது உங்களது அக இயல்பு செயல்படத் தொடங்குவதற்குத் தேவையான அந்தச் சிறிய தூண்டுதலைத் தாருங்கள்."

"இது தான் எனக்குப் புரியவில்லை. அதை எப்படிச் செய்வது?" என்று வான்யா கேட்டான்.

"ஏதேனும் ஒரு எதிர்பாராத, இயல்பாகத் தோன்றுகிற ஒரு நிகழ்ச்சியை, நிஜத்தைக் காட்டும் ஒரு சிறிய துணுக்குச் செயலை அங்கே உள்ளே கொண்டுவருவதன் மூலம் அதைச் செய்ய வேண்டும். இச்செயலின் ஆதாரத்துவக்கம் உடல் ரீதியானதாகவோ அல்லது மனரீதியானதாகவோ உங்களையும், நீங்கள் பிரதிபலிக்கின்ற பாத்திரத்தின் நபரையும் உங்களால் பிரித்துக் கண்டறிவது என்பது இல்லாத செயலாக இருக்கும்."

"அதன் பின்?"

"அதன் பின் நான் முன்னரே உங்களுக்குக் கூறியுள்ளபடி, உண்மையும் நம்பிக்கையும், உங்களை ஆழ்மனதின் பகுதிக்கு இட்டுச்சென்று, இயற்கையின் சக்தி மிக்க ஆளுமையிடம் உங்களை ஒப்படைத்து விடும்."

சற்று நேர மௌனத்துக்குப் பின், இயக்குனர் தொடர்ந்து பேசலானார்:

''உங்களது பாதையில் பிற தடைகளும் உள்ளன. அவற்றுள் ஒன்று *தெளிவின்மை. நீங்கள் பங்கேற்று நடிக்கும் நாடகத்தின் புதியதாக உருவாக்கப்படவேண்டிய மையக் கருத்து தெளிவின்றி இருக்கலாம். அல்லது நாடகத்தைத் தயாரிப்பதற்கான திட்டம் தெளிவாக வரையறுக்கப்படாமல் இருக்கலாம். ஒரு பாத்திரம் தவறாக வடிவமைக்கப்பட்டு இருக்கலாம். அல்லது அந்தப் பாத்திரத்தின் குறிக்கோள்கள் மசமசவென்று மங்கலாக, தெளிவற்று இருக்கலாம். ஒரு நடிகர், தனது பாத்திரத்தை வெளிப்படுத்துவதற்கெனத் தான் நேர்ந்தெடுத்துக் கொண்டுள்ள வழிமுறைகள் பற்றித் தெளிவின்றி இருக்கலாம்.)*

சந்தேகமும், தீர்மானிக்காமல், முடிவுகள் எடுக்காமல் தயங்கி மயங்குவதும் எவ்வளவு பெரிய பாரமாக, சுமையாக இருக்கும் என்பது உங்களுக்குத் தெரியாது. அதை மட்டும் உங்களால் புரிந்து கொள்ள முடிந்தால்! அந்த நிலைமையைச் சரியாகத் கையாள்வதற்கான ஒரே வழி, மிகச் சரியாக இருப்பதற்கான ஒரு நிலையில் குறைபாடாக உள்ள எல்லாவற்றையும் சுத்தமாக விலக்கி விடுவது மட்டுமே.

''இதோ மற்றொரு பேராபத்து. சில நடிகர்களால் இயற்கை தம்மீது சுமத்தியுள்ள குறைபாடுகளைப் பற்றி முழுமையாக உணர்ந்து கொள்ள முடிவதில்லை. அதைச் செய்ய அவர்கள் தவறி விடுகிறார்கள். தம்மால் தீர்க்க முடியாத, தமது சக்திக்கு மீறிய பிரச்சினைகளை அவர்கள் ஏற்றுக்கொள்கிறார்கள். நகைச்சுவை நடிகர் சோகமான பாத்திரத்தை ஏற்று நடிக்க விரும்புகிறார். வயதான முதியவர் இளைஞனாக நடிக்க நினைக்கிறார், எளிமையான இயல்பு கொண்டவர் வீரசாகசம் நிறைந்த பாத்திரத்தை ஏற்றுக்கொள்ள விரும்புகிறார். சாந்தமான குணம் கொண்டவர், அலட்டலான நாடகத்தனம் கொண்ட நடிப்பை வெளிப்படுத்த எண்ணுகிறார். இதனால், வலிந்து செய்யப்படுகிற, சக்தியிழந்து பலவீனமான, ஒரே மாதிரித் தயார் செய்யப்பட்ட தன்மை கொண்ட எந்திரத்தனமான நடிப்பு மட்டுமே உருவாகி

வெளிப்பட முடியும். இவையும் கூட உங்களுக்கு இடையூறு செய்யக்கூடிய தடங்கல்கள் ஆகும். இவற்றிலிருந்து வெளி வருவதற்கான ஒரே வழி உங்கள் நடிப்புக்கலையையும், அதனுடன் உங்களுக்கு உள்ள தொடர்பையும் மிக ஆழமாக அலசி ஆராய்ந்து அறிந்து கொள்வது தான்.

"மிக அடிக்கடி நிகழக் கூடிய மற்றொரு கடினமான தடங்கல், மிகவும் உணர்வு ரீதியாகவும் வெகுவாகப் பிரயத்தனப்பட்டும் செய்யக்கூடிய பணியாகும். இவ்வாறு கஷ்டப்பட்டுக், கடும் முயற்சி செய்து நடிக்கும் ஒரு நடிகர் தன்னைத் தானே பெரிதும் வருத்திக்கொண்டு நடிக்கிறார். தன்னால் உண்மையாக உணர முடியாத ஒரு நடிப்பின் வெளிப்பாட்டைக் கொண்டு வருமாறு அவர் தன்னைத் தானே வலிந்து வற்புறுத்தித் தள்ளுகிறார். இங்கு நாம் அவருக்குத் தரக்கூடிய அறிவுரையெல்லாம் இவ்வளவு சிரமப்பட்டு, கஷ்டப்பட்டு முயற்சி செய்ய வேண்டாம் என்பதுதான்.

"இவை எல்லாமே நீங்கள் கண்டுணர்ந்து கொள்ளக் கற்றுக் கொள்ள வேண்டிய தடைகள் ஆகும். இதைத்தவிர மேலும் கற்றுக்கொள்ள வேண்டிய ஒன்று உங்களை "ஆழ்மனதின் வாயிற்படிக்கு" கொண்டு போய்ச் சேர உதவும் விஷயங்கள் எவை என்பதாகும். இதைப்பற்றி விவாதிப்பது என்பது மிகவும் சிக்கலான ஒன்றாக இருப்பதால் இன்று அதைச் செய்வதற்கு நமக்குப் போதுமான நேரம் இல்லை." இருக்கலாம் இதனால் பெரிய வித்தியாசம் ஒன்றும் ஏற்பட்டு விடாது. ஆனால் இது உங்கள் நடிப்பின் முதன்மைக் குறிக்கோளுக்கு உகந்ததாகவும், நேராகச் செல்லும் செயல்பாட்டுக்கோட்டுக்கு ஏற்றதாகவும் இருக்க வேண்டியது மிகவும் அத்தியாவசியமான ஒரு விஷயமாகும். இந்த நிகழ்ச்சி அல்லது செயலின் எதிர்பாராத தன்மையானது உங்களுக்குப் புத்துணர்ச்சியை ஊட்டித் தூண்டிவிடும் அப்போது உங்கள் இயல்பு நிலை வேகமாக முன்னே வரும்."

"ஆனால் அந்தச் சிறிய உண்மை நிகழ்ச்சியை நான் எங்கிருந்து கண்டு பிடிப்பது?" என்று வான்யா வற்புறுத்திக் கேட்டான்.

''எல்லா இடங்களிலும் நீ அதைக் காணலாம். கண்டு கொள்ளலாம். நீ காணும் கனவுகளில், சிந்திக்கும் எண்ணங்களில், உணரும் உணர்ச்சிகளில், உனது ஆசைகளில், சிறிய அன்றாடச் செயல்களில் அவை மனதளவிலோ, வெளியிலோ அமைந்திருக்கலாம், உனது மனநிலையில், குரலின் ஏற்ற இறக்கத்தில், உடலசைவின் ஏதேனும் ஒரு கண்ணுக்குப் புலப்படாத சிறிய விவரத்தில் அதைக் கண்டு கொள்ளலாம்.''

''அதன் பின் என்ன நடக்கும்?''

''அப்போது உனது வாழ்வானது நீ ஏற்றுள்ள பாத்திரத்துடன் முற்றிலுமாக, திடீரென்று பின்னிப் பிணைந்து விட்டதால் ஏற்படும் உற்சாகக் களிப்பால் உன் தலை கிறுகிறுவெனச் சுழலும். இந்த உணர்வு வெகுநேரம் நீடிக்காமல் போகலாம் ஆனால் அது உங்களுக்குள்ளே தங்கி இருக்கிற காலத்தின் போது.

4

எங்கள் இன்றைய பாடத்தின் தொடக்கத்தில் ''இப்போது நாம் நமது பணியின் நேர்மறையான பகுதிக்கு வருகிறோம்'' என்றார் இயக்குனர்.

''அவையாவன ஒரு நடிகர் தனது புதிதாகப் படைக்கும் பணியில் அவருக்கு உதவி செய்து, எதிர்பார்ப்புகள் நிறைந்த, கிடைக்கும் என்ற நம்பிக்கை ஊட்டப்பட்டுள்ள ஆழ்மனதின் பகுதிக்கு அவரை அழைத்துச் செல்ல வல்ல நிலைமைகள் மற்றும் வழிமுறைகள் ஆகும். இந்தப் பகுதியைப் பற்றிப் பேசுவது என்பது மிகவும் சிரமமான ஒன்றாகும். பகுத்தறிவுக்கு எட்டக்கூடிய ஒன்றல்ல அது. ஆக, நம்மால் செய்ய முடிவது என்ன? முதன்மைக் குறிக்கோள் மற்றும் செயல்பாட்டின் நேரடியான கோடு பற்றிய ஒரு விவாதத்திற்கு நாம் மாறிக்கொள்ளலாம்.''

''அவற்றைப் பற்றி நாம் ஏன் பேசவேண்டும்? இந்த இரு பொருள்களை நாம் ஏன் தேர்ந்தெடுக்க வேண்டும்? அதற்கும் இவற்றுக்கும் உள்ள தொடர்பு என்ன?'' என்றெல்லாம் குழப்பமுற்ற மாணவர்கள் இடையிலிருந்து கேள்விகள் எழுந்தன.

''ஏனென்றால், முதலாவதாக அவை தமது வடிவமைப்பில் பெருமளவு உணர்வு நிலையில் உள்ளன. பகுத்தறிவுக்கு உட்பட்டு உள்ளன. இந்தத் தேர்வுக்கான மற்றக் காரணங்கள் நமது இன்றைய பாடத்தின் போது தென்பட்டுத் தெளிவாகும்.''

அவர் என்னையும் பாலையும் அழைத்து, இயாகோ மற்றும் ஒதெல்லோ ஆகிய இருவருக்கும் இடையில் உள்ள முதல் காட்சியின் தொடக்க வசனங்களைப் பேசி நடிக்குமாறு பணித்தார்.

நாங்களும் எங்களைத் தயார் பண்ணிக்கொண்டு நிஜமான ஈடுபாட்டுடனும், ஒருமுனைப்படுத்தப்பட்ட கவனத்துடனும், சரியான அக உணர்வுகளுடனும் அதை நடித்து முடித்தோம்.

''இப்போது உங்களது குறிக்கோள்-நோக்கம், என்ன?'' என்று டார்ட்சாவ் கேட்டார்.

''எனது முதல் குறிக்கோள் கோஸ்ட்யாவின் கவனத்தைக் கவர்வதாகும் என்று பால் கூறினான்.

''பால் என்ன சொல்கிறான் என்பதைப் புரிந்து கொள்வதில் நான் என் கவனத்தைச் செலுத்திக்கொண்டிருந்தேன். பின்னர் அவன் கூறியவிஷயங்களை எனக்குள்ளே அகக்கண்ணால் காண்பதற்கு நான் முயன்று கொண்டிருந்தேன்'' என்று நான் விளக்கினேன்.

''இதன் விளைவாக, உங்களில் ஒருவர் மற்றவரது கவனத்தைக் கவர்வதற்கு என்றே அவரது கவனத்தைக் கவர முயன்று கொண்டிருந்தீர்கள். மற்றவர் அவர் கூறிய விஷயங்களை உள்வாங்கிக்கொண்டு அவற்றை மனதில் உருவகப்படுத்திப் பார்ப்பதற்கு என்றே அவரது பேச்சை உள்வாங்கிக்கொண்டு உருவகப்படுத்தி மனக்கண்ணால் காணமுயன்று கொண்டிருந்தார்.''

''நிச்சயமாக அவ்வாறு இல்லை'' என்று நாங்கள் தீவிரமாக மறுப்புத் தெரிவித்தோம்.

''ஆனால் ஒரு முதன்மைக் குறிக்கோளும் நாடகத்திற்கான நேராகச் செல்லும் செயல்பாட்டுக் கோடும் இல்லாத போது, இது

மட்டுமே தான் நிகழக்கூடிய விஷயங்களாகும். இங்கு தனித்தனியான, தொடர்பற்ற துண்டுதுண்டான நடிப்புத் துணுக்குகள் மட்டுமே இருக்க முடியும் அவற்றை உங்கள் ஒவ்வொருவரின் தனிப்பட்ட விருப்பத்துக்காக மட்டுமே நீங்கள் செய்து கொண்டிருப்பீர்கள்.

''இப்போது நீங்கள் நடித்த பகுதியை மறுபடி நடித்து விட்டு அத்துடன், அடுத்த காட்சியான ஒதெல்லோ இயாகோவுடன் நகைச்சுவையாகப் பேசும் காட்சியையும் சேர்த்துக் கொள்ளுங்கள்.''

நாங்கள் அதைச் செய்து முடித்தவுடன், எங்களது குறிக்கோள் என்னவாக இருந்தது என்று டார்ட்சாவ் எங்களிடம் மறுபடி கேட்டார்.

''சும்மாயிருக்கும் சுகம்...''

என்பது என் பதிலாக இருந்தது.

''உனது சகநடிகனைப் புரிந்து கொள்ளவேண்டும் என்ற உனது முந்தைய குறிக்கோள் என்னாயிற்று?''

''அடுத்து வருவதும், மேலும் அதிக முக்கியத்துவம் உள்ளதுமான ஒன்றில் அது மூழ்கிப் போனது.''

''இப்போது, இதுவரையில் நடித்ததைத் திரும்பவும் நடித்து, இன்னுமொரு காட்சித்துணுக்கைச் சேர்த்துக் கொள்ளுங்கள் பொறாமையில் ஆரம்ப அறிகுறிகளை...'' என்றார் அவர்.

நாங்களும் அவ்வாறே செய்துவிட்டு, பின்னர் எங்களது குறிக்கோள், ''இயாகோவின் சூளுரையின் முட்டாள்தனத்தைப் பற்றிக் கேலி செய்வது'' என்று கூறி வைத்தோம்.

''இப்போது உங்களின் முந்தைய குறிக்கோள்கள் எங்கே போயின?'' என்று மறுபடியும் தோண்டித்துருவிக்கேட்டார் இயக்குனர்.

அவையும் கூட, பின் தொடர்ந்து வந்த முன்னை விடவும் மேலான ஒரு குறிக்கோளினால் விழுங்கப்பட்டு விட்டன என்று

சொல்லப்போனேன்-ஆனால் ஏதோ மனதில் தோன்ற, சும்மா இருந்தேன்.

"என்ன விஷயம்? உங்களுக்கு என்ன பிரச்சினை?" என்றார் இயக்குனர், விடாமல்.

"நாடகத்தின் இந்தக் கட்டத்தில், மகிழ்ச்சி என்ற கரு உடைபட்டு, பொறாமை என்ற புதிய கரு துவங்குகிறது, இதுதான் உண்மை."

"அது உடைபடவில்லை" என்றார் டார்ட்சாவ். "நாடகத்தின் மாறி வருகிற சூழ்நிலைகளுடன் அதுவும் மாறுகிறது. முதலில் செயல்பாட்டுக் கோடானது புதிதாகத் திருமணம் செய்து கொண்டுள்ள ஒதெல்லோவுக்கு ஒரு குறுகில கால மகிழ்ச்சியின் ஊடாகச் செல்கிறது. அவன் இயாகோவுடன் விளையாட்டாகப் பேசுகிறான். பின் வியப்பு ஏற்படுகிறது, அதன் பின் ஏமாற்றம் சந்தேகம், தொடர்ந்து பொங்கி வருகிற சோகத்தை ஒதுக்கித் தள்ளி விட்டுத் தனது பொறாமையைச் சாந்தப்படுத்திக்கொண்டு மறுபடியும் தன் மகிழ்ச்சியான மனநிலைக்குத் திரும்புகிறான்.

"நிஜவாழ்விலும் இத்தகைய மனநிலை மாற்றங்கள் நமக்குப் பழக்கமானவைதான். வாழ்க்கை மிகவும் சுமுகமாகச் சுலபமாக வழுக்கிக்கொண்டு போகிறது. பின் சட்டென்று சந்தேகம், கனவு கலைதல், துயரம் ஆகியவை உள்ளே நுழைந்து விடுகின்றன. மேலும் சிலகாலம் சென்றதும் அவை பொங்கிப் பெருகி வடிந்து விடுகின்றன. எல்லாமே மறுபடியும் ஒருமுறை பிரகாசமாக, மகிழ்ச்சியாக ஆகி விடுகிறது.

"இத்தகைய மாற்றங்களைக் கண்டு நீங்கள் பயப்படத் தேவையில்லை. மாறாக, அவற்றை நன்கு பயன்படுத்தவும் மேலும் அதிகமாகத் தீவிரப் படுத்தவும் கற்றுக் கொள்ளுங்கள். இந்தச் சமயத்தில் அதைச் செய்வதுசுலபமாக உள்ளது. ஒதெல்லோ டெஸ்டிமோனாவை முதலில் காதலிக்கத் தொடங்கிய போது இருந்த சூழ்நிலையை நீங்கள் சற்றே நினைவுபடுத்திக்கொண்டால் போதும் அதன்பின், திருமணம் நடந்து முடிந்த உடனான மகிழ்வு நிறைந்த காலம். பின் இப்போது இயாகோ ஒதெல்லோவுக்காகத்

திட்டமிட்டுத் தயாரித்துள்ள பயங்கரமான சித்திரவதையுடன் இந்த மகிழ்ச்சியை ஒப்பிட்டு வேறுபடுத்திக் காட்டுங்கள்.''

''இது எனக்குப் புரியவில்லை. அவர்களின் கடந்த காலத்தை நாம் ஏன் நினைவு படுத்திப் பார்க்க வேண்டும்?'' என்று வான்யா கேட்டான்.

''பிரபான்ஷியோவின் வீட்டில் நிகழ்கின்ற அந்த அற்புதமான முதல் சந்திப்புகளைப்பற்றி, ஒதெல்லோவின் கதைகளைப் பற்றி, பின்வருகிற இரகசியச் சந்திப்புகள், மணப்பெண்ணைத் தூக்கிக் கொண்டு போதல், திருமணம் பின்னர் திருமண இரவின் போது தம்பதிகள் பிரிந்திருத்தல், மறுபடியும் தென்திசைச் சூரியனின் கீழ் சைப்ரஸில் மறுபடி அவர்களின் சந்திப்பு, மறக்க முடியாத தேனிலவு, அதன் பின்னர், எதிர்காலத்தில் ஐந்தாவது காட்சி, இயாகோவின் படுமோசமான கொடும்திட்டத்தின் விளைவுகள் இவை எல்லாவற்றையும் பற்றி சிந்தியுங்கள்.

''இப்போது தொடங்குங்கள்.............!''

நாங்கள் முழுக்காட்சியையும் நடித்தோம். இயாகோவின் வெகு பிரபலமான சூளுரை வரையில் அதாவது, மிகவும் மோசமாக ஏமாற்றப்பட்டு விட்ட ஒதெல்லோவின் சேவையில் தன் மனம், சித்தம் மற்றும் உணர்வுகள் அனைத்தையும் அர்ப்பணிக்கத் தான் தயார் என்று வானம், விண்மீன்கள் இவற்றைச் சாட்சியாக வைத்து அவன் சத்தியம் செய்யும் கட்டம் வரையில் நடித்தோம்.

''நாடகம் முழுவதையும் நீங்கள் இவ்வாறே தொடர்ந்து நடித்தால், உங்களுக்குப் பழக்கமான குறிக்கோள்கள், மேலும் பெரியதான ஆனால் எண்ணிக்கையில் குறைவான நோக்கங்களில் முழுகி மறைந்து விடும். இந்தப் பெரிய குறிக்கோள்கள், நேராகச் செல்லும் செயல்பாட்டுக் கோட்டின் வழியாக, வழிகாட்டும் தூண்கள் போல நின்று கொண்டிருக்கும். இந்தப் பெரிய குறிக்கோளானது பிற எல்லாச் சிறிய குறிக்கோள்களையும் ஆழ்மனரீதியில் ஒன்றாகச் சேர்த்துக் கொண்டே சென்று, கடைசியில் சோககாவியமான இந்நாடகத்தின் நடிப்பின் நேர் கோட்டை வடிவமைக்கும்.''

இதன் பின்னர், முதலாவதான பெரிய குறிக்கோளுக்கான ஒரு சரியான பெயரைத் தேர்ந்தெடுப்பதில் பேச்சு திரும்பியது. இதை யாராலும், இயக்குனர் உள்பட, முடிவு செய்ய முடியவில்லை. இது ஒன்றும் அவ்வளவு வியப்பூட்டும் விஷயம் இல்லைதான். ஏனெனில், ஒரு நிஜமான, உயிருள்ள ஆர்வமூட்டும் ஒரு குறிக்கோளானது உடனடியாகக் கண்டுபிடிக்கப்படக்கூடிய ஒன்று அல்ல. மேலும், வெறும் அறிவுரீதியாக மட்டுமே அதைக் கண்டு பிடிப்பதும் நடவாது எனினும், வேறு மேலான ஒன்று கிடைக்காததால், அதற்கு சற்றே சங்கடமான பொருத்தமற்ற ஒரு பெயரை நாங்கள் முடிவு செய்தோம் "நான் டெஸ்டிமோனாவை ஒருமிகச் சிறப்பான நபராகக் காண விரும்புகிறேன். எனது வாழ்வு முழுவதையும் அவளது சேவையில் அர்ப்பணிக்க விரும்புகிறேன்."

இந்தப் பெரிய குறிக்கோளைப்பற்றி நான் தொடர்ந்து சிந்தித்த போது, முழுக்காட்சியையும் எனது பாத்திரத்தின் பிற பகுதிகளையும் மேலும் தீவிரப் படுத்துவதற்கு அது எனக்கு உதவியது என்று நான் கண்டு கொண்டேன். இறுதி லட்சியத்தை இலக்கை நோக்கி இருந்த எந்த ஒரு நடிப்பையும் நான் வடிவமைக்கத் தொடங்கியபோது எல்லாம் நான் டெஸ்டிமோனாவை ஒரு தேவதையாக, மிகச் சிறப்பான நபராக கருதுவதை உணர்ந்தேன். பிற அனைத்து சிறுசிறு குறிக்கோள்கள் எல்லாமே தமது முக்கியத்துவத்தை இழந்து விட்டன. எடுத்துக்காட்டாக, முதல் குறிக்கோளைப் பார்க்கலாம் இயாகோ கூறுவது என்ன என்று புரிந்து கொள்ள முயல்வது. இதைச் செய்வதன் பயன் என்ன? யாருக்கும் தெரியாது ஒதெல்லோ காதலில் மூழ்கி விட்டிருந்தான் என்பதும், அவளைத் தவிர வேறு யாரைப் பற்றியும் அவனால் சிந்திக்க முடியவில்லை என்பதும், அவளைப் பற்றியல்லாமல் வேறு எவரைப் பற்றியும் அவன் பேசுவதில்லை என்பதும் தெள்ளத் தெளிவாகத் தெரிந்திருந்தபோது, இதைச் செய்ய ஏன் வீணாக முயற்சிக்க வேண்டும்? எனவே, அவளைப்பற்றிய கேள்விகள் மற்றும் எண்ணங்கள் அவனுக்குத் தேவையாக இருந்தன, வெகு இனிமையாக இருந்தன.

பின் எங்களது இரண்டாவது குறிக்கோளை எடுத்துக்கொள்ள லாம் சும்மா இருப்பதன் சுகம். இது இனிமேல் தேவையும் இல்லை, சரியானதும் இல்லை. அவளைப் பற்றிப் பேசுவதன் மூலம், மூர் இனத்தவனாகிய ஒதெல்லோ தனக்கு மிக முக்கியமானதும், அத்தியாவசியமானதுமான ஒரு செயலில் ஈடுபட்டிருந்தான். மேலும், அவன் அவளை ஒரு தேவதையாக மிகச்சிறப்பான பெண்ணாகக் காண வேண்டும் என்ற காரணத்தால் அவன் இச்செயலில் ஈடுபட்டிருந்தான்.

இயாகோவின் முதல் சூளுரையை, வாக்குறுதியைக் கேட்டபின், ஒதெல்லோ சிரித்திருப்பான் என்று நான் கற்பனை செய்தேன். அவனது பணியிலும் தூய தேவதையை எந்தக் களங்கமும் தொட முடியாது என்று எண்ணுவதே அவனுக்கு இனிமையானதாக இருந்தது. இந்த நம்பிக்கைதான் அவனை ஒரு மகிழ்ச்சியான மனநிலைக்கு இட்டுச் சென்று, அவளை ஆராதிப்பதை மேலும் தீவிரப்படுத்தியது. ஏன்? இதுவும் முதலில் கூறப்பட்ட காரணத்துக்காகத் தான். முன் எப்போதை விடவும் மிக நன்றாக இது எனக்குப் புரிந்தது எவ்வாறு மெல்ல மெல்ல, படிப்படியாகப் பொறாமை அவனை ஆட்கொண்டது என்பதும் டெஸ்டிமோனா பற்றி அவன் கொண்டிருந்த இலட்சியக் கருத்தும் அதன் மீதான அவனது நம்பிக்கையும் கொஞ்சம் கொஞ்சமாக, தன்னாலேயே உணர்ந்து கொள்ள முடியாத வண்ணம் பலவீனமடைந்து போனது என்றும் இப்போது எனக்கு நன்றாகப் புரியலாயிற்று. அத்தகையதொரு எழிலான, தேவதை போன்ற உருவத்துக்குள்ளும் கொடூரம், வஞ்சம், பாம்பைப்போன்ற தந்திரம் ஆகியன மறைந்திருக்கக் கூடும் என்ற உணர்வு உருவாகி, வளர்ந்து வலிமை பெற்றதையும் என்னால் உணர முடிந்தது.

''இப்போது உனது முந்தைய குறிக்கோள்கள் எங்கே உள்ளன?'' என்று இயக்குனர் கேட்டார்.

''காணாமல் போய்விட்ட இலட்சிய உருவம் பற்றிய எங்களது கவலையில் அவை அடியோடு முழுகிப்போயின.''

''இன்றைய இந்த வேலையிலிருந்து உங்களால் என்ன தீர்மானிக்க முடிகிறது?'' என்று கேட்டுவிட்டுப் பின் தனது கேள்விக்கான பதிலைத் தானே தருவதற்கு அவர் முற்பட்டார்.

''ஒதெல்லோ மற்றும் இயாகோவிற்கு இடையிலான காட்சியை நடித்த நடிகர்கள் இருவரும் நடைமுறைப் பயிற்சியின் போதே, பெரிய குறிக்கோள்கள் சிறியவற்றை உள்ளே ஈர்த்துக் கொள்ளும் செயல் முறையைத் தாமாகவே உணருமாறு நான் செய்தேன். இப்போது தூரத்தில் உள்ள இலக்குகள் உங்களை அருகில் உள்ள இலக்குகளிலிருந்து விலக்கி எடுத்துச் சென்று விடுகின்றன என்று கோஸ்ட்யாவுக்குப் இயாகோவுக்கும் இப்போது தெரியும். தாமாக இயங்குமாறு விட்டு விடப்பட்டால் இந்தச் சிறிய குறிக்கோள்கள் இயற்கை மற்றும் ஆழ்மனதின் வழிகாட்டுதலின் கீழ் இயல்பாகச் சென்று இணைந்து விடும்.

''இத்தகைய செயல்முறை புரிந்து கொள்வதற்கு எளிது. ஒரு நடிகர், ஒரு பெரிய குறிக்கோளைப் பின் தொடர்ந்து செல்லும் பணிக்குத் தன்னை அர்ப்பணித்துக் கொள்ளும்போது அவர் அதை முழுமையாகச் செய்து விடுகிறார். இத்தகைய சமயங்களில் தனது தேவைக்கும் விருப்பத்துக்கும் ஏற்பச் செயல்படுமாறு இயற்கை சுதந்திரமாக விடப்படுகிறது. வேறு விதமாகச் சொல்வதானால் மேடையேறி நடிக்கும் போது ஒரு நடிகரின் படைக்கும் பணியானது, முழுமையாகவோ அல்லது பகுதியாகவோ, உண்மையில் படைக்கும் திறன் கொண்ட அவரது ஆள்மனதின் ஒரு வெளிப்பாடு தான் என்பதை கோஸ்ட்யாவும் பாலும் தமது சொந்த அனுபவத்தின் வாயிலாகப் புரிந்து கொண்டுள்ளனர்.''

இவ்வாறு பேசி நிறுத்திவிட்டு இயக்குனர் சற்று நேரம் சிந்தனையில் ஆழ்ந்தார். பின், தொடர்ந்து பேசினார்.

''சிறிய குறிக்கோள்கள் எவ்வாறு மாற்றமடைந்து பெரிய குறிக்கோள்களில் இணைந்து விடுகின்றனவோ அதே போல, பெரிய குறிக்கோள்களும் மாறுவதை நீங்கள் காண்பீர்கள் முதன்மைக் குறிக்கோள் அவற்றையெல்லாம் தாண்டி மேலோங்கி வரும்போது இது நிகழும். எல்லாவற்றையும் உள்ளடக்கிய ஒரு இறுதியான இலக்கை நோக்கிச் செல்லும் படிகளாக அவை தத்தம்

இடத்தில் அமைந்து கொள்ளும். இந்தப் படிகள் அல்லது கட்டங்கள் பெரும்பாலும் ஆழ்மனதின் மட்டத்திலே தான் அமைக்கப்படும்.

"உங்களுக்கு ஏற்கெனவே தெரிந்துள்ளபடி, நடிப்புச் செயல்பாட்டின் நேராகச் செல்லும் கோடானது. வரிசையாக அமைந்துள்ள பெரிய குறிக்கோள்கள் பலவற்றால் அமைகிறது. பலப்பல சிறிய குறிக்கோள்களும் ஆழ்மனதின் அடிப்படையிலான செயல்பாடுகளாக எவ்வாறு மாறுகின்றன என்று நீங்கள் உணர்ந்து கொள்ள வேண்டும். அவ்வாறு மாறும் போது அவற்றுக்குள் நுணுக்கமாக அமைந்துள்ள ஆழ்மனச் செயல்பாடுகள், நேரடிச் செயல்பாட்டுக் கோடாக நாடகம் முழுவதிலும் தொடர்ந்து செல்கின்றன என்பதையும் நீங்கள் புரிந்து கொள்வீர்கள். இவ்வாறு செல்லும் போது தான் நமது ஆழ்மனதை மறைமுகமாகப் பாதிக்க வல்ல தூண்டும் சக்தியை அவை பெறுகின்றன."

5

"செயல்பாட்டின் நேரடிக் கோட்டின் புதிதாகப் படைக்கும் சக்தியின் வலிமையானது முதன்மைக் குறிக்கோளின் கவர்ச்சியைப் பொறுத்தே உள்ளது. இதனால் தான் முதன்மைக் குறிக்கோள் என்பது நமது பணியில் மிக அதிகமான முக்கியத்துவத்தைப் பெற்றுள்ளது எனலாம். மேலும், அதன் தரத்தின் பால் நாம் மிகக் குறிப்பான கவனத்தையும் செலுத்த வேண்டியுள்ளது.

முதன்மைக் குறிக்கோளை வெகு எளிதாகவும் அலட்சியமாகவும் வரையறை செய்யவல்ல "அனுபவசாலி இயக்குனர்கள்" பலர் உள்ளனர். அவர்களுக்கு இந்த நடிப்புக் கலை நன்கு தெரியும், இதில் நல்ல அனுபவம் பெற்ற வல்லுனர்களாக அவர்கள் உள்ளனர். ஆனால் அவர்களால் நமக்கு எந்த விதப்பயனும் இல்லை.

"வெகு தூய்மையான அறிவு ரீதியான முதன்மைக் குறிக்கோள் அல்லது பிரதானக் கருவைத் தேடித்தேடிக் கண்டெடுக்கும் வேறு

சில இயக்குனர்களும், நாடகாசிரியர்களும் கூட உள்ளனர். அது புத்திசாலித்தனமானதாகவும், மிகச் சரியானதாகவும் இருக்கும் ஆனால் நடிகரைக் கவரும் காந்தசக்தி அதற்கு இருக்காது. ஒரு வழிகாட்டியாக மட்டுமே அதனால் இருக்க முடியும், படைக்கும் சக்தியாக அதனால் ஒருபோதும் இருக்க முடியாது.

நமது ஆழ்மன இயல்புகளைத் தட்டி எழுப்பக் கூடிய ஒரு தூண்டுகிற முதன்மைக் குறிக்கோளைத் தீர்மானிக்க வேண்டுமானால், நான் பல கேள்விகளை எழுப்பி அவற்றுக்குப் பதில்களையும் தருவேன்.

''நாடகாசிரியரின் கண்ணோட்டத்தின் படி சரியாக இல்லாத ஆனால் நடிகர்களாகிய நமக்கு மிகவும் கவர்ச்சிகரமாக உள்ள ஒரு முதன்மைக்குறிக்கோளை நாம் பயன்படுத்தலாமா?''

''கூடாது. அது பயனற்றது மட்டுமல்லாமல், ஆபத்தானதும் கூட அது நடிகர்களை நாடகத்திலிருந்தும் அவர்களது பாத்திரங்களிலிருந்தும் விலக்கி எடுத்துச் சென்று விடும்.

''நாடகத்தின் மையக் கருவாக உள்ள, வெறுமனே அறிவுரீதியான ஒரு கருவை நாம் பயன்படுத்தலாமா? கூடாது-வெறும் பகுத்தறிவை மட்டுமே சார்ந்துள்ள உலர்ந்து சருகாகிப் போன ஒரு கருத்தை நாம் பயன்படுத்தக் கூடாது. ஆனால், ஒரு தெரிவுணர்வு நிலையில் உள்ளதும், ஆர்வமூட்டுகிற புதிதாகப் படைக்கும் சிந்தனையிலிருந்து வெளியாவதுமான ஒரு முதன்மைக் குறிக்கோள் மிகவும் அத்தியாவசியமான ஒன்றாகும்.

உணர்ச்சி ரிதியான ஒரு குறிக்கோளைப்பற்றிய நம் கணிப்பு என்ன? அது நமக்கு மிக மிகத் தேவையான ஒன்றாகும். நாம் சுவாசிக்கும் காற்றையும், சூரிய ஒளியையும் போல மிகமிக அவசியமான ஒன்றாகும்.

''மேலும் இதைவிடவும் மேலானதாக, நமது உடல் மற்றும் ஆன்மா ஆகிய இரண்டையும் உள்ளடக்கியுள்ள ஒன்றின் பாற்பட்ட குறிக்கோள் பற்றி என்ன கூறலாம்? இது அவசியமானது.

‘‘உங்களது முழுக் கவனத்தையும் கவர்ந்து ஈடுபடுத்தி உண்மை, நம்பிக்கை பற்றிய உங்களது உணர்வுகளையும் அக மனநிலையின் அனைத்து மூலக்கூறுகளையும் திருப்திப் படுத்தவல்ல ஒரு முதன்மைக் குறிக்கோளைப்பற்றி என்ன சொல்லலாம்? இத்தகையதொரு கருப்பொருள், உங்கள் அகநிலையின் தூண்டுதல் சக்திகளை வேலை செய்ய வைக்கும் ஒரு கருப்பொருள் நடிகனான உங்களுக்கு உணவும், நீரும் போன்றதாகும்.

‘‘இதனால், நமக்குத் தேவை, நாடகாசிரியரின் கருத்துகளுடன் இணக்கமாக உள்ளதும், அதே சமயத்தில் நடிகர்களின் மனதில் ஒரு தூண்டுதலை எழுப்ப வல்லதுமாகிய ஒரு முதன்மைக் குறிக்கோள்தான். எனவே இதை நாம் நாடகத்தில் மட்டுமல்லாது நடிகர்களினிடமும் தேட வேண்டியது அவசியமாகிறது.

‘‘தவிரவும், ஒரே கருத்து ஒரே பாத்திரத்திற்கானது பல நடிகர்களால் ஏற்று நடிக்கப்படுமாறு உருவாக்கப்பட்டுள்ள போதிலும் அவர்கள் ஒவ்வொருவரிடமும் இருந்து வெவ்வேறு வெளிப்பாடுகளைக் கொண்டு வரும். எடுத்துக்காட்டாக, நான் பணக்காரனாக விரும்புகிறேன்! என்பது போன்ற ஒரு மிகச் சாதாரணமான, நிஜமான குறிக்கோளைப் பார்க்கலாமே. செல்வம் மற்றும் அதைப் பெறுவது என்ற கருத்துக்குள் எத்தனை விதமான நுண்ணிய வேறுபாடுகளைக் கொண்ட நோக்கங்களையும், வழிமுறைகளையும், கருத்தாக்கங்களையும் போட முடியும் என்று எண்ணிப்பாருங்கள். இத்தகைய ஒரு பிரச்சினைக்குள் தனித்தன்மை வாய்ந்த கருத்துகள் நிறைய இருப்பதால் அதைப்பற்றி விரிவாக ஆய்வு நடத்துவது கூட ஒரு சிரமமான விஷயமாகும். பின், மேலும் சிக்கலான முதன்மைக் குறிக்கோள் ஒன்றை எடுத்துக்கொள்ளலாம் இப்சென்னின் குறியீடுகளாலான நாடகத்தில் ஆணிவேராக அமைந்துள்ள பொய்கள், அல்லது மேட்டர் லிங்க்கின் நாடகங்களில் ஒன்று இங்கு, ஆழ்மனதின் மூலக்கூறு ஒப்புநோக்க இயலாத அளவில் ஆழமானதாகவும், சிக்கலானதாகவும், தனித்தன்மை கொண்டதாகவும் இருப்பதைக் காணலாம்.

"தனித்தன்மை கொண்ட இந்த எதிர்ச்செயல்கள் எல்லாமே மிகவும் முக்கியத்துவம் வாய்ந்தவை. அவை ஒரு நாடகத்துக்கு உயிரூட்டி ஒளிபெறச் செய்பவை. இவை இல்லாவிட்டால் மையக்கருவானது உலர்ந்து வறண்டுபோய் உயிரற்றும் அசைவற்றும் இருக்கும். இவ்வாறு ஒரே பாத்திரத்தை ஏற்று நடிக்கக் கூடிய பல நடிகர்களையும் பாதித்தும், கவர்ந்தும் ஈர்த்தும் செயல்படச் செய்யும் அந்தத் தொட்டுணர முடியாத ஒரு இனிமையை அந்த நாடகக் கருவுக்குத் தருவது எது? பெரும்பாலும் அதை நம்மால் பிரித்து, அலசி ஆராய முடியாது தனக்கு நெருங்கிய தொடர்பு கொண்டுள்ள ஆழ்மனதிலிருந்து அது கிளம்பி வருகிறது."

வான்யா இதைக் கேட்டு மீண்டும் பெரும்துயர் கொண்டவனாகத் தோன்றினான்.

"அப்படியானால் நாம் அதை எவ்வாறு அடைய முடியும்?"

"பல்வேறு "மூலக்கூறுகளை" எவ்வாறு நீங்கள் கையாண்டீர்களோ அதே போலத்தான் இதுவும். அதில் உள்ள உண்மை மற்றும் அதன் மீது நீங்கள் கொண்டுள்ள நம்பிக்கை இவற்றின் இறுதி எல்லை வரையிலும் உந்தித் தள்ள வேண்டும் அந்த எல்லையின் புள்ளியில் ஆழ்மனமானது தானாகவே உள்நுழைந்து விடும்.

"இங்கும் கூட, நீங்கள் மீண்டும் அந்தச் சிறிய ஆனால் அசாதாரணமான முக்கியத்துவம் கொண்ட சின்னஞ்சிறு "கூட்டல்" என்பதைச் செய்ய வேண்டும். மூலக்கூறுகளின் செயலில் அதீத வளர்ச்சி பற்றி நாம் பேசிய போது நீங்கள் செய்தது தான் இது. மேலும், நடிப்புச் செயல்பாட்டின் நேராகச் செல்லும் கோடு பற்றிக் கவனித்தபோதும் இதைத்தான் செய்தோம்."

"தவிர்க்க முடியாதவாறு கவர்ச்சி கொண்டுள்ள ஒரு முதன்மைக் குறிக்கோளைக் கண்டு பிடிப்பது என்பது அத்தனை சுலபமான ஒரு செயலாக இருக்க முடியாது" என்று ஒரு மாணவன் கூறினான்.

"அகநிலையின் தயாரிப்பு இல்லாமல் அதைச் செய்வது முற்றிலும் இயலாத ஒரு செயலாகும். ஆனால் வழக்கமாகச் செய்யப்படும் பயிற்சியோ, நிறைய வேறுபட்டதாக உள்ளது. ஒரு இயக்குனர் தனது படிக்கும் அறையில் அமர்ந்து நாடகத்தை வாசித்துப் பார்க்கிறார். ஏறத்தாழ முதல் ஒத்திகையின் போதே அவர் நடிகர்களிடம் மையமான முக்கியக் கருவை அறிவித்து விடுகிறார். அவர்களும் அவரது இயக்குதலைப் பின்பற்றிச் செயல் பட முயற்சிக்கிறார்கள். அவர்களில் சிலர் தற்செயலாக நாடகத்தின் சாரத்தைப் புரிந்து கொள்ளக்கூடும். பிறர் அதை சம்பிரதாயமான முறையில் புறநிலையில் இருந்து அணுகுவார்கள். தமது வேலைக்குச் சரியான வழிகாட்டுதலாக இருக்கும் வகையில் அவரது கருத்தை முதலில் பயன்படுத்தலாம் ஆனால் பின்னர் அவர்கள் அதை அலட்சியம் செய்து விடுகிறார்கள். தயாரிப்பாளரின் செயல்திட்டத்தை அவர்கள் பின்பற்றலாம் இது "தொழில்" அல்லது, நாடகத்தின் திட்டத்தை எடுத்துக்கொண்டு அதை எந்திரத்தனமான நடிப்பு மற்றும் வசனம் இவற்றால் வெளிப்படுத்த முயலலாம்.

"இயல்பாகவே, இத்தகைய விளைவுகளை ஏற்படுத்தும் ஒரு முதன்மைக் குறிக்கோளானது தனது முக்கியத்துவம் எல்லா வற்றையும் இழந்து விடுகிறது. எனவே ஒரு நடிகன் தானாகவே தனக்காகவே, நாடகத்தின் மையக்கருத்தைக் கண்டுகொள்ள வேண்டும். ஒருக்கால், ஏதேனும் ஒரு காரணத்துக்காக அதை வேறு யாரேனும் அவனுக்குக் கொடுத்தால், அதைத் தனது சொந்தக் குணாதிசயங்களின் வழியாக வடிகட்டி எடுத்து தனது சொந்த உணர்ச்சிகள் அதனால் பாதிக்கப்படும் வரையில் அதில் ஊறித் திளைக்க வேண்டும்.

"மையக் கருவைக் கண்டு பிடிப்பதற்கு நாம் வழக்கமாகப் பயன்படுத்தும் உளவியல் செயல் நுட்ப வழிமுறைகளைப் பயன்படுத்தினாலே போதுமானதா? இவற்றின் வாயிலாக, ஒரு சரியான அகநிலையிலான படைக்கும் நிலையை உருவாக்கவும், அதன் பின்னர் ஆழ்மனதின் பகுதிக்கு இட்டுச் செல்லக்கூடிய அந்தக் கூடுதல் முயற்சியைச் செய்வதும் இங்கு சரியான முயற்சிகளா?

''தயாரிப்பதற்கான பணியை நான் மிக அதிகமாக மதித்த போதிலும், அதனால் உருவாக்கப்படும் அகநிலைக்கு முதன்மைக் குறிக்கோளைத் தேடும் சக்தி உண்டு என்று நான் கருதவில்லை. நாடகத்துக்கு வெளியே உங்களால் அதைத் தேட முடியாது எனவே, ஒரு சிறிய அளவிலேனும் நாடகத்துக்கு உள்ளே இருக்கும் உங்கள் கற்பனை வாழ்வின் சுற்றுச் சூழலை நீங்கள் அனுபவித்து உணர்ந்து, அதன் பின்னர் அந்த உணர்ச்சிகளை நீங்கள் ஏற்கெனவே தயாரித்து வைத்துள்ள அகமனநிலையினுள் ஊற்ற வேண்டும். உணவுப் பொருள்களை நொதிக்கச் செய்யும் ஈஸ்ட் எவ்வாறு அவற்றைப் புளிக்க வைக்கிறதோ அதேபோல, ஒரு நாடகத்தின் உயிருள்ள வாழும் தன்மையானது உங்களது நடிப்பாற்றலின் படைப்புத் திறனைச் சூடுபடுத்திக் கொதிநிலைக்குக் கொண்டு போய் விடும்.''

''நமது படைக்கும் நிலையினுள் எவ்வாறு ஈஸ்ட்டை உள்ளே புகுத்துவது?'' என்று நான் குழப்பத்துடன் கேட்டேன். ''ஒரு நாடகத்தை வாசிப்பதற்கும் முன்பாக அதன் உயிருள்ள வாழும் தன்மையை நம்மால் எப்படி உணர முடியும்?''

இங்கு க்ரிஷா என்னைத் தெளிவுபடுத்தினான். ''நாடகத்தையும் அதன் மையக் கருத்தாக்கத்தையும் நீ முதலில் படித்தாக வேண்டும்'' என்றான் அவன்.

''எந்த விதத் தயாரிப்பும் இல்லாமலா?''

''என்று இயக்குனர் இடைமறித்தார். ''அதைச் செய்வதால் என்ன ஆகும் என்று நான் முன்பே உங்களுக்கு விளக்கியுள்ளேன். ஒரு நாடகத்தையோ, அல்லது ஒரு பாத்திரத்தையோ இந்த விதமாக அணுகக்கூடாது என்றும் நான் எதிர்ப்புத் தெரிவித்துள்ளேன்.

''எனினும் இங்கு எனது பிரதான மறுப்பும் எதிர்ப்பும் ஒரு நடிகனைச் செயல்பட முடியாத ஒரு நிலையில் இருத்துவது பற்றியது தான். மற்றவர்களின் கருத்தும், சிந்தனைகளும், உணர்ச்சி நினைவுகள் அல்லது உணர்ச்சிகளும் அவன் மீது பலவந்தமாகத் திணிக்கப்படக்கூடாது ஒவ்வொரு நபரும் தனக்கே சொந்தமான அனுபவங்களின் ஊடாக வாழ்ந்தாக வேண்டும். அவை அவனுக்கு

மட்டுமே உரிய தனித்தன்மை கொண்டவையாக இருக்க வேண்டும். மேலும் பிரதிபலிக்கும் பாத்திரமாகிய நபரது அனுபவங்களை ஒத்தவையாக அவை இருக்க வேண்டும். இறைச்சிக்காக வெட்டப்படுவதற்கென ஆண்மை நீக்கப்பட்ட சேவலைப்போல அவன் உணவூட்டிக் கொழுக்க வைக்கப்படக் கூடாது. அவனுக்கே உரிய ஆர்வம் தூண்டப்பட வேண்டும். அது தூண்டப்பட்டு விடும் போது தனது நடிப்புக்குத் தேவையான பொருள்களை அவன் தானாகவே கேட்பான். பின் தனக்குத் தரப்படும் விஷயங்களைத் தனக்குள் வாங்கிக்கொண்டு அவற்றைத் தனதாக்கிக் கொள்வான். இங்கு இயக்குனரின் பணி என்னவென்றால் ஒரு நடிகனின் பாத்திரத்துக்கு உயிரோட்டத்தைச் சேர்க்கக் கூடிய விவரங்களைத் தேடிக் கண்டுபிடித்து அவற்றை அந்த நடிகன் கேட்குமாறு செய்வதுதான் தனது பாத்திரத்தை அறிவுரீதியாக அலசி ஆய்வதற்காக இந்த விபரங்கள் அவருக்குத் தேவைப்படமாட்டா. மாறாகத், தனது நிஜமான குறிக்கோள்களை நிறைவேற்றுவதற்காக அவை அவருக்குத் தேவைப்படும்.

''தவிரவும், தனது இலக்குகளைப் பின்பற்றிச் செல்வதற்கென அவருக்கு உடனடியாகத் தேவைப்படாத எந்த ஒரு விபரமும், விஷயங்களும் அவரது மனதில் சும்மா குப்பை போலச் சேர்ந்து கொண்டு அவரது பணிக்கு இடையூறாகத் தான் இருக்கின்றன. எனவே இதைத் தவிர்ப்பதில் அவர் கவனமாக இருக்க வேண்டும். குறிப்பாக, தனது புதிதாகப் படைக்கும் பணியைச் செய்யத் தொடங்கும் ஆரம்ப காலத்தில் இதைப்பற்றி அவர் மிகவும் கவனமாக இருக்க வேண்டும்.

''அப்படியென்றால் எங்களால் செய்யக் கூடியது என்ன?'' என்றான் வான்யா.

''ஆமாம் என்று க்ரிஷாவும் கூடவே குரல் கொடுத்தான். ''நாங்கள் நாடகத்தை வாசித்து அறியக்கூடாது என்று நீங்கள் சொல்கிறீர்கள். ஆனால் அதே சமயத்தில் அதை நாங்கள் தெரிந்து வைத்திருக்கவும் வேண்டும் என்று சொல்கிறீர்கள்!''

''நாம் இங்கு பேசி விவாதித்துக் கொண்டிருக்கும் பணியானது சிறிய, கைக்கெட்டுகிற, பௌதிகப் பொருள்கள், சிறுசிறு

உண்மைகள் அவற்றின் மீது நாம் கொள்ளும் நம்பிக்கை ஆகியவற்றைக் கொண்டு கோடுகளை உருவாக்குவதன் அடிப்படையில் செய்யப்படுகிறது என்பதை நான் உங்களுக்கு மறுபடி நினைவு படுத்த வேண்டியுள்ளது. மேற்சொல்லப்பட்ட விஷயங்கள் நாடகத்திலேயே இருந்துதான் எடுக்கப்படுகின்றன. அவைதான் அதற்கு ஒரு உயிரோட்டமான நிஜவாழ்வைப் போன்ற சுற்றுச்சூழலைத் தருகின்றன.

"நாடகத்தையோ உங்கள் பாத்திரத்தையோ பற்றிய ஒரு விவரமான ஆய்வை நீங்கள் செய்வதற்கு முன்பாக அது தொடர்பான ஒரு சிறிய நடிப்பை அது எவ்வளவு சிறியதாக இருந்தாலும் எனக்குக் கவலையில்லை-நேர்மையுடனும், உண்மையுடனும் மனதைச் செலுத்திச் செய்யுங்கள்.

"நாடகத்தில் உள்ள ஒருவர் ஒரு அறையினுள் நுழைய வேண்டி இருக்கிறது என்று வைத்துக்கொள்வோம் உங்களால் ஒரு அறையினுள் நுழைய முடியுமா?" என்று கேட்டார் டார்ட்சாவ்.

"என்னால் முடியும்" என்றான் வான்யா வெகு தயாராக.

"சரி, அப்படியென்றால், உள்ளே வா ஆனால், நீ யார், எங்கிருந்து வருகிறாய் நீ நுழையும் அறை என்ன, அந்த வீட்டில் யார் இருக்கிறார்கள், மற்றும் உனது செயலை/நடிப்பைப் பாதிக்கக் கூடிய பலப்பல தரப்பட்டுள்ள சூழ்நிலைகள் ஆகியனவற்றை நீ தெரிந்து கொள்ளும் முன்னர், உன்னால் அதைச் செய்ய முடியாது என்று நான் உனக்கு உறுதியாகச் சொல்கிறேன். நீ எவ்வாறு அந்த அறையில் நுழைய வேண்டுமோ அது போல நுழைவதற்கு இதையெல்லாம் தெரிந்து கொள்ள வேண்டுமானால், அந்த நாடகத்தின் வாழ்க்கையைப் பற்றி ஏதேனும் கற்றுக்கொள்ள வேண்டியது உனக்கு அவசியமாகிறது.

"மேலும், நடிகர் இந்தக் கருத்தாக்கங்களைத் தானாக, தனக்காக ஆய்ந்து அறிந்து கொண்டு பின் தனது சொந்தப் பொருள்படுத்துதலை அவற்றுக்குத் தர வேண்டியுள்ளது. அவ்வாறு பொருள் படுத்துதலை இயக்குனர் அவர்மீது திணிக்க முயன்றால் அது வன்முறையாகத் தான் போய் முடியும். நான் வேலை செய்கிற

கான்ஸ்தன்தீன் ஸ்தனிஸ்லாவ்ஸ்கி 483

விதத்தில் இது நிகழவே முடியாது. ஏனெனில், நடிகர் தனக்கு வேண்டியவற்றை, வேண்டுகிற விதத்தில், தேவைப்படும் சமயத்தில் அவற்றை இயக்குனரிடமிருந்து கேட்டுப் பெறுகிறார். சுதந்திரமான, தனித்தன்மை வாய்ந்த படைப்புத்திறனுக்கு இது முக்கியமான முன் நிலைமை ஆகும்.

''ஒரு நடிகர் தனது சொந்த ஆன்மிக மற்றும் மனித அம்சங்களை முழுமையாகப் பயன்படுத்த வேண்டும். ஏனெனில் தனது பாத்திரத்துக்கான ஒரு உயிருள்ள, வாழ்கிற ஆன்மாவை அவற்றிலிருந்து மட்டுமே அவரால் வடிவமைக்க முடியும். இதில் அவரது பங்களிப்பு சிறியதே ஆனாலும், அது அவருக்கே சொந்தமானது என்பதால் மேலானதாக அமைகிறது.

''நாடகத்தின் கதை மெல்ல மெல்ல உருப்பெற்று வளரும்போது, நீ அந்த அறையினுள் நுழையும் போது உனக்குக் கடன் கொடுத்துள்ள ஒருவரை நீ அங்கு சந்திக்கிறாய் என்று வைத்துக்கொள்வோம். நீ அருக்குத் திருப்பித்தர வேண்டிய பணத்துக்கான காலக்கெடு முடிவடைந்து வெகுநாளாகி விட்டது என்று வைத்துக்கொள்வோம். நீ என்ன செய்வாய்?''

''எனக்குத் தெரியாது'' என்றான் வான்யா.

''அது உனக்குத் தெரிந்திருக்க வேண்டும். இல்லாவிட்டால் உன்னால் அந்தப் பாத்திரத்தை ஏற்று நடிக்க முடியாது. நீ அந்த வசனத்தைச் சும்மா மனப்பாடம் செய்து ஒப்பிப்பாய். உனது நடிப்பு எந்திரத்தனமாகவும், போலியாக, செயற்கையாகவும் மட்டுமே இருக்கும். உண்மையானதாக இருக்காது. உனது பாத்திரத்தை ஒத்துள்ளதாக இருக்கும் ஏதேனும் ஒரு நிலமையில் நீ உன்னையே இருத்திக்கொள்ள வேண்டும். தேவையானால் புதிய இருக்கக்கூடும்'' என்பதான கருத்தாக்கங்களை நீ சேர்த்துக்கொள்ளலாம். அதை ஒத்த ஒரு சமயத்தில் நீ எப்போதாவது இருந்திருந்தால் அந்தத் தருணத்தை நினைவுபடுத்திக் கொள்ள முயற்சி செய்; பின் நீ அப்போது என்ன செய்தாய் என்பதையும் நினைவுபடுத்திக்கொள். அது போன்ற நிலமையில் நீ ஒருபோதும் இருக்கவில்லை என்றால், உனது கற்பனையில் அது போன்ற ஒரு சூழ்நிலையை உருவாக்கிக்கொள்.

சில சமயங்களில் நிஜவாழ்வைக் காட்டிலும் கற்பனையில் மேலும் மிகத் தீவிரமாகவும், மிகக் கூர்மையாகவும் உங்களால் வாழ முடியும். உனது வேலைக்கான தயார்ப்படுத்துதல் எல்லாவற்றையும் ஒரு நிஜமான மனிதத்தனமுள்ள வகையில் அதாவது எந்திரத்தனமாக இல்லாமல் நீ செய்தால், உங்கள் நோக்கங்கள் மற்றும் செயல்களில் நீங்கள் பகுத்தறிவுடனும், தெளிவுடனும் இருந்தால், மேலும் முக்கியமாக உங்கள் பாத்திரத்தின் வாழ்வு பற்றிய நிலமைகள் எல்லாவற்றையும் நன்கு சிந்தித்துச் சீர்தூக்கிப் பார்த்திருந்தால், எப்படி நடிக்க வேண்டும் என்று உங்களுக்கு நிச்சயமாகத் தெரிந்திருக்கும் என்பதில் எனக்கு எள்ளளவும் சந்தேகம் இல்லை. நாடகத்தின் கதையுடன், நீங்கள் தீர்மானித்து வைத்துள்ள விஷயத்தை ஒப்பிட்டுப் பாருங்கள். அப்போது அதனுடன் நீங்கள் ஏதோ ஒரு தொடர்பு கொண்டிருப்பது போல-அது பெரிய அளவிலோ, சிறிய அளவிலோ-உங்களுக்குத் தோன்றும். நீங்கள் நடிக்க ஏற்றுக்கொண்டுள்ள பாத்திரத்தின் சூழ்நிலைகள், கருத்துகள் மற்றும் சமூக அந்தஸ்து இவற்றையெல்லாம் கணக்கில் எடுத்துக்கொண்டால், அந்தப் பாத்திரம் நடந்து கொண்டது போலவே நீங்களும் நிச்சயமாக நடந்து கொள்வீர்கள் என்று உணரத் தொடங்கி விடுவீர்கள்.

உங்கள் பாத்திரத்துடன் நீங்கள் உணர்கின்ற இந்த நெருக்கத்தைத் தான், உங்களையே, அந்தப் பாத்திரத்தில் நீங்கள் உணர்ந்து கொள்ளல் என்றும், அந்தப் பாத்திரத்தை உங்களுக்குள் உணர்ந்து கொள்ளல் என்றும் நாம் குறிப்பிடுகிறோம்.

''ஒருகால்'' நாடகம் முழுவதையும் நீங்கள் படித்து முடித்து விட்டு அதன் எல்லாக் காட்சிகள், துண்டு துணுக்குகள், குறிக்கோள்கள் இன்னபிற-அதன் பின், சரியான நடிப்புச் செயல்பாடுகளைக் கண்டு கொண்டு அவற்றைத் தொடக்கத்திலிருந்து இறுதி வரையில் நடைமுறைப்படுத்தப் பழகிக் கொள்கிறீர்கள் என்று வைத்துக்கொள்வோம். அப்போது, ஒரு புறத்தன்மை கொண்டுள்ளதான ஒரு நடிப்பை நீங்கள் நிலை நிறுத்தி விட்டிருப்பீர்கள். இதைத்தான் நாம் ''ஒரு பாத்திரத்தின் உடல் சார்ந்த வாழ்வு'' என்று குறிப்பிடுகிறோம். இந்தச்

செயல்பாடுகள் யாருக்குச் சொந்தம்-உங்களுக்கா, அல்லது அந்தப் பாத்திரத்துக்கா?

"நிச்சயமாக எனக்குத்தான்!" என்றான் வான்யா.

"உடல் சார்ந்த அம்சமும், அதனைச் சார்ந்த நடிப்புச் செயல்பாடுகளும் உன்னுடையது தான். ஆனால் அந்தக் குறிக்கோள்கள், அவற்றின் அக அடிப்படைகள் மற்றும் வரிசைத் தொடர்ச்சி, தரப்பட்டுள்ள சுற்றுச் சூழல்நிலைகள் ஆகியனவோ பரஸ்பரம் அமைந்துள்ளவையாகும். இங்கு நீ எங்கே முடிவடைகிறாய், உனது பாத்திரம் எங்கே தொடங்குகிறது என்று சொல்ல முடியுமா?"

"அதைச் சொல்வது சற்றும் இயலாத காரியம்" என்றான் வான்யா, குழப்பமடைந்தவனாக.

"நீங்கள் தயார் செய்து வைத்துள்ள நடிப்புச் செயல்பாடுகள் சும்மா புறத்தன்மையை மட்டுமே கொண்டவை என்பதை மட்டும் நீங்கள் நினைவில் வைத்துக்கொண்டால் போதுமானது. அவை அக உணர்வுகளை அடிப்படையாகக் கொண்டவை. அவற்றின் மீது நீங்கள் கொண்டுள்ள நம்பிக்கையால் வலிமைப்படுத்தப் பட்டவை. உங்களுக்குள்ளே, உடலின் செயல்பாட்டின் கோட்டுக்கு இணையாகச் செல்கிற, உடையாமல் தொடர்கின்ற உணர்ச்சிகளின் கோடு ஒன்றும் உள்ளது. அது ஆழ்மனதைத் தொட்டுக் கொண்டு செல்கிறது. உடலின் நடிப்புடன் தொடர்புள்ள அதற்கு இணையான உணர்ச்சிகள் இல்லாமல் உங்களால் புறத்தன்மையை மட்டுமே கொண்டுள்ள நடிப்புச் செயலில் மனமார ஈடுபட முடியவே முடியாது."

வான்யா மனம் தளர்ந்து போனவனாய், நம்பிக்கையிழந்து தன் கரங்களை அசைத்தான்.

"உனக்குத் தலை சுற்றுகிறது என்பதை என்னால் பார்க்க முடிகிறது. அது ஒரு நல்ல அறிகுறிதான். ஏனெனில், உனது பாத்திரத்தின் பெரும்பகுதி ஏற்கெனவே உனது சொந்த உருவினுள் கலந்து விட்டது என்பதைத்தான் அது காட்டுகிறது. எனவே, உனக்கும் உனது பாத்திரத்துக்கும் இடையே பிரிக்கின்ற

எல்லைக்கோடு ஒன்றை எங்கே வரையக்கூடும் என்று உன்னால் சொல்ல முடியாது. ஏனெனில் அந்த நிலையில், முன்னெப்போதைக் காட்டிலும் உங்கள் பாத்திரத்துக்கு வெகு நெருக்கமாக இருப்பதை நீங்கள் உணர்வீர்கள்.

''ஒரு நாடகம் முழுவதிலும் அதே போல நீங்கள் செயல்பட்டால் அதன் அகவாழ்வுபற்றிய ஒரு நிஜமான கருத்தை நீங்கள் கொண்டிருப்பீர்கள். அந்த வாழ்வானது இன்னமும் முதிர்வடையாத கருவின் மட்டத்தில் இருந்தாலும், அது முக்கியமானது. தவிரவும், உங்கள் பாத்திரத்துக்காக, நீங்கள் நீங்களாகவே இருந்து கொண்டு பேசலாம். உங்களது வேலையைத் திட்டத்தின் படியும், விவரமாகவும் வளர்த்தெடுக்கும் சமயத்தில் இது மிக மிக முக்கியமான ஒரு அம்சமாகும். ஒரு அக ஆதாரத்திலிருந்து எடுத்து இணைத்துக்கொள்கிற ஒவ்வொன்றும் அதற்கான சரியான இடத்தில் சென்று பொருந்திக்கொள்ளும். எனவே ஒரு புதிய பாத்திரத்தைத் திடமாகவும் கெட்டியாகவும் பற்றிக் கொள்ளும் நிலைக்கு, அது உங்களது சொந்த வாழ்க்கையாக நிஜமாகவே இருப்பது போல் கருதி, அதை எடுத்துச் செல்ல வேண்டும். உங்களது பாத்திரத்துடன் அத்தகையதொரு நெருங்கிய உறவை நீங்கள் உணரும்போது, உங்களது உள்ளார்ந்த படைக்கும் நிலையினுள் உணர்ச்சிகளை ஊற்றுவதற்கு உங்களால் முடியும். இந்த அகநிலையானது உங்கள் ஆழ்மனதின் விளிம்பில் நிற்பதாகும். அப்போது நீங்கள் நாடகத்தையும் அதன் கருத்தாக்கத்தையும் படித்தறியும் பணியைத் துணிவுடன் தொடங்கலாம்.

''ஆழ்மனதின் வாயிற்படிக்கு உங்களை இட்டுச்சென்று, அதன் அடி ஆழத்துக்கு உங்களைத் தூக்கிச் செல்லும் திறன் படைத்த பரந்து பட்ட, ஆழமான, உணர்ச்சிகளைத் தூண்டிக் கிளர்ச்சியூட்டும் ஒரு முதன்மைக் குறிக்கோளையும், நேராகச் செல்லும் நடிப்புச் செயல்பாட்டின் கோட்டையும் கண்டு பிடிப்பது என்பது எத்தகையதொரு நீண்ட, சிரமமான பணி என்பதை நீங்கள் இப்போது உணர்ந்து கொண்டிருப்பீர்கள். மேலும், அதைக் கண்டுபிடிப்பதற்கான உங்களது தேடலின் போது, நாடகாசிரியர் தனது மனதில் என்ன எண்ணங்களைக் கொண்டிருந்தார் என்பதை

உணர்வதும், அதற்கு ஈடான சமமான ஒரு மனநிலையை உங்களுக்குள்ளேயே கண்டுகொள்வதும் எவ்வளவு முக்கியமானவை என்பதையும் உங்களால் இப்போது பார்க்க முடியும்.

"புதிய கருத்துகள் வளர வேண்டும் என்பதற்காக எத்தனை கருத்துகள் வெட்டி வீழ்த்தப்பட வேண்டும்! இலக்கைச் சரியாக எட்டுவதற்கு எத்தனை முறை குறிவைத்து அடிக்க வேண்டும்!

"ஒவ்வொரு உண்மையான நடிகனும் தான் மேடையில் உள்ள போது தனது படைக்கும் திறன் முழுவதையும் முதன்மைக் குறிக்கோளின் மீதும் நேராகச் செல்லும் நடிப்புச் செயலின் கோட்டின் மீதும் மையம் கொண்டிருப்பதைத் தனது நோக்கமாகக் கொள்ள வேண்டும். அவற்றின் மிகப்பரந்து பட்ட மற்றும் ஆழமான பொருளிலே அதைச் செய்ய வேண்டும். இவை இரண்டும் சரியாக அமைந்தால் மீதமுள்ள எல்லாமே ஆழ்மனதின் அடிப்படையில், அற்புதம் போல இயற்கையால் சரிவர அமைக்கப்பட்டு விடும். அந்த நடிகர் ஒவ்வொரு முறையும் தனது பாத்திரத்தை நடிக்கும் போதும் அதை உண்மையாகவும், நேர்மையான மன ஈடுபாட்டுடனும், நேரடியாகவும் மறு உருவாக்கம் செய்யும்போது இது நிகழும். இத்தகைய நிபந்தனையின் பால் மட்டுமே, ஒரு நடிகனால் எந்திரத்தனமானதும், ஒரே மாதிரியானதுமான நடிப்பிலிருந்தும், சாகசங்களிலிருந்தும் ஏமாற்றும் வித்தைகளிலிருந்தும், எல்லாவிதமான செயற்கைத் தன்மைகளிலிருந்தும், தனது நடிப்புக்கலையை விடுவித்து வெளிப்படுத்த முடியும். இதை அவனால் சாதிக்க முடிந்தால் மேடையில் தன்னைச் சுற்றிலும் நிஜமான மனிதர்களையும் நிஜமான வாழ்க்கையையும் அவன் கொண்டிருப்பான். எல்லா விதமான கீழ்த்தரமான தன்மைகளிலிருந்தும் தூய்மைப் படுத்தப்பட்ட ஒரு உயிரோட்டமுள்ள, நிஜமான கலையான அவனுக்குவசப்படும்.

6

"நாம் மேலும் முன்னே செல்லலாம்!" என்று ஆர்வத்துடன் கூவியவாறு இன்று இயக்குனர் தனது பாடத்தைத் தொடங்கினார்.

''வாழ்வில் ஒரு தனித்த பெரிய மகத்தான இலட்சியத்துக்கெனத் தன்னை அர்ப்பணித்துக்கொள்ளத் தீர்மானித்து விட்ட யாரேனும் ஒரு **இலட்சியவாதிக் கலைஞனைப்** பற்றிக் கற்பனை செய்து கொள்ளுங்கள். அவரது இலட்சியம் இதுதான் பொதுமக்களை ஒரு உயர்தரமான கலைப்படைப்பின் மூலம் மகிழ்வித்து அவர்களது சிந்தனையை ஒரு மேலான மட்டத்துக்கு உயர்த்துவது; கவிதை எழுதும் திறன் படைத்த மேதாவிகளின் எழுத்துப் படைப்புகளில் மறைந்துள்ள ஆன்மீக எழில் பொங்கும் கருத்துகளை வெளிக்கொண்டு வந்து மக்களுக்கு விளக்குவது ஏற்கெனவே பெயர்பெற்றுப் பிரபலமாக உள்ள நாடகங்கள் மற்றும் பாத்திரங்களுக்கு புத்துயிர் அளித்து புதுமையாகப் பிரதிபலிப் பதற்காக அவற்றின் அடிப்படை சாராம்சமாக உள்ள தன்மைகளை வெளிக்கொணருமாறு திட்டமிட்டு உருவாக்கப்பட்ட வழிமுறைகளைப் பயன்படுத்துவார். அவரது வாழ்நாள் முழுவதும் இந்த உயரிய கலைப்பணிக்கெனத் தத்தம் செய்யப்பட்டிருந்தது இவர் ஒரு வகை.

''மற்றொரு வகையான கலைஞர் தனது தனிப்பட்ட சொந்த வெற்றியைத் தனது சொந்தக் கருத்துக்களையும், உணர்ச்சிகளையும் பொதுமக்களுக்குத் தெரியப்படுத்தப் பயன்படுத்தலாம். மகத்தான மாமனிதர்கள் பல்வேறு உயர் நோக்கங்களைக் கொண்டிருக்கலாம்.

''அவர்களைப் பொறுத்தமட்டில், எந்த ஒரு தயாரிப்பின் முதன்மைக் குறிக்கோளும் தமது வாழ்க்கையின் முக்கியமான நோக்கத்தை நிறைவேற்றிக்கொள்தற்கான ஒரு படி மட்டுமேயன்றி வேறு என்ன வாகவும் இருக்க முடியாது. இந்த நோக்கத்தை நாம் அதிமேன்மையான குறிக்கோள் என்றும் அதை நிறைவேற்றுகிற செயல் பாட்டை ஒரு அதிமேன்மையான செயல்பாட்டு நேரடிக்கோடு என்றும் நாம் அழைக்கலாம்.

''நான் கூறுவதை விளக்குவதற்காக எனது சொந்த வாழ்க்கையிலிருந்து ஒரு சம்பவத்தைக் கூறுகிறேன்.''

''வெகு காலத்துக்கு முன்னர் எங்களது நாடகக் கம்பெனி செயின்ட் பீட்டர்ஸ்பார்கில் நாடகப் பயணத்தை

கற்றுக்கொண்டவற்றைப் பற்றி நீ திருப்தி கொண்டிருக்கிறாயா என்று சொல்.''

மரியா சிந்தனையில் மூழ்கினாள். அவளது முகபாவம் தீவிர மடைந்தது. ஒருகணம் அவளது கண்களில் அச்ச உணர்வு தோன்றியது பின் தன் தலையை ஆம் என்று அசைத்தாள்.

''இப்போது நீ சிரிக்கவில்லையே, என்றார் டார்ட்சாவ். உண்மையில் அந்தக் காட்சியை நினைவு படுத்திப்பார்க் கையிலேயே உன் கண்களில் கண்ணீர் வந்து விட்டது ஏன்? ஏனெனில் இந்தக் காட்சியை உருவாக்கும் போது நீ முற்றிலும் வேறு ஒரு பாதையைப் பின்பற்றினாய். உனது பார்வையாளர்களின் உணர்ச்சிகளை நீ நேரடியாகத் தாக்கவில்லை. விதைகளை ஊன்றிவிட்டு அவை பலன்தரக்காத்திருந்தாய். படைக்கும் இயற்கையின் விதிகளைப் பின்பற்றினாய்.

''ஆனால், நாடகரீதியான நிலையை எவ்வாறு கொண்டுவருவது என்பதை நீ அறிந்திருக்க வேண்டும். செயல் நுட்பத்தால் மட்டுமே உன்னால் நம்ப முடிந்த ஒருவடிவத்தை உருவாக்க முடியாது. எனவே, படைத்தல் என்பது ஒரு வெறும் செயல் நுட்பத்தந்திரம் இல்லை என்பதை நீ உணர்ந்து கொண்டுள்ளாய். நீ முன்னர் கருதியது போல உருவங்களையும் உணர்ச்சிகளையும் புறத்தோற்றத்தில் சித்தரிப்பதல்ல அது.

''நமது வகையிலான படைக்கும் திறன் ஒருபுதிய நபரின் கருத்தாக்கம் மற்றும் பிறப்பு ஆகும் அவர்தான், பாத்திரமாக உள்ள நபர். இது ஒரு மனித உயிரின் பிறப்பைப் போலவே ஒரு இயற்கையான செயல் ஆகும்.

''ஒரு நடிகர் தனது கதாபாத்திரத்துக்குள் உயிர்வாழத் தொடங்கும் காலகட்டத்தில் அவரது ஆன்மாவினுள் நடைபெறும் ஒவ்வொரு விஷயத்தையும் நீங்கள் பின்பற்றிச் சென்றால், எனது உதாரணம் சரி என்பதை நீங்கள் ஒப்புக்கொள்வீர்கள். ஒவ்வொரு நாடகரீதியான கலை உருவும் மேடையில் உருவாக்கப்படும்போது அது தனித்தன்மை கொண்டு மறுபடியும் அதே போல படைக்கப் பட முடியாததாக விளங்குகிறது இயற்கையில் உள்ளது போலவே.

"மனிதர்களைப் போலவே இங்கு ஒரு கரு உருப்பெறும் நிலை உள்ளது. படைக்கும் செய்முறையில் ஒரு தந்தை இருக்கிறார். நாடகாசிரியர் தாய்-பாத்திரத்தைக் கருக்கொண்டுள்ள நடிகர், குழந்தை-பிறக்கப்போகும் கதாபாத்திரம்.

"முதலில் நடிகர் தனது கதாபாத்திரத்தை அறிந்து கொள்ளும் கட்டம் உள்ளது. பின் அவர்கள் நெருக்கமாகிறார்கள். சண்டை போட்டுக்கொள்கிறார்கள், சமாதானம் செய்து கொள்கிறார்கள், மணமுடிக்கிறார்கள், குழந்தையைக் கருத்தரிக்கிறார்கள்.

"இதெல்லாவற்றிலும், இயக்குனர் ஒரு தரகர் போலச் செயல்பட்டு உதவுகிறார்.

"இந்தக் காலகட்டத்தில் நடிகர்கள் தமது கதாபாத்திரங்களால் பாதிக்கப்படுகிறார்கள் இது அவர்களது அன்றாட வாழ்வைப் பாதிக்கிறது. இங்கு, ஒரு கதாபாத்திரத்தைக் கருக்கொண்டு உருவாக்குவதற்கான காலமானது ஒரு மனித உயிர் உருப்பெறுவதற்கு ஆகும் காலத்திற்குச் சமமானது பல சமயங்களில் மேலும் நீண்டதாகவும் உள்ளது. இச்செயல் முறையை அலசி ஆராய்ந்தால் சில விதிமுறைகள் இயற்கையை ஒழுங்குபடுத்துகின்றன என்றும், அது நிஜமான உயிரியலாக இருந்தாலும், கற்பனையாக இருந்தாலும் ஒன்றுதான் என்றும் நீங்கள் நம்பிக்கை கொள்வீர்கள்.

"இந்த உண்மையைப் புரிந்து கொள்ளாவிட்டால் தான் அதாவது, இயற்கையில் உங்களுக்கு நம்பிக்கை இல்லாமல் போனால், "புதிய கொள்கைகள்" "புதிய அடிப்படைகள்" "புதிய கலை" நீங்கள் வழிதவறிப் போவதற்கான வாய்ப்பு உள்ளது. இவற்றைச் சிந்தித்து உருவாக்க முயற்சி செய்தால் மட்டுமே இயற்கையின் விதிகள், விதிவிலக்கு ஏதுமின்றி எல்லாவற்றையும் கட்டுப்படுத்துவனவாகும். அவற்றை உடைக்க முயல்பவர்களுக்குத் துன்பம்தான் சேரும்.''

மேற்கொண்டிருந்தது. அப்போது ஒரு வெகு தோல்விகரமான மோசமாகத் தயாரிக்கப் பட்ட ஒத்திகையினால் நாடக அரங்கில் வெகுநேரம் இருக்க வேண்டியதாயிற்று. என் சகபணியாளர்களில் சிலரின் மனோபாவத்தால் நான் வருத்தமும் கலக்கமும் கொண்டிருந்தேன். அரங்கை விட்டு வெளிவந்த போது களைப்புற்றிருந்ததோடு கோபமாகவும் இருந்தேன். திடீரென்று அரங்கின் முன்னால் இருந்த சதுக்கத்தில் பெருந்திரளாகக் கூடியிருந்த மக்கள் கூட்டத்தின் மத்தியில் நான் இருப்பதை உணர்ந்தேன். கணப்புகளாக நெருப்பு மூட்டப்பட்டு அங்கங்கே எரிந்து கொண்டிருக்க அவற்றைச்சுற்றிலும் மக்கள் சிறு சிறு குழுக்களாக அமர்ந்திருந்தனர். சிலர் **காம்ப்முக்காலிகளில்** உட்கார்ந்திருந்தனர். விழுந்திருந்த பனி மீது பலர் படுத்து உறங்கிக்கொண்டிருந்தனர். வேறு சிலரோ குளிருக்கும் காற்றுக்கும் பாதுகாப்பாக தற்காலிகமாக அமைக்கப்பட்டிருந்த கூடாரங்களில் சுருண்டிருந்தனர். அவர்கள் அசாதாரணமான அளவில் அதிகமான எண்ணிக்கையில் அங்கு இருந்தனர்-ஆயிரக்கணக்கில் மறுநாள் காலை அரங்கத்தின் அனுமதிச்சீட்டு அலுவலகம் திறப்பதற்காக அவர்கள் காத்துக்கொண்டிருந்தனர்.

''என் மனம் நெகிழ்ந்து போய் விட்டது. இந்த மக்களின் செயலைச் சரியாகப் புரிந்து கொள்வதற்காக பின் வரும் கேள்வியை நான் என்னிடமே கேட்டுக்கொண்டேன். நாடக அரங்கினுள் நுழைவதற்கான அனுமதிச்சீட்டைக் கூடப் பெற்றுத் தராமல் அதற்கான வரிசையில் நிற்பதற்குத் தேவையான ஒரு கூப்பனை மட்டுமே பெற்றுக்கொள்வதற்காக இத்தனை இரவுகள் பனியிலும் குளிரிலும் நடுநடுங்கியவாறு என்னைக் காத்திருக்கச் செய்யவல்ல சக்தி, இந்த மகத்தான தியாகத்தைத் தூண்டக்கூடிய சக்தி எந்த நிகழ்ச்சிக்கு, எந்த மகோன்னதமான சாத்தியப்பாட்டுக்கு எந்த அதியற்புமான அதிசயிக்க வைக்கும் விஷயத்துக்கு, எந்த உலகப்புகழ் பெற்ற மேதன்மைக்கு உள்ளது?''

மேற்சொன்ன கேள்விக்கான பதிலை என்னால் தரமுடியவில்லை. ஏனெனில், எனது உடல் நலனை, ஏன், என் உயிரைக் கூட ஆபத்தில் தள்ளக்கூடிய இச்செயலைச் செய்யுமாறு என்னைத் தூண்டக்கூடிய நிகழ்ச்சி எதையும் என்னால் கண்டு

கொள்ள முடியவில்லை. நாடகம் என்றால் இந்த மக்களுக்கு எவ்வளவு ஈடுபாடு, ஆர்வம் வெறி என்பதைக் கொஞ்சம் எண்ணிப் பாருங்கள்! நாம் இதைப் பற்றிய ஆழமான ஒரு தெரிவுணர்வைக் கொண்டிருக்க வேண்டும். ஆயிரக்கணக்கான மக்களுக்கு இத்தகைய ஒரு உயரிய மகிழ்ச்சியைக் கொடுக்க நம்மால் முடியும் என்பது எவ்வளவு மதிப்புத் தரும் விஷயம்! இதைக் கண்டவுடன், எனக்கு நானே ஒரு அதிவுயர்வான இலக்கை ஏற்படுத்திக்கொள்ள வேண்டும் என்ற ஆசை என்னைப் பற்றிக்கொண்டது இந்த இலக்கை எட்டுவதற்காக நான் செய்யக் கூடிய செயல்கள் ஒரு நேராகச் செல்லும் செயல்பாட்டுக் கோடாக அமைந்து விடும் அதனுள்ளே என்னிடம் உள்ள எல்லாச் சிறிய குறிக்கோள்களும் அடங்கி உள்ளமைந்து விடும்.

''இந்த விஷயத்தைப் பொறுத்தமட்டில், இங்குள்ள ஆபத்தானது சிறிய, சொந்த, தனிப்பட்ட பிரச்சினையில் ஒருவரது கவனத்தை அதிகநேரம் நிலைத்து நிற்குமாறு விட்டு விடுவது தான்.''

''அவ்வாறு செய்தால் என்ன ஆகும்?''

''ஒரு சிறுவன் ஒரு குச்சியின் நுனியில் கயிறு ஒன்றைக் கட்டி அதன் மறுமுனையில் கல் ஒன்றைக் கட்டி, அதைச் சுழற்றிச் சுழற்றி, கயிறை குச்சியின் மீது சுற்றும் போது என்ன ஆகுமோ அதே தான் இங்கும் ஆகும். நூலானது எவ்வளவு அதிகமாகக் குச்சி மீது சுற்றப்படுகிறதோ அவ்வளவு குட்டையாக நூல் ஆகிவிடும். அந்தக் கல்லின் சுழற்சி வட்டமும் அதற்கேற்ப சிறியதாகி விடும். கடைசியில் கல் குச்சியில் சென்று தட்டும் ஆனால், இதே நிலையில் மற்றொரு சிறுவன் தனது கையில் உள்ள குச்சியை இந்தக் கல் சுழலும் பாதையில் பிடித்தால் அதன் சுழலுதல் தடைப்பட்டு விடும். நூல், இந்த இரண்டாவது குச்சி மீது சுற்றிக்கொள்ளத் தொடங்கிவிடும். இதனால் முதலாம் சிறுவனின் விளையாட்டுப் பாழாகிவிடும்.

''இதே போலத்தான் நடிகர்களாகிய நாமும் நமது கவனத்தைச் சிதறவிட்டு விடுகிறோம். நமது சக்தியை நமது பிரதான நோக்கத்திலிருந்து விலகி சிறிய, வேறு சில பிரச்சினைகளுக்குள் திரும்பி விடுமாறு விட்டு விடுகிறோம். இது நிச்சயமாக

ஆபத்தானது. நமது பணி தரம்தாழ்ந்து போகுமாறு இது செய்து விடுகிறது.

7

மேற்கண்ட சமீபத்தைய பாடங்கள் எல்லாவற்றின் போதும், ஆழ்மனதைப் பற்றிய காரணகாரிய விளக்கங்களைப் பற்றி மிக அதிகமாகப் பேசப்படுவது கண்டு சற்றே கலக்கமும், அச்சமும் கொண்டிருந்தேன். ஆழ்மனம் என்பது தானாகத் தோன்றும் உத்வேகத்தைப் பற்றியது அதைப்பற்றி எவ்வாறு நம்மால் பகுத்தறிவுடன் பேச முடியும்? மேலும், சிறுசிறு துண்டு, துணுக்குகளை ஒன்று சேர்ப்பதன் மூலம் ஆழ்மனதைக் கட்டியெடுக்குமாறு நேர்வது பற்றியும் நான் மிகுந்த அதிர்ச்சிக் குள்ளாயிருந்தேன். எனவே நான் இயக்குனரிடம் சென்று என் மனதில் இருந்ததைச் சொன்னேன்.

"ஆழ்மனமானது தானாகத் தோன்றும் உத்வேகத்துக்குச் சொந்தமானது என்று நீ ஏன் எண்ணுகிறாய்" என்றார் அவர். "சற்றும் யோசிக்காமல் சட்டென்று ஒரு பெயர்ச்சொல்லைக் கூறு!" என்று கூறி வான்யாவின் பக்கமாக பதிலைத் தேடித் திருப்பினார் அவர் அவனும், "ஒரு தண்டு" என்றான்.

"ஏன் தண்டு? ஒருமேசை, இதோ உனக்கு முன்னால் அது இருக்கிறது ஒரு சரவிளக்கு தலைக்கு மேலே அது தொங்கிக்கொண்டிருக்கிறது ஏன் இவற்றை நீ குறிப்பிடவில்லை?"

"எனக்குத் தெரியவில்லை," என்றான் வான்யா.

"எனக்கும் தெரியவில்லை என்றார் டார்ட்சாவ். "மேலும் இதற்கான பதில் யாருக்கும் தெரியாது என்பது எனக்குத் தெரியும். உனது மனதின் மேற்பரப்பின் மீது அந்தக் குறிப்பிட்ட பொருள் ஏன் வந்தது என்று உனது ஆழ்மனதால் மட்டுமே சொல்ல முடியும்."

இப்போது அவர் வான்யாவை நோக்கி மற்றொரு கேள்வியைக் கேட்டார்: "நீ இப்போது என்ன நினைத்துக்கொண்டிருக்கிறாய் எவ்வாறு உணர்கிறாய்?"

"நானா?" என்று தயக்கத்துடன் கேட்ட வான்யா, தன் விரல்களால் தனது கேசத்தை அளைந்தான், சட்டென எழுந்து நின்றான் பின் அமர்ந்தான், தன் மணிக்கட்டுகளை முழங்கால்களின் மீது தேய்த்துக்கொண்டான், தரையில் கிடந்த ஒரு துண்டுக் காகிதத்தை எடுத்து மடித்தான். இதையெல்லாம் பதில் சொல்வதற்கான தயாரிப்பில் அவன் செய்தவாறு இருந்தான்.

டார்ட்சாவ் இதைக்கண்டு வாய்விட்டுச் சிரித்தார். "எனது கேள்விக்குப் பதில் தருவதற்கு முன் நீ செய்த ஒவ்வொரு செயலையும் இப்போது நினைவுபடுத்திக் கொண்டு தெரிநிலையில் மறுபடியும் செய், பார்க்கலாம். நீ ஏன் அந்தச் செயல்களையெல்லாம் செய்தாய் என்ற புதிருக்கான, பதிலை உனது ஆழ்மனதால் மட்டுமே தரமுடியும்."

அதன்பின் அவர் என்பக்கமாகத் திரும்பி, "வான்யா செய்த செயல்கள் ஒவ்வொன்றும் உத்வேகம் இன்றி இருந்ததையும், அதே சமயத்தில் நிறைய ஆழ்மனபாதிப்புகளைக் கொண்டதாக இருந்தையும் நீ கவனித்தாயா? அதே போலத்தான் வெகு எளிமையான, சாதாரணச் செயல்களிலும் கூட, ஏன், ஆசைகள், பிரச்சினைகள், உணர்ச்சிகள், எண்ணங்கள், கருத்துப்பரி மாற்றங்கள் அல்லது தக்கவாறு மாறிக்கொள்ளல் ஆகியவற்றிலும் கூட ஒரு சிறிய அளவிலேனும் ஆழ்மனதின் தாக்கம் இருக்கத் தான் செய்யும். சாதாரணமாக, நாம் அதற்கு வெகு அருகாமையில் வாழ்கிறோம். நாம் எடுக்கும் ஒவ்வொரு அடியிலும் அதைக் காண்கிறோம். துரதிருஷ்டவசமாக ஆழ்மனதின் அந்தத் தருணங்கள் அனைத்தையும் நம்மால் நமது தேவைகளுக்காகப் பயன்படுத்த முடிவதில்லை. மேலும், நமக்கு மிகவும் தேவைப் படுகிற இடத்தில் நாம் மேடைமீது உள்ள போது அவை மிகக் குறைவாகவே உள்ளன. மிகவும் நன்றாக நகாசு வேலை செய்யப்பட்ட, ஆழமாகப்பதிந்து போன, மறுபடி மறுபடி நடிக்கப்பட்டதால் பழமை தட்டிப்போய்ப் புளித்துப்போன எந்த ஒரு நாடகத்திலும் இவற்றைக் கண்டுபிடிக்க முயலுங்கள் பார்க்கலாம்! அதில் வெகு திடமான, நிலை நிறுத்தப்பட்ட, தெரிநிலையில் உள்ள, எந்திரத்தனமான பழகிப்போன விஷயங்களைத் தவிர வேறு எதுவும் இருக்காது."

''ஆனால், எந்திரத்தனமான பழக்கங்கள் ஓரளவு ஆழ்மனதின் பாற்பட்டவை தானே,'' என்று க்ரிஷா வாதாடினான்.

''ஆமாம், ஆனால் அவை நாம் இப்போது பேசிக்கொண்டிருக்கும் ஆழ்மனதைப் போன்றவை அல்ல'' என்று டார்ட்சாவ் பதிலளித்தார். ''நமக்கு புதிதாகப் படைக்கும் தன்மையுள்ள ஒரு மனித இயல்பு கொண்ட ஆழ்மனம் தேவை. அதைத் தேடுவதற்கான இடம், எல்லாவற்றுக்கும் அப்பால், நம்மை உசுப்பி விடக்கூடிய ஒரு குறிக்கோளும், அது தொடர்பான நேராகச் செல்லும் செயல்பாட்டுக் கோடும் ஆகும். அவற்றின் உணர்வுநிலையும், ஆழ்மன இயல்பும் வெகு நுண்மையயாகவும், அற்புதமாகப் பின்னிப் பிணைந்து கலந்துள்ளன. மிகவும் ஆழமாகத் தன்னைப் பாதிக்கவல்ல ஒரு குறிக்கோளினுள் ஒரு நடிகர் முழுவதுமாக மூழ்கிப்போயிருக்கையில் அதாவது அவர் தனது முழு உயிருருவையும் அதன் நிறைவேற்றுதலில் அர்ப்பணித்துக் கொண்டு இருக்கும் போது நாம் ''உத்வேகம்'' என்று குறிப்பிடுகிற ஒரு நிலையை அவர் எட்டுகிறார். அந்த நிலையில் அவர் செய்கிற எல்லாமே ஆழ்மனதின் பாற்பட்டதுதான். மேலும், தனது நோக்கத்தைத் தான் எப்படி நிறைவேற்றுகிறோம் என்பதைக் கூட அவர் தெரிநிலையில் உணர்ந்திருப்பதில்லை.

''எனவே, ஆழ்மனதின் இந்தத் தருணங்கள் நமது வாழ்நாள் முழுவதும் சிதறிக்கிடக்கின்றன. இங்கு நமது பிரச்சினை என்னவென்றால் அவற்றுக்கு இடையூறு விளைவிக்கும் விஷயங்களை அப்புறப்படுத்தி விட்டு அவை செயல்பட உதவும் அம்சங்களை வலிமைப்படுத்துவதான்.''

இன்றைய எங்களது பாடம் வெகு சுருக்கமாக முடிவுற்றது. ஏனெனில் இன்று மாலை எங்கள் இயக்குநர் ஒரு நாடகத்தில் தோன்றவிருந்தார்.

8

இன்று எங்களது இறுதிப்பாடம், இறுதி வகுப்பு. வகுப்பினுள் நுழையும்போதே, ''இப்போது, நாம் ஒரு பரிசோதனை செய்யலாம்'' என்று கூறியவாறே இயக்குனர் வந்தார்.

''கிட்டத்தட்ட ஓராண்டுக்காலம் பணி செய்த பின் நாடகரீதியான புதிதாகப்படைக்கும் செயல்முறை பற்றி உங்களில் ஒவ்வொருவரும் உங்களுக்கே உரிய கருத்தைப் பதிவு செய்து கொண்டிருப்பீர்கள். இப்போது, நீங்கள் இங்கு வந்தபோது கொண்டிருந்த கருத்துடன் அதை ஒப்பிட்டுப் பார்க்கலாம்.

''மரியா, இங்கிருந்த திரைச்சீலையின் மடிப்புகளிலே ஒரு பதக்கத்தைத் தேடியது உனக்கு நினைவிருக்கிறதா? அதைத் தேடிக்கண்டுபிடித்தால் தான் நீ இங்குத் தொடர்ந்து பயிலலாம் என்று அறிவிக்கப்பட்டது. நீ எவ்வளவு கடினமாக முயற்சி செய்தாய் என்பதையும், சுற்றியலைந்து துன்பத்தையும் நம்பிக்கையிழந்த மனநிலையையும் சித்தரிக்க நீ முயன்றதையும், அதை எவ்வளவு நன்றாக ரசித்து அனுபவித்தாய் என்பதையும் உன்னால் நினைவு கூர முடிகிறதா? அத்தகையதொரு நடிப்பு இப்போது உனக்குத் திருப்தியளிக்குமா?''

''மரியா சற்றுநேரம் சிந்தித்தாள். பின் ஏதோ நகைச்சுவைத் துணுக்கைக் கேட்டது போல அவள் முகத்தில் ஒரு சிரிப்புப் படர்ந்தது. கடைசியில் தனது பழைய, கள்ளமற்ற நிலையின் நினைவு அவளுக்கு வேடிக்கையாக இருந்தது போலத் தன் தலையை இல்லை'' என்ற பொருளில் அசைத்தாள்.

''பார்த்தாயா, நீ சிரிக்கிறாய் ஏன்? ஏனெனில், நீ முன்னர் ''பொதுப்படையாக'' நடித்தாய் நேரடியாகக் களத்தில் இறங்குவதன் மூலம் உன் இலக்கை எட்ட முயன்றாய் நீ பிரதிபலித்துக் கொண்டிருந்த பாத்திரத்தின் உணர்ச்சிகள் பற்றிய ஒரு தவறான, வெறும் புறத்தோற்றம் மட்டுமே கொண்டுள்ள ஒன்றைத் தான் நீ சித்தரிக்கிறாய் என்பது ஒன்றும் வியப்புக்குரிய விஷயம் அல்ல.

''இப்போது கண்டெடுத்த ஒரு குழந்தை பற்றிய காட்சியை நடித்தபோது இறந்து போன ஒரு குழந்தையை கையில் ஏந்திக்கொண்டுள்ளதைக் கண்டபோது நீ என்ன உணர்ந்தாய் என்பதை நினைவுபடுத்திப்பார். பின், அந்தக் காட்சியின் உனது அகமனநிலையை, உனது முந்தைய மிகைப்படுத்தப்பட்ட நடிப்புடன், ஒப்பிடும்போது, இந்த வகுப்புகளில்